AF759102

LỊCH SỬ VIỆT NAM THỜI TỰ CHỦ [TẬP BỐN]

LỊCH SỬ VIỆT NAM
THỜI TỰ CHỦ

- HỒ BẠCH THẢO -

Thiết kế bìa: UYÊN NGUYÊN TRẦN TRIẾT

Dàn trang: ĐỖ HUỲNH ĐĂNG NGỌC

Copyright @ 2023 by HoBachThao

Nhà Xuất Bản
NHÂN ẢNH, 2023
ISBN: 9798869041593

HỒ BẠCH THẢO

LỊCH SỬ VIỆT NAM

THỜI TỰ CHỦ

TẬP BỐN

NHÂN ẢNH
2023

95. Vua Lê Thánh Tông [1460-1497] (1)

Trong năm Canh Thìn, tức Minh Thiên Thuận thứ 4 [1460] nước ta có 2 niên hiệu. Lạng sơn vương Nghi Dân cướp ngôi vào ngày mồng 3 tháng 10 năm ngoái [28/10/1459]; năm nay tiếp tục niên hiệu Thiên Hưng năm thứ 2, cho đến ngày mồng 6 tháng 6 [24/6/1460] thì bị lật đổ. Sau đó Vua Lê Thánh Tông lên ngôi, với niên hiệu Quang Thuận năm thứ nhất.

Vào tháng 2 [22/2-22/3/1460], Nghi Dân làm cuộc cải tổ hành chánh, đặt ra 6 bộ, 6 khoa; trước kia chỉ có 2 bộ, nay đặt 6 bộ gồm Lại, Lễ, Hộ, Binh, Hình, Công:

"*Nghi Dân chia đặt quan chức làm sáu bộ, sáu khoa, lại bàn đặt chức ở phủ, huyện và châu. Quan chức hồi đầu triều Lê: ở trong kinh chỉ đặt hai bộ: Lại bộ và Lễ bộ, còn các bộ Hộ, Binh, Hình, Công và sáu khoa chưa sắp đặt được đầy đủ. Năm đạo ở ngoài kinh sư đều đặt chức Hành khiển giữ việc quân và dân; lại chia đặt quan chức ở phủ, lộ, trấn, huyện, châu, để lệ thuộc vào quan Hành khiển. Đến nay Nghi Dân mới đặt thêm bốn bộ: Hộ, Binh, Hình, Công cùng với hai bộ Lại và Lễ làm thành sáu bộ. Lại đặt sáu khoa là: Trung thư khoa, Hải khoa, Đông khoa, Tây khoa, Nam khoa và Bắc khoa. Về chức quan ở ngoài thì Nghi Dân bàn đặt lại quan chức ở phủ, huyện và châu.*" **Cương Mục**, Chính Biên, quyển 19.

Lúc mới lên ngôi, Lạng sơn vương Nghi Dân sai sứ sang triều cống nhà Minh với tên xưng là Lê Tông. Ngoài ra để tránh tiếng giết Vua, sai sứ tâu rằng Vua Nhân Tông chết trôi; triều Minh theo lễ xưa, bỏ việc điếu tế người chết trôi, nên sự việc được êm nhẹm:

"***Ngày 14 tháng 4 năm Thiên Thuận thứ** 4* **[4/5/1460].** *Quốc vương Triều Tiên Lý Nhu sai sứ đến cống chim bạch trĩ. Quốc vương An Nam Lê Tông sai sứ cống vàng, bạc, khí mãnh, cùng sản vật địa phương. Được đãi yến và ban cho lụa là có phân biệt."* (**Minh Thực Lục Quan hệ Trung Quốc Việt Nam**, tập 3, trang 65)

"***Ngày 10 tháng 7 năm Thiên Thuận thứ** 4* **[27/7/1460].** *Bộ Lễ tâu:*

'Bồi thần An Nam bọn Trình Lăng, Phạm Hoàng trình rằng Quốc vương Lê Tuấn bơi trên hồ, bị chết trôi, đã được triều đình phân ưu ban tử tuất và ban điếu tế. Đã cho để tang ngắn hạn và tang lễ đã xong. Mới đây nghe tin triều đình định sai quan đích thân đến phúng điếu, nên xin được miễn.'

Thiên tử dụ:

'Theo lễ không phúng điếu người bị chết trôi, Sứ thần xin miễn điếu được chấp thuận." (**Minh Thực Lục Quan hệ Trung Quốc Việt Nam**, tập 3, trang 66)

Vào tháng 10 năm ngoái, sứ bộ nước ta sang cống, trình bày việc người dân Đại Việt cấu kết với dân Quảng Đông ăn trộm ngọc trai. Vua Anh Tông bèn ra lệnh cho Phó tổng binh Quảng Đông tìm cách ngăn chặn:

"***Ngày 15 tháng 7 năm Thiên Thuận thứ** 4* **[1/8/1460].**

Sắc dụ bọn Phó Tổng binh Quảng Đông Đô đốc Đồng tri Âu Tín rằng:

"Trước đây nhân bắt được bọn Phạm Viên, gồm 4 tên người An Nam ăn trộm ngọc trai, sau khi thẩm vấn minh bạch, bèn ban sắc trách vấn Quốc vương An Nam. Nay được hồi tấu từ An Nam rằng: Bọn chúng người thôn Tần Hải, Dĩ Đông; nhân đi ra biển đánh cá bèn kết giao với khách thương người châu Khâm, châu Liêm để thông đồng ăn trộm ngọc trai, cùng buôn bán trao đổi. Đã cho trừng trị Đầu mục sở tại đã không biết kiểm soát và gia tăng nghiêm cấm."

"Các ngươi phải yết bảng nghiêm cấm các bọn khách buôn tại ven biển châu Khâm, Liêm, không được âm thầm kết giao với người An Nam để dụ dỗ ăn trộm ngọc. Lại ra lệnh các phủ, vệ, quan viên làm công tác tuần tra tại hồ ngọc trai, nhằm ngăn ngừa bọn ăn trộm ngọc; hãy bắt về thẩm vấn, rồi tâu xin xét xử. Không được phép theo thói quen lười nhác; nếu làm trái sẽ trị tội không khoan thứ." (**Minh Thực Lục Quan hệ Trung Quốc Việt Nam**, tập 3, trang 67)

Lại vào ngày 20 tháng 10 năm ngoái [14/11/1459], Lạng sơn vương Nghi Dân sai sứ bộ Trần Phong sang cầu phong. Có lẽ lúc bấy giờ kiêng tên huý, họ Trần phải đổi sang họ Trình, nên **Minh Thực Lục** ghi là Trình Phong. Nhà Minh chuẩn bị sai Tả tham nghị Duẫn Mân làm Chánh sứ sang phong, nhưng Nghi Dân bị lật đổ, nên sự việc bị huỷ bỏ:

"***Ngày 16 tháng 8 năm Thiên Thuận thứ 4* [31/8/1460].** *Tông, con trai cố Quốc vương An Nam Lê Lân sai Bồi thần bọn Trình Phong đến triều cống sản vật địa phương. Đãi yến, cùng ban cho các vật như lụa nõn trong ngoài, y phục bằng lụa trữ. Lại ra lệnh cho bọn Phong trở về, mang sắc cùng lụa* *nõn trong ngoài ban cho Tông.*

Bộ Lễ tâu rằng:

'Gần đây Quốc vương Chiêm Thành tâu rằng suốt năm bị nước An Nam liên tục nhiễu hại. Nay Phong trở về nước, nên ra lệnh cho Tông biết từ nay trở về sau hãy giữ lễ, hoà mục với lân bang, không được gây hấn kết oán.'

Thiên tử chấp thuận." (**Minh Thực Lục Quan hệ Trung Quốc Việt Nam**, tập 3, trang 68)

"***Ngày 19 tháng 8 năm Thiên Thuận thứ tư*** **[3/9/1460].** *Sai Thông chính Sứ ty Tả tham nghị Duẫn Mân làm Chánh sứ, Lễ khoa Cấp sự trung Vương Dự làm Phó sứ, mang phù tiết (1) sách phong cho Tông con đầu vợ thứ của Lê Lân, làm Quốc vương An Nam. Bấy giờ người trong nước tâu Lê Tuấn mất, không con nối dõi, bèn dâng biểu văn xin lập Tông, nên có lệnh này."* (**Minh Thực Lục Quan hệ Trung Quốc Việt Nam**, tập 3, trang 68)

Ngày mồng 6 tháng 6 [24/6/1460] các Đại thần là bọn Lê Xí, giết đảng phản nghịch Phạm Đồn, Phạm Ban; truất Nghi Dân làm Lệ Đức hầu, rồi giết đi:

"Cướp ngôi vua được 8 tháng, Nghi Dân tin nuông bọn gian tà, giết hại đại thần, thay đổi hết phép tắc của tiên tổ. Người trong nước ai cũng oán giận.

Ngày 6 tháng 6, các đại thần là:

- Thái bảo Lê Xí và Lê Liệt.

- Nhập nội Điểm kiểm Bình chương quân quốc trọng sự Lê Lăng.

- Nhập nội Đại hành khiển Lê Vĩnh Trường.

- Xa kỵ vệ đồng tổng tri Lê Niệm.

- Ngự tiền hậu quân tổng tri Lê Nhân Thuận.

- Ngự tiền trung quân tổng tri Lê Nhân Khoái.

- Ngự tiền thuỷ quân tổng tri Trịnh Văn Sái.

- Bắc đạo thiêm tri Trịnh Đạc.

- Điện tiền đô chỉ huy Nguyễn Đức Trung.

- Thiết đột tả quân đại đội trưởng Nguyễn Yên.

- Điện tiền ti chỉ huy Lê Yên và Lê Giải.

Bàn định với nhau rằng:

'Lạng Sơn vương [Nghi Dân] *câu kết với tên Đồn, tên Ban, dám làm việc giết vua cướp ngôi tức là hạng ác nghịch nhất nước; chúng ta mang danh nghĩa là những bầy tôi công lao với nước, cố cựu trong triều, thế mà đứng ở triều đình với kẻ giết vua cướp ngôi, thì còn mặt mắt nào trông thấy tiên đế* [Lê Thái Tổ] *ở dưới đất được nữa!'.*

Sau khi ở trong triều lui ra, các đại thần đều ngồi cả tại nhà nghị sự, bọn Lê Xí đứng đầu xướng suất việc nghĩa, trước hết giết tên Đồn, tên Ban ở ngay trước nhà nghị sự, sau đóng các cửa thành lại, rồi sai bọn Nhân Thuận thống lĩnh cấm binh bắt đảng phản nghịch là lũ Trần Lăng hơn một trăm người đều giết hết. Các đại thần định nghị: truất Nghi Dân làm Lệ Đức hầu, bắt phải thắt cổ tự tử." **Cương Mục**, Chính Biên, quyển 19.

Các đại thần bèn rước Gia vương Tư Thành vào cung điện, tôn lên làm Vua; sau đó đại xá cho cả nước.

"Các đại thần cùng nhau bàn rằng:

'Ngôi vua rất trọng đại, người giữ ngôi vua là rất khó khăn, nếu không phải người có đức độ lớn không thể nào đương nổi. Nay Gia vương là người sáng suốt, có tài trí, có đạo đức, các vương khác không thể so bì kịp, lòng người ai cũng trông mong, như thế có thể biết được ý trời đã định'.

Rồi các đại thần liền dùng xa giá rước vương ở Gia Đế, vương vào trong cung, lên ngôi vua ở điện Tường Quang, đổi niên hiệu là Quang Thuận, đại xá cho cả nước." **Cương Mục**, Chính Biên, quyển 19.

Riêng **Toàn Thư** tham khảo thêm, chép rằng sau khi giết Nghi Dân, các Đại thần đi đón Cung vương Khắc Xương, nhưng Cung vương từ chối; sau đó mới đi đón Gia vương Tư Thành:

"Xét: Có sách nói là sau khi giết bọn phản nghịch Trần Lăng, Lê Lăng lấy lụa đưa cho Nghi Dân, bắt phải tự tử. Giết Nghi Dân xong, liền đi đón Cung Vương Khắc Xương. Cung Vương cố tình từ chối, mới đón vua ở Tây Để về lên ngôi. Sau vua nghe lời gièm, Cung Vương phải chết". **Toàn Thư**, Bản Kỷ, quyển 12, trang 3b.

Vua Lê Thánh Tông.

Vua tên huý là Tư Thành, còn có huý là Hạo; con thứ tư của Vua Thái Tông. Ở ngôi 38 năm, thọ 56 tuổi, táng ở Chiêu Lăng, miếu hiệu là Thánh Tông:

"Vua sáng lập chế độ, văn vật khả quan, mở mang đất đai, cõi bờ khá rộng, thực là bậc vua anh hùng tài lược, dẫu Vũ Đế nhà Hán, Thái Tông nhà Đường cũng không thể hơn

được. Nhưng công trình thổ mộc vượt quá quy mô xưa, tình nghĩa anh em thiếu hẳn lòng nhân ái. Đó là chỗ kém vậy.

Mẹ vua là Quang Thục Hoàng thái hậu Ngô thị, người làng Động Bàng, huyện Yên Định, phủ Thanh Hoá. Trước kia, khi còn là Tiệp dư, Thái hậu đi cầu tự, mơ thấy thượng đế ban cho một tiên đồng, thế rồi có thai. (Tục truyền rằng Thái hậu khi sắp ở cữ, nhân thử thả chợp mắt, mơ thấy mình đến chỗ Thượng đế, Thượng đế sai một tiên đồng xuống làm con Thái hậu, tiên đồng chần chừ mãi không chịu đi, thượng đế giận, lấy cái hốt ngọc đánh vào trán chảy máu ra, sau tỉnh dậy, rồi sinh ra vua, trên trán vẫn còn dấu vết lờ mờ [1b] như thấy trong giấc mơ, mãi đến khi chết, vết ấy vẫn không mất).

Năm Nhâm Tuất, Đại Bảo thứ 3, tháng 7, ngày 20 [25/8/1442], *sinh ra vua. Vua sinh ra thiên tư tuyệt đẹp, thần sắc khác thường, vẻ người tuấn tú, nhân hậu, rạng rỡ, nghiêm trang, thực là bậc thông minh xứng đáng làm vua, bậc trí dũng đủ để giữ nước.*

Năm Thái Hoà thứ 3 [1445], *được phong làm Bình Nguyên Vương, vâng mệnh làm phiên vuơng vào ở kinh sư, hằng ngày cùng học ở Kinh diên với các vương khác. Bấy giờ, quan ở Kinh diên là bọn Trần Phong thấy vua dáng điệu đường hoàng, thông minh hơn hẳn người khác, trong bụng cho là bậc khác thường. Vua lại càng sống kín đáo, không lộ vẻ anh minh ra ngoài, chỉ vui với sách vở cổ kim, nghĩa lý thánh hiền. Bẩm sinh ra đã biết, mà sớm khuya không lúc nào rời sách vở, tài năng lỗi lạc trời cho, mà chế tác lại càng đặc biệt lưu tâm, [2a] ưa điều thiện, thích người hiền, chăm chắm không hề biết mỏi, Tuyên từ thái hậu* [mẹ Vua Nhân Tông] *yêu vua như con mình đẻ ra, Nhân Tông coi vua là người em hiếm có. Đến khoảng năm Diên Ninh* [1459], *Nghi*

Dân tiếm ngôi, đổi phong vua là Gia Vương và xây phủ đệ ở bên hữu nội điện cho vua ở. Không bao lâu, các đại thần là bọn Nguyễn Xí, Đinh Liệt cùng nhau đem cấm binh đánh bọn Đồn, Ban, rồi phế Nghi Dân, đón vua lên ngôi. Bấy giờ vua 18 tuổi, vào nối đại thống, tự xưng là thiên Nam động chủ, miếu hiệu là Thánh Tông." **Toàn Thư**, Bản Kỷ, quyển 12, trang 3b.

Ngày mồng 8 tháng 6 năm Quang Thuận thứ 1 [26/6/1460], Vua lên ngôi, truy tặng cho nội quan Thị hậu phó chưởng là Đào Biểu tử tiết lúc Lạng sơn vương Nghi Dân cướp ngôi; và giết Đô chỉ huy cấm binh Lê Đắc Ninh hùa theo quân phản loạn trong dịp này. Sau đó phát tang và làm lễ tế cáo Thái Miếu cho Vua Nhân Tông và Hoàng thái hậu:

"Ngày mồng 8 tháng 6, vua lên ngôi ở điện Tường Quang, đổi niên hiệu là Quang Thuận năm thứ 1, đại xá thiên hạ.

Truy tặng Nội quan Đào Biểu tước 1 tư [bậc] *và ban cho 5 mẫu ruộng công để thờ cúng. Trả lại vợ con, điền sản để nêu gương tử tiết.*

Định tội của Lê Đắc Ninh, vì Đắc Ninh giữ cấm binh không biết bảo vệ xã tắc, lại đem giúp kẻ phản nghịch, làm vậy là để răn đe kẻ bất trung.

Vua lên ngôi xong, liền làm lễ phát tang cho Nhân Tông và Thái hậu.

Ngày Tân Mùi [14/7/1460], *làm lễ cáo miếu, rước bài vị Nhân Tông vào Thái miếu. Ngày Quý Dậu* [16/7/1460] *[4a] rước kim sách dâng tôn hiệu cho Nhân Tông là Khâm Văn Nhân Hiếu Tuyên Minh Hoàng Đế, miếu hiệu là Nhân Tông, dâng tên thuỵ cho Nguyễn thái hậu là Tuyên Từ Nhân Ý Chiêu Túc Hoàng thái hậu."* **Toàn Thư**, Bản Kỷ, quyển 12, trang 3b.

Tháng 7, lấy ngày 20 sinh nhật của Vua, làm ngày lễ Sùng Thiên thánh tiết. Ra lệnh các quan, cùng đàn bà ở trong cung, không được tiết lộ tin tức ra ngoài; 5 đạo trong nước phải ra công luyện tập quân sự:

"Mùa thu, tháng 7, lấy ngày sinh làm Sùng Thiên thánh tiết.

Ra sắc chỉ cho các quan ở nội mật, đàn bà ở nội mật và các cung tỳ, nội nhân rằng: Từ nay về sau, nếu thấy chiếu chỉ và các việc cung thì không được lén lút tiết lộ ra trước cho người ngoài và con thân thích.

Ra sắc chỉ cho các vệ quân năm đạo, các phủ trấn, các tổng quản và tổng tri rằng: Có quốc gia là phải có võ bị. Nay phải tuân theo trận đồ nhà nước đã ban, trong địa phận của vệ mình, phải chỉnh đốn đội ngũ, dạy cho quân lính phép đi, đứng, đâm, đánh, hiểu được hiểu lệnh, tiếng chuông, tiếng trống khiến cho binh lính tập quen cung tên, [4b] không quên võ bị." **Toàn Thư**, Bản Kỷ, quyển 12, trang 4a.

Tháng 8 [16/8-14/9/1460], nhà vua lấy cớ rằng Cung từ hoàng thái hậu mẹ Vua Thái Tông họ Phạm, tên huý là Ngọc Trần, nên yết thị phàm ai họ "Trần" đổi thành "Trình". Lại nhân bấy giờ cần thóc, ra lệnh cho người nào tình nguyện dâng thóc, chiếu theo sô lượng được ban chức tước tượng trưng:

"Tháng 8, ra lệnh yết bảng cho những người nguyên là họ Trần phải kiêng huý đổi thành họ Trình.

Ra lệnh cho các sắc quân, dân ở các phủ, lộ, trấn, châu, huyện, động, sách, trang rằng: "Người nào có nhiều thóc tình nguyện dâng lên, thì tới trình báo với các quan sở tại làm danh sách tâu trình lên, tuỳ theo số thóc dâng nhiều hay ít mà trao cho quan tước: từ 200 hộc thì cho chức quan nhàn tản chánh thất phẩm, 150 hộc thì cho chức quan nhàn tản tòng thất phẩm, 100 hộc thì cho cho chức quan nhàn tản tòng bát phẩm, con cái họ đều được miễn tuyển, nếu là 60 hộc thì thưởng 1 tư, chỉ được miễn bản thân thôi." **Toàn Thư**, Bản Kỷ, quyển 12, trang 4b.

Tháng 9, sai sứ bộ Đinh Lan sang nhà Minh trình bày chính biến xảy ra trong nước, để chuẩn bị xin cầu phong. Ngoài ra trong tháng này, Vua Anh Tông nhà Minh sai Sứ thần sang Chiêm Thành phong cho Bàn La Trà Toàn làm Quốc vương Chiêm Thành:

"Tháng 9, ngày 21 [5/10/1460], *sai bồi thần là bọn Đinh Lan, Nguyễn Phục, Nguyễn Đức Du sang nhà Minh tâu việc."* **Toàn Thư**, Bản Kỷ, quyển 12, trang 4b.

"Ngày 13 tháng 9 năm Thiên Thuận thứ tư [27/9/1460]. *Chiếu dụ nước Chiêm Thành:*

'Từ xưa đến nay các Đế Vương ngự trị thiên hạ, không ai là không cư xử chung với một lòng nhân; vì vậy chốn hoang vu cõi ngoài được phổ cập giáo hoá. Nước Chiêm Thành các ngươi, vị trí nơi góc biển hoang tịch, đất riêng một phương tất phải lập người đứng đầu để thống trị dân chúng. Bởi vậy Quốc vương Ma Ha Bàn La Duyệt mới đây được phong tước Vương, nối nghiệp quản lý việc nước, chưa được 4 năm đã vội mất, cái lý kế thừa không thể thiếu. Người em là Bàn La Trà Toàn, tính tình đôn hậu, biết giữ lễ khiêm cung; nên đặc cách sai Cấp sự trung Vương Nhữ Lâm làm Chánh sứ, Hành nhân Lưu Thứ làm Phó sứ mang chiếu thư phong chức Quốc vương Chiêm Thành. Phàm dân chúng trong nước đều phải thần phục, tuân theo lẽ phải sống yên ổn, không được tranh

giành phạm pháp. Tất cả một lòng giúp rập, khiến đất nước hoà bình an ninh, thấm nhuần phong tục nhân hậu, vĩnh viễn hưởng phúc thái bình.'

Lại sắc dụ Bàn La Trà Toàn rằng:

"Vương các ngươi đời trước, có nước nơi góc biển xa xôi, hết lòng trung kính, thuận theo trời thờ nước lớn, càng lâu càng bền. Nay Vương lại biết thừa kế, sai người trong họ là Thả Dật Đà Bằng mang sản vật địa phương đến cống, lòng thành khẩn đáng khen. Sứ trở về đặc cách ban cho Vương cùng Vương phi gấm lụa để đáp lại ý tốt; Vương càng kiên định, vĩnh viễn giữ tiết bề tôi, để đáp ứng sự ưu đãi." (**Minh Thực Lục Quan hệ Trung Quốc Việt Nam**, tập 3, trang 69)

Tháng 10, cử sứ bộ sang triều Minh cầu phong. Định thứ tự trên dưới những bầy tôi có công trong việc lật đổ bọn Lạng sơn vương Nghi Dân; qui định viên quan nào không có con, chuẩn y cho một người thừa kế được tập ấm chức quan:

"Mùa đông, tháng 10, ngày mồng 1 [14/10/1460], sai bồi thần là bọn Nguyễn Nhật Thăng, Phan Duy Trình, Nguyễn Tự sang nhà Minh cầu phong.

Tâu trình những người có công hồi tháng 6.

Tổng đốc Nguyễn Xí, Đông đốc [5a] Đinh Liệt tâu trình tên họ các quan trong các phiên, các quan ngự doanh và những người trước sau xướng nghĩa chém bọn nghịch thần Đồn, Ban:

- Xướng nghĩa trước và hạ thủ đầu tiên là Lê Nhân Thuận, đã chém giặc Lăng.

- Xướng nghĩa là bọn Trịnh Đạc, Nguyễn Đức Trung, Lê

Nhân Quý đế Lê Lật gồm 49 người.

- Lại tâu trình thêm bọn Nguyễn Trợ, Nguyễn Ngô, Lê Sư Lộ... gồm 6 người.

Phong công thần Nguyễn Xí làm Quỳ quận công (2), Đinh Liệt làm Lân quận công; Thái bảo Lỗ Sơn hầu Lê Niệm làm Thái phó; Kỳ quận công Lê Thọ Vực làm Tả đô đốc tham nghị triều chính chưởng Điện tiền ty; Nguyễn Lỗi làm Đại đô đốc chưởng hình bộ (Lỗi là con của Nhữ Lãm); Lê Khang làm Văn Chấn hầu.

Ra sắc chỉ cho các quan trong ngoài rằng: Viên nào con đáng được tập ấm mà không có con trai [5b] thì cho nuôi con người thân thích cùng họ, chỉ được 1 người tập ấm." **Toàn Thư**, Bản Kỷ, quyển 12, trang 4b.

Ngày 11 tháng 10 [24/10/1460], ban biển ngạch cho người hiếu để là Nguyễn Liêm ở huyện Ứng Thiên, tức huyện Chương Mỹ, Hà Tây ngày nay:

"Nguyễn Liêm, người làng Mỗ Xá, phủ Ứng Thiên, nổi tiếng là người hiếu hạnh với cha mẹ, hoà thuận với anh em. Nhà vua ban cho biển ngạch, hạ lệnh cho sở tại dựng một cái lầu cao (3) ở ngoài cổng để biểu dương cho mọi người biết và tha dao đài tạp dịch cho bản thân Nguyễn Liêm." **Cương Mục**, Chính Biên, quyển 19.

Vua ra sắc chỉ cho các quan tại biên giới phải phòng bị cẩn thận, không được thông đồng với người nước ngoài. Đem ruộng đất ban cấp cho 30 công thần. Ra lệnh cho Lê Xí kê khai chi tiết những bầy tôi có công rồi đề nghị thăng thưởng. Tuy nhiên trong bản đề nghị, Lê Xí xin truy thăng cho bọn Lê Ê bị giết thời Nghi Dân cầm quyền, nhưng nhà Vua bác:

"Ra sắc chỉ cho quan các phủ, lộ, trấn, châu, huyện rằng: Ai ở cõi biên giới thì phải giữ quan ải cẩn thận, không được thông đồng với người nước ngoài.

Cấp ruộng thế nghiệp cho 30 viên công thần, số mẫu có thứ bậc khác nhau: Lê Lăng 300 mẫu, Lê Niệm 200 mẫu, Lê Nhân Thuận 130 mẫu, Lê Thọ Vực, Lê Sư Hồi, Lê Nhân Khoái 150 mẫu, từ Trịnh Văn Sái trở xuống, đều được cấp ruộng theo thứ bậc khác nhau.

Sắc cho bọn tể thần Lê Xí tâu thăng các quan công thần tại chức hay đã chết, được ban quốc tính hay không được ban, cùng số con trai của họ chưa được thăng bổ.

Loại được ban quốc tính thì từ bọn Lê Quán Chi con trai của Thái phó [6a] Lê Liệt, Lê Văn Lão con trai của Lê Bí trở xuống đến Lê Ký con trai của Lê Luyện. Loại chưa được ban quốc tính thì từ Nguyễn Sư Hồi con trai của Nguyễn Xí, đến Lê Lộng con trai của Lê Đa Mỹ. Loại đã chết, được ban quốc tính thì từ Lê Muộn con trai Lê Vấn, Lê Dư con trai Lê Bôi, cho đến Lê Văn Lương con trai Lê Nhữ Soạn, chưa được ban quốc tính thì từ Lê Văn Thiết con trai Lê Chuẩn, đến Lê Văn Lâm con trai Lê Thiết.

Đến khi bọn Xí dâng tờ tâu lên, vua dụ rằng:

"Đã xem hết tờ tâu, trong ấy có xin cho bọn Lê Ê, Lê Thụ, Đỗ Bí, Lê Ngang theo như lệ công thần đã mất, nhưng câu ấy còn có thể bẻ lại được, là vì khoảng năm Diên Ninh, Đỗ Bí, Lê Ê ở chức cao nhất vào hàng tể thần; Lê Ngang, Lê Thụ tay cầm cấm quân, giữ việc an nguy, đáng lẽ phải dẹp yên giặc loạn, chuyển nguy thành an mới phải, thế mà chỉ biết sắp gà vào trong nồi mà để [6b] cá kình lọt ra ngoài lưới. Đến sau mưu việc không kín, đến nỗi phải phơi thây ở bên đường (4).

Đó lại thêm một tội khác trong các tội của bọn Bí, Ngang, có khác gì tội giết vua của Triệu Thuẫn ngày xưa (5), sao được để cùng với những công thần đã mất?". **Toàn Thư**, Bản Kỷ, quyển 12, trang 5b.

Ngày 24 tháng 10, làm lễ an táng và soạn văn bia Vua Lê Nhân Tông tại Mục Lăng. Ngày 27, ra qui chế cho quan bộ Hình trình lên quyết đoán các vụ án, mỗi tháng 3 lần:

"Ngày 24 [6/11/1460], *làm lễ chiêu hồn, chôn Nhân Tông ở bên hữu Vĩnh Lăng gọi là Mục Lăng.*

Lại sai Trung thư sảnh thủ Trung thư lệnh tri tam quán sự nhưng tri học sinh ngự tiền nhị cục khinh xa uý Nguyễn Trực và Trung thư sảnh Trung thư lệnh thị lang nhập thị kinh diên kiêm quản cận thị chi hậu các cục thượng kỵ đô uý Nguyễn Bá Ký cùng soạn bài văn bia ở Mục Lăng.

Ngày 27 [9/11/1460], *ra sắc chỉ cho hình quan rằng: Từ nay về sau, xét việc kiện tụng, phải mỗi tháng ba lần trình lên để quyết định, coi đó là định chế lâu dài."* **Toàn Thư**, Bản Kỷ, quyển 12, trang 6b.

Tháng 12 [12/1-9/2/1461], sai bọn Thái phó Lê Liệt mang quân đánh họ Cầm, Tù trưởng Bồn Man (6). Tuyển đinh tráng; làm sổ hộ tịch. Lấy Nguyễn Như Đỗ làm Thượng thư bộ Lại; sai quan hiệu đính tên huý:

"Tháng 12, sai Thái phó Lê Liệt, Thái phó Lê Lựu, thái bảo Lê Lăng dẫn các quân chia đường đi đánh họ Cầm.

Tuyển đinh tráng có tên trong sổ bổ vào [7a] quân ngũ.

Làm sổ hộ tịch.

Lấy Nguyễn Như Đỗ làm Lại bộ thượng thư.

Sắc cho Trung thư sảnh Trung thư lệnh thị lang nhập thị

kinh điên kiêm quản cận thị chi hậu các cục thượng kỵ đô uý Nguyễn Bá Kỳ, Hoàng môn thị lang kiêm Quốc sử viện đồng tu quốc sử Hoàng Sẵn Phu hiệu định miếu huý và ngự danh."
Toàn Thư, Bản Kỷ, quyển 12, trang 6b.

Chú thích:

1. Phù tiết: Ngày xưa đi sứ cầm ấn tín vua ban để làm tin gọi là phù tiết, Sứ giả còn được gọi là Sứ tiết.

2. Quan chế triều Lê, bầy tôi có công được liệt vào hạng phong tước quốc công hoặc quận công, thì dùng tên của một phủ hoặc một huyện để làm hiệu phong tước: Quỳ quận công tức phủ Quỳ Châu; Lân quận công tức phủ Trà Lân; Kỳ quận công tức huyện Kỳ Sơn.

3. Cái lầu: Nhà nào được vua chúa biểu dương, thì ngoài cổng nhà ấy dựng một cái chòi cao như cái lầu, mặt ngoài cái chòi quay ra đường treo cái khung hình vuông có đề chữ, để người qua lại trông thấy. Ví dụ: những chữ "Tiết nghĩa môn" hoặc "Hiếu để môn", v. v...

4. Bọn Lê Bí, Lê Ê, Lê Thụ bàn mưu giết hại Nghi Dân bị bại lộ, tất cả đều bị chém.

5. Triệu Thuẫn là khách khanh nước Tần đời Xuân Thu ở Trung Quốc. Vua nước Tần là Linh Công định hại Thuẫn, Thuẫn bỏ trốn. Sau Triệu Xuyên giết Linh Công, đón Thuẫn về phục chức. Tuy Thuẫn không giết vua, nhưng sử quan nước Tần viên chép là Thuẫn giết vua, vì cho Thuẫn cùng một chí với Xuyên.

6. Bồn Man: Theo Đào Duy Anh, Đ. N. V. N. Q. C. Đ. trang 157; Bồn Man thuộc Ai Lao, tại thượng nguồn sông Phố, sông Sâu, Hà Tĩnh.

96.
Vua Lê Thánh Tông(2)

Tháng 2 năm Quang Thuận thứ 2 [12/3-10/4/1461], Vua Thánh Tông về Thanh Hoá, bái yết lăng tẩm:

"Tháng 2, vua ngự về Tây Kinh bái yết sơn lăng." **Toàn Thư**, Bản Kỷ, quyển 12, trang 7a.

Vào tháng 8 năm ngoái, Vua Anh Tông nhà Minh sai sứ bộ Duẫn Mân sang phong Lạng sơn vương Nghi Dân. Tháng 2 năm nay đến Quảng Tây, thì biết tin Nghi Dân cướp ngôi đã bị người trong nước lật đổ; rồi đưa Lê Hạo tức Vua Thánh Tông lên ngôi. Sau khi nghe Duẫn Mân tâu, Vua Minh quyết định cho sứ bộ trở về kinh:

"***Ngày 10 tháng 2 năm Thiên Thuận thứ 5*** [21/3/1461]. *Thông chính sứ Tả Tham nghị Duẫn Mân, Lễ khoa Cấp sự Vương Dự, Ty lễ giám Thái giám Sài Thăng tâu:*

'Mới đây chúng thần được lệnh mang chiếu thư đến nước An Nam, phong cho Tông, con trưởng của cố Vương Lê Lân. Khi đến Hoành Châu [Heng county] *Quảng Tây thẩm xét; biết được Tông giết vương trước là Lê Tuấn, nói dối bơi trên hồ bị chết trôi, rồi mạo xin cầu phong. Người trong nước không phục, bèn tôn con thứ của Lân là Hạo lên coi việc nước. Tông đã tự tử. Bọn thần đáng trở về.'*

Thiên tử phán:

'Lệnh Duẫn Mân, Vương Dự trở về kinh. Riêng Sài Thăng

mang lễ vật tạm để tại kho Nam Kinh, đợi lệnh." (**Minh Thực Lục Quan hệ Trung Quốc Việt Nam**, tập 3, trang 70)

Lại vào tháng 9 và tháng 10 năm ngoái, nước ta cử các sứ bộ Nguyễn Nhật Thăng, Đinh Lan, sang nhà Minh trình bày nội tình; xin phúng điếu cho Vua Nhân Tông, và cầu phong cho Vua Thánh Tông. Năm nay đến kinh đô nhà Minh, các sứ liên tục hoạt động suốt năm, **Minh Thực Lục** ghi lại qua các văn bản sau đây:

"Ngày 15 tháng 3 năm Thiên Thuận thứ 5 **[25/4/1461].** *Nước An Nam sai Sứ thần bọn Nguyễn Thăng dâng biểu, triều cống vàng, bạc, khí mãnh, cùng sản vật địa phương. Ban yến cùng lụa nõn trong ngoài."* (**Minh Thực Lục Quan hệ Trung Quốc Việt Nam**, tập 3, trang 70)

"Ngày 29 tháng 5 năm Thiên Thuận thứ 5 **[6/7/1461].** *Hạo* [Vua Thánh Tông], *em cố Quốc vương An Nam Lê Tuấn sai bọn Bồi thần Đinh Lan đến kinh đô thỉnh phong. Ban cho các vật như tiền giấy, lụa sa, lụa nõn trong ngoài."* (**Minh Thực Lục Quan hệ Trung Quốc Việt Nam**, tập 3, trang 71)

"Ngày 22 tháng 6 năm Thiên Thuận thứ 5 **[29/7/1461].** *Em cố Quốc vương An Nam Lê Tuấn là Hạo, lại sai bọn Bồi thần Nguyễn Thăng dâng biểu, triều cống sản vật địa phương và cầu phong."* (**Minh Thực Lục Quan hệ Trung Quốc Việt Nam**, tập 3, trang 71)

Các sứ bộ Nguyễn Nhật Thăng, Đinh Lan hoạt động khá năng nổ; nhưng bộ Lễ triều Minh tỏ vẻ chưa tin tưởng, lệnh tạm dừng ban sắc phong và cho điều tra:

"Ngày 24 tháng 6 năm Thiên Thuận thứ 5 [31/7/1461]. *Bộ Lễ tâu:*

'Quốc vương An Nam Lê Lân [Lê Thái Tông] *mất vào năm Chính Thống thứ 17* [1442-1443], *triều đình phong Vương cho Tuấn* [Lê Nhân Tông], *người con nối dõi. Vào năm Thiên Thuận thứ 3* [1459-1460] *Tuấn bị giết bởi người anh thứ tên là Tông* [Lạng sơn vương Nghi Dân]. *Rồi Tông cho người đến xin phong tước, Sứ thần mang chiếu thư chưa kịp tới nơi thì nghe tin Tông đã tự sát. Nay em của Tông là Hạo* [Lê Thánh Tông] *sai Bồi thần bọn Nguyễn Thăng tâu rằng Hạo chính là con vợ cả của Lân, đáng được làm vua.*

Bọn Thần nghĩ rằng quốc sự nước này chưa yên, lại sai quan đến xin cầu phong ngay. Bởi vậy nên đãi yến, thưởng bọn Thăng, cho trở về trước. Rồi gửi văn thư cho Tam ty Quảng Tây sai Tuần vũ, Án sát, Ngự sử đến huyện Bằng Tường nơi biên giới để điều tra xem Tông có thực chết không. Nếu Hạo thực sự là em của Tuấn và không có gì rắc rối xảy ra, thì nên phong."

Thiên tử phán: Chấp thuận. Bèn sai quan Vệ cẩm y đến quan sát sự việc." (**Minh Thực Lục Quan hệ Trung Quốc Việt Nam**, tập 3, trang 70)

Tuy chưa được ban sắc phong cho Vua Thánh Tông, nhưng Sứ thần Đinh Lan vẫn tiếp tục đấu tranh để mang chính danh cho chính quyền hiện tại; bằng cách đòi nhà Minh cử người sang điếu tế cho Vua Nhân Tông bị giết. Phía Minh bèn sai quan sang tế; tức hàm ý công nhận việc Lạng sơn vương Nghi Dân sai sứ tâu Vua Nhân Tông chết trôi, là điều bịa đặt:

"***Ngày 25 tháng 9 năm Thiên Thuận thứ 5*** **[28/10/1461].** *Bồi thần nước An Nam Đinh Lan tâu rằng:*

'Lúc sống được phong tước, lúc chết được điếu tế; đó là

thịnh đức nhu viễn của thánh triều ban cho các nước xa xôi. Mới đây Quốc vương Lê Tuấn bị anh con dòng thứ là Tông giết. Rồi Tông sai đồng đảng Trình Lăng đến triều đình sàm tấu rằng Quốc vương bị chết trôi. Ý muốn viện dẫn kinh Lễ không điếu người chết trôi, để hòng che dấu sự gian dối. Triều đình không rõ tình tiết nội vụ, lại cho là việc của dân Di nên không xét đến.

Nay sự việc đã minh bạch, thì không thể không làm lễ điếu tế. Nhưng bọn thần đến kinh đô đã bốn tháng nay, triều đình vẫn chưa sai Sứ đến điếu tế; nay mạo muội xin được nghe lời chỉ bảo.'

Bèn sai Hành nhân đến ban lời dụ và tế." (**Minh Thực Lục Quan hệ Trung Quốc Việt Nam**, tập 3, trang 72)

Sứ bộ Đại Việt vẫn tiếp tục lưu tại Trung Quốc để xin ban sắc phong cho Vua; đến mùa đông phàn nàn không chịu được rét; nên Vua Anh Tông ra lệnh cho bộ Công cấp than hàng tháng:

"***Ngày 2 tháng 12 năm Thiên Thuận thứ 5*** [2/1/1462]. *Bồi thần An Nam lưu tại kinh sư khiếu nại với bộ Lễ rằng người phương nam chịu không được lạnh. Thiên tử mệnh bộ Công cấp than hàng tháng."* (**Minh Thực Lục Quan hệ Trung Quốc Việt Nam**, tập 3, trang 72)

Tại trong nước, vào ngày 19 tháng 3 [29/4/1461] Vua ra sắc chỉ cho các quan phủ, huyện, lộ, trấn, xã phải khuyến khích dân chăm nghề làm ruộng, coi là nghề gốc:

"Từ nay về sau, trong việc làm ruộng, phải khuyến khích quân dân đều chăm nghề nghiệp sinh nhai, để đủ ăn mặc, không được bỏ gốc theo ngọn, hoặc kiếm chuyện buôn bán, làm trò du thủ du thực. Người nào có ruộng đất mà không

chăm cày cấy, thì quan cai trị bắt trình trị tội." **Toàn Thư**, Bản Kỷ, quyển 12, trang 7b.

Ngày 11 tháng 7 [16/8/1461], ra sắc chỉ cho các phủ, lộ không được tự tiện làm chùa, quán mới:

"Lúc ấy, dân gian tôn sùng đạo Phật, phần nhiều dựng chùa quán để cầu mong công đức một cách càn rỡ. Nhà vua ra sắc lệnh phàm các chùa quán, chỗ nào không có ngạch cũ, thì không thiện tiện dựng mới." **Cương Mục**, Chính Biên, quyển 19.

Ngày mồng 1 tháng 8 [4/9/1461] Hoàng trưởng tử Trang tức Vua Hiến Tông sinh, sau này mẹ được phong là Trường Lạc hoàng thái hậu:

"Tháng 8, ngày mồng 1, Hoàng trưởng tử Trang sinh [8a]. Bà mẹ là con gái thứ hai của Nguyễn Đức Trung, năm trước tuyển vào làm Sung nghi ở cung Vĩnh Ninh, sau này được tôn làm Trường Lạc hoàng thái hậu." **Toàn Thư**, Bản Kỷ, quyển 12, trang 7b.

Ngày 21 tháng 10 [22/11/1461] Vua ban dụ khiển trách Đô ngự sử đài Ngô Sĩ Liên và Nghiên Nhân Thọ; bởi các vị này tâu không nên duy trì lễ tế giao:

"Ta mới coi chính sự, sửa mới đức độ, tuân theo điển cũ của thánh tổ thần tông, nên mới tế giao vào đầu mùa xuân. Các ngươi lại bảo tổ tông tế giao cũng không đáng theo!. [8b] Các ngươi bảo nước ta đời xưa là hàng phiên bang, thế là các ngươi theo đạo chết, mang lòng không vua. Vả lại, khi Lệ Đức hầu cướp ngôi, Ngô Sĩ Liên chẳng vì hắn trổ tài phong hiến (1) đó sao? Ưu đãi trọng lắm! Nhân Thọ không vì hắn trù hoạch nơi màn trướng đó ư? Ngôi chức cao lắm! Nay Lệ Đức hầu mất nước về tay ta, các ngươi không biết vì ăn lộc mà

chết theo hắn lại đi thờ ta. Nếu không nói ra, trong lòng các ngươi không tự hổ thẹn mà chết ư? Thực là bọn gian thần bán nước!". **Toàn Thư**, Bản Kỷ, quyển 12, trang 8a.

Tháng 12 [1/1-29/1/1462] ban phát **Huấn Dân Đại Cáo** tức bản đại cáo nhằm dạy dỗ dân, và bổ nhiệm bọn Lê Lộng vào các chức vụ quan trọng:

"*Mùa đông, tháng 12, ban các điều đại cáo, từ phủ đến các châu, huyện, trang, mỗi nơi 1 bản.*

Cấm các thuộc lại không được bóc trộm những điệp sớ dán kín, không được chia nhau cầm giữ mang về nhà, hoặc cho người ngoài truyền nhau sao chép.

Lấy Lê Lộng làm Đô đốc bình chương sự; Lê Chấp Trung làm Đô đốc, Trịnh Văn Sái làm Đô đốc tham dự triều chính chưởng [9a] điện tiền ty; Vũ Lãm làm Hàn lâm viện trực hoạ sĩ; Hàn lâm viện học sĩ Nguyễn Đình Mỹ làm quyền Lễ nghi viện thượng thư." **Toàn Thư**, Bản Kỷ, quyển 12, trang 8b.

Ngày 11 tháng 2 năm Quang Thuận thứ 3 [11/3/1462] (Minh Thiên Thuận năm thứ 5), nhà Minh sai Sứ sang điếu tế Vua Nhân Tông. Do năm ngoái Sứ thần nước ta là Đinh Lan khiếu nại; nên Vua Anh Tông cử Hành nhân sang làm lễ. Dịp này, tại kinh đô nước ta, ngầm ra lệnh bắt người Hoa không được tiếp xúc với Sứ thần nhà Minh:

"*Ngày 11, nhà Minh sai chánh sứ là Hành nhân ty hành nhân Lưu Trật sang tế Nhân Tông.*

Ra lệnh chỉ cho các quan văn võ biết: Các nhà quân, dân ở các lộ, huyện, phủ Trung Đô, nhà nào có nô tỳ là người Ngô [người Hoa], *không được cho ra ngoài thông đồng với sứ nhà Minh.*" **Toàn Thư**, Bản Kỷ, quyển 12, trang 9a.

Tháng 3 [31/3-29/4/1462] Nguyễn Sư Hồi, con danh thần Nguyễn Xí, có tội; Vua nghĩ đến công lao của hai cha con, nên tìm cách che chở:

"Tháng 3. Nguyễn Sư Hồi có tội, được nhà vua tha cho, không bắt trừng trị. Sư Hồi cùng bọn Lê Niệm, Trịnh Văn Sái, Lê Thọ Vực và Nguyễn Lỗi không hoà hợp với nhau. Muốn hãm hại bọn Lê Niệm, Sư Hồi tự làm bài thơ nặc danh vu khống cho bọn này chực làm nghiêng đổ nguy hại đến xã tắc. Bài thơ ấy chưa kịp truyền bá ra ngoài thì bị phát giác, mọi người đều xin bắt tội Sư Hồi. Nhà vua bảo bầy tôi trong triều rằng:

'Sư Hồi có công trong lúc trung hưng (2), cha hắn là Xí lại có công lao lớn đối với nước (3), nên tha tội chết cho hắn'.

Nhà vua lại dụ bảo bọn Lê Thọ Vực rằng:

'Bài thơ yêu quái ấy chưa chắc đã phải Sư Hồi soạn ra, các khanh không nên vin vào việc ấy mà hằn thù lẫn nhau'.

Bọn Thọ Vực đều dập đầu lạy tạ.

Dương Quốc Minh tâu với nhà vua rằng:

'Sư Hồi cùng cha hắn là Xí nhận của đút lót của người ta 80 lạng bạc'.

Nhà vua sai viên Tư lễ giám Nguyễn Ang đem tờ sắc đến quở trách Sư Hồi để lấy lại số bạc đã ăn đút lót ngày trước và răn bảo rằng:

'Nhà người có lỗi chớ ngại đổi, may ra sẽ không có sự ăn năn sau này'.

Ngay lúc ấy lại nhận được lá thư nặc danh nói Sư Hồi sắp làm việc phản quốc. Nhà vua dụ bảo Sư Hồi rằng:

'Trẫm ngự ngôi báu đến nay đã bốn năm, cha con ngươi trong một nhà được ban ân thuỵ khuê (4), ấn thụ (5) hết lần này đến lần khác, vinh hiển sung sướng như thế, không một người bầy tôi nào sánh kịp. Nay trẫm đang đặt tín nhiệm vào nhà ngươi, dầu có lá thư này, lòng tín nhiệm của trẫm cũng không kém trước; nhưng sau khi nhận được lá thư này, về phần nhà ngươi, chẳng lại cần phải giữ cái đạo phòng thân một cách sâu sắc hơn nữa hay sao?". **Cương Mục**, Chính Biên, quyển 19.

Tháng 4 [30/4-28/5/1462], định lệ thi hương, thi hội. Hoàng Thanh, người làng Lương Xá, huyện Chương Đức nay thuộc tỉnh Hà Tây; dâng lời nói thẳng gồm 7 điều, được nhà Vua chấp nhận:

"Mùa hạ, tháng 4, định lệ bảo kết (6) trong thi hương. Ra lệnh chỉ cho các thí sinh trong nước, không cứ là dân hay lính, hạn tới thượng tuần năm nay đến nhà giám hay đạo sở tại khai tên và căn cước đợi thi hương. Ai đỗ thì gửi danh sách lên Lễ nghi viện để đến trung tuần tháng giêng năm sau thi hội. Cho quan sở tại và xã trưởng xã mình làm giấy bảo đảm rằng người ấy thực là có đức hạnh thì mới được vào danh sách dự thi. Kẻ nào vào loại bất hiếu, bất mục, bất nghĩa, loạn luân, điêu toa... thì dẫu học giỏi, văn thơ hay, cũng không cho vào thi. Phép thi như sau:

- Thí sinh phải nộp căn cước, khai rõ phủ, huyện, xã, tuổi tác cùng là chuyên học kinh nào, lý lịch ông cho ra sao, không được gian dối, giả mạo. Nhà phường chèo, con hát và những kẻ phản nghịch, nguỵ quan có tiếng xấu, thì bản thân và con cháu đều không được dự thi. Nếu mang sách hay mượn người làm hộ bài thì bị trị tội theo luật.

- Phép thi hương trước hết thi ám tả để loại bớt.

- Đề mục thi: Kỳ thứ nhất thì Tứ thư, kinh nghĩa gồm 5 bài. Kỳ thứ hai thi chiếu, chế, biểu dùng cổ thể hay tứ lục. Kỳ thứ ba thi thơ, dùng Đường luật, phú dùng cổ thể hay Ly Tao, văn tuyển, từ 300 chữ trở lên. Kỳ thứ tư thi một bài văn sách, đầu đề hỏi về kinh, sử hay việc đương thời, hạn 1.000 chữ. - Chữ huý của quốc triều, nếu hai chữ liền nhau thì đều không được dùng, nếu rời ra chữ một thì cũng cho dùng thay chữ khác, khuyên ở bên ngoài." **Toàn Thư**, Bản Kỷ, quyển 12, trang 10a.

"Lấy Hoàng Thanh làm Môn hạ sảnh hữu ty lang trung tham tri Hải Tây đạo quân dân bạ tịch ky đô uý. Bấy giờ nhân có tai biến về mưa đá và sấm gió, xuống chiếu cầu lời nói thẳng. Thanh bèn dâng sớ [11a] trình bày 7 việc:

1- Thuận âm dương để đón khí hoà.

2- Gần Kinh diên để tôn chánh học.

3- Chọn con nối để vững gốc nước.

4- Tiết kiệm của dùng để chi cho kinh phí.

5- Thận trọng chức thú lệnh để chăn dân.

6- Thường xuyên huấn luyện để nghiêm võ bị.

7- Đặt đồn điền để chứa lương cho biên giới.

Vua tiếp nhận cả." **Toàn Thư**, Bản Kỷ, quyển 12, trang 10b.

Tháng 8 [25/8-22/9/1462], Vua ra lệnh giết Thái uý Lê Lăng, cho là ngấm ngầm mưu làm phản, nhưng dư luận nghĩ rằng oan:

"Sau khi cùng các đại thần giết được bè đảng bọn nghịch, Lăng bàn nên lập Cung vương Khắc Xương, nhưng vì Lê Xí

không đồng ý mới đón lập nhà vua. Nhà vua nghe biết việc này, có ý không bằng lòng. Đến khi lên ngôi, Lăng lấy tư cách là công thần giúp việc chính trị, nhưng Lăng cương cường bộc trực làm cho nhà vua phải nể ngại, thường sai Nguyễn Lỗi đem bạc lạng đến cho và dụ bảo rằng:

'Nhà ngươi phải cẩn thận, trước thế nào sau thế ấy, một mực thanh khiết công bằng, tính khí nhà người cương trực quá, bên ngoài làm ra nghiêm nghị mà trong bụng thì nhu ác, người nào có điều không vừa ý mình, thì đẩy xuống tận đất đen, người nào không trái ý mình thì âu yếm ẵm lên trên đùi, chả phải vì thế mà nghị luận bên ngoài lấy làm chưa thoả mãn đó sao? Nhà ngươi nên răn chừa mới được'.

Lê Lăng được tiến dần lên đến chức Thái uý. Nay có người tố cáo là Lăng ngấm ngầm mưu toan làm việc trái phép; nhà vua giận, sai giết đi, tịch thu nhà cửa và đem tội trạng của Lăng bá cáo cho trong kinh thành, ngoài các đạo được biết. Người ta đều cho là Lăng bị giết oan." **Cương Mục**, Chính Biên, quyển 19.

Tháng 9 [23/9-22/10/1462], Vua Minh sai sứ bộ Tiền Phổ sang nước ta phong Vua Thánh Tông Làm An Nam Quốc vương; cùng sai bọn Thái giám Sài Thăng tìm cách mua hương liệu. **Minh Thực Lục** xác nhận bọn Tiền Phổ khởi hành tại Bắc Kinh vào ngày 25/3/1462; Thái giám Sài Thăng được lệnh đem danh sách hương liệu đưa cho nước ta giao nạp, thay cho đồ tiến cống:

"Tháng 9, nhà Minh sai chánh [11b] sứ là Hàn lâm viện thị độc học sĩ Tiền Phổ, Phó sứ là Lễ khoa cấp sự trung Vương Dự mang sắc phong vua làm An Nam Quốc Vương.

Sai Tư lễ giám thái giám Sài Thăng, Chỉ huy thiêm sự

Trương Tuấn, Phụng ngự Trương Vinh sang thu mua hương liệu." **Toàn Thư**, Bản Kỷ, quyển 12, trang 11a.

"***Ngày 25 tháng 2 năm Thiên Thuận thứ 6*** **[25/3/1462].** *Sai Hàn lâm viện Thị độc học sĩ Tiền Phổ, Lễ khoa Cấp sự Vương Dự làm Chánh Phó sứ đến phong Vương cho Hạo, con cố Quốc vương Lê Lân. Chiếu thư như sau:*

"Trẫm nhận mệnh trời, thống ngự các nước Hoa Di, vạn phương chung một mối xa thư (7), văn hoá phổ cập trong bốn cõi. Phàm kẻ dưới bầu trời, ai mà không có lòng hướng tới!

Nước An Nam các ngươi cung kính làm phiên thần đã lâu, cố Quốc vương Lê Lân kính trời thờ nước lớn, nhận trọng mệnh được thụ phong, giữ đất an dân, cung kính tròn chức cống. Truyền đến con Tuấn, không lơ là với phận sự. Nay Tuấn mệnh chung, người thừa kế phải coi sóc mọi việc trong nước.

Hạo là con của cố Quốc vương Lân, dáng hiền, có phẩm chất tốt, được lòng dân; dâng biểu triều cống, kính cẩn giữ lễ phiên thần. Đặc sai Hàn lâm viện Tiền Phổ làm Chánh sứ, Lễ khoa Cấp sự trung Vương Dự làm Phó sứ, nhận mệnh phong làm An Nam Quốc vương. Phàm bầy tôi, kỳ lão trong nước ngươi, đồng tâm hiệp lực phù trợ. Hãy kế tục sự nhiệp cũ, phát huy đức tốt trong việc làm, giữ đất nước yên ổn, hưởng nhiều hạnh phúc. Nay ban chiếu chỉ để mọi người đều biết."

Lại sai Tư lễ giám Thái giám Sài Thăng, Phụng ngự Trương Vinh cùng đi. Mệnh mang tiền, vật thu mua hương liệu và các vật khác. Sắc cho Hạo, lệnh mua các thứ ghi trong danh sách, giao cho bọn Thăng làm đồ tiến cống." (**Minh Thực Lục Quan hệ Trung Quốc Việt Nam**, tập 3, trang 73)

Tháng 10 [23/10-21/11/1462], sứ bộ Tiền Phổ trở về nước, Vua sai đem lễ vật biếu nhưng họ không nhận. Trong tháng, ban sắc chỉ qui định thể lệ về hưu, cùng thể lệ ký tên các bản tâu:

"*Mùa đông, tháng 10, ngày mồng 6* [28/10/1462], *sứ thần nhà Minh là bọn Tiền Phổ trú ở sứ quán. Khi về, vua sai đem lễ vật đến, bọn Phổ cố từ chối không nhận.*

Ra sắc chỉ cho cả nước rằng: Kể từ nay, các quan viên văn võ làm việc đến 65 tuổi muốn nghỉ việc; các lại điển giám sinh (8), *nho sinh* (9), *sinh đồ* (10) *tuổi từ 60 trở lên muốn về làm dân, thì đều cho người đó nộp đơn ở Lại bộ rồi xếp loại tâu lên để thi hành.*

Ra lệnh cho các nha môn trong ngoài cả nước rằng: ở các bản tâu đề thì chính viên quan nha môn đó phải ký tên không được nhờ lại dịch ký tên hộ." **Toàn Thư**, Bản Kỷ, quyển 12, trang 11b.

Tháng chạp [21/12/1462-19/1/1463], sai các sứ bộ sang nhà Minh tạ ơn phúng tế Vua Nhân Tông, sách phong Vua Thánh Tông, nạp cống hàng năm và tâu việc. Vào ngày mồng 4 [24/12/1462] Hoàng tử Tranh được phong làm Hoàng thái tử. Trong năm phong Nguyễn Xí làm Nhập nội hữu tướng quốc tức Tể tướng:

"*Tháng 12, sai sứ sang nhà Minh: Lê Công Lộ [12a] tạ ơn việc phúng tế, Trần Bàn sang tâu việc Bùi Hựu tạ ơn sách phong.*

Tháng 12, sai bồi thần là bọn Lê Văn Hiển, Hoàng Văn Ngọ, Tạ Tử Điền sang tuế cống nhà Minh và xin ban mũ áo.

Ngày mồng 4, lập Hoàng trưởng tử Tranh làm Hoàng

thái tử. Đại xá thiên hạ.

Năm ấy thăng Thái phó Nguyễn Xí làm Nhập nội hữu tướng quốc." **Toàn Thư**, Bản Kỷ, quyển 12, trang 11b.

Tháng 2 năm Quý Mùi, Quang Thuận thứ 4 [18/2-19/3/1463], (Minh Thiên Thuận năm thứ 7); mở kỳ thi hội, lấy 44 Tiến sĩ:

"*Tháng 2, tổ chức thi hội cho các sĩ nhân trong nước. Bấy giờ người dự thi có tới 4.400 người, lấy đỗ 44 người.*

Ngày 16 [5/3/1463], thi điện cho các tiến sĩ. Sai Nhập nội kiểm hiệu tư đồ bình chương sự Nguyễn Lỗi và Nhập nội đô đốc đồng bình chương sự tri Đông đạo chư vệ quân dân Quốc tử giám tế tửu Lê Niệm làm đề điệu. Chính sự viện [12b] tham nghị chính sự Nguyễn Phục làm giám thí, Môn hạ sảnh ty tả gián nghị đại phu tri Bắc đạo quân dân bạ tịch kiêm Hàn lâm viện thừa chỉ học sĩ Nguyễn Như Đổ; Hàn lâm viện thừa chỉ học sĩ tri Đông đạo quân dân Nguyễn Vĩnh Tích; Quốc tử giám tế tửu Nguyễn Bá Ký làm độc quyển. Vua ra hiên, thân hành ra đề văn sách hỏi về đạo trị nước của các đế vương. Cho bọn Lương Thế Vinh trở xuống, đỗ cập đệ hoặc xuất thân theo thứ bậc khác nhau.

Ngày 22 [11/3/1463], truyền loa xướng danh các tiến sĩ là bọn Lương Thế Vinh và ban ân mệnh cho từng người. Sai các quan Lễ bộ đem bảng vàng treo ngoài cửa Đông Hoa cho các sĩ nhân biết." **Toàn Thư**, Bản Kỷ, quyển 12, trang 11b.

Ngày mồng 3 tháng 3 [22/3/1463] danh thần Hoàng Thanh mất; được Lương Nhữ Hộc làm bài tán, đề vào chân dung:

"*Tháng 3, ngày mồng 3, Hoàng Thanh chết, thọ 53 tuổi.*

[13a] Thanh tên tự là Trực Khanh. Bấy giờ Lương Nhữ Hộc người Hồng Châu có bài tán đề vào bức chân dung của Thanh rằng:

Thiếu kết tri ư Thái Tổ,

Trưởng tín nhiệm ư Thánh Tông.

Thể cụ nhi dụng chu,

Tử hiếu nhi thần trung,

Tứ triều lịch sự,

Nhất tiết thuỷ chung.

(Hồi trẻ được Thái Tổ biết,

Trưởng thành được Thánh Tông tin.

Thể toàn mà dụng đủ,

Con hiếu lại tôi trung.

Trải thờ bốn đời,

Trước sau một tiết)." **Toàn Thư**, Bản Kỷ, quyển 12, trang 12b.

Vào tháng chạp năm ngoái sứ bộ Lê Công Lộ sang nhà Minh triều cống và tạ ơn điếu tế Vua Nhân Tông. Tháng 3 này, đến kinh đô được ban yến; đến tháng 6, lúc chuẩn bị về nước, Vua Minh sai Công Lộ mang sắc, cùng lụa biếu Vua Thánh Tông:

"*Ngày 5 tháng 3 năm Thiên Thuận thứ 7* [24/3/1463]. *Nước An Nam sai Bồi thần Lê Công Lộ đến triều cống vàng, bạc, khí mãnh, sản vật địa phương. Ban yến cùng các vật như y phục tơ lụa.*" (**Minh Thực Lục Quan hệ Trung Quốc Việt Nam**, tập 3, trang 74)

"Ngày 10 tháng 6 năm Thiên Thuận thứ 7 [26/6/1463]. *An Nam Quốc vương Lê Hạo sai bọn Bồi thần Lê Công Lộ dâng biểu đến triều cống các vật như vàng, bạc, khí cụ. Ban yến, tiền giấy, cùng lụa nõn trong ngoài, y phục dệt kim. Lại sai Công Lộ mang sắc cùng lụa nõn trong ngoài ban cho Vương nước này."* (**Minh Thực Lục Quan hệ Trung Quốc Việt Nam**, tập 3, trang 74)

Cũng vào năm ngoái, khi Sứ bộ Tiền Phổ sang nước ta ban sắc phong, Vua Thánh Tông sai người đưa quà biếu, nhưng bọn Phổ không dám nhận. Sứ thần nước ta được lệnh đem đến kinh đô nhà Minh; sự việc trình lên, Vua Anh Tông cho phép nhận:

"Ngày 11 tháng 6 năm Thiên Thuận thứ 7 **[27/6/1463].** *Bộ Lễ tâu*:

'Hàn lâm viện Thị độc học sĩ Tiền Phổ, Lễ khoa Cấp sự trung Vương Dự đi sứ An Nam. Quốc vương An Nam Lê Hạo tặng Phổ 40 lạng vàng, 40 lạng bạc, cùng rương đựng cho mỗi thứ. Tặng Dự 30 lạng vàng, 40 lạng bạc; cùng mỗi thứ một rương đựng. Bọn Phổ hết sức từ chối, Vương mệnh Bồi thần Trình Bàn Thuận mang đến kinh đô. Bọn Phổ cũng không dám nhận."

Thiên tử phán:

'Đã đem đến đây, lệnh cho bọn Phổ nhận." (**Minh Thực Lục Quan hệ Trung Quốc Việt Nam**, tập 3, trang 74)

Tháng chạp [9/1-6/2/1464], nhà Vua ra chỉ dụ cho các quan đại thần; khẳng định không dùng kẻ tiểu nhân, và cầu lời nói thẳng:

"Sắc dụ cho bọn Lại bộ thượng thư Nguyễn Như Đổ, Hình

bộ thượng thư Trần Phong, Binh bộ thượng thư Nguyễn Vĩnh Tích, Hộ bộ thượng thư Nguyễn Cư Pháp, Binh bộ thượng thư Nguyễn Đình Mỹ rằng:

"Ta nghe Tư Mã Quang [11] có nói: "Người quân tử là cội gốc để tiến lên trị bình, kẻ tiểu nhân là thềm bậc để đi đến hoạ loạn". Ta và các ngươi đã thề với trời đất dùng ngươi quân tử, bỏ kẻ tiểu [14a] nhân, ngày đêm chăm chắm không lơi, các ngươi chớ có quên đấy!"

Lại dụ các quan tể thần và kinh diên rằng:

'Nay bọn Lê Cảnh Huy, Nguyễn Như Đổ, Phạm Du, khi bàn luận ở triều đình, hay lúc quyết định việc chính trị đều chỉ a dua lấy lòng hoặc ngậm miệng không nói, thì dù có lỗi nhỏ mà khép vào pháp luật cũng đáng; còn như bọn Nguyễn Mậu, Nguyễn Vĩnh Tích, Nguyễn Trạc, biết lo vua yêu nước, gặp việc nói hết, thì dù có lầm lỗi mà được khoan thứ cũng là phải. Mới rồi, Nguyễn Mậu nói việc không đúng sự thực mà không bị buộc tội, đó là trẫm báo đền cái đức hay nói của Nguyễn Mậu". **Toàn Thư**, Bản Kỷ, quyển 12, trang 13b.

Chú thích:

1. Phong hiến: Chức ngự sử giữ việc đàn hặc.

2. Trung hưng: Sư Hồi cùng các đại thần bắt giết Nghi Dân, rước Thánh Tông, lập làm vua.

3. Nguyễn Xí theo Lê Thái Tổ khởi nghĩa ở Lam Sơn, lập được nhiều chiến công, sau khi trong nước đã bình định, xét công đánh giặc, chiến công của Xí đứng vào hàng thứ năm, được ban cho quốc tính. Xí lại giúp Thái Tông, Nhân Tông và sau lại cùng các thần bắt giết Nghi Dân lập Thánh

Tông làm vua.

4. Thuỵ khuê: Một thứ ngọc quý.

5. Ấn thụ: Một thứ dây thao dùng để buộc quả ấn. Hai thứ này chỉ người bầy tôi nào có công to, giữ chức trọng, mới được vua chúa ban cho. Kích thước ngọc khuê và màu sắc dây thao, đã có thể lệ định sẵn.

6. Bảo kết: Nghĩa là bảo đảm, cam kết.

7. Xa thư: Lấy từ điển "thư đồng văn, xa đồng quĩ"; chỉ sự thống nhất, cùng chung chữ viết, cùng chung một trục xe.

8. Giám sinh: Người nào thi hương bốn kỳ, đều trúng tuyển, được sung vào học tại Quốc tử giám, gọi là giám sinh.

9. Nho sinh: Con cháu quan viên được sung vào học ở Chiêu văn quán hoặc Tú lâm cục, gọi là nho sinh.

10. Sinh đồ: Người nào thi hương trúng được ba kỳ gọi là sinh đồ. Hồi đầu triều Lê, lại điển ở các nha môn, phần nhiều bổ dụng giám sinh, nho sinh hoặc sinh đồ.

11. Tư Mã Quang: Danh thần nhà Tống, từng làm Tể tướng, soạn bộ **Tư Trị Thông Giám.**

97.
Vua Lê Thánh Tông (3)

Ngày 17 tháng giêng năm Quang Thuận năm thứ 5 [23/2/1464], Minh Thiên Thuận năm thứ 8, Vua Anh Tông nhà Minh mất; 5 hôm sau vào ngày 28/2/1464 Vua Hiến Tông lên ngôi:

"*Mùa xuân, tháng giêng, ngày 17, vua Anh Tông nhà Minh băng. Ngày 22, [15b] Thái tử Kiến Nhu lên ngôi, đổi niên hiệu là Thành Hoá. Đó là Hiến Tông.*" **Toàn Thư**, Bản Kỷ, quyển 12, trang 15a.

Tháng 2 [8/3-6/4/1464], Vua trở về Thanh Hoá bái yết lăng tẩm. Ban sắc khen Thượng thư bộ Hình Lê Cảnh Huy đã đưa lời nói thẳng; khuyến khích nên xét kỹ những vụ án oan uổng, để xứng với chức vụ:

"*Tháng 2, vua ngự về Tây Kinh bái yết sơn lăng.*

Sắc dụ chưởng Hình bộ Lê Cảnh Huy rằng:

"*Ngươi nhiều lần giữ chức then máy của triều đình, công tích đáng ghi, đã hết lòng can ngăn nói thẳng, chỉ ra lỗi lầm của trẫm, dẫu nửa được nửa hỏng, nhưng phương cứu tệ, giúp đời xuất phát từ lòng trung quân ái quốc, đã liền dòng liền trang rồi. Từ nay về sau, ngươi hãy xét kỹ những việc oan uổng, dẹp bớt những kẻ gian ngoan, bàn luận ở triều đình cho trắng đen sáng tỏ, phải đối chiếu với nghĩa lý, chớ có làm điều khôi hài. Trao cho chức lớn, ký thác việc nặng, trẫm chỉ còn trông đợi ở một khanh thôi".* **Toàn Thư**, Bản Kỷ, quyển 12, trang 15b.

Tháng 3, Vua nhà Minh tặng Vua Thánh Tông y phục. Trong tháng này Sứ Chiêm Thành tố cáo An Nam xâm lăng, xin nhà Minh giữ dùm biên giới như dưới thời Vĩnh Lạc đã làm; nhưng triều đình nhà Minh không chấp thuận:

"***Ngày 3 tháng 3 năm Thiên Thuận thứ 8*** **[9/4/1464].** *Ban cho Quốc vương An Nam Lê Hạo mũ da; khăn, cùng 1 bộ lễ phục; một bộ thường phục lụa hồng; dây đai bằng quyên, lụa sa tê giác; một dây cho mỗi thứ y phục. Nhân Bồi thần của Hạo tâu xin một loại triều phục nhưng không được chấp thuận, nên ban cho những thứ nêu trên. Lại cho Bồi thần 100 lạng bạc."* (**Minh Thực Lục Quan hệ Trung Quốc Việt Nam**, tập 3, trang 76)

"***Ngày 7 tháng 3 năm Thiên Thuận thứ 8*** **[13/4/1464].** *Quốc vương Chiêm Thành Bàn La Trà Toàn sai sứ tâu rằng nước An Nam xâm lăng quấy nhiễu để đòi hỏi voi trắng. Xin căn cứ theo việc làm dưới thời Vĩnh Lạc* [1403-1424] *cử Sứ giả đến chiêu an, lập bia đá tại biên giới để khỏi xâm phạm; chấm dứt thù hằn gây hấn. Lời xin được đưa xuống bộ Binh bàn, rồi phúc tấu:*

'Xin Thông sự bảo Sứ thần trở về nói với Quốc vương rằng hãy cẩn thận giữ lễ pháp, giữ vững biên cảnh chống lại ngoại xâm, đừng nông nổi gây hoạ.'

Thiên tử chấp thuận." (**Minh Thực Lục Quan hệ Trung Quốc Việt Nam**, tập 3, trang 77)

Tháng 7 [3/8-1/9/1464], truy tặng tước Bá cho Nguyễn Trãi, và ban cho con ông là Anh Vũ chức Tri châu:

"Tháng 7, mùa thu. Truy tặng Lê Trãi tước Tán trù bá và bổ dụng người con của Nguyễn Trãi. Trước kia, Nguyễn Trãi bị tru di cả họ, lúc ấy người vợ thiếp của ông là Phạm Thị đương có mang, trốn đi Bồn Man (1), sinh con là Anh Vũ. Lớn lên, Anh Vũ thi đỗ hương cống. Đến nay, nhà vua thương Nguyễn Trãi phải tội oan, truy tặng tước Tán trù bá, cấp trả lại một trăm mẫu tự điền, hạ chiếu lục dụng người con, bổ Anh Vũ chức Đồng tri châu." **Cương Mục**, Chỉnh Biên, quyển 19.

Bấy giờ người dân Mường Lễ, Lai Châu, thường sang Vân Nam quấy phá. Đô sát viện nhà Minh cho điều tra nguồn gốc thấy rằng Mường Lễ tức châu Ninh Viễn và cả đất Lộc Châu; thời đầu triều Minh vốn thuộc Trung Quốc, nay bị sáp nhập vào An Nam:

"***Ngày 4 tháng 7 năm Thiên Thuận thứ 8*** **[6/8/1464].** *Đầu mục châu Ninh Viễn (2) Thứ Mãnh Thứ Tiễn dẫn thổ dân Bạch Di chân trắng đến cướp phá tại La Mai, phủ Lâm An Vân Nam; viên Tri phủ Châu Anh giấu việc này không trình. Rồi có một số hơn 80 người gồm cả trai gái thuộc trại Ha tại An Nam đến theo; y lại che giấu lỗi và tự trưng công. Bọn quan Tổng binh Đô đốc Đồng tri Mộc Toản tâu lên, Đô sát viện xin Tuần Án Ngự sử bắt và điều tra. Châu Ninh Viễn vốn là đất của Trung Quốc, hồi đầu triều Minh thuộc ty Bố chánh Vân Nam; năm đầu Tuyên Đức, Lê Lợi làm phản, triều đình cho lại đất cũ. Bởi vậy cả châu Ninh Viễn và Lộc Châu thuộc phủ Thái Bình (3) Quảng Tây bị chúng chiếm. Lúc bấy giờ cơ quan hữu trách không kiểm soát, nên bị mất vào tay Di."* (**Minh Thực Lục Quan hệ Trung Quốc Việt Nam**, tập 3, trang 77)

Tháng 10 [31/10-28/11/1464], nhân Vua Hiến Tông lên

ngôi, nhà Minh cử sứ bộ sang nước ta báo tin. Sứ bộ khởi hành tại Bắc Kinh vào tháng 2; mang sắc, cùng gấm, lụa để ban tặng:

"Mùa đông, tháng 10, nhà Minh sai chánh sứ là Thượng bảo tự khanh Tô Lăng Tín, phó sứ là bọn Hành nhân ty hành nhân Thiệu Chấn sang báo việc Hiến Tông lên ngôi và ban cho mũ áo, vóc lụa cùng sắc dụ." **Toàn Thư**, Bản Kỷ, quyển 12, trang 16b.

"***Ngày 19 tháng 2 năm Thiên Thuận thứ 8*** [26/3/1464]. *Nhân lên ngôi, sai Thái bộc Tự thừa Kim Thực làm Chánh sứ, Trung thư Xá nhân Trương Thành làm Phó sứ đến nước Triều Tiên; Thượng bảo Tư khanh Lăng Tín làm Chánh sứ, Hành nhân ty Ty chính Thiệu Chấn làm Phó sứ đến An Nam. Mỗi phái đoàn mang chiếu sắc, cùng lụa trữ trong ngoài, gấm, nhung có thêu hoa ban cho Vương cùng Vương phi. Ban cho Chánh Phó sứ một bộ y phục thêu kỳ lân để hành lễ cùng 100 đĩnh bạc."* (**Minh Thực Lục Quan hệ Trung Quốc Việt Nam**, tập 3, trang 76)

Tháng 11 [29/11-28/12/1464], cử 3 sứ bộ sang nhà Minh; gồm: điếu tế Vua Anh Tông, mừng Vua Hiến Tông lên ngôi, và tạ ơn ban cho vóc lụa:

"Tháng 11, sai sứ sang nhà Minh: Phạm Bá Khuê dâng hương; Lê Hữu Trực, Dương Tông Hải, Phạm Khánh Dung mừng lên ngôi. Lê Tông Vinh, Phạm Cừ, Trần Văn Chân tạ ơn ban vóc lụa." **Toàn Thư**, Bản Kỷ, quyển 12, trang 16b.

Tháng chạp [29/12/1464-26/1/1465], Vua ra lệnh khi xử kiện, đối với những án còn ngờ, cho giảm mức án. Theo lệ đời Vua Thái Tổ, bề tôi có công lớn được ban quốc tính họ Lê; nay chỉ áp dụng cho bản thân, còn các đời sau cho trở về họ cũ, để khỏi mất gốc. Thái uý Nguyễn Xí người có công đầu đưa Vua lên ngôi, bị bệnh nặng, Vua ân cần khuyến khích thuốc thang:

"Tháng 12, cấm các quan nhậm chức bên ngoài vô cớ về kinh đệ trình bản tâu. Có thánh chỉ rằng những tội nào còn ngờ thì xử giảm mức. Sắc dụ đại thần và các quan rằng:

'Xưa Thái Tổ ta dãi gió dầm mưa để bình định thiên hạ, bấy giờ các bề tôi có công ra sức giúp dân, cùng chịu gian lao khổ ải, tình nghĩa đều vẹn toàn. Vì thế, đặc ân ban quốc tính để tỏ lòng yêu qúi khác thường. Nhưng con cháu các ngươi truyền nối lâu dài [17a] e rằng quên mất họ cũ của tổ tiên, trái với đạo dạy người ta hiếu thảo. Từ nay về sau, công thần được đặc ân ban quốc tính thì chỉ một đời người ấy thôi, còn con cháu thì đều theo họ cũ'.

Thái uý Nguyễn Xí ốm. Vua dụ rằng:

'Ngày xưa trẫm làm phiên vương, nhởn nhơ chốn cửa son, không có ý lên ngôi báu. Vì bọn khanh đồng lòng suy tôn, diệt bọn phản nghịch, đưa trẫm lên ngôi báu, đến nay đã 5 năm. Thú vui con hát, vũ nữ thì khanh không bằng họ Thạch họ Cao nhà Tống (4), mà lo lắng đến héo ruột khô tim thì khanh hơn hẳn họ Phòng, họ Đỗ đời Đường (5). Công lao đó trẫm chưa báo đền, bệnh khanh sao đã trầm trọng thế? Nếu khanh nghĩ đến nước, thì cơm cháo phải cố mà ăn, nếu khanh lo cho trẫm thì thuốc thang phải cố mà uống. Đối với Sư Hồi, khanh chẳng phải là thân phụ đó sao? Hãy nên dốc lòng hết lòng thành kính của mình. Người xưa cúng trời tế quỷ để trừ tai ách, khanh thử nghĩ xem!". **Toàn Thư**, Bản Kỷ, quyển 12, trang 16b.

Tháng giêng năm Quang Thuận thứ 6 [27/1-24/2/1465],

(Minh Hiến Tông Thành Hoá năm thứ 1); ra lệnh phân loại các quan xử kiện làm 3 hạng, hạng hèn kém cho ra làm việc chuyển vận:

"Ra lệnh chỉ cho các quan nắm việc kiện tụng rằng: [18b] "Nên xét định ngay các đại phu ở Ngũ hình viện (6), người nào xử kiện không có oan uổng thì ghi thành một hạng, người nào bình thường ghi thành một hạng, người nào hèn kém thì ghi thành một hạng, tâu trình lên. Hạng không có oan uổng thì khen thưởng, hạng bình thường thi giữ lại làm việc, hạng hèn kém thì bổ chức Chuyển vận ". **Toàn Thư**, Bản Kỷ, quyển 12, trang 18a.

Tháng 3 [27/3-24/4/1465]; bắt đầu đặt sáu viện và 6 khoa, sắp xếp lại các tên quan:

"Hồi đầu triều Lê, sắp xếp quan chức, phần nhiều theo như triều Trần khi trước, trên có Tả Hữu tướng quốc Bình chương quân quốc trọng sự, thứ đến bộ Lễ, bộ Lại, viện Nội mật và ba sảnh là Trung thư, Hoàng môn và Môn hạ. Viên chức trong bộ, viện, sảnh chia nhau nắm chính quyền trong nước. Lại đặt chức Hành khiển ở năm đạo, kiêm giữ sổ sách quân và dân ở các đạo ngoài kinh sư. Còn tên quan ở sáu bộ và sáu khoa vẫn chưa đặt đủ.

Đến lúc Nghi Dân cướp ngôi vua, mới sắp xếp riêng sáu bộ là: Lại, Hộ, Lễ, Binh, Công, Hình; lại đặt thêm sáu khoa là: Trung thư khoa, Hải khoa, Đông khoa, Tây khoa, Nam khoa và Bắc khoa.

Đến nay, đổi sáu bộ làm sáu viện, mỗi viện đều đặt chức Thượng thư và Tả Hữu thị lang, đổi Trung thư khoa làm Lại khoa, Hải khoa là Hộ khoa, Đông khoa làm Lễ khoa, Nam khoa làm Binh khoa, Tây khoa làm Hình khoa, Bắc khoa làm

Công khoa, đặt chức Đô cấp sự trung; bãi bỏ chức Hành khiển ở các đạo, đặt ty Tuyên chính sứ, mỗi ty đều đặt chức Tuyên chính sứ." **Cương Mục**, Chính Biên, quyển 19.

Ngày 16 tháng 3 [11/4/1465] có nguyệt thực toàn phần; **Minh Thực Lục** ghi ngày 16 tức ngày Quí Hợi, chép như sau "癸亥月食 *Quí Hợi nguyệt thực*"; chứng tỏ lịch hai nước giống nhau, cùng phúc trình đúng một sự kiện thiên nhiên. Riêng về tư liệu phương Tây trong **Catalog of Lunar Eclipses** cũng ghi nhận rằng ngày 11/4/1465 có nguyệt thực toàn phần.

Nhân tháng 11 năm ngoái các sứ bộ nước ta sang nhà Minh dâng hương ai điếu và mừng lên ngôi; đến tháng 8 năm nay đều đến kinh đô Bắc Kinh hành lễ:

"***Ngày 15 tháng 8 năm Thành Hoá thứ nhất [5/9/1465].*** *Nhân Tiên Đế về trời, Quốc vương An Nam Lê Hạo sai bọn Bồi thần Phạm Bạch Khuê đến dâng hương. Mệnh Bạch Khuê đến Dụ lăng làm lễ.*" (**Minh Thực Lục Quan hệ Trung Quốc Việt Nam**, tập 3, trang 78)

"***Ngày 16 tháng 8 năm Thành Hoá thứ nhất [6/9/1465].*** *Quốc vương An Nam Lê Hạo sai bọn Bồi thần Lê Hữu Trực dâng biểu cùng sản vật địa phương mừng Thiên tử lên ngôi. Đãi yến cùng ban cho các vật như y phục bằng lụa đoạn có phân biệt. Lại giao cho Sứ thần lụa ỷ nạm vàng, cùng sắc văn để ban cho Quốc vương.*" (**Minh Thực Lục Quan hệ Trung Quốc Việt Nam**, tập 3, trang 78)

Tháng 9 [20/9-19/10/1465], cho phép các huyện được dùng duyện lại làm phụ tá, để công việc hành chánh không bị ứ đọng:

"*Có thánh chỉ dụ các quan trấn, huyện lựa chọn duyện*

lại trong nha môn của mình xem người nào tài giỏi, liêm khiết, quen thạo công việc cho tâu lên đặt mỗi nha một người thường xuyên để tiện làm việc. Bấy giờ, Hàn lâm viện đại học sĩ quyền Ngự sử đại phu Trần Bàn tâu rằng:

'Triều đình đặt quan, phân chức cốt là vì dân, dân chúng thưa kiện phiền toái, sổ sách giấy tờ gấp vội, quan không thể soi xét xử lý hết được, lại giao cho lại kiểm xét giấy tờ. [20b] Cho nên tâu rằng: 'Quan không có lại thì không đi được, lại không có quan thì không đứng được' là bởi để cùng nhau làm việc vậy. Nay thần trộm lo rằng, các nha môn sổ sách giấy tờ gấp vội, khó lòng tránh khỏi tội lỗi. Cúi xin định lệ ban xuống cho các huyện, lộ, mỗi nơi đặt một người duyện lại thường xuyên, am hiểu sổ sách giấy tờ, giỏi viết chữ, làm tính để giữ công văn giấy tờ. Như thế thì sổ sách giấy tờ không còn lo chậm đọng nữa, mà dân cũng khổ vì nạn ở lại hầu kiện lâu ngày'.

Vua y cho, nên định lệ này." **Toàn Thư**, Bản Kỷ, quyển 12, trang 20a.

Tháng 10 [20/10-18/11/1465], ra lệnh cho các nghệ sĩ trình diễn không được đưa cha mẹ, quan lại ra giễu cợt. Trong tháng này, khai quốc công thần Nguyễn Xí mất. Cử 2 sứ bộ sang nhà Minh; nạp cống hàng năm và trình bày việc biên giới tại châu Bảo Lạc, Cao Bằng:

"Mùa đông, tháng 10, cấm bọn con hát không được giễu cợt cha mẹ và quan trưởng." **Toàn Thư**, Bản Kỷ, quyển 12, trang 20b.

"Hữu tướng quốc Quỳ quận công Lê Xí mất. Xí là bậc công thần khai quốc, trải thờ bốn triều vua, công nghiệp đức vọng làm chỗ dựa chắc chắn của triều đình. Sau khi nhà

vua đã lên ngôi, Xí là người có công, được phong lên chức Thái phó, tước Á quận hầu, giúp vua giữ việc chính trị trong nước, rồi lại được gia phong lên tước Quỳ quận công, càng ngày càng được nhà vua tin dùng...Khi mất, hưởng thọ 69 tuổi, nhà vua thương xót mãi, truy tặng chức Thái sư, đặt tên thuỵ là Nghĩa Võ, sau được gia phong tước Cương quốc công." **Cương Mục**, Chính Biên, quyển 19.

"Vua sai sứ sang nhà Minh: Đào Tuấn, Đào Chính Kỷ, Lê Đích nộp cống hằng năm; Nguyễn Sĩ Hưng tâu việc châu Bảo Lạc bị bắt người cướp của." **Toàn Thư**, Bản Kỷ, quyển 12, trang 20b.

Tháng 11 [19/11-17/12/1465], ban hành trận đồ pháp: bộ trận, thuỷ trận, tượng trận, mã trận. Ra lệnh các quân, căn cứ vào các trận đồ, hàng tháng cho luyện tập:

"Ban hành phép duyệt tập trận đồ thuỷ bộ. Về thuỷ trận thì có những đồ pháp như: Trung hư 1, Thường sơn xà 2, Mãn thiên tinh 3, Nhạn hang 4, Liên châu 5, Ngư đội 6, Tam tài hành 7, Thất môn 8, Yển [21b] nguyệt 9.

Trung hư 1: có nghĩa là trống giữa. Thường sơn xà 2: rắn Thường sơn. Mãn thiên tinh 3: sao đầy trời. Nhạn hàng 4: chim nhạn bay sóng hàng. Liên châu 5: chuỗi hạt châu. Ngư đội 6: đàn cá. Tam tài hành 7: trời, đất, người là tam tài. Thất môn 8: bảy cửa. Yển nguyệt 9: trăng khuyết.

Về bộ trận thì có những đồ pháp như: Trương cơ, Tương kích, Kỳ binh. Lại ban 31 điều quân lệnh về thuỷ trận, 22 điều về tượng trận, 27 điều về mã trận, 42 điều về kinh vệ bộ trận.

Vua lại dụ các Tổng quản, Tổng tri các vệ quân năm đạo và quân các phủ trấn rằng:

'Hễ có quốc gia là phải có võ bị. Những lúc rỗi việc làm ruộng, phải ngừng những việc không cần kíp, cứ ngày rằm hằng tháng, thì vào phiên để điểm mục, liệu cắt quân nhân vào những việc như giữ cửa nhà, điếm canh, kiếm cỏ lợp nhà, nuôi voi... Còn thì trước đó một, hai ngày, phải theo các trận đồ nhà nước ban xuống, ở ngay địa phận của vệ mình đóng, tiến hành chỉnh đốn đội ngũ, dạy quân lính những phép ngồi, đứng, tiến, lui, tập nghe những tiếng hiệu lệnh chiêng trống, cho quân lính quen với cung tên, không quên việc võ bị. Đến ngày thứ tư trở đi, mới sai làm [22a] tạp dịch. Nếu quan nào không biết để tâm răn dạy, rèn tập quân lính, dám sai chúng làm các việc tạp nhiễu thì cứ xử biếm chức hoặc bãi chức".
Toàn Thư, Bản Kỷ, quyển 12, trang 21a.

Tháng 3 năm Quang Thuận thứ 7 [16/3-14/4/1466], (Minh Thành Hoá năm thứ 2); mở khoa thi hội, theo qui chế mới 3 năm một lần. Bài văn bia nhan đề **Tiến sĩ đề danh bi ký** của Đàm Văn Lễ, trình bày so sánh qui mô qua các đời như sau:

"Tổ chức thi hội cho các thí sinh trong cả nước. Lấy đỗ 27 người. Tháng 3, ngày 12 [27/3/1466], vua ngự ra điện Kính Thiên, thân hành ra đề bài văn sách hỏi các đế vương trị thiên hạ.

Sai Sùng tiến nhập nội tả đô đốc kiêm thái tử thiếu bảo Lê Cảnh Huy và quyền Chính sự viện thượng thư kiêm Cẩn Đức điện đại học sĩ thái tử tân khách Nguyễn Như Đổ làm đề điệu, Hàn Lâm viện đại học sĩ quyền ngự sử đài đô ngự sử đại phu Trần Bàn làm giám thí. Hàn lâm viện thừa chỉ Nguyễn Trực, Hàn lâm viện thừa chỉ quyền Hộ bộ hữu thị lang kiêm Cẩn Đức điện đại học sĩ nhập thị kinh diên tả xuân phường thái tử tả dụ đức Nguyễn Cư [23a] Đạo, Hàn lâm viện học sĩ hành Hải Tây đạo Tuyên chính sứ ty tham tri kiêm bí thư giám học sĩ Vũ Vĩnh Trinh làm độc quyển.

Lấy bọn Dương Như Châu 8 người đỗ tiến sĩ; bọn Nguyễn Nhân Thiếp 19 người đỗ đồng tiến sĩ. Quy chế 3 năm một lần thi hội là bắt đầu từ khoa này.

Ngày 26 [10/4/1466], xướng danh bọn tiến sĩ Dương Như Châu. Vua ban ân mệnh. Lễ bộ đem bảng vàng yết ở ngoài cửa Đông Hoa.

Tháng 3 nhuận, ngày mùng 3 [17/4/1466], ban cho bọn tiến sĩ Dương Như Châu vinh quy.

*Xét: Bài **Tiến sĩ đề danh bi ký** của Đàm Văn Lễ ghi:*

"Nhân tài có quan hệ rất lớn đối với nước nhà. Từ đời Đường Ngu, Tam đại đến Hán, Đường, Tống, lập ra tường tự, học hiệu (7) mà nhân tài được đào tạo, ban hành phép thi cử mà nhân tài được sử dụng. Tuy hiệu quả trị nước có thuần, có tạp [23b]; nhưng chưa bao giờ không coi việc chọn người tài giỏi đâu! Lê Thái Tổ bình định thiên hạ nuôi dạy anh tài, hỏi tìm rộng rãi thì cầu người ẩn dật, thu chọn quy mô thì thi khảo học trò, tuy chưa đặt khoa thi tiến sĩ mà khí mạch văn học đã đủ. Thái Tông dựng nền móng, từ năm Nhâm Tuất [1442] mở khoa thi mà nhân tài quần tụ. Nhân Tông kế tiếp mở ba khoa thi mà nhân văn càng thêm rực rỡ. Đến Thánh Tông trung hưng năm Quý Mùi [1463] thì số người lấy đỗ nhiều hơn cả so với trước. Song từ khoa Nhâm Tuất đến khoa Quý Mùi, khi thì 6 năm một khoa, lúc lại 5 năm một khoa, còn 3 năm một khoa thì năm Bính Tuất [1466] này mới bắt đầu. Những người thi đỗ, đều xứng đáng là nhân tài cả. Sau này, chế độ ngày càng tường tận, văn học ngày càng đầy đủ hơn. Thi hội có đăng khoa lục (8) đã đủ nêu sự thịnh trị của đời nay, có đề danh bi 3 lại đủ làm gương khuyến khích

cho hậu thế". [24a] **Toàn Thư**, Bản Kỷ, quyển 12, trang 22b.

Tháng 4 [14/5-12/6/1466], thay đổi tổ chức quân đội, cùng cơ quan hành chánh trung ương. Quân xếp đặt thành 5 phủ; tại triều bãi bỏ 6 viện, đặt 6 bộ và 6 tự:

"Hồi đầu triều Lê, đặt vệ quân năm đạo, ở vệ đặt các chức Tổng quản, Đô tổng quản và Chánh phó đội trưởng, Chánh phó ngũ trưởng. Đến nay thay đổi xếp đặt lại quân năm phủ.

- Thanh Hoá và Nghệ An thuộc phủ Trung quân;

- Nam Sách và An Bang thuộc phủ Đông quân;

- Thiên Tường và Thuận Hoá thuộc phủ Nam quân;

- Quốc Oai và Hưng Hoá thuộc phủ Tây quân;

- Bắc Giang và Lạng Sơn thuộc phủ Bắc quân.

Còn hai đạo Thái Nguyên và Tuyên Quang thuộc quân Phụng Trực.

Mỗi phủ có sáu vệ, mỗi vệ năm sở hoặc sáu sở, định lệ quân mỗi sở đều 400 người.

Phủ đặt các chức Tả Hữu đô đốc, Đô đốc đồng tri và Đô đốc thiêm sự; ở vệ đặt các chức Tổng tri, Đồng tổng tri và Thiêm tổng tri; ở sở đặt các chức Quản lãnh, Phó quản lãnh, Chánh võ uý và Phó võ uý, mỗi ngũ đặt một chức Tổng kỳ, ...

Bãi bỏ sáu viện, đặt sáu bộ và sáu tự. Trước đây đặt sáu viện, quan chức trong sáu viện chia nhau giữ mọi việc chính trị trong nước. Đến nay bãi bỏ đi, đổi đặt làm sáu bộ là bộ Lễ, bộ Lại, bộ Hộ, bộ Binh, bộ Hình và bộ Công. Mỗi bộ đặt Thượng thư và Tả Hữu thị lang, quan thuộc có các chức Lang trung, Viên ngoại lang và Tư vụ. Lại đặt sáu tự là Đại lý tự, Thái thường tự, Quang lộc tự, Thái bộc tự, Hồng lô tự và Thượng bảo tự. Mỗi tự đặt chức Tự khanh, Thiếu khanh và

Tự thừa." **Cương Mục**, Chính Biên, quyển 20.

Tháng 5 [13/6-11/7/1466], qua lời tâu rằng việc nông cần kíp, xin chia một nửa quân về nhà làm ruộng; Vua y cho:

"Tháng 5, Thái bộc tự thiếu khanh hành Thượng bảo tự thiếu khanh Lê Đình Tuấn tâu rằng:

'Vào tháng 5, tháng 6, đương mùa làm ruộng, những quân nhân ứng dịch ở thường ban thì cho ở lại túc trực và làm các việc giữ cửa, coi nhà, canh điếm, lợp nhà, cắt cỏ, nuôi voi; còn các sắc quân ở các sảnh, viện và những thợ ở cục Bách tác thì giữ lại một nửa làm việc, còn thì cho về làm ruộng'.

Vua y theo." **Toàn Thư**, Bản Kỷ, quyển 12, trang 24a.

Tháng 6 [12/7-10/8/1466]; chia đất nước làm 12 đạo thừa tuyên và phủ Trung Đô tại kinh. Mỗi đạo thừa tuyên đặt 2 ty, Đô ty và Thừa ty để coi sóc. Dưới quyền có phủ, châu, huyện xã; đứng đầu phủ là Tri phủ, châu có Tri châu, huyện có Tri huyện, xã có xã trưởng:

"Hồi đầu triều Lê chia trong nước làm năm đạo, đem phủ, lộ, trấn, châu, huyện và xã chia thành khu vực, lệ thuộc vào đạo. Ở các đạo, chia từng trách nhiệm mà đặt chức hành khiển cùng Chánh Tuyên phủ sứ; Phó tuyên phủ sứ; ở phủ đặt chức Tri phủ; ở lộ và trấn đặt các chức An phủ sứ và Trấn phủ sứ. Đặt chức quan ở phủ, ở lộ, ở trấn như vậy là có ý để họ liên lạc với nhau mà thông hiểu tình hình trong từng khu vực. Ở châu đặt chức Phòng ngự sứ; ở huyện đặt các chức Chuyển vận sứ và Tuần sát sứ; ở xã đặt chức Xã quan.

Khi nhà vua lên ngôi, đổi chức Hành khiển làm Tuyên chính sứ, liêu thuộc của Tuyên chính sứ có các chức Tham chính, Tham nghị, Chủ sự và Suy quan.

Đến nay chia trong nước làm 12 đạo thừa tuyên là: 1) Thanh Hoá, 2) Nghệ An, 3) Thuận Hoá, 4) Thiên Trường, 5) Nam Sách, 6) Quốc Oai, 7) Bắc Giang, 8) An Bang, 9) Hưng Hoá, 10) Tuyên Quang, 11) Thái Nguyên, 12) Lạng Sơn. Mỗi đạo đều đặt hai ti: Đô ti và Thừa ti. Quan chức ở Đô ti đặt chức Tổng binh và phó Tổng binh. Đổi Tuyên chính sứ ti làm Thừa chính sứ ti. Đặt chức Thừa chính sứ và Thừa chính phó sứ. Bãi bỏ chức Tuyên phủ chánh sứ và Tuyên phủ phó sứ ở các đạo. Lại đem hai huyện ở kinh kỳ (9) đặt làm phủ Trung Đô, quan chức trong phủ này có các chức Phủ doãn, Thiếu doãn và Trị Trung. Bãi bỏ tên các lộ, các trấn, và đều đặt tên là phủ, đổi tên An phủ sứ làm Tri phủ; Trấn phủ sứ làm Đồng tri phủ; Phòng ngự sứ làm Tri châu; Chuyển vận sứ làm Tri huyện; Tuần sát sứ làm Huyện thừa; Xã quan làm Xã trưởng." **Cương Mục**, Chính Biên, quyển 20.

Tháng 10 năm ngoái sai các sứ bộ Đào Tuấn, Nguyễn Sĩ Hưng sang nhà Minh triều cống và bàn việc biên giới; tháng 7 năm nay đến nơi, được tiếp đãi:

"***Ngày 18 tháng 7 năm Thành Hoá thứ 2 [28/8/1466].*** *Quốc vương An Nam Lê Hạo sai bọn Bồi thần Nguyễn Sĩ Hưng đến triều đình dâng biểu, cùng tiến cống các sản phẩm địa phương. Ban cho các loại y phục lụa đoạn có phân biệt. Do việc An Nam 3 năm cống một lần, vì vậy năm nay thực hiện theo lệ đó."* (**Minh Thực Lục Quan hệ Trung Quốc Việt Nam**, tập 3, trang 79)

Chú thích:

1. Bồn Man: Theo Đào Duy Anh, Đ. N. V. N. Q. C. Đ. trang 157; Bồn Man thuộc Ai Lao, tại thượng nguồn sông Phố, sông Sâu, Hà Tĩnh.

2. Theo **Toàn Thư**, châu Ninh Viễn tức Mường Lễ, sau hàng vua Lê Thái Tổ được đổi là châu Phục Lễ; nay thuộc tỉnh Lai Châu.

3. Phủ Thái bình đời Minh vị trí tại sông Tả Giang, gần biên giới Việt Nam; Bằng Tường, Long Châu nằm trong phủ này.

4. Họ Thạch: là Thạch Thủ Tín, họ Cao: là Cao Hoài Đức, hai công thần nhà Tống đều cố nắm binh quyền không chịu bỏ. Trong một bữa tiệc, Tống Thái Tổ bảo hai người nên bỏ binh quyền mà vui thú với con hát, gái múa cho thoả thích. Ý nói Nguyễn Xí là khai quốc công thần, được tín nhiệm nên khác với Thủ Tín, Hoài Đức, vẫn giữ binh quyền.

5. Họ Phòng, họ Đỗ: tức Phòng Huyền Linh và Đỗ Như Hối đời Đường Thái Tông.

6. Ngũ hình viện: Theo mục "Chức quan chí" trong **Lịch Triều Hiến Chương** của Phan Huy Chú, 5 viện gồm: Thẩm hình, Tường hình, Tả hình, Hữu hình và Tư hình, đều đặt chức đại phu.

7. Tường tự: đều là trường học đời xưa tại Trung Quốc. Nhà Thương gọi là tự, nhà Chu gọi là tường.

8. Đăng khoa lục: sách ghi chép tên những người thi đỗ, cùng quê quán và thứ bậc của họ.

9. Hai huyện thuộc Trung Đô: Theo **Phương Đình Địa Chí** của Nguyễn Văn Siêu thì triều Lê đặt hai huyện phụ thuộc vào kinh kỳ là Quảng Đức và Thọ Xương.

98.
Vua Lê Thánh Tông (4)

Ngày 27 tháng giêng năm Quang Thuận thứ 8 [3/3/1467], (Minh Thành Hoá năm thứ 3); nhà Vua đến bái yết Lam Kinh. Ngày 29 [5/3/1467] hành cung Vua đóng tại điện An Lạc. Ngày mồng một tháng 2 [6/3/1467] có nhật thực, làm lễ tế văn miếu. Ngày mồng 8 [13/3/1467] sai bọn Thượng thư bộ Hộ Trần Phong khám đất tại Lam Sơn, để cấp cho các công thần:

"Ngày 27, vua bắt đầu đến Lam Kinh bái yết lăng Lam Kinh. Ngày 29, ngự giá đóng tại hành điện An Bạc. Ban phép tập trận đồ.

Tháng 2, ngày Đinh Dậu mồng 1, có nhật thực. Làm lễ tế Văn miếu.

Ngày Giáp Thìn mồng 8...Sai Hộ bộ thượng thư Trần Phong cùng bọn quan Tuyên chính Phan Sư Tông đi khám đất công ở hương Lam Sơn và thôn Dâm để cấp cho các công thần từ nhất phẩm đến lục, thất phẩm theo thứ bậc khác nhau. Lại dụ các quan và bô lão rằng:

Lam Kinh là đất căn bản nơi quê vua, không ví như các nơi kinh sư khác được. Mới rồi bọn thế gia hay làm trái phép, coi thường pháp luật, chiếm đoạt đất đai làm của riêng, công chúa không có lấy [28a] tấc đất cắm dùi. Muốn dùng pháp luật mà buộc tội, sao bằng lấy lễ nghĩa báo trước, sao cho họ vua ngày một đông đúc cũng có chỗ mà nương thân. Nay định rõ giới hạn, kẻ nào còn dám vi phạm, thì phải trị tội theo pháp luật." **Toàn Thư**, Bản Kỷ, quyển 12, trang 27b.

Ngày mồng 9 [14/3/1467] Cầm Đồng, Thổ tù ở châu Thuận tại Sơn La, đem người Ai Lao sang cướp Hưng Hoá; nhà vua hạ lệnh cho Tổng binh Khuất Đả đem quân đi đánh, dẹp yên được:

"Người Ai Lao chiếm ở Lộng Động, viên phụ đạo châu Thuận là Cầm Đồng cùng họ giao thông viện trợ lẫn nhau, xâm chiếm cướp bóc dân biên giới. Nhà vua hạ lệnh cho Tổng binh Khuất Đả làm Đốc tướng, Đồng tổng binh Nguyễn Động làm phó tướng, Khiên Nhân Thọ giữ chức Tán lý quân vụ, thống lãnh hơn năm ngàn quân, hội họp với quân trấn thủ phủ Gia Hưng [Hoà Bình, Sơn La] *để đi đánh. Khi quân sĩ tiến đến châu Mộc* [Mộc Châu, Sơn La], *thuộc phủ Gia Hưng, hợp sức với ba trăm lính thổ kéo thẳng đến sách Câu Lộng vùng sông Mã. Khuất Đả phân phối cho viên Tổng tri vệ Gia Hưng là Lê Miễn đem quân của vệ mình đến Khâu Chúc, hợp lực với lính thổ châu Việt* [Yên Châu, Sơn La] *và châu Mỗi* [tức Mường Mỗi Thuận Châu, Sơn La] *đón chặn các đường hiểm yếu, nói phao lên là đem quân đánh giặc. Giặc nghe tiếng, bỏ chạy tan vỡ. Khuất Đả sai người dụ dỗ về đường lợi hại, bọn phụ đạo Cầm Đồng đến cửa dinh xin hàng. Khuất Đả bèn sai Xa Man, Kinh lược sứ châu Mộc* [Mộc Châu, Sơn La], *sửa sang nơi hiểm yếu cũ cho được trọn vẹn, rồi cho Xa Man cùng quan bản thổ là Cầm La đem lính thổ đóng giữ phòng bị; Khuất Đả dẫn quân về. Trận này, vừa đi lẫn về chỉ có 18 ngày, những nơi binh sĩ đi qua, không làm kinh động đến con gà, con chó. Đến ngày làm lễ hiến phù* (1), *nhà vua muốn đem tù binh hành hình ở địa phương mà chúng đã xâm phạm để làm gương răn người khác. Bọn Thái*

bảo Lê Liệt tâu rằng:

'Nếu Cầm Đồng quả thực lòng phục tội, xin đến đầu hàng, thì nên cho hắn được khỏi tội chết, để khuyến khích người sau này; nếu vì bức bách mà sau mới xin quy phục để mong khỏi chết, thì giết đi cũng là phải'

Nhà vua ra lệnh đem giam Cầm Đồng vào ngục. Trận này, viên Hiệu uý Hoàng Liễu đem lính thổ phủ An Tây đánh nhau với bộ lạc Ai Lao ở Khâu Lao chém giết được rất nhiều người, châu Thuận liền bắt giải vợ con Cầm Đồng cùng tù binh và những tai đã xẻo được (2) của quân Ai Lao nộp về kinh sư." **Cương Mục**, Chính Biên, quyển 20.

Tháng 2, có bệnh dịch tại phủ Quốc Oai, tỉnh Sơn Tây và Tam Đới, tỉnh Vĩnh Phú; Vua ra lệnh phát tiền mua thuốc chữa trị. Lại ban lệnh, hễ có bệnh dịch; quan địa phương được quyền lấy tiền thuế, mua thuốc chữa cho dân:

"Dụ cho quan lưu thủ là Lê Niệm phát 50 quan tiền kho nhà nước, sai Tế sinh đường mua thuốc, sai người chữa chạy [28b] cho những người mắc bệnh dịch ở các phủ Quốc Oai, Tam Đới và dụ rằng:

'Từ nay về sau, phủ nào có bệnh dịch thì cho phép các quan địa phương đó dùng tiền thuế mua thuốc chữa cho dân". **Toàn Thư**, Bản Kỷ, quyển 12, trang 28a.

Ngày 27 tháng giêng [3/3/1467], ban lệnh tập 9 đồ pháp thuỷ trận. Tháng 2 khởi sự luyện tập; ngày 20 [25/3/1467] diễn tập trận đồ **Trung Hư** [trống ở giữa] tại Lỗ Giang tức hạ lưu sông Hồng, vùng tỉnh Hà Nam. Ngày 23 [28/3/1467] diễn tập trận đồ **Tam Tài** [trời, đất, người], và **Thất Môn** [7 cửa] tại sông Vi, huyện Vũ Thư, tỉnh Thái Bình. Ngày 26 [31/3/1467] tập trận đồ **Ngư Đội** [đàn cá], **Nhạn Hàng** [chim nhạn bay theo hàng] ở sông An Cha, tập trận đồ **Thường Sơn** [rắn Thường Sơn] ở ngã ba sông Bạch Hạc, tỉnh Phú Thọ. Các trận đồ **Trung Hư, Mãn Thiên Tinh, Thường Sơn Xà**, tập không thành công; nên người dâng trận đồ là Phó tướng Lê Hán Đình bị đánh đòn và bãi chức:

"Ngày 20, diễn tập trận đồ trung hư ở Lỗ Giang.

Tháng ấy, ngày 23, tập đồ trận tam tài và thất môn ở sông Vi. Bọn Tây quân Đô đốc Lê Thiệt trái lệnh, bị trói đưa đến cửa doanh, rồi sau lại được tha. [29b]

Bãi quan chức của bọn Trấn điện phó tướng quân Lê Hán Đình. Trước kia, Hán Đình làm Chuyển vận, khi tại chức tham ô, sợ dân kiện, tâu xin nghỉ dưỡng bệnh. Chỉ huy sứ Đào Bảo tiến cử Hán Đình lên triều đình, nói chuyện vận Hán Đình và Thái chúc thừa Nguyễn Đức vốn giỏi binh pháp. Bọn Hán Đình dâng các trận đồ: 1) Trung hư; 2) Mãn thiên tinh, 3) Thường sơn xà... Vua khen ngợi, phong hai người làm Trấn điện phó tướng quân, sai quân 5 phủ tập theo trận đồ, hai ba lần đều không được. Vua sai hai người ra dạy cũng không được. Vua nổi giận sai bắt đánh trượng rồi bãi chức đuổi về bản quán.

Ngày 26, tập trận đồ ngư đội, nhạn hàng ở sông An Cha, tập trận đồ Thường sơn 3 ở ngã ba sông Bạch Hạc. Ngày 29, đại giá về kinh sư." **Toàn Thư**, Bản Kỷ, quyển 12, trang 29a.

Tháng 3 [4/4-3/5/1467]; nhà vua hạ lệnh tìm thơ, văn còn sót lại của danh thần Nguyễn Trãi. Tháng trước trên đường về Tây Kinh, nhân Sứ thần Chiêm Thành đến cống, Vua cho gặp tại hành cung; tháng này Sứ thần được ban yến tại kinh đô. Bắt đầu đặt chức Bác sĩ để dạy 5 kinh, gồm: Thi, Thư, Lễ, Dịch, Xuân Thu. Sầm Tổ Đức, người phủ Trấn An, tỉnh Quảng Tây, mang binh xâm phạm châu Thông Nông, Cao Bằng. Nhà Vua ra lệnh thông báo cho Bố chính sứ tỉnh Quảng Tây; đòi phải trả người và súc vật đã cướp bóc; và phạt lưu đày các viên quan địa phương, vì tội phòng bị không cẩn mật:

"Ông Nguyễn Trãi, giúp Lê Thái Tổ khai quốc, rồi lại giúp Lê Thái Tông; tài trí, phép tắc, mưu mô, đạo đức, đều vượt hơn hết mọi người lúc bấy giờ. Ngoài ra, ông lại có những tác phẩm như Quân trung từ mệnh, Dư địa chí, Ngọc đường di tập, Giao tự đại lễ, Thạch bàn đồ và văn thơ (3). Đến khi bị giết, di thảo của ông phần nhiều bị mất mát, chỉ còn sót lại được chút ít, nhà vua xem đến, đặc biệt ngợi khen, cho nên hạ lệnh sưu tầm.

Chiêm Thành sai sứ sang cống. Trước đây, nhà vua đi tuần Tây Kinh, xa giá đến hành điện (4), sứ thần Chiêm Thành là Trầm Phác Sa đến nạp cống, nhà vua cho phép sứ thần vào triều yết ở hành tại (4). Đến nay sứ thần được ban yến ở Bắc Sứ quán, nhà vua lại sai viên nội quan hỏi sứ thần về lễ thờ nước lớn. Sứ thần thưa rằng:

'Nước Chiêm Thành đối với thánh triều cũng như con thờ cha mẹ, một mực nghe theo mệnh lệnh; như mệnh lệnh thiên tử ban ra, ngoài lễ vật cống nạp thường hằng năm, lại trách đến khoản tích cống (5), đấy là thể lệ mới, tôi không dám thiện tiện ứng đối'.

Bắt đầu đặt chức Bác sĩ dạy năm kinh. Lúc ấy, giám sinh nhiều người chuyên trị kinh Thi, kinh Thư, ít người học tập sách Lễ Ký, Chu Dịch và Xuân Thu, cho nên nhà vua đặt chức Bác sĩ năm kinh, mỗi viên Bác sĩ chuyên nghiên cứu một kinh để dạy các học trò.

Sầm Tổ Đức, người thổ ở phủ Trấn An nhà Minh, đem quân của hắn hơn ngàn người đóng ở Âm Động, nói phao lên là để bắt giặc trốn là Sầm Vọng, nhân đây cướp trâu và súc vật của biên dân châu Thông Nông phủ Bắc Bình [Cao Bằng] *mang đi. Sau Tổ Đức lại chiếm cứ châu Bảo Lạc* [Cao Bằng], *rồi xin với triều đình đuổi người phạm tội là Sầm Vọng ra khỏi biên cảnh. Triều đình bàn luận, cho rằng lời nói của Tổ Đức đều là man trá. Nhà vua hạ lệnh cho viên Trung thư làm tờ tư di cho ti Bố chính sứ tỉnh Quảng Tây, xin sức cho Tổ Đức phải trả lại người và súc vật mà y đã cướp bóc của nhân dân. Một mặt khác nhà vua sai Phan Tiến, Giám sát ngự sử Bắc Đạo, đến Bắc Bình xét hỏi việc này, bắt Lê Lục và Nguyễn Lượng giao xuống cho pháp ti nghị trị tội. Hai người đều phải đày đi viễn châu* [châu xa], *vì tội đóng giữ phòng bị không cẩn thận, để đến nỗi biên giới bị cướp bóc. Nhà vua hạ sắc dụ bảo các viên Tổng binh và thổ quan ở Lạng Sơn, An Bang* [Quảng Ninh] *và Bắc Bình rằng:*

'Người bầy tôi giữ đất đai của triều đình, chức phận là phải bảo toàn cảnh thổ, yên uỷ nhân dân, bẻ gãy những mũi nhọn tiến công, chống cự những kẻ khinh rẻ nước mình. Thế mà mới đây, người nước ngoài xâm phạm cướp bóc, trẫm không nghe thấy các ngươi có công hiệu gì về việc đánh giặc giữ đất cả! Nếu nay cứ mỗi một việc lại buộc vào pháp luật, thì lòng trẫm có điều không nỡ. Vậy bọn các ngươi phải cố gắng hết lòng hết sức, nghĩ làm thế nào để gột rửa tội lỗi trước kia'.

Nhân đấy, nhà vua ban bố 11 điều khoa lệnh." **Cương Mục**, Chính Biên, quyển 20.

Tháng 3 [4/4-3/5/1467]; thuyền buôn Sumatra nước Indonêxia đến dâng phẩm vật; phát hiện những người

Hoa trên thuyền, bèn đưa trả cho Trung Quốc. Quân địa phương tại An Tây tỉnh Lai Châu đánh giết nhiều quân lính Ai Lao:

"*Thuyền buôn nước Tô Vấn Đáp Lạt* [Sumatra] *dâng phẩm vật... Đòi lại những người Minh trên thuyền buôn của nước Tô Vấn Đáp Lạt đưa trả về bản quốc.*

Hiệu uý Hoàng Liễn đem thổ binh phủ An Tây [Lai Châu] *đánh nhau với người Ai Lao ở Khâu Lạo, làm tử thương đến hơn 3.000 người, thu được nhiều tai giặc.*" **Toàn Thư**, Bản Kỷ, quyển 12, trang 33a.

Tháng 4 [4/5-1/6/1467]; nhà Vua hạ lệnh dạy cho quân sĩ đọc sách. Bấy giờ trong quân mới chế tạo xong vũ khí, lại có lệnh thay đổi sang hình dạng khác; nên có lời phàn nàn lên cấp trên:

"*Nhà vua hạ lệnh cho Dương Hải, quyền Thượng bảo tự khanh và Khiên Nhân Thọ, Thông chính tả thừa, dạy bảo luyện tập về việc đọc sách cho các hàng quân bộ binh, kỵ binh có tiếng mạnh khoẻ dũng cảm.*

Lúc bấy giờ nhà vua hạ lệnh cho quân ở ngũ phủ chế tạo binh khí theo hình dạng mới, được ít lâu lại bắt đổi theo hình dạng khác. Trong bọn quân nhân có người phàn nàn than thở. Văn Lư, một quân nhân trong vệ Oai Lôi dâng thư nói:

'Tháng giêng năm nay, bệ hạ đã ban ra hình dạng mới về binh khí, bắt quân chế tạo, nay lại thay đổi hình dạng khác, như thế là chính lệnh bất thường'.

Nhà vua sai bộ Lại dụ bảo Văn Lư rằng:

'Binh khí cùng một hình dạng ấy cả, lời nhà ngươi nói chỉ là nói càn mà thôi'.

Viên Thị lang Lương Như Hộc nói riêng với Văn Lư rằng:

'Nhà ngươi không phải là người giữ chức ngôn luận, sao lại dám nói càn đến việc nước?'.

Văn Lư trả lời:

'Nước lấy dân làm gốc rễ, mà lính là để bảo vệ dân; nay hiệu lệnh trước sau bất nhất, quân và dân đều sầu oán, thế mà ông là người bầy tôi thân cận của nhà vua, lại ngậm miệng, không nói gì, nay Lư này nói ra là yêu vua đấy'.

Bọn Như Hộc nghe lời của Văn Lư, yên lặng không nói gì cả." **Cương Mục**, Chính Biên, quyển 20.

Ngày mồng một tháng 5 [2/6/1467]; thổ quan phủ Trấn An tỉnh Quảng Tây cho mang quân đến cướp phá tại ải Toả Thoát, huyện Quảng Nguyên, tỉnh Cao Bằng. Sau khi bàn bạc vấn đề, triều đình quyết định giữ chắc biên giới, nhưng không gây hấn. Về việc ban quốc tính họ Lê cho các đại thần có công, bắt đầu thi hành thời Vua Lê Thái Tổ; nay Thượng thư Phạm Công Nghị tâu những điều lợi hại, nhà Vua bèn huỷ bỏ:

"Tháng 5, ngày mồng 1, Tri châu Đào Phục Lễ ở phủ Bắc Bình tâu rằng: Thổ quan phủ Trấn An nhà Minh sai Tông Thiệu xâm lấn ải Toả Thoát, cướp lấy ruộng của xứ ấy và cướp đoạt trâu bò súc vật. Vua giao xuống cho triều thần bàn kế phòng giữ. Bọn thái sư Đinh Liệt đều cho là nên giữ kỹ bờ cõi, không nên gây hấn khích nơi biên giới, nếu thấy nó đến, chỉ chống giữ thôi.

Lễ bộ thượng thư Phạm Công Nghị tâu rằng:

'Đời xưa khi dựng nước, nhân tên nước mà đặt tên họ, nhân chia đất mà ban tên họ. Như ông Tiết khi được phong

ở đất Thương, được ban họ Tử, ông Tắc khi được phong ở đất Thai, được ban họ, để lập tông phái. Từ đó về sau, các đời đều có tên họ, như Ngu Thuấn là họ Diêu, Hạ Vũ họ Tự, Chu Văn họ Cơ; mà Cửu khanh, Tam công, Ngũ thần, Thập loạn (6) đều có công lao với nước, nhưng chưa từng [35a] thấy ai được ban họ nhà vua cả.

Đến Hán Cao Tổ cho là Lâu Kính có công dâng kế sách dựng đô thành bèn ban cho họ Lưu (7), Đường Cao Tổ khen Thế Tích có khí tiết bề tôi trong sạch nên ban cho họ Lý (8). Đó đều là phương sách chế ngự hào kiệt mà thôi. Nhưng nguồn vừa khơi ra mà dòng đã thành vẩn đục. Người làm tôi thì cũng cho thế là vinh hạnh, mà không hiểu rằng họ hàng phải có phả hệ, tuyệt đối không thể lẫn lộn được. Cái sai của việc ban tên họ có quan hệ rất lớn. Vì người làm tôi mà cùng họ với vua thì bất kính, người làm con mà quên mất gốc thì bất hiếu. Làm sao có kẻ bất kính bất hiếu mà làm nên việc được? Nên sửa bỏ lệ ấy đi. Tất cả bề tôi đã được ban cho họ nhà vua đều cho đổi lại theo họ cũ của ông cha để cho tông phái nhà vua được phân minh, cội gốc các họ được rõ ràng'.

Vua y theo." **Toàn Thư**, Bản Kỷ, quyển 12, trang 34b.

Ngày mồng 1 tháng 6 [1/7/1467]; cử Lê Bá Đạt làm Chiêu thảo trấn Bắc Bình tức tỉnh Cao Bằng ngày nay; riêng quan chức đứng đầu trấn này bị tội đày, vì để cho giặc đốt phá quan ải. Ra lệnh 12 ty thừa tuyên trong nước vẽ bản đồ có ghi chú rõ ràng, đem về bộ Hộ để thiết lập bản đồ toàn quốc. Nhân nhà Vua kiểm soát việc học của Đông cung thái tử, nghi ngờ học vấn của các thầy thị giảng, nên bắt thi; thấy được sự yếu kém của những vị này, bèn quở trách các viên đại thần tiến cử:

"Tháng 6, ngày mồng 1, lấy Đại lý tự khanh Lê Bá Đạt [37a] làm Chiêu thảo đại sứ hành Bắc Bình phủ tri phủ thiêm tri Bắc Bình vệ...

Đày Phó tổng binh trấn [38a] thủ Bắc Bình là Lê Lục và Đồng tổng tri Nguyễn Lượng ra châu xa, vì tội giữ trấn mình mà để cho giặc cướp đốt quan ải. Việc bị phát giác, bị đày, nhưng được miễn làm khổ sai.

Ra lệnh cho 12 thừa tuyên điều tra hình thế sông, núi, sự tích xưa nay của các nơi trong hạt mình, vẽ thành bản đồ ghi chú rõ ràng rồi về Hộ bộ để làm bản đồ địa lý.

Khảo thi và sa thải bọn Đông cung thị giảng là Vũ Nguyên Tiềm và Tạ Bửu ở Phụng Nghi đường. Bấy giờ Nguyên Tiềm cùng Bưu hầu Đông cung học. Vua ngự đến Đông cung, hỏi chữ nghĩa hôm trước thế nào, Thái tử đem những lời Nguyên Tiềm đã dạy để trả lời. Vua bèn sai ra ba đề chế, chiếu, biểu bắt bọn Tiềm và Bửu thi ở Phụng Nghi đường. Bọn Tiềm đều quên lối làm, cả ba bài đều không thành văn lý. Vua xem xong, phê rằng: 'Đáng tởm' và quở trách Lại bộ thượng thư Nguyễn Như Đổ, Đông cung quan Trần Phong và Đô ngự sử đài Trần Xác về tội bảo cử bậy." **Toàn Thư**, Bản Kỷ, quyển 12, trang 36b.

Đám giặc địa phương đánh phá thành Khả Lặc tại Quảng Ninh. Vua cho điều tra nguyên nhân bị thua; điều động các quân, cùng bàn bạc phương sách dẹp giặc:

"Sai Đô đốc thiêm sự Khuất Đả đem 500 quân ngũ phủ đến [37b] bảo Khả Lặc trấn An Bang [Quảng Ninh] đuổi đánh giặc cỏ, nhưng không kịp lại trở về.

Sai Quyền lại khoa đô cấp sự trung Nghiên Nhân Thọ và Đông đạo giám sát Thiều Duy Tinh đến bảo Khả Lặc, trấn

An Bang, xét hỏi việc tướng suý chần chừ và bị thua như thế nào. Bãi quan chức của Tây quân đô đốc Lê Thiệt vì quân lính và chỉ huy của Thiệt sai đi tuần tiễu biên giới đã doạ nạt lấy bạc của người châu Thoát, việc bị phát giác, nên Thiệt phải bãi chức....

Bàn đặt vệ quân ở trấn An Bang, vì đất ấy rất độc lại là cõi biên giời xa xôi, đường sá nhiều trở ngại, ứng viện không kịp.

Giặc cỏ đánh bảo Khả Lặc, trấn An Bang. Sai Tây quân đô đốc phả thiêm sự Khuất Đả đem 1.000 quân Ngũ phủ, và sai quân nhân hai ty Thân quân, Điện tiền và hai ty Hiệu uý đi đánh.

Triệu Thái sư Đinh Liệt, Thái bảo Nguyễn Lỗi, Lê Niệm và Ngũ phủ Trịnh Văn Sái vào cửa Gia Hựu họp bàn phương sách đánh bọn giặc cỏ.

Lại sai Kiêu vệ điệp tổng tri Lê Công Nghị dẫn quân Ngũ phủ đi cứu ứng. Sai bọn Nam quân phủ đô đốc đồng tri Nguyễn Đức Trung đi An Bang đốc thúc đánh bọn giặc cỏ, cho phép chém trước tâu sau. Phát 3 vạn thăng gạo kho sai người phủ Trung Đô làm lương chở tới trấn An Bang để [39b] cung cấp cho quân lính." **Toàn Thư**, Bản Kỷ, quyển 12, trang 37a.

Tháng 7 [31/7-29/8/1467]; Vua đề xuất tên ấn là **Thiên Nam Hoàng Đế Chi Bảo**, mệnh cho các quan bàn. Cuối cùng đồng ý dùng tên **Hoàng Đế Thụ Mệnh Chi Bảo**, ngày 16 tháng 8 [14/9/1467] làm lễ tấu lên Thái Miếu:

"Tháng 7, vua đưa ấn "Thiên Nam Hoàng Đế chi bảo" cho các tế thần xem để cùng bàn. Quyền Hộ bộ thượng thư Nguyễn Cư Đạo nói: Ấn của Hoàng Đế là ấn truyền quốc,

nhưng hai chữ "Thiên Nam" hình như hơi mới lạ, không bằng dùng các chữ "Thuận thiên thừa vận chi bảo" rất hàm súc, rất có ý nghĩa. Vua lại dụ các quan rằng:

'Mới rồi, ấn truyền quốc đã sai quan bí thư là bọn Lương Như Hộc xét trong sách Văn hiến thông khảo để đúc, gọi [38b] là Hoàng Đế thụ mệnh chi bảo, các quan tể thần bàn thế nào, hãy làm bản tâu lên'.

Ngày 16 tháng 8, đem việc khắc ấn "Hoàng Đế thụ mệnh chi bảo" tâu cáo ở Thái miếu. Ngày hôm ấy mưa gió to." **Toàn Thư**, Bản Kỷ, quyển 12, trang 38a.

Nhà Vua đòi xem quốc sử, lấy lý do muốn biết lỗi để sửa đổi. Theo truyền thống, sử là môn độc lập, sẽ phát hành sự việc về mỗi đời Vua, sau khi Vua mất. Bởi vậy Sử quan (9) Lê Nghĩa (10) khuyên Vua không nên xem; nhưng rồi Vua đòi hỏi nhiều lần, cuối cùng đành đưa cho xem:

"Vua muốn xem quốc sử, sai nội quan tới hàn lâm viện dụ riêng sử quan Lê Nghĩa rằng:

'Trước kia, Phòng Huyền Linh làm sử quan, Đường Thái Tông muốn xem Thực lục (11), Huyền Linh không cho xem. Nay ngươi với Huyền Linh thì ai hơn?'

Nghĩa trả lời:

'Sự kiện ở cửa Huyền Vũ (12), Huyền Linh lại không thẳng thắn ghi lại, Đường Thái Tông phải bảo ghi rồi sau mới ghi, như thế e rằng cũng chưa phải là hiền thần'.

Nội quan nói:

'Vua muốn xem ghi chép hằng ngày từ năm Quang Thuận thứ 1 đến năm thứ 8'.

Nghĩa trả lời:

'Vua mà xem quốc sử, hẳn không phải là việc hay. Những việc làm của Đường Thái Tông và Phòng Huyền Linh đã bị đời sau chê bai đấy!'.

Nội quan nói:

'Vua bảo là xem những ghi chép hằng ngày để biết trước có lỗi gì còn có thể sửa được'.

Nghĩa nói:

'Chỉ cần bệ hạ gắng làm điều hay thôi, việc gì phải xem quốc sử'.

Nội quan dụ bảo nhiều lần, Nghĩa nói:

'Thánh chúa nếu biết sửa bỏ lỗi lầm thì đó là phúc lớn vô hạn của xã tắc, [39a] thế dẫu không khuyên can mà cũng là khuyên can'. Rồi dâng những ghi chép hằng ngày lên. Vua xem xong trả lại cho Sử Viện." **Toàn Thư**, Bản Kỷ, quyển 12, trang 38b.

Tham nghị châu Hoá, tức Bình Trị Thiên, tâu bày 5 điều có lợi cho địa phương:

"Tham nghị thừa tuyên sứ ty châu Hoá là Đặng Thiếp dâng sớ trình bày 5 điều gây lợi:

1. Dựng đồn luỹ ở cửa biển Tư Dung [Tư Hiền, huyện Phú Lộc, Thừa Thiên].

2. Lấp cửa Eo [Thuận An, huyện Phú Vang, Thừa Thiên].

3. Đào kênh Sen [Liên Cảng, huyện Lệ Thuỷ, Quảng Bình].

4. Bãi bỏ chức thuế sứ ở đầu nguồn.

5. Chiêu mộ những kẻ lưu vong đến khai khẩn ruộng

hoang ở châu Bố Chính [Quảng Bình]. **Toàn Thư**, Bản Kỷ, quyển 12, trang 39b.

Tháng 8 [30/8-27/9/1467]; Tổng binh trấn An Bang Lê Hối, Đốc tướng Khuất Đà bị hặc tội vì thua trận, bắt về kinh điều tra. Quyền đô đốc Trịnh Công Lộ từ trấn An Bang trở về, dâng sớ trình bày 4 điều nên làm nhằm củng cố trấn, như lập đồn luỹ tại Tiên Yên, Vạn Ninh. Đến ngày 15 tháng 8 [13/9/1467] sai Đô đốc đồng tri Nguyễn Đức Trung tạm làm Trấn thủ An Bang:

"Tháng 8, Khâm sai quyền Lại khoa cấp sự trung Nghiên Nhân Thọ hặc tội tổng binh trấn An Bang Lê Hối không biết trù liệu đánh giặc, Đốc tướng Khuất Đả đuổi đánh giặc thất lợi đến nỗi bị thua. Lệnh cho Nhân Thọ tiến hành điều tra và bắt hai người về kinh.

Đông quân phủ quyền đô đốc Trịnh Công Lộ từ trấn An Bang trở về, dâng sớ trình bày 4 điều nên làm:

1. Lập đồn luỹ Vạn Ninh [huyện Mông Cái, Quảng Ninh], *Tân Yên* [huyện Tiên Yên, Quảng Ninh] *để chống giặc ngoài.*

2. Chọn đặt hương trưởng làm giáp thủ để trông coi lẫn nhau.

3. Chọn người có tài năng văn, võ làm quan trấn thủ.

4. Lấy các đường quan ải, không cho đến chặt cây cối hay mở đường đi lại làm mất thế hiểm trở.

Dụ cho Đô đốc đồng tri Nguyễn Đức Trung tạm làm Trấn thủ An Bang. Sai bọn Tổng binh Nguyễn văn Đàm đi An Bang đánh giặc, dưới quyền chỉ huy của Nguyễn Đức Trung." **Toàn Thư**, Bản Kỷ, quyển 12, trang 39b.

Bấy giờ mất mùa, xuống chiếu giảm tô và thuế đinh. Ra

lệnh bộ Hộ không để ruộng đồng úng ngập hoặc khô cạn; cấm bỏ hoang:

"Xuống chiếu giảm tô ruộng và thuế nhân đinh có mức độ khác nhau, vì Hộ bộ tâu là lúa má sút kém và mất mùa. Hạ lệnh cho quan thừa tuyên Nghệ An lấy tiền công đong thóc chở về kinh. Bấy giờ giá gạo ở kinh đô rất đắt, ở Nghệ An có rẻ hơn, nên sai mua vào.

Sắc cho Hộ bộ khai mương, đắp đập, không được để đồng ruộng úng ngập hay khô cạn. Sai Hộ bộ gửi công văn cho thừa tuyên các xứ xét xem có ty Khuyến nông và hà đê xứ nào để lúa má úng ngập và còn ruộng [40b] bỏ hoang thì tâu lên." **Toàn Thư**, Bản Kỷ, quyển 12, trang 40a.

Xét định chế độ quân ngũ, tổng số quân trong kinh và 12 đạo thừa tuyên gồm 77 vệ và 66 ty. Mỗi vệ khoảng 2.000 quân, mỗi ty 100 quân:

"Trước đây đặt quân năm phủ, đến nay đặt thêm quân ở trong kinh và ngoài các đạo, xét định chế độ quân ngũ: quân trong kinh có 66 ti, 51 vệ; quân ngoài các đạo có 26 vệ. Lệ định số quân: mỗi ti 100 người, mỗi vệ có 5 sở hoặc 6 sở không nhất định, mỗi sở 20 đội, mỗi đội 20 người. Nhà vua ra lệnh cho Đô đốc ngũ phủ là bọn Trịnh Văn Sái, Lê Hi Cát hội đồng với Nguyễn Vĩnh Tích, Thượng thư bộ Binh lựa chọn đại tổng kỳ, tiểu tổng kỳ ở các vệ trong ngũ phủ để bổ sung vào quân điện tiền ngũ vệ." **Cương Mục**, Chính Biên, quyển 20.

Tháng 9 [28/9-27/10/1467], thuyền buôn nước Thái Lan đến Vân Đồn dâng biểu văn và sản vật địa phương; nhưng Vua không nhận. Ra lệnh cho các vệ tại biên giới phía bắc phải cẩn mật đề phòng bất trắc, không được để trống vị trí phòng thủ:

"Thuyền đi biển của nước Xiêm La đến trang Vân Đồn dâng biểu văn khắc trên là vàng và dâng sản vật địa phương, vua khước từ không nhận.

Sắc dụ quan trấn thủ và phó tổng binh các vệ ở các xứ An Bang, Lạng Sơn, Tuyên Quang rằng:

'Các ngươi chức vụ đứng đầu một phương khống chế cả cõi biên thuỳ, phải phòng bị điều bất trắc, để ngăn ngừa giặc ngoại xâm. Cần phải khuyên bảo các tướng hiệu răn đe quân lính, không được quen thói cũ, bỏ trốn về nhà, để trống vị trí phòng thủ, kẻ nào trái lệnh thì trị tội nặng hơn luật thường". **Toàn Thư**, Bản Kỷ, quyển 12, trang 41a.

Ngày 20 tháng 9 [17/10/1467]; gió bão lớn tại các vùng ven biển miền Bắc và Nghệ An; khiến hoa màu ngập úng, dân chết đói. Trước kia Phó tổng binh xuất thân từ quan võ, kiêm chức Thừa tuyên sứ; nay tách ra, cử quan văn đảm nhiệm Thừa tuyên sứ:

"Ngày 20, bão. Các phủ ven biển là Nam Sách [Hải Dương], *Giáp Sơn* [Hải Phòng], *Thái Bình, Kiến Xương* [Nam Định] *nước biển lên to, đê ngăn bị vỡ, lúa má bị ngập, dân ven biển chết đói nhiều. Các huyện ở đầu nguồn và ven biển, thuộc Nghệ An cũng bị thuỷ tai.*

Có sắc rằng:

'Các trấn phủ, Phó tổng binh kiêm Thừa tuyên sứ chỉ xuất thân từ con đường võ nghệ, không hiểu văn học mà kiêm giữ hai chức, sợ ảnh hưởng tới việc quân. Nay Phó tổng binh nên thôi kiêm chức Thừa tuyên sứ. Còn chức Thừa tuyên thì chọn quan văn học. Các chức Tham chính, Tham nghị nên bớt đi một viên. Khi biên cương có việc thì tổng binh và thừa tuyên đều được tham gia bàn bạc'.

Đó là theo lời tâu của Trấn điện tướng quân Lê Văn." **Toàn Thư**, Bản Kỷ, quyển 12, trang 41b.

Tháng 10 [28/10-26/11/1467] Tù trưởng Ai Lao, Hồ Lung, xin qui phục nhưng vua khước từ. Cho gặp bọn Sứ thần Trảo Oa, tức Java, nước Inđônêxia:

"Mùa đông, tháng 10, Hồ Lung nước Ai Lao xin quy phục nước ta, vua khước từ...

Sứ thần nước Trảo Oa là bọn Na Bôi sang ra mắt." **Toàn Thư**, Bản Kỷ, quyển 12, trang 41b.

Ban lệnh diễn tập võ nghệ, định lệ thưởng phạt theo thứ bậc khác nhau; ban nào tập xong cho xét duyệt thưởng phạt:

"Nhà vua chuẩn định ba năm một kỳ thi khảo các quân sĩ về võ nghệ. Cứ đến mùa đông từng kỳ, hạ lệnh cho quan khảo xét sự giảng tập của quân thuỷ, quân bộ, quân thị hậu và quân ngoài các đạo, nhân đấy định cách thức thưởng phạt: Binh sĩ nào thắng luôn 4 tao được thưởng một chiếc áo và một quan năm tiền sử tiền [tiền gián]*; 3 tao thắng 1 tao bình, được thưởng một chiếc áo; 2 tao thắng 2 tao bình, được thưởng 6 tiền sử tiền; 1 tao thắng, 3 tao bình, được thưởng 3 tiền sử tiền; 4 tao đều bình được cấp cho tiền cơm là 20 đồng sử tiền. Ngược lại, binh sĩ nào thua cũng phải phạt như thế.*

Nhà vua hạ sắc lệnh cho các vệ các ti Thần võ, Du nỗ, Thần tí, Vũ Lâm và Ngũ Oai (13)*; mỗi khi binh sĩ đến phen túc trực, đều thay đổi từng ban chuyên tập võ nghệ; binh sĩ ở vệ Ngũ Oai và các sở Súng Nỗ thuộc các vệ ở các đạo ngoài kinh thành đều được nghỉ việc sai phái về tạp dịch, liệu lượng định số người canh giữ, còn bao nhiêu người đều phải chuyên tập võ nghệ, ban nào tập xong, quan sẽ xét duyệt lại và thưởng phạt theo như lệ định."* **Cương Mục**, Chính Biên, quyển 21.

Nhằm hiểu rõ về "sử tiền" đề cập trong việc nhà Vua ban thưởng, xin tham khảo sách **Vân Đài Loại Ngữ** của Lê Quý Đôn chép:

"...*Nước ta tính mỗi tiền 36 đồng, gọi là sử tiền; mỗi tiền 60 đồng, gọi là cổ tiền. Như vậy, 10 tiền của sử tiền, hay là cũng gọi một quan sử tiền, tức là 6 tiền của cổ tiền; còn 10 tiền của cổ tiền tức là 1 quan 6 tiền 24 đồng của sử tiền. Sử tiền còn có tên riêng là tiền gián; cổ tiền tên riêng là tiền quý.*"

Như vậy thời xưa tiền tệ nước ta có 2 loại: Tiền gián tức sử tiền; tiền quí tức cổ tiền; gồm các đơn vị từ nhỏ đến lớn: Đồng, tiền, quan. Tiền gián tính mỗi tiền là 36 đồng, 1 quan 10 tiền tức 360 đồng. Tiền quí tính mỗi tiền là 60 đồng, 1 quan 600 đồng. Đơn cử thơ xướng hoạ giữa Hồ Xuân Hương và Chiêu Hổ (14), bài hoạ của Chiêu Hổ có câu:

"*Rằng gián thì năm, quý có ba.*"

Có nghĩa 5 tiền gián là 180 đồng, bằng 3 tiền quí 180 đồng: [5x 36= 180]=[3x 60=180]

Thổ quan châu An Bình sát biên giới mang quân cướp phá châu Hạ Lang tại phía đông tỉnh Cao Bằng; bị đánh thua phải rút về. Vua cho quan trấn thủ hỏi lý do việc xâm lấn:

"*Thổ quan châu An Bình* [Quảng Tây] *nhà Minh là Lý Lân đem hơn 8 nghìn quân và 300 con ngựa xâm lấn châu Hạ Lang* [Cao Bằng]. *Lân đánh thua rút về bản châu, chia quân giữ địa giới. Quan trấn thủ là bọn Đào Viện, Lê Bá Đạt xin gửi thư cho Lân hỏi lý do gây việc binh đao. Vua y cho.*" **Toàn Thư**, Bản Kỷ, quyển 12, trang 42a.

Ngày 16 tháng 10 [12/11/1467]; các Đại thần xin Vua xưng tôn hiệu Hoàng đế, nhưng Vua không nghe:

"Ngày 16, đại thần và các quan dâng biểu xin vua thêm tôn hiệu. Vua phê rằng:

'Trẫm chưa dám nói đến danh hiệu Hoàng đế. Đối với các khanh, trẫm xưng là Hoàng thượng, đối với Thái miếu, trẫm xưng là Tự hoàng, như thế cũng đủ khác với danh hiệu của các thân vương rồi. Những lời ấy, các khanh nên nghĩ lại. Sau này vài năm nữa, [42b] nếu thấy trên thì trời thuận, dưới thì dân yên, mưa gió điều hoà, nước lớn thân thiện, nước nhỏ sợ uy, mới có thể bàn đến tôn hiệu. Các khanh nghĩ kỹ lại xem'.

Ngày 19 [15/11/1467], đại thần và các quan văn võ lại dâng, biểu xin thêm tôn hiệu. Tờ biểu viết: Bệ hạ đã lên ngôi chí tôn, nên xưng là Hoàng đế. Vua không nghe." **Toàn Thư**, Bản Kỷ, quyển 12, trang 42a.

Ngày 5 tháng 11 [1/12/1467]; Đô đốc Khuất Đả trước đây thua trận tại An Bang [Quảng Ninh], nhưng Vua xét tài năng muốn dùng làm Tổng binh Bắc Bình [Cao Bằng]. Thái bảo Nguyễn Lỗi tâu xin chờ án xét xong, nếu không có lỗi thì có thể dùng được; Vua bèn nghe theo:

"Mùa đông, tháng 11, ngày mồng 5, lúc tan chầu, vua hỏi đại thần và trăm quan rằng:

"Đô đốc Khuất Đả trước đây tuy trái quân luật Hình bộ đương xét hỏi, trẫm muốn gọi cho làm Tổng binh để trấn thủ Bắc Bình có được không?"

Thái bảo Nguyễn Lỗi nói:

'Cho sống hay bắt chết, ban chức hay bãi miễn là quyền của đức vua, bọn bề tôi không dám bàn đến. Song Khuất Đả phụng mệnh đánh giặc không nên công, Lục khoa hặc tâu

lên, Hình bộ đương xét hỏi. Hãy đợi xong án, nếu ông ta không có tội thì dùng được'.

Chỉ riêng Hình bộ thượng thư Lê Bá Trù [43a] tâu rằng:

'Khuất Đả tuy có tội, nhưng nay quyền nghi mà dùng thì có hại gì?'.

Vua theo lời của Lỗi, lệnh ấy bèn thôi." **Toàn Thư**, Bản Kỷ, quyển 12, trang 42b.

Về tội phạm bị giam, cho phép tội nhân kêu oan được tranh luận với quan Đại lý để tìm lẽ phải; phạt tội để án ngục chậm trễ. Vua cho thi lại các quan văn đã đậu Tiến sĩ. Bắt những người Chiêm Thành đến qui thuận phải sống riêng, không lẫn lộn trong dân, để dễ bề kiểm soát:

"*Tháng 11* [27/11-26/12/1467]. *Xét tội những tù phạm hiện giam trong ngục. Nhà vua hạ sắc lệnh cho tể thần lúc xét tội những tù phạm hiện giam, phải có quan chức của Đại lý tự, nếu người có tội kêu là xét oan, thì cho quan chức của Đại lý tự cùng người có tội biện bạch bẻ bác với nhau. Nguyễn Phục, đô chỉ huy, giữ việc vâng tờ chiếu của vua xét hỏi hình ngục mà không khám xét được mau chóng, để việc hình ngục phần nhiều đình trệ. Nhà vua hạ lệnh cho gián quan* [quan can gián] *là bọn Trần Thốc xét hỏi về tội chậm trễ của Nguyễn Phục.*

Thi nho thần [quan văn] ở Phượng Nghi đường. Nhà vua cho triệu những người trước đã đỗ tiến sĩ hiện làm việc ở các nha môn là bọn Lê Đình Tuấn cùng với bí thư giám là bọn Lương Thế Vinh, cộng 30 người, đến Phượng Nghi đường. Nhà vua ra đầu bài để khảo thí bọn này. Trong số ấy có thị chế Dương Như Châu vì học nghiệp không tiến, phải xuất ra làm Hồng lô tự thừa.

Xét duyệt số hộ người Chiêm Thành. Khoảng niên hiệu Thái Hoà (1443-1453), người Chiêm Thành sang quy phụ nước ta, tất cả trai gái hơn 200 người, lúc ấy đã phân phối họ đến ở các đạo. Nay nhà vua hạ lệnh xét duyệt số hộ khẩu của họ có bao nhiêu người, định cách kiềm chế để họ được theo một phạm vi nhất định; cấm nhà quan, nhà tư không được dùng họ làm nô tì." **Cương Mục**, Chính Biên, quyển 21.

Tháng chạp, Vua bắt đầu xưng là Quốc hoàng khi làm lễ tế cáo, gọi là Hoàng thượng lúc ban chiếu mệnh cho quần thần. Bổ nhiệm Lê Giải làm Điện tiền ty đô kiểm điểm; Lê Bá Trù làm Tả kiểm điểm, phục chức cho Tây quan tả đô đốc Lê Thiệt:

"*Tháng 12, ngày Giáp Ngọ* [28/12/1467], *làm lễ tế mùa đông, vua xưng là "Hiếu tôn quốc hoàng". Danh hiệu" Quốc hoàng" có từ đây. [44b]*

Lấy hành Bắc quân đô đốc thiêm sự Lê Giải làm Điện tiền ty đô kiểm điểm; Binh bộ thượng thư Lê Bá Trù làm Tả kiểm điểm. Trả lại chức cho Tây quan tả đô đốc Lê Thiệt. Trước đây, Thiệt phạm tang trái luật phải bãi chức. Đến đây, vua cho là Thiệt có tài, có thể dùng được, sai trả lại chế mệnh đã bị tịch thu khi trước. Ban lại chiếu thư chế sắc bắt đầu từ Thiệt. Lệnh cho Bí thư sảnh làm ngọc tịch (15). *Ban lệnh cấp chế cáo cho bọn Đô kiểm điểm Lê Giải, trong lệnh đều ghi là" Hoàng thượng chế cáo chi mệnh". Vua xưng là" Hoàng thượng bắt đầu từ đây".* **Toàn Thư**, Bản Kỷ, quyển 12, trang 44a.

Bấy giờ được tin quân Minh tại tỉnh Quảng Tây tập trung nhiều binh mã hành quân tại châu Liêm gần tỉnh Quảng

Ninh, triều đình bàn bạc chủ trương giữ kỹ biên giới:

"Tổng binh Lạng Sơn là Lê Luyện tâu rằng: Được tin Tổng binh Quảng Tây nhà Minh điều động 13 vạn binh mã, đóng tại châu Ngô, châu Tầm, nói phao là sửa sang cầu đường bắc qua khe suối dọc ven biển để tiến đánh giặc Man ở Liêm Châu và Tri huyện Bằng Tường tỉnh Quảng Tây [45b] Lý Quảng Ninh nói dối là còn bận phòng bị ở cửa Nam Giao, chưa rồi để điều binh đi đánh giặc Man. Vua sai triều thần họp bàn. Bọn Thái bảo Nguyễn Lỗi đều nói:

'Nên giữ kỹ của cải, mặc họ muốn làm gì thì làm, có sao đâu!" **Toàn Thư**, Bản Kỷ, quyển 12, trang 45a.

Xét hình án có nhiều vụ xử oan, nên nhà Vua cho thay các quan thuộc bộ Hình. Nhân thiên tai, mất mùa, bèn ra lệnh ngừng xây cung điện:

"Ngày mồng 9 [4/1/1468], *vua sai Lại bộ thượng thư Nguyễn Như Đỗ chọn lấy những người nhân hậu, khoan thứ, sáng suốt, công bằng ở các nha môn trong ngoài, để thay bọn Hình bộ lang trung, Viên ngoại Phạm Nại, Đàm Văn Thông. Bấy giờ, hình án có nhiều vụ xử oan, thường có đơn kêu lên triều đình. Vua chán ghét bọn đó, cho nên có lệnh này.*

Ra lệnh ngừng việc xây cung thành, vì có nhiều tờ tâu gửi lên, nói là mất mùa, giá gạo cao vọt, cho nên hoãn lại." **Toàn Thư**, Bản Kỷ, quyển 12, trang 46a.

Cho khơi vét các bến cảng tại Thuận Hoá tức Bình Trị Thiên; cùng Thanh Hoá, Nghệ An:

"Khơi vét Liên Cảng [huyện Lệ Thuỷ, Quảng Bình] *ở Thuận Hoá cùng các cảng ở Thanh Hoá và Nghệ An.*

Các cảng ở Thanh Hoá: Ngọc Giáp cảng ở huyện Quảng

Xương; Lẫm Cảng và Chiếu Bạch cảng đều ở huyện Tống Sơn; Vi cảng ở huyện Hoằng Hoá; Linh Trường cảng ở huyện Hậu Lộc; Thần Phù cảng ở huyện Nga Sơn; Hải Yến cảng ở huyện Đông Sơn; Đồng Hoà cảng và Trầm Mông cảng đều ở huyện Ngọc Sơn [huyện Tĩnh Gia].

Các cảng ở Nghệ An: Xước cảng và Tang cảng đều ở huyện Quỳnh Lưu; My cảng ở huyện Yên Thành; Thiết cảng, Hương Cái cảng và Đích cảng đều ở huyện Hưng Nguyên; Na cảng ở huyện Cẩm Xuyên; Lạc cảng ở huyện Kỳ Anh." **Cương Mục**, Chính Biên, quyển 21.

Chú thích:

1. Hiến phù: Thời đại quân chủ, sau khi thắng trận trở về, đem tù binh tâu lên nhà thái miếu, gọi là lễ hiến phù.

2. Xẻo tai: Chiến trận thời xưa thường xẻo tai quân địch bị giết, để làm bằng chứng.

3. Theo **Ức Trai Dị Tập** thì văn thơ của Nguyễn Trãi hiện nay còn sót lại một tập thơ, phú và ca bằng chữ Hán và một tập thơ bằng chữ Nôm.

4. Hành điện, hành tại:Vua chúa khi ra ngoài kinh thành đóng ở nơi nào, thì nơi ấy gọi là hành điện hoặc hành tại.

5. Tích cống: Phẩm vật gì không phải là thứ thường dùng, cho nên không liệt vào số cống phẩm hàng năm, chỉ khi nào vua cho lệnh đem cống mới được cống nạp, gọi là tích cống.

6. Thập loạn: mười bề tôi dẹp loạn trị nước của Chu Vũ Vương là Chu Công Đán, Thiệu Công Thích. Thái Công Vọng, Tất Công, Ninh Công, Thái Điền, Hoàng Yên, Tản

Nghi Sinh, Nam Cung Quát và Ấp Khương.

7. Hán Cao Tổ Lưu Bang họ Lưu.

8. Đường Cao Tổ Lý Uyên họ Lý.

9. Sử quan: Tên một chức quan giữ việc ghi chép về chính trị trong nước, về lời nói việc làm của vua chúa đương thời, dầu hay, dầu dở, đều ghi chép đầy đủ để sau chép vào sách sử.

10. Lê Nghĩa: Người làng Đại Điền, huyện Bình Hà, đỗ đồng tiến sĩ khoa Quý Mùi năm Quang Thuận thứ 4 [1463].

11. Thực lục: một thể loại sử thời trước, chuyên ghi chép công việc của vua.

12. Đường Thái Tông giết Kiến Thành và Nguyên Cát ở cửa Nguyên Cát ở cửa Huyền Vũ, Phòng Huyền Linh chỉ chép mập mờ là sự kiện ngày mồng 4 tháng 6 thôi Thái Tông xem thực lục, bắt phải chép lại cho rõ ràng.

13. Vệ Ngũ Oai: Các vệ Phấn Oai, Chấn Oai, Hùng Oai, Lôi Oai và Tuyên Oai gọi là vệ Ngũ Oai, đều thuộc ngũ phủ quân.

14. Thơ xướng hoạ Hồ Xuân Hương và Chiêu Hổ:

Trách Chiêu Hổ:

Sao nói rằng năm lại có ba?

Trách người quân tử hẹn sai ra.

Bao giờ thong thả lên chơi nguyệt,

Nhớ hái cho xin nắm lá đa.

Chiêu Hổ hoạ lại:

Rằng gián thì năm, quý có ba

Bởi người thục nữ tính không ra.

Ừ rồi, thong thả lên chơi nguyệt

Cho cả cành đa lẫn củ đa.

15. Ngọc tịch: Sổ hộ khẩu họ nhà Vua.

99.
Vua Lê Thánh Tông(5)

Tháng giêng năm Quang Thuận thứ 9 [25/1-23/2/1468], (Minh Thành Hoá năm thứ 4). Vua ra sắc chỉ cho những quan chức tại nơi nước độc xa xôi, nếu làm việc tốt, hết hạn 6 năm được thuyên chuyển về nơi đất lành; nếu bê trễ sẽ bị bổ đến miền biên cương xa xôi thêm 6 năm nữa, mới được cứu xét:

"Mùa xuân, tháng giêng, ra sắc chỉ rằng: Những quan viên nhậm chức nơi nước độc chốn biên cương xa xôi, người nào biết cách nuôi vỗ dân, đốc thúc không phiền nhiễu dân mà vẫn thu đủ thuế, đủ hạn 6 năm thì cho chuyển về nơi đất lành. Nếu ai kiếm cớ đau ốm né tránh, nộp thuế thiếu nhiều, thì phải bổ đi miền biên cương xa, đủ 6 năm nữa mới được quyết định lại." **Toàn Thư**, Bản Kỷ, quyển 12, trang 45a.

Tháng 4, Đề đốc quân vụ tỉnh Quảng Đông tâu rằng An Nam mang quân chiếm cứ đất đai huyện Bằng Tường, gần ải Nam Quan. Vua Hiến Tông nhà Minh ra lệnh nghiêm nhặt phòng ngự:

"Ngày 21 tháng 4 năm Thành Hoá thứ 4 [12/5/1468]. *Đề đốc quân vụ Đô Ngự sử Hàn Ung tâu trình:*

"Nước An Nam tập trung quân hơn 1000 tên lập đồn, đào hào; chiếm cứ đất đai thuộc huyện Bằng Tường tỉnh Quảng Đông."

Thiên tử ban sắc dụ Ung, cùng quan Tổng binh trấn thủ bàn bạc sách lược lâu dài và nghiêm nhặt đôn đốc quan binh phòng ngự." (**Minh Thực Lục: Quan hệ Trung Quốc Việt Nam**, tập 3, trang 78)

Tháng 7 [19/7-17/8/1468], Vua thấy án kiện bị ứ đọng, bèn quở trách việc bớt nhân viên bộ Hình, bắt tăng cường cho đủ số:

"Mùa thu, tháng 7, dụ Lại bộ thượng thư Nguyễn Như Đổ rằng: Khoảng năm Thái Hoà, cả một Hình bộ chỉ có hai viên đại phu, xét án kiện trong nước, nhiều vụ để ứ đọng. Năm trước, ta đặt một hình ty 3 hoặc 4 viên, tại sao nay lại chỉ đặt mỗi hình ty 2 viên thôi? Lại bộ các ngươi rồi trong hay ngoài triều, ai là người vừa cứng cỏi, vừa mềm dẻo, có tài xử án xét kiện thì đặt mỗi hình ty lấy 3 viên ngoại." **Toàn Thư**, Bản Kỷ, quyển 12, trang 47b.

Tháng 8 [18/8-15/9/1468], nhà Vua cùng Hoàng thái tử và các Đại thần về Lam Kinh; dịp này Vua tôi cùng nhau sáng tác làm nên tập thơ nhan đề **Anh Hoa Hiếu Trị Tập**:

"Tháng 8, các quan theo hầu vua về Lam Kinh. Vua cùng Hoàng thái tử và Kỳ quận công Lê Niệm, cùng các quan theo hầu là bọn Lê Hoằng Dục, Đỗ Nhuận, Quách Đình Bảo, vua tôi cùng nhau xướng hoạ, sáng tác ***Anh hoa hiếu trị thi tập****, có nhiều câu sang sảng như vàng gieo."* **Toàn Thư**, Bản Kỷ, quyển 12, trang 48a.

Ngày 28 tháng 10 [12/11/1468], Vua vạch tội Thượng thư bộ Hộ Trần Phong:

"Mùa đông, tháng 10, ngày 28, vua dụ các quan trong triều rằng:

'Ta xem Trần Phong xin cho Lê Bô phạm pháp bị tội kình [khắc vào mặt] *được chuộc tội, như thế là người giàu có nhiều của hối lộ thì được miễn tội, còn người nghèo thì vô cớ mà bị trị tội, là cả gan vi phạm phép tắc của tổ tông lập ra để trừng trị kẻ ngoan cố không biết răn chừa. Vả lại, cho chuộc tội kình là ơn riêng của triều đình thương người có tài, thế mà Phong dám làm uy làm phúc để hại nước. Đại lý tự phải chiếu luật để trị tội".* **Toàn Thư**, Bản Kỷ, quyển 12, trang 49a.

Tháng 11 [15/11-14/12/1468], cử 2 sứ bộ sang nhà Minh. Sứ bộ Dương Văn Đán chuyên trách việc nạp cống; sứ bộ Tạ Chủng tâu việc người Minh cướp bóc tại tỉnh Quảng Ninh:

"Tháng 11, sai sứ sang nhà Minh. Bọn Dương Văn Đán, Phạm Giám, Hoàng Nhân đi nộp cống hằng năm. Tạ Chủng tâu việc các châu Vĩnh An Vạn Ninh [huyện Mông Cái, Quảng Ninh] *bị cướp bóc."* **Toàn Thư**, Bản Kỷ, quyển 12, trang 49b.

Tháng 2 nhuần năm Quang Thuận thứ 10 [14/3-11/4/1469], (Minh thành Hoá năm thứ 5); Vua ra lệnh cấm chứa vũ khí tại tư gia. Cho tổ chức thi Hội lấy đậu 20 người. Qui định các loại sắc chỉ gửi cho thuộc cấp; tuỳ theo đối tượng cấp bậc cao thấp, nhận các loại sắc chỉ khác nhau:

"Mùa xuân, tháng 2 nhuận, cấm thiên hạ chứa đồ binh khí trong nhà. Vua dụ các quan văn võ rằng:

'Trẫm giữ cơ nghiệp lớn tới nay đã được nhiều năm, trong nước yên lặng, binh khí không phải dùng đến, nên xuống chiếu cho trong nước không được chứa chất đồ binh khí trong nhà, dụ rõ để cấm...

Tổ chức thi hội cho sĩ nhân trong nước, lấy đỗ 20 người...

Ra sắc chỉ rằng các quan tước công, hầu, bá thì cấp chế

mệnh; các quan văn, võ nhị phẩm cấp cáo mệnh; tam phẩm đến ngũ phẩm cấp sắc mệnh bằng giấy long tiên; lục, thất phẩm cấp sắc mệnh bằng giấy hắc lạn; bát, cửu phẩm cấp khám hợp (1)." **Toàn Thư**, Bản Kỷ, quyển 12, trang 50a.

Tháng 3 [12/4-10/5/1469], nhà Vua đánh Bồn Man. Chiêm Thành mang quân quấy nhiễu châu Hoá:

"*Tháng 3, vua ngự ra Bình Than* [hạ lưu sông Đuống], *rồi đi đánh Bồn Man* [Qui Hợp, Ai Lao]. *Người Chiêm Thành đi thuyền vượt biển tới cướp phá, quấy nhiễu châu Hoá* [Bình Trị Thiên]." **Toàn Thư**, Bản Kỷ, quyển 12, trang 50b.

Tháng 4 [11/5-9/6/1469], quy định bản đồ của phủ, châu, huyện, xã, trang, sách toàn quốc; gồm 12 ty thừa tuyên và phủ Phụng Thiên tức kinh đô:

"***I- Thanh Hoá bốn phủ:***

- Phủ Thiệu Thiên quản lĩnh 8 huyện: Thuỵ Nguyên, Vĩnh Phúc, Đông Sơn, Lôi Dương, An Định, Cẩm Thuỷ, Thạch Thành và Quảng Bình;

- Phủ Hà Trung quản lĩnh 4 huyện: Hoằng Hoá, Thuần Khang, Nga Sơn và Tống Sơn;

- Phủ Tĩnh Gia quản lĩnh 3 huyện: Nông Cống, Ngọc Sơn và Quảng Xương;

- Phủ Thanh Đô quản lĩnh 1 huyện: Thọ Xuân, và 4 châu: Quan Da, Lang Chánh, Tàm Châu và Sầm Châu.

II- Nghệ An tám phủ:

- Phủ Đức Quang quản lĩnh 6 huyện: Thiên Lộc, La Sơn, Chân Phúc, Thanh Chương, Hương Sơn và Nghi Xuân;

- Phủ Diễn Châu quản lĩnh 2 huyện: Đông Thành và

Quỳnh Lưu;

- Phủ Anh Đô quản lĩnh 2 huyện: Hưng Nguyên và Nam Đường;

- Phủ Hà Hoa quản lĩnh 2 huyện: Thạch Hà và Kỳ Hoa;

- Phủ Trà Lân quản lĩnh 4 huyện: Kỳ Sơn, Tương Dương, Vĩnh Khang và Hội Ninh;

- Phủ Quỳ Châu quản lĩnh 2 huyện: Trung Sơn và Thuý Vân;

- Phủ Ngọc Ma quản lĩnh 1 châu: Trịnh Cao;

- Phủ Lâm An quản lĩnh 1 châu: Quy Hợp.

III- Thuận Hoá hai phủ:

- Phủ Triệu Phong quản lĩnh 6 huyện: Đan Điền, Kim Trà, Tư Vinh, Hải Lăng, Vũ Xương, Điện Bàn và 2 châu: Thuận Bình, Sa Bôi;

- Phủ Tân Bình quản lĩnh 2 huyện: Khang Lộc, Lệ Thuỷ và 2 châu: Minh Linh, Bố Chính.

IV- Hải Dương bốn phủ:

- Phủ Thượng Hồng quản lĩnh 3 huyện: Đường Hào, Đường An và Cẩm Giàng;

- Phủ Hạ Hồng quản lĩnh 4 huyện: Gia Phúc, Tứ Kỳ, Thanh Miện và Vĩnh Lại;

- Phủ Nam Sách quản lĩnh 4 huyện: Thanh Hà, Thanh Lâm, Tiên Ninh và Chí Linh;

- Phủ Kinh Môn quản lĩnh 7 huyện: Giáp Sơn, Đông Triều, An Lão, Nghi Dương, Kim Thành, Thuỷ Đường và An Dương.

V- Sơn Nam mười một phủ:

- Phủ Thường Tín quản lĩnh 3 huyện: Thanh Đàm, Thượng Phúc và Phú Xuyên;

- Phủ Ứng Thiên quản lĩnh 4 huyện: Thanh Oai, Chương Đức, Sơn Minh và Hoài An;

- Phủ Lỵ Nhân quản lĩnh 5 huyện: Nam Xang, Kim Bảng, Duy Tiên, Thanh Liêm và Bình Lục;

- Phủ Khoái Châu quản lĩnh 5 huyện: Đông An, Kim Động, Tiên Lữ, Thiên Thi và Phù Dung;

- Phủ Thiên Trường quản lĩnh 4 huyện: Nam Chân, Giao Thuỷ, Mỹ Lộc và Thượng Nguyên;

Phủ Nghĩa Hưng quản lĩnh 4 huyện: Đại An, Vọng Doanh, Thiên Bản và Ý Yên;

- Phủ Thái Bình quản lĩnh 4 huyện: Thuỵ Anh, Phụ Dực, Quỳnh Côi và Đông Quan;

- Phủ Tân Hưng quản lĩnh 4 huyện: Ngự Thiên, Duyên Hà, Thần Khê và Thanh Lan;

- Phủ Kiến Xương quản lĩnh 3 huyện: Thư Trì, Vũ Tiên và Chân Định;

- Phủ Trường An quản lĩnh 3 huyện: Gia Viễn, Yên Mô và Yên Khang;

- Phủ Thiên Quan quản lĩnh 3 huyện: Phụng Hoá, An Hoá và Lạc Thổ.

VI- Sơn Tây sáu phủ:

- Phủ Quốc Oai quản lĩnh 5 huyện: Từ Liêm, Phúc Lộc, Yên Sơn, Thạch Thất và Đan Phượng;

- Phủ Tam Đái quản lĩnh 6 huyện: An Lãng, An Lạc, Bạch

Hạc, Tiên Phong, Lập Thạch và Phù Khang;

- Phủ Lâm Thao quản lĩnh 4 huyện: Sơn Vi, Thanh Ba, Hoa Khê và Hạ Hoa;

- Phủ Đoan Hùng quản lĩnh 5 huyện: Đông Lan, Tây Lan, Sơn Dương, Đương Đạo và Tam Dương;

- Phủ Đà Dương quản lĩnh 2 huyện: Tam Nông và Bất Bạt;

- Phủ Quảng Oai quản lĩnh 2 huyện: Mỹ Lương và Minh Nghĩa.

VII- Kinh Bắc bốn phủ:

- Phủ Từ Sơn quản lĩnh 5 huyện: Đông Ngàn, Yên Phong, Tiên Du, Võ Giàng và Quế Dương;

- Phủ Thuận An quản lĩnh 5 huyện: Gia Lâm, Siêu Loại, Văn Giang, Gia Định và Lang Tài;

- Phủ Bắc Hà quản lĩnh 3 huyện: Kim Hoa, Hiệp Hoà và Yên Việt;

- Phủ Lạng Giang quản lĩnh 6 huyện: Phượng Nhỡn, Hữu Lũng, Yên Dũng, Bảo Lộc, Yên Thế và Lục Ngạn.

VIII- An Bang một phủ:

- Phủ Hải Đông quản lĩnh 3 huyện: Hoa Phong, Yên Hưng, Hoành Bồ và 4 châu: Tân Yên, Vạn Ninh, Vân Đồn, Vĩnh An.

IX- Tuyên Quang một phủ:

- Phủ Yên Bình quản lĩnh 1 huyện: Yên Phúc và 5 châu: Thu Vật, Lục Yên, Vị Xuyên, Đại Man và Bảo Lạc.

X- Hưng Hoá ba phủ:

- Phủ Quy Hoá quản lĩnh 3 huyện: Trấn Yên, Yên Lập, Văn Chấn và 2 châu: Văn Bàn, Thuỷ Vĩ;

- Phủ Gia Hưng quản lĩnh 1 huyện: Thanh Xuyên và 5 châu: Phù Hoa, Mộc Châu, Việt Châu, Mai Châu, Thuận Châu;

- Phủ Yên Tây quản lĩnh 10 châu: Lai Châu, Luân Châu, Quỳnh Nhai, Chiêu Tấn, Hợp Phì, Kiêm Châu, Tuy Phụ, Hoàng Nham, Lễ Toàn và Tung Lăng.

XI- Lạng Sơn một phủ:

- Phủ Trường Khánh quản lĩnh 7 châu: Lộc Bình, Văn Uyên, Thoát Lãng, Thất Tuyền, Văn Lan, Yên Bác và Ôn Châu.

XII- Ninh Sóc ba phủ:

- Phủ Phú Bình quản lĩnh 7 huyện: Bình Tuyền, Phổ Yên, Đồng Hỉ, Tư Nông, Đại Từ, Phú Lương, Văn Lãng và 2 châu: Vũ Nhai, Định Hoá;

- Phủ Thông Hoá quản lĩnh 1 huyện: Cảm Hoá và 1 châu: Bạch Thông;

- Phủ Cao Bằng quản lĩnh 4 châu: Thượng Lang, Hạ Lang, Thạch Lâm và Quảng Uyên.

Phụng Thiên một phủ: *- Quản lĩnh 2 huyện: Thọ Xương và Quảng Đức."* **Cương Mục**, Chính Biên, quyển 21.

Bấy giờ tại nhà Minh, dòng dõi Hồ Nguyên Trừng con Hồ Quí Ly, dựa vào tài chế súng nên mấy đời được sủng ái. Bản thân Trừng từng giữ chức Thượng thư bộ Công; con Thúc Lâm làm Hữu thị lang bộ Công; cháu Thế Vinh được làm Trung thư xá nhân tại kinh đô:

"Ngày 11 tháng 4 năm Thành Hoá thứ 5 [21/5/1469]

Dùng con của viên Hữu Thị lang bộ Công Lê Thúc Lâm, tên Thế Vinh làm Trung thư Xá nhân. Thúc Lâm gốc người Giao Chỉ; cha là Trừng, con Lê Quí Ly, em [anh mới đúng]

Lê Thương, vốn là tù binh bị bắt về. Thái Tông Văn Hoàng đế tha tội cho, ban cho chức quan, chuyên chế tạo súng, đạn, thuốc nổ tại Binh Trượng cục, cuối cùng giữ chức Thượng thư bộ Công. Thúc Lâm kế nghiệp, vẫn tiếp tục chế tạo quân khí. Đến nay xin cho con là Thế Vinh được làm quan tại kinh đô, để tiện bề phụng dưỡng Thiên tử nghĩ đến người phương xa, nên chấp thuận." (**Minh Thực Lục: Quan hệ Trung Quốc Việt Nam**, tập 3, trang 81)

Ngày 12 tháng 5 [21/6/1469] làm lễ xướng danh Tiến sĩ; Vua ban áo mũ, đãi yến:

"Ngày 12, xướng danh các tiến sĩ là bọn Phạm Bá. Vua ban ân mệnh, cho mũ, đai, y phục và ban yến ở Lễ bộ." **Toàn Thư**, Bản Kỷ, quyển 12, trang 51b.

Năm ngoái, triều đình ta cử 2 sứ bộ sang nhà Minh. Sứ bộ Dương Văn Đán đến dâng biểu tiến cống, ngày 2/10/1469 được ban yến và thưởng y phục. Riêng sứ bộ Tạ Chủng vào ngày 4/10/1469 đến tố cáo Thổ quan phủ Trấn An, Quảng Tây Sầm Tổ Đức, và bọn Phong Lão, Hoàng Tĩnh Nam thuộc châu Khâm, Quảng Đông, vượt biên giới quấy phá. Sự việc đưa xuống bộ binh; viên Thượng thư Bạch Khuê viện dẫn những lời tố cáo rằng thuyền An Nam đến ăn trộm ngọc trai tại biển Quảng Đông, và chiếm đất tại huyện Bằng Tường; bèn đổ lỗi cho phía An Nam tâu như vậy là cố ý muốn che tội:

"Ngày 29 tháng 7 năm Thành Hoá thứ 5 [4/9/1469]. *Người coi giữ hồ ngọc trai Quảng Đông, Phụng ngự Trần Di tâu rằng vào tháng 5 năm nay, có hơn 10 chiếc thuyền sơn đen đến ăn trộm ngọc trai tại hồ Thanh Anh, Dương Mai. Nghe lời bọn chúng nói, biết là người Di Giao Chỉ. Xin sắc* *dụ Quốc vương An Nam nghiêm cấm và trừng trị. Bộ Hộ bàn rằng:*

'Chỉ là lời nghe thoáng qua về bọn Di ăn trộm ngọc trai, không đủ bằng cớ để ban sắc dụ. Nên ra lệnh quan ty sở tại nghiêm phòng.'

Ngoài ra Tuần phủ, Đô Ngự sử cũng tâu:

"Xin đợi đến lúc Quốc vương Lê Hạo gửi Sứ thần đến triều cống, hãy ban sắc dụ." (**Minh Thực Lục: Quan hệ Trung Quốc Việt Nam**, tập 3, trang 81)

"Ngày 27 tháng 8 năm Thành Hoá thứ 5 [2/10/1469]. *Quốc vương An Nam Lê Hạo sai bọn Bồi thần Dương Văn Đán dâng biểu, triều cống sản vật địa phương. Ban yến, cùng các vật như y phục lụa đoạn có phân biệt. Lại giao cho Văn Đán lụa đoạn, gấm hoa văn để ban cho Vương."* (**Minh Thực Lục: Quan hệ Trung Quốc Việt Nam**, tập 3, trang 82)

"Ngày 29 tháng 8 năm Thành Hoá thứ 5 [4/10/1469]. *Quốc vương An Nam Lê Hạo tâu rằng Thổ quan phủ Trấn An, Quảng Tây Sầm Tổ Đức; bọn Phong Lão, Hoàng Tĩnh Nam, thuộc châu Khâm (2), Quảng Đông vượt biên giới quấy phá. Sự việc đưa xuống bộ Binh bàn bạc; bọn Thượng thư Bạch Khuê tâu rằng:*

'Nước này vô cố tập trung người xâm chiếm đất biên giới tại huyện Bằng Tường (3), Quảng Đông, lại dung túng vượt biên ăn trộm ngọc trai; nay tâu như vậy là muốn che tội. Xin mệnh Tổng binh Lưỡng Quảng này điều tra sự thực để xử lý. Vẫn nên sắc cho Quốc vương nước này tuân theo luật lệ, giữ gìn lãnh thổ, không buông thả cho bọn gian sinh sự.'

Thiên tử chấp thuận." (**Minh Thực Lục: Quan hệ Trung**

Quốc Việt Nam, tập 3, trang 82)

Ngày 16 tháng 11, tuyên bố đổi niên hiệu từ Quang Thuận sang Hồng Đức. Ngày 18, ban sắc dụ về trường hợp các quan được thăng chức, hoặc bổ dụng, phải báo về địa phương; Xã trưởng cam đoan lý lịch tốt mới được chấp thuận:

"*Mùa đông, tháng 11 ngày 16* [19/12/1469], *đại xá. Đổi [52a] niên hiệu, lấy năm sau làm Hồng Đức năm thứ 1.*

Ngày 18 [21/12/1469], *sắc dụ quan viên văn võ và dân chúng cả nước rằng: "Trẫm nghĩ, người ta sở dĩ khác giống cầm thú là vì có lễ làm khuôn phép giữ gìn. Nếu không có lễ thì tình dục bừa bãi, phóng đãng xằng bậy, không gì không làm. Từ nay về sau, các sắc quan lại, ai được thăng chức hay bổ dụng, thì Lại bộ phải sức giấy cho phủ, huyện, xã, bắt xã trưởng phải làm tờ đoan khai là tên ấy đã đủ tuổi quy định, giá thú làm theo hôn lễ thì mới tâu cho lên để thăng bổ như lệ, Nếu để cho kẻ xấu lạm dự vào hàng quan chức, thì viên đó bị thích chữ đi đày*". **Toàn Thư**, Bản Kỷ, quyển 12, trang 51b.

Sau lời tố cáo của Sứ thần Tạ Chủng nước ta vào ngày 4/10/1469 về việc người Trung Quốc cướp phá tại biên giới. Triều đình nhà Minh tỏ vẻ phục thiện hơn; vào ngày 23/10/1469 bắt người Quảng Đông cướp phá tại châu Vĩnh An tỉnh Quảng Ninh nước ta, đem xử chém đầu tại biên giới:

"*Ngày 19 tháng 9 năm Thành Hoá thứ 5* [23/10/1469]. *Dân thuộc các huyện như Thuận Đức, Quảng Đông gồm bọn Diêu Minh 7 người, vượt biển cướp tại châu Vĩnh An* [huyện Mông Cái, Quảng Ninh], *Giao Chỉ, phá nhà dân. Quan điều tra biết được rõ ràng trình lên; xin chém đầu treo tại biên cảnh thuộc châu Khâm. Thiên tử cho phép.*" (**Minh Thực**

Lục: Quan hệ Trung Quốc Việt Nam, tập 3, trang 83)

Tháng 12 [2/1-31/1/1470]. Hạ chiếu cho các phủ và huyện khuyên nhủ dân làm ruộng và trồng dâu. Cấm tư nhân, chợ búa, không được mua bán sử dụng mũ nón quân đội:

"Nhà vua chú ý về việc làm ruộng: trước đây đã hạ lệnh cho bộ Hộ tuỳ theo địa thế hoặc khơi hoặc lấp những đường nước ở ruộng nương, không để cho chỗ nào ngập lụt hoặc khô cạn; lại đưa công văn về thừa ti các xứ bắt phải khám xét kỹ đê điều ở các sông, nếu có chỗ nào lúa má bị ngập lụt hoặc ruộng đất bị bỏ hoang, thì tâu bày để nhà vua biết. Đến đây hạ chiếu cho phủ huyện phải xét ruộng nương đất cát, khuyên bảo đôn đốc dân làm ruộng trồng dâu." **Cương Mục**, Chính Biên, quyển 21.

"Cấm chợ búa trong dân gian bán nón thuỷ ma và nón sơn đỏ. Vua dụ quan viên và trăm họ cả nước rằng: "Những thứ áo giáp, mũ trụ là để cho khí thế quân đội trang nghiêm, như [52b] thứ nón thuỷ ma và nón sơn đỏ là của thân quân vẫn đội để túc vệ. Nay chợ búa dân gian có nhiều người bán, nên cấm hẳn đi" **Toàn Thư**, Bản Kỷ, quyển 12, trang 52a.

Tháng giêng năm Hồng Đức năm thứ 1 [1/2-2/3/1470] (Minh Thành Hoá năm thú 6). Ra sắc chỉ về việc hành xử lúc có tang cha, mẹ, chồng:

"Con để tang cha mẹ, vợ để tang chồng phải theo quy chế chung là 3 năm, không được theo ý riêng tự tiện làm trái lễ, phạm pháp. Con để tang cha mẹ mà vợ cả, vợ lẽ có chửa thì bắt tội đi đày. Vợ để tang chồng mà dâm loạn bừa bãi, hoặc chưa hết tang đã bỏ áo trở, mặc áo thường, hoặc nhận lễ hỏi của người khác, hay đi lấy chồng khác [53a] đều phải tội chết cả. Nếu đương có tang, ra ngoài thấy đám trò vui mà cứ mê

mải xem không tránh, thì xử tội đi đày. Nếu kẻ nào tham của, hiếu sắc mà lấy vợ cả vợ lẽ của kẻ đại ác phản nghịch, cùng là người Man thông dâm với vợ cả vợ lẽ của anh em đã chết rồi, cùng những kẻ làm quan lại mà nhận hối lộ thì tuỳ tội nặng nhẹ mà xử tội." **Toàn Thư**, Bản Kỷ, quyển 12, trang 52b.

Tháng 2 [3/3-1/4/1470], Vua trở về Tây Kinh, Thanh Hoá; thấy cảnh đồng ruộng lúa tốt, bèn cảm khái làm thơ ca tụng:

"Vua ngự về Tây Kinh. Vua nói:

'Năm trước ta đến Phúc Quang đường (4) thì ruộng nương Động Bàng ít nước không thể cấy lúa được. Năm nay nước nhiều, luá chiêm [53b] mênh mông bát ngát'. Rồi vịnh luôn bài thơ tứ tuyệt rằng:

Vạn khoảnh thanh thanh thị hạ điền,

Tề dân đương vĩ thực vi tiên.

Thôn đầu tam lưỡng nông phu đáo,

Giai vị kim niên thắng tích niên.

(Đồng chiêm muôn khoảnh lúa xanh tươi,

Dân coi miếng ăn chính của trời.

Đầu xóm nông phu dăm kẻ đến,

Năm nay bảo vượt mọi năm rồi).

Bấy giờ là lúc vua đến bái yết Phúc Quang đường ở xã Động Bàng." **Toàn Thư**, Bản Kỷ, quyển 12, trang 53a.

Tháng 8 [26/8-24/9/1470], Chúa Chiêm Thành là Trà Toàn mang quân sang lấn cướp Hoá Châu; tướng Phạm Văn Hiển địch không nổi, phải rút quân dân vào thành chống giữ và cấp báo về triều:

"Trà Toàn hung hãn, hoang dâm, bạo ngược, khinh thường mọi người, tự phụ là giỏi, không sửa lễ cống theo chức phận của mình, lại thường gây sự hoạ hoạn ở nơi biên cảnh; rồi sai sứ thần sang cầu viện với nhà Minh, thân hành đem hơn mười vạn quân thuỷ, quân bộ cùng voi ngựa đến đánh úp Hoá Châu [Thừa Thiên]. *Viên tướng giữ Hoá Châu là Phạm Văn Hiển đánh nhau với quân Chiêm, không địch nổi, phải đóng cửa thành chống giữ, cho người phi ngựa đem văn thư cáo cấp về triều đình."* **Cương Mục**, Chính Biên, quyển 21.

Tháng 10 [24/10-22/11/1470], nhà vua sai các sứ bộ Nguyễn Đình Mỹ, Quách Đình Bảo đem việc Chiêm Thành đánh úp Hoá Châu sang báo với nhà Minh và phân trần về điều dân Quảng Đông tố cáo thuyền An Nam mò trộm ngọc trai tại ven biển. Đến tháng 5 năm sau sứ bộ đến nơi; nhưng tên Nguyễn Đình Mỹ thì ghi là Nguyễn Đình Anh, chắc chép nhầm. Qua chiếu thư, triều đình nhà Minh vẫn nằng nặc cho rằng An Nam âm mưu thôn tính Chiêm Thành, nhưng vẫn che dấu tự cho là nạn nhân; nên Vua Minh cực lực khuyên ngăn, không được gây hấn. Riêng việc mò lặn hồ ngọc trai, thì tâu rằng có thể dân chài thấy sơ hở, sinh ra trộm cắp; hứa sẽ ngăn ngừa:

"Mùa đông, tháng 10, sai sứ sang nhà Minh: Nguyễn Đình Mỹ tâu việc Chiêm Thành quấy nhiễu biên giới, Quách Đình Bảo tâu việc bị mò trộm trân châu và việc địa phương bị lấn cướp." **Toàn Thư**, Bản Kỷ, quyển 12, trang 55a.

*"**Ngày 27 tháng 5 năm Thành Hoá thứ 7 [15/6/1471].** Quốc vương An Nam Lê Hạo sai bọn Bồi thần Quách Đình Bảo, Nguyễn Đình Anh đến triều đình tâu:*

"Nước thần và Chiêm Thành kế cận, từ triều trước đã bị xâm lăng. Thời Tuyên Đức [1426-1435] 4 châu Thăng, Hoa, Tư, Nghĩa (5) bị mất; từ đó châu Hoá bị vây mấy lần, khiến người một phương phải mệt nhọc chạy để cứu lấy mạng sống. Trộm nghĩ đất đai nhân dân nhận của triều đình, truyền cho con cháu để vĩnh viễn làm phiên thần. Nay Chiêm Thành phản lễ nghĩa, dối trời, giày xéo dân biên giới, không một năm nào yên ổn. Thần muốn mang binh đi đánh dẹp, lại sợ sai lời dạy bảo của Thánh Thiên tử, nhịn đi thì phụ tấm lòng ân nghĩa của bề tôi, tiến thoái lưỡng nan! Nay kính cẩn sai Bồi thần đến kinh khuyết trần tấu."

Bản tấu được đưa xuống bộ Binh bàn bạc, rồi được tâu lên rằng:

'Lòng tham của Hạo không cùng, âm mưu thôn tính Chiêm Thành lại dương ngôn là nạn nhân. Xin ban sắc văn để ngăn ngừa sự gian trá.'

Thiên tử bèn sắc rằng:

'An Nam ngươi và Chiêm Thành đều được triều đình ban tước và đất, đời đời nạp cống làm phiên thần Trung Quốc nơi biên giới, há lại gây oán, hưng binh đánh lẫn nhau. Sách **Xuân Thu** *(6) nêu trách nhiệm người hiền phải yên phận, thuận theo lý, giữ lãnh thổ, bỏ oán thù, dập tắt tranh giành. Ngươi trước hết phải làm trọn đạo hoà mục với lân bang, lại cấm đoán bọn đầu mục không sinh sự gây hấn. Nếu như có mưu kế thôn tính, thì không phải là phước cho nước ngươi, nên cẩn thận, cẩn thận!*

Về phần Chiêm Thành, đợi khi Sứ nước này đến, xét kỹ sự thực, sẽ có sắc ngăn ngừa. Trẫm thay trời cai trị vạn vật, đối xử chung một lòng nhân, không nỡ để hai nước các ngươi vướng vào hoạ binh đao; nên đặc biệt ra chỉ dụ khuyên răn để biểu thị sự lo lắng. Ngươi hãy thừa theo Trẫm mệnh, không được sơ hốt." (**Minh Thực Lục: Quan hệ Trung Quốc Việt Nam**, tập 3, trang 84).

"***Ngày 9 tháng 6 năm Thành Hoá thứ 7*** **[26/6/1471].** *Ban cho bọn Bồi thần Nguyễn Đình Anh yến và các loại lụa như thải* (7), *đoạn* (8), *sa* (9), *quyên* (10), *có sai biệt. Khi Đình Anh trở về, ban sắc cho Lê Hạo nội dung cấm người trong nước không được vượt biên cảnh cướp phá.*

Trước đó vệ châu Liêm, Quảng Đông tâu:

"Người Giao Chỉ lái thuyền lớn hai cột buồm vượt biển, đến mò lặn hồ ngọc trai, cùng cướp hàng hoá của khách. Các phủ Quỳnh Lôi tại ven biển cũng tâu hải tặc bất thình lình cướp giết người và súc vật. "

Thiên tử sắc cho Hạo điều tra trong nước, nếu có người làm ác như vậy, chiếu theo pháp luật trừng trị. Lại răn thuộc cấp từ nay trở về sau giữ lễ nghĩa, không dung dưỡng người dưới xâm phạm biên cảnh. Nay Hạo nhân sai Bồi thần đến triều cống, bèn dâng tấu như sau:

"Thần nghe lời ngọc của Thiên tử sợ sệt vô cùng, bèn sai người đi khắp nơi điều tra, tập hợp quan lại và kỳ lão nơi vùng biển hỏi han, họ đều nói trăm họ nơi đây không ai dám vi phạm, chưa từng lái thuyền ra biển ăn trộm ngọc trai và cướp của. Nhưng quan quân vệ Thanh Hoá nước thần từng báo rằng có đám hải tặc khoảng 30 chiếc thuyền, bí mật ghé bờ biển để cướp của giết người. Quan quân biên phòng xua thuyền ra đánh bắt, bọn chúng bèn trương buồm chạy trốn xa. Nay qua lời Quảng Đông tâu; thần e sợ sự việc giống như vậy, nhưng không chắc."

Hạo lại tâu rằng:

"Nước thần vị trí ở nơi góc biển u tịch, có dân sống bằng nghề chài lưới, theo chiều gió liều hiểm nguy để mưu sinh, lúc thấy sơ hở sinh trộm cắp, khó đoan chắc được sự việc không xảy ra. Nhưng việc ăn trộm châu ngọc, dung túng cho bọn cường đạo làm điều gian, thần tuy là kẻ ngu cũng tự hiểu được đó là trái đạo. Thánh Thiên tử anh minh thấy nơi vạn dặm, rũ lòng ban ơn thương xót mà xét cho."

Đến nay lại giao sắc cho Đình Anh mang về, để hiểu dụ Hạo." (**Minh Thực Lục: Quan hệ Trung Quốc Việt Nam**, tập 3, trang 85).

Tháng 11 [23/11-21/12/1470]; nhà vua tự làm tướng đi đánh Chiêm Thành, bèn hạ lệnh tuyển hoàng nam từ 15 tuổi trở lên bổ sung vào quân ngũ, triệu tập lính tinh nhuệ 26 vạn người. Một mặt ra sắc lệnh cho thừa chính sứ ở Sơn Nam (11) thu thêm gạo của các hạng quân nhân, lại điển và sinh viên mỗi người 15 ống gạo, hạng hoàng đinh và người già mỗi người 12 ống gạo, để làm lương cho quân ăn. Ngày mồng 6, sai Thái sư Đinh Liệt, Quận công Lê Niệm điều thuỷ quân thuộc 3 phủ vệ đi trước. Ngày mồng 7, Vua làm lễ tại Thái miếu, trình bày tội ác của giặc và kế hoạch hành quân. Ngày 16, Vua thân hành dẫn đại quân theo sau; ra lệnh các quan cúng lễ các đền thờ thần dọc đường để cầu thắng trận. Ngày 25, trên đường hành quân, Vua bàn vấn đề đạo lý và thiên văn với danh Nho Đỗ Nhuận; chứng tỏ sở học của Vua rất sâu:

"Ngày mồng 6 [28/11/1470], sai Thái sư Lân quận công Chinh lỗ tướng [58b] quân Đinh Liệt, Thái bảo Kỳ quận công Chinh lỗ tướng quân Lê Niệm đem thuỷ quân 3 phủ vệ Đông,

Nam, Bắc đi trước. Ban hành 24 điều lệnh đánh Chiêm Thành trao cho các quân doanh và các vệ ty Cẩm y, Kim ngô, Thần vũ, Điện tiền.

Ngày Tân Tỵ, mồng 7 [29/11/1470], vua tấu cáo ở Thái miếu rằng:

'Thần là kẻ ít tuổi bất tài, vào nối nghiệp lớn, chỉ mong yên dân giữ nước đâu dám dùng nhảm việc binh. Chỉ vì giặc Chiêm Thành ngu xuẩn, nó điên cuồng nhòm ngó nước ta. Không sợ trời tạm bợ cho qua; với nước ta, nó gây thù địch. Trước thì đánh cướp châu Hoá để hòng chiếm đoạt đất đai, sau lại sang báo nhà Minh, âm mưu diệt hết tông miếu. Là phường cha chó, mẹ lợn nhuốc nhơ; làm việc cướp, giết vua bạo nghịch. Để vỗ cho Thi Nại béo no; nó dao thớt cắt xẻo Tượng Quận, chứa ác ngập trời, làm hại khắp cõi. Thần đã bàn bạc nơi miếu đường, lại lắng hỏi ở lòng dân. Mọi người đều cho rằng nó là loài rắn độc hung tàn, là mối lo cho sinh linh trong cõi. [59a] Phải kíp đem quân hỏi tội, treo thủ cấp nó bên đường. Thần bất đắc dĩ, theo nguyện vọng của mọi người, đem đại quân đi hỏi tội. Giáp binh rầm rập kéo ra ngoài cõi, uy quyền mảy may không mượn tay ai.

Ngày Canh Thìn mồng 6 tháng này [28/11/1470], lệnh sai Chinh lỗ tướng quân Lân quận công Đinh Liệt, Phó tướng Kỳ quận công Lê Niệm đem 10 vạn thuỷ quân đi trước.

Ngày 16 Canh Dần [8/12/1470], thần đốc xuất 15 vạn thuỷ quân tiếp sau. Tiến sâu vào đất giặc, không bỏ lỡ thời cơ. Trên là nối chí căm thù của tổ tông ông cha, dưới lo cứu nguy cho muôn vàn lưu dân điêu đứng, tính mưu kế cho con cháu, diệt kẻ thù của tổ tông. Cúi mong anh linh của các thánh ở trên trời phù hộ cho, để trong khi dàn quân bày trận được biển lặng gió im. Quân ta trổ oai phong hùm gấu, xác giặc chất thành đống kình nghê. Khí yêu ma quét sạch, chốn thanh miếu cáo thành. Thu công bình định được mau; nhờ [59b] ở thánh thần giúp đỡ. Thần kính dâng bản tâu lên'.

Ngày 16 [8/12/1470], vua thân hành dẫn quân đại quân tiến tiếp sau. Sai bọn Tả đô đốc Lê Huy Cát, Hữu đô đốc Lê Cảnh Huy ở lại kinh giữ nước. Ngày hôm ấy, ngự giá khởi hành, trời mưa nhỏ, gió bấc. Tư thiên giám Tạ Khắc Hải tâu rằng:

'Mưa là mưa nhuần quân, gió từ phương bắc là gió hoà'.

Cho nên khi thuyền đi vua đi, có câu thơ rằng:

Bách vạn sư đồ viễn khai hành,

Xao bồng vũ tác nhuận quân thanh.

(Trăm vạn quân đi đánh cõi xa,

Mui thuyền mưa đội thấm quân ta).

Đó là ghi sự thực.

Sai Lại bộ thượng thư Nguyễn Như Đổ tế đền Đinh Tiên Hoàng. Dọc đường, hễ qua đền thờ thần nào đều sai quan tới dâng lễ tế, để cầu cho quân đi thắng trận.

Ngày 25 [25/12/1470] đêm ấy, Đỗ Nhuận hầu trước mặt vua. Nhân nói đến hai chữ "Đạo lý", vua bảo rằng:

'Đạo là việc đương nhiên, rõ ràng dễ hiểu, lý là cớ dĩ nhiên, mầu nhiệm khó thấy. Ta từng làm bài thơ về hai chữ ấy, lâu ngày mới xong'.

Nhuận thưa [60a] rằng:

'Lý học của đức vua rất sáng tỏ uyên bác; trong chỗ hỗn

nhiên mà phân biệt rất rõ ràng, rất tinh vi hàm súc, thể hiện ra ở lời thơ, không phải người học vấn tầm thường có thể mong mà theo kịp được'.

Vua lại nói về thiên văn học, chỉ ra rằng sự vận hành của Nhị thập bát tú (12) và Ngũ tinh (13) đều có xâm phạm tới nhau. Nếu sao nọ phạm vào sao nào đó thì ứng với một việc nào đó.

Xem thế, có thể thấy được đôi nét về tầm học rộng hiểu sâu của vua. Vua xem địa đồ nước Chiêm, đổi lại tên sông tên núi." **Toàn Thư**, Bản Kỷ, quyển 12, trang 58a.

Ngày mồng 3 tháng chạp, xa giá nhà Vua đến Thiết Sơn thuộc huyện Hưng Nguyên, Nghệ An. Bấy giờ thuỷ quân của bọn Đinh Liệt và Lê Niệm xuất phát từ trước, trong quân bị hoả tai, quân sĩ vừa chết vừa bị thương hơn 30 người; bọn Án sát Đinh Thúc Thông và Nguyễn Tài đàn hặc việc này; Vua ban sắc khen. Ngày mồng 7, các Thổ quan châu Ngọc Ma đến chầu. Ngày 18, thuỷ quân đến đất Chiêm Thành:

"Tháng 12, ngày mồng 3 [24/12/1470], *đại giá xuất phát từ Thiết Sơn, thưởng tiền cho bọn Án sát sứ Đinh Thúc Thông, Nguyễn Tài theo thứ bậc khác nhau. Vua ban sắc dụ khen rằng:*

'Việc được thua của sáu quân là trách nhiệm của tướng quân, mà cơ lợi hại trong một dinh trách nhiệm thuộc về án sát. Bọn Thái sư Đinh Liệt nắm quân không có kỷ luật, nhu nhơ như trò trẻ con, các ngươi biết làm sớ ngỏ tâu lên, ta khen bọn các ngươi, thưởng cho tiền công, hãy đến mà nhận [60b] lấy".

Ngày mồng 7 [28/12/1470], *thổ quan phủ Ngọc Ma* [Cam Môn, Cam Cớt, thuộc Ai Lao] *là Cầm Lệ đến chầu, tiến cống sản vật, đó là bắt chước lễ ngày xưa, vua đi tuần đến núi lớn ở địa phương thì chư hầu đến chầu.*

Ngày 18 [8/1/1474], *thuỷ quân vào đến đất Chiêm Thành.*" **Toàn Thư**, Bản Kỷ, quyển 12, trang 60 a.

Chú thích:

1. Long tiên: giấy vàng vây ngân nhũ và vẽ rồng. Hắc lạn: giấy vàng quanh rìa vẽ mực đen. Khám hợp: giấy trắng viết chữ mực.

2. Châu Khâm, Trung Quốc vị trí giáp với tỉnh Quảng Ninh, Việt Nam.

3. Bằng Tường:nay thuộc huyện Bằng Tường, tỉnh Quảng Tây, sát ải Nam Quan.

4. Phúc Quang đường: Tại xã Động Bàng huyện Yên Định, nay thuộc tỉnh Thanh Hoá, do Lê Thánh Tông dựng vào năm Quang Thuận, tức là điện để Hoàng thái hậu thay áo.

5. Thời nhà Hồ lấy đất Chiêm Động và Cổ Luỹ của của Chiêm Thành chia thành 4 châu Thăng, Hoa, Tư, Nghĩa; nay là tỉnh Quảng Nam và Quảng Ngãi; thời Minh đô hộ Chiêm Thành lấy lại.

6. **Kinh Xuân Thu** là sách sử ký nước Lỗ, do Khổng Tử soạn ra.

7. Thải: hàng tơ lụa 5 sắc

8. Đoạn: một loại lụa, có thứ đoạn hoa, có thứ đoạn trơn

9. Sa: lụa mỏng

10. Quyên: Lụa mộc, lụa sống.

11. Sơn Nam: Thuộc các tỉnh Hưng Yên, Hà Nam, Thái Bình, Nam Định, Ninh Bình ngày nay.

12. Nhị thập bát tú: 28 chòm sao. Thiên văn học cổ Trung Quốc chia sao trên trời thành 28 chòm gọi là "tú"; 4 phương, mỗi phương có 7 chòm:

Phương Đông có các chòm: "Dốc, Cương, Chi, Phòng, Tâm, Vĩ, Cơ;

Phương Bắc: Đẩu, Ngưu, Nữ, Hư, Nguy, Thất, Bích;

Phương Tây: Khuê, Lâu, Vị, Mão, Tát, Chuỷ, Sâm;

Phương Nam: Tinh, Quỷ, Liễu, Tinh, Trương, Dực, Chẩn.

13. Ngũ tinh: Năm hành tinh: Kim, Mộc, Thuỷ, Hoả, Thổ.

100. Vua Lê Thánh Tông (6)

Tháng giêng năm Hồng Đức thứ 2 [21/1-19/2/1471], (Minh thành Hoá năm thứ 7); đại quân sắp vào đất giặc, Vua cho tập thuỷ chiến tại cửa biển Thuận Hoá và vẽ bản đồ Chiêm Thành dâng lên. Ngày mồng 6, bắt sống viên quan Chiêm Thành giữ cửa ải Cu Đê, Đà Nẵng. Bấy giờ theo truyền thống nhà Vua ngự giá ra cõi ngoài; các Tù trưởng dân tộc thiểu số và Sứ thần Ai Lao đến cống. Vua soạn sách lược bình Chiêm, cho dịch ra chữ Nôm để phổ biến rộng rãi; chuẩn bị thóc luộc chín có thể để lâu, dùng cung cấp quân lương lâu ngày:

"*Mùa xuân, tháng giêng, ngày mồng 2* [22/1/1471], *vua cho là khi đại quân sắp vào đất giặc, quân lính càng cần phải luyện tập. Do đó, xuống chiếu cho quân Thuận Hoá ra biển tập thuỷ chiến. Vua nghĩ núi sông nước Chiêm có chỗ chưa biết rõ ràng, liền sai thổ tù ở Thuận Hoá là Nguyễn Vũ vẽ hình thế hiểm dị của nước Chiêm để dâng lên.*

Ngày mồng 6 [26/1/1471], *viên Chỉ huy Cang Viễn bắt sống Bồng Nga Sa là viên lại giữ cửa quan Cụ Đê* [Đà Nẵng] *nước Chiêm đem nộp. Phiên tù ở Sa Bôi* [huyện Cam Lộ, Quảng Trị] *là Cầm Tích, phiên tù ở Thuận Bình* [huyện Cam Lộ, Quảng Trị] *là Đạo Nhị, đến chầu và dâng sản vật địa phương. Sứ thần ước Ai Lao, trấn thủ Quan Bình là bọn đầu mục Lang Lệ đều đem sản vật địa phương đến hiến.*

Vua thân hành soạn ra Bình Chiêm sách, ban cho các doanh. Trong Bình Chiêm sách, nói có 10 lẽ tất thắng, có 3 việc đáng lo. Vua sợ rằng tướng sĩ chưa [61b] hiểu, sai Chỉ huy Nguyễn Thế Mỹ dịch ra quốc ngữ để nhắc lại. Sai Giám sát ngự sử Lê Bá Di phát thóc kho Thuận Hoá làm gạo cả vỏ [thóc luộc] *chuyên chở tới hành tại.*" **Toàn Thư**, Bản Kỷ, quyển 12, trang 61a.

Tháng 2 [20/2-21/3/1471], chiến trận chủ yếu xảy ra tại 2 tỉnh Quảng Nam và Quảng Ngãi. Trà Toàn sai em mang quân đến sát dinh; trước khi tấn công Vua sai tướng tiên phong mang 3 vạn binh, bí mật tiến chiếm cửa biển Sa Kỳ tại huyện Bình Sơn, Quảng Ngãi để làm nút chắn. Ngày mồng 7, đại quân dàn tại cửa sông Tam Kỳ, Quảng Nam; tấn công mãnh liệt. Quân địch thua rút, khi chạy đến Sa Kỳ bị phục binh đánh kẹp; kinh hoảng trèo qua chân núi cao, xác người ngựa chết đầy đường. Đến cuối tháng, đại quân của nhà Vua đến cửa Thị Nại, Bình Định; cho vây kín thành Chà Bàn:

"*Tháng 2, ngày mồng 5* [24/2/1471], *Trà Toàn sai em là Thi Nại và 6 viên đại thần đem 5.000 quân và voi, ngầm đến sát dinh vua.*

Ngày mồng 6 [25/2/1471], *vua bí mật sai bọn Tả du kích tướng quân Lê Hy Cát, Hoàng Nhân Thiêm và bọn Tiền phong tướng quân Lê Thế, Trịnh Văn Sái đem hơn 500 chiếc thuyền, 3 vạn tinh binh, ban đêm ra cửa Áp* [cửa sông Tam Kỳ, Quảng Nam] *và cửa Toạ* [phía nam cửa Áp 7 dặm] *vượt biển gấp, bí mật tiến vào cửa biển Sa Kỳ* [huyện Bình Sơn, Quảng Ngãi] *dựng luỹ đắp thành để ngăn chặn lối về của giặc. Người Chiêm Thành không biết gì về việc này.*

Ngày mồng 7 [26/2/1471, *vua tự mình dẫn hơn 1.000 chiếc*

thuyền, hơn 70 vạn ? tinh binh ra hai cửa biển Tân Ấp và Cựu Toạ dựng cờ thiên tử, đánh trống hò reo mà tiến. Trước đó, vua đã bí mật sai bộ binh tướng quân Nguyễn [62a] Đức Trung dẫn bộ binh ngầm đi đường chân núi. Tướng giặc trông thấy ngự doanh thì tan vỡ, giày xéo lẫn nhau chạy về Chà Bàn [Bình Định]. *Chạy đến núi Mộ Nô* [phía tây Sa Kỳ], *bỗng thấy quân của bọn Hy Cát đã chặn đường về, giặc cuống cuồng sợ hãi, chạy rẽ ngang trèo qua chân núi cao, xác người, ngựa và đồ quân tư đầy núi đầy đường. Bọn Lê Niệm, Ngô Hồng tung quân ra đánh, chém được 1 viên đại tướng giặc, còn thì đều sợ hãi tan chạy cả. Bấy giờ, vua đến Mễ Cần* [Bình Sơn, Quảng Ngãi], *tung binh tiến đánh, chém được hơn 300 thủ cấp, bắt sống hơn 60 tên. Trà Toàn nghe tin em mình thua chạy, rất sợ hãi, sai người thân tín mang biểu tới xin hàng. Vua cũng sai sứ đi lại không ngớt.*

Ngày 27 [18/3/1471], *vua tự mình đem đại quân đánh phá thành Thi Nại* [đầm Thị Nại, Bình Định], *chém được hơn 100 thủ cấp.*

Ngày 28 [19/3/1471], *vua tiến vây thành Chà Bàn.*

Ngày 29 [20/3/1471], *đến sát chân thành vây thành mấy vòng."* **Toàn Thư**, Bản Kỷ, quyển 12, trang 61b.

Vào đầu tháng 3 [22/3-19/4/1471], quân ta chiếm thành Chà Bàn, bắt sống Quốc vương Trà Toàn; nhà Vua đích thân thẩm vấn y. Sau đó ra lệnh rút đại quân về; chiếm đất đai từ đèo Cù Mông tức ranh giới 2 tỉnh Bình Định, Phú Yên, trở ra bắc. Phần còn lại chia làm 3 nước: Chiêm Thành tại Phan Rang, Ninh Thuận; Nam Bàn tại miền Tây Nguyên, và Hoa Anh tại phía nam tỉnh Bình Định. Vua cho áp giải Trà Toàn về kinh, viết bài chiếu báo tin thắng trận, bố cáo cho thiên hạ biết:

"Ngày mồng 1 tháng 3 [22/3/1471] hạ được [62b] thành Chà Bàn, bắt sống hơn 3 vạn người, chém hơn 4 vạn thủ cấp, bắt sống Trà Toàn rồi đem quân về. Trước đó, các doanh đã làm xong phi kiều (1), Trà Toàn hằng ngày đem lễ vật đến xin hàng. Vua cho gọi bọn Lê Quyết Trung đến bảo rằng:

'Giặc đã tan rã chí chiến đấu; kỳ hạn đánh thành đã tới. Trà Toàn nay ở trong thành này, chỉ một trận là ta có thể nhổ được. Ta định phát pháo hiệu, nhưng sợ chúng biết, chi bằng mật ước các doanh cùng một lúc tiến đánh.'

Lại dụ khắp cả tướng sĩ phải gấp rút bắc thang lên thành. Được một lát, vua trông thấy ở đằng xa, quân lính doanh Tiền khu đã trèo lên tường con trên thành liền bắn ba phát súng để hưởng ứng, lại sai nội thần đem quân Thần vũ phá cửa đông mà vào.

Sai đồng thái giám Nguyễn Đảm dụ các tướng sĩ ở các doanh rằng: Tất cả kho tàng, của cải trong thành đều phải niêm phong giữ kín, không được đốt cháy, Trà Toàn nước Chiêm phải bắt sống đưa về viên môn, không được giết chết.

Vua sai chỉ huy Ngô [63a] Nhạn dẫn tên giặc đầu hàng là Bô Sản Ha Ma đến. Lại sai trưng bày những thứ giặc dùng làm lễ vật đem đến xin hàng mà ở nước ta không có, sai viên quan đô uý Đỗ Hoàn chỉ tên từng thứ một. Có cái hộp bạc, hình như thanh kiếm, vua hỏi vật gì. Hoàn trả lời rằng đó là đồ của nước Chiêm từ xưa, người làm quốc vương phải có vật đó để truyền cho con cháu. Ha Ma là bác ruột Trà Toàn.

Quân Thuận Hoá bắt sống được Trà Toàn dẫn đến trước mặt vua. Trà Toàn cúi đầu quỳ xuống. Vua hỏi qua người phiên dịch rằng:

'Ngươi là chúa nước Chiêm phải không?'.

Toàn trả lời:

'Vâng'.

Vua hỏi:

'Có biết ta là vua không?'.

Toàn trả lời:

'Tôi nhìn thấy phong thái, đã biết là thánh thượng rồi'.

Vua hỏi:

'Ngươi có mấy con rồi'.

Trả lời:

'Tôi có hơn 10 đứa con'.

Đỗ Hoàn nói:

'Hắn đã kêu van xin làm thần tử, xin bệ hạ tha cho khỏi chết'.

Vua nói với Toàn:

'Trong đám gươm giáo, ta sợ ngươi bị hại, nay may mà còn sống đến đây, ta thực yên lòng'.

Bèn sai đưa Trà Toàn ra ngoài ty Trấn điện [63b] làm nhà nhỏ cho ở đấy. Các quan dẫn Toàn ra hơi gấp. Vua bảo:

'Đưa đi thong thả thôi, người ta là vua của một nước, sao lại bức nhau đến như vậy?'.

Ngày mồng 2 [23/3/1471], vua thấy đã phá được thành Chà Bàn, liền xuống chiếu đem quân về. Vua thấy thuyền Trà Toàn đi chật hẹp, không chứa được hết vợ cả, vợ lẽ hắn, sai cho chọn hai người cùng đi. Còn những người khác, khi về đến kinh sư, sẽ trả lại cả. Vợ của Trà Toàn là con gái Bí Cai, cùng với cháu gái đều là vợ của Bàn La Duyệt là anh Toàn. Thế mà Trà Toàn thông dâm cả.

Sau khi Trà Toàn bị bắt, tướng của hắn là Bô Trì Trì chạy đến Phiên Lung [Phan Rang, Ninh Thuận], *chiếm cứ đất ấy, xưng là chúa Chiêm Thành, Trì Trì lấy được 1 phần 5 đất của nước Chiêm, sai sứ sang xưng thần, nộp cống, được phong làm vương.*

Vua lại phong vương cho cả Hoa Anh (2) và Nam Bàn (3) gồm 3 nước để dễ ràng buộc.

Ngày mồng 7 [28/3/1741], *lấy người Chiêm đầu hàng là Ba Thái làm Đồng tri châu Thái Chiêm, Ba Thuỷ làm Thiêm tri châu. Vua dụ [64a] họ rằng:*

'Hai châu Thái Chiêm và Cổ Luỹ trước là đất của ta, đời gần đây bị mất về nước Chiêm, nay lấy lại được hết, đặc cách sai bọn các ngươi trấn giữ. Có kẻ nào không chịu theo, cho giết trước rồi tâu sau'.

Ngày 11 [1/4/1741], *lấy Đổ Tử Quý làm Đồng tri châu tri Thái Chiêm quân dân sự, Lễ Đà làm cố Luỹ châu tri châu tri quân dân. Người Chiêm nào dám chống lại hay làm loạn thì cho giết rồi tâu sau. Ai Lao sai sứ sang chầu. Trước đó, Ai Lao đã sai sứ sang chầu ở kinh sư, gặp khi đại giá khởi hành, bèn từ kinh sư đi tới hành điện ở cửa Tư Dung* [huyện Phú Lộc, Thừa Thiên]. *Đến khi đại giá khải hoàn mới được vào chầu.*

Thổ quan phủ Trấn Ninh Ai Lao là Cầm Công sai đầu mục sang triều cống. Thổ quan châu Thuận Bình thượng du Quảng Trị là bọn Đạo Nhị tới chầu.

Bấy giờ đại giá về tới Thuận Hoá, tri châu là Đạo Nhị và em là Đạo Đồng cùng hơn 100 bộ đảng đem 5 con voi đến cống. Tri châu động Du Phác là Đạo Lự [64b] cũng đem ngà voi và thổ sản đến cống. Vì vua đã dẹp được Chiêm Thành, uy thanh chấn động khắp chốn, cho nên các nước phiên thuộc ở phía tây đều lật đật kẻ trước người sau tranh nhau đến cống.

Vua sai Đỗ Hoàn, chỉ vào Lê Thọ Vực mà bảo Trà Toàn rằng:

'Đây là Điện tiền đô đốc; khi phá thành Chà Bàn, trèo lên đánh thành trước tiên là người này đây!'.

Trà Toàn nhìn Thọ Vực một hồi lâu.

Trả lại lương kho cho quân doanh Thuận Hoá. Bấy giờ số lương của Nguyễn Văn Chất chở đến đều là gạo đun chín. Vua hỏi Chất:

'Gạo nấu chín có thể để tới 10 năm không?'.

Văn Chất trả lời:

'Khoảng năm Thái Hoà, số gạo nấu chín khi đi đánh Chiêm Thành mãi đến khi đi đánh Bồn Man, trải qua 26 năm vẫn còn ăn được'.

Vua nói:

'Hạng tốt thì mới được thế, chả lẽ lại không có mốc, mục hay sao? Đại khái để lâu vừa thì 10 năm vẫn tốt nguyên'.

Ngày 15 [5/4/1471], vua đã dẹp đươc Chiêm Thành, bắt sống Trà Toàn, bèn tự mình viết bài chiếu báo tin thắng trận, sai quan mang về kinh sư bố cáo thiên hạ biết. [65a]" **Toàn Thư**, Bản Kỷ, quyển 12, trang 62a.

Đầu tháng 4, xa giá nhà Vua về đến Nghệ An. Hoàng thái

hậu cùng Thái tử đi thuyền đón Vua tại Thanh Hoá, rồi cùng trở về kinh. Riêng Trà Toàn lo lắng thành bệnh chết trên đường, bèn lấy thủ cấp, dâng tù tấu cáo tại Thái Miếu:

"Mùa hạ, tháng 4 [20/4-19/5/1471], vua dừng lại ở Nghệ An.

Ngày mồng 8 [27/4/1471], *vua đến sông Phi Lai* [huyện Nga Sơn, tỉnh Thanh Hoá]. *Vua thấy Hoàng thái hậu ngồi thuyền, có thái tử theo hầu, vội đi thuyền nhẹ đến, thay áo, lên thuyền rồi về hành điện ở Thiên Phái. Chúa Chiêm Trà Toàn vì lo lắng thành bệnh, đến đây thì chết. Sai chém lấy đầu Toàn, đốt xác ném xuống sông, chở đầu hắn đi, lại cắm lá cờ trắng ở đầu thuyền, đề mấy chữ rằng: 'Đầu của tên đầu sỏ tội ác Trà Toàn nước Chiêm Thành' để cho thiên hạ đều biết.*

Ngày 11 [30/4/1471], *đại giá về hành điện ở Thổ Ngoã, vua ngự trên thuyền Thiên Thu* [thuyền của Hoàng thái hậu], *sau đó vua đi trước về bến Nhị Hà, Hoàng thái tử theo hầu, các thuyên hộ tống chỉ có mấy chiếc. Vua dừng thuyền hồi lâu, bắn 6 phát súng, đợi thuyền Thiên Thu tới, vua mới về cung.*

Ngày 22 [11/5/1471], *dâng tù ở Thái miếu. Đem thủ cấp của chúa Chiêm Thành là Trà Toàn và tai giặc bắt được tấu cáo ở Lam Kinh.* [65b]" **Toàn Thư**, Bản Kỷ, quyển 12, trang 65a.

Tháng 5, làm lễ mừng thắng trận. Tháng 6, đặt thêm ty thừa tuyên Quảng Nam, quản lãnh 3 phủ: Thăng Hoa, Tư Nghĩa, Hoài Nhơn; tức 3 tỉnh Quảng Nam. Quảng Ngãi, và Bình Định ngày nay:

"Tháng 5, ngày mồng 1 [20/5/1471], làm lễ mừng thắng trận. Các quan là bọn Lê Niệm dâng biểu mừng thắng trận."

Toàn Thư, Bản Kỷ, quyển 12, trang 65b.

"Tháng 6 [18/6-17/7/1471]... Nhà vua đem đất Chiêm Thành đặt làm Quảng Nam thừa tuyên, quản lãnh 3 phủ, 9 huyện, đặt ba ty: Đô ty, Thừa ty, và Hiến ty và đặt vệ quân Thanh Hoa gồm 5 sở. Nhà vua lấy cớ rằng ở Quảng Nam không có thuyền, mỗi khi quân và dân nộp thuế, thường có sự hao hụt mất mát, nên hạ lệnh: từ nay, mỗi khi đến kỳ nộp thuế, thì Thừa ty Quảng Nam tư di công văn đến ba ty ở Thuận Hoá giao phó các hạng thuế, để Thuận Hoá sai người chuyển nộp về Kinh. Nhà vua ra sắc lệnh dụ bảo Phạm Bá Tôn, tham chính Quảng Nam: dân sinh nào là con trai từ 15 tuổi trở lên, tư chất thông minh chăm học, thì đến ngày khảo, hai ty Thừa ty và Hiến ty bản đạo hội đồng kén chọn, tâu bày đầy đủ, sẽ cho sung vào sinh đồ bản phủ, để dạy bảo cho biết lễ nghĩa...

Theo ***Hồng Đức thiên nam dư hạ tập****, thì Quảng Nam thừa tuyên quản lĩnh ba phủ, chín huyện:*

Phủ Thăng Hoa [Quảng Nam] quản lĩnh ba huyện: Lê Giang, Hà Đông và Hi Giang.

Phủ Tư Nghĩa [Quảng Ngãi] quản lĩnh ba huyện: Bình Sơn, Mộ Hoa và Nghĩa Giang;

Phủ Hoài Nhân [Bình Định] quản lĩnh ba huyện: Bồng Sơn, Phù Ly và Tuy Viễn." **Cương Mục**, Chính Biên, quyển 22.

Tháng 7, qui định thể thức lập bản đồ, văn khế ruộng đất. Tháng 8, Ra sắc lệnh cho viên Đề hình ngự sử kiểm tra các vụ án, hình ngục; vạch ra nỗi oan uổng cho phạm nhân:

"Mùa thu, tháng 7 [18/7-15/8/1471], định lệ ban xuống

thể thức bản đồ, văn khế. Ngày thi hành bắt đầu từ mồng 10 tháng giêng năm nay. Sau ngày ấy mà ai chưa tuân theo thì cho là không hợp lệ, đó là theo lời tâu của hộ bộ thượng thư kiêm thái tử thái bảo Lê Cảnh Huy. Ban bố thể thức văn khế đã được chuẩn y." **Toàn Thư**, Bản Kỷ, quyển 12, trang 65b.

"Tháng 8 [16/8-13/9/1471], mùa thu... Nhà vua ra sắc lệnh cho viên Đề hình ngự sử: phàm viên chức trong bộ Hình, trong Đại Lý tự và quan giữ việc hình ngục, có ai tha tội người này buộc tội người khác, trái phép luật làm điều thảm khắc, hoặc làm cho người phạm tội có điều oan uổng, thì viên Đề hình ngự sử phải thân hành kiểm tra xét hỏi, tâu bày đàn hặc, để tỏ rõ nỗi oan uổng cho phạm nhân." **Cương Mục**, Chính Biên, quyển 22.

Ngày 26 háng 9 [19/10/1471], qui định chế độ quan lại. Về hành pháp có 6 bộ Lại, Hộ, Lễ, Binh, Hình, Công, bên cạnh đặt 6 khoa để giám sát, và 6 tự giúp thi hành, Về quân sự do 5 phủ nắm giữ, tại kinh đô có 3 ty cấm binh làm nanh vuốt. Bên ngoài từ bắc vào nam chia làm 13 ty thừa tuyên, cùng tổng binh coi giữ. Các cơ chế đặt ra nhằm ràng buộc và giúp đỡ lẫn nhau. Chức tước dòng họ nhà Vua chia làm 6 bậc: vương, công, hầu, bá, tử, nam. Quan văn gồm 9 phẩm, từ nhất phẩm đến cửu phẩm; quan võ có 6 phẩm, từ nhất phẩm đến lục phẩm; hoạn quan có 7 phẩm, từ tam phẩm đến cửu phẩm:

"Ngày 26, hiệu định Hoàng triều quan chế. Vua dụ các quan viên văn võ và [66b] trăm họ rằng:

'Đất đai bờ cõi ngày nay so với trước kia khác nhau nhiều lắm, không thể không thân hành nắm quyền chế tác, làm trọn đạo biến thông. Ở trong, quân vệ đông đúc thì năm phủ

chia nhau nắm giữ, việc công bề bộn thì sáu bộ bàn nhau mà làm. Cấm binh coi giữ ba ty (4) để làm vuốt nanh, tim óc. Sáu khoa để xét bác trăm ty, sáu tự để thừa hành mọi việc. Thông chính ty sứ ty để tuyên đức hoá của vua và đề bạt nguyện vọng của dân. Ngự sử án để hặc tâu các quan làm bậy, soi xét ẩn khuất cho dân.

Bên ngoài thì mười ba thừa ty cùng tổng binh coi giữ địa phương, đô ty thủ ngự thì chống giữ các nơi xung yếu, phủ, châu, huyện là để gần dân; bảo, sở, quan là để chống giặc; tất cả đều liên quan với nhau, ràng buộc lẫn nhau.

Do đó, gọi lính, lấy quân, là việc của đốc phủ mà Binh bộ phải nắm chung; chi ra, thu vào là chức của Hộ bộ mà Hộ khoa phải giúp đỡ. Lại bộ thăng bổ lầm người thì Lại khoa được phép [67a] bác bỏ. Lễ bộ nghi chế không hợp lệ thì Lễ khoa có quyền hặc tâu. hình khoa xem xét công việc xử án của Hình bộ phải trái như thế nào; Công khoa kiểm điểm quá trình làm việc của Công bộ siêng năng hay lười biếng. Đến như việc xét duyệt sổ sách quân nhu hàng đống, hay phân biệt chọn lựa tướng suý, thiên tỳ, trong các quân của thủ phủ thì các quan kinh lịch, thủ lĩnh đều được phép tra xét, đàn hặc cả. Quy chế trước kia, đặt quan phần nhiều lấy quan to, tước cao. Chế độ ngày nay, đặt quan đều là lương ít trật thấp. Số quan đặt ra so với trước tăng rất nhiều, nhưng tiền lương chi tiêu so với xưa cũng thế. Đã không có người nào ăn hại, mà trách nhiệm lại có nơi quy kết, khiến cho quan to, quan nhỏ đều ràng buộc với nhau; chức trọng chức khinh cùng kiểm chế lẫn nhau. Uy quyền không bị lợi dụng thế nước vậy là khó lay. Hình thành thói quen giữ đạo lý, theo pháp luật mà dứt bỏ tội lỗi khinh nhân nghĩa, phạm ngục hình. Để hoàn thành chí hướng của đức thánh tổ thần tông ta, và giữ mãi bình yên thịnh trị tới vô cùng, chứ không phải là ta cố ra vẻ thông minh biến đổi phép cũ mà buộc miệng thiên hạ [67b] đâu! Kể từ nay, kẻ nào là con cháu ta, phải biết rằng ban hành quy chế này là điều bất đắc dĩ, một khi phép tắc đã định ra, phải kính cẩn duy trì và thực hiện, không được cậy mình là thông minh, rồi đem so với triều trước mà sửa đổi lại, làm đảo lộn mọi điển chương chế độ, để mắc tội bất hiếu. Kẻ nào là bề tôi cũng kính cẩn giữ phép thường, mãi mãi giúp đỡ vua các ngươi, để kế tục công liệt của người xưa, để vĩnh viễn không còn lầm lỗi. Kẻ nào dám dẫn bừa quy chế cũ mà bàn càn một quan nào, thay đổi một chức nào, chính là kẻ bề tôi gian nghịch, làm loạn phép nước, phải xử tử vứt xác ra chợ không thương xót; còn gia thuộc nó phải đày đi nơi xa để tỏ rõ tội kẻ làm tôi bất trung; ngõ hầu muôn đời sau này hiểu được ý nghĩa sâu xa của việc sáng lập điển chương chế độ.'

Quan chế này bắt đầu bằng các tước của tông phái nhà vua. Thân vương thì hoàng tử được phong, lấy tên phủ làm hiệu (như phủ Kiến Hưng gọi là Kiến Hưng Vương). Tự thân vương (5) thì con cả của thân vương được phong, lấy tên huyện làm hiệu [68a] (như huyện Hải Lăng thì gọi là Hải Lăng Vương... Tước công thì các con của hoàng thái tử và thân vương được phong, lấy mỹ tự làm tên hiệu như Triệu Khang công... Tước hầu thì con trưởng của tự thân vương hay thân công được phong, lấy mỹ tự làm tên hiệu (như Vĩnh Kiến hầu...). Tước bá thì hoàng thái tôn, các con của tự thân vương, tự thân công, con trưởng của thân công chúa, được phong, lấy mỹ tự làm tên hiệu (như Tĩnh Cung bá...). Tước tử thì xem như chánh nhất phẩm, các con thứ của thân công chúa, con trưởng tước hầu, tước bá được phong lấy mỹ tự làm tên hiệu (như Kiến Xương tử...). Tước nam thì xem như tông nhất phẩm, con trưởng của thân công chúa được truy tặng, các con thứ của tước hầu, tước bá được phong, lấy mỹ tự làm tên hiệu (như Quảng trạch nam...).

Song lệ của tông phái nhà vua có 8 bậc (6) từ Tá quốc sứ để Tự ân sứ. Thứ đến các tước của công thần. Nếu không phải là người có uy đức lớn, công lao to với nước từ trước, thì không được lạm phong. Như quốc ông, quận công thì lấy phủ, huyện làm tên hiệu, [68b] chỉ dùng một chữ, tước hầu, bá, thì lấy xã làm tên hiệu, dùng cả hai chữ.

Về cấp bậc của người có công lao thì bên văn từ Thượng trụ quốc đến Tu thận thiếu doãn gồm 5 phẩm, đều có chánh, tòng. Bên võ từ Thượng trụ quốc đến Thiết kỵ uý gồm 5 phẩm cũng có chánh, tòng. Tản quan bên văn, từ chánh nhất phẩm, sơ thụ Đặc tiến kim tử vinh lộc đại phu, cho đến chánh cửu phẩm sơ thụ Tướng sĩ thứ lang, gồm 9 phẩm, đều có chánh, tòng. Tản quan bên võ từ chánh nhất phẩm sơ thụ Đặc tiến phụ quốc thượng tướng quân đến tòng lục phẩm, sơ thụ Quả cảm tướng quân gồm 6 phẩm, đều có chánh tòng. Nội quan tản từ Thị trung lệnh chánh tam phẩm đến Phó lịch sứ tòng cửu phẩm gồm 7 bậc, cũng có chánh, phó.

Về thông tư (7) thì thượng trật 24 tư đến hạ liệt 1 tư gồm 19 bậc. Về công thần được vinh phong [69a] thì từ chữ "suy trung" đến chữ "tuyên lực", gồm 24 chữ. Đại để các quan văn võ có công thì ban đầu được phong từ 2 chữ đến 8 chữ. Người nào đáng được phong chữ nào thì tới lúc đó sẽ đặc xét gia phong. Lại lấy các chức Thái sư, Thái uý, Thái phó, Thái bảo, Thiếu sư, Thiếu uý, Thiếu phó, thiếu bảo làm hạng đại thần trọng chức. Lấy Lại, hộ, lễ, Binh, Hình, Công làm sáu bộ. Ngoài sáu bộ lại có 6 khoa. Đại lý, Thái thường, Quang lộc, Thái bộc, Hồng lô, Thượng bảo là 6 tự. Lại đặt Giám sát ngự sử 13 đạo, Đô đốc phủ năm phủ quân. Kim ngô, Cẩm y, gọi là hai vệ; tiền, hậu, tả, hữu vệ gọi là bốn vệ Hiệu lực; tiền, hậu, tả, hữu vệ gọi là bốn vệ Thần vũ. Vũ lâm, Tuyên trung, thiên uy, thuỷ quân, Thần sách, Ứng thiên gọi là 6 vệ Điện tiền. Các trấn bên ngoài cùng đặt phủ vệ, đô ty. Các xứ sông, biển cũng đặt [69b] tuần kiểm, giang quan. Các nha môn coi việc ở các thừa, ty, phủ, huyện, châu bên ngoài không chỗ nào không đặt quan để cai trị." **Toàn Thư**, Bản Kỷ, quyển 12, trang 66a.

Ngày 21 tháng 9, cử 2 sứ bộ sang nhà Minh, nhóm Bùi Viết Lượng đảm trách lễ cống trong năm; Nguyễn Đức Trinh trình bày việc biên giới Chiêm Thành. Đến tháng 9 năm sau, sứ bộ Nguyễn Đức Trinh mới đến nơi; trình bày rằng Chiêm Thành cướp phá Hoá Châu, bèn mang quân đến cứu, thì gặp lúc trong nước này có loạn, nên bị thua bại. Bấy giờ Vua Hiến Tông nhà Minh đã nhận được lời tâu của Sứ thần Chiêm Thành rằng An Nam chiếm nước, bắt Quốc vương nước này, nên tỏ ra không tin; bèn gửi sắc thư khuyên Vua Thánh Tông nước ta trả lại những người bị bắt:

"*Ngày 21* [4/10/1471], *sai sứ sang Minh: Bọn Bùi Viết Lương, Nguyễn Lãm, lê Nhân đi tuế cống. Bọn Nguyễn Đức Trinh, Phạm Mục tâu việc Chiêm Thành quấy nhiễu biên giới."* **Toàn Thư**, Bản Kỷ, quyển 12, trang 69b.

"***Ngày 13 tháng 9 năm Thành Hoá thứ 8*** **[14/10/1472].** *Sắc dụ Quốc vương An Nam Lê Hạo chớ xâm vượt lãnh thổ Chiêm Thành. Hạo sai Sứ thần Nguyễn Đức Trinh dâng thư tự trình bày rằng:*

'Mới đây vì Chiêm Thành xâm lấn đất Hoá Châu nên gửi binh đến tiếp viện; vì người trong nước này tự làm phản, nên

bị thua bại.'

Thiên tử bèn ra lệnh Đức Trinh, mang sắc về dụ Hạo:

'Mới đây Chiêm Thành tâu rằng, vào tháng 2 năm Thành Hoá thứ 7 [20/2-21/3/ 1471] *ngươi đánh phá thành nước này, bắt Quốc vương và thân thuộc hơn 50 người. Lại cướp ấn, đốt nhà cửa, giết người già và trẻ em không kể xiết. Trẫm cho rằng lời riêng của một bên chưa có thể tin được; nay nhận được tâu, lời nói và ý đều khác. Nhưng nước Vương với Chiêm Thành thế lực lớn, nhỏ không cần phải biện thuyết; nếu bọn họ gây hấn trước, thì thật không biết độ đức lượng sức, nên gây ra sự bất nghĩa; nếu Vương vin vào việc họ quấy phá nhỏ, rồi giận lên hiếp kẻ yếu, gây hấn lớn, thì hợp với đạo nghĩa ư! Khi sắc đến, Vương nên bỏ qua những mất mát nhỏ, tăng điều đại nghĩa, trả lại những người bị bắt, răn đe quan lại nơi biên giới đừng sinh sự lập công, hưng binh gây oán, hoặc chuyên việc báo thù gây nên sự đau buồn; ngõ hầu trời soi sáng, vĩnh viễn hưởng danh thơm. Khâm thử."* (**Minh Thực Lục: Quan hệ Trung Quốc Việt Nam**, tập 3, trang 89).

Qui định đóng thuế bãi dâu, nhiều ít theo thứ hạng. Viên chức văn võ và hoạn quan, mới bổ cho vào hạng tập sự; đợi 3 năm làm việc không lỗi lầm mới được xếp vào hạng thực thụ; quyền lợi 2 hạng khác nhau:

"Định lệ thuế bãi dâu, tính theo mẫu thuộc các hạng nhất nhì ba mà nộp tiền.

Ra sắc chỉ rằng:

'Các chức quan văn, võ trong kinh, trung quan cũng thế, người nào mới được bổ thí chức tập sự thì Lại bộ tâu lên để ban cấp cho giấy khám hợp, cho mũ, đai và cấp cho một phần

ba tiền lương, con cháu vẫn như dân thường. Sau ba năm mà xứng chức và không phạm lỗi gì thì được thăng cấp cho thực thụ. Người nào không xứng chức thì đuổi về làm các hạng quân sắc cũ. Nếu là người có tài năng lỗi lạc được bổ dụng theo đặc ân, thì không phải theo lệ này. Người vị nhập lưu (8) *dẫu được thực thụ cũng chỉ cấp giấy khám hợp,* [70a] *không có cấp sắc mệnh. Từ nay về sau, khi có sắc chỉ hay các thể lệ lớn nhỏ, thì bộ, sứ ty và các nha môn phủ, huyện, châu đều phải viết ra bảng treo dán lên để dân chúng theo đó mà thi hành."* **Toàn Thư**, Bản Kỷ, quyển 12, trang 69b.

Tháng 9 nhuận [14/10-11/11/1471], định chế độ y phục và phép thêu hình chim, thú trên áo của vua quan. Cấm thường dân không được dùng y phục gấm, kim tuyến:

"Vua dụ rằng:

'Triều đình là nơi lễ nhạc, y phục là vẻ điểm tô, danh phận đã rạch ròi, không nên lấn lướt. Cho nên vua Thuấn xem người xưa mà dùng năm sắc vào triều phục, vua Vũ hay dùng y phục xấu nhưng triều phục lại rất hay. Vua Thuấn vua Vũ đều là thánh nhân, còn không coi y phục là tiểu tiết mà phải để tâm tới. Những người làm vua làm tôi đời sau lại không kính cẩn lo việc ấy hay sao? Nhà nước ta vỗ yên khắp cõi, theo lễ văn xưa. Triều phục người trên kẻ dưới, quan văn thêu chim, quan võ vẽ thú, từ xưa đã có chế độ rồi. Nghi thức kẻ quý người hèn, không được tiếm vượt, trước đây cũng đã ngăn cấm, cớ sao các quan không chịu phân biệt, coi [70b] *chế độ của nhà nước là mớ hư văn? Dân chúng thì phạm pháp, đem tơ gai dệt kim tuyến may áo thường. Quan viên và dân chúng các ngươi phải nghe lời trẫm, triều phục các quan văn võ thế nào, trước ngực sau lưng thêu gì, phải theo đúng quy chế đã ban hành. Trong hạn năm ngày, người nào không*

theo đúng quy chế sẽ phải giáng cấp, trị tội." **Toàn Thư**, Bản Kỷ, quyển 12, trang 69b.

Ngày mồng 8 tháng 11 [19/12/1471], lại đi đánh Chiêm Thành. Bắt được chúa nó là Trà Toại và bè lũ đem về kinh. Năm ấy, lấy Đỗ Nhuận, Quách Đình Bảo làm Đông các hiệu thư, Ngô Sĩ Liên làm Sử quan tu soạn. Lấy Thái bảo Kiến Dương bá Lê Cảnh Huy trông coi sáu khoa. Nhân nhà Minh chuẩn bị hội khám đất đai biên giới, Vua căn dặn Lê Cảnh Huy phải cương quyết tranh biện, không nhường một thước đất "*Nếu người nào dám đem một thước, một tấc đất đai của Thái Tổ để lại để làm mồi cho giặc, người ấy sẽ bị trừng trị nặng*".

Trong mục Cẩn Án, **Cương Mục** cho rằng Bàn La Trà Toại và Bàn La Trà Duyệt ghi trong **Minh Sử** là một người. Điều đó không hợp lý, vì Trà Toại bị quân ta bắt vào ngày 19/12/1471; còn Sứ thần của Bàn La Trà Duyệt sang nhà Minh vào ngày 27/6/1472, và hai bên vẫn tiếp tục liên lạc ngoại giao, cho đến năm 1475 nhà Minh chuẩn bị sai sứ sang phong cho Trà Duyệt. Theo **Minh Thực Lục** năm 1457 Bàn La Duyệt lên ngôi; năm 1460 mất, em là Trà Toàn lên thay; năm 1471 Trà Toàn bị bắt, em là Bàn La Trà Duyệt lên thay. Vì Bàn La Duyệt chỉ khác Bàn La Trà Duyệt một chữ "Trà" nên dễ ngộ nhận:

"Trà Toại nước Chiêm Thành, làm phản. Nhà vua sai Lê Niệm, bình chương tướng quân, đi đánh, dẹp yên được. Trước đây, chúa Chiêm Thành là Trà Toàn đã bị bắt, em hắn là Bàn La Trà Toại trốn vào trong núi, sai sứ đem việc trong nước bị hoạn nạn báo cáo với nhà Minh và xin nhà Minh phong vương cho, thống lĩnh ba vạn quân đi đánh, bắt Trà Toại và bộ lạc đưa về kinh sư.

Bổ dụng thái bảo Lê Cảnh Huy giữ công việc ở lục khoa. Nhà vua dụ bảo Lê Cảnh Huy rằng:

'Nay nhận được tờ tấu của viên quan ở An Bang [Quảng Ninh] *tâu: "Người nhà Minh sai nhiều binh lính từ Quảng Tây sang, nói phao là sang hội đồng khám địa giới". Việc này cần phải sai người dò thám ngay, nếu thấy có gì khác, phải lập tức đưa công văn đi các đạo tập hợp binh lính phòng giữ. Một thước núi, một tấc sông của ta có lẽ nào tự tiện vứt bỏ đi được? phải kiên quyết tranh luận, không để cho họ lấn dần. Nếu họ không theo, còn có thể sai sứ sang tận triều đình của họ, biện bạch rõ lẽ phải trái. Nếu người nào dám đem một thước, một tấc đất đai của Thái Tổ để lại để làm mồi cho giặc, người ấy sẽ bị trừng trị nặng".* **Cương Mục**, Chính Biên, quyển 22.

Chú thích:

1. Phi kiều: một loại chiến cụ đánh thành ngày xưa, làm bằng gỗ hoặc tre, dùng để bắc lên thành cho quân sĩ vào.

2. Hoa Anh có lẽ là vùng đất thuộc tỉnh Phú Yên và tỉnh Khánh Hoà ngày nay.

3. Nam Bàn: theo **Cương mục** sau là đất của Thuỷ xã, Hoả Xá, nay là vùng đất thuộc tỉnh Gia Lai, Kôn Tum và Đắc Lắc.

4. Ba ty: tức tổ chức quân sự Điện tiền, Hiệu lực, Thần võ.

5. Tự thân vương: con cả của thân vương được tập ấm tước của người cha.

6. Theo **Cương mục**, thì 8 bậc đó là: Tá quốc sứ, Phụng

quốc sứ, Dực quốc sứ, Lương quốc sứ, Sùng ân sứ, Dụ ân sứ, Mậu ân sứ, Tư ân sứ (CMCB 22, 14a).

7. Tư: Cũng là đơn vị phẩm trật, mỗi phẩm thường gồm nhiều tư.

8. Vị nhập lưu" là những người chưa được liệt vào bậc nào trong chín bậc quan tước, tức cửu phẩm của nhà nước.

101.
Vua Lê Thánh Tông (7)

Tháng 3 năm Hồng Đức thứ 3 [8/4-7/5/1472] (Minh Thành Hoá thứ 8), cho các thư lại đỗ thi Hương, được thực thụ chức quan. Mở kỳ thi Hội, lấy đậu 26 người; qui định đề tài trong 4 kỳ thi:

"*Tháng 3, hạ lệnh rằng, lại viên các nha môn nếu thi đỗ khoa thi hương thì được bổ lên chính quan...*

Thi hội chọn sĩ nhân trong nước. Lấy đỗ bọn Lê Tuấn Ngạn 26 người. Phép thi:

Kỳ thứ nhất ra 8 đề về **Tứ Thư** [**Luận Ngữ, Mạnh Tử, Đại Học, Trung Dung**], *người thi tự [72b] chọn lấy 4 đề, làm 4 bài văn,* **Luận Ngữ** *4 đề,* **Mạnh Tử** *4 đề.* **Ngũ Kinh** [**Thi, Thư, Lễ, Dịch, Xuân Thu**]*: mỗi kinh 3 đề, người thi tự chọn 1 đề mà làm. Duy kinh* **Xuân Thu** *thì 2 đế gộp làm 1 mà làm.*

Kỳ thứ hai thi chế, chiếu, biểu; mỗi loại 3 đề.

Kỳ thứ ba, thơ, phú, mỗi loại 2 đề; phú dùng thể Lý Bạch.

Kỳ thứ tư, 1 bài văn sách, hỏi về chỗ dị đồng trong nghĩa lý của kinh truyện, điều hay dở trong chính sự của các đời." **Toàn Thư**, Bản Kỷ, quyển 12, trang 72a.

Ngày mồng 7 tháng 4 [14/5/1472], thi Đình; Vua đích thân ra đề thi. Ban hạng cao thấp 26 người đã đậu thi Hội; 3 người trúng Tiến sĩ đệ nhất giáp, 7 Tiến sĩ đệ nhị giáp, 16

Tiến sĩ đệ tam giáp. Các tân khoa chiếu theo thứ hạng; khởi đầu được ban tước cao thấp khác nhau:

"Mùa hạ, tháng 4, ngày mồng 7, vua ngự ra hiên, tự mình ra đề văn sách hỏi về đế vương trị thiên hạ. Vua sai Thái bảo Binh bộ thượng thư kiêm thái tử thái bảo Kiến Dương bá Lê Cảnh Huy và Thông chương đại phu tả xuân phường tả thứ tử kiêm Lại bộ thượng thư Trần Xác làm 2 viên đề hiệu; 2 viên (không chép tên) làm giám thí; bọn Đinh Thúc Thông, Quách Đình Bảo 5 viên làm độc quyển.

Cho bọn Vũ Kiệt, Nguyễn Toàn [73a] An, Vương Khắc Thuật đỗ đệ nhất giáp tiến sĩ cập đệ; bọn Vũ Đức Khang 7 người đỗ đệ nhị giáp tiến sĩ xuất thân; bọn Chử Phong 16 người đỗ đệ tam giáp đồng tiến sĩ xuất thân. Định lệ tư cách của tiến sĩ: Đệ nhất giáp, người đỗ thứ nhất cho chánh lục phẩm, 8 tư [bậc]; *người đỗ thứ nhì cho tòng lục phẩm, 7 tư; người đỗ thứ ba cho chánh thất phẩm, 6 tư, đều được ban chữ "Tiến sĩ cập đệ". Đệ nhị giáp, cho tòng thất phẩm 5 tư; được ban chữ "Tiến sĩ xuất thân". Đệ tam giáp cho chánh bát phẩm, 5 tư; được ban chữ "Đồng tiến sĩ xuất thân". Nếu vào Hàn lâm viện thì được gia 1 cấp; nếu bổ làm Giám sát ngự sử hay Tri huyện thì giữ nguyên phẩm cũ mà bổ."* **Toàn Thư**, Bản Kỷ, quyển 12, trang 72b.

Bấy giờ có những vụ tranh chấp đất đai giữa Long Châu tỉnh Quảng Tây và châu Hạ Tư Lang, Cao Bằng. Vào tháng 5, nhà Minh ra lệnh cho tỉnh Quảng Tây thông báo cho nước ta, yêu cầu khám định biên giới:

"***Ngày 22 tháng 5 năm Thành Hoá thứ 8*** **[28/6/1472].** *Mệnh ty Bố chánh Quảng Tây thông cáo cho An Nam khám định biên giới. Trước đó dân châu Thượng Hạ Đống, thuộc* *phủ Thái Bình nói rằng người châu Thái Nguyên dựng bảng mốc chiếm ruộng tại thôn Cương Lũng Uỷ thuộc châu Thượng Đống; nay đã dẹp bảng trả lại ruộng. Cư dân Long Châu* [huyện Long Châu, tỉnh Quảng Tây] *tiếp giáp với châu Hạ Tư Lang* [Cao Bằng] *thuộc An Nam bởi ngọn núi làm biên giới. Phía nam ngọn Thạch Lĩnh thuộc Long Châu, phía bắc ngọn Thổ Lĩnh thuộc Hạ Tư Lang. Nay người An Nam lập bảng mốc vây chiếm ruộng thuộc 2 thôn Na Nùng, Lăng Kỳ; cùng ruộng của 3 thôn Khiếu Ma, Ích, Yếm. Tuần vũ Đô Ngự sử Hàn Ung trình lên, cùng tâu thêm Long Châu và Hạ Tư Lang đều cố chấp, không gặp nhau để cùng khám xét, nên chung cuộc không có một kết luận rõ ràng. Do đó nên bộ Binh phúc tấu:*

"Nên ra lệnh cho Bố chánh Quảng Tây thông tư cho Quốc vương An Nam lấy nghĩa lớn gìn giữ cương thổ cũ, không được phép xâm vượt. Lệnh sai người cùng với Tam Ty Quảng Tây khám lại đất, thiết lập cột mốc biên giới rõ ràng, để vĩnh viễn tuân thủ."

Vì vậy nên ban chiếu mệnh này. (**Minh Thực Lục: Quan hệ Trung Quốc Việt Nam**, tập 3, trang 87).

Vào cuối tháng 5, Sứ thần Chiêm Thành đến triều Minh cáo cấp việc Quốc vương Trà Toàn bị An Nam đánh bắt, nên em là Bàn La Trà Duyệt tạm quyền coi việc nước. Vào tháng sau, Vua nhà Minh chuẩn bị sai bọn Hữu Cấp sự trung bộ Công Trần Lăng ban sắc phong cho Trà Duyệt làm Quốc vương. Vào tháng 9, Chiêm Thành lại sai Sứ thần Lạc Sa Lộng đến triều cống sản vật địa phương; được ban yến tiệc cùng y phục:

"Ngày 21 tháng 5 năm Thành Hoá thứ 8 **[27/6/1472].**

Nước Chiêm Thành sai Sứ thần Lạc Sa đến cáo cấp rằng:

"Nước chúng tôi tiếp giáp với An Nam, mấy lần bị nước này xâm đoạt. Mới đây sai người đến đòi tê giác, ngà voi, đồ vật quí; lại đòi hỏi phải phụng sự người An Nam đưa đến, nghi lễ giống như phụng sự Sứ thần Thiên triều. Nước chúng tôi nghĩ rằng đã cùng An Nam nhận lịch Chính Sóc của Hoàng triều, nên không chịu khuất tuân theo, vì lý do đó nên An Nam gây hấn.

Vào tháng 2 năm Thành Hoá thứ 7 [20/2-21/3/1471], quân An Nam đến đánh phá kinh thành, bắt Quốc vương Bàn La Trà Toàn cùng gia thuộc hơn 50 người, tịch thu ấn quí, phá huỷ nhà cửa, cướp giết quân dân nam nữ nhiều không kể xiết. Nay em của Vương là Bàn La Trà Duyệt tạm thời coi việc nước, cúi xin được phân xử."

Tờ tâu giao xuống dưới, Thượng thư bộ Binh Bạch Khuê tâu rằng:

'Vào năm Thành Hoá thứ 7, nhân An Nam tâu rằng 'Chiêm Thành vượt biên giới xâm lăng, cần ngăn cản sự tàn ngược'. Bọn thần đã tâu rằng Hạo [Lê Thánh Tông] *có âm mưu thôn tính Chiêm Thành, nên dương ngôn bị tấn công; rồi mấy lần đánh phá Chiêm Thành, lại bắt vua nước này. Nếu không có cách gì xử trí, thì mất lòng qui phụ của Chiêm Thành, lại dung dưỡng kẻ ngang ngạnh. Nên sai quan mang sắc dụ bắt phải trả lại ấn tín, Quốc vương cùng gia quyến bị bắt, để khỏi xảy ra tai hoạ.'*

Chỉ dụ phán:

'Bất tất phải sai quan đi, đợi Sứ thần An Nam đến sẽ trao sắc dụ." (**Minh Thực Lục: Quan hệ Trung Quốc Việt Nam**, tập 3, trang 86).

“***Ngày 22 tháng 6 năm Thành Hoá thứ 8*** **[27/7/1472].** *Phong cho Bàn La Trà Duyệt, em cố Quốc vương Bàn La Trà Toàn, kế tập chức Quốc vương Chiêm Thành. Bàn La Trà Toàn đã bị An Nam bắt, ấn tín của triều đình ban cho cũng bị lấy mất, người em là Bàn La Trà Duyệt tạm thời trông coi việc nước, tâu xin phong tước, cùng cấp ấn. Bộ Lễ tâu xin chiếu theo lệ đời Chính Thống* [1436-1449] *sai quan đến phong cho Thế tử Ma Ha Bí Cai, để làm vẻ vang cho lời xin. Chấp nhận; bèn sai Hữu Cấp sự trung bộ Công Trần Lăng, Hành nhân Lý San thuộc ty Hành nhân đến phong.*” **Minh Thực Lục: Quan hệ Trung Quốc Việt Nam**, tập 3, trang 87).

“***Ngày 5 tháng 9 năm Thành hoá thứ 8*** **[6/10/1472].** *Nước Chiêm Thành sai Sứ thần Lạc Sa Lộng đến triều cống sản vật địa phương. Ban yến tiệc cùng y phục các loại lụa thải, đoạn có sai biệt.*” **Minh Thực Lục: Quan hệ Trung Quốc Việt Nam**, tập 3, trang 89).

Hai tháng trước, xảy ra vụ tranh chấp biên giới giữa Long Châu tỉnh Quảng Tây và châu Hạ Tư Lang Cao Bằng; chưa giải quyết xong. Tháng 7 này, nhà Minh cho điều tra việc An Nam tố cáo Thổ quan Sầm Tổ Đức tại phủ Trấn An cùng dân châu Khâm vượt biên giới quấy phá. Sau khi điều tra tâu lên, phía nhà Minh công nhận vụ Sầm Tổ Đức cho người vượt biên giới đã xảy ra, phủ nhận việc người châu Khâm vượt biên quấy phá. Riêng sứ bộ Bùi Viết Lượng vào ngày 21 tháng 9 năm ngoái [4/10/1471], sang triều Minh nạp cống; **Minh Thực Lục** xác nhận tháng 9 năm nay đến nơi, được dự yến và ban y phục:

“**Ngày 25 tháng 7 năm Thành Hoá thứ 8 [29/8/1472].** *Bộ Binh tâu:*

'Trước đây Quốc vương An Nam Lê Hạo tâu rằng Thổ quan Sầm Tổ Đức tại phủ Trấn An cùng dân châu Khâm vượt biên giới quấy phá. Bộ Binh cho rằng An Nam thường tranh đoạt đất đai tại huyện Bằng Tường (1), Quảng Tây, và dung túng người Di lấy trộm ngọc trai, nên tạo ra lời tấu man để toại mưu gian. Bèn hạ chiếu cho bọn Tuần vũ Lưỡng Quảng khám sự thực.'

Đến nay nhận được lời tâu rằng:

'Nhân tranh chấp về việc nối chức, Sầm Tổ Đức mang ấn đến trú tại động Trấn An. Người trong động là Sầm Vọng ăn cắp được ấn; sự việc phát giác bèn chạy trốn sang động Thông Nông, châu Thái Nguyên, An Nam. Tổ Đức sai người đuổi theo, nhưng không bắt được, lại bị người Giao đuổi trở về. Riêng người châu Khâm (2) chưa từng vượt biên cảnh xâm nhiễu. Chờ lúc Sứ giả đến, nên dụ Vương nước này lo giữ gìn biên cảnh an dân, không được dung nạp người vượt biên giới.'

Thiên tử chấp thuận." **Minh Thực Lục: Quan hệ Trung Quốc Việt Nam**, tập 3, trang 88).

"Ngày 6 tháng 9 năm Thành Hoá thứ 8 [7/10/1472]. *Quốc vương An Nam Lê Hạo sai bọn Bồi thần Bùi Viết Lương đến triều cống sản vật địa phương. Ban yến tiệc cùng y phục các loại lụa thải, đoạn có phân biệt."* **Minh Thực Lục: Quan hệ Trung Quốc Việt Nam**, tập 3, trang 89).

Tháng 10 [1/11-29/11/1472], định hệ thống đo đạc ruộng đất, mẫu, sào, thước. Cho người Chiêm Thành sống riêng; quan chức và dân chúng không được chứa chấp. Tháng 11 [30/11-29/12/1472], ban điều lệnh đi đánh giặc miền núi:

"Đặt mức sào, thước. Hạ lệnh rằng ruộng đất mỗi mẫu

10 sào, mỗi sào 16 thước 5 tấc. Cấm quan viên và dân chúng không được lén lút chứa giấu người Chiêm Thành.

Tháng 11, ban hành 19 điều lệnh đi đánh người Man." **Toàn Thư**, Bản Kỷ, quyển 12, trang 74a.

Tháng giêng năm Hồng Đức thứ 4 [28/1-26/2/1473], (Minh Thành Hoá năm thứ 9). Vua thân hành cày ruộng tịch điền. Qui định cấm rượu chè bừa bãi; vợ chồng không được vô cớ ruồng bỏ, cưới hỏi cần hợp nghi lễ:

"Vua thân hành cày tịch điền và đốc suất các quan cày. Cử hành lễ Giao.

Cấm tửu sắc. Ra sắc chỉ cho quan viên và trăm họ rằng:

'Kể từ nay, trong nhà không làm cỗ thết khách thì không được chè chén, người vợ không phạm tội thì không được ruồng bỏ. Kẻ nào dám rượu chè bừa bãi, gia đạo không nghiêm, kẻ nào không có mối lái mà dám vụng trộm tư thông thì phải trị tội". **Toàn Thư**, Bản Kỷ, quyển 13, trang 1a.

Tháng 2 [27/2-27/3/1473] Vua trở về Thanh Hoá, ngược dòng sông Mã bái yết nhà thờ bên nội, bên ngoại:

"Tháng 2, vua ngự về Tây Kinh bái yết lăng miếu. Vua đi thuyền nhẹ, ngược dòng sông Lỗi [sông Mã] *bái yết Nguyên miếu ở thành Tây Đô. Sau đó, đến từ đường Thuần Mậu ở bên bờ sông (Từ đường này [1b] ở hương ấp của cha sinh ra thánh mẫu hoàng thái hậu Ngô thị* [Ngọc Dao] *và mẹ là Đinh thị)."* **Toàn Thư**, Bản Kỷ, quyển 13, trang 1a.

Sát hạch các ngành nghề chuyên môn, như giáo chức, thầy thuốc:

"Tháng 6 [25/6-24/7/1473] Thi giáo chức. Phép thi: Kỳ thứ nhất, Tứ thư mỗi sách một đề: ngũ Kinh mỗi kinh một đề. Kỳ

thứ hai, một đề phú, thể Lý Bạch. Kỳ thứ ba, chế, chiếu, biểu, mỗi thể loại một đề...

Mùa thu, tháng 7 [25/7-23/8/1473], *thi y, đề gồm 4 môn.*" **Toàn Thư**, Bản Kỷ, quyển 13, trang 2a.

Ngày 22 tháng 4 năm Hồng Đức thứ 5 [7/5/1474], (Minh Thành Hoá năm thứ 10). Ban sắc chỉ cho những người bị tội lưu đày, được nhập ngũ vào các vệ đồn trú tại vùng đất mới chiếm từ Chiêm Thành:

"*Mùa hạ, tháng 4, ngày 22, ra sắc chỉ rằng: Tù nhân bị tội lưu, ở châu gần thì sung làm quân vệ Thăng Hoa* [Quảng Nam], *ở châu ngoài thì sung làm quân vệ Tư Nghĩa* [Quảng Ngãi], *ở châu xa thì sung làm quân vệ Hoài Nhân* [Bình Định], *những kẻ được tha tội chết cũng sung làm [4b] làm quân vệ Hoài Nhân.*" **Toàn Thư**, Bản Kỷ, quyển 13, trang 4a.

Ngày 16 tháng 6 [29/6/1474], ra sắc lệnh khuyến khích các bậc trung nghĩa; bằng cách tìm một người cháu, hoặc người trong họ, giao cho chức quan tượng trưng, để lo việc cúng tế:

"*Trung thần nghĩa sĩ như Lê Phụ Trần* [danh tướng thời Vua Trần Thái Tông], *Trần Khát Chân* (3) *triều trước, Đào Biểu* (4) *triều này; quan phụ trách và quan phủ huyện tìm lấy một người cháu nội, hay cháu gọi bằng chú bác của các vị đó, xét thực tâu lên sẽ trao cho một chức nhàn tản. Nếu không có cháu thì mới cho một người thân thuộc [5a] được miễn quân dịch và thuế khoá để coi việc thờ cúng.*" **Toàn Thư**, Bản Kỷ, quyển 13, trang 4b.

Bấy giờ tại vùng biên giới phía bắc, người Trung Quốc thường sang cướp phá; triều đình ta chủ trương phản ứng mạnh, đuổi đến tận gốc. Xứ Lôi Châu thuộc Vân Nam mang quân cướp bóc tại Tuyên Quang, phía ta huy động hàng vạn quân, vượt biên đánh phá, khiến Vua Hiến Tông nhà Minh phải đích thân gửi chiếu thư phản đối. Tại châu Bằng Tường, Quảng Tây; bọn Sơn Man sang cướp dọc biên giới Lạng Sơn; Vua ban qui định chinh man 10 điều, sai quân đi đánh:

"***Ngày 5 tháng 8 năm Thành Hoá thứ 10*** **[15/9/1474].** *Sắc dụ Quốc vương An Nam Lê Hạo chớ coi thường điều động quân địa phương làm kinh nhiễu nơi biên cảnh. Lúc bấy giờ các quan trấn thủ tại Vân Nam tâu Lôi Châu thuộc phủ Quảng Nam (5) tiếp giáp với các xứ Tuyên Quang của An Nam. Nay xưng rằng một số quân dân tụ tập cướp bóc, An Nam điều quân 10.000 người vượt biên giới tấn công và quấy nhiễu các trại biên giới, làm nhân dân kinh sợ tán loạn.*

Thiên tử bèn xuống chiếu rằng:

'Nay được quan Trấn thủ và Tổng binh tâu rằng người châu Bảo Lạc, vệ Tuyên Quang xưng rằng bọn quân dân Hoàng Chương Mã náo động, rồi điều binh truy bắt vượt quá biên giới hai phủ Quảng Nam, Trấn An; nhân đó đánh cướp trại biên giới, kinh hãi nhân dân chạy tán loạn, đã sai quan phủ dụ trở về. Trẫm cho rằng quân gian cướp bóc, pháp luật không dung được; nhưng vượt biên giới làm điều trái ngược lý, cũng đáng răn. Nay các quan Trấn thủ, Tổng binh Lưỡng Quảng, Vân Nam, cùng Đốc đồng Tam ty mỗi người có bổn phận giữ biên cảnh không để sai lầm. Nếu gặp bọn giặc này, bắt đến biên giới đưa cho nước ngươi, không được dung thứ che dấu. Vương hãy thể theo ý Trẫm, càng răn đe các châu vệ Bảo Lạc, Tuyên Quang bắt gấp bọn giặc này làm yên địa phương, không được điều động lính Di vượt biên giới, xâm nhiễu làm kinh sợ nhân dân; để sinh dân hai bên được an cư,

không còn hậu hoạn. Vương hãy khâm thừa chỉ dụ, không để quên nhãng." **Minh Thực Lục: Quan hệ Trung Quốc Việt Nam**, tập 3, trang 91.

"*Tháng 9* [11/10-9/11/1474], *mùa thu. Mộ quân đi đánh Sơn Man. Trước đây, Sơn Man ở châu Bằng Tường nhà Minh lấn cướp dọc biên giới Lạng Sơn, nhà vua định mệnh "chinh man" gồm 10 điều, sai quân đi đánh, đuổi ra ngoài quan ải. Đến đây, Sơn Man lại quấy rối nơi biên cảnh, nhà vua cho chiêu mộ quân và dân, người nào tình nguyện tùng chinh, thì tháng 10 sẽ xuất phát.*" **Cương Mục**, Chính Biên, Quyển 23.

Tháng 10 [10/11-8/12/1474], triều đình ta cử 2 sứ bộ sang nhà Minh. Sứ bộ Lê Hoằng Dục đảm trách triều cống; Nghiên Nhân Thọ trình bày việc nước Chiêm Thành nội loạn đến tan rã. Riêng phía nhà Minh, vào tháng chạp sai sứ giả đến Chiêm Thành mang sắc phong cho Bàn La Trà Duyệt. Khi đến cảng Tân Châu, Bình Định; hay tin nước này bị An Nam chiếm. Tiếp tục hải hành theo phía nam, thì được biết Bàn La Trà Duyệt đã bị An Nam bắt:

"*Mùa đông, tháng 10, sai sứ sang nhà Minh. Bọn Lê Hoằng Dục, Nguyễn Đôn Phục, Ngô Lôi nộp cống hằng năm; bọn Nghiên Nhân Thọ, Nguyễn Đình Mỹ tâu việc Chiêm Thành tan vỡ, quấy nhiễu biên giới.*" **Toàn Thư**, Bản Kỷ, quyển 13, trang 5b.

"***Ngày 14 tháng 12 năm Thành Hoá thứ 10*** **[21/1/1475]**. *Công khoa Cấp sự trung Trần Tuấn đi sứ Chiêm Thành không vào được, bèn nạp trở lại những thứ đã mang đi như chiếu sắc, ấn mạ vàng bạc, các vật như lụa, đoạn.*

Bọn Tuấn đi sứ Chiêm Thành để phong cho Quốc vương Bàn La Trà Duyệt, khi hàng hải đến cảng Tân Châu [Bình

Định], *Chiêm Thành; quân phòng thủ từ chối không cho vào, người Thông dịch cho biết đất này đã bị An Nam chiếm, còn Quốc vương Chiêm Thành tỵ nạn tại Linh Sơn. Khi đến Linh Sơn thì được biết cả nhà Bàn La Trà Duyệt bị An Nam bắt và đất Chiêm Thành bị đổi tên thành châu Giao Nam. Bọn Tuấn không dám ghé vào; nhưng thuyền chở hàng hoá tư, cùng nhiều thương nhân, nên giả lấy cớ bị gió bão rồi hàng hải tiếp đến Mãn Thứ Gia.(6) buôn bán, lại dụ Vương nước này sai sứ đến triều cống. Đến nay trở về tâu đầy đủ việc An Nam chiếm cứ Chiêm Thành, cùng việc Quốc vương Mãn Thứ Gia cung cấp thức ăn và các nhu yếu phẩm khác, đối đãi lễ nghi rất đầy đủ.*

Sự việc được đưa xuống cơ quan hữu trách, bộ Lễ tâu nên đợi Sứ thần Mãn Thứ Gia nhập cống, lúc trở về giáng sắc khen thưởng Vương nước này. Bộ Binh cũng tâu nước An Nam cậy mạnh, thôn tính nước được triều đình phong tước, sự việc quan hệ thật không nhỏ, nên giao cho các Công Khanh bàn luận một cách rộng rãi. Lúc đó bọn Anh quốc công Trương Mậu tâu rằng An Nam cường bạo vốn nên hài tội thảo phạt; nhưng Đế vương đối với Di địch lấy bất trị để trị; nay chưa biết được nguyên do Chiêm Thành diệt vong, không nên khinh động. Chờ năm sau vào kỳ An Nam triều cống, đợi Bồi thần đến, sai Thông dịch đem việc này ra hỏi, mới bắt đầu khu xử. Lại lưu ý thêm Vân Nam, Quảng Tây, cùng Quỳnh, Liêm, Quảng Đông tiếp giáp với đất này nên ra lệnh cho các quan Trấn thủ, Tổng binh đôn đốc thuộc cấp cố thủ để đề phòng xâm lấn.

Thiên tử đều chấp thuận. **Minh Thực Lục: Quan hệ Trung Quốc Việt Nam**, tập 3, trang 92.

Tháng giêng năm Hồng Đức thứ 6 (6/2-6/3/1475), (Minh

Thành Hoá năm thứ 11); Trấn thủ thái giám Tiền Năng sai Chỉ huy sứ Quách Cảnh từ Vân Nam, theo đường sông Thao đến nước ta, được triều đình đón tiếp, trao đổi thơ xướng hoạ. Sau đó triều đình ta cho áp giải tù binh người Long Châu, Quảng Tây, trở về nước qua đường Vân Nam. Việc này chứng tỏ triều đình ta bất bình với nhà cầm quyền Quảng Tây về vấn đề biên giới, nên không muốn hợp tác. Tuy nhiên triều Minh, chiếu theo truyền thống, coi Quảng Tây là con đường ngoại giao duy nhất qua lại giữa hai nước, nên từ chối:

"*Mùa xuân, tháng giêng, nhà Minh sai Kim ngô vệ chỉ huy sứ Quách [6a] Cảnh sang đuổi bắt những kẻ chạy trốn. Cảnh đi đường sông Thao đến. Khi Cảnh về, vua sai Thái phó Kỳ quận công Lê Niệm, Lại bộ thượng thư Hoàng Nhân Thiêm, Binh bộ thượng thư Đào Tuấn, Hàn lâm viện thị độc kiêm Đông các đại học sĩ Thân Nhân Trung, Đông các hiệu thư Đỗ Nhuận, Quách Đình Bảo, Hàn lâm viện thị thư Vũ Kiệt và Sử quan tu soạn Ngô Sĩ Liên làm thơ. Vua viết bài tự để tiễn Cảnh. Bài tự đề là Thiên Nam đông chủ Đạo Am tự* (7)." **Toàn Thư**, Bản Kỷ, quyển 13, trang 5b.

"***Ngày 10 tháng 5 năm Thành Hoá thứ 11*** [13/6/1475]. *Sắc dụ bọn quan Tổng binh Vân Nam Kiềm quốc công Mộc Tông gửi văn thư hiểu dụ Quốc vương An Nam Lê Hạo. Trước đó Trấn thủ Thái giám Tiền Năng lệnh Chỉ huy Quách Cảnh mang sắc đến An Nam, không do đường cũ Quảng Tây, mà đi từ Vân Nam. Rồi nước này lại sai Bồi thần Hà Tuyên mang sớ cùng lấy danh nghĩa giải tống phạm nhân đến biên giới, rồi mượn đường Vân Nam tới kinh đô, đòi hỏi 600 tên phu. Chúng gửi văn thư cho Tổng binh Mộc Tông, rồi Tông lại đưa văn thư trình lên.*

Sự việc đưa xuống dưới xét, bộ Binh bàn rằng:

'Từ thời tổ tông đến nay chưa cho phép người Giao dùng đường Vân Nam đi cống, nay muốn giải tù phạm theo đường đó, theo lễ không chấp nhận được. Xin bọn Tông gửi văn thư hiểu dụ nước này rằng tù nhân giải đến, vốn thổ dân người Long Châu, thuộc hạt Quảng Tây. Vậy nên giải đến Quảng Tây giam giữ, để tâu xin trừng trị; không cần phải mượn đường, huy động dân chúng, giải theo đường dài đến kinh đô. Vẫn ra lệnh Tông luyện binh giữ vững bờ cõi, để đề phòng chuyện bất trắc xảy ra.'

Thiên tử chấp nhận. Con đường triều cống tại An Nam vốn từ Quảng Tây. Nay Tiền Năng giao thiệp với An Nam, họ muốn đi từ Vân Nam để tránh mối oán tự Long Châu." **Minh Thực Lục: Quan hệ Trung Quốc Việt Nam**, tập 3, trang 94.

Theo lệ thi Hội dưới triều Lê, cứ 3 năm mở một khoa; vào năm Hồng Đức thứ 3 [1472], lấy đậu 26 Tiến sĩ. Tháng 3 năm nay [6/4-4/5/1475] mở thi Hội lấy trúng cách 43 người. Ngày 11 tháng 5 [14/6/1475] vào thi Đình, lấy 3 Tiến sĩ đệ nhất giáp; 13 Tiến sĩ đệ nhị giáp, và 27 Tiến sĩ đệ tam giáp:

"Tháng 3, tổ chức thi hội cho các cử nhân trong nước. Bấy giờ, có 3200 người dự thi. Lấy đỗ bọn Cao Quýnh 43 người. Phép thi khoa ấy:

*Kỳ thứ nhất, về **Tứ Thư: Luận Ngữ** 3 đề, **Mạnh Tử** 4 đề, **Trung Dung** 1 đề, cộng là 8 đề. Người thi tự chọn 4 đề mà làm, [6b] không được thiếu. Về **Ngũ Kinh**, mỗi kinh 3 đề, riêng **Xuân Thu** 2 đề.*

Kỳ thứ hai, thơ và phú mỗi loại một bài. Thơ dùng thể Đường luật, phú dùng thể Lý Bạch.

Kỳ thứ ba, chiếu, chế, biểu mỗi thể loại một bài.

Kỳ thứ tư, sách vấn, đầu đề văn sách hỏi về ý nghĩa dị đồng của kinh, sử và nội dung về thao lược của tướng soái.

Mùa hạ, tháng 5, ngày 11, vua ngự điện Kính Thiên, thân ra đề văn sách, hỏi về đạo vua tôi ngày xưa. Sai Quang tiến trấn quốc thượng tướng quân phò mã đô uý Đông quân đô đốc phủ tả đô đốc Đoan Vũ bá Trịnh Công Lộ và Lại bộ thượng thư Hoàng Nhân Thiêm làm đề điệu; Thái tử thiếu bảo Ngự sử đài đô ngự sử Trần Phong và Bình khoa đô cấp sự trung Phí Bá Khang làm giám thí; Hàn lâm viện thị độc kiêm Đông các hiệu thư Đỗ Nhuận, Quách Đình Bảo làm độc quyển.

Ban cho ba người: Vũ Tuấn Chiêu, Ông Nghĩa Đạt, Cao Quýnh đỗ tiến sĩ cập cập đệ, bọn Phạm Xán 13 người đỗ tiến sĩ xuất thân, bọn Đỗ Vinh 27 người đỗ đồng tiến sĩ xuất thân."
Toàn Thư, Bản Kỷ, quyển 13, trang 6a.

Tháng 10 năm ngoái [10/11-8/12/1474], triều đình ta cử sứ bộ Lê Hoằng Dục sang nhà Minh triều cống. Tháng 8 năm nay tới nơi, được ban yến, thưởng y phục; cùng nhận quà gồm các loại lụa, gấm, đoạn do Vua Minh gửi cho Vua nước ta. Vào cuối tháng 8, trước khi Hoằng Dục trở về nước, Vua nhà Minh lại gửi cho Vua ta sắc dụ về vấn đề Chiêm Thành. Lời lẽ trong sắc cũng không có thái độ quá quyết liệt, nói rằng hai phía trình bày tương phản nhau, không thể xác quyết sự phải trái; chỉ yêu cầu nhà Vua trả lại người và đất cho Chiêm Thành:

"***Ngày 21 tháng 8 năm Thành Hoá thứ 11*** **[20/9/1475].** *Quốc vương An Nam Lê Hạo sai bọn Bồi thần Lê Hoằng Dục đến dâng biểu và triều cống các vật như vàng, bạc, khí mãnh. Ban yến cùng áo dệt kim, lụa, đoạn có sai biệt. Lại dùng lụa,* *đoạn, gấm có hoa văn giao cho bọn Hoằng Dục mang về ban cho Vương nước này."* **Minh Thực Lục: Quan hệ Trung Quốc Việt Nam**, tập 3, trang 95.

"*Ngày 25 tháng 8 năm Thành Hoá thứ 11* [24/9/1475]. *Quốc vương An Nam Lê Hạo tâu:*

"Năm trước nhân Quốc vương Chiêm Thành Bàn La Trà Toàn xâm phạm đạo Hoá Châu, bị người em là Bàn La Trà Toại giết. Toại tự lập lên làm vua, sắp xin cầu phong; lại bị con Bàn La Trà Duyệt là Trà Chất Đài Lai giết, từ đó nước trong nước này loạn lạc nổi lên, không có một ngày yên ổn. Việc đó không phải là lỗi của nước thần. Nay tuân theo chỉ dụ của Thiên tử dẹp binh đao, hoà mục với lân bang; số người nước này bị bắt gồm 740 trai gái đều cho trở về nước."

Đưa lời tâu xuống dưới, bộ Binh trình rằng:

"Lời của Hạo sơ lược, không nói đến việc xâm chiếm Chiêm Thành; so với lời tâu của bọn Hữu Cấp sự trung Trần Tuấn thì không giống nhau; thực tình hoặc gian trá không quyết được."

Thiên tử nhân Bồi thần Lê Hoằng Dục về nước bèn ban sắc dụ Hạo rằng:

"Trước đây nhân Bàn La Trà Duyệt tâu rằng Vương nước này là Bàn La Trà Toàn bị nước ngươi bắt, Chiêm Thành hiện nay không có chủ, nên đến xin phong tước. Trẫm thể theo đức hiếu sinh của trời đất, chấp nhận lời trần tình, sai sứ đến phong. Đến lúc sứ trở về tâu rằng đất nước Chiêm Thành quả bị nước ngươi chiếm đoạt, đổi thành châu ấp. Trẫm nghi nhưng chưa tin, nay được ngươi tâu rõ ràng rằng Chiêm Thành dùng binh gây oán, xâm nhiễu biên cảnh lân bang, đến nỗi bản thân chết, nước bị phá; tất cả đều tự gây

ra. Sự việc chưa rõ ràng, nhưng lý có thể như vậy; huống lời và ý của Vương khẩn khoản, chắc không phải dùng lời lẽ để che dấu lỗi lầm. Nhưng Chiêm Thành là nước truyền từ lâu đời, trước kia há không có một lực lượng nào mạnh có sức thôn tính nước này, nhưng sử sách chưa từng nghe, vậy bài học được mất có thể thấy được. Nay nếu nước này thình lình bị tiêu diệt, không những trái với chiếu chỉ của triều đình; mà lại còn e bị các nước Phiên tại hải ngoại sinh nghi sợ, rồi gây sự tranh giành, như vậy đối với Vương có lợi ư!

Sắc đến Vương nên sửa đổi, cho người trong họ vua Chiêm cùng dân chúng trở về, khôi phục đất đai, để cho không tuyệt nòi giống. Làm được vậy thì việc nối dòng bị đứt, kính trời thờ nước lớn của Vương vẹn cả hai đường. Vương hãy gắng cho được." **Minh Thực Lục: Quan hệ Trung Quốc Việt Nam**, tập 3, trang 95.

Tháng 2 năm Hồng Đức thứ 7 [1476], (Minh Thành Hoá năm thứ 12); Vua trở về Lam Kinh. Đến cửa biển Linh Trường; tức Lạch Trường, thuộc huyện Hậu Lộc, Thanh Hoá; nhân chiêm ngưỡng hang núi kỳ vĩ, bèn cảm hứng làm một bài tự và thơ Đường luật:

"*Ngày 16* [11/3/1476]*, nguyệt thực toàn phần* [**Catalog of Lunar Eclipses** ghi March /10/1476; có lẽ vì chệch múi giờ, nên chậm 1 ngày]. *Vua ngự về Lam Kinh.*

Ngày 22 [17/3/1476], *vua xuất phát từ Tây Kinh, đi thuyền nhẹ ra cửa Linh Trường, làm thơ Linh Trường hải khẩu và bài tự. Bài tự viết:*

'Nhìn non ngắm nước là để ngụ cái thú của người thân, bậc trí. Bên bờ biển, toàn là dãy núi xanh cao vút, những ngọn núi dựng đứng ở cửa biển, hình dáng lại càng lạ hơn.

Cái hang dưới chân núi, ăn sâu mãi vào trong, thăm thẳm [8b] khôn lường, tương truyền đó là miệng một con rồng. Bên ngoài miệng rồng lại có tảng đá, có hình thể rất lạ, tương truyền đó là mũi rồng. Ở dưới mũi rồng, lại có một tảng đá rất tròn, rất đẹp, tương truyền đó là hạt châu dưới hàm con rồng. Đá lớn nhô ra lõm vào nhiều vẻ, chỗ dày chỗ thưa, nhiều không kể xiết, tương truyền đó là bộ râu rồng.'

Vua bỏ thuyền lên bờ, đi bộ đến đầu núi, bỗng nảy hứng thơ bèn viết 56 chữ [thơ Đường luật, 8 câu, 7 chữ] *để ghi lại."* **Toàn Thư**, Bản Kỷ, quyển 13, trang 8a.

Ngày 16 tháng 6 [6/7/1476], xuống chiếu bắt Cung Vương Khắc Xương, vì Khắc Xương ngầm mưu việc đại nghịch. Đến ngày mồng 6, tháng 8 [24/8/1476], Khắc Xương ốm chết:

"Cung vương, con thứ ba của Lê Thái Tông, và là thứ huynh nhà vua. Vương tính tình nhã nhặn, đạm bạc, đồ mặc và đồ dùng đều sẻn nhặt, có tiết độ, giữ mình kính cẩn như học trò. Năm Đại Bảo thứ 2 (1441), bắt đầu được phong là Tân Bình vương, đến lúc Nghi Dân cướp ngôi, đổi phong là Cung vương. Cuối năm Diên Ninh (1454-1459), sau khi đã truất ngôi Nghi Dân, đại thần là bọn Lê Lăng muốn rước về lập làm vua, nhưng Cung vương cố ý từ chối, đại thần bèn rước lập nhà vua. Nhà vua nghe được việc này, có ý không bằng lòng. Sau khi Lê Lăng đã bị giết, nhà vua đối với Cung vương vẫn đem lòng ngờ ghét. Đến nay, có người tố cáo Cung vương mưu làm việc phản nghịch, nhà vua hạ chiếu bắt để trị tội, Cung vương vì lo sợ rồi chết." **Cương Mục**, Chính Biên, quyển 23.

Ngày 16 tháng 8 [3/9/1476] có nguyệt thực toàn phần,

Catalog of Lunar Eclipses cũng ghi đúng ngày September 3/1476 vào lúc 22 giờ.

Năm ngoái nhà Minh lập Hoàng thái tử, bèn cử sứ bộ sang Triều Tiên và nước ta báo tin. Vào tháng 7 năm nay Sứ thần đem sắc thư đến nước ta; kèm với những vật đưa tặng. Tháng 10, triều đình cử 3 sứ bộ sang triều Minh; thứ nhất mừng lập Hoàng thái tử; thứ hai, tạ ơn ban vóc lụa; thứ ba, trần tình về việc Chiêm Thành:

"***Ngày 26 tháng 11 năm Thành Hoá thứ 11*** **[23/12/1475]**. *Do việc sách lập Hoàng Thái tử, sai Lang trung bộ Hộ Kỳ Thuận, Lang trung bộ Lễ Nhạc Chương làm Chánh sứ; Tả ty phó Trương Cần, Hành nhân Trương Đình Cương thuộc ty Hành nhân làm Phó sứ mang chiếu thư đến Triều Tiên, An Nam tuyên bố việc này. Ban cho các Vương, cùng Phi lụa thải, đoạn; gấm hoa văn, có phân biệt.*" **Minh Thực Lục: Quan hệ Trung Quốc Việt Nam**, tập 3, trang 96.

"*Mùa thu, tháng 7, ngày 27* [16/8/1476], *nhà Minh sai chánh sứ Lễ bộ lang trung Nhạc Chương, phó [10a] sứ Hành nhân Trương Đình Cương mang sắc thư sang báo việc lập Hoàng thái tử và ban vóc lụa...*

Mùa đông, tháng 10, ngày [15 1/11/1476], sai sứ sang nhà Minh: Bùi Sơn, Vương Khắc Thuật, Chử Phong mừng lập Hoàng thái tử; Lê Tiến, Ông Nghĩa Đạt tạ ơn ban vóc lụa. Nguyễn Tế tâu việc địa phương Chiêm Thành." **Toàn Thư**, Bản Kỷ, quyển 13, trang 9b.

Chú thích.

1. Bằng Tường: Nay thuộc huyện Bằng Tường, tỉnh

Quảng Tây, sát ải Nam Quan.

2. Châu Khâm: Thuộc tỉnh Quảng Tây, vị trí giáp với tỉnh Quảng Ninh, Việt Nam.

3. Trần Khát Chân: Người làng Khả Lãng, huyện Vĩnh Lộc, làm đại tướng quân thời Trần Thuận Tông, bị Hồ Quý Ly giết, xem Trần Thiếu đế, năm Kiến Tân thứ 2 [1399]

4. Đào Biểu: làm chức Nội nhân thị hậu phó chưởng, chết theo Nhân Tông trong loạn Nghi Dân [1459].

5. Quảng Nam: Hiện nay còn huyện Quảng Nam, thuộc Văn Sơn Tráng Tộc Miêu Tộc Tự trị Khu, tỉnh Vân Nam; gần biên giới Việt Nam.

6. Mãn Thứ Gia: tức Melaka, một tiểu bang của nước Mã Lai.

7. Thiên Nam động chủ và Đạo Am đều là tên hiệu của Vua Lê Thánh Tông Lê Thánh Tông

102.
Vua Lê Thánh Tông (8)

Tháng hai nhuận năm Hồng Đức thứ 8 [15/3-12/4/1477], (Minh Thành Hoá năm thứ 13). Cho xây lại thành Đại La. Thành này do Trương Bá Nghi đắp từ thời nhà Đường đô hộ năm Đại Lịch thứ 2 (767); sau này các triều đại nước ta noi theo, phát triển thêm, tức thành Thăng Long.

Tháng 3, Sứ bộ Trần Cẩn đến triều Minh tâu bày việc bang giao giữa hai nước; được đãi yến và tặng quà:

"***Ngày 2 tháng 3 năm Thành Hoá thứ 13 [14/4/1977].*** *Quốc vương An Nam Lê Hạo sai bọn Bồi thần Trần Cẩn đến triều đình tâu việc. Đãi yến, cùng các vật như lụa, đoạn (1), có sai biệt.*" **Minh Thực Lục: Quan hệ Trung Quốc Việt Nam**, tập 3, trang 99.

Sau việc viên Trấn thủ thái giám Tiền Năng tự tiện sai Chỉ huy sứ Quách Cảnh từ Vân Nam, theo đường sông Thao đến nước ta, vào 2 về năm trước [1475]. Viên Tuần phủ Vân Nam Vương Thứ tâu về triều rằng An Nam lợi dụng thời cơ này, bí mật trinh sát, đặt viên Tổng binh tại quan ải, tăng cường quân lính tuần sát. Nước này dùng viên họ Vương người Giang Tây làm tham mưu; với ý đồ sau khi thôn tính xong Chiêm Thành, sẽ thừa thắng vào cướp phá Vân Nam. Viên Tuần phủ Vương Thứ xin tăng cường quân lính tại biên giới, và đàn hặc Hoạn quan Tiền Năng:

"Ngày 24 tháng 3 năm Thành Hoá thứ 13 [4/7/1477]. *Tuần phủ Vân Nam Tả Phó đô đốc Ngự sử Vương Thứ tâu:*

'Gần đây nhận được tin An Nam sai người bí mật đến các xứ như Lâm An trinh sát tình hình; lại sai người đến thác Liên Hoa (2), *huyện Mông Tự mua đồng để đúc binh khí; tại nơi biên giới lập Tổng binh nguỵ đi lại tuần sát quan ải, hết sức nghiêm nhặt. Nghe rằng có tên người Giang Tây họ Vương, trước đây sống tại Lâm An thi rớt, bèn sang An Nam nhận chức Ngự sử nguỵ. Phần lớn âm mưu tiếm vượt đều do y hoạch định. Quân lính từ An Nam trở về báo rằng người Giao thôn tính Chiêm Thành xong, muốn thừa thắng vào cướp phá Vân Nam, mưu gian kế quỉ lòi ra không phải chỉ có một lần; người sáng suốt có thể thấy khi sự việc chưa lộ ra, huống hồ đã rõ ràng rồi. Lâm An sát nách An Nam, nay lập 1 vệ thì số quân tại thành chỉ hơn 200 tên; thống kê tại Vân Nam có 25 vệ, thì cũng chỉ có 1 vạn 3000 tên. Đất hỗn tạp, các Di nạp thuế rất ít; lương hướng của quan quân lấy từ kho đồn điền sở tại, chỉ đủ ăn cho 1 năm. Vả lại mới đây bị thiên tai, năm nay lại đạo tặc rất nhiều, dân chúng không có được một ngày an ổn! Thổ quan các xứ năm này qua năm khác thù nghịch giết lẫn nhau. Lại ban thuế bạc thật* [silver], *đòi hỏi tiến cống làm phiền nhiễu dân. Phía đông Lâm An như Khúc Tĩnh, Lục Lương; phía tây như Nhĩ Hải, Đại Lý đều thiếu quan coi sóc.*

Xin điều 4000 tên trong 22 vệ thao luyện tại Vân Nam, chia làm 2 ban, thay phiên đến phòng thủ tại Lâm An; đặt thêm 1 ty Án sát Phó sứ tại đó, để chuyên trách về việc binh bị. Mở các giếng muối đen, muối trắng để đủ nhu cầu quân lương; tạm thời đình chỉ thuế bạc thật, tiến cống; để dân khỏi khốn khó. Thần tài trí tầm thường, tuổi lớn suy yếu; nên thay thế bởi một viên Đại thần trẻ khỏe, tài kiêm văn võ, để Thần có thể lui về ruộng vườn sống chuỗi ngày thừa.'

Đem tấu chương xuống bộ Binh bàn bạc, rồi được tâu:

'Người Giao vào lãnh thổ do thám, mua đồng; các quan trấn thủ đã dung túng lại không trình lên. Về việc tên họ Vương nhận quan chức nguy, cùng việc đặt Tổng binh nguy tuần kiểm biên giới; nếu đối phó bằng cách luân phiên điều binh đến thủ ngự sự, sợ gây căng thẳng đi đến chỗ gây hấn; nhưng nếu không gia tăng đề phòng, có thể việc bất trắc xảy ra. Nên tìm một giải pháp chu toàn bằng cách bên ngoài tỏ vẻ ưu đãi, nhưng bên trong thì đề phòng cẩn mật. Nên sai quan Trấn thủ Tuần vũ thanh tra vùng địa phương Lâm An, xem cần phải đặt Phó sứ và điều bạt quan quân đến trấn thủ hay không, rồi trình lên. Lại cho rằng tinh lực Thứ chưa suy, mới đây được thăng chức Đô Ngự sử, vậy chưa nên thay.'

Chiếu chấp nhận lời tấu, mệnh Thứ ra sức coi sóc địa phương.

Bộ Lễ cũng xin tạm đình chỉ thuế bạc thật, và tiến cống các loại đá quí. Chiếu ban rằng ngoại trừ lệ cống hàng năm, các việc khác phải cấm để khỏi quấy nhiễu dân chúng." **Minh Thực Lục: Quan hệ Trung Quốc Việt Nam**, tập 3, trang 99.

"Ngày 9 *tháng 7 năm Thành Hoá thứ* 13 [17/8/1477]. *Tuần phủ Vân Nam Hữu Đô Ngự sử Vương Thứ hặc tấu Trấn thủ Thái Giám Tiền Năng và tòng phạm Chỉ huy Lư An. Đô sát viện tâu tiếp, đã sai Thự Lang trung bộ Hình Chung Phiên, đến nơi* [Vân Nam] *họp với các quan thuộc Tam ty xét hỏi sự việc, để bắt Năng trở về kinh điều tra. Chiếu phê Năng* *quả có tội, cần tâu chi tiết để xét xử.*

Khởi đầu Năng sai Chỉ huy sứ Quách Cảnh tâu trình rằng quân Di [An Nam] *đi bắt trộm cướp, vượt biên giới cướp phá, xin sắc dụ Quốc vương nước này ngăn cấm. Triều đình bèn ra lệnh y mang sắc đi. Theo qui định, Sứ đi An Nam phải theo đường Quảng Tây, nhưng Cảnh thì dùng đường Vân Nam. Năng đưa cho Cảnh đai ngọc, áo mãng bào* (3)*, lụa là, chó, ngựa, cung, tên, yên ngựa và những vật khác để riêng biếu Vương An Nam. Rồi theo đường Vân Nam đến và đã nhận được rất nhiều tặng phẩm quí của nước này.*

Lúc trở về y dụ dỗ đoàn đi sứ triều cống cùng đi theo đường Vân Nam, đến nữa đường lại bảo Sứ giả đi trước. Khi sứ triều cống đến biên cảnh, lính phòng thủ giữ lại không cho vào (4)*; dân chúng cho rằng người An nam vào cướp, lo lắng bảo nhau chạy trốn! Quan Tổng binh và Tam Ty sai người đến hiểu dụ đoàn triều cống, phải hiểu dụ ba bốn lần đoàn triều cống mới chịu trở về. Sau đó 3 năm, có một người đàn ông từ An Nam về, khai rằng từng thấy viên Chỉ huy cùng hơn 30 người tới An nam, mang các vật như chó, ngựa vv.. biếu Vương nước này. Chiếu xuống hạ lệnh Tuần phủ Án Sát tra hỏi kỹ. Được biết Cảnh sau khi trở về, Năng lại sai y mấy lần cùng với những viên chức như Chỉ huy Lư An, Tô Bản; Bách hộ Dương Năng đi khắp các Tuyên phủ ty Di* [dân tộc thiểu số] *như Can Ngạn, Mãnh Mật để đòi hỏi tài vật. Cảnh thu được những của quí, lại hiếp dâm cháu gái Nang Hãn Lộng, và hứa sẽ mở nha môn để lo liệu việc này. Khi y trở về đến Kim Xỉ thì bị bắt, bèn nhảy xuống giếng tự tử. Vào lúc này Vương Thứ cùng Tuần Án Ngự sử bắt những đồng loã với Cảnh, điều tra được đầu đuôi, bèn dâng lời tâu lên triều đình.”* **Minh Thực Lục: Quan hệ Trung Quốc Việt Nam,** tập 3, trang 101.

Tuy Hoạn quan Tiền Năng bị đàn hặc, Vua Hiến Tông nhà Minh cũng thấy được lỗi lầm của y, nhưng vì chỗ thân cận nên cố tình bao che, vẫn cho tiếp tục giữ chức Trấn thủ tại Vân Nam:

"***Ngày 30 tháng giêng năm Thành Hoá thứ 14 [4/3/1478]***. *Bọn Lang trung bộ Hình Chung Phiên khám trình về việc Tuần phủ Vân Nam, Ngự sử Vương Thứ hặc tấu Trấn thủ Thái giám Tiền Năng sai Chỉ huy Quách Cảnh đem áo mãng bào dát ngọc, chó, ngựa tư thông với Quốc vương An Nam; cùng sai Lư An, Tô Bản giao thông với các Di như Can Ngạn, Mãnh Mật. Những sự việc này đều có thực, Đô Sát viện xin bắt Năng đến kinh đô chịu tội.*

Thiên tử đặc cách tha cho Năng, và giáng chỉ nghiêm trách rằng:

"Pháp ty tâu về việc điều tra ngươi phạm pháp, việc đó đều đúng; còn những lời ngươi tâu về quan Tuần phủ đều sai. Tội trạng ngươi đã rõ ràng, cũng muốn đem ngươi về kinh đô chiếu luật hỏi tội; nhưng nghĩ rằng ngươi trấn tại nơi biên giới đã lâu, nên tha thứ sự sai lầm. Ngươi hãy lo tròn nhiệm vụ trấn thủ, coi trọng nhân tâm địa phương, ước thúc người dưới, không để cho quân các vệ và quan chức địa phương những nhiễu dân chúng. Huống Thổ quan là bọn ngoài vòng giáo hoá; tổ tông thời xưa cho chúng hàng năm nạp cống, ky my (5) mà thôi; so với nội địa cách đối xử không giống.

Từ nay nếu có việc xảy ra, hãy cùng Kiềm quốc công Mộc Tông, Tuần phủ, Án sát, Ngự sử Tam Ty bàn bạc. Giao cho Tam Ty kiêm coi các quan chức, phủ dụ, khám xét; không được tự ý sai những kẻ vô lại đòi hỏi lừa đảo như trước, để đi đên chỗ gây hấn, sinh loạn; vạn nhất có điều sai lầm thì ai chịu? Ngươi phải thận trọng lấy đó làm răn."

Vào tháng 7 năm ngoái [16/8/1476], nhà Minh sai chánh sứ Lễ bộ lang trung Nhạc Chương, phó sứ Hành nhân Trương Đình Cương mang sắc thư sang báo việc lập Hoàng thái tử. Tháng 6 năm nay, lúc trở về nước cả hai đều bị tội, vì mang nhiều hàng trao đổi và không làm tròn nhiệm vụ:

"***Ngày 6 tháng 6 năm Thành Hoá thứ 13*** **[15/7/1477].** *Lang trung bộ Lễ Nhạc Chương, Hành nhân Trương Đình Cương bị giam tại ngục Tây Xưởng. Bọn y lúc đi sứ An Nam mang nhiều hàng để trao đổi, nhận đồ biếu nhiều và những việc khác. Bộ Hình xét xin giáng làm dân, lấy lại đai áo, mũ."* **Minh Thực Lục: Quan hệ Trung Quốc Việt Nam**, tập 3, trang 101.

Tháng 10, qui định tuyển chọn các đội trưởng phụ trách các ngành nông nghiệp, đồn điền; phải qua kỳ thi tuyển về chữ viết và tính toán. Định ngạch thuế bãi dâu; chiếu theo nhu cầu của dân, cho phép mở chợ mới:

"Mùa đông, tháng 10, ngày mồng 6 [11/11/1477], quy định điều lệ thi các đội trưởng. Tất cả các cục, ty, sở Ứng sự, Tinh mễ, Điển mục, Chủng thái, Đồn điền, Tàm tang, bị thiếu các chức đội lại, thì Hộ bộ khảo thi những người am hiểu về viết chữ và tính toán trong các cục, ty, sở, ai đỗ thì bổ vào. Định ngạch thuế bãi dâu ven sông nhỏ.

Định lệ chia mở chợ mới. Ra sắc chỉ rằng: Sinh dân các huyện, châu, xã ở các xứ trong nước mỗi ngày một đông, nếu muốn mở thêm chợ mới để tiện mua bán thì quan phủ, huyện, châu phải khám xét thực tế, nếu quả là tiện lợi cho dân thì làm bản tâu lên, cho theo tiện lợi mà họp chợ, không cứ là có ngạch cũ hay không." **Toàn Thư**, Bản Kỷ, quyển 13, trang 11b.

Vào tháng 11, triều đình ta sai sứ bộ Trần Trung Lập sang triều Minh cống. Tuy đã cẩn thận báo tin trước cho các quan cầm quyền tại các châu huyện biên giới như Bằng Tường, Long Châu, nhưng vẫn bị gây khó khăn cố tình làm chậm trễ; mãi đến gần một năm rưỡi mới đến nơi. Sứ thần Trần Trung Lập bèn tố cáo sự việc; triều đình nhà Minh phải cho người hộ tống trở về nước và răn đe các châu huyện tại biên giới không được gây khó khăn:

"*Tháng 11, ngày 20* [24/12/1477], *vua sai Binh bộ tả thị lang Trần Trung Lập, Hàn lâm [12b] viện hiệu thảo Lê Ngạn Tuấn và Phan Quý sang nhà Minh tiến cống và phi báo cho bọn huyện quan Bằng Tường là Lý Quảng Ninh, tri châu Long Châu là Triệu Nguyên kịp thời đón tiếp lễ cống và sứ thần để tránh làm lỡ việc tiến cống.*" **Toàn Thư**, Bản Kỷ, quyển 13, trang 12a.

"***Ngày 7 tháng 4 năm Thành Hoá thứ 15*** **[28/4/1479].** *Quốc vương An Nam Lê Hạo sai bọn Bồi thần Trần Trung Lập đến triều cống vàng, bạc, khí mãnh, cùng sản vật địa phương. Đãi yến và ban cho y phục, lụa thải, đoạn, có phân biệt.*" **Minh Thực Lục: Quan hệ Trung Quốc Việt Nam**, tập 3, trang 107.

"***Ngày 17 tháng 5 năm Thành Hoá thứ 15*** **[6/6/1479].** *Bọn Bồi thần An Nam Trần Trung Lập tâu rằng:*

'Nhân đường đi cống qua Quảng Tây, bị Thổ quan Tri huyện Bằng Tường (6) *Lý Quảng Ninh, Thổ quan Tri châu Long Châu* (7) *Triệu Nguyên Hoài ôm mối hiềm khích cũ, tìm cách cản trở làm đình trệ. Các quan Tuần, Thủ đã không cứu*

xét và trừng trị.'

Sự việc đem xuống dưới, bộ Lễ phúc tấu:

'Trước đây đã được Bồi thần An Nam tâu đầy đủ, đã sai Hành nhân bạn tống xuất cảnh. Nay Trung Lập lại nói lời này; hãy xin cho người bạn tống như trước, làm cách nào đến nơi không gây sự oán giận. Lại răn các châu, huyện từ nay trở về sau Sứ thần An Nam vào triều cống, nếu các nơi còn cản trở lưu giữ sẽ bị tội.'

Thiên tử ban chiếu rằng có thể được." **Minh Thực Lục: Quan hệ Trung Quốc Việt Nam**, tập 3, trang 108.

Phản ứng trước việc phía An Nam phàn nàn rằng Thổ quan Bằng Tường, Long Châu yêu sách làm đình trệ tiến cống. Bộ Lễ nhà Minh cho rằng An Nam mang nhiều hàng hoá, dân phu phục dịch không xuể; nên xin Vua cấm Sứ thần mang nhiều hàng hoá riêng:

"***Ngày 9 tháng 3 năm Thành Hoá thứ 14* [11/4/1478].** *Sắc mệnh cấm Sứ thần An Nam mang quá nhiều hàng hoá riêng. Trước đây Quốc vương An Nam Lê Hạo tâu rằng các Bồi thần nước này đi triều cống qua các huyện Bằng Tường, Long Châu thuộc Quảng Tây; thường bị các Thổ quan như Lý Quảng Ninh, Triệu Nam Kiệt yêu sách, làm đình trệ. Viên Bồi thần Trần Cẩn cũng tâu như vậy. Thiên tử sắc dụ các quan coi địa phương xem xét. Bọn họ tâu rằng mới đây An Nam triều cống mang hàng hoá rất nhiều, tại biên giới dân ít không đủ người để vận tải, nên gây oán. Đem việc này xuống cho bộ Lễ bàn, rồi tâu lên:*

'Nước này đưa nhiều Sứ thần triều cống, mang hàng hoá riêng để kiếm lời, riêng làm khổ dân biên cảnh, xin nghiêm cấm bớt.'

Bởi vậy nên có mệnh này.". **Minh Thực Lục: Quan hệ Trung Quốc Việt Nam**, tập 3, trang 103.

Qui định chế độ bổng lộc cho các quan. Những người kiêm nhiệm nhiều việc thì tối thiểu cấp bổng lộc theo phẩm trật hiện giữ, rồi tuỳ theo công việc kiêm nhiệm mà cấp thêm. Về dòng dõi tôn thất, cao nhất là Hoàng thái tử được cấp 500 quan; thấp nhất là Phò mã 92 quan. Quan cai trị, cao nhất là Chánh nhất phẩm, được cấp 80 quan, thấp nhất là Cửu phẩm thái nhàn tản nha môn, 6 quan. Nhưng đấy chỉ là cấp tiền bổng lộc trong một năm mà thôi, ngoài bổng lộc ra lại cấp cho ruộng, đất, bãi, và thực tiền; phép tắc thể lệ thật là đầy đủ:

"Định chế độ bổng lộc của các quan cai trị trong ngoài. Xét đại điển có ghi: Cấp bổng lộc để khuyến khích lập công, tuỳ theo trách nhiệm là nặng hay nhẹ. Các bậc hoàng tôn, công thần, tuy không hạn chế về phẩm trật, nhưng cũng có thứ bậc khác nhau; các chức quan văn võ trị nhậm trong ngoài, công việc, trách nhiệm khác nhau, cũng nên xét rõ khó nhọc hay nhàn rỗi. Người nào phẩm trật ngang nhau nhưng kiêm nhiệm quan chức thì cấp bổng lộc theo chức nhiều việc. Người chức thấp mà kiêm chức, thì cấp theo chức kiêm nhiệm, mức tối thiểu là theo phẩm trật vốn có, tuỳ công việc nhiều hay ít mà xét cấp. Người chức cao mà làm việc chức thấp thì cấp theo chức vụ đảm nhiệm, mức tối thiểu là theo tam phẩm trật vốn có, tuỳ công việc nhiều hay ít mà xét cấp. Đại để quan trong kinh, kiêm nhiệm nhiều việc thì tăng 1 bậc, nhiều nữa thì tăng 2 bậc, ít việc thì giảm 1 bậc, ít nữa thì giảm [13a] từ 2 đến 5 bậc. Các quan ngoài kinh kiêm nhiệm nhiều việc thì giảm 1 bậc, chỗ nhiều việc vừa thì giảm 2 bậc; chỗ ít việc thì giảm 2 bậc, chỗ ít việc nữa thì giảm từ 3 đến 5

bậc. Các thí quan [quan chưa thuộc loại thực thụ] *tuỳ theo chỗ nhiều việc hay ít việc, sau khi đã tăng hoặc giảm rồi, lại giảm xuốn 3 bậc nữa mà cấp.*" **Toàn Thư**, Bản Kỷ, quyển 13, trang 12b.

"*Chế độ quan lộc: Theo* ***Hồng Đức Thiên Nam Dư Hạ Tập****, thì chế độ cấp lộc cho các quan trong kinh và ngoài các đạo như thế này:*

Hoàng thái tử tiền 500 quan; thân vương tiền 200 quan, kém hoàng thái tử 300 quan; tự thân vương 140 quan, kém thân vương 60 quan; hoàng tôn được phong quốc công 127 quan, kém tự thân vương 13 quan. Quận công 120 quan; tước hầu 113 quan, tước bá 106 quan, hoàng tằng tôn phong tước hầu 99 quan, phong tước bá cùng phò mã đô uý 92 quan (bớt dần mỗi bậc đều 7 quan).

Chánh nhất phẩm 80 quan; tòng nhất phẩm 74 quan; chánh nhị phẩm 68 quan; tòng nhị phẩm 62 quan; chánh tam phẩm 56 quan (bớt dần mỗi bậc đều 6 quan).

Tòng tam phẩm 52 quan; chánh tứ phẩm 48 quan; tòng tứ phẩm 44 quan; chánh ngũ phẩm 40 quan, tòng ngũ phẩm 36 quan (bớt dần mỗi bậc đều 4 quan).

Chánh lục phẩm 33 quan; tòng lục phẩm 30 quan; chánh thất phẩm 27 quan; tòng thất phẩm 24 quan; chánh bát phẩm 21 quan; tòng bát phẩm 18 quan (bớt dần mỗi bậc đều 3 quan).

Chánh cửu phẩm 16 quan; tòng cửu phẩm 14 quan; giản nha môn 12 quan; thái giản nha môn 10 quan, nhàn tản nha môn 8 quan; thái nhàn tản nha môn 6 quan (bớt dần mỗi bậc 2 quan)." **Cương Mục**, Chính Biên, quyển 23.

Ngày 23 tháng 2 năm Hồng Đức thứ 9 [27/3/1478], (Minh

Thành Hoá năm thứ 14); ban sắc chỉ hô hào dân chúng dẫn nước vào ruộng để kịp cày cấy:

"Ra sắc chỉ cho các quan thừa tuyên, phủ huyện các xứ trông nom việc đồng ruộng, khuyên dân lấy nước vào ruộng để kịp thời gieo cấy." **Toàn Thư**, Bản Kỷ, quyển 13, trang 14b.

Vào năm ngoái [1477], viênTuần phủ Vân Nam, Tả Phó đô đốc Ngự sử Vương Thứ, tâu rằng An Nam tập trung quân tại biên giới, âm mưu gây hấn. Nên năm nay, triều Minh chấp nhận đặt viên Phó sứ tại Lâm An, thuộc huyện Kiến Thuỷ, tỉnh Vân Nam ngày nay; để lo việc phòng bị biên giới:

"***Ngày 16 tháng 2 năm Thành Hoá thứ 14*** **[20/3/1478].** *Đặt thêm một viên Phó sứ thuộc ty Án sát Vân Nam. Cử Giám sát Ngự sử Hà Thuần đảm nhiệm, cùng lo chuẩn bị việc binh tại Lâm An. Lúc bấy giờ quan Tổng binh Kiềm quốc công Mộc Ngang, Tuần phủ Đô Ngự sử Vương Thứ tâu về việc đất này gần An Nam. Vì lý do đó nên đặt thêm chức này."* **Minh Thực Lục: Quan hệ Trung Quốc Việt Nam**, tập 3, trang 103.

Tháng 3, triều đình tổ chức thi Hội lấy 62 người trúng cách. Thàng 5 vào thi Đình xếp hạng, lấy 1 Bảng Nhãn, 2 Thám Hoa, 9 Hoàng Giáp, và 50 Tiến sĩ:

"Tháng 3 [3/4-1/5/1478], *tổ chức thi hội cho các cử nhân trong nước. Lấy đỗ bọn Lê Ninh gồm 62 người.*

Mùa hạ, tháng 5, ngày 14 [14/6/1478], *vua ra hiên, ra đề văn sách, hỏi về đế vương trị thiên, duyệt các bài trả lời. Cho Lê Quảng Chí đỗ đệ nhất giáp tiến sĩ cập đệ đệ nhị danh Bảng Nhãn, Trần Bích Hoành, Lê Ninh đều đỗ đệ nhất giáp tiến sĩ cập đệ đệ tam danh Thám Hoa. Bọn Nguyễn [15a] Địch Tâm 9 người đỗ đệ nhị giáp tiến sĩ xuất thân Hoàng Giáp. Bọn*

Nguyễn Nghiễm 50 người đỗ đệ tam giáp đồng tiến sĩ xuất thân." **Toàn Thư**, Bản Kỷ, quyển 13, trang 14b.

Vào tháng 10 năm ngoái [11/1476], sứ bộ Bùi Sơn sang nhà Minh mừng việc lập Hoàng thái tử; tháng 4 năm nay tới nơi, được ban yến, tặng quà; lại giao cho gấm lụa, đưa về biếu Vua. Lúc trở về, Sứ thần Bùi Sơn phàn nàn rằng đi đường bị cản trở; Vua nhà Minh bèn sai Thông dịch viên hộ tống đến tận phủ Nam Ninh (8) gần biên giới:

"***Ngày 24 tháng 4 năm Thành Hoá thứ 14* [25/5/ 1478].** *Quốc vương nước An Nam Lê Hạo sai bọn Bồi thần Bùi Sơn dâng biểu, cùng vàng bạc, khí mãnh, đến triều đình mừng việc lập Hoàng Thái tử. Đãi yến cùng ban cho y phục các loại lụa, đoạn, có sai biệt. Cùng giao cho bọn Bùi Sơn gấm, lụa đoạn, để ban cho Quốc vương.*" **Minh Thực Lục: Quan hệ Trung Quốc Việt Nam**, tập 3, trang 105.

"***Ngày 3 tháng 5 năm Thành Hoá thứ 14* [3/6/1478].** *Bồi thần An Nam bọn Bùi Sơn sắp trở về, tâu rằng khi đến trên đường gặp sự cản trở, nay xin sai quan hộ tống. Bộ Lễ tâu lên rằng nên sai Thông sự hộ tống đến phủ Nam Ninh. Thiên tử chấp thuận, sai cẩn thận chọn Thông sự có khả năng hộ tống; không để lâm vào cảnh không có chỗ nương dựa.*" **Minh Thực Lục: Quan hệ Trung Quốc Việt Nam**, tập 3, trang 105.

Vào cuối tháng 3, triều Minh nhận được tờ tâu của Vua Lê Thánh Tông phủ nhận việc đánh chiếm Chiêm Thành. Vào tháng 7, Quốc vương Chiêm Thành Tề Á Ma Vật Yêm sai người tâu rằng người An Nam trả đất tại biên giới phía nam để cai quản; bèn xin phong. Vua nhà Minh sai Cấp Sự trung Lễ khoa Phùng Nghĩa, Hành nhân Trương Cẩn mang chiếu chỉ phong cho Tề Á Ma Vật Yêm làm Quốc vương Chiêm Thành:

"***Ngày 26 tháng 3 năm Thành Hoá thứ 14** [28/4/1478].* *Quốc vương An Nam Lê Hạo tâu rằng:*

'Đầu mục Chiêm Thành Ba Lung Ma Ha trước đây thông hiếu với nước thần. Vào năm Thành Hoá thứ 11 [1475-1476] *nước y thu hoạch được nhiều thuyền của nước Lưu Cầu, do gió thổi trôi dạt đến; bèn mang quân đến nước thần xâm lược, bị quân tại biên giới đánh bại. Nay Bồi thần Lê Hoẳng Dục từ Thiên triều trở về dâng đặc dụ trách thần chiếm đoạt đất đai Chiêm Thành, đổi thành châu ấp. Vì việc này, thần không thể không lọc máu viết lời trần tình để đoan chắc rằng không có.*

Phàm đất đai mà Chiêm Thành được phong rất cằn cỗi, nhà thì nghèo nàn, vườn không có tơ dâu, núi không có của báu, biển thiếu lợi về cá muối; chỉ có ngà voi, tê giác, tô mộc (9), *trầm hương mà thôi; mà nước thần sản xuất những thứ đó nhiều, nên không cho là quí. Lấy được đất đó không thể ở được, lấy được dân đó không thể dùng được, được sản phẩm đó không đủ để giàu, được cái thế đó cũng không trở nên mạnh được. Giữ gìn đất đó rất khó, mà lợi thì ít. Phàm mất nhiều, mà lợi thì ít, hoạ thì rõ ràng, mà danh thì mờ mịt; đó là lý do tại sao thần không chiếm đoạt đất đai Chiêm Thành để biến thành châu quận.*

Nay triều đình lại dụ thần trả lại đất đai cho Chiêm Thành, để nước đó không mất chỗ thờ tự. Thành thực thần cho rằng Thiên sứ trong lúc vội vã, hỏi han điều tra không rõ ràng; mà dân Chiêm Thành chạy loạn thì có mối thù với nước thần nên lời nói không đáng tin. Vậy xin đặc sai Sứ giả Thiên triều đích thân đến xem đất đai, và phục hưng dòng bị tuyệt, khiến cho nước Chiêm Thành trên dưới được an tập; nơi biên thuỳ của thần cũng được yên ổn để làm nước phiên của Trung Quốc, có ích cho người phương xa, đó là ý nguyện của thần vậy. Kính cẩn sai Bồi thần Nguyễn Đạt Tế tâu lên.'

Thiên tử mệnh đem tấu chương này xuống dưới bàn luận." **Minh Thực Lục: Quan hệ Trung Quốc Việt Nam**, tập 3, trang 104.

"*Ngày 30 tháng 7 năm Thành Hoá thứ 14* [27/8/1478]. *Quốc vương Chiêm Thành sai người chú Ba La Á Đệ cùng bọn Sứ thần La Tứ đến dâng biểu viết trên vàng lá và triều cống sản vật địa phương. Ban yến cùng áo dệt kim, lụa, đoạn có sai biệt."* **Minh Thực Lục: Quan hệ Trung Quốc Việt Nam**, tập 3, trang 106.

"*Ngày 6 tháng 8 năm Thành Hoá thứ 14* [2/9/1478]. *Sai Cấp Sự trung Lễ khoa Phùng Nghĩa, Hành nhân Trương Cẩn mang chiếu chỉ phong cho Tề Á Ma Vật Yêm làm Quốc vương Chiêm Thành. Tề Á Ma Vật Yêm sai người tâu rằng người An Nam trả đất tại biên giới phía nam để cai quản và làm chúa nước này. Nhưng sợ uy trời không dám tự tiện chủ trì, bèn sai sứ tâu trình và xin phong. Bởi vậy mới có mệnh này."* **Minh Thực Lục: Quan hệ Trung Quốc Việt Nam**, tập 3, trang 106.

Ngày 22 tháng 9 [17/10/1478], Vua hạ chiếu đi đánh nước Lão Qua tức Ai Lao.

Ngày 16 tháng chạp [8/1/1479], ban đêm có nguyệt thực; tư liệu Tây phương trong **Catalog of Lunar Eclipses** cũng ghi sự kiện xảy ra ngày 1479 Jan. 08. Hạ lệnh cho các quân tập dàn trận bằng voi ở sân điện Giảng Võ.

Ngày 23 tháng chạp [15/1/1479], bắt đầu quy định nghi lễ hôn nhân giá thú:

"Các nghi lễ đó là: Khi lấy vợ, trước hết phải nhờ mối lái đi lại bàn định, rồi sau mới định lễ cầu thân; lễ cầu thân xong, rồi mới bàn việc dẫn cưới; dẫn cưới xong, rồi mới chọn ngày lễ đón dâu. Ngày hôm sau, [con dâu] *chào cha mẹ chồng, ngày thứ ba đến làm lễ ở nhà thờ, phải theo đúng trình tự các nghi thức tiết văn đã ban xuống mà thi hành, không được như trước, nhà trai đã dẫn lễ cưới rồi còn để qua 3,4 năm sau mới cho đón dâu.* **Toàn Thư**, Bản Kỷ, quyển 13, trang 16b.

Ngày 26 tháng giêng năm Hồng Đứcthứ 10 [17/2/1479], (Minh Thành Hoá năm thứ 15). Vua ngự giá duyệt binh; sai Ngô Sĩ Liên soạn bộ **Đại Việt Sử Ký Toàn Thư**:

"Ngày 26, vua ngự giá duyệt võ bị 16 ngày.

Sai Sử quan tu soạn Ngô Sĩ Liên soạn bộ ***Đại Việt sử ký toàn thư*** *15 quyển.*

Hạ lệnh cho Ngô Sĩ Liên biên chép sách Đại Việt sử ký. Sách chép gồm 15 quyển: từ Hồng bàng thị đến Ngô sứ quân 5 quyển gọi là ***Ngoại kỷ****; từ Đinh Tiên Hoàng đến Lê Thái Tổ 10 quyển gọi là* ***Bản kỷ****."* **Cương Mục**, Chính Biên, quyển 23.

Tháng 2, quân Minh bắt gián điệp người An Nam đem giam tại phủ Thái Bình gần biên giới. Thân nhân người bị bắt tìm cách móc nối, hối lộ cho cai ngục giải thoát được. Kết tội bọn cai ngục và những người dân liên quan bị giết, giáng viên Thủ ngự Thiên hộ xuống làm lính:

"Ngày 15 tháng 2 năm Thành Hoá thứ 15 **[8/3/1479].** *Phòng ngự Quảng Tây, Thái Bình* (10) *Thiên hộ sở bắt 7 gián* *điệp An Nam, giam tại ngục ty Trấn phủ. Có người dân biết được người bị bắt, bèn đến báo cho gia đình chúng hay, để rồi hối lộ lính coi ngục mở cùm cho chúng thoát. Sự việc phát giác, người dân và ngục tốt đều bị tội chết. Các quan Trấn thủ tâu việc này, đều cho rằng viên Thủ ngự Thiên hộ Triệu Bang có tội phòng giữ không nghiêm; Pháp ty cũng xin trừng trị viên này. Chiếu chỉ xét Triệu Bang phòng giữ không cẩn thận bị giáng 2 cấp để chuộc tội, tiếp tục làm lính sai phái tại vệ."* **Minh Thực Lục: Quan hệ Trung Quốc Việt Nam**, tập 3, trang 106.

Vào ngày 2/9/1478 năm ngoái, Vua nhà Minh sai bọn Hành nhân Trương Cẩn mang chiếu thư phong cho Quốc vương Chiêm Thành. Năm nay sứ bộ dùng thuỷ trình, thuyền qua tỉnh Giang Tây bị sóng gió phá huỷ, chiếu thư và lễ vật bị hư hại; đành phải hoãn cuộc hành trình:

"***Ngày 9 tháng 5 năm Thành Hoá thứ 15*** **[29/5/1479].** *Ty Hành nhân Tả Ty phó Trương Cẩn mang chiếu thư đến phong cho Quốc vương Chiêm Thành; qua huyện Thanh Giang, Giang Tây gặp sóng gió phá hư thuyền, chiếu thư và đồ vật đều bị hư ướt. Quan Thủ thần trình lên. Bộ Lễ bàn rằng:*

'Chiếu thư và lễ vật nên thay mới, riêng sai Hành Nhân đưa đến cho Cẩn; những vật khác không cần lấy ra từ kho trong triều, lệnh ty Bố chánh Quảng Đông cho chế ra giống y như vậy.'

Lại bảo rằng:

'Tờ tâu không có tên họ viên Chánh sứ; lệnh Tuần Án Giang Tây, Ngự sử xét sự thực trình lên.'

Thiên tử chấp nhận." **Minh Thực Lục: Quan hệ Trung Quốc Việt Nam**, tập 3, trang 107.

Tháng 8 [17/8-15/9/1479], nước Lão Qua cấu kết với Bồn Man cướp phá vùng biên giới. Nhà Vua hạ lệnh mang 5 đạo quân đi đánh. Mặt trận trải rộng, phía nam từ châu Ngọc Ma tại phía tây tỉnh Hà Tĩnh, cho đến An Tây thuộc tỉnh Điện Biên. Quân ta vào tận kinh đô Lão Qua, khiến Vua nước này phải chạy trốn:

"*Tháng 8, mùa thu. Nước Lão Qua* [Ai Lao] *xâm phạm vào biên giới. Nhà vua hạ lệnh cho các tướng đem quân đi đánh, phá tan được quân Lão Qua. Cầm công, tù trưởng Bồn Man* [Trấn Ninh, Ai Lao], *ngầm mang lòng phản bội. Lão Qua liên kết và viện trợ cho Cầm Công, đem quân lấn cướp biên cảnh phía tây nước ta. Nhà vua sai các tướng đi đánh, hạ lệnh cho thái uý Lê Thọ Vực làm Chinh tây tướng quân, đi theo đường chính phủ Trà Lân; đô đốc Đông quân phủ Trịnh Công Lộ làm Chinh di tướng quân, đi theo đường An Tây* [Điện Biên]; *Trấn lỗ tướng quân Lê Đình Ngạn đi theo đường Ngọc Ma* [Cam Cớt, Ai Lao*]; Du Kỵ phó tướng quân Lê Lộng đi theo đường Thuận Châu* [Sơn La] *và Mỗi Châu; Thảo tặc phó tướng quân Lê Nhân Hiếu đi theo đường phủ Thanh đô* [Thanh Hoá*]. Các tướng hội đồng quân 5 đạo cộng 18 vạn, đánh phá tan được. Nhân thế thắng, kéo vào thành Lão Qua, lấy được của báu. Vua Lão Qua phải chạy trốn. Các tướng bắt dân nước ấy và chiếm đất đai nước ấy đến sông Kim Sa giáp giới phía nam nước Miến Điện, rồi cho người đem tiệp thư* [thư thắng trận] *về tâu nhà vua biết.*" **Cương Mục**, Chính Biên, quyển 23.

Tháng 10 [15/10-13/11/1479], Cầm Công tại Bồn Man tức Trấn Ninh làm phản, nhà vua tự làm tướng đi đánh. Đến tháng 11 [13/12/1479-11/1/1480] xa giá trở về; riêng hạ lệnh cho tướng quân Lê Niệm tiếp tục đánh, dẹp yên được:

"Họ Cầm nối đời làm phụ đạo Bồn Man. Nhà vua thấy rằng, đất ấy tiếp giáp với biên cảnh ngoại di, khó có người trấn thủ được, bèn chia đất ấy ra lập thành 7 huyện thuộc phủ Trấn Ninh, đặt quan phủ, quan huyện để giám sát cai trị. Đến đây, Lão Qua xâm phạm biên giới. Cầm Công nương dựa Lão Qua làm viện trợ cho mình, đánh đuổi các viên lưu quan (11), chiếm cứ riêng đất ấy để chống lại quan quân; đến lúc các tướng đánh phá được Lão Qua, cho người đưa thư báo tin thắng trận. Cầm Công lại ngăn chặn, làm cho tiệp thư thông báo về kinh được. Bởi thế, nhà vua hạ chiếu thân hành đi đánh, quân nhà vua tiến đóng tại Phù Liệt, bèn sai Trần Bảo, phó đoàn sư vệ Cẩm Y, và Phạm Nhân Kính, đô chỉ huy thiêm sự, điều động cung cấp quân lương, lại dụ bảo Lê Thọ Vực các tướng:

'Công trạng đánh phá Lão Qua như thế nào thì giao cho Trần Bảo đệ về tâu nộp'.

Tháng 11, xa giá đến Thâu Bồ đóng ngự doanh 4 ngày rồi trở về, sai tướng quân Kỳ quận công Lê Niệm thống lãnh 30 vạn quân, tiến đánh, phá tan được. Cầm Công bỏ chạy, bị chết. Tướng sĩ đốt thành của Bồn Man và thiêu huỷ kho tàng tích trữ. Bồn Man xin hàng. Nhà vua bèn phong người họ Cầm tên là Cầm Đông làm tuyên uý đại sứ, lại đặt các thổ quan để chia nhau cai trị." **Cương Mục**, Chính Biên, quyển 23.

Chú thích:

1. Đoạn: một loại lụa, có thứ đoạn hoa, có thứ đoạn trơn.

2. Thác Liên Hoa: nay tại Hà Khẩu Giao tộc tự trị khu, thuộc tỉnh Vân Nam.

3. Mãng tức loại rồng có 4 chân. Áo mãng bào là áo thêu rồng 4 chân.

4. Người triều cống không được vào, bởi Vân Nam không phải là đường cho Sứ giả đi triều cống.

5. Ky my: chính sách cai trị mềm dẻo; bắt nạp cống hàng năm, nhưng không đặt quan cai trị trực tiếp.

6. Bằng Tường: nay thuộc huyện Bằng Tường, tỉnh Quảng Tây, sát ải Nam Quan.

7. Long Châu:vị trí gần biên giới Việt Nam, nay thuộc huyện Long Châu, Sùng Tả thị, tỉnh Quảng Tây.

8. Nam Ninh: hiện nay Nam Ninh là thủ phủ tỉnh Quảng Tây, cách ngã ba các sông Tả Giang, Hữu Giang khoảng trên 10 km.

9. Tô mộc: Cây dùng làm thuốc Bắc.

10. Phủ Thái bình đời Minh vị trí tại sông Tả Giang, gần biên giới Việt Nam; Bằng Tường, Long Châu nằm trong phủ này.

11. Lưu quan: Viên quan do triều đình bổ đến, lúc cai trị địa phương này lúc cai trị địa phương khác, nhiệm sở không nhất định.

103.
Vua Lê Thánh Tông (9)

Tháng giêng năm Hồng Đức thứ 11 [11/2-10/3/1480], (Minh Thành Hoá năm thứ 16); sau khi đánh dẹp Bồn Man [Trấn Ninh, Ai Lao] xong, xa giá nhà Vua về đến kinh sư. Tình hình biên giới Việt Trung vẫn tiếp tục căng thẳng, Sứ giả nước ta đến Quảng Tây, bị viên Tri châu huyện Bằng Tường bắt giữ. Về phía Vân Nam, viên Thái giám trấn thủ Tiền Năng tâu rằng trước đó quân An Nam đến đóng tại Mông Tự, phía nam Vân Nam; lấy cớ là chặn chỗ hiểm để bắt trộm cướp:

"*Ngày mồng 10* [20/2/1480], *Tri huyện Bằng Tường nhà Minh là Lý Quảng Ninh bắt giam người của ta sai đi là Hoàng Thế Cung.* [25b]" **Toàn Thư**, Bản Kỷ, quyển 13, trang 25a.

"**Ngày *22 tháng 2 năm Thành Hoá thứ 16*** **[1/4/1480].** *Trấn thủ Vân Nam Thái giám Tiền Năng tâu vào tháng 10 nhuần năm Thành Hoá thứ 15* [tháng 11-12/1479] *nước An Nam điều lính Di hơn 800 tên, vượt biên giới tại huyện Mông Tự (1) Vân Nam, lập doanh trại làm nhà, nói là muốn chặn chỗ hiểm để bắt trộm cướp. Tuy đã ra lệnh triệt thoái trở về, nhưng e ngại hành động phản trắc chưa yên, cần gia tăng sự cấm đoán. Sự việc đem xuống dưới, bộ Binh tâu:*

'Nên ra lệnh Thủ thần Vân Nam nghiêm binh phòng bị, quan sát hành động rồi tâu lên để khu xử.'

Thiên tử chấp thuận." **Minh Thực Lục: Quan hệ Trung**

Quốc Việt Nam, tập 3, trang 109.

Tháng 5 [8/6-7/7/1480], Thượng thư bộ Hộ, Lê Đoan Chi dâng lời rằng, các quan lại tuy đã hoàn thành việc thu thuế trên giao; nhưng tại địa phương không làm xong công việc đắp đường, xây đê; thì đến kỳ hạn vẫn không được thăng cấp, vì chưa chăm lo đầy đủ cho dân:

"*Mùa hạ, tháng 5, ngày mồng 6* [13/6/1480]*... Hộ bộ thượng thư Lê Đoan Chi dâng lời bàn: Các quan phủ huyện tuy làm xong việc thuế khoá, nhưng nếu trông nom việc đắp đê làm đường không chăm, những lúc rỗi việc nông mà chưa hoàn thành, để trở ngại tới thu hoạch, thì đến [26a] kỳ khảo khoá sẽ không được thực chức và thăng cấp, để răn những kẻ coi thường việc dân.*" **Toàn Thư**, Bản Kỷ, quyển 13, trang 25b.

Sau khi hay tin quân ta đánh Lão Qua, nhà Minh lo sợ An Nam thừa thắng gây hấn, nên ra lệnh cho các Tổng binh Vân Nam, Lưỡng Quảng lưu ý đề phòng. Tiếp đến, Tổng binh Vân Nam Mộc Tông sai người do thám sự tình, báo rằng người An Nam lấy cớ bắt bọn làm phản, bèn đánh chiếm 20 trại của Lão Qua, giết hơn 20 vạn người, lại đến biên cảnh của nước Bát Bách Tức Phụ giáp giới Vân Nam. Vua nhà Minh không muốn trực tiếp gây căng thẳng; bèn ra chiếu chỉ mệnh ty Bố chánh Quảng Tây gửi văn thư khuyên Vua nước ta giữ yên ổn nơi biên giới:

"***Ngày 17 tháng 5 năm Thành Hoá thứ 16 [24/6/1480].*** *Sắc các quan Tổng binh Vân Nam, Trấn thủ, Tuần Án, Tam ty cùng các quan Tổng trấn, Tổng đốc tại Lưỡng Quảng nghiêm sức phòng bị biên cảnh, vì Giao Chỉ cùng Lão Qua Tuyên uỷ ty thù giết nhau, đề phòng chúng vào cướp phá.*" **Minh Thực**

Lục: Quan hệ Trung Quốc Việt Nam, tập 3, trang 109.

"*Ngày 23 tháng 7 năm Thành Hoá thứ 16* [28/8/1480]. *Xa Lý* [Phôngsali, Ai Lao], *Lão Qua, Bát Bách* (2), *thuộc 3 Tuyên uỷ sứ ty Vân Nam như bọn Thổ quan Tuyên uỷ sứ Đèo Tam Bảo, mỗi xứ sai bọn Đầu mục như Chiêu Mãnh Bổ đến triều cống vàng, bạc, khí mãnh, cùng các vật như tê giác, ngà voi. Mỗi nước được ban cho các vật như lụa nõn trong ngoài, lụa đoạn, có sai biệt; lại mang gấm hoa văn, lụa, đoạn lúc trở về ban cho Thổ quan và vợ. Trấn thủ Nội quan Tiền Năng tâu rằng Lão Qua bị người Giao* [chỉ An Nam] *đánh giết; lại tâu rằng nên cấp phí tổn đi đường cho Cống sứ các nước Xa Lý, Lão Qua, Bát Bách để có thể trở về nước gấp. Bộ Binh tâu xin mệnh cho ty Bố chánh Vân Nam cấp cho quan và nô bộc mỗi xứ 20 lượng bạc.* **Minh Thực Lục: Quan hệ Trung Quốc Việt Nam**, tập 3, trang 109.

"*Ngày 7 tháng 8 năm Thành Hoá thứ 16* [10/9/1480]. *Mệnh ty Bố chánh Quảng Tây răn dụ Quốc vương An Nam Lê Hạo. Lúc bấy giờ quan Tổng binh Vân Nam Mộc Tông sai người do thám sự tình An Nam từ Xa Lý trở về, báo rằng người Giao lấy cớ bắt bọn làm phản đánh chiếm 20 trại của Lão Qua, giết hơn 20 vạn người, lại muốn đến biên cảnh của nước Bát Bách. Lấy được sắc thư nguỵ của An Nam tại Xa Lý, ghi Hồng Đức thập niên* [1479]. *Lời tâu của Tông đưa xuống, bộ Binh nghiên cứu, rồi xin mời các quan văn vũ đại thần cùng các Khoa đạo bàn luận, cho rằng:*

'Nếu ban sắc trách cứ nặng nề sẽ ngăn cản con đường tự đổi mới của y, nếu bỏ qua khiến càng sinh dã tâm lớn không chịu thần phục; nên bảo ty Bố chánh Quảng Tây gửi văn thư cho Lê Hạo hãy rút binh, giữ biên cảnh, làm tròn đạo bề tôi. Lại sắc Vân Nam, Lưỡng Quảng chỉnh bị quân ngũ để

đề phòng mối lo biên giới.'

Thiên tử hứa sẽ cứu xét." **Minh Thực Lục: Quan hệ Trung Quốc Việt Nam**, tập 3, trang 110.

Nhận được văn thư từ viên Bố chánh Quảng Tây đòi hỏi xác nhận có hay không việc xâm lăng nước Lão Qua. Triều đình theo lời bàn của Quận công Lê Thọ Vực, phủ nhận việc xâm lăng; nói bịa rằng từng sai người sang Lão Qua, đuổi bắt kẻ chạy trốn:

"Tháng 8...ngày 27 [30/9/1480], nhà Minh có sắc văn đưa sang nói rằng:

'Gần đây, được các quan trấn thủ và tổng binh Vân Nam, tâu rằng Quốc Vương An Nam vô cớ điều động binh mã đánh giết ở đất Lão Qua [27b] đến nay vẫn chưa lui quân, lại định đánh nước Bát Bách Tức Phụ. Vậy tư cho Vương biết, nếu có phạm lỗi nói trên, nên gấp lui quân; nếu không, Vương phải sang báo ngay để triều đình truy xét kẻ báo cáo bậy trị tội theo pháp luật.'

Ngay hôm ấy, vua sai Tư lễ giám đưa tờ sắc ấy cho triều thần xem. Bọn Lê Thọ Vực bàn nên trả lời là:

'Vì hiện nay có 13 người ở thành Đông Quan chạy trốn sang biên giới nước Lão Qua, nên sai bọn đầu mục Nguyễn Báo đến địa giới để đòi lại, chỉ bắt được xe buôn bán chở về, không liên quan gì đến việc đánh Lão Qua và việc muốn đánh Bát Bách Tức Phụ cả.'

Điều ấy là nói bịa. Bèn giao cho Nguyễn Văn Chất mang tờ tâu đi." **Toàn Thư**, Bản Kỷ, quyển 13, trang 27a.

Phía nhà Minh không tin những lời tâu của Sứ thần nước ta; e sợ An Nam tiếp tục gây hấn, nên ban sắc cho các quan trấn thủ Vân Nam, Lưỡng Quảng tăng cường phòng thủ:

Ngày 6 tháng 11 năm Thành Hoá thứ 16 [7/12/1480]. *Tuần phủ Vân Nam Hữu Phó Đô Ngự sử Ngô Thành tâu:*

"Người Giao Chỉ cuồng vọng ngỗ nghịch, mới rồi đánh giết Lão Qua, nay lại nghe đang luyện binh để đánh nước Bát Bách. Mối ngờ về việc xâm lăng nước ta không phải không đáng lo. Xin tuyển sai một quan văn, võ, biết việc, giỏi ăn nói; mang sắc đến nước này dụ về đại nghĩa, trả lại đất đã xâm lấn. Sự việc đem xuống dưới, bộ Binh tâu:

'Mới đây đã có chiếu chỉ mệnh ty Bố chánh Quảng Tây gửi văn thư dụ Quốc vương Lê Hạo, lệnh phải tự xử rồi tâu lên và sắc Thủ thần Vân Nam, Lưỡng Quảng tăng cường cẩn thận phòng ngự. Nhưng sợ Thủ thần sơ hốt để lỡ việc, lại xin gửi văn thư xuống 3 ngành, đôn đốc sự tận tâm. Thấy được điều biến từ bọn họ, tâu ngay để điều hoạch, khu xử.'

Thiên tử cho biết có thể được." **Minh Thực Lục: Quan hệ Trung Quốc Việt Nam**, tập 3, trang 110

Lúc này bọn Thổ quan tại các châu như Tư Lăng, vùng ven biên Quảng Tây; manh tâm giành đất, cướp của cải trâu bò. Các quan đại thần như Lê Niệm và Lê Thọ Vực bàn rằng nên làm công văn kể hết mọi tình trạng về việc cướp phá trước sau như thế nào. Chờ lúc Sứ thần nước ta sang Trung Quốc, sẽ đem công văn ấy trình cho quan tổng đốc Lưỡng Quảng khám xét tra hỏi. Vua bèn y theo:

"Tháng 6... ngày 25 [1/8/1480], Tổng binh đồng tri Bắc Bình Trần Ao sai liệt hiệu Đào Phu Hoán đem 600 tên quân cờ đến địa phương Cảm Quả mở cửa ải Thông Quang (3) châu Ôn, Lạng Sơn đến tận ruộng xứ Ban [26b] Động dựng

đóng rào chắn ngang. Đầu mục người nước ngoài là bọn La Truyền đem thổ binh tới đánh bắn. Phu Hoán lui quân về cửa ải. La Truyền lại đem quân nhổ rỡ rào đóng đem đốt đi. Trần Ao đem việc ấy tâu vua sai quan Tư lễ đưa tờ tâu cho triều thần xem. Lê Niệm tâu rằng:

'Nay nếu dựng lại đóng rào, tất họ lại phá đi, không có ích gì. Nên sai quan đến khám, nếu quả là đất của ta xen vào trong đất của họ và bị họ xâm chiếm thì vẽ điạ đồ cho rõ ràng, về tâu đúng sự thực, rồi làm tờ tư sẵn đợi lệnh. Năm này sai sứ, sẽ giao cho bồi thần mang đi trình với đô ty tỉnh Quảng Tây, biện bạch phải trái, rồi sau hãy dựng rào.'

Vua y theo."

"Tháng 8 [4/9-3/10/1480] *Ba ty Đô, Thừa, Hiến Lạng Sơn là bọn Lưu Doãn Trực, Nguyễn Để tâu rằng:*

Người châu Tư Lăng nước ngoài tràn vào châu Lộc Bình, cướp lấy của cải và trâu bò súc vật của bọn Hoàng Lô, Mã Bát ở Lộc Bình mang đi. [28b] Quan thủ bị Lê Đình Hoán không biết ngăn giữ: xin giao cho vệ Cẩm y bắt hỏi tội. Bọn triều thần Lê Thọ Vực nói: Nó quen thói trước, hay tràn vào cướp bóc dân ta. Nay nên sai Đông các soạn tờ điệp văn cho vệ Lang Sơn gửi sang châu Tư Lăng trách họ về việc không biết cấm đoán nhân dân trong hạt, để chúng liều lĩnh gây hấn ở biên giới, vượt cõi cướp bóc trâu bò của cải, yêu cầu bắt phải trả lại." **Toàn Thư**, Bản Kỷ, quyển 13, trang 26a.

Trước đây sứ bộ Trần Trung Lập sang triều Minh tiến cống, bị viên Tri huyện Bằng Tường gây khó khăn, khiến chuyến đi chậm trễ; bèn đem sự việc khiếu nại lên. Nay trở về, bèn đem sắc chỉ cho triều đình xem về việc Vua nhà Minh ra qui định rằng khi sứ bộ đến, thì phía An Nam phải gửi tờ báo trước cho quan Tổng trấn hẹn ngày tới; rồi viên này phải cắt đặt người đưa đón:

"Bọn Binh bộ tả thị lang Trần Trung Lập, Hàn lâm kiểm thảo Lê Tuấn Ngạn, Phan Quý vâng mệnh đi sứ nhà Minh trở về, nhân tiện mang theo sắc văn của vua Minh về. Vua sai [28a] Ngô Văn Thông đưa sắc ấy cho triều thần xem. Tờ sắc nói:

'Mới rồi bọn bồi thần Trần Trung Lập tâu rằng lễ tiến cống tới Long Châu [Longzhou county], *huyện Bằng Tường* [Pingxiang], *tỉnh Quảng Tây, thì Tri huyện Lý Quảng Ninh, Tri châu Thiệu Nguyên không ứng phó nghênh tiếp ngay và chia cho hai châu Thượng Thạch, Hạ Thạch* [Xiashizhen] *chở đi, đến nỗi bị ngăn trở lâu hàng tháng. Nên từ nay, hễ có sứ thần sang kinh đô, thì gửi tờ tư trước cho các quan Tổng trấn, hẹn ngày tới Bằng Tường đón chuyển tới Long Châu, Tuyên phủ Quảng Tây theo lệ cắt người đưa đi, khi sứ thần về thì giao cho quan lại có trách nhiệm đưa ra ngoài cửa ải Huống Thôn để cho khỏi bị chậm trễ".* **Toàn Thư**, Bản Kỷ, quyển 13, trang 27b.

Tháng 11, sứ bộ Nguyễn Văn Chất sang nhà Minh triều cống và tâu sự việc liên quan đến Chiêm Thành. Vào năm sau đến nơi; được ban yến, y phục, Vua nhà Minh lại gửi gấm, lụa quí, cho Vua nước ta:

"Mùa đông, tháng 11, ngày 18 [19/12/1480], sai bọn bồi thần Nguyễn Văn Chất, Doãn Hoành Tuấn, Vũ Duy Giáo sang tuế cống nhà Minh và tâu việc Chiêm Thành." **Toàn Thư**, Bản Kỷ, quyển 13, trang 29a.

"Ngày 18 tháng 8 năm Thành Hoá thứ 17 [11/9/1481]. *Quốc vương An Nam Lê Hạo sai bọn Bồi thần Nguyễn Văn*

Chất dâng biểu và triều cống vàng, bạc, khí mãnh, cùng sản vật địa phương. Ban yến cùng y phục lụa thải, đoạn có phân biệt; lại giao cho Sứ thần gấm hoa văn, thải (4), đoạn (5) mang về ban cho Vương nước này." **Minh Thực Lục: Quan hệ Trung Quốc Việt Nam**, tập 3, trang 114

Tháng chạp, nhà Vua cho duyệt lại các biểu văn gửi cho nhà Minh. Bấy giờ tại nước ta văn học vào buổi thịnh thời; người Minh có dịp thưởng thức, thường khen rằng nước ta có nhiều người giỏi:

"Tháng 12, ngày Đinh Mão [21/1/1481], vua đưa tờ biểu về việc tiến cống hằng năm do Hàn lâm viện thị thư Lương Thế Vinh soạn thảo để triều thần bàn. Bọn Lê Thọ Vực nói:

'Ba bài biểu, văn đều thuận lẽ cả, như bọn Thân Nhân Trung đã cùng tâu lên'.

Về giấy tờ bang giao, vua trước hết sai quan Hàn lâm viện soạn thảo, rồi trao xuống cho Đông các xem, sau lại đưa cho triều thần xem. Nếu có ý gì khác, thì cho sửa lại. Vì thế, người Minh thường khen rằng nước ta có nhiều người giỏi. Ba tờ biểu văn thì một tờ [29b] trình việc đầu mục nước ngoài là La Truyền phá đóng rào ở cửa ải Thông Quang, một tờ trình về việc Tri huyện Bằng Tường Lý Quãng Ninh bắt giữ người của ta sai đi là Hoàng Thế Cung." **Toàn Thư**, Bản Kỷ, quyển 13, trang 27b.

Tháng 4 năm Hồng Đức thứ 12 [29/4-28/5/1481], (Minh Thành Hoá năm thứ 17); mở kỳ thi hội lấy 40 người trúng cách. Vào thi đình, chọn 3 người đậu Tiến sĩ cập đệ; 8 Tiến sĩ xuất thân; 28 người đậu Đồng tiến sĩ xuất thân. Tháng 5, làm lễ rước, treo bảng vàng, cho vinh qui bái tổ:

"Mùa hạ, tháng 4, thi hội cho các cử nhân trong nước, lấy

đỗ bọn Phạm Đôn Lễ 40 người.

Ngày 27 [25/5/1481], *vua ngự điện Kính Thiên, thân hành ra đầu bài văn sách hỏi về lý số. Cho bọn Phạm Đôn Lễ, Lưu Hưng Hiếu, Nguyễn Doãn Định ba người đỗ tiến sĩ cập đệ; bọn Ngô Văn Cảnh 8 người đỗ tiến sĩ xuất thân; bọn Nguyễn Minh Đạo 29 người đỗ đồng tiến sĩ xuất thân. (Phạm Đôn Lễ, tên tự là Lư Khanh, người huyện Ngự Thiên, phủ Tân Hưng ngụ ở làng Thanh Nhàn, huyện Kim Hoa* [huyện Sóc Sơn, Hà Nội], *khi đỗ 27 tuổi, thi hương, hội, đình đều đỗ đầu, người đời gọi là Tam nguyên Đôn Lễ).*

Tháng 5, ngày 21 [18/6/1481], *triệu bọn tiến sĩ Phạm Đôn Lễ vào trong Đan Trì. Vua [30b] ngự điện Kính Thiên. Các quan Hồng lô truyền lệnh gọi tên. Lại bộ ban ấn mệnh. Lễ bộ bưng bảng vàng, nổi trống nhạc, rước ra ngoài cửa Đông Hoa treo lên. Xong rồi ty Mã cứu đem ngựa tốt đưa trạng nguyên về nhà."* **Toàn Thư**, Bản Kỷ, quyển 13, trang 30a.

Tháng 5 [29/5-26/6/1481], nhà vua ban chiếu lập đồn điền; nhằm dồn hết sức vào việc làm ruộng, để sự tích trữ trong nước được dồi dào. Định đồn điền trong nước thành 3 bậc thượng, trung, hạ:

Theo **Hồng Đức Thiên Nam Dư Hạ Tập**, thì đồn điền có 43 sở: Vĩnh Hưng, An Lộc, Thịnh Quang, Dịch Vọng, Quan La, Minh Tảo, Lạc Tràng, Bồng Hải, Phượng Vĩ, Liên Thuý, Đông Lạc, Thượng Liệt, Kim Quang, Hoa Mộc, Đan Nhiễm, Quy Mông, Lục Đàm, Đại Tảo, Phần Trì, Tư Mại, Nam Giản, Khám Lãng, An Trú, Phan Dương, Tây Tạ, Thiên Kiện, La Sơn, Vọng Doanh, Hoa Diệp, Cống Khê, Lương Sơn, Lôi Dương, Vĩnh Ninh, An Định, Tĩnh Ninh, Đức Quang, Anh Đô, Diễn Châu, Hà Hoa, Triệu Phong, Tân Bình, Thăng Hoa,

Tư Nghĩa. Mỗi sở đặt một viên chánh sứ và một viên phó sứ.

Năm ngoái sứ bộ Nguyễn Văn Chất sang triều Minh, dâng lời tâu phủ nhận việc An Nam đánh Lão Qua; nhưng Vua Hiến Tông không tin, đem những lời trong **Kinh Thư** ra cảnh cáo. Lại tin theo lời viên Tuyên uý nước Bát Bách Tức Phụ là Đèo Lãm Na, tâu rằng quân An Nam bị sét đánh và bị tập kích; bèn ban thưởng cho bọn Đèo Lãm Na:

"***Ngày 9 tháng 6 năm Thành Hoá thứ 17 [5/7/1481].*** *Sắc dụ Quốc vương An Nam Lê Hạo rằng:*

"Trẫm cung kính nhận mệnh, nối ngôi vị trời cho, lấy thiên hạ làm một nhà, coi vạn dân cùng một loại; một lời, một việc, chưa từng trái với đạo trời. Nước ngươi riêng ở một phương cách vạn dặm; Trẫm không cho là xa mà không để ý. Năm ngoái nghe rằng Vương dấy binh đánh giết Lão Qua, lại muốn đến chinh phạt nước Bát Bách. Trẫm cho rằng ngươi muốn thuận với lẽ trời; vì thi, thư, lễ nghĩa giống như Trung Quốc, sao lại có tâm địa như vậy; trong lòng có chỗ nghi hoặc nên sai Thủ thần gửi thư cho ngươi.

Nay đọc lời tâu của ngươi nói rằng đã sai Đầu mục bắt tên Tù trưởng biên giới Cầm Công, không có việc đánh giết người Lão Qua. Lại nói không biết nước Bát Bách tại nơi nào, huống hồ bảo là đến đánh! Như vậy là lời báo trên sai ư! Tuy nhiên hãy nói với Vương lời kết luận: Kinh Thư há không bảo rằng làm việc đúng thì gặp may, làm trái thì gặp điều dữ. Vì trời và người vốn cảm thông, gặp may và dữ do lẽ thuận nghịch. Người Giao là con của trời, thì người Lão Qua cũng là con của trời vậy. Nếu làm như đã đề cập ở trên, vô cố giết con của trời, là trái mệnh trời ! Xưa đến nay kẻ trái mệnh trời làm sao giữ được nước, mà không không gặp điều hoạ? Từ nay trở về sau Vương nên vụ điều an tĩnh, giữ đạo thường, kính sợ đạo trời, giữ lễ Phiên thần, hữu nghị hoà mục với lân bang, không riêng hoà mục với Lão Qua, phàm những nước tiếp giáp với đất của Vương đều đáng hoà mục hết. Nếu tự thị quân mạnh nước giàu, vượt biên cảnh xâm chiếm, thì ý trời sẽ nghe thấy từ trong lòng dân, nhanh chóng không kịp quay gót, Vương hãy phản tỉnh kỹ càng."

Trước đây Hạo thân suất quân Di 9 vạn, mở núi làm 3 đường tiến binh phá Ai Lao; lại tiếp tục tiến đến đất Lão Qua giết 3 cha con Tuyên uỷ Đao Phản Nhã Lan Chưởng. Người con út Phạ Nhã Tái đến nương dựa nước Bát Bách. Tuyên uý Đèo Lãm Na mang quân đưa đến vùng Cảnh Khảm. Rồi Hạo lại tích trữ lương thực, luyện binh, ban nguỵ sắc cho Xa Lý Tuyên uỷ ty, hẹn họp binh đến tấn công nước Bát Bách. Mấy ngàn quân bị chết bất thình lình, truyền lời rằng bị chết vì sét đánh. Bát Bách sai quân chẹn đường về, tập kích giết hơn vạn tên, đại bại bèn rút lui. Đèo Lãm Na đem việc này báo cho Thủ thần Vân Nam bọn Kiềm quốc công Mộc Tông. Mộc Tông nhân đó tâu rằng:

"Hạo trước kia đã thôn tính Chiêm Thành; Hoàng thượng bỏ qua ban cho sự khoan dung, mong rằng biết hối tội. Nhưng Hạo lại buông tuồng theo điều ác không kiêng kỵ, hà khắc bất nhân, lấy danh nghĩa đuổi bắt Hoàng Chương Mã cướp các thôn trại tại Trấn An, lại bày việc mở cửa quan để dòm ngó tình hình biên giới Lâm An (6); tự tiện sai quan kinh lược rồi trú quân tại Mông Tự, giả danh bắt Cầm Công để đánh giết cha con Tuyên uỷ Lão Qua; vậy xin giáng sắc nghiêm trách. Đèo Lãm Na đã bảo vệ sinh dân, đánh bại giặc Giao, xin giáng sắc ban thưởng để làm nổi bật lòng trung nghĩa. Con Tuyên uỷ Lão Qua Phạ Nhã Tái xin cho vượt lệ

thường giữ chức, để tỏ sự phủ tuất; lại xin ban sắc cho các Thổ quan Xa Lý, Nguyên Giang, Mộc Bang, Quảng Nam, Mãnh Căn hiệp lực bảo vệ biên thuỳ."

Tấu đến, bèn triệu tập đình thần, bàn luận rằng nên chấp nhận theo lời tâu. Ty Bố chánh Vân Nam cấp cho quan Đèo Lãm Na 100 lượng bạc, lụa nõn trong ngoài 4 tấm để ban thưởng; ban sắc cho Phạ Nhã Tái được tập ấm chức của cha, miễn triều cống trong 1 năm; lại cho rằng Mộc Tông bảo vệ biên giới có phương cách, cũng nên ban sắc uỷ lạo và khuyến khích.

Thiên tử chấp nhận theo lời bàn, lại ban cho Phạ Nhã Tái mũ và dây đai để biểu thị sự ưu tuất, cùng sắc dụ cho Hạo." **Minh Thực Lục: Quan hệ Trung Quốc Việt Nam**, tập 3, trang 112.

Ngày mồng 4 tháng 7 [30/7/1481], Phó đô ngự sử Quách Đình Bảo tâu xin chấm dứt việc đuổi dân ngụ cư tại kinh đô. Bấy giờ viên Tri phủ Phụng Thiên, tức kinh đô, ra lệnh đuổi những dân ngụ cư về quê quán; Đình Bảo phản đối cho rằng cần giữ lại những người buôn bán và làm các dịch vụ, để chốn kinh thành được sầm uất:

"Thần trộm nghĩ rằng: Kinh sư là gốc của bốn phương; tiền của trao đổi mua bán tất phải cho lưu thông đủ dùng, không nên để thiếu thốn. Trước đây, dân cư phủ Phụng Thiên, trừ những người quê quán ở phủ đó, gián hoặc có người tuy không phải quê ở đó, nhưng có [32a] cửa hiệu, thuế ngạch và nộp thuế, chịu sai dịch với bản phường. Nay quan phủ Phụng Thiên lại không hỏi xem dân tạp cư ở đó có cửa hiệu, thuế ngạch hay không, đuổi hết cả về nguyên quán, e rằng như thế thì nơi kinh sư sẽ buôn bán thưa thớt, không

còn sầm uất phồn thịnh nữa, không những người làm nghề buôn bán sẽ thất nghiệp nhiều, mà chợ búa e sẽ trống rỗng, ngạch thuế sẽ có thể thiếu hụt, có phần không tiện. Vì thế tâu xin: Ngoài những kẻ vô loài tạp cư thì nên đuổi đi, còn những người nguyên có hàng chợ, cửa hiệu, trước đây đã biên vào thuế ngạch thì hãy cho được cư trú để buôn bán sinh nhai, cho vào bản phường nộp thuế theo lệ cũ". **Toàn Thư**, Bản Kỷ, quyển 13, trang 31b.

Bấy giờ các nước Lão Qua, Xa Lý, Bát Bách Tức Phụ tại biên giới phía tây mâu thuẫn với An Nam đã được đề cập; các nước phương nam như Melaka [Mã Lai], Chiêm Thành cũng cho người đến triều Minh tố cáo An Nam gây hấn. Sứ thần Melaka tâu rằng An Nam bắt sứ giả của họ đến cống nhà Minh và lăm le thôn tình nước này; khiến Vua Hiến Tông phải đưa lời cảnh cáo:

"***Ngày 1 tháng 9 năm Thành Hoá thứ 17* [23/9/1481].** *Sứ thần nước Mãn Thứ Gia [Melaka] Đoan Á Mã Thứ Đích Na Tra tâu:*

'Vào năm Thành Hoá thứ 5 [1469-1470] Sứ thần của bản quốc Vi Giả Nhiên Na đến triều cống, lúc trở về trên biển bị gió phiêu dạt đến An Nam; Phi Giả Nhiên Na và tuỳ tòng đều bị giết, số còn lại bị xâm đen làm nô tỳ, những người trẻ đều bị hại.'

Lại tâu rằng:

'An Nam chiếm thành trì Chiêm Thành, lại lăm le thôn tính đất Mãn Thứ Gia. Bản quốc cho rằng hai nước đều là thần dân của Thiên tử, nên không dám hưng binh tranh chiến.'

Vừa lúc Sứ thần An Nam đến, Đoan Á Mã Thứ Đích Na

Tra xin được tranh biện ngay tại triều đình. Thượng thư bộ Binh Trần Nhung cho rằng việc này thuộc dĩ vãng, không nên đi sâu vào, nên răn đe về tương lai.

Nhân Sứ thần An Nam trở về nước, Thiên tử dụ Vương nước này là Lê Hạo rằng:

'Nước ngươi và Mãn Thứ Gia đều phụng thừa lịch Chính Sóc, nên hoà mục thông hiếu với nhau; há dám tự thị phú cường, phạm vào quốc điển để mang hoạ với trời! Lời tâu của Mãn Thứ Gia tuy triều đình chưa tin một cách dễ dàng, nhưng các ngươi nên tự xét, tránh lỗi lầm, sợ trời và giữ pháp luật, để tự bảo vệ nước.'

Lại bảo Sứ thần Mãn Thứ Gia rằng:

'Từ xưa đến nay các bậc thánh Vương cai trị Di bốn phương, không truy xét lỗi lầm quá khứ. An Nam nếu lại muốn xâm lăng, nước ngươi nên huấn luyện quân mã để phòng ngự." **Minh Thực Lục: Quan hệ Trung Quốc Việt Nam**, tập 3, trang 115.

Còn phía Chiêm Thành lại càng gay go hơn; Sứ thần cực lực tố cáo An Nam bằng cách trưng lên một giai đoạn lịch sử. Rằng An Nam xâm lăng, bắt Quốc vương Trà Toàn, em Quốc vương là Bàn La Trà Duyệt chạy về phương nam cũng bị bắt luôn. Sau đó nhờ uy của thiên triều, An Nam lập Tề Á Ma Vật Yêm làm Quốc vương, chỉ cho giữ lãnh thổ bằng 1/5 nước cũ; nayTề Á Ma Vật Yêm mất, em là Cổ Lai xin phong. Vua nhà Minh bèn gửi sắc dụ cho nước ta, yêu cầu trả lại tất cả đất đai cho Chiêm Thành:

*"**Ngày 21 tháng 9 năm Thành Hoá thứ 17 [13/10/1481].** Cổ Lai nước Chiêm Thành sai cháu Vương là Cáp Na Ba dâng biểu cống voi, cọp, sản vật địa phương, cùng thỉnh phong.*

Ban cho áo dệt kim, các vật như lụa thải, đoạn có sai biệt." **Minh Thực Lục: Quan hệ Trung Quốc Việt Nam**, tập 3, trang 116.

"Ngày 26 tháng 9 năm Thành Hoá thứ 17 [18/10/1481]. *Chiếu dụ Quốc vương An Nam Lê Hạo trả lại đất cho Chiêm Thành. Lúc bấy giờ Cổ Lai nước Chiêm Thành sai sứ tâu:*

'Vào tháng 4 năm Thiên Thuận thứ 5 [1461](7) Giao Chỉ hưng binh xâm lăng nước thần, bắt Quốc vương, phá huỷ thành trì, cướp ấn quí rồi đi. Em Vương là Bàn La Trà Duyệt trốn chạy đến Phật Linh Sơn. Vào năm Thành Hoá thứ 6 [1470] tấu xin ấn và thỉnh phong, Thiên sứ đến nơi; nhưng trước đó Bàn La Trà Duyệt đã bị Giao Chỉ bắt. Thần cùng anh là Tề Á Ma Vật Yêm trốn trong rừng; sau đó người Giao sợ Thiên triều, tự sai người tìm kiếm con cháu người nước thần, cho trở về đất cũ. Giới hạn từ quốc đô tới Chiêm Lạp [Chân Lạp?] gồm 5 xứ, lập Tề Á Ma Vật Yêm làm Vương. Chẳng bao lâu Tề Á Na Vật Yêm chết, nay thần đang tạm giữ chức nhưng không dám tự tiện; thỉnh cầu triều đình sai Thiên sứ mang ấn quý đến, phong chức Vương. Xin dụ người Giao trả toàn lãnh thổ nước thần gồm 27 xứ gồm 4 phủ, 1 châu, 22 huyện; phía đông tới biển đông, phía nam tới Chiêm Lạp, phía tây tới núi Lê Nhân, phía bắc tới Ha Mộc Thứ Bố gồm hơn 3500 dặm, ngưỡng ơn Thiên tử vì tiểu quốc chủ trì việc này.'

Thiên tử mệnh hội các quan bàn định. Thượng thư bộ Binh Trần Nhung, Anh quốc công Trương Mậu, Thượng thư bộ Lại Duẫn Mân bàn rằng Chiêm Thành bị An Nam xâm đoạt đã lâu, triều đình thường răn dụ, An Nam chỉ trả lại 5 xứ. Nay Cổ Lai không ngại xa xôi đến tố cáo, nếu không chấp nhận lời xin, thì không có gì an ủi người xa xôi có lòng ngưỡng vọng. Nên sai 2 cận thần có uy vọng, giỏi về văn từ lý lẽ, đi sứ An Nam, dụ Vương nước này trả lại đất cũ của Chiêm Thành.

Chiếu dụ rằng không cần sai quan đi, đợi khi Sứ thần An Nam trở về bèn sắc dụ Hạo rằng:

'Trẫm phụng mệnh trời, coi dân như con; suốt biển trong ngoài đều đối xử chung một lòng nhân. Mà các ngươi An Nam và Chiêm Thành thời Tần Hán trở xuống đều là quận huyện của Trung Quốc; cũng không quá xa kinh đô. Mới đây Chiêm Thành tố cáo rằng ngươi hưng binh bắt sống Quốc vương nước này, giết nhân dân, đoạt thành trì đất đai. Trẫm động lòng trắc ẩn, hai lần xuống chiếu lệnh ngươi trả lại những thứ đã lấy, để hợp với nghĩa lớn. Ngươi tâu rằng số đàn ông đàn bà bị bắt đã trả về, lại nói lãnh thổ đã yên, há lại có việc xâm tranh. Trẫm tin lời ngươi, không nghi ngờ. Nay Cổ Lai sai người đến thỉnh phong, hỏi lý do mới biết rằng đất này bị nước ngươi chiếm cứ, số lượng trả lại chỉ bằng một phần năm. Xét việc này thì ra ngươi âm mưu thôn tính, nhưng bề ngoài thì nói rằng hoà mục lân bang; thực hiện việc đại nghĩa, phải như vậy chăng?

Trẫm sở dĩ một mực sắc dụ ngươi, không phải có ý tư vị Chiêm Thành; muốn ngươi thể theo ý Trẫm, đối xử cùng một lòng nhân, hoà mục lân bang, thương xót nhân dân, đó là phúc cho hai nước. Nếu không thèm nghe, không thèm biết, há không xem đến việc đời trước Chiêm Thành phục thù nước ngươi ư! Hãy soi kỹ việc này, những người già cả tại nước ngươi chắc còn nhớ điều đó, đáng xét và suy nghĩ. Người xưa nói rằng một nước có đạo lý cậy đức chứ không cậy sức. Ngươi từ khi thụ phong đến nay không chỉ xâm đoạt Chiêm Thành, mới đây giết Sứ thần tiến cống của Mãn Thứ

Gia, xâm đen bọn tuỳ tùng bắt làm nô bộc; gây oán với lân quốc, họ khống tố đến nơi, ngươi tự cho là phúc đấy ư!

Phàm sợ trời, giữ nước, sợ kẻ lớn, thương người nhỏ; các bậc hiền triết đều làm, sao ngươi không lo làm việc đó. Khi sắc tới ngươi nên nghĩ đến việc đoàn kết, hữu nghị với lân quốc, trả hết đất đai cũ cho Chiêm Thành, đời đời nối dõi, không đến nỗi tuyệt tự; không những sinh linh hai nước không bị vướng vào hoạ binh đao, mà tiếng tốt của ngươi được để lại trong sử sách, con cháu mãi hưởng ân trạch vô cùng. Hãy thực hành kỹ việc này, đừng để hối hận về sau." **Minh Thực Lục: Quan hệ Trung Quốc Việt Nam**, tập 3, trang 117.

Trần Việt, Thượng thư bộ binh nhà Minh, tổng kết tình hình về An Nam; phía nam xâm chiếm Chiêm Thành, giết Sứ thần Mãn Thứ Gia Mã Lai; phía tây thôn tính Lão Qua, đánh phá nước Bát Bách Tức Phụ, lại cho người dòm ngó Vân Nam; nên không thể không lo. Nhà Vua bèn ra lệnh thủ thần Vân Nam, Lưỡng Quảng nghiêm cấm nơi biên giới, trường hợp vi phạm thì dùng quân chống cự:

"***Ngày 22 tháng 9 năm Thành Hoá thứ 17 [14/10/1481].*** *Thượng thư bộ Binh Trần Việt tâu:*

'Nước An Nam cách vạn dặm tại nơi u tịch tây nam, tiếp giáp với Vân Nam, Lưỡng Quảng. Vào năm Vĩnh Lạc [1403-1424] Vương sư chinh phạt, chia đất này thành quận huyện. Sau đó Thủ thần chế ngự không được, lại bị mất trở lại. Nay đâm ra ngỗ ngược làm càn, phía đông nuốt Chiêm Thành, phía tây thôn tính nước Lão Qua, đánh phá Bát Bách, ban sắc nguỵ cho Xa Lý Tuyên uỷ ty, giết Mãn Thứ Gia sứ thần; sự việc không thể không đáng lo.

Năm trước có người tại biên giới từ An Nam trở về; nói Vương nước này muốn xâm phạm Vân Nam, nhưng mẹ Vương đã can gián nên dừng lại. Ngự sử Vương Thứ tâu rằng An Nam sai những tên nguỵ, giả làm thương nhân đến dò thám hư thực; lại nghe rằng có người Giang Tây họ Vương theo bọn vong mệnh làm Ngự sử nguỵ, trù liệu sách lược, đôn đốc binh; mấy lần xâm nhiễu, vị tất không do mưu của tên này? Sứ thần Chiêm Thành cũng nói rằng An Nam sửa soạn 3000 chiếc chiến thuyền, muốn tập kích Hải Nam; không thể không phòng bị.'

Thiên tử phán:

'Trẫm xem An Nam như là một nước ngoại quốc; mỗi lần vi phạm lại tỏ sự dung thứ. Nhưng nước này bên ngoài thì tỏ ra cung kính, nhưng trong trí trá, hành động của chúng không thể che dấu được. Binh pháp nói rằng: Đừng cho rằng kẻ thù không đến, phải dựa vào sự chuẩn bị.

Nên ra lệnh Thủ thần Vân Nam, Lưỡng Quảng nghiêm cấm bọn vong mệnh vượt biên giới, nếu chúng xâm phạm thì huy động quân lính chống cự." **Minh Thực Lục: Quan hệ Trung Quốc Việt Nam**, tập 3, trang 116.

Bấy giờ bọn Hành nhân Trương Cẩn được lệnh mang sắc đến Chiêm Thành phong cho Tề Á Ma Vật Yêm, chúng mang nhiều hàng hoá để bán kiếm lời. Khi đến Quảng Đông nghe tin Tề Á Ma Vật Yêm đã chết, người em là Cổ Lai sai bọn Cáp Na Ba đến xin phong. Nghĩ rằng về không sẽ mất lời, bèn đi vội đến Chiêm Thành. Tới nơi, thì An Nam đã lập Đề Bà Đài Giả nắm quyền quốc sự; bọn Cẩn không đợi mệnh của triều đình, mang ấn trao cho Đề Bà Đài Giả, phong làm Vương. Bọn chúng được hối lộ hơn 100 lạng vàng, tiếp tục đi qua

Mãn Thứ Gia [Melaka, Mã Lai] bán hết hàng hoá rồi trở về, bị triều đình kết tội:

"***Ngày 15 tháng 10 năm Thành Hoá thứ 17*** **[6/11/1481].** *Hành nhân Trương Cẩn, thuộc Hữu phó ty, đi sứ Chiêm Thành; mắc tội bị hạ ngục. Trước đó Cẩn cùng Cấp sự Phùng Nghĩa phụng mệnh mang sắc ấn phong Vương, cho cháu Quốc vương Chiêm Thành Tề Á Ma Vật Yêm. Bọn chúng mang nhiều hàng hoá để bán kiếm lời; khi đến Quảng Đông nghe tin Tề Á Ma Vật Yêm đã chết, người em là Cổ Lai sai bọn Cáp Na Ba đến xin phong. Nghĩ rằng về không sẽ mất lời, bèn đi vội đến Chiêm Thành. Người Chiêm Thành cho biết sau khi người cháu xin phong bị Cổ Lai giết, An Nam ban sắc nguỵ lập Đề Bà Đài Giả nắm quyền quốc sự. Bọn Cẩn không đợi mệnh của triều đình, mang ấn trao cho Đề Bà Đài Giả, phong làm Vương. Bọn chúng được hối lộ hơn 100 lạng vàng, rồi đi qua Mãn Thứ Gia* [Melaka, Mã Lai] *bán hết hàng hoá để trở về. Nghĩa chết trên đường vượt biển. Cẩn trình sự việc và nạp sắc nguỵ lên triều đình. Bộ Lễ hặc tội Cẩn tự tiện phong tước, đáng tội hình, bèn ra lệnh giam tại vệ Cẩm Y để điều tra, biết được lời khai như trên. Quan toà kết vào tội đại thần tự tiện tuyển quan, xử chém. Lúc bấy giờ Sứ giả Chiêm Thành Cáp Na Ba tại quán dịch bộ Lễ, trả lời qua Thông dịch rằng Cổ Lai chính là em của Vương, Tề Á Ma Vật Yêm chết vì bệnh không phải bị giết, người được gọi là Đề Bà Đài Giả thì không biết đó là ai. Bèn ra lệnh Cáp Na Ba tạm trở về Quảng Đông, lệnh quan chức địa phương ưu đãi. Đợi sứ tạ ơn của Đề Bà Đài Giả đến; thẩm xét phải trái rồi có cách đối xử riêng."* **Minh Thực Lục: Quan hệ Trung Quốc Việt Nam**, tập 3, trang 119.

Tháng 10 [23/10-20/11/1481], cho đào hồ Hải Trì tại phía

tây nam thành Thăng Long. hồ này chu vi đến 100 dặm; giữa hồ có điện Thuý Ngọc, bên cạnh hồ xây điện Giảng Võ để tập luyện binh.

Chú thích:

1. Mông Tự: nay vẫn còn huyện Mông Tự thuộc tỉnh Vân Nam, gần biên giới Việt Nam tại địa phận tỉnh Lai Châu.

2. Bát Bách: Tức nước Bát Bách Tức Phụ, có nghĩa là "Tám trăm vợ. ". Theo sách **Thiên Hạ Quận Quốc Lợi Bệnh Thư** thì đó là tên một bộ lạc người Man vùng biên giới Vân Nam - Miến Điện. Tương truyền tù trưởng bộ lạc này có 800 vợ, mỗi vợ quản lý một trại, vì thế mới gọi là nước Bát Bách Tức Phụ.

3. Cửa ải Thông Quang ở xã Quang Lang, châu Ôn, Lạng Sơn; sau đổi là đồn Quang Lang.

4. Thải: hàng tơ lụa 5 sắc

5. Đoạn: một loại lụa, có thứ đoạn hoa, có thứ đoạn trơn.

6. Lâm An: phủ lỵ Lâm An tại huyện Kiến Thuỷ, châu tự trị Hồng Hà tỉnh Vân Nam hiện nay.

7. Lời tâu của sứ Chiêm Thành sai năm tháng. Theo **Toàn Thư**, sự việc vua Lê Thánh Tông đánh bắt Quốc vương Trà Toàn vào năm Thành Hoá thứ 7 [1471]; chứ không phải là năm Thiên Thuận thứ 5 [1461]

104.
Vua Lê Thánh Tông (10)

Tháng giêng năm Hồng Đức thứ 13 (19/1-17/2/1482). (Minh, năm Thành Hoá thứ 18). Nhà vua đi tuần du đến Tây Kinh, Thanh Hoá; và định thể lệ tuyển cử quan chức ở ty Thừa chính:

"Trước đây, quan chức ở 3 ty: Đô, Thừa, Hiến các xứ có khuyết ngạch; nếu thuộc về quan chức ở Đô tổng binh sứ ty hoặc Hiến sát sứ ty, thì do bầy tôi trong triều đình công đồng tuyển cử; còn quan chức thuộc Thừa chính sứ ty thì do bộ Lại đề cử. Nhà vua nhận thấy Thừa chính sứ ty chức trách cũng nặng, việc lựa chọn nên cẩn thận, bèn hạ sắc lệnh: từ nay, nếu viên chức ở Thừa chính sứ ty có khuyết, cũng giao cho bầy tôi trong triều đình tuyển cử theo như thể lệ tuyển cử quan chức ở Đô tổng binh sứ ty và Hiến sát sứ ty."
Cương Mục, Chính Biên, quyển 23.

Về phía nhà Minh, lúc này lưu ý đến tình hình các nước phía tây nam giao thiệp với An Nam, nên sai viên chỉ huy Phan Kỳ đi sứ Lão Qua để dò la tin tức:

"Ngày 15 tháng 6 năm Thành Hoá thứ 18 [30/6/1482]. *Quan Tổng binh Vân Nam Kiềm quốc công Mộc Tông tâu rằng:*

'Được Tuyên uỷ ty nước Bát Bách báo cho biết đã phụng mệnh cứu Lão Qua, làm cho quân Giao [An Nam] *rút lui. Bản dịch văn thư nước này cho biết người Giao thường gửi*

sắc nguỵ uy hiếp và dụ dỗ Bát Bách; nhưng nước này đã huỷ sắc và cho voi giày xéo lên; lại bảo các quan quân Di cứu ứng lẫn nhau, nên quân Giao chưa từng được lợi thế. Nhưng Lão Qua trước đó không có công văn trình bày việc này; vả lại bọn Chỉ huy Phan Kỳ đi sứ Lão Qua thì chưa về, quân Giao đã rút về hay chưa thì chưa biết rõ sự thực."

Sự việc đem xuống dưới bàn, bộ Binh tâu xin nghiêm sức bọn Tông cẩn thận đề phòng biên giới; đợi Kỳ trở về, xử trí như thế nào thì trù hoạch tâu lên. Thiên tử chấp thuận." **Minh Thực Lục: Quan hệ Trung Quốc Việt Nam**, tập 3, trang 121.

Hai tháng sau, Chỉ huy Phan Kỳ về đến biên giới, thì mất. Phía Lão Qua, Tuyên uý Phạ Nhã Tái tuyên bố các nước lân bang đã chuẩn bị; mong triều đình viện binh để đánh An Nam. Nhưng Dương Mân, người cùng đi theo với Phan Kỳ bảo rằng Phạ Nhã Tái mong báo thù cho cha và anh, muốn Vân Nam mang binh trợ giúp nên nói như vậy! Vua nhà Minh cũng muốn hoà hoãn, ra lệnh cho Tổng binh Vân Nam Mộc Tông bảo các nước này hoà mục với nhau:

"***Ngày 13 tháng 8 năm Thành Hoá thứ 18 [26/8/1482].*** *Quan Tổng binh Vân Nam Mộc Tông tâu rằng Chỉ huy Phan Kỳ trở về từ Lão Qua, mất tại Mãnh Cấn. Còn lưu giữ được công văn viết bằng chữ Miễn* [Man, Mường?] *của Tuyên uý Phạ Nhạ Tái, đại ý thuật về việc người Giao Chỉ xâm lược. Nói rằng trước đây triều đình hứa giúp binh lực, nay đã ước hội các Di chỉnh đốn binh để đợi. Lại bảo rằng Xa Lý muốn thần phục Giao Chỉ, xin sai người đến phủ dụ. Trước đây Xa Lý từng báo rằng, quân Giao Chỉ mấy chục vạn đóng tại biên giới Lão Qua. Nước Bát Bách cũng báo người Giao đánh các xứ Lão Qua, Mãnh Bạn. Nhưng Dương Mân, một quân sĩ đi* *theo Kỳ, thì nói rằng những điều báo trước và văn thư hiện nay không thể tin được. Vì Phạ Nhạ Tái muốn báo thù cho cha và anh, muốn Vân Nam mang binh trợ giúp nên nói như vậy!*

Sự việc đưa xuống dưới, bộ Binh tâu rằng:

'Lời của dân Di nhiều xảo trá, vốn không nên theo. Nhưng người xa trình tố, thì cũng nên biểu thị ý mềm dẻo chiếu cố. Nên giao cho bọn Tông gửi văn thư lệnh Lão Qua lo vãn hồi vết thương chiến tranh, đừng gây hấn nơi biên giới; lệnh Bát Bách, Xa Lý nghĩ đến cái thế liên đới răng môi, chớ ôm hai lòng. Lại bảo Tông từ nay trở về sau sai phái, cần chọn người thanh liêm cẩn thận, không dùng những kẻ tham lợi sinh sự.'

Thiên tử phán:

'Người đời trước nói "Man Di thù giết nhau, bè đảng phá hoại là có lợi cho Trung Quốc". Trẫm quyết không cho là đúng. Các Di Giao Chỉ, Lão Qua qui phục Trung Quốc đã lâu, Trẫm coi như con đỏ; cứu cấp, bỏ mối thù là chính sách của Trung Quốc. Hãy ra lệnh cho bọn Tông sai người phủ dụ họ, để các nước đều tự giữ biên giới, hoà mục lân bang, bảo vệ dân chúng. Người cử đi phải chọn lựa cẩn thận, như lời bộ binh đề nghị." **Minh Thực Lục: Quan hệ Trung Quốc Việt Nam**, tập 3, trang 123.

Vào ngày 15 tháng 9 [26/10/1482] giờ tuất, tức vào khoảng 7 giờ tối đến 9 giờ tối, có nguyệt thực:

"Tháng 9, ngày 15, giờ Tuất, nguyệt thực." **Toàn Thư**, Bản Kỷ quyển 23, trang 33 b.

Đúng vào thời điểm nêu trên, vào ngày canh tuất 15 tháng 9 năm Thành Hoá thứ 18, **Minh Thực Lục** ghi sự kiện tương tự:

*"Dạ vọng nguyệt thực; miễn bách quan minh nhật tảo triều*夜望月食,免百官明日早".

Có nghĩa là:

"Trong đêm nhìn lên trời thấy nguyệt thực, ngày hôm sau miễn cho bách quan khỏi phải vào triều sớm".

Riêng trang **Google**, cho biết ngày 26/10/1482 xảy ra nguyệt thực trên thế giới như sau:

"A partial eclipse of the Moon occurred on 26 October, 1482 UT Old Style, with maximum eclipse at 16:41 UT. The Moon was strikingly shadowed in this deep partial eclipse which lasted 3 hours and 17 minutes, with 89% of the Moon in darkness at maximum.

The penumbral eclipse lasted for 5 hours and 44 minutes. The partial eclipse lasted for 3 hours and 17 minutes. Maximum eclipse was at 16:41:54 UT."

(Nguyệt thực từng phần xảy ra vào ngày 26 tháng 10 năm 1482 Lịch cũ quốc tế; với nguyệt thực cực điểm vào lúc 16:40 Giờ quốc tế. Mặt trăng bị che bởi nguyệt thực từng phần trong vòng 3 giờ 17 phút; với tối đa là 89% bị che phủ.

Nguyệt thực toàn phần trong vòng 5 giờ 44 phút, từng phần trong vòng 3 giờ 17 phút, cực điểm vào lúc 16:41:54 Giờ quốc tế).

Về phía Chiêm Thành, ai cầm đầu nước, lúc này tình trạng không rõ ràng. Trước đây An Nam cho Tề Á Ma Vật Yêm làm Quốc vương, cai trị phần đất phía nam Chiêm Thành, bằng 1/5 lãnh thổ cũ. Rồi Cổ Lai, xưng là em Vật Yêm, khai là anh đã chết bèn lên thay; sai sứ là Ha La Sa sang nhà Minh xin phong. Trong khi đó nhà Minh sai Trương Cẩn sang Chiêm Thành để phong chức cho Tề Á Ma Vật Yêm, đến nơi thì người sở tại nói rằng Vật Yêm đã bị Cổ Lai giết; An Nam cho Đề Bà Đài Giả lên coi nước, nên Trương Cẩn phong cho Đề Bà Đài Giả. Triều Minh chờ sứ giả của Đề Bà Đài Giả đến tạ ơn, có dịp đối chất với Ha La Sa, sứ giả của Cổ Lai để tìm hiểu sự thực. Nhưng sứ giả của Đề Bà Đài Giả chưa đến, nên đành phải cho sứ giả Cổ Lai về nước:

"***Ngày 16 tháng 9 năm Thành Hoá thứ 18 [27/10/1482].*** *Mệnh cấp cho Sứ thần Ha La Sa của Cổ Lai nước Chiêm Thành thuyền đi biển để trở về nước. Bọn Ha La Sa trú tại Quảng Đông đợi Sứ thần Đề Bà Đài Giả đến tạ ân, để đối chứng việc Trương Cẩn tự tiện phong tước. Đợi đã hơn một năm, lại không chịu được rét nên trình lên Giám sát Ngự sử Vương Biện, rồi viên này tâu lên, bộ Lễ lại tấu tiếp. Lệnh cho tạm trở về nước này, đợi khi Đề Bà Đài sai người đến tạ ơn, lại đến kinh đô để đối mặt làm chứng; nên có mệnh này.*" **Minh Thực Lục: Quan hệ Trung Quốc Việt Nam**, tập 3, trang 126.

Ngày 15 tháng giêng năm Hồng Đức thứ 14 [21/2/1483], (Minh Thành Hoá năm thứ 19). Cho sửa nhà Thái Học, phía trước dựng văn miếu; phía sau có nhà Minh Luân, giảng đường, kho bí thư, và nhà cho học sinh:

"*Hồi đầu triều Lê, nhà Thái học vẫn theo nếp cũ của nhà Trần, quy chế phần nhiều còn thiếu thốn. Đến nay, nhà vua hạ lệnh cho sửa rộng thêm ra. Đằng trước nhà Thái học dựng Văn Miếu. Khu vũ của Văn Miếu có: Điện Đại Thành để thờ tiên thánh; đông vũ và tây vũ chia ra thờ các tiên hiền và tiên nho; điện Canh phục để làm nơi túc yết (1); một kho để chứa đồ tế khí và một phòng học để làm nhà bếp. Đằng sau nhà*

Thái học, dựng cửa Thái học, nhà Minh luân. Giảng đường phía đông và giảng đường phía tây thì để làm chỗ giãng dạy các học sinh. Lại đặt thêm kho bí thư để chứa ván gỗ đã khắc thành sách; bên đông, bên tây nhà Thái học làm nhà cho học sinh trong ba xá, mỗi bên ba dãy, mỗi dãy 25 gian, để làm chỗ nghỉ ngơi của học sinh; bên đông, bên tây mỗi bên đều có một nhà bia, quy mô có phần rộng lớn khang trang lắm." **Cương Mục**, Chính Biên, quyển 23.

Tháng 11 [30/11-29/12/1483], nhà Vua ra lệnh cho bọn Thân Nhân Trung biên chép các tác phẩm **Thiên Nam dư hạ** và **Thân Chinh ký sự**:

"Nhà vua hạ lệnh cho bọn đông các đại học sĩ Thân Nhân Trung, phó đô ngự sử Quách Đình Bảo, đông các hiệu thư Đỗ Nhuận và Đào Cử, Hàn lâm viện thị thư Đàm Văn Lễ biên tập chính sự Quốc triều triều Lê gồm 100 cuốn, khi biên tập xong, đề nhan sách là Thiên Nam dư hạ tập, nhà vua thân đề tựa; lại ghi rõ sự thực khi nhà vua thân đi đánh các mán Chiêm Thành và Lão Qua, đặt tên sách là Thân chinh ký sự." **Cương Mục**, Chính Biên, quyển 23.

Khác với mấy năm về trước, nhà Minh nghe theo lời Sứ thần Melaka [Mã Lai], đàn hặc An Nam âm mưu xâm lăng nước này. Nay sứ bộ nhà Minh đi Melaka, bị gió bão hư thuyền, trôi dạt đến nước ta, Vua ra lệnh ban cấp thuyền và lương thực trở về nước. Viên Tuần án Quảng Đông, tâu lên, với lời khen ngợi:

***"Ngày 18 tháng 12 năm Thành Hoá thứ 19* [16/1/1484].** *Tuần Án Quảng Đông Án sát Ngự sử Từ Mạo tâu rằng:*

'Sứ thần đi Mãn Thứ Gia [Melaka, Mã Lai] *và quân dân tháp tùng gồm 28 người, bị gió bão làm hư thuyền, trôi dạt*

đến An Nam. Quốc vương Lê Hạo cấp cho thuyền và lương thực trở về. Lời trình báo của Quốc vương rất cẩn thận từ tốn, đủ thấy được sự tôn kính triều đình, nay kính cẩn tâu lên đầy đủ.'

Thiên tử nói Quốc vương An Nam giúp đỡ quân dân phiêu lưu biển cả trở về, thành kính đáng khen. Lệnh ty Bố chánh Quảng Đông gửi văn thư báo cho Quốc Vương nước này biết." **Minh Thực Lục: Quan hệ Trung Quốc Việt Nam**, tập 3, trang 127.

Tháng 2 năm Hồng Đức thứ 15 [26/2-26/3/1484], (Minh Thành Hoá năm thứ 20); tổ chức thi hội lấy trúng cách 44 người. Ngày mồng 1 tháng 3 [27/3/1484] vào thi đình, xếp hạng 3 người đậu Tiến sĩ cập đệ, 16 Tiến sĩ xuất thân, và 25 Đồng tiến sĩ xuất thân:

"Thi hội các cử nhân trong nước, lấy đỗ bọn Phạm Trí Khiêm 44 người.

Tháng 3, ngày mồng 1... Thi đình, đề văn sách hỏi về nhà Triệu Tống dùng nho sĩ. Cho bọn Nguyễn Quang Bật, Nguyễn Giác, Mai Duy Tinh [37a] ba người đỗ tiến sĩ cập đệ; bọn Ngô Văn Phòng 16 người đỗ tiến sĩ xuất thân; bọn Chu Đình Bảo 25 người đỗ đồng tiến sĩ xuất thân." **Toàn Thư**, Bản Kỷ, quyển 13, trang 36b.

Ngày 12 tháng 3 [7/4/1484], nhắc nhở về lệnh cấm phá thai. Không những đương sự bị tội, người chồng và kẻ phá thai cho người khác cũng liên đới chịu tội:

"Ngày 12, nhắc lại việc đàn bà phá thai và phá thai cho người khác. Trước đây có lệnh cấm rằng: [37b] Loại đàn bà tàn nhẫn, vì muốn ít con cái để giữ lấy nhiều của, hoặc ngại việc sinh đẻ, muốn tránh khó nhọc, thấy mìmh có thai, dùng

kế cho sẩy thai, thương tổn tính mệnh, làm hại luân thường, cùng là những kẻ phá thai cho người khác, đều phải tra xét, trị tội theo luật pháp. Thế mà chúng vẫn coi là tờ giấy lộn, không đổi lỗi trước, vẫn theo thói cũ, tệ trước càng tăng, coi thường pháp luật, làm hư phong tục không gì hơn thế. Nay hãy nhắc rõ lệnh trước, răn cấm nghiêm hơn, nếu có người đàn bà nào như hạng nói trên, mà mọi người đều biết, cùng là người chồng không biết răn cấm, đều trị tội theo luật pháp." **Toàn Thư**, Bản Kỷ, quyển 13, trang 37a.

Ngày 13 tháng 4 [7/5/1484], ra lệnh về sách công ban xuống cho các phủ; Hiến ty phải kiểm soát, cấm tư nhân không được mang về nhà dùng riêng:

"Bấy giờ Lễ bộ thượng thư kiêm tả xuân phường tả trung doãn Quách Đình Bảo tâu rằng:

'Trước đây, hằng năm sách công ban xuống cho các phủ ở ngoài như ***Tứ thư, Ngũ kinh, Đăng khoa lục, Hội thí lục, Ngọc đường văn phạm, Văn hiến thông khảo. Văn tuyển, Cương mục****, cùng các loại sách thuốc. Nhưng có khi phủ quan tham ô, tự tiện giữ riệt lấy làm sách tư của mình, không hề giao cho học quan và y quan, rất là trái lệ. Vì thế xin tâu bày: Hiến ty các xứ hãy kiểm soát các phủ trong hạt mình, nếu thấy những sách nói trên mà quan bản phủ cố tình giữ riệt, sách học không giao cho học quan, sách thuốc không giao cho y quan, thì cứ thực tình tâu hặc lên, giao cho [39b] Hình bộ trị tội.'*

Vua y theo, cho nên có lệnh này." **Toàn Thư**, Bản Kỷ, quyển 13, trang 39a.

Về phía Chiêm Thành, hai năm trước [1882] Sứ giả Ha La Sa của Cổ Lai chờ sứ giả của Đề Bà Đài đến triều Minh để đối chất; nhưng chờ mãi không tới, bèn đáp thuyền đi biển để trở về nước. Năm nay bọn Ba La Chất, cháu Đề Bà Đài đến tạ ơn, sự việc Trương Cẩn phong tước lầm đã rõ. Vua nhà Minh bèn ra sắc dụ cho Đề Bà Đài trao sắc ấn lại cho Cổ Lai, ban cho Đề Bà Đài làm Đầu mục; lại cho bọn sứ giả Ba La Chất các loại lụa và y phục:

"***Ngày 7 tháng 7 năm Thành Hoá thứ 20 [28/7/1484].*** *Sắc dụ Quốc vương Chiêm Thành Cổ Lai hãy phủ dụ Đề Bà Đài; lệnh nạp ấn Quốc vương Chiêm Thành trước kia đã trao cho y. Tha tội cho Đề Bà Đài đã nhận sắc phong nguỵ của An Nam; lệnh cho làm Đầu mục của nước này.*" **Minh Thực Lục: Quan hệ Trung Quốc Việt Nam**, tập 3, trang 129.

"***Ngày 5 tháng 8 năm Thành Hoá thứ 20 [25/8/1484].*** *Ban cho người Đề Bà Đài sai đến gồm bọn cháu là Ba La Chất, Phó sứ Man Đê, Thông sự Mai Giả Lượng, lụa thải, đoạn có sai biệt. Trước đó Đầu mục Đề Bà Đài được phong nhầm làm Quốc vương, sai bọn Ba La Chất đến tạ ơn; biểu văn và sản vật địa phương đã được lệnh trả lại bọn Ba La Chất. Bọn Sứ giả dâng biểu trình rằng cô độc, nghèo, xin ban cho y phục. Bộ Lễ tâu rằng kẻ từ hải ngoại xa xôi đến, xin xét được gia ơn. Thiên tử chấp nhận.*" **Minh Thực Lục: Quan hệ Trung Quốc Việt Nam**, tập 3, trang 129.

Vào tháng 8, Vua nhà Minh ra lệnh cho bọn Cấp sự trung Lý Mãnh Dương mang chiếu thư sang Chiêm Thành phong cho Cổ Lai làm Quốc vương. Mãnh Dương xin cho Sứ giả của Đề Bà Đài trở về nước, loan báo việc triều đình định phong cho Cổ Lai, để dân chúng Chiêm Thành biết, rồi sau đó sẽ sang phong; lời xin được chấp thuận. Riêng Hành nhân Trương Cẩn trước kia vì ham lợi tự tiện phong cho Đề Bà Đài, bị xử chém; nay được giảm án, biếm trích làm lính thú:

*"**Ngày 17 tháng 8 năm Thành Hoá thứ 20 [6/9/1484].** Sai Hộ Khoa Cấp sự trung Lý Mãnh Dương sung Chánh sứ; Hành nhân Diệp Ưng thuộc ty Hành nhân sung Phó sứ mang chiếu thư cùng lễ vật phong cho em Quốc vương Chiêm Thành Tề Á Ma Vật Yêm là Cổ Lai làm Quốc vương Chiêm Thành. Bọn Mãnh Dương tâu rằng:*

'Chiêm Thành bị Đề Bà Đài chiếm cứ lâu rồi, vậy trước khi làm lễ phong nên cho Sứ giả của Đề Bà Đài trở về nước, loan báo việc triều đình định phong cho Cổ Lai, để dân chúng yên lòng; người cháu của Vương cũ do Đề Bà Đài đưa đến tạ ơn, rồi bị lưu lại làm con tin tại Quảng Đông cũng nên cho về luôn. Bọn thần định khi thuyền làm xong, thuận gió, sẽ đến nơi Cổ Lai trú đóng để tuyên đọc sắc văn.'

Thiên tử họp đình thần bàn bạc và chấp thuận." **Minh Thực Lục: Quan hệ Trung Quốc Việt Nam**, tập 3, trang 129.

*"**Ngày 5 tháng 10 năm Thành Hoá thứ 20 [24/10/1484].** Tha cho Ty phó thuộc ty Hành nhân Trương Cẩn tội chết; đày làm lính thú tại vệ biên giới thuộc Quảng Tây. Cẩn đi sứ Chiêm Thành, tự tiện phong Đề Bà Đài làm Quốc vương, bị xử chém. Bèn 5 lần dâng lời tâu lên để biện minh, nên được xét tha cho tội chết, biếm trích làm lính thú."* **Minh Thực Lục: Quan hệ Trung Quốc Việt Nam**, tập 3, trang 129.

Ngày 15 tháng 8 [4/9/1484] xây bia Tiến sĩ. Ghi tên các Tiến sĩ từ khoa Nhâm Tuất [1442] năm Đại Bảo thứ 3 triều Lê Thái Tông đến khoa Giáp Thìn [1484] năm Hồng Đức thứ 12; gồm 10 khoa. Cho khắc bài văn bia của Đỗ Nhuận:

"Ngày 15, dựng bia có bài ký ghi tên các tiến sĩ từ khoa

Nhâm Tuất năm Đại Bảo thứ 3 vua Thái Tông triều ta đến nay. Vua cho là từ năm Đại Bảo thứ 3 triều Thái Tông đến giờ, việc dựng bia, đề tên tiến sĩ các khoa vẫn chưa làm được. Sai Lễ bộ thượng thư Quách Đình Bảo biên rõ họ tên, thứ bậc các tiến sĩ từ khoa Nhâm Tuất [1442] *năm Đại Bảo thứ 3 triều Thái Tông, khoa Mậu Thìn* [1448] *năm Thái Hoà thứ 6 triều Nhân Tông, khoa Quý Mùi* [1463] *năm Quang Thuận thứ 4, khoa Bính Tuất* [1466] *năm thứ 7, khoa Kỷ Sửu* [1469] *năm thứ 10, khoa Nhâm Thìn* [1442] *năm Hồng Đức thứ 3, khoa Ất Mùi* [1475] *năm thứ 6, khoa Mậu Tuất* [1478] *năm thứ 9, khoa Tân Sửu* [1481] *năm thứ 12 đến khoa Giáp Thìn* [1484] *năm nay, [41b] khắc vào bia đá. Quách Đình Bảo nhân xin đổi trạng nguyên, bảng nhãn, thám hoa thành tiến sĩ cập đệ, chánh bảng thành tiến sĩ xuất thân, phụ bảng thành đồng tiến sĩ xuất thân để hợp với quy chế ngày nay. Vua y tờ tâu, sai Công bộ khởi công dựng tạc bia. Bọn từ thần là Hàn lâm viện thừa chỉ Đông các đại thần học sĩ Thân Nhân Trung, Hàn lâm viện thị độc Đông các hiệu thư Đào Cử, Đàm Văn Lễ, Ngô Luân, Hàn lâm viện thị thư kiêm Tú lâm cục tư huấn Nguyễn Đôn Hậu, Hàn lâm viện thị thư kiêm Sùng văn quán Tú lâm cục tư huấn Lương Thế Vinh, Đông các hiệu thư Lê Tuấn Ngạn, Hàn lâm viện thị độc kiêm Tú lâm cục tư huấn Nguyễn Xung Xác chia nhau soạn văn bia. Bọn Trung thư giám chính tự Nguyễn Tủng và Thái Chúc Liêm [42a] cùng điển thư Phạm Lý vâng sắc chỉ viết chữ. Kim quang môn đãi chiếu Tô Ngai vâng sắc chỉ viết chữ triện.*

Xét bài văn bia của Đỗ Nhuận:

'Sự nghiệp trị nước lớn lao của Đế vương, không gì cần kíp hơn nhân tài, điển chương chế độ đầy đủ của nhà nước, tất phải chờ ở bậc hậu thánh. Là bởi trị nước mà không lấy

nhân tài làm gốc, chế tác mà không dựa vào thánh nhân đời sau thì đều chỉ là cẩu thả tạm bợ mà thôi, sao có thể đạt tới chính trị phong hoá phồn vinh, văn vật điểm chương đầy đủ?. Kể từ Thái Tổ bắt đầu sửa sang việc học vào kỷ nguyên Thuận Thiên, Thái Tông mở khoa thi đầu vào năm Đại Bảo thứ 3, Nhân Tông chọn người hiền, dùng bậc giỏi, kính cẩn tôn theo phép cũ. Đến như việc dựng (có sách chép là "phụ") bia ở nhà Thái học thì vẫn để đó chưa làm; văn vật đầy đủ, như còn chờ bậc hậu thánh. Nay Thánh thượng như trời mở trung hưng, tự mình gánh vác đạo lớn, việc tôn sùng Nho giáo càng thành khẩn chăm lo. Huống chi nhân tài đã được các tiên thánh nuôi dạy từ lâu, hơn nữa lại nhờ công sức mười [42b] năm nâng vực. Trước đây 6 năm một lần thi lớn, nay thi châm chước theo chế độ nhà Chu đã định là 3 năm. Trước kia lấy đỗ đều không quá hai ba chục người, nay thi rộng xét thực tài, không lo nhiều quá. Cho nên tôn trọng biểu dương, đức ý rất hậu, ân vinh thứ bậc. tiết mục tận tường, vẹn toàn, rực rỡ, vượt cả xưa nay. Cho nên bia đá khắc tên, vẫn ghi việc thực, đặt ở cửa hiền, tưởng lệ kẻ sĩ, công việc làm của nhà vua tốt đẹp nhường nào. Thế thì triều Lê ta văn minh đầy đủ, khoa mục mở mang, mở nguồn từ thời Thuận Thiên, bắt đầu từ năm Đại Bảo, thịnh hành từ đời Thái Hoà, mà thịnh nhất vào đời Hồng Đức vậy. Nếu như không phải do Thánh thượng làm tròn trách nhiệm bậc thầy, thân hành nắm giữ quyền hành chế tác, thì sao có thể thực hiện cái chí của người trước chưa thực hiện được, hoàn thành sự nghiệp mà người trước chưa hoàn thành". **Toàn Thư**, Bản Kỷ, quyển 13, trang 41a.

Vào tháng 11 năm ngoái sứ bộ Lê Đức Khánh khởi hành sang cống nhà Minh; tháng 8 năm nay đến nơi, được đãi yến, ban y phục:

*"**Ngày 17 tháng 8 năm Thành Hoá thứ 20 [6/9/1484].** Quốc vương An Nam Lê Hạo sai bọn Bồi thần Lê Đức Khánh dâng biểu cống sản vật địa phương. Đãi yến cùng ban cho áo dệt kim, lụa, đoạn, có sai biệt. Bọn Đức Khánh gồm 4 người, tấu xin như lệ các Sứ thần Tiêm La, Trảo Oa, Chiêm Thành được cấp khăn đội đầu và dây đai. Chấp nhận, nhưng không được xếp vào lệ trong tương lai."* **Minh Thực Lục: Quan hệ Trung Quốc Việt Nam**, tập 3, trang 130.

Bấy giờ các nước Lão Qua và Bát Bách đều gửi thư báo tin rằng An Nam đã rút quân về nước. Nhưng phía nhà Minh không tin là thực, cho rằng An Nam có thể giả bộ rút đi, rồi thừa lúc sơ hở thì quay trở lại; nên vẫn đốc suất phòng bị:

*"**Ngày 12 tháng 10 năm Thành Hoá thứ 20 [31/10/1484].** Thủ thần Vân Nam tâu rằng các nước Lão Qua và Bát Bách đều gửi thư bằng chữ Man báo rằng Giao Chỉ đã mang quân về nước. Sợ rằng lời báo về Di tình chỉ nghe bởi tin đồn, kẻ phiên dịch văn Di cũng khó có thể căn cứ; nên ra lệnh các quan chịu trách nhiệm nơi biên giới phòng bị. Sự việc đưa xuống dưới, bộ Binh xin y theo lời bàn và nói rằng Bát Bách, và Lão Qua cách xa Vân Nam; nếu người Giao giả cách trốn đi, rồi thừa lúc sơ hở trở lại, thì hai nước đó bị hại trước, nên sai Thủ thần hạ lệnh các Di phòng bị và đốc suất nội địa cẩn thận phòng ngự. Như các phủ vệ tại Lâm An (2) càng phải ước thúc dân không được xuất cảnh, sinh gây hấn tại biên giới, cùng giám sát người nước họ không cho nhập cảnh để gây sự khinh nhờn."* **Minh Thực Lục: Quan hệ Trung Quốc Việt Nam**, tập 3, trang 131.

Tháng 3 năm Hồng Đức thứ 16 [16/3-14/4/1485], (Minh

Thành Hoá năm thứ 21). Thái phó Tĩnh quốc công Lê Niệm chết:

"Niệm là cháu Lê Lai, con Lê Lâm, đầu niên hiệu Thiệu Bình (1434-1439) lấy danh nghĩa ấm phong được trao giữ chức Cận thị cục chính chưởng, làm quan trải qua các chức lên đến thái phó, gia phong quốc công. Gia Đình Lê Niệm vào hàng bầy tôi hết đời này đến đời khác, có công đức lâu đời, Niệm làm tướng gần 30 năm, thường dựng được công lớn, uy danh đức vọng rất lừng lẫy, làm chỗ dựa vững chắc cho triều đình. Đến nay. Niệm mất, nhà vua tặng phong chức thái uý và đặt tên thuỵ là Trinh Ý." **Cương Mục**, Chính Biên, quyển 24.

Ngày 24 tháng 4 nhuận [6/6/1485], qui định số tiểu đồng theo hầu các quan trong khi tiến triều; lệnh số tiểu đồng này khi đến ngoài cầu Ngoạn Thiềm phải dừng lại:

"Lệnh quy định: Đại thần và các quan văn võ từ nay khi vào chầu, đến ngoài cửa Đại Hưng phải xuống kiệu hoặc ngựa. Nếu là công, hầu, bá, phò mã thì được 2 tiểu đồng theo hầu, quan nhất phẩm được 1 người. Khi vào đến ngoài cầu Ngoạm Thiềm thì dừng lại. Ai vi phạm thì quan giữ cửa ngăn lại, tâu hặc lên để giao xét hỏi." **Toàn Thư**, Bản Kỷ, quyển 13, trang 45a.

Ngày 27 tháng 7 [5/9/1485], định lệnh khảo thí nghiêm ngặt, để miễn tuyển cho những học trò có thực học khỏi phải đăng lính, giảm một phần thuế và tạp dịch:

"Nhà vua lấy cớ rằng, năm trước, thi khảo học trò, người nào dự trúng sẽ được miễn tuyển, lúc ấy có nhiều người mang vụng trộm văn bài cũ hoặc nhờ người khác đi thi thay mình, thành ra số người dự trúng có đến hàng vạn, việc thi

cử như thế rất là nhũng lạm, bèn ra sắc lệnh cho hai ty Thừa chính và Hiến sát các xứ: từ nay thi khảo học trò cần phải được người văn hay chữ tốt, sau khi đã lấy cho dự trúng rồi, đến khi phúc hạch lại, nếu còn có người nào không làm được bài để quyển giấy trắng, hoặc người nào làm bài không thành văn lý, thì viên quan đề điệu (3) và giám thí (4) niêm phong quyển lại tâu hặc về triều đình. Nếu xét thấy xứ nào có từ một người đến bốn, năm người phạm trường quy như thế, thì viên quan thừa chính và hiến sát xứ ấy sẽ phải luận vào tội biếm chức hoặc bãi chức, còn bản thân người phạm tội trường quy ấy sẽ phải tội đồ. Nhà vua hạ chiếu: phàm sĩ tử nào có học lực phẩm hạnh, thi khảo dự trúng mà được miễn tuyển, đều được miễn cho một nửa phần về phú thuế và sai dịch." **Cương Mục**, Chính Biên, quyển 24.

Ngày 14 tháng 10 [20/11/1485], qui định quyền thừa tự, tức đảm nhiệm việc cúng tế tổ tiên và thừa hưởng tài sản; ưu tiên cho con hoặc cháu dòng đích:

"Vua dụ các quan viên lớn nhỏ và dân chúng rằng: Những con cháu được dự vào việc thừa tự tổ tiên, không kê tuổi tác lớn hay nhỏ, không cứ là trật quan cao hay thấp, phải theo đạo luân thường, giao cho con đích. Nếu con đích chết trước thì giao cho cháu trưởng, nếu không có cháu trưởng thì mới dùng đến con thứ. Người vợ đích lại không có con cái, thì mới chọn người tốt trong số các con người vợ thứ. Nếu con trưởng, cháu trưởng bị bệnh tật, hoặc là hạnh kiểm không tốt, không đáng được thừa tự thì nên cáo ngay cho quan có trách nhiệm chọn người con hoặc cháu khác làm thừa tự [47a]. Như vậy để tỏ rằng: Người làm cha không được quá yêu dấu thiên lệch để xảy ra tan cửa nát nhà, kẻ làm con không được bất nghĩa mà gây thói xấu tổn thương phong

hoá." **Toàn Thư**, Bản Kỷ, quyển 13, trang 46b.

Ngày 21 tháng 11 [27/12/1485], sắp xếp cho Sứ thần các nước lân bang trú ngụ nơi quán Hội Đồng tại kinh đô; cấm người ngoài phận sự, không được tiếp xúc hỏi han để khỏi tiết lộ sự tình quốc gia:

"Nếu sứ thần các nước Chiêm Thành, Lão Qua, Xiêm Lam [Thái Lan], *Trảo Oa* [Java, Inđônêxia], *Lạt Gia* [Malacca, Mã Lai] *và đầu mục phụ trách các trấn biên giới đến quán Hội Đồng thì vệ Cẩm y sai kỳ quân các ty Tráng sĩ, ngũ thành binh mã và lang tướng đều phải theo đúng phép mà trông giữ, nghiêm ngặt canh phòng. Cho những khi đi lại trên đường, vào chầu ra mắt cũng phải dẫn đưa sau trước, xua đuổi bọn tiểu nội* (6), *bọn nô tỳ công tư, không cho chúng được đến gần hỏi han, trao đổi trò chuyện, để xảy ra tiết lộ sự tình, dụ dỗ gây tệ hại. Nếu giám quan phụ trách không biết phòng ngừa nghiêm ngặt, lấy tình riêng mà dung túng, thì các kỳ bài tráng sĩ ty Xá nhân vệ Cẩm y cứ thực tâu lên để bắt về trị tội."* **Toàn Thư**, Bản Kỷ, quyển 13, trang 48a.

Chú thích:

1. Túc yết: Trước ngày chính tế một ngày, các quan chức được tham dự vào hành lễ, đều tề tựu văn miếu túc trực, để sáng sớm hôm sau hành lễ gọi là túc yết.

2. Lâm An:phủ trị Lâm An hiện nay tại huyện Kiến Thuỷ, châu tự trị Hồng Hà tỉnh Vân Nam.

3. Đề điệu: Theo chú thích của **Cương Mục**, tức Chánh chủ khảo sau này.

4. Giám thí: Theo chú thích của **Cương Mục**, tức Phó

chủ khảo sau này.

5. Dòng đích: Dòng trưởng; đích tôn tức cháu đầu, cháu trưởng.

6. Tiểu nội: chỉ chung các đầy tớ hầu hạ trong cung.

105.
Vua Lê Thánh Tông (11)

Ngày 25 tháng giêng năm Hồng Đức thứ 17 [1/3/1486], (Minh Thành Hoá năm thứ 22); định việc đắp dựng mốc giới hạn ruộng đất công tư. Quan phủ huyện chiếu theo bốn mặt giới hạn ruộng đất trong sổ, đối chiếu với ruộng đất được ban cấp, tập hợp những người già cả và xã thôn trưởng cùng nhau chỉ dẫn về thực tế ruộng đất, dựng mốc giới để làm phép vững chắc lâu dài.

Ngày 24 tháng 4 [27/5/1486] ra sắc chỉ rằng ruộng công cứ 6 năm cho kiểm tra đo đạc lại, để quân cấp như trước.

Tháng 6 [1/7-30/7/1486], định rõ lại thể lệ cho các quan tuy chưa đậu thi hương, được dự kỳ thi tuyển, để vào thi hội:

"Theo chế độ cũ, quan viên người nào chưa trúng tuyển khoa thi hương, đều cho phép được vào thi hội. Nay Hàn lâm viện thị thư Lương Thế Vinh tâu xin:

'Từ nay về sau, quan viên nào chưa trúng tuyển quan khoa thi hương mà tình nguyện vào thi hội, nếu viên quan ấy giữ chức ở trong kinh thì do phủ Thừa Thiên; ở ngoài các đạo thì do ty Thừa chính phúc hạch theo như thể lệ thi hương, người nào trúng tuyển mới cho vào thi hội'.

Nhà vua chuẩn y lời tâu ấy." **Cương Mục**, Chính Biên, quyển 24.

Ngày 26 tháng 10 [24/11/1486], sai bọn Lễ bộ thượng thư Lê Năng Nhượng, Phạm Phúc Chiêu, Quách Liễn sang tiến cống nhà Minh. Đến tháng 9 năm sau sứ bộ tới nơi, khi bộ Lễ dẫn vào triều thì không được yết kiến Vua, lúc đãi yến không tấu nhạc. Có lẽ lúc bấy giờ căng thẳng tại biên giới, Vân Nam và Lưỡng Quảng phải dàn binh cẩn mật đề phòng; nên triều đình nhà Minh tỏ thái độ thiếu thân thiện:

*"**Ngày 14 tháng 9 năm Thành Hoá thứ 23 [30/9/1487].** Quốc vương An Nam Lê Hạo sai bọn Bồi thần Lê Năng Nhượng theo lệ hàng năm dâng biểu, sản vật địa phương, ngựa. Bộ Lễ trình lên, mệnh miễn dẫn lên triều yết. Đãi yến không dùng nhạc; cùng ban cho Vương nước này gấm, đoạn; bọn Năng Nhượng được ban lụa đoạn và y phục có phân biệt."* **Minh Thực Lục: Quan hệ Trung Quốc Việt Nam**, tập 3, trang 135.

*"**Ngày 28 tháng 12 năm Thành Hoá thứ 22 [22/1/1487].** Mệnh các quan Trấn thủ, Tuần phủ, Tổng binh tại Vân Nam, Lưỡng Quảng tu chỉnh cẩn mật biên giới, để phòng bị An Nam. Sắc dụ ban theo lời thỉnh cầu của bộ Binh."* **Minh Thực Lục: Quan hệ Trung Quốc Việt Nam**, tập 3, trang 132.

Bấy giờ một biến cố xảy ra tại nước Chiêm Thành; con Cổ Lai giết Đề Bà Đài, người do nước Đại Việt dựng lên. Đại Việt quyết đòi cho được mạng sống Đề Bà Đài; nên Cổ Lai phải đem thân tín hơn 1.000 người, đến tỵ nạn tại Nhai Châu, Hải Nam:

*"**Ngày 12 tháng 11 năm Thành Hoá thứ 22** [7/12/1486]. Bọn Giám sát Ngự sử Tuần Án Quảng Đông Từ Đồng Ái tâu:*

'Con Quốc vương Chiêm Thành Cổ Lai đánh giết ngụy vương Đề Bà Đài, do Giao Chỉ đặt lên. Giao Chỉ giận, mang

binh đến biên giới đòi cho được mạng sống của Đề Bà Đài. Cổ Lai sợ hãi, mang Vương phi, cháu Vương, bộ lạc hơn 1000 người, cùng sản vật địa phương vượt biển đến Nhai Châu, Quảng Đông.'

Sự việc đưa xuống bộ Lễ bàn, rồi Thiên tử phán:

'Cổ Lai trong lúc tàn bại, con chút hơi thừa, vượt qua vạn dặm, mang quyến thuộc đến qui phụ Trung Quốc; tình cũng đáng thương. Nay lệnh cho các quan Tổng binh, Trấn thủ, Tuần phủ lưu tâm an ủi, ban cho lương thực, chọn chỗ thích hợp để cư trú, không để đến chỗ đói khát. Vẫn ra lệnh nghiêm nhặt canh phòng biên giới." **Minh Thực Lục: Quan hệ Trung Quốc Việt Nam**, tập 3, trang 132.

Tháng 3 năm Hồng Đức thứ 18 [25/2-22/4/1487], thi hội các sĩ nhân trong nước. lấy đỗ trúng cách 60 người. Tháng 4 vào thi đình, chọn 3 Tiến sĩ cập đệ, tức Trạng Nguyên, Bảng Nhãn, Thám hoa; 30 Tiến sĩ xuất thân; và 27 Đồng Tiến sĩ. Tháng 5 làm lễ xướng danh, vinh qui bái tổ. Tháng 7 dựng bia khắc tên Tiến sĩ cho khoá này:

"Mùa hạ, tháng 4, ngày mồng 7 [29/4/1487], vua thân hành ra đề văn sách hỏi về đạo trị nước. Xem quyển xong lại cho gọi các tiến sĩ hạng ưu vào cửa Nhật Quang, thân hành giám định. Lấy Trần Sùng Dĩnh đỗ thứ nhất, rồi đến Nguyễn Đức Huấn, Thân Cảnh Vân, đều ban tiến sĩ cập đệ; bọn Vũ Cảnh 30 người đỗ tiến sĩ xuất thân; bọn Phạm Trân 27 người đỗ đồng tiến sĩ xuất thân...

Tháng 5, ngày mồng 4 [26/5/1487], vua ngự điện Kính Thiên, truyền loa xướng danh các tiến sĩ là bọn Trần Sùng Dĩnh. Các quan mặc triều phục chúc mừng. Lễ bộ bưng bảng vàng ra treo ở ngoài cửa Đông Hoa...

Tháng 8, ngày 15 [2/9/1487], dựng bia ghi tên các tiến sĩ đỗ khoa Đinh Mùi năm Hồng Đức thứ 18 [1487]." **Toàn Thư**, Bản Kỷ, quyển 13, trang 55a.

Ngày 22 tháng 8 [9/9/1487], Vua Minh Hiến Tông băng. Ngày mồng 6 tháng 9 [22/9/1487], Hoàng thái tử nhà Minh là Hựu Sanh lên ngôi, tức Vua Hiếu Tông; đổi niên hiệu năm sau là Hoằng Trị năm thứ 1 [1488].

Vua Hiếu Tông mới lên ngôi, bèn sai Hữu đô ngự sử Đồ Dung đến Nhai Châu, Hải Nam; gặp Cổ Lai thu xếp việc cần làm. Dung xin sắc phong cho Cổ Lai ngay tại Hải Nam, rồi sai quan võ hộ tống về nước; cùng yêu cầu Đại Việt trả lại đất cho Chiêm Thành. Vua Hiếu Tông bằng lòng, bèn gửi sắc dụ Đại Việt trả lại đất cho Chiêm Thành; ngoài ra còn cảnh cáo việc Thổ quan Đèo Chúc tại châu Ninh Viễn mang quân quấy phá tại vùng biên giới Vân Nam:

"***Ngày 13 tháng 10 năm Thành Hoá thứ 23 [29/10/1487].*** *Phong Vương cho con Quốc vương Chiêm Thành, Cổ Lai, tại Quảng Đông rồi hộ tống về nước và sắc dụ nước An Nam trả đất xâm chiếm. Trước kia sai Cấp sự trung Lý Mãnh Dương, Hành nhân Diệp Ưng làm Chánh Phó sứ đến Chiêm Thành sắc phong. Nhưng chưa tới nơi thì Cổ Lai bị An Nam xâm đoạt nên bỏ nước, hàng hải đến Quảng Châu và định đến triều đình tố cáo. Tuần phủ, Đô ngự sử trình lên, bèn sai Đô sát viện Nam Kinh Hữu Đô ngự sử Đồ Dung đến Quảng Đông để thu xếp việc nên làm. Dung đến nơi, rồi tâu lên rằng:*

"*Theo lời xưng của Cổ Lai, thì nước đó nguyên có 8 châu, 25 huyện, bị An Nam thôn tính tất cả. Vào năm Thành Hoá, người Chiêm Thành đến tố cáo với triều đình, nên được An Nam trả lại các xứ Bang Đô Lang, Ma Na Lý, 4 châu, 5 huyện.*

Sau đó Đầu mục Chiêm Thành Đề Bà Đài làm phản theo An Nam; An Nam bèn cho y 1 châu, 3 huyện; Chiêm Thành chỉ còn 3 châu, 2 huyện. Nay Đề Bà Đài đã chết, An Nam đòi cho được mạng sống của y, ý đồ lấy hết đất như Bang Đô Lang và lập con của Đề Bà Đài làm Vương. Sau đó Lũ Ma, con Cổ Lai, cùng Đầu mục Vạn Nhân Phương cố thủ để đợi. Ý của Cổ Lai muốn được thụ phong tại Quảng Đông, xin bộ binh tống về nước, lại xin văn thư công nhận cương thổ để được an toàn. Bọn Thần muốn lời xin được chấp thuận, xin mệnh bọn Mãnh Dương đến nơi này sắc phong, đến mùa đông sai quan võ hộ tống trở về nước. Bọn Mãnh Dương không cần phải thân hành đến đó. Lại xin sắc cho An Nam trả lại đất đã xâm lấn."

Bộ Binh phúc tấu đồng ý theo; bèn ban cho Quốc vương An Nam Lê Hạo sắc văn như sau:

*"Mới đây được các quan coi giữ Quảng Đông tâu rằng con Quốc vương Chiêm Thành, Cổ Lai, tố cáo rằng nước này nguyên có 8 châu, thành Ban Nhược Ban và 25 huyện. Vào năm Thành Hoá thứ 7 [1472] nước ngươi mang binh chiếm hết số đất nêu trên. Vào tháng 3 năm Thành Hoá thứ 13 [**1477**] trả lại 4 châu, 5 huyện trong đó có Bang Đô Lang, Mã Na Lý. Rồi đem 1 châu 3 huyện trong đó có Mai Đả Lý, Bôn Để Ba Để cho tên Đầu mục phản phúc Đề Bà Đài. Sau đó lại ngầm ra lệnh Đề Bà Đài mang binh tìm giết Cổ Lai; nên bị bộ hạ Cổ Lai giết chết. Bọn ngươi lại sai Đầu mục mang quân bức phải trả lại Đề Bà Đài sống. Vì lý do đó Cổ Lai quẫn bách, mang gia thuộc vượt biển từ xa đến tố cáo. Lại tra xét lời các ngươi trước đây tâu rằng đất đai Chiêm Thành do Thổ tù nước đó tranh giành cát cứ; nay xét lại lời tố cáo của Cổ Lai thì ra các ngươi chiếm đoạt rồi đuổi họ đi.*

Nếu không vậy thì làm sao Cổ Lai lâm vào cảnh lưu ly đến như vậy. Nhưng nước ngươi vốn xưng lễ nghĩa, há lại ngoài mặt làm vẻ thiện, nhưng ngầm trong chứa điều ác, chỉ trang sức trên văn từ, trên thì thiếu lòng trung thờ nước lớn, dưới thì mất nghĩa hoà mục với lân bang. Hoặc giả Vương không biết, nhưng ở dưới quan phòng thủ, Đầu mục, đảng nghịch gây oán; che dấu mọi điều đến như vậy ư! Ty Bố chánh Quảng Đông đã thông báo cho nước ngươi, những vẫn chưa nhận được phúc đáp. Nay nhân sứ trở về, đặc mệnh ban sắc cho Vương hãy đem lòng giúp đỡ kẻ hoạn nạn để đáp ứng với ý muốn phục hưng nước bị diệt, nối dòng bị đứt của triều đình; nghiêm khắc cấm chỉ những người phòng giữ biên giới cậy mạnh hiếp người yếu, gây điều độc ác; lấy 8 châu, 25 huyện, phía ngoài núi Mao Lãnh trả lại cho Cổ Lai, tạo nên sự hoà mục giữa lân bang, cùng chung hưởng thái bình.

Chẳng phải riêng việc Chiêm Thành, quan trấn thủ Vân Nam cũng mấy lần tâu rằng tên Thổ quan nước ngươi tên là Đèo Chúc, đánh phá 5 bang và các trại tại Man My, giả xưng danh hiệu chủ nhân châu Ninh Viễn (1); nhiễu hại biên dân, đã bị quan binh đánh đuổi. Nhưng niềm lưu luyến của nó chưa dứt, rồi sẽ có ngày trở lại. Vương nên gia tâm kiểm soát; sai người bắt Đèo Chúc và gia thuộc câu lưu; phải đem chúng ra pháp luật, không được che chở. Nếu nó còn bí mật đến, xưng danh hiệu giả, thì cái mà ngươi tự cho là trung nghĩa không còn nữa. Những sự việc này người hãy hồi tấu để thấy được lòng thành của ngươi. Nếu không ngay thẳng, vu khống, thì đạo trời làm phúc được thiện, hoạ đến cho kẻ ác; Vương hãy nên lo xét. Khâm thử!" **Minh Thực Lục: Quan hệ Trung Quốc Việt Nam**, tập 3, trang 135.

Ngày mồng 3 tháng giêng nhuận, năm Hồng Đức thứ 19

[15/2/1488] (Minh Hiếu Tông Hoằng Trị năm thứ 1); Đào Cử được thăng Hàn lâm viện thị độc Đông các học sĩ Tu Thận thiếu doãn. Vì Đào Cử giữ chức ở nha môn có nhiều việc, đủ 3 kỳ khảo khoá đều xứng chức, không phạm lỗi, cho nên được thăng.

Về phía Chiêm Thành, Cổ Lai sau khi nhận sắc phong và trở về nước, bèn sai sứ đến triều Minh tiến cống:

"Ngày 3 tháng 2 năm Hoằng Trị thứ nhất [15/3/1488]. *Quốc vương Chiêm Thành Cổ Lai sai bọn Bồi thần và cháu là Cáp Na Ba dâng biểu viết trên vàng lá, cùng đến triều cống sản vật địa phương. Ban yến cùng y phục lụa thải, đoạn, có sai biệt. Lại ra lệnh mang y phục lụa thải, đoạn, để ban cho Quốc vương và Vương phi như thường lệ."* **Minh Thực Lục: Quan hệ Trung Quốc Việt Nam**, tập 3, trang 138.

Lễ Khoa Đô Cấp sự trung Lý Mãnh Dương, sau khi sách phong cho Cổ Lai, từ Quảng Đông trở về; bèn tâu về tình trạng quân Minh tại các địa phương bị bỏ phế, các quan sử dụng lính vào việc riêng, nên quân số thiếu. Lại cần đặc biệt lưu tâm đến Quỳnh Châu, tức Hải Nam, là nơi bị nhiều nước dòm ngó; xin đặt trọng binh tại đó:

"Ngày 6 tháng 3 năm Hoằng Trị thứ nhất [17/4/1488]. *Lễ khoa Đô Cấp sự trung Lý Mãnh Dương tâu 5 điều:*

"- Lưỡng Quảng biên thuỳ là đất quan trọng, nhưng việc quân bỏ phế, hàng ngũ thiếu quân, mà đất Quảng Châu nặng nề nhất; nhưng không phải Quảng Châu mà thôi, cả nước đều như vậy. Quân sĩ tại các vệ sở phải làm sai dịch trăm thứ, tướng sĩ không biết cách coi sóc, thường thường đổi tên, thay họ, trốn tránh vào chỗ khác. Trấn thủ, Thái giám, Tổng binh, Đô Ngự sử mỗi quan tuyển chọn quan quân để hầu hạ

sai phái, đông đến hàng ngàn người, kẻ này kẻ kia không thể cấm chỉ; đến lúc lâm trận đối địch, bọn này đứng đằng sau, nhưng luận công thăng thưởng thì đứng trước. Nặng nề hơn, mỗi người lập bè đảng riêng, chuyển hoạ thành phúc, khiến cho việc quân nơi biên giới không phối hợp. Quan Đô Ngự sử coi xét đàn hạch, về chiến đấu không có sở trường, lỡ bị thất cơ cùng bị tội với Tổng binh, nên sợ tội ẩn dấu tình hình giặc

Xin ra lệnh cho các quan Trấn, Tuần chỉnh đốn việc quân, không để lười, lãng phí. Các Ngự sử thanh tra giám sát quân ngũ, mỗi năm thanh sát mỗi xứ; bao nhiêu quân lính đi công tác nơi khác phải tra cứu rõ ràng, các vệ sở thả lính để lấy tiền, bị trị tội nặng. Tại các trấn ngoại trừ Phó tham, Du kích, Kỳ binh, Du binh, đều được quan Tổng trấn thao luyện, điều động. Đô Ngự sử giao Đề đốc thao luyện, cấm đoán bọn gian. Các tướng quan bị thất cơ, đều bị đàn hạch.

- Quỳnh Châu ở phía nam biển lớn, trước kia đồn binh, đặt Phó sứ, nay bị cách bỏ. Xét đất này gần các Di Giao Chỉ, Chiêm Thành, Tiêm La, sợ nơi hải đảo ẩn trốn làm giặc, xin đặt quân để chuyên trách ....”

Mệnh các ty trách nhiệm họp bàn rồi tâu lên.” **Minh Thực Lục: Quan hệ Trung Quốc Việt Nam**, tập 3, trang 138.

Ngày 16 tháng 8 [21/9/1488], định kiểu y phục để tiếp sứ nhà Minh. Các quan tiếp đón, hoặc bảo vệ mặc y phục riêng. Nhằm giữ quốc thể, y phục đều mới, màu tươi sáng:

“Các công, hầu, bá, phò mã và các quan văn võ phải may sẵn áo tơ sa Trữ La màu xanh, có cổ áo bằng lụa, dài cách đất 1 tấc, ống tay áo rộng 1 thước 2 tấc; còn quan hộ vệ thì dùng chế y, dài cách đất 9 tấc, tay hẹp như kiểu cũ. Tất cả đều

phải dùng bổ tử đi hia, màu sắc phải tươi sáng, không được dùng thứ cũ, xấu để đợi tiếp sứ nhà Minh." **Toàn Thư**, Bản Kỷ, quyển 13, trang 58a.

Triều đình lưu ý đến việc học của phủ mới Quảng Nam, đề bạt các con trai tuấn tú làm sinh đồ, tiếp tục việc học:

"Mùa đông, tháng 10, ngày mồng 3 6/11/1488, sai Lễ bộ dụ cho Tham chính Quảng Nam Phạm Bá Tông rằng: Quân dân thuộc Thừa chính ty Quảng Nam sinh con trai từ 15 tuổi trở lên mà tuấn tú, ham học thì đến ngày thi hương, hai ty Thừa, Hiến bản xứ cùng nhau lựa chọn, làm danh sách, cho sung làm sinh đồ của bản phủ, để được dạy bảo cho biết lễ nghĩa." **Toàn Thư**, Bản Kỷ, quyển 13, trang 58b.

Nhân Vua Hiếu Tông lên ngôi; năm ngoái vào ngày 5 tháng 12 năm Thành Hoá 23 [19/12/1487] nhà Minh sai bọn Hàn lâm viện thị giảng Lưu Tiễn đến nước ta ban chiếu thư. Tháng 11 năm nay sứ bộ đến nước ta, tuyên đọc chiếu thư. Tháng chạp, triều đình cử 4 sứ bộ sang triều Minh: Thứ nhất, mừng lên ngôi; thứ hai, tâu về Chiêm Thành và đất đai tại biên giới; thứ ba, tiến cống; thứ tư, tạ ơn ban cho vóc lụa:

"Tháng 11, ngày 20 [22/12/1488], *nhà Minh sai chánh sứ là Hàn lâm viện thị giảng Lưu Tiễn, phó sứ là Hình khoa cấp sự trung Lã Hiến sang báo việc lên ngôi và ban cho vóc lụa. Ngày 23, làm lễ mở đọc chiếu thư của nhà Minh ở điện Kính Thiên...*

Tháng 12, ngày 11 [12/1/1489], *sai sứ sang nhà Minh: Đàm Văn Lễ, Vương Khắc Thuật, Phạm Miễn Lân mừng lên ngôi. Hoàng Bá Dương tâu việc địa phương Chiêm Thành và địa phương Tuy Phụ. Tống Phúc Lâm tiến hương liệu. Hoàng*

Đức Lương tạ ơn ban cho vóc lụa." **Toàn Thư**, Bản Kỷ, quyển 13, trang 59a.

Những sứ bộ này trải qua hơn một năm đi đường, đến năm Hoằng Trị thứ 3 mới đến kinh đô Bắc Kinh; được ban yến, thưởng các thứ lụa, cùng nhận quà tặng về cho Vua:

"Ngày 15 tháng 4 năm Hoằng Trị thứ 3 **[4/5/1490].** *Quốc vương An Nam Lê Hạo sai bọn Bồi thần Đàm Văn Lễ đến mừng. Ban yến cùng các vật như lụa thải, đoạn, có phân biệt. Cùng ban cho Quốc vương lụa thải, đoạn, gấm có hoa văn như lệ."* **Minh Thực Lục: Quan hệ Trung Quốc Việt Nam**, tập 3, trang 141.

Bấy giờ nghi lễ triều đình đặt ra một cách chi li, chuộng về hình thức, chưa chắc có ích gì cho phong hoá; như việc bưng chế cáo phải cao bằng đầu; bưng bản tâu cao ngang mặt:

"Ngày 13 tháng 12 [14/1/1489], *sai Lễ bộ yết bản về nghi thức tôn kính vua: Các bậc công, hầu, bá, phò mã và các quan văn võ, từ nay trở đi, khi bưng chế cáo, sắc mệnh cùng ngự bảo và sắc chỉ vốn là những trọng [59b] khí, đều phải dùng hai tay bưng ngang, đưa lên cao bằng đầu, khi bưng bản tâu, thiếp tâu thì đều bưng cao ngang mặt."* **Toàn Thư**, Bản Kỷ, quyển 13, trang 59a.

Tháng giêng năm Hồng Đức thứ 20 [1/2-1/3/1489], (Minh Hoằng Trị năm thứ 2); định lệ đề cử và bảo lãnh các quan Lang trung, Viên ngoại, thuộc bộ Hình:

"Ra sắc chỉ rằng:

'Việc hình ngục quan hệ không nhỏ, quan xét xử phải chọn cẩn thận. Từ nay, chức Lang trung, Viên ngoại ở Hình

bộ có khuyết viên nào, thì Lại bộ làm bản tâu lên, trong kinh thì đường quan Lục bộ, Ngự sử đài và Lục tự khanh; bên ngoài thì các quan hai ty Thừa, Hiến [61a], cùng nhau bảo cử người mình quen biết. Kẻ được bảo cử gồm các quan phụ trách các nha môn đã trải qua hai lần khảo khoá trở lên, là người liêm khiết, từng trải, am hiểu hình danh. Lục bộ làm 1 bản, khai ghi họ tên của người được bảo cử cho rõ ràng, làm bản tâu lên, nếu được chỉ chuẩn y thì giao cho Lại bộ thuyên bổ. Người nào dám vì tình riêng hay tiền bạc mà bảo cử không đúng, thì Lục khoa và Giám sát Ngự sử điều tra sự thực, tâu hặc lên sẽ theo đúng luật trị tội." **Toàn Thư**, Bản Kỷ, quyển 13, trang 59b.

Tháng 7, nhiều nơi xảy ra lụt lội; lệnh các Chỉ huy hiệu uý phối hợp với ty Thừa tuyên; tìm cách khơi thông sông rạch, nhằm giảm thế nước dâng cao.

Bấy giờ tại Vân Nam vẫn theo thói quen từ thời viên Hoạn quan Tiền Năng làm Trấn thủ, nhận công văn của nước ta gửi sang. Vì không tuân theo thông lệ, chuyển qua đường Quảng Tây; nên bị Ngự sử Lưu Hồng đàn hặc:

"Ngày 19 tháng 7 năm Hoằng Trị thứ 2 [15/8/1489]. *Tuần Án Vân Nam Giám sát Ngự sử Lưu Hồng tấu rằng:*

"Mới đây công văn từ An Nam phần lớn đệ tống qua Lâm An (2) như là con đường chính thức; những nhân viên tuần phòng tự tiện tiếp nạp không khác gì trạm dịch, sự phòng bị hết sức lơ là."

Bộ Binh tâu tiếp hặc tội Đô Chỉ huy Đồng tri Lục Khanh phụ trách phòng bị, Binh bị Phó sứ Tạ Bỉnh Trung không dạy bảo thuộc viên, sai thất trong việc phòng thủ. Mệnh bắt bọn Khanh hỏi tội, cùng mệnh từ nay trở đi công văn từ An Nam bắt mang đến theo đường cũ Quảng Tây, biên giới Vân Nam không được tiếp nhận." **Minh Thực Lục: Quan hệ Trung Quốc Việt Nam**, tập 3, trang 139.

Về phía Chiêm Thành, Quốc vương Cổ Lai sai em là Bốc Cổ Lang tới Lưỡng Quảng trình báo rằng nước Đại Việt vẫn còn xâm lấn đất đai; xin mang quân sang đánh như dưới thời Vĩnh Lạc. Nhưng triều Minh lấy cớ từ chối, không can thiệp sâu thêm nữa:

"***Ngày 13 tháng 10 năm Hoằng Trị thứ 2 [5/11/1489].*** *Quốc vương Chiêm Thành trở về nước, lại sai em là bọn Bốc Cổ Lang thông báo cho quan Đại thần coi giữ Lưỡng Quảng rằng:*

"*An Nam vẫn còn chiếm cứ, không có chỗ để ở. Xin như thời Vĩnh Lạc [1403-1424], mang binh che chở.*"

Trấn thủ Thái giám Vi Tái, Tuần phủ Đô Ngự sử Tần Huyền hợp tấu thỉnh ý. Sự việc đem xuống bàn, bộ Binh tâu tiếp như sau:

"*An Nam và Chiêm Thành vị trí nơi bờ biển hoang tịch, đời đời triều cống, tổ tiên có di huấn là những nước không nên chinh phạt Mới đây Cổ Lai mang gia quyến đến Quảng Đông; triều đình đã giáng sắc cho An Nam lệnh xem xét xót thương, nhưng đến nay chưa nhận được lời tâu trở lại. Còn việc thời Vĩnh Lạc sai tướng mang quân đi chinh phạt là do Lê Quí Ly thoán đoạt giết vua, không phải là do sự xâm lấn nước láng giềng. Mới đây Lê Hạo lo việc triều cống rất cẩn trọng, nhưng Cổ Lai tố cáo nặng nề; như vậy cũng có phần quá đáng. Nếu chỉ căn cứ lời một bên, rồi mang binh mạo hiểm vượt biển để đánh kẻ không đáng đánh, thì sai với đạo mềm dẻo với nước xa xôi.*"

Bèn lệnh quan Trấn thủ báo lại cho Cổ Lai rằng:

"Trước đây Quốc vương đến tố cáo với triều đình, đã mệnh quan Đại thần giúp đỡ săn sóc đầy đủ. Bây giờ hộ tống người của Vương trở về xong. Sự tình được biết người Giao giết con của Vương là Cổ Tô Ma, Vương mang binh đánh bại chúng, sự rửa thù đã xong; sau đó không thấy An Nam mang quân đến đánh nước của Vương. Đất của Vương trước kia mất nay đã lấy lại được; bộ lạc của Vương đã tan nay đã tụ lại được; đó là nhờ uy của Thiên triều mới được như vậy. Nay lại kêu An Nam muốn chiếm đoạt đất trước kia; An Nam vốn xưng là nước biết lễ nghĩa; há lại hôn ám chuốc lấy sự sai trái. Nay viên quan phòng thủ nước ta trình lời của Vương lên triều đình, mà lời hồi tấu của An Nam thì chưa đến, sự kiện chưa rõ ràng minh bạch; lại e Vương oán xưa chưa bỏ được, nói quá sự thực; ta không thể chỉ nghe riêng một bên mà quyết định.

Khi lời tâu của An Nam đến, ta sẽ xem xét, rồi báo cho ngươi hay. Vương hãy tự tín, điều hành quản trị, an ủi nhân dân và bảo vệ đất đai. Vương cũng nên tìm cách nối lại bang giao tốt với An Nam, quên hết đi những sự nghi ngờ. Từ xưa đến nay, không có một nguyên tắc nào cho nhà cai trị không tự tin ở mình, lại cầu xin triều đình mang quân đi đến từ miền xa xôi để bảo vệ họ."

Sắc dụ của Thiên tử sẽ giao cho Bốc Cổ Lang, y cũng được thưởng quà, rồi mang về nước." **Minh Thực Lục: Quan hệ Trung Quốc Việt Nam**, tập 3, trang 140.

Ngày 19 tháng 10 [11/11/1489], triều đình nước ta sai bọn bồi thần Nguyễn Khắc Cung, Bùi Xương Trạch, Nguyễn Hán Đình sang nhà Minh cống theo năm.

Năm Hồng Đức thứ 21 [1490], (Minh Hoằng Trị năm thứ 3). Lúc ấy đại hạn đã lâu, các phủ huyện thuộc phía đông kinh thành không thể cày cấy được, nhân dân phần nhiều bị chết đói. Triều đình phải sai quan xuống các phủ huyện phát thóc công cho dân vay:

"Tháng 2 [19/2-20/3/1490], sai Hàn lâm viện, Khoa, Đài, Cẩm y vệ hiệu uý đi các phủ, huyện phát thóc công cho dân nghèo vay ăn, vì các phủ huyện Kinh Môn [Hải Dương, Hải Phòng] cày cấy không được, dân nhiều người chết đói...

Ngày 19 tháng 4 [8/5/1490], ban lệnh đại xá 45 điều, vì năm này gạo kém, 1 tiền chỉ đong được [64a] 2 thưng (3) *gạo."* **Toàn Thư**, Bản Kỷ, quyển 13, trang 62b.

Tháng 3 mở kỳ thi hội, lấy trúng cách 54 người. Tháng 4 vào thi đình xếp hạng chọn 3 Tiến sĩ cập đệ. 19 Tiến sĩ xuất thân, và 32 Đồng tiến sĩ xuất thân. Tháng 5, làm lễ xướng danh, ban y phục, yến tiệc. Tháng 8, cho dựng bia Tiến sĩ khoa này:

"Tháng 3 [21/3-19/4/1490], thi hội các cử nhân trong nước. Lấy đỗ bọn Nguyễn Xao 54 người (Xao người làng Phù Chẩn, huyện Đông Ngàn, thi đình đỗ đồng tiến sĩ xuất thân)...

Tháng 4 [20/4-18/5/1490] thi điện, Vua thân hành ra đề văn sách. Sai Binh bộ thượng thư Định Công bá Trịnh Công Đán và Hình bộ thượng thư Lê Năng Nhượng làm đề điệu; Ngự sử đài phó đô ngự sử Quách Hữu Nghiêm làm giám thí; Đông các đại học sĩ Thân Nhân Trung và Lại bộ thượng thư Nguyễn Bá Ký làm độc quyển. Vua xem bài thi, xếp thứ bậc cao thấp. Cho chọn Vũ Duệ, Ngô Hoán, Lưu Thư Ngạn 3 người đỗ tiến sĩ cập đệ, bọn Lê Tuấn Mậu 19 người đỗ tiến sĩ xuất thân, bọn Lê Đình Quát 32 người đỗ đồng tiến sĩ xuất thân.

Ngày 18 tháng 5 [5/6/1490], vua ngự điện Kính Thiên, truyền loa xướng danh các tiến sĩ là bọn Vũ Duệ. Các quan mặc triều phục chúc mừng. Lễ bộ đem bảng vàng treo ở ngoài cửa Đông Hoa. Ngày 19 [6/6/1490], ban ngũ đại y phục. Ngày 20 [7/6/1490], ban yến.

Tháng 8 ngày 15 [30/8/1490], dựng bia đề tên các tiến sĩ khoa Canh Tuất năm Hồng Đức thứ 21." **Toàn Thư**, Bản Kỷ, quyển 13, trang 63b.

Tháng 4, Chia trong nước làm 13 xứ thừa tuyên và phủ Trung Đô. Phủ Trung Đô tại kinh thành, trực thuộc thẳng vào triều đình. Trong nước có 6.851 xã, mỗi xã 500 hộ; xã nào thừa ra trên 100 hộ, được lập xã mới:

"*Trước đây định bản đồ, chia trong nước làm 12 đạo thừa tuyên. Đến nay nhà vua đem đất cũ Chiêm Thành đặt ba ty Đô, Thừa và Hiến ở Quảng Nam, định số hộ khẩu và cương vực mới tăng chia làm 13 xứ là: Thanh Hoá, Nghệ An, Sơn Nam, Sơn Tây, Kinh Bắc, Hải Dương, Thái Nguyên, Tuyên Quang, Hưng Hoá, Lạng Sơn, An Bang, Thuận Hoá, Quảng Nam và Trung đô phủ (4). Trong 13 xứ có: 52 phủ, 178 huyện, 50 châu, 20 hương, 36 phường, 6.851 xã, 322 thôn, 637 trang, 40 sách, 40 động, 30 nguyên, 30 trường. Ở Nghệ An, Thuận Hoá, An Bang, Tuyên Quang, Hưng Hoá, Thái Nguyên, Lạng Sơn và Quảng Nam đều đặt sở Thủ ngữ kinh lược sứ. Nhà vua ra sắc lệnh định thể lệ chia xã: Phàm xã nào tính đủ 500 hộ rồi, mà ngoài ra lại còn thừa đến 100 hộ trở lên, thì do viên quan sở tại trích từng xã một tâu bày, để chia tách ra làm xã khác, cho bản đồ được rộng thêm."* **Cương Mục**, Chính Biên, quyển 24.

Quốc vương Chiêm Thành Cổ Lai lại sai người em đến cống, vẫn tố cáo nước Đại Việt chiếm đất, gây nhiều khó khăn. Triều Minh ban yến uỷ lạo; lại gửi gấm lụa biếu Quốc vương:

"***Ngày 21 tháng 5 năm Hoằng Trị thứ 3 [8/6/1490].*** *Quốc vương Chiêm Thành Cổ Lai sai người em là Bốc Cổ Lang cống sản vật địa phương, cùng tâu Quốc vương An Nam xâm chiếm đất đai, cho người chặn lấy những đồ vật như lụa nõn trong ngoài do triều đình ban cho, xin đưa quân đến cứu giúp. Mệnh đưa xuống các ty có trách nhiệm hay biết.*" **Minh Thực Lục: Quan hệ Trung Quốc Việt Nam**, tập 3, trang 141.

"***Ngày 10 tháng 6 năm Hoằng Trị thứ 3 [27/6/1490].*** *Ban cho Cống sứ Chiêm Thành yến, cùng áo dệt kim, lụa thải, đoạn, quyên, vải bố có sai biệt. Còn ban cho Quốc vương, gấm hoa văn, lụa thải, đoạn theo như lệ.*" **Minh Thực Lục: Quan hệ Trung Quốc Việt Nam**, tập 3, trang 142.

Triều đình nhà Minh nhiều lần nghe lời Sứ thần Chiêm Thành tố cáo nước ta xâm lăng, lại kèm theo việc tranh chấp tại vùng biên thuỳ Vân Nam. Bèn triệu Sứ thần Hoàng Bá Dương đến đem lời đe doạ rằng nếu tình hình không cải tiến, thì sẽ có một ngày triều đình nổi giận, mang quân đến chinh phạt như dưới thời Vĩnh Lạc [1403-1424]:

"***Ngày 25 tháng 5 năm Hoằng Trị thứ 3 [12/6/1490].*** *Trước đây có sắc trách Quốc vương An Nam Lê Hạo xâm bức Chiêm Thành, cùng tranh chấp người Di tại châu Kiến Thuỷ (5), Vân Nam. Nay Hạo sai sứ dâng tấu chương biện bạch rằng sự việc tại Chiêm Thành là do Thổ tù tranh giành cát cứ; Vân Nam vốn là nơi các Thổ tù đã cư trú, không dám* *vượt biên giới sinh sự.*

Chiêm Thành lại sai sứ tâu An Nam vẫn muốn thôn tính nước này, mong Thiên triều mang binh che chở. Lúc bấy giờ Bồi thần Hoàng Bá Dương còn tại sứ quán, mệnh quan bộ Binh đòi tới bộ Lễ, rồi dụ rằng:

"Hãy về báo với Quốc vương ngươi đừng nói nhiều lời, mỗi bên lo giữ gìn cương thổ để hưởng thái bình; nếu không vậy thì một ngày nào đó triều đình nổi giận, quân Thiên tử đến biên cảnh như dưới thời Vĩnh Lạc [1403-1424] *thì không còn hối hận được nữa."*

Sứ giả sợ hãi rút lui." **Minh Thực Lục: Quan hệ Trung Quốc Việt Nam**, tập 3, trang 142.

Tháng 11, nhà Vua răn ngừa một cuộc tấn công vào kinh thành như loạn Nghi Dân triều trước; nên cho sửa đắp thành qui mô và nới rộng ra:

"Tháng 11, đắp rộng thêm Phụng thành, dựa theo quy mô thời Lý, Trần. Vua cảnh giác về việc Nhân Tông bị hại, nên lấy lính đắp thành đó. Đồng thời phía ngoài trường đấu võ, mở rộng đến 8 dặm, sau 8 năm thì đắp xong. Bèn dựng điện Danh Bảo, lập lại vườn Thượng Lâm, trong vườn có hươu và các thú khác." **Toàn Thư**, Bản Kỷ, quyển 13, trang 65a.

Tháng 8 năm Hồng Đức thứ 22 [1491], (Minh Hoằng Trị năm thứ 4); mưa dâng đến 4 thước nước, Vua cho điều quân đi tháo nước úng; nhưng rồi năm đó được mùa lớn:

"Mùa thu, tháng 8, ngày 28,29 [1-2/10/1491], *mưa to suốt cả ngày lẫn đêm không ngớt, [66a] đổ tường điện Kính Thiên, nước dâng lên 4 thước. Ngày 29, sai các Chỉ huy, Hiệu uý, Bách hộ của vệ Cẩm y và Kim ngô tới các xứ thừa tuyên*

gần, khơi tháo nước úng làm hại lúa mạ."

"Mùa đông, tháng 10 [2/11-30/11/1491], thóc lúa được mùa lớn." **Toàn Thư**, Bản Kỷ, quyển 13, trang 65b.

Ngày 18 tháng 10 [19/11/1491], cho xây đình Quảng Văn ở ngoài cửa Đại Hưng, phía nam kinh thành, để công bố pháp lệnh trị dân:

*"Ngày 18, đặt Thần vũ hậu vệ. Vua sai thợ làm cái đình ở ngoài cửa Đại Hưng để làm nơi treo các pháp lệnh trị dân. Làm xong, ban tên là "**Quảng Văn đình**"* [Đình giúp truyền bá rộng rãi]. *Đình này ở trong Long thành, phía trước Phụng Lâu, có ngòi Ngân Câu chảy quanh hai bên tả hữu."* **Toàn Thư**, Bản Kỷ, quyển 13, trang 67a.

Chú thích:

1. Theo **Toàn Thư**, châu Ninh Viễn tức Mường Lễ, sau hàng vua Lê Thái Tổ được đổi là châu Phục Lễ; nay thuộc tỉnh Lai Châu.

2. Lâm An: phủ trị Lâm An tại huyện Kiến Thuỷ, châu tự trị Hồng Hà tỉnh Vân Nam hiện nay.

3. Thưng: Tức thăng, 1 thăng bằng 30 bát.

4. Trung Đô phủ: Năm Quang Thuận thứ 10 [1469] đã đổi tên là phủ Phụng Thiên, quản lĩnh hai huyện: Thọ Xương và Quảng Đức. Vị trí phủ này ở liền kinh thành Thăng Long, nên lệ thuộc thẳng với kinh sư, không lệ thuộc vào một xứ nào trong 13 ty thừa tuyên.

5. Kiến Thuỷ: hiện nay huyện Kiến Thuỷ thuộc châu tự trị Hồng Hà, tỉnh Vân Nam; gần tỉnh Lào Cai, Việt Nam.

106.
Vua Lê Thánh Tông (12)

Tháng 4 năm Hồng Đức thứ 23 [27/4-25/5/1492], (Minh Hoằng Trị năm thứ 5);, sai các quan đến 13 ty thừa tuyên để thẩm tra việc hình ngục:

"Lúc ấy, việc ngục tụng phần nhiều đình trệ, nhà vua hạ lệnh cho các quan trong Hàn lâm viện, Lục khoa và Ngự sử đài chia nhau đi 13 xứ thẩm xét phán đoán những hình ngục còn đọng lại." **Toàn Thư**, Bản Kỷ, quyển 13, trang 67b.

Nhân Vua Hiếu Tông nhà Minh sách phong Hoàng thái tử, bèn sai sứ mang sắc đến báo tin cho các nước Triều Tiên và An Nam. Đến cuối năm, sứ bộ đến nước ta; tuy nhiên trong văn bản **Minh Thực Lục** ghi tên Chánh sứ là Lang trung bộ Hình Thẩm Tường, riêng **Đại Việt Sử Ký Toàn Thư** ghi Lang trung bộ Hình Thẩm Phụng; như vậy không rõ ý muốn đổi tên, hay là chép sai:

"***Ngày 29 tháng 3 năm Hoằng Trị thứ 5 [25/4/1492].*** *Nhân sách phong Hoàng Thái tử; mệnh Lang trung bộ Binh Ngãi Phác sung Chánh sứ, Hành nhân Cao Dận Tiên thuộc ty Hành nhân sung Phó sứ, ban chiếu thư cho nước Triều Tiên. Lang trung bộ Hình Thẩm Tường sung Chánh sứ, Hành nhân Đổng Chấn sung Phó sứ ban chiếu cho nước An Nam. Lại ban cho hai Quốc vương cùng Vương phi các vật như lụa thải, gấm hoa văn. Ban cho bọn Phác mỗi người một bộ y phục rồi sai đi. Nhưng bọn Phác tâu rằng trước đây phụng* *sứ đến hai nước này, Quốc vương nước họ xin người đọc chiếu thư được lưu bản chiếu thư lại; nay xin mệnh ban cho. Thiên tử chấp thuận."* **Minh Thực Lục: Quan hệ Trung Quốc Việt Nam**, tập 3, trang 144.

"*Tháng 12, ngày 24* [11/1/1493], *nhà Minh sai chánh sứ là Hình bộ lang trung Thẩm Phụng, phó sứ là Hành nhân ty hành nhân Đổng Chấn sang báo việc lập Hoàng thái tử và ban vóc lụa."* **Toàn Thư**, Bản Kỷ, quyển 13, trang 68b.

Vào tháng 11, triều đình ta cử 2 sứ bộ sang nhà Minh, Sứ thần Lê Du đảm trách việc triều cống, Sứ thần Khổng Ngu tâu về việc dân chúng lén lút vượt biên giới buôn bán. Đến tháng 10 năm sau đến kinh đô Bắc Kinh; được đãi yến, ban y phục, và nhận quà biếu đưa về cho Vua:

"*Tháng 11, ngày mồng 6* [25/11/1492], *sai bọn bồi thần Lê Du, Bùi Sùng Đạo, Nguyễn Ngạn Khắc, Trịnh Quỳ [68b] sang cống nhà Minh và Khổng Ngu sang tâu việc điều tra dân chúng vượt qua địa phương mình để thông đồng buôn bán."* **Toàn Thư**, Bản Kỷ, quyển 13, trang 68a.

"***Ngày 5 tháng 10 năm Hoằng Trị thứ 6*** **[13/11/1493].** *Quốc vương An Nam Lê Hạo sai Bồi thần Lê Du theo lệ đến triều cống. Đãi yến, ban cho các vật như y phục bằng lụa đoạn, có sai biệt. Lại theo lệ sai mang về, ban cho Vương nước này các vật như gấm, lụa đoạn."* **Minh Thực Lục: Quan hệ Trung Quốc Việt Nam**, tập 3, trang 146.

Tháng giêng năm Hồng Đức thứ 24 [1493], (Minh Hoằng Trị năm thứ 6); triều đình cử các sứ bộ sang triều Minh chúc mừng lập Hoàng thái tử; và tạ ơn đã ban cho vóc lụa. Vào cuối năm đến kinh đô; được ban yến cùng y phục và nhận quà mang về cho nhà Vua:

"Mùa xuân, tháng giêng, ngày mồng 8 [25/1/1493], *sai sứ sang nhà Minh. Bồi thần Nguyễn Hoằng Thạc, Lê Trung mừng lập Hoàng thái tử, Hành nhân Phạm Mân tạ ơn ban vóc lụa."* **Toàn Thư**, Bản Kỷ, quyển 13, trang 68a.

"***Ngày 23 tháng 11 năm Hoằng Trị thứ 6*** **[31/12/1493].** *Quốc vương An Nam Lê Hạo sai bọn Bồi thần Nguyễn Hoằng Thạc dâng biểu, cống sản vật địa phương, và mừng sách lập đông cung Thái tử. Ban cho bọn Hoằng Thạc yến, cùng các vật như y phục. Theo lệ ban cho vương nước này gấm, lụa đoạn."* **Minh Thực Lục: Quan hệ Trung Quốc Việt Nam**, tập 3, trang 146.

Tháng 3, thi hội, lấy trúng cách 48 người. Tháng 4, vào thi đình; chọn 3 Tiến sĩ cập đệ, 23 Tiến sĩ xuất thân, 22 Đồng tiến sĩ xuất thân. Tháng 5, làm lễ xướng danh, ban yến và y phục. Tháng 8, cho xây bia Tiến sĩ khoa thi này:

"Tháng 3, thi hội các cử nhân trong nước, lấy đỗ bọn Vũ Vương 48 người...

Mùa hạ, tháng 4, ngày 21, vua ra hiên điện, thân hành ra đề sách văn. Sai Binh bộ thượng thư Định Công bá Trịnh Công Đán và Ngự sử đài đô ngự sử Quách Hữu Nghiêm làm đề điệu; Ngự sử [70a] đài phó đô ngự sử Đàm Văn Lễ làm giám thí; Hàn lâm viện thừa chỉ Đông các đại học sĩ kiêm Quốc tử giám tế tửu Thân Nhân Trung, Lại bộ thượng thư Nguyễn Bá Ký, Hàn lâm viện thị độc Đông các đại học sĩ Đỗ Nhuận, Đông các học sĩ Lê Quảng Chí, Hàn lâm viện thị thư chưởng Hàn lâm viện sự kiêm Sùng Văn quán Tú lâm cục tư huấn Lương Thế Vinh, Đông các hiệu thư Ngô Luận làm độc quyển. Vua xem bài, xếp bậc trên dưới. Cho Vũ Dương, Ngô Thẩm, Lê Hùng 3 người đỗ tiến sĩ cập đệ; bọn Lại Đức Du 23 người đổ tiến sĩ xuất thân; bọn Nguyễn Quảng Mậu 22 người đỗ đồng tiến sĩ xuất thân...

Tháng 5, ngày mồng 8, vua thân ngự chính điện. Truyền loa xướng danh tiến sĩ là bọn Vũ Dương. Quan Lễ bộ đem bảng vàng treo ở ngoài cửa Đông Hoa. Ngày 27, [70b] ban mũ, đai, y phục. Ngày 28, ban yến. Mùa thu, tháng 8, ngày 19, dựng bia đề tên các tiến sĩ khoa Quý Sửu." **Toàn Thư**, Bản Kỷ, quyển 13, trang 69a.

Sứ thần Đỗ Hồi, thuộc sứ bộ khởi hành sang nhà Minh vào đầu năm, chúc mừng Vua Hiếu Tông lập Hoàng thái tử. Chẳng may mất trên đường đi, gia đình được ban các loại lụa để an ủi:

"***Ngày 27 tháng 11 năm hoằng Trị thứ 6 [4/1/1494].*** *Bồi thần nước An Nam Đỗ Hồi đến triều đình chúc mừng, mất trên đường đi. Mệnh ban cho lụa đoạn, lụa là mỗi thứ một tấm để an ủi gia đình."* **Minh Thực Lục: Quan hệ Trung Quốc Việt Nam**, tập 3, trang 146.

Ngày mồng 7 tháng 8 năm Hồng Đức thứ 25 [6/9/1494], (Minh Hoằng Trị năm thứ 7); triều đình sai các quan Hàn lâm, Lục khoa, Ngự sử đài đi ra 12 xứ thừa tuyên; để xét xử kịp thời các án kiện.

Tháng 10 năm Hồng Đức thứ 26 [11/1495], (Minh Hoằng Trị năm thứ 8); Quốc vương Chiêm Thành Cổ Lai sai người cháu sang nhà Minh tố cáo nước An Nam vẫn tiếp tục chiếm đất, giết người; xin sai quan đại thần sang phân xử. Triều đình nhà Minh họp để bàn bạc, cho rằng từ xưa đến nay chưa có lệ như vậy. Riêng viên Đại học sĩ Từ Phổ Cảnh nhấn mạnh rằng đối với Chiêm Thành, An Nam không thể bỏ cả mối lợi tại nước này hàng mấy chục năm. Nếu bỏ qua mà không hỏi đến, thì tổn thương uy danh triều đình; đem sự việc ra hạch hỏi thì phải hưng binh, đó là việc nguy hiểm. Nay quan ty nên dùng văn thư hiểu dụ cũng được rồi; hà tất phải nhân danh Thiên tử sai quan Đại thần đi khám. Vua Hiếu Tông chấp nhận lời bàn:

"***Ngày 28 tháng 10 năm Hoằng Trị thứ 8 [14/11/1495].*** *Quốc vương Chiêm Thành Cổ Lai tâu rằng nước này bị An Nam chiếm đất, giết người. Tuy được triều đình giáng sắc dụ phải hoà mục, nhưng An Nam ngoài mặt ra vẻ thuận tòng, còn âm mưu thì ác độc không ngừng. Nên sai cháu là Sa Cổ Tính đến kinh khuyết xin Đại thần đến nơi để giảng hoà, lời tâu rất bi ai. Sự việc đưa xuống để đình thần tập hợp bàn bạc, lời bàn cho rằng từ xưa chưa có lệ sai quan Đại thần ra nước ngoài để hoà giải giữa các Di. Xin giao Lưỡng Quảng gửi văn thư cho An Nam, dụ phải hoà mục với lân bang, hoàn lại đất đã xâm chiếm. Cùng sắc dụ Cổ Lai chăm sóc nhân dân, tu luyện võ bị, để làm kế lâu dài. Khi sự việc đã yên, lệnh hai nước trình bày đầy đủ sự thực rồi tâu lên.*

Lời bàn được dâng lên, ý Thiên tử muốn sai quan Đại thần đi xem xét. Đại học sĩ Từ Phổ Cảnh tâu:

'Nước Chiêm Thành xin sai Đại thần đến nước họ, bảo An Nam trả lại hết tất cả đất đai đã xâm chiếm; các nha môn hai lần hội nghị đều cho rằng không nên làm như như vậy. Bộ Lễ được yêu cầu nêu rõ vấn đề rằng Thánh Thiên tử muốn sai quan đến dụ; nhìn lên thấy được Thánh ý đối xử chung một lòng nhân không phân biệt Di, Hạ (1); tuy nhiên bọn Thần phân tích bằng sự lý, thấy sách Xuân Thu (2) dạy "không cai trị Di" (bất trị Di); vì rằng sự chế ngự Di Địch và cai trị trong nước không giống nhau. An Nam tuy tuân phụng theo lịch Chính Sóc, làm tròn chức cống, nhưng vốn là ngoại Di; cậy

hiểm và sức mạnh, thường làm chuyện xâm nhiễu ngoài vòng trật tự; các triều đại trước cũng thường bỏ qua. Còn nước Chiêm Thành kia thì quá nhỏ mà sơ viễn; bọn Thần kính cẩn xem xét lời dạy của tổ triều Minh rằng Chiêm Thành và một vài nước khác triều cống lại đưa hàng đến bán, có nhiều sự gian trá nên từ năm Hồng Vũ thứ 8 (1375-1376) bị cấm, mãi đến năm Hồng Vũ thứ 12 (1379-1380) mới được triều cống trở lại. Sau đó vào năm Thành Hoá thứ 7 (1471-1472) bị An Nam xâm chiếm, mấy lần đến tố cáo. Hiến Tông Hoàng đế mấy lần sắc Tổng trấn Lưỡng Quảng, Đô Ngự sử khu xử. Nhưng An Nam khẳng định rằng họ đã trả lại đất; thực ra thì chúng không khai thực và không chịu nhận tội.

Nay nếu nếu giáng sắc, sai quan đến nước xa xôi này cũng chỉ phí lời, khó mà thi triển uy lực của triều đình, mặt khác hải đảo rộng mênh mang không có cách gì khám xét đất đai; hơn nữa làm sao An Nam có thể tự động cải hối, bỏ cả mối lợi hàng mấy chục năm của chúng! Nhỏ thì che dấu lỗi lầm, lớn thì chống cải lại; như vậy Sứ thần không thể thi hành lệnh của triều đình, tướng không thể dương oai nơi cõi ngoài, chỉ làm giảm quốc thể, gây sự nguy hại cho địa phương. Đến lúc đó, thì xử sự ra sao đây? Nếu bỏ qua mà không hỏi đến, thì tổn thương uy danh; đem sự việc ra hạch hỏi thì phải hưng binh, mối lo lại càng lắm. Hãy nghiền ngẫm những lời giáo huấn của tổ tiên:

'Di Địch bốn phương, cách núi ngăn biển, riêng biệt một góc trời; có được đất đó không đủ cung cấp cho nhu cầu, có được dân đó không đủ để sai khiến. Nếu chúng đến quấy phá biên giới của ta, tự nó sẽ gặp điều không lành; nếu nó không làm hại đến Trung Quốc, mà ta khinh suất mang quân đi chinh phạt cũng là làm điều không lành vậy. Ta sợ con

cháu sau này, ỷ thế Trung Quốc cường thịnh, tham chiến công nhất thời, mang quân đi đánh gây thương tổn thất chết chóc; điều đó không được phép làm.'

Lời Thánh Thiên tử đáng làm khuôn phép vạn đời. Cho dù hiện nay kế hoạch quốc gia hư thực như thế nào, binh lực mạnh yếu ra sao; thì việc hao phí tài nguyên không kể hết, để tranh giành mảnh đất cằn cỗi cây cỏ không mọc được, là việc làm vô ích, càng không thể làm! Như việc Cáp Mật (3) bị Thổ Phiên xâm đoạt trong hai ba mươi năm; mang quân khiển tướng, giành đi giành lại đến nay vẫn chưa yên. Bọn Thổ quan các xứ thù nghịch nhau, không thể lấy Vương pháp mà cấm đoán được; vì thế việc bọn chúng đánh nhau là sự thường tình.

Nay Chiêm Thành danh hiệu vẫn như xưa, triều cống cũng không khác; việc bị xâm đoạt có hay không, thực hay dối trá, vẫn chưa biết rõ. Tuy tình cảnh đáng thương, nhưng về lý không nên can thiệp đến cùng. Nay quan ty chỉ dùng văn thư hiểu dụ cũng được rồi; hà tất phải nhân danh Thiên tử sai quan Đại thần đi khám. Huống việc đại sự của triều đình không thể không hỏi quần thần. Nay mọi người đều một lòng tâu là không nên, nhưng chỉ nói chung về sự lý, chưa trình bày hết về lợi hại được mất. Bọn Thần ở địa vị thân cận, là kẻ tâm phúc, nếu không trình bày hết, vạn nhất việc xấu nảy sinh, thì đến chết cũng không chuộc hết tội. Bởi vậy không nề rờm lời khó nghe; trình bày những vấn đề liên quan đến Hoàng thượng, xã tắc, sinh dân; chứ không phải muốn về hùa với đám đông. Nếu như thời thế có thể làm được, sự việc không gây tai hại, bọn Thần đáng phải giúp Hoàng thượng; đâu dám dâng lên những lời trái tai này.'

Thiên tử chấp thuận lời bàn của quần thần." **Minh Thực**

Lục: Quan hệ Trung Quốc Việt Nam, tập 3, trang 147.

Tháng 11 [17/11-16/12/1495], cử hai sứ bộ sang nhà Minh. Bọn Hữu thị lang bộ Công Lê Hán Đình và Hàn lâm viện thị thư Vũ Dương đi cống hàng năm; riêng Đông các hiệu thư Lê Tuấn Ngạn và Giám sát ngự sử Nguyễn Xao tâu về việc đường trạm cống sứ đi qua.

Tháng 2 năm Hồng Đức thứ 27 [1496], (Minh Hoằng Trị năm thứ 9); nhà Vua trở về Thanh Hoá bái yết lăng tẩm. Bấy giờ trời không mưa, lúa non cần nước gấp; Vua bèn làm bài thơ tứ tuyệt khẩn khoản cầu mưa, tại miếu Hoằng Hữu, huyện Thọ Xuân, Thanh Hoá:

"*Mùa xuân, tháng 2, ngày mồng 4* [17/2/1496], *vua ngự thuyền đi [72a] Đông Kinh bái yết các lăng tẩm. Ngày 11* [24/2/1496], *làm lễ tấu cáo. Ngày 12* [25/2/1496], *dựng cầu bến Tế Độ ở ngoài cửa Quang Đức.*

*Vua viết sách **Xuân vân thi tập**. Ngày 14* [27/2/1496], *trời không mưa. Vua cầu đảo, tự tay viết các bài thơ trong thi tập của mình ra 4 tờ giấy, sai Nguyễn Đôn dán trên tường đền thờ thần. Hôm ấy, canh một trời mưa nhỏ, đến canh năm mưa to, nước tràn trề. Vua đề thơ ở miếu Hoằng Hựu* (4) *rằng:*

極靈英氣振遙天,

威力嚴提造化權.

扣問山靈能潤物,

通為甘雨作豐年.

Phiên âm:

Cực linh anh khi chấn dao thiên,

Uy lực nghiêm đề tạo hoá quyền.

Khấu vấn sơn linh năng nhuận vật.

Thông vi cam vũ tác phong niên.

Dịch thơ:

Khí thiêng lừng lẫy dậy trời cao,

Tạo hoá quyền uy nắm chắc sao.

Sơn thần nếu biết nhuần muôn vật,

Hãy tuôn mưa ngọt, lúa vàng trao." **Toàn Thư**, Bản Kỷ, quyển 13, trang 71b.

Ngày 26 tháng 2 nhuần [9/4/1496], Hoàng thái hậu mất. Vua là người con có hiếu, lúc Hoàng thái hậu bị bệnh, Vua cùng Thái tử ngày đêm chăm sóc; mọi việc khâm liệm đều do vua tự tay làm, một lòng thương xót:

"*Trước đây, hồi tháng 2* [14/2-14/3/1496], *Hoàng thái hậu đi lễ lăng trở về, không may bị bệnh nặng, đến giờ Hợi, ngày 26 tháng 2 nhuận, băng ở chính tẩm điện Thừa Hoa, thọ 76 tuổi. Khi Hoàng thái hậu chưa băng, mùa đông, vua cùng Hoàng thái tử ngày đêm chăm sóc, không lúc nào rời bên cạnh. Khi dâng thuốc hay đồ ăn, vua nhất định tự mình nếm trước; trong thì kêu với tổ tiên, ngoài thì dốc lòng cầu khẩn, không thần nào là không khẩn. Đến khi hấp hối cũng tự kêu gào, Thái hậu còn nhếch mép một chút, muốn nói để từ giã. Mọi việc mặc áo, khâm liệm, bỏ gạo vào miệng người chết, vua đều tự làm lấy cả để tỏ lòng đau xót.*" **Toàn Thư**, Bản Kỷ, quyển 13, trang 72b.

Thi hội các Cử nhân trong nước, 43 người đậu. Tháng 3 vào thi Đình, đặc biệt khoa này Vua tự xem dung mạo từng người; đánh rớt 13 người, chỉ lấy 30 người, gồm 3 Tiến sĩ cập đệ, 8 Tiến sĩ xuất thân, và 19 Đồng tiến sĩ xuất thân. Tháng chạp, cho dựng bia Tiến sĩ khoá này:

"Thi hội các cử nhân trong nước. Lấy đỗ bọn Nguyễn Văn Huấn 43 người.

Tháng 3, ngày đinh dậu 19 [1/5/1496], *vua thân hành khảo thí ở Đan Trì điện Kính Thiên, hỏi về đạo trị nước. Sai Binh bộ thượng thư Định Công bá Trịnh Công Đán và Ngự sử đài đô ngự sử Quách Hữu Nghiêm làm đề điệu; Hộ bộ tả thị lang Nguyễn Hoẳng Thạc và Ngự sử đài phó đô ngự sử Đàm Văn Lễ làm giám thí; Hàn lâm viện thừa chỉ Đông các đại học sĩ kiêm Quốc tử giám tế tửu Thân Nhân Trung, Hàn lâm viện thị độc Đông các học sĩ Đào Cử, Hàn lâm viện thị giảng chưởng Hàm lâm viện Lưu Hưng Hiếu, Đông các Hiệu* [73b] *thư Ngô Luân, Ngô Hoán, Hàn lâm viện thị thư kiêm Tú lâm cục tư huấn Trần Khắc Niệm và Hàn lâm viện thị thư Ngô Thầm làm độc quyển. Ngày 26* [8/5/1486], *dẫn các sĩ nhân vào điện Kim Loan. Vua tự xem dung mạo từng người, lấy đỗ 30 người.*

Ngày 27 [9/5/1486], *vua ngự chính điện Xương danh. Cho Nghiêm Viên, Nguyễn Huân, Đinh Lựu 3 người đỗ tiến sĩ cập đệ. Bọn Đinh Cương 8 người đỗ tiến sĩ xuất thân. Bọn Nguyễn Đạo Diễn 19 người đỗ đồng tiến sĩ xuất thân...*

Tháng 12, ngày mồng 6, dựng bia đề tên các tiến sĩ khoa Bính Thìn, năm Hồng Đức thứ 27." **Toàn Thư**, Bản Kỷ, quyển 13, trang 73a.

Ngày 29 tháng giêng năm Hồng Đức thứ 28 [2/3/1497], (Minh Hoằng Trị năm thứ 10; Vua ốm nặng, bèn dựa vào tràng kỷ ngọc, lệnh cho Hoàng thái tử lên nối ngôi. Lúc Vua sắp mất, có bài thơ tự thuật như sau:

"五十年华七尺躯,

刚腸如鐵卻成柔.

風吹窗外黄花謝,

露浥庭前綠柳瞿.

碧漢望窮雲杳杳,

黄粱夢醒夜悠悠.

蓬萊山上音容斷,

冰玉幽魂入夢無?

Phiên âm:

Ngũ thập niên hoa thất xích khu,

Cương trường như thiết khước thành nhu.

Phong xuy song ngoại hoàng hoa tạ,

Lộ ấp đình tiền lục liễu cù.

Bích hán vọng cùng vân diểu diểu,

Hoàng lương mộng tỉnh dạ du du.

Bồng lai sơn thượng âm dung đoạn,

Băng ngọc u hồn nhập mộng vô?

Dịch thơ:

Năm chục hoa niên bảy thước thân,

Lòng như sắt cứng bỗng mềm dần.

Gió lay khô héo hoa bên cửa,

Sương dãi gầy mòn liễu trước sân.

Trời biếc xa trông, mây thăm thẳm,

Kê vàng tỉnh giấc đối bâng khuâng.

Khuất lời cách mặt, non bồng vắng,

Băng ngọc du hồn nhập mộng chăng?". **Toàn Thư**, Bản Kỷ, quyển 13, trang 77a.

Ngày 30 tháng giêng [3/3/1497], vua mất tại điện Bảo Quang; theo Sử gia Vũ Quỳnh trước khi mất Vua bị bệnh lở loét tại bộ phận sinh dục. Ngài sinh được 14 hoàng tử và 20 Công chúa. Các Hoàng tử gồm con trưởng là Hoàng thái tử Tranh và các con thứ như Lương Vương Thuyên, Tống Vương Tung, Đường Vương Cảo, Kiến Vương Tân, Phúc Vương Trang, Diễn Vương Thông, Quảng Vương Tảo, Lâm Vương Tương, Ứng Vương Chiêu, Nghĩa Vương Cảnh, Trần Vương Kinh, Triệu Vương Toan, Kinh Vương Kiện.

Ngày mồng 6 tháng 2 [9/3/1497], Thái bảo Bình Lương hầu Lê Chí, Binh bộ thượng thư Định Công bá Trịnh Công Đán, Tây quân đô đốc phủ tả đô đốc Sung Khê bá Lê Vĩnh tới điện Hoằng Văn đón Hoàng thái tử Tranh lên ngôi, tức Vua Hiến Tông, đổi năm sau thành năm Cảnh Thống thứ 1.

Chú thích.

1. Di, Hạ: Hạ là tên một triều đại xưa của Trung Quốc, nên họ tự gọi là Hoa Hạ. Di là tiếng họ dùng có tính cách kỳ thị chủng tộc, gọi các nước ngoại quốc xung quanh.

2. **Xuân Thu**: tên bộ sử Khổng Tử viết cho thời đại từ Chu Bình Vương thứ 49 [-723] đến Chu Kính Vương [-481] gồm 242 năm; nên thời đại này được gọi là Xuân Thu.

3. Cáp Mật: một bộ tộc tại vùng Tân Cương ngày nay.

4. Miếu Hoằng Hữu: Theo **Cương mục**, miếu Hoằng Hựu ở huyện Lương Giang, Nay là huyện Thọ Xuân, tỉnh Thanh Hoá.

107.
Vua Lê Hiến Tông (1497-1504)

Niên hiệu: Cảnh Thống.

Vua Hiến Tông tên huý là Tranh là con trưởng của Thánh Tông, ở ngôi 7 năm, thọ 44 tuổi, lúc mất táng ở Dụ Lăng. Vua thiên tư anh minh thông tuệ, giữ vận nước thái bình, nhưng ở ngôi không lâu, thật đáng tiếc! Mẹ ngài là Trường Lạc hoàng thái hậu họ Nguyễn, tên huý là Hằng, người ở trang Gia Miêu Ngoại, huyện Tống Sơn, Thanh Hoá; là con gái thứ hai của Thái uý Trinh quốc công Nguyễn Đức Trung.

Vua sinh ra, dáng vẻ khôi ngô, mũi cao, thần thái trang nghiêm, tươi đẹp khác thường, Thánh Tông yêu quý lắm. Năm Quang Thuận thứ 3 [31/3-29/4/1462], tháng 3, sách lập làm Hoàng thái tử. Ngày 30 tháng giêng năm Hồng Đức thứ 28 [3/3/1497], Vua Thánh Tông băng, ngày mồng 6 tháng 2 [9/3/1497] nhà Vua lên ngôi, năm sau đổi sang niên hiệu Cảnh Thống.

Ngày mồng 8 tháng 2 [11/3/1497], xuống chiếu cấm tôi tớ các nhà quyền quí, ra chợ không được áp chế mua rẽ hoặc không trả tiền. Dân không được chê tiền cũ, hoặc xấu:

"Ngày mồng 8, cấm mua hiếp và kén tiền. Xuống chiếu

rằng:

'Các nữ sử ở phủ, cung nhân cung Thiên Hoà và nô tỳ ở các phủ thân vương, công chúa, các nhà đại thần có mua thứ gì của người dân nhà quê bán trong chợ, không được quen thói cũ, mượn tiếng công mưu lợi riêng, ức hiếp mua rẻ và lấy bừa không trả tiền. Từ [82a] nay, dân chúng mua bán hàng hoá gì và người kiểm thu các loại tiền nộp vào kho công, nếu đồng tiền ném xuống đất có tiếng kêu, còn xâu lạt được, tuy có sứt mẻ vành cạnh một chút, thì từ nay nhất loạt phải nhận dùng cả, không được quá kén hoặc không tiêu". **Toàn Thư**, Bản Kỷ, quyển 13, trang 81b.

Năm này bị hạn hán, dân Nghệ An bị nạn đói, hạ chiếu phát thóc trong kho cho dân nghèo vay:

"Lúc ấy Nghệ An bị nạn kém đói, nhà vua ra sắc lệnh hai ty Thừa chính và Hiến sát phát thóc trong kho công cho dân nghèo vay, mỗi người được vay 100 thăng (1), đợi lúc lúa chín được mùa sẽ thu lại nộp trả vào kho công." **Cương Mục**, Chính Biên, quyển 24.

Tôn mẹ làm Hoàng thái hậu. Hậu người làng Gia Miêu, huyện Tống Sơn, là con gái thái uý Trinh Quốc công Nguyễn Đức Trung. Năm Quang Thuận thứ nhất (1460) được tuyển vào cung, phong là Sung nghi; tháng 8, năm Quang Thuận thứ 2 (4/9-3/10/1461) sinh nhà vua; năm Hồng Đức thứ nhất (1470) sách lập làm Quý phi. Đến nay tôn làm Hoàng thái hậu, ở cung Trường lạc; nên còn gọi là Trường Lạc Hoàng thái hậu.

Trên một năm trước sứ bộ Lê Tuấn Ngạn sang triều Minh, năm nay tới nơi, nhưng **Minh Thực Lục** chỉ ghi là Lê Tuấn. Sứ bộ được đãi yến, và ban y phục, lụa là. Nhưng sau đó Sứ thần Lê Tuấn mất tại quán Hội Đồng tại kinh đô Bắc Kinh, nhà Minh cho lập đàn tế, rồi chuyển linh cữu về nước:

"***Ngày 16 tháng 3 năm Hoằng Trị thứ 10*** [18/4/1497]. *Quốc vương An Nam Lê Hạo sai bọn Bồi thần Lê Tuấn đến cống. Lúc trở về ban cho Vương các vật như gấm, đoạn. Ban cho bọn Tuấn yến tiệc, cùng các vật như y phục lụa thải, đoạn, có phân biệt.*" **Minh Thực Lục: Quan hệ Trung Quốc Việt Nam**, tập 3, trang 149.

"***Ngày 6 tháng 5 năm Hoằng Trị thứ 10*** [6/6/1497]. *Bồi thần nước An Nam Lê Tuấn qua đời tại quán Hội Đồng. Cho lập đàn tế, đưa linh cữu theo dich trạm trở về nước.*" **Minh Thực Lục: Quan hệ Trung Quốc Việt Nam**, tập 3, trang 149.

Ngày mồng 3 tháng 5 [3/6/1497], cho xây lại Đãi Lậu viện tại bên ngoài cửa Đại Hưng, để các quan có thể tạm nghỉ trước giờ vào triều:

"*Trước đây, Thái Tổ làm Đãi Lậu viện ở ngoài cửa Tây. Thái Tông, Nhân Tông đều nhân đó theo. Thánh Tông làm thêm hai dãy nhà ở ngoài cửa Đại Hưng. Đến đây, đặc cách ra lệnh cho Ngũ phủ sai phái kỳ quân xây dựng Đãi Lậu viện ở ngoài cửa Đại Hưng [85b] gồm 2 dãy, mỗi dãy 3 gian 2 chái.*" **Toàn Thư**, Bản Kỷ, quyển 13, trang 85a.

Tháng 11, triều đình cử 2 sứ bộ sang triều Minh, sứ bộ thứ nhất báo tang, sứ bộ thứ hai xin cầu phong. Tháng 11 năm sau đến kinh đô; được ban yến, vì trong nước đang có tang, nên Sứ thần xin miễn âm nhạc. Hai tháng sau, các Sứ thần được hộ tống trở về nước:

"*Tháng 11* [24/11-23/12/1497], *sai sứ sang nhà Minh. Hộ khoa đô cấp sự trung Phạm Hưng Văn và Hàn lâm viện hiệu*

lý Nguyễn Đức Thuận báo tang; Hàn lâm viện hiệu lý Phan Tông, Phạm Khắc Thận, Nguyễn Đình Tuấn cầu phong.”
Toàn Thư, Bản Kỷ, quyển 13, trang 86a.

“***Ngày 16 tháng 11 năm Hoằng Trị thứ 11*** **[29/11/1498].** *Quốc vương An Nam Lê Hạo qua đời, Thế tử Lê Huy* [vua Lê Hiến Tông] *sai bọn Bồi thần Phan Tông đến triều đình cáo phó. Mệnh Hành nhân Từ Thuyên thuộc ty Hành nhân đến tế. Ban cho bọn Tông yến, cùng y phục lụa đoạn theo lệ. Khi Tông đến dự yến, xin miễn dùng âm nhạc. Chấp nhận.”*
Minh Thực Lục: Quan hệ Trung Quốc Việt Nam, tập 3, trang 150.

“***Ngày 25 tháng giêng năm Hoằng Trị thứ 12*** **[6/3/1499].** *Sai quan hộ tống bọn Bồi thần Phan Tông về nước.”*
Minh Thực Lục: Quan hệ Trung Quốc Việt Nam, tập 3, trang 150.

Ngày mồng 8 tháng 3 Cảnh Thống năm thứ 1 [30/31498], (Minh Hoằng Trị năm thứ 11); rước quan tài Vua Lê Thánh Tông an táng tại Lam Sơn, Thanh Hoá, cho soạn văn bia, và thả mấy trăm cung nữ:

“*Ngày Giáp Tuất, mồng 8, quan tài của Thánh Tông Thuần Hoàng Đế rước về đến Lam Kinh. Đến ngày Giáp Ngọ 28* [19/4/1498], *an táng vào bên tả Vĩnh Lăng ở Lam Sơn, gọi là Chiêu Lăng. Trước đó, Lễ quan tâu xin dựng bia, khắc minh để tỏ rõ sự nghiệp của tiên đế cho đời sau. Vua khen lời tâu là phải, sai Đông các đại học sĩ kiêm Quốc tử giám tế tửu Thân Nhân Trung, Lễ bộ thượng thư kiêm Đông các đại học sĩ Đàm Văn Lễ, Đông các đại học [3a] sĩ Lưu Hưng Hiếu soạn văn bia. Ngày hôm ấy, vua sai nữ quan và nữ sử 10 người đưa linh cữu vào an táng xong rồi ra. Thả vài trăm cung nữ.”*

Toàn Thư, Bản Kỷ, quyển 14, trang 2b.

Vua sai sứ giả đi khắp bốn phương, chiếu cố những người nghèo túng, những người chịu thuế khoá và phục dịch công trình quá nặng thì giảm nhẹ cho. Tha những kẻ lầm lỡ, xét rõ người oan khuất, bổ dụng kẻ mất chức, khen thưởng người có công; tha nợ thuế, nới hình phạt, nêu gương người tiết nghĩa, giúp đỡ kẻ côi cút, người đói nghèo, cất nhắc người liêm khiết, tiến cử bậc hiền tài. Nhờ vậy trong triều và các phương ai cũng thoả lòng; chính sự bước đầu tốt đẹp, khả quan.

Trong hạt Nghệ An, Thuận Hoá, trộm cướp nổi lên, quân đánh dẹp không yên được. Ra sắc lệnh cho triệt bỏ toán lính đi bắt; dùng chính sách chiêu an phủ dụ, cho ra thú tội, trở lại với nghề nghiệp cũ.

Vua để ý đến việc nông tang; tự tay viết sắc lệnh sai các quan thừa hiến, phủ, huyện đi tuần hành khuyên bảo nhân dân đắp đê điều, đào ngòi lạch, khơi bờ ruộng, để phòng hạn, lụt. Lại sai các quan trong triều đi kiểm tra, xem xét những việc đó. Mỗi xã đặt một người xã trưởng hay thôn trưởng chuyên trông nom việc nông tang. Quan bên ngoài ai có việc về Kinh và sứ của triều đình từ ngoài trở về, vua đều cho gọi vào hỏi về mùa màng được hay mất, trăm họ sướng khổ ra sao. Còn lính thợ đến phiên thì cứ theo lệ, tháng 6, tháng 10 chia một nửa về làm ruộng.

Định thể lệ đánh thuế đất bãi tại ven sông; chia làm hai loại: đất trồng dâu, và đất trồng lạc, mỗi mẫu nộp thuế một quan hai tiền. Xã nào có trồng dâu, thì cho phép nộp một nửa bằng tơ sống: mỗi mẫu một cân tám lạng, mỗi cân giá tám tiền; xã nào không trồng dâu, thì nộp bằng tiền thay cho tơ sống.

Ngày 22 tháng 8 [7/9/1498], sắc lệnh xét xử ngục tụng gấp, cho được trôi chảy xong xuôi. Nếu có ai dám để chậm trễ quá kỳ hạn, thì đến cuối mỗi năm, quan phụ trách cùng Hình bộ, Đề hình giám sát ngự sử, phải kiểm tra tâu hặc lên, để trị tội theo pháp luật.

Lưu ý đặt thêm vệ quân ở Đô ty đạo Quảng Nam. Trước đây, Đô ty đạo Quảng Nam đặt vệ Thăng Hoa gồm 5 sở, đến nay đặt thêm sở Súng Nỗ, lại đặt vệ Tư Nghĩa và Hoài Nhân mỗi vệ sáu sở.

Ngày mồng 8 tháng 11 [21/11/1498], sai các Sứ thần Nguyễn Quan Hiền, Phạm Thịnh, Lê Tuấn Mậu sang nhà Minh cống hàng năm.

Ngày mồng 10 tháng 12 [21/1/1499], có sắc chỉ quy định: Kể từ nay, trưởng quan các nha môn, khi khảo khoá các chức ở vệ, sở, phủ, huyện hạt mình phải xét tường tận thành tích đã trải qua. Người nào hết lòng chăm sóc quân dân, được quân dân yêu mến khâm phục, nộp thuế không thiếu hụt, thì mới được xét duyệt là xứng đáng với chức vụ và được thăng chức, ban thưởng. Nếu quấy nhiễu, hạch sách nhân dân, theo lợi riêng gây mối tệ, tuy chưa có chứng cớ cụ thể, nhưng mọi người đều biết cả, cùng trường hợp trong hạt có nhiều kẻ trốn đi, thì đều khảo vào loại không xứng chức.

Ngày 17 tháng 2 năm Cảnh Thống thứ 2 [28/3/1499], (Minh Hoằng Trị năm thứ 12); nhân các quan đại thần tâu xin lập Thái tử để nối dõi; ý Vua muốn lập Hoàng tử thứ 3 tên Thuần, bèn nêu lý do bỏ con trưởng lập thứ. Đến tháng chạp, sai các quan đại thần mang sách và ấn lập Hoàng tử Thuần làm Thái tử:

"Có sắc chỉ dụ bọn Thái bảo Sùng Khê hầu Lê Vĩnh, Đô kiểm điểm [9a] Cống Xuyên hầu Lê Năng Nhượng rằng: Mới rồi nhận được bản tâu của các khanh, lo kế lớn cho tông miếu xã tắc, khẩn thiết xin dựng lập hoàng trừ (2), trẫm rất khen ngợi việc đó. Hoàng tử thứ nhất là Tuân (3) thì thích mặc áo đàn bà, bỏ thuốc độc cả mẹ; hoàng tử thứ hai là Tuấn thì còn bé, lại không có đức, sợ không kham nổi; hoàng tử thứ ba là Thuần rất ham thích Thi, Thư, dốc lòng hiếu kính, trẫm đích thân vỗ về dạy bảo, nay đã trưởng thành, Trẫm quyết đoán từ công tâm, cho giữ ngôi thái tử, thực không phải là bỏ con trưởng lập con thứ, mà là vì thiên hạ chọn người làm vua đó! Song điện chính Đông cung trẫm còn đang ở, nên làm cung mới bên cạnh điện, và làm sách phong thái tử, tuyên bố nghi lễ tiết văn, truyền cho Hữu ty chọn ngày cử hành việc đó."

"Tháng 12, ngày Tân Mão mồng 6 [6/1/1500], vua sai Thái bảo Đường Khê bá Lê Vĩnh và Trung quân đô đốc phủ tả đô đốc, Điện tiền đô kiểm điểm ty đô kiểm điểm Dung Hồ bá Lê Lan mang kim sách và ấn báu lập hoàng tử Thuần làm hoàng thái tử." **Toàn Thư**, Bản Kỷ, quyển 14, trang 8b.

Tháng 4 [10/5-8/6/1499], thi hội các Cử nhân trong nước. Bây giờ, có tới hơn 5000 người dự thi, lấy đỗ 55 người. Nhà vua hạ lệnh đặt rõ lại các qui định:

"Trường thi chia làm 4 vi, mỗi vi đều dựng một cái chòi cao; đến ngày sĩ tử vào trường thi, thì mỗi chòi đều có một viên hiệu uý đứng ở trên chòi, để tiện trông xa kiểm soát. Đầu bài thi, do bầy tôi thân cận viết cho thật đúng, rồi đều chiếu theo thứ tự từng phòng của sĩ tử mà phân phát; viên quan tuần xước thì hàng ngày luân chuyển đi tuần, các quan chấm thi nếu viên nào có bà con thân thích dự thi, đều được hồi tị (4)". **Cương Mục**, Chính Biên, quyển 24.

Ngày mồng 9 tháng 7 [15/8/1499], vào thi Đình; lấy 3 Tiến sĩ cập đệ, 24 Đệ nhị giáp tiến sĩ xuất thân, và 28 Đệ tam giáp tiến sĩ xuất thân; tổng cộng 55 người. Ngày 16 [22/8/1499], vua ngự điện Kính Thiên, quan Hồng lô truyền loa xướng danh, Lễ bộ đem bảng vàng treo ở ngoài cửa Đông Hoa. Tháng chạp, cho dựng bia đề tên các Tiến sĩ khoá này tại cửa nhà Thái học.

Tháng 6, Quốc vương Chiêm Thành Cổ Lai sai cháu đến nhà Minh triều cống; xin cho con là Sa Cố Bốc Lạc được nối ngôi và mong lấy lại được vùng cảng Tân Châu [Thị Nại, Bình Định]. Triều đình nhà Minh bàn bạc, xin gửi thư cho An Nam chớ tham đất đai sẽ gây nên hoạ hoạn; riêng việc cho con nối ngôi, thì cho chính thức lập làm Thế tử, khi cha mất sẽ phong chức:

"***Ngày 21 tháng 6 năm Hoằng Trị thứ 12 [28/7/1499].*** *Quốc vương Chiêm Thành Cổ Lai tâu rằng:*

"Vùng cảng Tân Châu của bản quốc đã bị An Nam xâm đoạt từ lâu, chúng cướp giết nhân dân, mối lo chưa hết. Nay Thần già lão, khi chưa chết muốn cho con trưởng là Sa Cố Bốc Lạc được nối ngôi, mong ngày sau có thể giữ được đất tại cảng Tân Châu."

Thiên tử mệnh bộ Lễ, bộ Binh họp lại để bàn bạc, rồi cả hai bộ đều trình lên rằng:

'An Nam gây hại tại Chiêm Thành không phải mới xảy ra trong một ngày, triều đình thường nhân Chiêm Thành tố cáo bèn gửi tỷ thư chỉ dạy, lại sai Thủ thần lấy đại nghĩa trách vấn, giảng điều hoạ phúc; nhưng An Nam trước sau tâu lên đều xưng:

'Đã tuân theo mệnh lệnh của triều đình, trả lại hết tất cả

đất đai và nhân dân; ngoài 4 châu Thăng, Hoa, Tư, Nghĩa, đều do Thổ tù cát cứ, nước tôi hoàn toàn không can thiệp.'

Nhưng An Nam vừa mới đưa lời biện bạch thì Chiêm Thành lại tố cáo; khó biết được đâu là thật tình. Xin lệnh Thủ thần gửi văn thư nghiêm khắc dụ An Nam chớ tham nhân dân đất đai sẽ gây nên hoạ hoạn, nếu không tuân sẽ bàn định mang quân đi hỏi tội. Về việc con trưởng của Vương Chiêm Thành, thì khi cha còn sống không có lý được phong thế tập, hãy lập lên làm Thế tử để coi việc quốc sự; sau này như lệ định sẽ phong thế tập."

Điều này được chấp thuận." **Minh Thực Lục: Quan hệ Trung Quốc Việt Nam**, tập 3, trang 151.

"***Ngày 27 tháng 6 năm Hoằng Trị thứ 12 [3/8/1499].*** *Quốc vương Chiêm Thành Cổ Lai sai cháu bọn Sa Bất Đăng Cổ Lỗ dâng biểu cùng đến cống sản phẩm địa phương. Ban yến cùng các vật như lụa thải, đoạn, có phân biệt."* **Minh Thực Lục: Quan hệ Trung Quốc Việt Nam**, tập 3, trang 152.

Ngày mồng 5 tháng 7 [11/8/1499], ra sắc dụ nhắc nhở các quan viên và dân chúng tuân theo 24 điều giáo huấn ban hành thời Hồng Đức, nội dung như sau:

Điều 1: Quy định trách nhiệm của cha mẹ dạy con cái.

Điều 2: Trách nhiệm của gia trưởng đối với gia đình.

Điều 3: Quan hệ vợ chồng phải có ân có nghĩa không được thay đổi.

Điều 4: Quan hệ anh em trong gia đình.

Điều 5: Quan hệ họ hàng làng xóm phải quan tâm thương xót lẫn nhau.

Điều 6: Điều 7, Điều 8, Điều 9, Điều 10 quy định đạo lý và bổn phận của người phụ nữ.

Điều 11: Nhiệm vụ của người điển lại [quan cấp thấp].

Điều 12: Bổn phận của người điển lại.

Điều 13: Bổn phận của quân, dân.

Điều 14: Trách nhiệm kẻ buôn bán.

Điều 15: Quy định việc cưới gả, tế tự.

Điều 16: Tục chèo hát, hội hè.

Điều 17: Quy định việc hàng quán, nhà cửa dọc đường cho ngủ trọ.

Điều 18: Răn cấm trai gái không được tắm cùng một bến.

Điều 19: Cử người có uy vọng giảng giải lời cáo dụ cho dân.

Điều 20: Quy định việc tố giác, trừng trị bọn hào cường xâm chiếm ruộng đất, ức hiếp nhân dân, xui nguyên giục bị.

Điều 21: Cấm các vương hầu và nhà đại thần cho nô tỳ đưa đồ đút lót, mua bán ức hiếp.

Điều 22: Khuyên các quan giữ chức trách chăn dân.

Điều 23: Khuyên xã trưởng, thôn trưởng, phường trưởng siêng năng dạy bảo dân. Điều

24: Khuyên dân Man Lạo kính giữ luân thường." Theo **Hồng Đức Thiên Nam Dư Hạ Tập**.

Bấy giờ tại vùng đất cũ Chiêm Thành thuộc phủ Quảng Nam [Quảng Nam, Quảng Ngãi, Bình Định ngày nay]; có tệ trạng mua bán người Chiêm làm nô tỳ hoặc làm vợ, nên triều đình có lệnh cấm:

"Tháng 8, ngày mồng 9 [13/9/1499], có chiếu rằng: Kể từ nay, trên từ thân vương, dưới đến dân chúng, đều không được lấy đàn bà con gái Chiêm Thành làm vợ, để cho phong tục được thuần hậu."

"Tháng 11, ngày 16 [18/12/1499], có chiếu rằng: Từ nay trở đi, xứ Quảng Nam không được cướp bắt người Man và mua bán nô tỳ tư. Ai vi phạm thì cho phép Hữu ty hặc xét trị tội." **Toàn Thư**, Bản Kỷ, quyển 14, trang 17a.

Sứ thần Chiêm Thành lại tiếp tục sang cống nhà Minh, được ban yến và tặng quà. Lúc trở về, thuyền hư vì gió bão, nên triều đình sai quan tại Lưỡng Quảng cho sửa chữa lại, và cấp gạo ăn đường:

*"**Ngày 6 tháng 8 năm Hoằng Trị thứ 12 [10/9/1499].** Quốc vương Chiêm Thành Cổ Lai sai cháu là Sa Bất Đăng Cổ Lỗ cùng bọn Sứ thần Yển Thiện Noa Ba Địa đến cống. Ban yến cùng các vật như y phục lụa, đoạn, có sai biệt."* **Minh Thực Lục: Quan hệ Trung Quốc Việt Nam**, tập 3, trang 153.

*"**Ngày 12 tháng 8 năm Hoằng Trị thứ 12 [16/9/1499].** Ban cho cháu Vương Chiêm Thành Sa Bất Đăng Cổ Lỗ cùng Chánh Phó sứ Yển Thiện Noa Ba Địa mũ và dây đai."* **Minh Thực Lục: Quan hệ Trung Quốc Việt Nam**, tập 3, trang 153.

*"**Ngày 12 tháng 9 năm Hoằng Trị thứ 12 [16/10/1499].** Mệnh cấp cho Cống sứ Chiêm Thành gồm 60 người, mỗi người 9 đấu gạo ăn đường. Nguyên do thuyền cũ gặp gió bão bị tổn hại, sai Thủ thần Lưỡng Quảng cho sửa chữa lại. Mệnh ban theo lời xin."* **Minh Thực Lục: Quan hệ Trung Quốc Việt Nam**, tập 3, trang 154.

Vào tháng 11 năm ngoái [21/11/1498], Sứ thần Nguyễn Quan Hiền, Phạm Thịnh, Lê Tuấn Mậu sang nhà Minh cống; tháng 11 năm nay đến nơi, được dự yến, ban cho y phục, cùng nhận quà tặng cho Vua. Vì mướn người phụ giúp quá qui định, nên viên quan hộ tống sứ bộ bị lỗi; lúc trở về lại cho Thông sự hộ tống đên biên giới:

"Ngày 3 tháng 11 năm Hoằng Trị thứ 12 [5/12/ 1499]. *Thế tử An Nam Lê Huy sai Bồi thần Nguyễn Quan Hiền đến cống. Lúc trở về ban cho Huy các vật như gấm, lụa đoạn. Ban cho bọn Quan Hiền yến, cùng y phục lụa thải, đoạn, theo lệ."* **Minh Thực Lục: Quan hệ Trung Quốc Việt Nam**, tập 3, trang 154.

"Ngày 26 tháng 11 năm Hoằng Trị thứ 12 [28/12/1499]. *Phủ Nam Hùng, Quảng Đông sai sai quan Đại sứ bọn Thái Canh hộ tống Bồi thần An Nam Nguyễn Quan Hiền triều cống. Quan Hiền mướn 9 người dân Nam Hải phục dịch dọc đường từ phủ Nam Hùng đến Nghi Chân.; rồi tại đó mướn thêm vài người thợ may. Khi đến kinh đô, kiểm soát phát giác được việc làm trái qui định. Cho rằng bọn Canh biết nhưng không nói ra, hạ lệnh bắt để trị tội theo luật."* **Minh Thực Lục: Quan hệ Trung Quốc Việt Nam**, tập 3, trang 154.

"Ngày 9 tháng 2 năm Hoằng Trị thứ 13 [8/3/1500]. *Mệnh sai Thông sự hộ tống Bồi thần nước An Nam Nguyễn Quan Hiền trở về nước."* **Minh Thực Lục: Quan hệ Trung Quốc Việt Nam**, tập 3, trang 155.

Vào tháng chạp năm trước [12/1/1499] nhà Minh cử các sứ bộ đến nước ta điếu tế Vua Lê Thánh Tông, và phong tước cho Vua Lê Hiến Tông. Đến ngày 15 tháng chạp năm nay [15/1/1500] sứ bộ đảm nhiệm điếu tế đến biên giới; 2

ngày sau [17/1/1500], sứ bộ đặc trách phong tước cũng tới nơi. Triều đình ta đón tiếp khá trọng thể, cử 4 phái đoàn đón tiếp tại 4 địa điểm, từ Lạng Sơn đến kinh đô. Phái đoàn Thượng thư bộ Binh Lê Năng Nhượng, chờ sẵn tại biên giới từ ngày 9 [9/1/1500] để đón tiếp; phái đoàn Phò mã đô uý Trần Khuê, đón tại trạm Thọ Xương; phái đoàn Hoa Lâm bá Trịnh Quý Thuật đón tại trạm Thị Cầu; tiếp đến phái đoàn phò mã đô uý Lâm Hoài bá Lê Đạt Chiêu đón tiếp tại trạm Lữ Khôi, Bắc Ninh. Ngày 23 [23/1/1500], khi bọn Lương Trừ tới trạm Thị Cầu; Vua sai bọn Đông các đại học sĩ Đàm Văn Lễ tới nơi bàn với bọn Lương Trừ nghi thức làm lễ. Ngày 24 [24/1/1500], bọn Lương Trừ đi từ Thị Cầu đến trạm Lữ Khôi, vua ngự thuyền đến trạm này, đón tiếp xã giao. Ngày 27 [25/1/1500], bọn Lương Trừ tới điện Kính Thiên làm lễ đọc chiếu thư. Theo Nghi chú của lễ cũ, không có mục dâng hương, mục nhảy múa tung hô; đến đây, bọn Lương Trừ đưa nghi chú mới có các mục ấy. Vua không theo, báo cho bọn Trừ tuân theo lệ cũ:

"***Ngày 1 tháng 12 năm Hoằng trị thứ 11*** **[12/1/1499].** *Mệnh Hàn lâm viện Thị giảng thuộc ty Kinh cục tẩy mã Lương Trừ sung Chánh sứ, Binh khoa Cấp sự trung Vương Chẩn sung Phó sứ đến An Nam phong cho Thế tử Lê Huy làm Quốc vương nước An Nam."* **Minh Thực Lục: Quan hệ Trung Quốc Việt Nam**, tập 3, trang 150.

"*Ngày Canh Tý 15 tháng chạp* [15/1/1500], *nhà Minh sai Hành nhân ty hành nhân Từ ngọc sang dụ tế Thánh Tông Hoàng Đế. Ngày Nhâm Dần 17* [17/1/1500], *nhà Minh sai chánh sứ là ty Kinh cục tẩy mã kiêm Hàn lâm viện thị giảng Lương Trừ, phó sứ là Binh khoa đô cấp sự trung Vương Chẩn mang sách sang phong vua làm An Nam Quốc Vương.*

Trước đó, vào ngày mồng 9 [9/1/1500] *tháng ấy, vua sai Binh bộ thượng thư Cống xuyên bá Lê Năng Nhượng, Thiếu bảo Trịnh Công Đán, Hình bộ tả thị lang Nguyễn Khắc Cung, Cẩm y vệ [18b] đô chỉ huy thiêm sự tri Đình uý ty sứ Phạm Miễn Lân, Đông các hiệu thư Phạm Trí Khiêm, Đại lý thiếu khanh Lưu Túc, Thanh Hoa đạo giám sát ngự sử Vũ Đạt Đạo, thông sự Vũ Nhân Tu, Nguyễn Khâm và Phạm Cận lên địa đầu nước ta. Phò mã đô uý Trần Khuê, Hình bộ hữu thị lang Bùi Nguyên Đạo, Công bộ hữu thị lang Lê Nhạc, Hình khoa đô cấp sự trung Nguyễn Bảo Khuê đi đến trạm Thọ Xương (5). Bắc quân đề đốc phủ tả đô đốc Hoa Lâm bá Trịnh Quý Thuật, Công bộ hữu thị lang Nguyễn Giản, Lại khoa đô cấp sự trung Lê Trung, Hải Dương thừa tuyên tham nghị Nguyễn Hán Đình sang trạm Thị Cầu (6). Nam quân đô đốc phủ tả đô đốc phò mã đô uý Lâm Hoài bá Lê Đạt Chiêu, Hộ bộ hữu thị lang Trần Sùng Dĩnh, Ngự sử dài thiêm đô ngự sử Hoàng Hãng, Yên Bang [19a] đạo giám sát ngự sử Trịnh Quỳ sang trạm Lữ Khôi (7) để ứng tiếp bọn Lương Trừ, Từ Ngọc theo như lệ cũ.*

Ngày 23 [23/1/1500], *bọn Lương Trừ, Vương Chẩn, Từ Ngọc đều tới trạm Thị Cầu. Hôm ấy, vua sai bọn Đông các đại học sĩ Đàm Văn Lễ, học sĩ Nguyễn Nhân Thiếp, Bùi Nhân tới trạm Thị Cầu cùng với bọn Lương Trừ bàn việc làm lễ. Ngày* 24 [24/1/1500], *Từ Ngọc đi từ Thị Cầu đến trạm Lữ Khôi, vua ngự thuyền Tiểu Quang đến trạm đón tiếp. Khi vua trở về cung, Trừ ra ngoài cửa trạm đưa tiễn, bảo Bùi Nhân rằng:*

'Hôm nay được thấy quốc vương tuổi đã lớn, thực là tướng thánh nhân, thực là tướng trường thọ, quả là phúc lớn của sinh linh phương Nam. Sao mà học rộng và ứng tiếp mọi việc nhanh chóng, mẫn tiệp đến thế'

Cứ trầm trồ khen ngợi mãi không thôi. Ngày 25 [25/1/1500], *Từ Ngọc đi từ trạm Lữ Khôi đến bến Thịnh Liệt (8) xuống thuyền. Vua đến [19b] điện Quyền Vân tiếp kiến. Vua về cung trước. Từ Ngọc tới điện Cần Chính làm lễ tế Thánh Tông Hoàng Đế. Lễ xong, vua cùng Từ Ngọc làm lễ tương kiến rồi sai các quan đưa ra Sứ quán. Ngày 27* [25/1/1500], *bọn Lương Trừ tới điện Kính Thiên làm lễ mở đọc chiếu thư. Chiếu thư đại ý viết:*

'Vâng trời mở vận, hoàng thượng truyền rằng: nhà Đại Minh ta làm vua muôn nước, thống trị khắp nơi, thanh giáo rộng ban, gần xa thấm khắp. Nước An Nam ngươi, ở về cõi Nam, làm phên giậu cho ta, xưa nay nổi tiếng là giữ lễ nghĩa, có phong tục văn minh. Có Quốc vương Hạo [Lê Thánh Tông] *kính chăm lễ cống, giữ muôn dân, an xã tắc, được 40 năm, nay đã trọn đời; quốc thống phải có người nối. Thế tử Sanh* [Lê Hiến Tông, còn có tên là Tranh] *tài đức hơn hẳn mọi người, dân chúng thành tâm quy phục, dâng biểu xin phong, lời lẽ khẩn thiết. Vậy đặc ân sai bọn Lương Trừ đem phù tiết sang phong làm An Nam Quốc Vương. Ôi! [20a] Kính đức lớn, noi gương hiền của tiên vương, dẫu xa gần nghĩa không có khác; nối chí xưa, kế nghiệp cũ của người trước, hãy cùng nhau cung kính để đáp lại đức của trẫm vỗ yên người xa. Vậy nên ban xuống chiếu thư để mọi người đều biết".*

Nghi chú của lễ cũ, không có mục dâng hương, mục nhảy múa tung hô. Đến đây, bọn Trừ, Chẩn đưa nghi chú sang có các mục ấy. Vua không theo, báo cho bọn Trừ tuân theo lệ cũ. Làm lễ xong, vua đến điện Cần Chính làm lễ tương kiến, rồi sai các quan đưa bọn Trừ ra Sứ quán. Ngày 29 [29/1/1500], *Lương Trừ ốm, vua thân hành tới Sứ quán thăm hỏi, Trừ ra yết kiến. Hôm ấy, vua thiết yến bọn Trừ ở điện Cần Chính và, ban cho vàng bạc, tơ lụa theo thứ bậc khác nhau, bọn Trừ đều không nhận, cố từ chối xin về nước. Vua làm thơ đưa tiễn."* **Toàn Thư**, Bản Kỷ, quyển 14, trang 20a.

Chú thích:

1. Thăng: 1 thăng tương đương 30 bát.

2. Hoàng trừ: chỉ ngôi thái tử.

3. Tuân: Tức An Vương Tuân, con trưởng của Hiến Tông, là người thông minh học rộng, sức lực hơn người, nhưng tính ngang bướng, thích mặc áo phụ nữ, hồi nhỏ, vì không được như ý, đem thuốc độc đầu độc mẹ. Sau này, An Vương bỏ nết cũ, thờ mẹ rất hiếu, giữ mình kín đáo (Theo **Đại Việt Thông Sử** của Lê Quý Đôn)

4. Hồi tỵ: Người được cử, xin miễn dự vào việc chấm thi, để tránh tai tiếng.

5. Trạm Thọ Xương: sau là Phủ Lạng Thương, Bắc Giang.

6. Trạm Thị Cầu: sau là Đáp Cầu, thuộc huyện Tiên Sơn, Hà Bắc.

7. Trạm Lữ Khôi: tại huyện Gia Lâm, ngoại thành Hà Nội ngày nay.

8. Bến Thịnh Liệt: bến đò làng Sét, Thanh Trì, Hà Nội.

108. Vua Lê Hiến Tông và Lê Túc Tông (2)

Ngày 25 tháng giêng năm Cảnh Thống thứ 3 [24/2/1500], (Minh Hoằng Trị năm thứ 13); Vua sai 2 sứ bộ sang nhà Minh: Hình bộ tả thị lang Nguyễn Duy Trinh, Lễ khoa đô cấp sự trung Lê Lan Hinh, Thượng bảo thiếu khanh Nguyễn Nho Tông tạ ơn phúng tế Vua cha Thánh Tông; Đông các học sĩ Lưu Hưng Hiếu, Hàn lâm viện thị thư kiêm Tú lâm cục tư huấn Đỗ Nhân, Thông sự ty thừa Bùi Đoan Giáo tạ ơn việc sách phong và xin ban mũ áo cho Vua. Năm sau các sứ bộ đến Bắc Kinh, được ban yến, tặng các loại lụa; và tặng cho Vua Hiến Tông một bộ lễ phục, một bộ thường phục, 1 bộ dây đai vàng và tê giác. Sau khi nhận y phục, Sứ thần Đông các học sĩ Lưu Hưng Hiếu nhận thấy rằng y phục tặng cho Vua không đúng theo phục sức của tước Vương, nên đưa lời khiếu nại; triều đình nhà Minh với lập luận kỳ thị, bảo rằng Vương An Nam còn có bổn phận làm thần dân của Thiên tử, nên chỉ ban y phục thần dân mà thôi:

"Ngày 5 tháng 4 năm Hoằng Trị thứ 14 [21/4/1501]. *Ban cho Quốc vương An Nam Lê Huy mũ da, một bộ lễ phục, 1 bộ thường phục, 1 bộ dây đai vàng và tê giác. Đồ vật ban cho theo lời xin."* **Minh Thực Lục: Quan hệ Trung Quốc Việt Nam**, tập 3, trang 155.

"Ngày 13 tháng 5 năm Hoằng Trị thứ 14 [29/5/1501]. *Quốc vương An Nam Lê Huy sai bọn Bồi thần Lưu Hưng Hiếu dâng biểu văn và sản vật địa phương để tạ ơn. Khi trở về ban cho Huy các vật như gấm, lụa đoạn. Cùng ban cho bọn Hưng Hiếu yến, và y phục bằng lụa, đoạn, có phân biệt."* **Minh Thực Lục: Quan hệ Trung Quốc Việt Nam**, tập 3, trang 155.

"Ngày 23 tháng 6 năm Hoằng Trị thứ 14 [7/7/1501]. *Trước đó Thiên tử ban cho Quốc vương Lê Huy mũ da, 1 bộ lễ phục, 1 bộ thường phục. Bọn Bồi thần Lưu Hưng Hiếu lại tâu rằng:*

'Vương nước chúng tôi đã được thụ phong tước Vương, nhưng đồ vật ban cho như thường phục với mũ lụa đen, thì không khác gì các thần dân khác, dường như chưa xứng đáng. Xin được đổi lại, và ban cho y phục tước Vương.'

Bộ Lễ bàn xong rồi nêu lên rằng:

"An Nam vị trí ở nơi hoang dã phía nam, hâm mộ văn minh giáo hoá. Tổ tiên ta cho là biết giữ bổn phận bề tôi, nên phong cho chúa nước này làm An Nam Quốc vương; vốn để cai trị một phương, làm phên dậu cho Trung Quốc. Tuy danh là Vương, nhưng việc làm thực là thần. Bởi vậy trước sau nối tiếp trên 100 năm nay, danh vị, y phục, mũ áo đều theo thứ bực; yến tiệc lễ nghi đều theo chế độ qui định. Phàm Quốc vương nước này qua đời, xin nối ngôi; triều đình nghĩ đến nước xa xôi bèn gửi Sứ giả đến phong và làm lễ tế. Ban cho Vương mũ, 1 bộ lễ phục để không thiếu vẻ vinh quang của vị chúa; lại ban cho một bộ thường phục, để khỏi quên đạo làm bề tôi; ân nghĩa kiêm toàn, danh phận không lẫn lộn.

Nay bọn Bồi thần Lưu Hưng Hiếu không hiểu đại thể,

muốn đem đồ thường phục ban cho Vương đổi lấy vương phục, để y phục của Vương khác với các quan khác. Không hiểu rằng Vương của nước này còn có bổn phận làm thần dân của Thiên tử; phàm chế độ triều đình ban ra đều hàm chứa danh và khí.

Nhưng việc này thực ra không phải do Hưng Hiếu; bọn Thông sự nước này như Phạm Hoài Cẩn ôm lòng gian xui bày, xin điều tra trừng trị để cảnh cáo trong tương lai."

Thiên tử phán:

"Phạm Hoài Cẩn, Lưu Hưng Hiếu vốn đáng điều tra trừng trị, nhưng tha cho không hỏi, vẫn ra lệnh bộ Lễ ban lời dụ. **Minh Thực Lục: Quan hệ Trung Quốc Việt Nam**, tập 3, trang 156.

Ngày 11 tháng 2 [10/3/1500], ra qui định về trường hợp ngành giáo dục thiếu chức Huấn đạo, có thể bổ dụng các Cử nhân có đức hạnh, thi hội trúng tam trường (1):

"Thừa chế Đặng Tuấn Truyền kính nhận được chiếu chỉ nói rằng: Các xá sinh thi hội trúng tam trường và hàng năm nhiều lần trúng thưởng, nếu chức huấn đạo có khuyết thì cho quan Quốc tử giám bảo đảm người có đức hạnh, có tư cách đáng làm thầy đưa sang Lại bộ để thuyên bổ." **Toàn Thư**, Bản Kỷ, quyển 14, trang 21a.

Tháng 4 [28/4-27/5/1500], lấy Dương Trực Nguyên thăng làm Đô đình uý. Trước kia, Trực Nguyên làm Phủ doãn, đàn hặc, trấn áp bọn cường hào, những kẻ có quyền thế cũng phải chùn tay. Lê Quảng Độ bảo đảm rằng Trực Nguyên có phép cai trị, là người cương nghị, có thể thăng làm Đình uý, vì thế có lệnh này.

Tháng 10 [23/10-20/11/1500]; qui định y phục mũ áo. Sai Lễ bộ yết bảng để các vương công, hầu, bá, phò mã, các quan văn võ trong ngoài, nho lại, các quân sắc và dân chúng chiểu theo kiểu mũ áo mình được dùng, mà tuân hành:

*"Theo **Hội Điển** triều Lê, các tướng công trong hoàng thân và quan văn, quan võ từ tam phẩm trở lên, khi vào triều, mũ dùng kiểu mũ phốc đầu (2). Mũ: của hoàng thân trang sức bằng vàng, quan văn, quan võ trang sức bằng bạc; áo dùng màu tía. Bổ tử: các tước công trong hoàng thân dùng hình con kỳ lân, quan nhất, nhị phẩm, về hàng văn dùng hình con tiên hạc, về hàng võ dùng hình con sư tử, tam phẩm về hàng văn dùng hình con cẩm kê, về hàng võ dùng hình con bạch thạch. Đai lưng: dùng sừng con tê hoa, đai của hoàng thân trang sức bằng vàng, quan văn, hoặc võ hàm nhất, nhị phẩm trang sức bằng bạc, quan tam phẩm dùng đồi mồi trang sức bằng bạc. Bao lưng: dùng lụa đỏ.*

Các quan từ tứ phẩm đến ngũ phẩm; mũ: về hàng võ dùng nón sơn trắng, về hàng văn dùng kiểu phốc đầu, không có trang sức; áo; dùng màu lục. Bổ tử: quan tứ phẩm, về hàng võ dùng hình con hổ, về hàng văn dùng hình con công; ngũ phẩm, về hàng võ dùng hình con báo, về hàng văn dùng hình con văn nhạn. Đai lưng: quan văn, quan võ đều dùng đồi mồi, trang sức bằng thau. Bao lưng: dùng lụa đỏ.

Lục phẩm trở xuống, mũ: về hàng võ dùng nón sơn đỏ, về hàng văn dùng kiểu phốc đầu, không có trang sức; áo: dùng màu xanh; bổ tử: về hàng võ dùng hình con voi, về hàng văn dùng hình con bạch nhàn; đai lưng: quan văn. quan võ đều dùng tốc hương, chung quanh viền thau; bao lưng: dùng đoạn thâm.

Áo mặc khi thượng triều: các quan hàm nhất, nhị phẩm trở lên dùng các hàng gấm vóc có dệt hoa lá sặc sỡ; tam phẩm đến ngũ phẩm dùng các hàng gấm vóc; lụa phẩm trở xuống dùng các hàng tơ lĩnh.

Mệnh phụ [vợ các quan], *đều theo với phẩm trật của chồng.*

Giám sinh, nho sinh, học sinh, sinh đồ, lại điển và quan viên tử, quan viên tôn đều dùng các hàng lĩnh, là. Thứ dân đều dùng các hàng lĩnh là hoặc vải, lụa." **Cương Mục**, quyển 2, trang 10 (3).

Ngày mồng một tháng giêng năm Cảnh Thống thứ 4 [19/1/1501], (Minh Hoằng Trị năm thứ 14); Vua ngự về Tây Kinh, cấm các quan theo hầu không được sai quân chở vợ con hoặc kỹ nữ đi theo, bừa bãi tình dục.

Cấm đánh đập tàn nhẫn thuộc hạ. Xuống chiếu rằng: Quan trông coi lính và thợ, khi đốc thúc làm việc công, nếu có ai lười biếng, vắng mặt, đáng phải xử lý thì tuyên bố tội trạng, trừng trị theo pháp luật; không được tự mình dùng gậy, dùng tay chân, gạch ngói, dùi gỗ mà đánh đập tàn nhẫn họ. Ai vi phạm thì phải trị tội theo luật.

Ngày mồng 1 tháng 9 [12/10/1501], mưa to, nước tràn ngập kinh thành. Định lệnh sai dịch và thuế cho các loại dân:

" Nhà vua hạ sắc lệnh định thuế sai dịch của nhân đinh: Mỗi suất đinh đồng niên nộp cổ tiền (4)1 quan 2 tiền; hạng sinh đồ, hoàng đinh và hạng lão thì cứ hai người chuẩn làm một suất; người tàn tật bất cụ (5): người nào không thể làm nghề gì sinh sống, đều được miễn; người nào có thể làm nghề nghiệp sinh sống, sẽ thu nửa phần thuế thân." **Cương Mục**, quyển 2, trang 12.

Ngày 16 tháng 11 [25/12/1501], Vua sai Lại bộ tả thị lang Nguyễn Úc, Đông các hiệu thư Đinh Cương, Hàn lâm viện thị thư kiêm Tú lâm cục tư huấn Đặng Minh Khiêm sang triều Minh cống hàng năm. Tháng 10 năm sau đến Yên Kinh, được ban yến và y phục; cùng gửi quà tặng cho Vua, gấm, lụa quí. Sau đó Sứ thần Nguyễn Úc mất tại kinh đô, nhà Minh cho tế lễ và đưa linh cữu về nước:

"***Ngày 4 tháng 10 năm Hoằng Trị thứ 15 [3/11/1502].*** *Quốc vương An Nam Lê Huy sai Bồi thần bọn Nguyễn Úc đến cống. Lúc trở về ban cho Vương các vật như gấm, lụa đoạn. Lại ban cho bọn Nguyễn Úc yến tiệc, cùng y phục lụa, đoạn, như thường lệ.*" **Minh Thực Lục: Quan hệ Trung Quốc Việt Nam**, tập 3, trang 157.

"***Ngày 24 tháng 10 năm Hoằng Trị thứ 15 [23/11/1502].*** *Bồi thần nước An Nam Nguyễn Úc đến triều cống, chết tại kinh sư. Mệnh ban lễ tế; và đưa tang về nước.*" **Minh Thực Lục: Quan hệ Trung Quốc Việt Nam**, tập 3, trang 157.

Ngày 25 tháng chạp [2/2/1502], ra sắc chỉ quy định thể lệ thi Hương để thi hành. Đại cương, đến kỳ thi Hương, xã trưởng phải bảo lĩnh cho học trò xã mình; những con em nhà lương thiện, có hạnh kiểm, học vấn, biết làm văn đủ các thể của bốn trường. Xã lớn 20 người, xã vừa 15 người, xã nhỏ 10 người. Xã trưởng kê khai họ tên, lý lịch; phải qua một kỳ ám tả, ai đỗ thì hai ty Thừa Hiến theo lệ mà khảo thí rồi mới cho vào thi.

Khi học trò vào thi, các quan đề điệu, giám thi, phải sai các viên giám quan khám xét, hiệp đồng kiểm tra trường thi, tìm xét mọi dấu vết, xem có chỗ nào cất dấu Thi, Thư và các tài liệu khác. Đến khi học trò vào trường thi, thì phải khám xét kỹ từ ngoài cửa. Nếu thấy người nào sao chép văn bài mang theo, hoặc là người nào thi hộ thì phải bắt ngay người đó đưa ra xét hỏi. Người can phạm bị sung làm quân bản phủ 3 năm, suốt đời không được vào trường thi nữa.

Các viên giám thị niêm phong bài thi, kẻ nào có hành động không minh bạch thì bị biếm hay giáng chức.

Tháng 2 năm Cảnh Thống thứ 5 [9/3-6/4/1502], (Minh Hoằng Trị năm thứ 15); thi Hội các cử nhân trong nước. Số dự thi là 5.000 người, lấy đỗ 61 người. Vào thi Đình chọn 3 Tiến sĩ cập đệ, 24 Đệ nhị giáp, 30 Đệ tam giáp:

"*Vua xem xong, cho bọn Lê Ích Mộc, [29a] Lê Sạn, Nguyễn Văn Thái 3 người đỗ đệ nhất giáp tiến sĩ cập đệ; bọn Nguyễn Cảnh Diễn, Lê Nhân Tế 24 người đỗ đệ nhị giáp tiến sĩ xuất thân; bọn Phạm Khiêm Bính, Nguyễn Mậu 34 người đỗ đệ tam giáp đồng tiến sĩ xuất thân. Vua ngự điện Kính Thiên, Hồng lô tự truyền loa xướng danh. Mọi năm bảng vàng vẫn treo ở ngoài cửa Đông Hoa, đến nay vua sai Lễ bộ bưng ra, đánh trống nổi nhạc rước ra treo ở cửa nhà Thái học. Bảng vàng treo ở cửa nhà Thái học bắt đầu từ đó.*" **Toàn Thư**, Bản Kỷ, quyển 14, trang 28b.

Ngày 18 tháng 11 [17/12/1502], sai Thái thường tự khanh Quách Hữu Nghiêm, Giám sát ngự sử Nguyễn Bỉnh Hoà, Cấp sự trung Trần Mậu Tài sang nhà Minh tạ ơn ban cho mũ áo. Quách Hữu Nghiêm dâng bài biểu về việc dâng kỳ hương, được vua Minh khen. Riêng **Minh Thực Lục** chép sự việc vào năm sau; xác nhận Sứ thần Quách Hữu Nghiêm dâng biểu, được ban y phục và lụa. Bài biểu văn như sau:

"*Bọn thất phu mang ngọc bích, bị Lân kinh* (6) *chê là tham của, lái buôn rợ Hồ giữ hạt châu, mà Mã sử* (7) *răn là liều mình. Cho nên, kẻ tự gõ cửa dâng thư được khen là trung thuần đáng quý, mà người tiến rau cần, dâng nắng sưởi (8) dẫu nhỏ nhặt cũng đáng nên khen. Hay dở rành rành, gương soi rất rõ. [31a] Xét thấy bọn sứ thần bản hộ, cùng nhau đến tự phương xa, tới thăm phong cảnh thượng quốc. Trải muôn dặm trèo non vượt biển, đâu dám sá từ, tưởng chín tầng mây vọng trông nhật nguyệt, mừng ngắm thiên nhan. Tới triều đình Ngu Thuấn văn vật rõ ràng, thấy chế độ nhà Chu y quan lễ nhạc. Một niềm tôn kính, báo đáp khôn bề. Chút ít của cải mang theo, đâu dám mang lòng ngại tiếc. Hiện có một hộp kỳ nam hương lạ, trình giao sai quan chọn lựa dâng lên'.*

Vua Minh xem bài văn ấy, cho là bậc nhân tài vào thời Tam đại, sai thái giám Trần Khoa truyền cho lão thần Nội các là bọn Lý Đông Dương xem. Lý tâu rằng: Đó là tấm lòng trung thành của viên ấy, nên ban thưởng hậu để tỏ ý khuyến khích. Vua Minh lại hỏi các quan hầu cận rằng: Hắn làm chức gì ở nước ấy. Các quan trả lời là chức Đô ngự sử. Vua Minh cho dự yến ở trên điện và ban áo màu hồng thẫm thêu hình giải trãi bằng kim tuyến [31b] và các thứ đồ tơ gai." **Toàn Thư**, Bản Kỷ, quyển 14, trang 30b.

"*Ngày 29 tháng 10 năm Hoằng Trị thứ 16 [17/11/1503].* *Quốc vương An Nam Lê Huy sai Bồi thần Quách Hữu Nghiêm dâng tờ biểu, sản vật địa phương tạ ân. Đáp lại ban cho Huy các vật như gấm, lụa đoạn. Cùng ban cho bọn Hữu Nghiêm yến tiệc, y phục lụa đoạn có phân biệt."* **Minh Thực Lục: Quan hệ Trung Quốc Việt Nam**, tập 3, trang 159.

Toàn Thư chép thêm, khi Sứ thần Quách Hữu Nghiêm được Vua nhà Minh ban cho chiếc áo đại hồng hoa mây dệt giải trãi bằng kim tuyến và một chiếc thuyền đi nhanh, bèn làm thơ tạ ơn:

"Ngày mồng 9 tháng 2 năm Cảnh Thống thứ 6 [6/3/1503], bọn Quách Hữu Nghiêm đi sứ nhà Minh sắp về, vào từ biệt. Vua Minh sai bọn Tây Di đô đốc đại thông sự, Cẩm y vệ đô chỉ huy sứ Dương Tông tuyên đọc thánh chỉ, ban cho Quách Hữu Nghiêm chiếc áo đại hồng hoa mây dệt giải trãi bằng kim tuyến, 4 tấm lụa sợi gai, 3 tấm lụa tơ chín. Lại sai Binh bộ thượng thư Tăng [33b] Dật phụng sao thánh chỉ cấp riêng cho Quách Hữu Nghiêm một chiếc thuyền đi nhanh, kính theo lệnh này. Quách Hữu Nghiêm dâng bài thơ tạ ơn như sau:

Tằng nhân quốc sự cống trân phong,

Tảo yếu thao bồi ngọc bệ trung.

Trãi thái dĩ chương tam phẩm phục,

Ích chu tái giá bát hoang phong.

Thi từ tiểu phạp khoan như hải,

Tửu lực na kham ẩm tự hồng.

Phúc thọ nghĩ đồng Chu nhã chúc,

Thăng hằng nhật nguyệt chiếu lâm công.

Dịch thơ:

Từng nhân việc nước tạ ân phong,

Yến lớn lạm hầu trước bệ rồng.

Áo trãi nêu màu tam phẩm quý,

Thuyền chim cưỡi gió tám phương thông.

Nguồn thơ thẹn chẳng như khơi biển,

Sức rượu nào kham với ráng hồng (9).

Phúc thọ chúc bài ca Chu nhã (10),

Đôi vầng nhật nguyệt sáng soi chung." **Toàn Thư**, Bản Kỷ, quyển 14, trang 33a.

Ngày mồng 8 tháng giêng năm Cảnh Thống thứ 6 [4/2/1503], (Minh Hoằng Trị năm thứ 16); ra sắc lệnh chuẩn bị xe lấy nước để chống hạn, bảo vệ việc làm ruộng:

"*Nhà vua hạ sắc lệnh dụ bảo bọn Dưỡng Tĩnh, tham nghị ty Thừa Tuyên sứ ở Thanh Hoá:*

'*Trẫm rất lưu tâm đến việc làm ruộng, bọn các ngươi phải hết lòng về việc làm ruộng của dân, nghĩ thi hành chính sách tốt đẹp. Việc hạn hán, thuỷ lạo là những việc bất thường, cần phải dự bị đề phòng, để việc cày cấy được kịp thời vụ. Trẫm thường cho người đi dò thám, thấy nơi thì ruộng nương trũng thấp, nơi thì đường sá rậm rạp, trời nắng chưa mấy ngày mà dân đã kêu ca là khô cạn quá đỗi. Những việc ấy đều bởi viên chức ở châu, ở huyện không được người tốt đấy. Vậy các người nên sức cho trong hạt mình phải cần làm ngay việc sửa đắp. Các người lại phải chính mình tự đi kiểm xét cửa sông, xe nước, khe nhỏ, đường to. Nếu thấy viên quan nào thừa hành hoàn hảo thì khi khảo công liệt vào hạng nhất; viên quan nào thừa hành một cách dối trá để có chỗ thẩm lậu, thì liệt vào hạng không làm đầy đủ chức phận; rồi đem hết sự thật tâu bày lên trẫm biết, để định việc truất bãi hoặc cho thăng chức*". **Cương Mục**, quyển 2, trang 15.

Tháng 4 [26/4-24/5/1503], sao Chổi mọc ở phương đông. Lễ bộ tả thị lang Dương Trực Nguyên tâu xin [34a] đắp đê bên bờ sông Tô Lịch, trên từ xã Trát Kiều [Thường Tín, Hà Nội] xuống đến xã Cống Xuyên [Thường Tín, Hà Nội] để phòng lụt hạn, làm lợi cho nghề nông, lại xin đào cừ Yên Phúc [Thường Tín, Hà Nội] xuống đến cừ Thượng Phúc

[Thường Tín, Hà Nội] để tưới nước cho ruộng dân.

Ngày mồng 6 tháng 5 [30/5/1503] nhân sao chổi mọc, Vua ban thơ ngự chế đề trên quạt, tỏ ý khuyên răn:

"*Tinh hoả hôn trung dạ,*

Bồng mang xuất bích đông.

Kinh phương dương đại thuỷ,

Vệ địa khủng hưng nhung.

Tuần tỉnh vưu tâm lý,

Suy chiêm mạn dị đồng."

Dịch thơ:

Nửa đêm sao Hoả mọc,

Tua chổi hiện phương đông.

Đất Kinh lo nước lớn,

Đất Vệ sợ binh nhung.

Chăm nom nên để ý.

Suy xem nghiệm hay không." **Toàn Thư**, Bản Kỷ, quyển 14, trang 34a.

Tháng giêng năm Cảnh Thống thứ 7 [17/1-15/2/1504] (Minh Hoằng Trị năm thứ 17); xuống chiếu cho tăng cường việc xây dựng trong cung, dự định xây cất thêm lăng miếu và nhà giải vũ.

Tháng 2 [16/2-15/3/1504], vua ngự về Tây Kinh, Thanh Hoá; tháng 4 [15/4-13/5/1504], thăm Lam Sơn. Khi xa giá trở về cung, thì bị ốm.

Vua vì ham nữ sắc, nên ngày 23 tháng 5 [4/7/1504] bị

bệnh nặng, khi sắp mất di mệnh cho hoàng thái tử lên nối ngôi.

Ngày 24 [5/7/1504], vua mất ở điện Đồ Trị. Trước kia, vua xây các điện Thượng Dương, Giám Trị, Đồ Trị, Trường Sinh, để nghỉ ngơi. Vua tự xưng là Thượng Dương động chủ, sinh được 6 hoàng tử, con trưởng là An Vương Tuân, con thứ hai là Uy Mục Đế Tuấn, con thứ ba là Tự Hoàng Thuần, tức Vua nối ngôi Túc Tông; con thứ tư là Thông Vương Dung, con thứ năm là Minh Vương Trị, con thứ sáu là Tư Vương Dưỡng.

Ngày mồng 6 tháng 6 [17/7/1504], Trung quân đô đốc phủ tạ đô đốc Bình Sơn hầu Lê Quảng Độ, Nam quân đô đốc phủ tả đô đốc phò mã đô uý Lâm Hoài bá Lê Đạt Chiêu cùng các quan phò mã, các quan Ngũ phủ, Lục bộ, Đông các, Hàn lâm viện, Lục tự, Khoa, Đài đến điện Hoàng Cực rước Thái tử Thuần lên ngôi. Đại xá, đổi niên hiệu, lấy năm này làm năm Thái Trinh thứ 1.

Hiến Tông ưa chuộng văn học, giữ vững cơ đồ, tiết kiệm tiêu dùng, thận trọng hình phạt, sửa chính sự, dùng người hiền, chăm lo cho dân, cũng là bậc vua hiền nhưng ở ngôi không lâu.

Sử thần Vũ Quỳnh có lời bàn như sau: "*Vua có tư thế của bậc đế vương, mũi cao, mặt rồng, thần sắc khác thường, [35b] Thánh Tông rất yêu quý ngài. Vua đặc biệt anh minh, thông duệ, vượt hơn hẳn mọi người, mà nhân từ, hoà dịu, không hề tỏ vẻ nghiêm khắc. Khi tan chầu lui vào, thường cho dẫn sĩ đại phu tới, hỏi han về việc hay dở, được mất của chính sự, dùng lời nói dịu dàng, nét mặt tươi vui để dẫn dắt cho họ nói ra. Cho nên vua biết rõ tình cảnh người bên dưới, gạt bỏ sự che đậy giấu giếm. Bề tôi có lỗi lầm gì, chỉ răn bảo, quở trách nhẹ nhàng, không nỡ đánh roi làm nhục; biết cách sắp đặt nên nhàn hạ ung dung, chưa bao giờ to tiếng, giận dữ mà thiên hạ đều răm rắp tuân theo. Vua thường nói: Thánh Tổ ta gây dựng đất nước, vua cha ta sửa trong, dẹp ngoài, quy mô đã định, ta không có việc gì phải thay đổi bày đặt, chỉ tuân giữ phép cũ, mở rộng và phát huy thêm, để tỏ rõ công đức của ông cha mà thôi!"* **Toàn Thư**, Bản Kỷ, quyển 14, trang 35a.

Vua Lê Túc Tông.

Niên hiệu: Thái Trinh 1504.

Túc Tông Khâm Hoàng Đế tên huý là Thuần, là con thứ ba của Vua Hiến Tông, ở ngôi chưa đầy một năm thì mất, táng ở Kính Lăng. Mẹ là Trang Thuận hoàng thái hậu Nguyễn thị, huý là Hoàn, người làng Bình Lăng, huyện Thiên Thi, tỉnh Hưng Yên. Ngày 11 tháng 8 năm Hồng Đức thứ 19 [16/9/1488] sinh ra vua. Tháng 3 năm Cảnh Thống thứ 2 [10/4-9/5/1499] được lập làm Hoàng thái tử.

Khi Hiến Tông băng, liền lên ngôi hoàng đế, đổi niên hiệu là Thái Trinh, lấy ngày sinh làm Thiên minh thánh tiết, sau khi mất được truy tặng miếu hiệu là Túc Tông. Vua lên ngôi, xưng là Tự Hoàng, làm lễ cáo trời đất tông miếu. Tôn bà nội Trường lạc hoàng thái hậu làm Thái hoàng thái hậu.

Quách Hữu Nghiêm đi sứ Trung Quốc 2 năm trước, được Vua Minh đặc cách ban thưởng cho chiếc áo đại hồng hoa mây dệt giải trãi bằng kim tuyến; vào tháng 7 năm nay

[10/8-7/9/1504] trở về nước.

Ngày mồng 8 tháng 9 [16/9/1504], ngày mồng 8, đặt tên thuỵ cho Vua cha là Thể Thiên Ngưng Đạo Mậu Đức Chí Chiêu Văn Thiệu Vũ Tuyên Triết Khâm Thành Chương Hiếu Duệ Hoàng Đế, miếu hiệu là Hiến Tông. Tôn mẹ làm Trung Thuận Minh Ý Hoàng Thái Hậu.

Bấy giờ bọn Đoàn Thế Nùng làm phản ở Cao Bằng, bị bắt cùng với bè đảng hơn 500 người, đem giết.

Ngày 18 tháng 10 [24/11/1504], đưa linh cữu của Hiến Tông về Tây Kinh, Thanh Hoá; ngày mồng 8 tháng 11 [13/12/1504] táng ở Dụ Lăng. Lễ bộ xét lệ cũ, tâu xin dựng bia; Vua y lời tâu, bèn sai văn thần là bọn Nguyễn Nhân Thiếp, Phạm Thịnh, Trình Chí [37a] Sâm soạn văn bia.

Cử 3 sứ bộ sang nhà Minh: sứ bộ thứ nhất, phụ trách cống hàng năm; thứ hai, báo tang Vua Hiến Tông mất; thứ ba, xin cầu phong cho Vua mới lên ngôi:

"Sai sứ sang nhà Minh. Bọn Lại bộ thị lang Đặng Tán, Kiểm thảo Khuất Quỳnh Cửu, Hộ khoa đô cấp sự trung Lưu Quang Phụ đi tuế cống; bọn Binh bộ hữu thị lang Nguyễn Lân, Giám sát ngự sử Nguyễn Kính Nghiêm đi báo tang; bọn Lễ bộ hữu thị lang Nguyễn Bảo Khuê, Đông các hiệu thư Trần Viết Lương, Hiệu thư Vũ Châu đi cầu phong." **Toàn Thư**, Bản Kỷ, quyển 14, trang 37a.

Ngày mồng 8 tháng này [13/12/1504], Vua không khoẻ. Tuy mới lên ngôi chưa được nữa năm, nhưng nhà Vua đã làm được các việc tốt như tha bớt tù nhân, thả cung nữ; ngừng những việc không cần kíp, giảm việc nặng nhọc, bớt đồ dâng cống, giảm nhẹ việc sai dịch, dùng bề tôi cũ có công, nắm giữ mọi uy quyền; hạn chế, răn đe thế lực họ ngoại, dốc lòng thương yêu các vị thân vương.

Ngày mồng 6 tháng 12 [10/1/1515], Vua biết mình sắp mất, bèn ra sắc dụ cho triều thần là bọn Bình Sơn hầu Lê Quảng Độ, Cống Xuyên bá Lê Năng Nhượng, và các quan văn võ; đưa người anh là Tuấn lên nối ngôi, tức Vua Uy Mục:

"Bệnh trẫm chưa khỏi, lo rằng việc phó thác nặng nề e sẽ không kham nổi. Con thứ hai của Tiên hoàng đế là Tuấn, là người hiền minh, nhân hiếu, có thể nối được ngôi chính thống, để thừa kế tổ tông, vỗ về thân dân. Đại thần và các quan hãy hết lòng trung trinh để giúp nên nghiệp lớn; thân vương nào dám tiếm vượt ngôi trời thì người trong nước cùng nhau giết đi." **Toàn Thư**, Bản Kỷ, quyển 14, trang 37b.

Ngày mồng 8 [12/1/1505], vua băng ở điện Hoàng Cực, có di chiếu cho các quan để tang theo đúng lễ cổ.

Chú thích:

1. Tam trường: Thi Hội đậu 4 kỳ tức trúng cách, được vào thi Đình; trường hợp chỉ đậu 3 kỳ, gọi là tam trường.

2. Mũ phốc đầu: Có từ đời Đường: Ban đầu làm bằng the lượt, sau vì thấy nó mềm nát, nên làm cốt bằng nan gỗ. Kiểu mũ phốc đầu, người ta cho là Ngư Triều Ân hoạn quan đời Đường Đại Tông [763-779] chế ra trước: ban đầu bốn góc mũ có tai, hai tai vểnh về phía trước và hai tai vểnh về phía sau. Về sau, làm hai tai ngang ra, có dây thép đỡ cho cứng tức là kiểu mũ cánh chuồn.

3. **Khâm Định Việt Sử Thông Giám Cương Mục**, Quốc sử quán triều Nguyễn, NXB Giáo dục: Hà Nội, 1998.

4. Cổ tiền, sử tiền: Sách **Vân Đài Loại Ngữ** của Lê Quý

Đôn chép: "Người Trung quốc tính một trăm đồng là một tiền, nước ta tính mỗi tiền 36 đồng, gọi là sử tiền, mỗi tiền 60 đồng, gọi là cổ tiền. Như vậy, 10 tiền của sử tiền, hay là cũng gọi một quan sử tiền, tức là 6 tiền của cổ tiền; còn 10 tiền của cổ tiền tức là 1 quan 6 tiền 40 đồng 2 của sử tiền. Sử tiền còn có tên riêng là tiền gián; cổ tiền tên riêng là tiền quý.

5. Bất cụ: Những người tàn phế, mù, què, câm, điếc...

6. Lân kinh: chỉ **Kinh Xuân thu**. Kinh Xuân thu chấm dứt ở việc bắt được kỳ lân, nên gọi là Lân kinh.

7. Mã sử: chỉ bộ **Sử ký** của Tư Mã Thiên.

8. Tiến rau cần: xưa có người dân nghèo ăn rau cần thấy ngon, định đem dâng vua. Dâng nắng sưởi: có người đời Tống, mùa xuân sưởi nắng thấy ấm, bảo vợ rằng: Sưởi nắng ấm mà không ai biết, ta sẽ tâu cho vua biết mà sưởi. Tiến rau cần, dâng nắng sưởi là ý chỉ dâng vật tầm thường nhưng xuất phát từ lòng trung thành, chất phác.

9. Ráng hồng: Vi Cao đời Đường, làm trấn thủ đất Thục, một hôm họp bạn uống rượu, chợt thấy cầu vồng ráng hồng mọc ở ngoài sân, thò đầu ta uống hết cả rượu.

10. Chu Nhã ở đây chỉ bài thơ Thiên bảo trong **Kinh Thi Tiểu Nhã**: "*Như nhật chi thăng, như nguyệt chi hằng, như Nam Sơn chi thọ, như tùng bách chi mậu*" nghĩa là: *chúc vua như mặt trời mới lên, như mặt trăng đêm mồng tám, sống lâu như núi Nam Sơn, xanh tốt như cây tùng cây bách.*

109.
Vua Lê Uy Mục

Niên hiệu: Đoan Khánh 1505-1509

Ngày 18 tháng chạp năm Thái Trinh thứ nhất [22/1/1505], Trung quân đô đốc phủ tả đô đốc Bình Sơn hầu Lê Quảng Độ, Tông nhân lệnh Tự ân sứ Lê Năng Nhượng cùng các công, hầu, bá, phò mã, đô uý, các quan năm phủ, sáu bộ, Ngự sử đài, Đông các, Hàn lâm, Lục tự, Lục khoa, đề hình các quan 13 đạo, đến điện Hương Minh đón con thứ hai của Hiến Tông là Tuấn lên ngôi Hoàng đế. Đại xá, đổi niên hiệu lấy năm sau là năm Đoan Khánh thứ 1.

Vua lại còn có tên huý là Huyên, là con thứ hai của Hiến Tông, anh thứ của Túc Tông, ở ngôi 5 năm, thọ 22 tuổi, bị Giản Tu công Oánh [còn đọc là Dinh] tức Vua Tương Dực đuổi đi, rồi sau bị giết, chôn ở An Lăng. Vua nghiện rượu, hiếu sát, hoang dâm, thích ra oai, tàn hại người tôn thất, ngầm giết bà nội, để họ ngoại hoành hành, dân chúng oán giận, người bấy giờ gọi là Quỷ vương, điềm loạn đã xuất hiện từ đấy.

Mẹ vua là Chiêu Nhân hoàng thái hậu Nguyễn thị, huý là Cận, người làng Phù Chẩn, huyện Đông Ngàn, Bắc Ninh. Lúc bé mồ côi cha, nhà nghèo, tự bán mình cho người ở phủ Phụng Thiên; sau nhà ấy có tội, Nguyễn thị bị tịch thu sung làm quan tỳ, do đó được vào hầu Trường Lạc Hoàng thái hậu. Khi Hiến Tông còn làm Thái tử, vào chầu Thái hậu, thấy có sắc đẹp thì ưa, lấy vào làm phi. Vào giờ Tý ngày mồng 5 tháng 5 năm Hồng Đức thứ 19 [14/6/1488] sinh ra vua. Năm Thái Trinh thứ 1 [1504], Túc Tông băng, không có con nối, mẹ nuôi là Kính phi Nguyễn thị (1) mưu lập Vua ở trong cung cấm, bèn lên ngôi hoàng đế. Đại xá, đổi niên hiệu Đoan Khánh, lấy ngày sinh là Thiên khánh thánh tiết, tự xưng là Quỳnh Đô động chủ.

Bấy giờ, bọn Nguyễn Bảo Khuê sang sứ nhà Minh chưa qua cửa ải; bèn triệu hồi, sửa đổi tên tờ biểu cầu phong sang Vua Uy Mục, rồi giao cho Bảo Khuê mang đi. Sứ bộ đến đến Bắc Kinh vào tháng 11 năm sau; triều Minh quyết định sai quan đến nước ta làm lễ tang Vua Hiến Tông:

"***Ngày 25 tháng 11 năm Hoằng Trị thứ 18*** **[20/12/1505].** *Lê Huy, vua nước An Nam mất. Con vua nước này là Lê Nghị* [vua Uy Mục] *sai bọn Bồi thần Nguyễn Kỳ đến báo tin. Triều đình sai quan đến làm lễ tang.*" **Minh Thực Lục: Quan hệ Trung Quốc Việt Nam**, tập 3, trang 162.

Ngày 16 tháng 2, năm Đoan Khánh thứ 1 [21/3/1505], (Minh Hoằng Trị năm thứ 18), dâng tên thuỵ cho Vua trước Đại Hành Hoàng Đế là Chiêu Nghĩa Hiển Nhân Ôn Cung Uyên Mặc Hiếu Doãn Cung Khâm Hoàng Đế, miếu hiệu Túc Tông.

Tháng 3 [4/4-3/5/1505], đưa linh cữu Túc Tông Hoàng đế về Tây Kinh, Thanh Hoá; táng ở Kính Lăng. Quan bộ Lễ tâu xin dựng bia, vua y chấp nhận; sai bọn Đàm Văn Lễ, Nguyễn Nhân Thiếp, Phạm Thịnh, Trình Chí Sâm, soạn văn bia.

Ngày 18 [21/4/1505], truy tôn mẹ đẻ Nguyễn Thị Cận làm Chiêu Nhân Hoằng Ý hoàng thái hậu. Ngày 27 [30/4/1505], rước thần chủ của Chiêu Nhân Hoằng Ý hoàng thái hậu thờ vào cung Minh Đức nhà Thái Miếu ở Đông Kinh, Hà Nội.

Tháng này, mở khoa thi Hội, lấy đỗ 55 người. Vào thi Đình, xếp hạng chọn 3 Tiến sĩ cập đệ, 16 Tiến sĩ xuất thân, và 36 Đệ tam giáp đồng tiến sĩ xuất thân:

"*Thi Hội các cử nhân trong nước, lấy đỗ bọn Lê Nại* (người làng Mộ Trạch, huyện Đường An) *55 người. Thi Đình cho bọn Lê Nại, Bùi Doãn Văn, Trần Phỉ* (người làng Chi Nê, huyện Chương Đức, con là Trần Khải) *3 người đỗ đệ nhất giáp tiến sĩ cập đệ; bọn Nguyễn Tiếu Tượng, Trần Lỗi 16 người đỗ đệ nhị giáp tiến sĩ xuất thân; bọn Phạm Đôn Thục, Nguyễn Tư 36 người đỗ đệ tam giáp đồng tiến sĩ xuất thân.*" **Toàn Thư**, Bản Kỷ, quyển 14, trang 40a.

Bà nội nhà Vua, Thái hoàng thái hậu mất thình lình tại cung Trường Lạc. Lúc sinh thời, bà cho rằng Vua là con người tỳ thiếp không xứng để lập; nên Vua ngầm cho giết đi, rồi sai làm lễ lớn, nghỉ chầu 7 ngày để che mắt:

"*Ngày 22, Thái hoàng thái hậu Nguyễn thị thình lình băng ở chính tẩm điện Trường Lạc, thọ [40b] 65 tuổi. Trước đây, khi Túc Tông băng không có con nối, nội thần Nguyễn Nhữ Vi định lập vua, Thái Thánh Tông cho rằng vua là con người tỳ thiếp, không thể nối được đạo thống, khăng khăng đòi lập Lữ Khôi Vương. Bấy giờ Nhữ Vi liền đóng các cửa thành lại lập vua lên. Thái hậu do vua đã được lập rồi, có ý không vui. Sau vua liền sai quan hầu cận ngầm giết Thái hậu rồi nghỉ chầu 7 ngày.*" **Toàn Thư**, Bản Kỷ, quyển 14, trang 40a.

Ngày 27 tháng 4 [30/5/1505], nhà Vua truy tôn tên thuỵ cho bà ngoại là Huy Gia Tĩnh Mục Ôn Cung như Thuận Thái hoàng thái hậu. Cho dựng điện Chân Nguyên, làm Bảo Thuỵ đường tại quê bà, ở hương Phù Chẩn, huyện Đông Ngàn, Bắc Ninh để thờ. Cũng cho làm Tuyên Dự đường ở hương Hoa Lăng, huyện Thuỷ Đường, Hải Phòng, để thờ bà mẹ nuôi Nguyễn Kính Phi.

Ngày mồng 7 tháng 5 [8/6/1505], vua Hiếu Tông nhà Minh băng; ngày 28 [29/6/1505], hoàng thái tử Hậu Chiếu lên ngôi hoàng đế, đổi niên hiệu là Chính Đức tức Vua Vũ Tông. Đến tháng 8 sai sứ đến Triều Tiên và nước ta báo tin lên ngôi và tặng các hàng lụa, nhung:

"***Ngày 14 tháng 8 năm Hoằng Trị thứ 18 [11/9/1505].*** *Mệnh Hàn lâm viện Thị độc Từ Ngạn làm Chánh sứ, Lại khoa Cấp sự trung Cát Thời làm Phó sứ đến nước Triều Tiên; Tu soạn Lâm Văn Tự làm Chánh sứ, Hộ khoa Cấp sự trung Trương Hoằng Chí làm Phó sứ đến nước An Nam. Mỗi sứ bộ mang chiếu thư báo lên ngôi, cùng ban cho Quốc vương và Vương phi lụa trử trong ngoài, các hàng nhung, gấm hoa văn có sai biệt.*" **Minh Thực Lục: Quan hệ Trung Quốc Việt Nam**, tập 3, trang 162.

Ngày mồng 5 tháng 6 [5/7/1505] truất chức Đàm Văn Lễ Thượng thư bộ Lễ và Nguyễn Quang Bật Đô ngự sử, làm Thừa chính sứ ở thừa tuyên Quảng Nam; rồi trên đường đi, mưu giết đi:

"*Trước kia, lúc Hiến Tông nằm giường bệnh, Kính phi có ý muốn lập nhà vua, nhưng sợ quan đại thần không theo, bèn đem vàng đút lót Đàm Văn Lễ, Văn Lễ không nhận. Kịp khi Hiến Tông bệnh kịch. Văn Lễ cùng Quang Bật nhận tờ di chiếu giúp Hoàng thái tử nối ngôi vua. Lúc ấy các vương tranh nhau để được lập làm vua, Văn Lễ sợ việc biến xảy ra trong chốc lát, bèn vào nhà tẩm điện lấy quả ấn truyền quốc đem về nhà mình, rồi cùng các đại thần lập Túc tông. Nhà vua rất lấy làm oán giận. Đến nay, nhà vua dùng mưu mô của Khương Trùng và Nguyễn Nhữ Vi, truất Văn Lễ và Quang Bật đi giữ chức Thừa chính sứ đạo Quảng Nam; khi hai người đi đến sông Chân Phúc* [huyện Nghi Lộc, Nghệ An], *nhà vua sai người đuổi kịp, bắt phải tự tử. Bầy tôi trong triều lấy cớ rằng hai người ấy không có tội mà bị chết, nên nhiều người can ngăn; nhà vua đổ lỗi ấy cho Nhữ Vi, rồi lại giết cả Nhữ Vi nữa."* **Cương Mục**, quyển 25. trang 20.

Dùng Lê Tung làm Thừa tuyên sứ Thanh Hoa; phục chức Ngô Hoán làm Hiến sát sứ Thanh Hoa. Hoán đậu Tiến sĩ thời Vua Thánh Tông, đến đời Hiến Tông can tội đem việc trong triều nói cho người ngoài biết, nên bị bãi chức; năm Cảnh Thống thứ 4 [1501] lại thi đỗ sinh đồ, đến đây được bổ dụng lại.

Vào trung tuần tháng 6, con Quốc vương Chiêm Thành Cổ Lai là Sa Cố Bốc Lạc sai sứ đến nhà Minh xin phong. Triều đình nhà Minh bàn luận, lấy cớ sứ giả không tâu rõ ràng Cổ Lai đã mất, nên không chấp thuận. Lại thêm tình hình lãnh thổ Chiêm Thành lúc bấy giờ không rõ ràng, thiếu an ninh; nên nhà Minh không muốn sai sứ đến phong. Sứ giả Chiêm Thành không hoàn thành sứ mệnh, tháng sau trở về nước:

"***Ngày 17 tháng 6 năm Hoằng Trị thứ 18 [17/7/1505]***

Con Quốc vương Chiêm Thành Sa Cố Bốc Lạc sai sứ Sa Bất Đăng Cổ Lỗ đến cống sản vật địa phương, xin Đại thần đến nước này, vẫn tại các xứ cảng Tân Châu [Thị Nại, Bình Định], *để phong tước; nhưng không tâu rõ về việc cha y đã mất, lại nói qua về số đất bị chiếm đoạt. Bọn Cấp sự trung Nhiệm Lương Bật tâu rằng:*

"Việc thỉnh phong cần phải xem xét kỹ. Lời di huấn của Hoàng tổ (Minh Thái Tổ) *cho rằng Chiêm Thành triều cống mang thương nhân đi theo, nhiều trí trá, cần ngăn cấm. Đến thời Thái Tông có việc tại An Nam, nước này với Chiêm Thành như môi với răng, nên bắt đầu đi lại phong tước. Tuy nhiên thời gian triều cống so với Triều Tiên, An Nam thì không giống. Mới đây nước này suy nhược; nên mượn việc cống tiến, sắc phong để báo động lân quốc; kỳ thực Quốc vương nước này lập hay không, không lệ thuộc vào việc phong tước hay không phong của triều đình. Trước đây Cổ Lai đã xin phong cho Sa Cố Bốc Lạc nhưng chưa được chấp thuận, nay lại xưng Cổ Lai đã mất, thực hư khó biết. Vạn nhất nếu Sứ giả đến, Cổ Lai vẫn còn sống, lại phong cho người con ư? Hoặc xét điều nghĩa không thể được, nên từ chối rồi xảy ra hiếp bách; nếu sự việc như vậy thì thật khó xử! Như trước đây Cấp sự trung Lâm Tiêu đi sứ, vua Mãn Thứ Gia* [Melaka] *không chịu hướng về phương bắc quì lạy, bắt Sứ giả giam đói; nhưng không thể mang quân đi hỏi tội; mệnh vua, quốc thể, thực lấy làm đáng tiếc!*

Xét về đại thể, những nước nơi biển xa nếu vô sự thì phế triều cống tự lập; có việc thì mượn việc triều cống xin phong. Nay Chiêm Thành đến không phải vì việc cầu phong cấp thiết, mà thực ra muốn được An Nam trả lại đất, ta trả lại những người đã trốn sang Quảng Đông. Về việc An Nam xâm chiếm đất, trước đây từng ban tỷ thư, lệnh phải trả lại đất, nếu không trả sẽ làm rõ tội. Bọn họ đoán tình thế khó xảy ra, nên dù lời của Thiên tử đinh ninh, nhưng vẫn xâm chiếm như trước, nếu chỉ dụ tiếp đến thì họ cũng coi thường, mà uy tín của Thiên tử bị tổn thương. Nay nếu không xử trí được vấn đề lãnh thổ lại đến phong, nếu Sứ giả bị câu lưu để chờ phân xử, không biết triều đình xử trí thế nào? Số người chạy trốn đến Quảng Đông, bộ Binh đã gửi văn thư cho quan trấn phủ lệnh điều tra, đến nay chưa nhận được báo hồi. Nếu nhân việc này, bọn chúng câu lưu sứ giả của ta để đòi cho được người bỏ trốn, như vậy thì hoá ra Sứ giả Thiên triều bị bắt làm con tin vì những tên Di vô danh vậy. Nên đối xử như lệ trước đây, Cổ Lai đến Quảng Đông tựu phong, sai sứ đưa đến biên giới Quảng Đông, rồi mang sắc trở về nước. Bộ Hộ gửi cho quan trấn phủ Lưỡng Quảng trách vấn An Nam dụ điều hoạ phúc, lệnh trả hết đất xâm chiếm. Còn bọn dân Phiên bỏ trốn, nên sai quan trấn thủ phủ dụ cho trở về nước, ngõ hầu toàn vẹn chính sách nhu viễn, không tổn thương uy tín Trung Quốc."

Sự việc đưa xuống dưới, bộ lễ họp bàn rồi tâu lên:

"Theo lệ Quốc vương mất trước hết phải sai người trong họ đến cáo ai, nay không làm như thế. Vả lại trong tờ tấu xin phong của Sa Cổ Bốc Lạc không nói rõ năm tháng Cổ Lai mất; vậy nên sai ty Bố chánh Quảng Đông gửi văn thư để nước này trình báo, rồi bàn xét sau."

Thiên tử chấp thuận." **Minh Thực Lục: Quan hệ Trung Quốc Việt Nam**, tập 3, trang 162.

"Ngày 13 tháng 7 năm Hoằng Trị thứ 18 [12/8/1505].

Ban cho bọn Cống sứ Chiêm Thành Sa Bất Đăng Cổ Lỗ các vật như y phục lụa thải, đoạn dệt kim, có sai biệt; lại sai mang về ban cho con của Vương là Sa Cổ Bốc Lạc gấm và ỷ; rồi lệnh cho khởi hành." **Minh Thực Lục: Quan hệ Trung Quốc Việt Nam**, tập 3, trang 162.

Lúc Vua Lê Uy Mục mới lên ngôi, sai bọn Sứ thần Nguyễn Bảo Khuê sang nhà Minh báo tin các Vua Hiến Tông, Túc

Tông mất và xin phong cho nhà Vua. Vào tháng chạp năm Hoằng Trị thứ 18, sứ bộ nhà Minh do Biên Tu Thẩm Đảo cầm đầu sang phong Vua Uy Mục tước An Nam Quốc vương:

*"**Ngày 11 tháng 12 năm Hoằng Trị thứ 18 [4/1/1506].***

Mệnh Hàn lâm viện Biên tu Thẩm Đảo sung Chánh sứ, Công khoa Tả Cấp sự trung Hứa Thiên Tích sung Phó sứ mang phù tiết (2) phong con thứ của cố An Nam Quốc vương Lê Huy là Nghị chức An Nam Quốc vương. Trước đây Huy mất; Thế tử Kính chưa kịp phong cũng mất; lúc bệnh để di chúc cho Nghị. Nhân sai bọn Bồi thần Nguyễn Bảo Khuê dâng biểu xin phong tước cùng cống phương vật. Thiên tử hứa cho, lại ban cho Nghị một bộ quan phục có mũ, cùng thường phục, mỗi thứ một bộ." **Minh Thực Lục: Quan hệ Trung Quốc Việt Nam**, tập 3, trang 162.

Tháng giêng năm Đoan Khánh thứ 2 [24/1-22/2/1506], (Minh Vũ Tông Chính Đức năm thứ 1); lập người con gái họ Trần làm Hoàng hậu. Trước đây, viên quản lĩnh họ Trần người làng Nhân Mục [Hà Nội] vốn là cháu ngoại của một ông vua triều Trần, sinh được 2 người con gái, con trưởng tên là Tùng, con thứ tên là Trúc. Vua nghe nói Tùng có sắc đẹp, chọn vào hậu cung, sinh được Hoàng tử nên được phong Hoàng hậu. Sau Trúc, người em, cũng được đưa vào cung.

Ngày 12 tháng 12 [25/12/1506]; thi khảo quân và dân về môn viết chữ và tính toán tại điện Giảng Võ:

"Nhà vua sai bọn Nguyễn Quang Mĩ, Binh bộ thượng thư, Nguyễn Tinh, Lại khoa đô cấp sự trung, và Nguyễn Trọng Đạt, giám sát ngự sử, thi khảo quân và dân về môn viết chữ và tính toán ở sân điện Giảng Võ. Người ứng thi hơn ba vạn,

lấy bọn Nguyễn Tử Kỳ 1519 người trúng tuyển; trong số này trích lấy những người trội hơn được 144 người, thi khảo lại một lần nữa, lấy 25 người trúng tuyển cho sung vào Hoa Văn học sinh, ngoài ra đều cho sung làm lại dịch các nha môn trong kinh và ngoài các đạo." **Cương Mục**, quyển 25, trang 22.

Ngày mồng 9 tháng giêng năm Đoan Khánh thứ 3 [21/1/1507], (Minh Chính Đức năm thứ 2), nhà Minh sai Chánh sứ là Hàn lâm viện biên tu Tăng Đạc, phó sứ là Lại khoa hữu cấp sự trung Trương Hoằng Chí sang báo việc Vũ Tông nhà Minh lên ngôi và ban cho vóc lụa. Theo **Minh Thực Lục**, vua Minh chuẩn bị chuyến đi sang nước ta vào ngày 14 tháng 8 năm Hoằng Trị thứ 18 [11/9/1505]; dùng Hàn lâm viện Thị độc Từ Ngạn làm Chánh sứ; nay thay đổi cho Tăng Đạc làm Chánh sứ, riêng Phó sứ Trương Hoằng Chí thì vẫn giữ nguyên.

Lấy Nguyễn Xao làm Thừa tuyên sứ Hải Dương. Trước đây, Nguyễn Xao vâng mệnh đi sứ phương Bắc, có mua được cái gối của phương Bắc rất đẹp, không đem dâng tiến lên, bị xá nhân tâu lên, phải bãi chức về nhà, đến đây, mới được bổ dụng. Sau Xao chết ở nhiệm sở.

Vào tháng 12 năm ngoái [4/1/1506] Vua Minh sai Hàn lâm viện Biên tu Thẩm Đảo làm Chánh sứ, Công khoa Tả Cấp sự trung Hứa Thiên Tích Phó sứ, mang chiếu thư phong Vua Uy Mục chức An Nam Quốc vương; tháng giêng nhuần [12/2-13/3/1507] năm nay đến nước ta. Nhân dịp này, viên Phó sứ Hứa Thiên Tích làm thơ, miệt thị Vua Uy Mục là Quỉ vương!

"*Tháng giêng nhuận, nhà Minh sai Hành nhân ty hành*

nhân Hà Lộ sang làm lễ viếng Hiến Tông Duệ Hoàng Đế, lại sai chánh sứ là Hàn lâm viện biên tu Thẩm Đảo, phó sứ là Công khoa tả cấp sự trung Hứa Thiên Tích mang chiếu thư sang phong vua làm An Nam Quốc Vương, [43b] lại ban một bộ mũ áo quan võ bằng da và một bộ thường phục. Thiên Tích thấy tướng vua, đề thơ rằng:

An Nam tứ bách vận vưu trường,

Thiên ý như hà giang quỷ vương?

(Vận nước An Nam bốn trăm năm rất dài,

Không biết lòng trời như thế nào lại giáng sinh ông vua quỷ sứ). **Toàn Thư**, Bản Kỷ, quyển 14, trang 43a.

Nhằm đáp lễ, vào tháng 11, triều đình ta cử 6 sứ bộ sang nhà Minh; với sứ mệnh mừng Vua Vũ Tông lên ngôi, tạ ơn ban vóc, lụa; dâng hương phúng điếu Vua cũ Hiếu Tông, tạ ơn sang viếng các Vua Hiến Tông Túc Tông, tạ ơn sách phong, cùng đi cống hàng năm:

"Mùa đông tháng 11 [4/12/1507-2/1/1508]*, sai sứ sang nhà Minh. Bọn Hộ bộ tả thị lang Dương Trực Nguyên, Đông các hiệu thư Chu Tống Văn và Hàn Lâm viện kiểm thảo Đình Thuận mừng Vũ Tông lên ngôi; [44b] Lương Khản tạ ơn ban vóc lụa; Hồng lô tự thiếu khanh Nguyễn Thuyên dâng hương; bọn Công bộ hữu thị lang Nguyễn Thọ, Hàn lâm viện kiểm thảo Doãn Mậu Khôi, Hộ khoa cấp sự trung Lê Đĩnh Chi tạ ơn sang viếng; bọn Thừa tuyên xứ Thanh Hoa Lê Tung, Hàn lâm viện kiểm thảo Đinh Trinh, Giám sát ngự sử Lê tạ ơn sách phong; bọn Tham nghị Nghệ An Lê Uyên, Hàn lâm viện hiệu lý Ngô Tuy, Giám sát ngự sử Hoàng Nhạc đi tuế cống."* **Toàn Thư**, Bản Kỷ, quyển 14, trang 44a.

Các sứ bộ năm sau mới đến Bắc Kinh, được tiếp đón và ban yến tiệc vào các ngày khác nhau. Như sứ bộ Dương Trực Nguyên được tiếp đón vào ngày 25 tháng 2 năm Chính Đức thứ 3 [26/3/1508]; sứ bộ Lê Tung vào ngày 2 tháng 5 năm Chính Đức thứ 3 [31/5/1508]:

"***Ngày 25 tháng 2 năm Chính Đức thứ 3 [26/3/1508].***

Quốc vương An Nam Lê Nghị [vua Uy Mục] *sai bọn Bồi thần Dương Trực Nguyên dâng biểu, cống sản vật địa phương để chúc mừng. Ban cho Nghị 10 bộ y phục lụa đoạn, 4 tấm gấm. Ban cho bọn Nguyên yến tiệc và y phục dệt vàng, lụa, đoạn, có phân biệt."* **Minh Thực Lục: Quan hệ Trung Quốc Việt Nam**, tập 3, trang 163.

"***Ngày 2 tháng 5 năm Chính Đức thứ 3 [31/5/1508].***

Quốc vương An Nam Lê Nghị sai bọn Bồi thần Lê Tung đến triều cống sản vật địa phương. Ban cho Nghị 10 y phục lụa, 4 tấm gấm; Lại ban yến cho bọn Tung, mỗi người được ban cho lụa ỷ hoa văn dệt vàng, có phân biệt." **Minh Thực Lục: Quan hệ Trung Quốc Việt Nam**, tập 3, trang 163.

Bấy giờ cánh họ ngoại nhà Vua tại huyện Đông Ngàn, Bắc Ninh, cậy thế lộng hành. Vào tháng giêng nhuần [12/2-13/3/1507], viên Tri phủ Nguyễn Chí người địa phương Đông Ngàn, bị Khương Chủng người thân thích bên ngoại Vua đánh chết, nhưng may sống lại. Nguyễn Chí sợ bị phát giác phải mai danh ẩn tích, đến triều đại sau lại ra làm quan:

"*Tri phủ Nguyễn Chí bị thân nhân của bọn ngoại thích Khương Chủng đánh chết lại sống lại. Trước đây, thời Hiến Tông, Chí làm Trung thư giám chính sự, sau khi thi Hội trúng trường, vì là người huyện Đông Ngàn, quê ngoại của vua nên được bổ làm Thiếu doãn phủ Phụng Thiên, sau làm Tri phủ phủ Phú Bình (3). Chí là người cứng cỏi bất khuất. Thân nhân của Khương Chủng là Nguyễn Trọng bắt Chí giam vào ngục của ty Đình uý rồi đánh chết, vứt xác ra ngoại thành. Con cháu lấy chiếu bó xác lại đem về định chôn, bỗng nhiên Chí sống lại. Sau đó, phải ẩn náu ở nhà con em, ban ngày ở dưới hang, ban đêm [44a] ngủ trên cây. Vợ con lấy hài cốt của người khác đem chôn, rồi làm chay theo như lễ để tang, đã qua 3 năm mà hàng xóm không ai biết cả. Đến năm Kỷ Tỵ đời Hồng Thuận* [1509-1516], *quân khởi nghĩa nổi dậy* (4), *Chí đến cửa khuyến trình bày, được cho vào làm Bí thư xá nhân và được ban tên hiệu là Hoàng Sinh. Thời Nguỵ Mạc [1527-1532], làm quan đến tri phủ các phủ Nghĩa Hưng* (5) *và Cao Bằng.*" **Toàn Thư**, Bản Kỷ, quyển 14, trang 43b.

Tháng 3 [12/4-11/5/1507], Vua tuần du Tây Kinh; Thanh Hoá. Đến ngày 24 [5/5/1507], từ Tây Kinh trở về, đến ngự điện Chân Nguyên tại quê ngoại làng Phù Chẩn, huyện Từ Sơn, tỉnh Bắc Ninh, để xem đất tốt.

Tháng 2 năm Đoan Khánh thứ 4 [2/3-30/3/1508], (Minh Chính Đức năm thứ 3), thì Hội các cử nhân trong nước; lấy đỗ bọn Đỗ Dung 54 người. Dung người huyện Thư Trì, Nam Định; khi thi Đình đỗ Đồng tiến sĩ xuất thân.

Đến kỳ thi đình lấy bọn Nguyễn Giản Thanh, Hứa Tam Tỉnh, Nguyễn Hữu Nghiêm 3 người đỗ đệ nhất giáp tiến sĩ cập đệ; bọn Trần Tông 15 người đỗ đệ nhị giáp tiến sĩ xuất thân; bọn Nguyễn Nghĩa Thọ [45a] 36 người đỗ đệ tam giáp đồng tiến sĩ xuất thân.

Theo sách **Đăng Khoa Bị Khảo** thì trong khoa này bài thi Hội của Hứa Tam Tỉnh hay hơn bài của Nguyễn Giản Thanh; nhưng khi vào thi Đình thì bài phú Nôm, **Phụng Thành**

Xuân Sắc của Nguyễn Giản Thanh hay hơn; nên được lấy đỗ Trạng nguyên cao hơn Hứa Tam Tĩnh. Ghi lại việc này, người địa phương có câu "*Trạng Me đè Trạng Ngọt*"; vì quê của Nguyễn Giản Thanh tại làng Me, tức hương Tức Mặc, huyện Đông Ngàn, Bắc Ninh; quê Hứa Tam Tĩnh tại làng Ngọt, tức tên nôm làng Vọng Nguyệt, huyện Yên Phong, Bắc Ninh.

Lấy Nguyễn Bá Tuấn làm Tổng binh thiêm sự Thanh Hoa [Thanh Hoá], Nguyễn Trung làm Hiến sát sứ Thanh Hoa.

Tháng 3 [31/3-29/4/1508], lấy Mạc Đăng Dung làm Thiên vũ vệ (6). Dung thuộc dòng dõi Trạng nguyên đời Trần Mạc Đỉnh Chi; cháu 4 đời của Mạc Thuý, người từng hợp tác với quân Minh đánh nhà Hồ:

"*Lấy Mạc Đăng Dung làm Thiên vũ vệ đô chỉ huy sứ ty đô chỉ huy sứ. Đăng Dung là người xã Cao Đôi, huyện Bình Hà (tức là xã Long Động, huyện Chí Linh), tiên tổ Đăng Dung là Mạc Đĩnh Chi, Trạng nguyên triều Trần, làm quan đến Tả bộc xạ. Đĩnh Chi sinh ra Cao, Cao sinh ra Thuý, Thuý sinh ra Tung, dời sang ở xã Lan Khê, huyện Thanh Hà* (7) *rồi sinh ra Bình, Bình lại dời sang xã Cổ Trai, huyện Nghi Dương* (8) *[45b] rồi trú tại đó. Bình sinh ra Hịch, Hịch lấy con gái trưởng của Đặng Xuân người cùng xã, sinh được ba con trai, con trưởng là Đăng Dung, con thứ là Đốc Tín, con út là Quyết. Đăng Dung có sức khoẻ, vì đỗ võ cử, được sung vào quân túc vệ, đến đây phong cho chức này.*" **Toàn Thư**, Bản Kỷ, quyển 14, trang 45a.

Tháng 10 [24/10-22/11/1508], bộ tộc Hắc La La tại Vân Nam xâm lấn cửa ải Chu Quan thuộc châu Thuỷ Vĩ, Lào Cai. Nhà vua sai bọn Lê Quỳnh đem quân đi đánh, chia lập giới mốc ở nơi quan ải, rồi dẫn quân về:

"Nước Hắc La La xâm lấn vào cửa ải Chu Quan. Nhà vua sai Trần Thúc Mại, đô đốc Bắc quân, làm phó tướng doanh Hữu du kính, Phạm Nhất Ngạc làm ký lục, dẫn quân đi trước; một mặt hạ lệnh cho Mỹ quận công Lê Quýnh làm Chinh man tướng quân, Đan Khê bá Trịnh Hựu làm phó, thống lĩnh các vệ Thần Võ. Hiệu Lực, Điện Tiền và quân trong Ngũ phủ, tất cả 6 vạn người đi đánh. Quân kéo đến cửa ải Chu Quan, chia lập giới mốc; lại hạ lệnh cho bọn Lê Quýnh chỉnh lý đất đai ở Chu Quan thuộc châu Thuỷ Vĩ xứ Hưng Hoá, sửa sang xếp đặt công việc ở quan ải, rồi dẫn quân về." **Cương Mục**, quyển 25, trang 27.

Tháng 3 năm Đoan Khánh thứ 5 [21/3-19/4/1509], (Từ tháng 12 trở về sau là Tương Dực Đế, Hồng Thuận năm thứ 1; Minh Chính Đức năm thứ 4); ra lệnh cho bọn Chinh Man tướng quân Lê Quýnh và Trịnh Hựu đem quân từ châu Thuỷ Vĩ trở về.

Tăng cường phòng thủ nơi cung cấm, đặt thêm ti Phi võ lực sĩ. Theo chế độ cũ, lực sĩ điện Kim Quang 10 ti, mỗi ti lực sĩ 100 người, bác sĩ 2 người, thay nhau phụng mệnh túc trực ở điện Kim Quang. Đến nay, mới đặt Phi Võ ti lực sĩ 100 người, túc trực cung Đoan Khang, cũng theo như thể lệ lực sĩ túc trực điện Kim Quang.

Đặt 2 ty ngự tượng và ngự mã, trang bị mũ phân biệt; hàng ngày giao đấu cho Vua xem. Tính nhà vua thích dũng lực; sai quân các ti và quân các vệ trong Ngũ phủ, quản lãnh voi công dẫn đến trước mặt vua để ứng tuyển, đặt hai giám ti Ngự tượng và Ngự mã; quân sĩ ở ti Ngự tượng đội mũ màu thuỷ ngân, vẽ hoa kim quỳ; quân sĩ ti Ngự mã đội mũ màu thuỷ ngân, vẽ hoa hồng quỳ. Mỗi ngày, sai hai viên giám quân đấu sức với nhau; hai viên cầm gậy đánh nhau từ cửa Thanh Dương đến ngoài cửa Thái Miếu, nhà vua tới xem, lấy làm thích, thưởng cho tiền và lụa.

Vua từ khi lên ngôi đam mê gái đẹp, rượu chè. Uy quyền giao cho bên ngoại và bên vợ; giết các các quan Đại thần không hùa theo, nghi ngờ giam giữ các Hoàng thân quốc thích, khiến lòng người ly tán:

"*Từ khi lên ngôi, vua đêm nào cũng cùng cung nhân vui đùa uống rượu vô độ. Khi rượu say liền giết cả cung nhân. Bấy giờ, uy quyền thuộc về họ ngoại, phía đông thì làng Hoa Lăng* [huyện Thuỷ Nguyên, Hải Phòng] *quê của mẹ nuôi; phía tây thì làng Nhân Mục* [Hà Nội] *quê của vợ vua; phía bắc thì làng Phù Chẩn* [huyện Đông Ngàn, Bắc Ninh] *quê của mẹ vua, đều chuyên cậy quyền thế, vùi dập các quan, kẻ thì vì ý riêng mà giết hại sinh dân, kẻ thì dùng ngón kín mà yêu sách tiền của, mọi thứ súc vật, hoa màu của dân, chúng đều cướp đoạt cả, nhà nào có đồ lạ, vật quý, chúng đánh dấu chữ vào và đòi lấy. Muôn dân ta oán mà vua vẫn không chừa, lại mang lòng ngờ vực, đố kỵ. Các quan người nào ngày trước không lập mình, thì thường giết đi. Lại [47b] ngầm sai nội nhân Nguyễn Đình Khoa dò xét cả 26 vương là các chú và anh em của vua. Trong đó, Kinh Vương là chú đã chạy trốn không biết đi đâu, chỉ có Giản Tu công là con chú bác bị giam vào ngục trốn thoát được. Do vậy, mọi người đều cảm thấy nguy đến thân mình, càng nghĩ đến việc nổi loạn.*" **Toàn Thư**, Bản Kỷ, quyển 14, trang 47a.

Hạ lệnh cho bọn đô đốc Lê Tử Vân và Vũ Cảnh đi chinh lý xếp đặt công việc ở Quảng Nam. Tháng 8 [16/8-13/9/1509], xuống chiếu bắt giết hết những người Chiêm hiện đang bị giam giữ:

"Trước kia, Lê Thánh Tông đi đánh Chiêm Thành, bắt được Trà Toại và vợ con hắn mang về an trí ở ngoài cửa Bảo Khánh gần 30 năm; Trà Toại [em Trà Toàn] *mất, đến khoảng niên hiệu Cảnh Thống* [Hiến Tông 1498-1504], *con Trà Toại là Trà Phúc lấy trộm hài cốt mang trốn về. Đến nay, những người Chiêm Thành làm nô lệ ở điền trang các nhà công thần thế gia cũng bỏ trốn về nước. Gặp lúc ấy, bọn Ma Mạt, người Chiêm Thành đi biển bị trôi dạt, quan quân nước ta bắt được, Ma Mạt cung xưng: "Năm trước Trà Phúc trốn về, sai con là Mạ La sang cầu viện với nhà Minh và đóng nhiều thuyền chứa lương thảo ". Vì cớ ấy, nhà vua hạ lệnh cho bọn Vũ Cảnh đi kinh lý xếp đặt công việc ở Quảng Nam. Nhà vua hạ chiếu bắt người Chiêm Thành nào còn bị giam giữ đem giết hết."* **Cương Mục**, quyển 25, trang 30.

Tháng 11 [12/12/1509-9/1/1510], Nguyễn Văn Lang, cháu ruột Trường lạc Hoàng thái hậu, cầm đầu cuộc nổi dậy; tôn Hoàng thân Giản Tu công Oánh làm minh chủ, tiến quân đến gần kinh đô:

"Lúc ấy nhà vua đuổi các người tôn thất và công thần về Thanh Hoá. Uy quyền của bọn ngoại thích là Khương Trùng và Nguyễn Bá Thắng làm nghiêng lệnh cả trong triều đình và ngoài các địa phương, chúng tự tiện làm oai làm phúc; dân gian không có kế gì xoay sở được tay chân, thiên hạ mất hết hi vọng. Nguyễn Văn Lang lấy thân phận là họ thân của Nguyễn Thái hậu cũng bị đuổi. Người đại thần trong họ tôn thất là Nghi quận công Lê Năng Cẩn không được hài lòng, bèn gởi cho Văn Lang bài thơ bảo đem quân giết hết bè đảng bạo nghịch. Văn Lang bèn đem nô bộc người Chiêm Thành là Chế Mạn cùng Vũ Bá, Vũ Tiếp hiệu triệu nhân dân ba phủ

thuộc Thanh Hoá hội hợp ở thành Tây Đô, rồi đem quân trấn giữ cửa biển Thần Phù. Gặp lúc ấy, Giản Tu Công tên là Oánh trước bị giam trong ngục, Oánh đem nhiều lễ vật đút lót cho người canh ngục, được thoát ra, trốn về Tây Đô. Khi Oánh đi đến cửa biển Thần Phù, Văn Lang đón rước lập làm minh chủ. Nhân đấy, Oánh đem đại thần là bọn Nguyễn Diễn, Ngô Khế, Nguyễn Bá Cao, Lê Trạm cùng những viên quan ở Thanh Hoá là tổng binh thiêm sự Nguyễn Bá Tuấn, thừa tuyên sứ Lê Tung, tham chính Nguyễn Thì Ung cùng nhau khởi binh, sai Lương Đắc Bằng làm tờ hịch dụ bảo đại thần trăm quan, rồi giả xưng là Cẩm Giang vương [Lê Sùng, anh ruột Giản Tu Công], *kéo lá cờ chiêu an, tiến quân đến sát Đông Kinh.*" **Cương Mục**, quyển 25, trang 32.

Bài hịch Bảng nhãn Lương Đắc Bằng làm kể tội Lê Uy Mục, nội dung như sau:

"*Bạo chúa Lê Tuấn, phận con thứ hèn kém, làm nhơ bẩn nghiệp lớn, lần lữa mới gần 5 năm mà tội ác đã đủ muôn khoé. Giết hại người cốt nhục, dìm hãm các thần liêu. Bọn ngoại thích được tin dùng mà phường đuôi chó (9) ngang ngược làm bậy, người cứng cỏi bị ruồng bỏ mà kẻ đầu cá (10) ẩn nấp nẻo xa. Quan tước đã hết rồi vẫn thưởng tràn không ngớt, dân chúng đã [51a] cùng khốn còn vơ vét chẳng thôi. Vét thuế khoá từng cân lạng, tiêu tiền của như đất bùn, bạo ngược ngang với Tần Chính (11). Đãi bề tôi như chó ngựa, coi dân chúng tựa cỏ rác ngạo mạn quá cả Nguỵ Oanh (12). Huống chi lại xây cung thất to, làm vườn hoa rộng. Xua dân đi trồng cây, giẫm theo vết xe đổ chất gò Hoa Cương (13) đời Tống; lấp biển xây cung điện, nối gót thói u mê xây cung A Phòng (14) nhà Tần. Công trình thổ mộc xây lên rồi thay đổi, thay đổi rồi xây lên, dân Hải Dương, Kinh Bắc mệt mỏi, lao đao; tông thất xa hoa, kiêu căng lại ngang ngược, ngang ngược lại kiêu căng, cõi tứ tuyên phiên trấn xôn xao, rối loạn. Cư dân nhức óc, cả nước đau lòng".* **Toàn Thư**, Bản Kỷ, quyển 14, trang 50b.

Ngày mồng 8 [19/12/1509], Giản Tu công Oánh từ Tây Đô đem các dinh thuỷ, bộ cùng tiến phát. Quân thuỷ đến núi Thiên Kiện, tại huyện Thanh Liêm, Hà Nam. Vua Uy Mục dùng hai chiếc thuyền nhẹ Hà Thanh và Hải Thanh đi đến chùa Bảo trên núi Thiên Kiện, bắt được một viên tướng thuỷ dinh và giết được 20 sĩ tốt đem về ngoài cửa Đông Hoa tại kinh thành. Vua sai phó tướng Đông Nham bá Lê Vũ làm tán lý, Ngự sử đài đô ngự sử Dương Trực Nguyên làm ký lục và bọn Hữu thị lang Phạm Thịnh, Trần Năng [52a] đem cấm quân và quan quân các vệ Thần Vũ, Hiệu Lực, Điện Tiền đi chống giữ nhưng không được. Ngày 23 [3/1/1510], anh của Giản Tu Công là Cẩm Giang Vương Sùng, em là Tĩnh Lượng công Doanh, và Quyên cùng Thọ Mai phò mã Nguyễn Kính đều bị hại. Quân của Giản Tu Công vẫn dùng cờ chiêu an của Cẩm Giang Vương để dụ bọn Vũ về hàng, Vũ lấy đầu Cẩm Giang Vương giơ ra cho chúng xem và nói:

- *"Đây là cái đầu của Cẩm Giang vương, chúng bay còn nói láo làm gì?"*

Rồi cưỡi voi chỉ huy binh sĩ tiến đánh đến xứ Đồng Lạc, bị hãm trận, Vũ tử trận. Bọn Dương Trực Nguyên, Phạm Thịnh, Trần Năng cũng bị chết ở Châu Cầu [Phủ Lý, Hà Nam]. Quan quân thua trận rút về. Ngày 26 [6/1/1510], các dinh quân của Giản Tu Công Oánh đều tiến đến các xứ Bảo Đà, Nhân Mục, Hồng Mai [Bạch Mai] gần kinh thành.

Tình thế khẩn trương, Vua ra lệnh thả tù nhân, lấy vàng

bạc ban cho, rồi sai đi đánh trận, nhưng tù nhân không theo. Lại mang sắc điều quân các lộ đến cứu, nhưng sắc chưa đến nơi thì quân của Giản Tu Công đã tiến sát kinh thành. Khi quân vào thành, Vua Uy Mục chạy ra phường Nhật Chiêu, bị bắt rồi uống thuốc độc tự tử. Giản Tu công giáng Vua Uy Mục làm Mẫu Lệ Công, rồi lên ngôi Hoàng đế, đổi niên hiệu là Hồng Thuận:

"*Quân của Oánh tiến đến làng Bảo Đà và phường Hồng Mai. Nhà vua ra cửa Thanh Dương yên uỷ tướng sĩ, lấy kiếm trao cho bọn Trịnh Chí Sâm và Lê Quảng Độ. Một mặt đem vàng bạc tiền lụa trong kho ban cho người phạm tội bị giam mỗi người ba quan và buông tha ra, bắt phải đi đánh giặc. Các phạm nhân lạy tạ nhận xong thì họ đều về nhà. Một mặt khác hạ lệnh cho Trung sứ và Hoa văn học sinh đem sắc văn và phù hiệu đến các xứ Lạng Sơn, Thái Nguyên, Tuyên Quang và An Bang* [Quảng Ninh] *điều động lấy mỗi xứ 5000 lính bản thổ đem vào bảo vệ kinh thành. Bọn Trung sứ và Hoa văn học sinh chưa đi đến Bồ Đề* [Bắc Ninh], *thì quân của Oánh đã tiến đến sát kinh thành, dân chúng đều bỏ trốn; hoàng hậu Trần Thị chạy ẩn núp ở nhà một người dân Hồng Mai* [Hoàng Mai], *tự thắt cổ chết. Lê Quảng Độ cùng Oánh, người trong thành, người ngoài thành, ứng tiếp lẫn nhau, bắn pháo để báo hiệu. Quân sĩ thì hoặc lấy ngọn tre hoặc đẵn cây đánh lẫn nhau để cho các quân sĩ sợ hãi. Nhân đấy, Quảng Độ bắt cóc nhà vua chạy sang mặt bắc. Khi Oánh vào Đông Kinh, nghe tin mẹ cùng em là bọn Doanh và Quyên, anh là Sùng đều bị giết, sai quan làm lễ táng, tế. Nhà vua chạy đến phường Nhật Chiêu, vệ sĩ đuổi theo bắt được, đem trói ở cửa Lệ Cảnh. Oánh cho tên vệ sĩ ấy là người bất nghĩa, sai đem chém đi. Nhà vua uống thuốc độc tự tử. Oánh căm giận về việc nhà vua giết mẹ cùng anh em của mình, bèn sai người dùng cổ đại bác đem thây đặt ở hoả khẩu, khi súng nổ, hài cốt bị tan tành, chỉ lấy tro tàn đem về táng ở An Lăng tại làng Phù Chẩn* [huyện Từ Sơn, Bắc Ninh] *là nơi quê mẹ mà thôi. Oánh giáng tước nhà vua làm Mẫu Lệ Công, rồi lên ngôi hoàng đế, ân xá cho trong nước, đổi niên hiệu là Hồng Thuận.*" **Cương Mục**, quyển 25, trang 35.

Chú thích:

1. Nguyễn Kính phi: người xã Hoa Lăng, huyện Thuỷ Đường, nay là huyện Thuỷ Nguyên, Hải Phòng.

2. Phù tiết: ấn tín của vua ban cho để làm tin.

3. Phủ Phú Bình: phủ thời Lê, gồm đất huyện Phú Bình, Phổ Yên, Đông Hồ, Đại Từ, Phú Lương, Võ Nhai tỉnh Bắc Thái và một phần đất huyện Sóc Sơn, Hà Nội ngày nay.

4. Chỉ cuộc khởi nghĩa của Giản Tu công Oánh tức là Tương Dực Đế sau này vào năm 1509.

5. Phủ Nghĩa Hưng: phủ thời Lê, gồm đất các huyện Vụ Bản. Nghĩa Hương, Ý Yên tỉnh Nam Hà hiện nay.

6. Thiên vũ vệ: Xem năm Hồng Thuận thứ 2 (1510), "đặt hai vệ Thiên vũ và Thánh oai, ban thứ ở trên vệ Cẩm y và Kim ngô".

7. Huyện Thanh Hà: sau thuộc phủ Nam Sách nay thuộc đất huyện Nam Thanh, tỉnh Hải Hưng.

8. Huyện Nghi Dương: sau là huyện Kiến Thuy, nay thuộc đất huyện Kiến An, thành phố Hải Phòng.

9. Đuôi chó: **Tấn sử** chép Triệu Vương Lân phong bừa

quan tước cho nô lệ, đầy tớ, khi triều hội đầy những người đội mũ đuôi điêu. Người thời ấy có câu chế giễu: Đuôi điêu chẳng đủ, lấy đuôi chó nối thêm vào, ý nói kẻ hèn hạ cũng được thăng quan tước.

10. Đầu cá: **Tống sử** chép Lỗ Tông Đạo làm Tham tri chính sự, bọn ngoại thích sợ, gọi Lỗ là "tham chính đầu cá" (Chữ Lỗ ____ trên đầu có chữ ngư ____ là cá).

11. Tần Chính: tức Tần Thuỷ Hoàng.

12. Nguỵ Oanh: tức là Lương Huệ Vương đời Chiến Quốc.

13. Hoa Cương: tức là đá hoa cương. Tống Huy Tông thích hoa đẹp, đá lạ, bắt dân chở đá đẹp ở các nơi về Biện Kinh, thuyền ghe nối liền nhau trên sông Hoài, sông Biện.

14. Tần Thuỷ Hoàng dựng cung A Phòng rất tráng lệ. Sau Hạng Võ vào kinh đô nhà Tần, đốt cung này, lửa cháy ba tháng chưa hết.

110.
Vua Lê Tương Dực [1509-1516]

Vua tên huý là Oánh còn gọi là Dinh, là cháu của Thánh Tông, con thứ hai của Kiến Vương Tân, ở ngôi 8 năm, thọ 24 tuổi, bị quyền thần Trịnh Duy Sản giết, táng ở Nguyên Lăng. Vua buổi đầu lên ngôi, ban hành giáo hoá, thận trọng hình phạt, cũng đáng coi là có công nghiệp. Song chơi bời vô độ, xây dựng liên miên, dân nghèo thất nghiệp, trộm cướp nổi lên, dẫn đến nguy vong. Mẹ vua là Huy Từ Kiến Hoàng thái hậu Trịnh thị, tên huý là Tuyên, người làng Thuỷ Chú, huyện Lôi Dương [Thanh Hoá], con gái thứ tư của Đô đốc thiêm sự kiêm Tả công chính Trịnh Trọng Phong, sinh vua vào năm ngày 25 tháng 6 năm Hồng Đức thứ 26 [16/7/1495].

Ngày mồng 4 tháng chạp năm Hồng Thuận năm thứ 1 [13/1/1510]; (Minh Chính Đức năm thứ 4), Giản Tu công lên ngôi Hoàng đế, Đại xá, đổi niên hiệu, lấy năm này là năm Hồng Thuận thứ 1. Dùng Đỗ Nhân làm Đông các học sĩ, thăng Triều liệt đại phu.

Sau khi lên ngôi, vua sai bọn đầu mục Lê Quảng Độ, Lê Điêu, Nguyễn Văn Lang, Lê Tung, Lưu Hưng Hiếu, Trình Chí Sâm, Trịnh Tuy, Lương Đắc Bằng, Đỗ Lý Khiêm, Đinh Ngạc, Đặng Minh Khiêm, Đỗ Nhân, Lê Nại, Đàm Thận Giản dâng biểu trần tình với nhà Minh; nội dung: Đoan Khánh

Lê Tuấn [Uy Mục] tập phong tước vương đã được 4 năm, tin dùng phe cánh họ mẹ là bọn Khương Chủng, Nguyễn Bá Tuấn; ngang tàn bạo ngược, khiến dân không chịu đựng nổi, nên bị truất phế.

Ngày 17 [26/1/1510], truy tôn mẹ là Trịnh thị làm Huy Từ Trang Huệ Kiến Hoàng thái hậu.

Ngày 29 [7/2/1510], Truy tôn cha là Kiến Vương làm Phối Thiên Dụ Thánh Ôn Lương Quang Minh Văn Triết Khoan Hoằng Chương Tín Tuy Hưu Mục Hiếu Kiến Hoàng Đế. Truy tặng anh cùng mẹ là Cẩm Giang Vương Sùng làm Trang Định Đại Vương, em thứ là Tĩnh Lượng công Doanh làm Mục Ý Vương, em út là Quyên làm Dực Cung Vương.

Tháng giêng năm Hồng Thuận năm thứ 2 [9/2-9/3/1510]; (Minh Chính Đức năm thứ 5), luận công trạng những người ứng nghĩa, phong quan tước cao thấp như sau:

- Lê Quảng Độ làm Thiệu quốc công.

- Lê Phụ làm Lượng quốc công.

- Lê Bá Lân làm Uy quốc công.

- Trịnh Duy Đại làm Lại quận công [anh Trịnh Duy Sản].

- Trịnh Hựu làm Thọ quận công.

- Lê Mậu Chiêu làm Diên quận công.

- Nguyễn Hoằng Dụ làm An Hoà hầu [con Nguyễn Văn Lang].

- Trịnh Duy Sản làm Mỹ Huệ hầu.

- Nguyễn Bá Tuấn làm Lễ bộ thượng thư, Do Lễ bá.

- Lê Tung làm Lại bộ thượng thư, Đôn thư bá.

- Nguyễn Thì Ung làm Đô ngự sử ở Ngự sử đài, Lương Văn bá.

- Đàm Thận Huy làm Hình bộ thượng thư, Lâm Xuyên bá.

- Lương Đắc Bằng làm tả thị lang bộ Lại.

Dùng võ quan hàm nhất phẩm, nhị phẩm giữ chức Đề lãnh, Đồng đề lãnh và Phó đề lãnh, để quản lãnh việc quân ở 4 cửa thành. Phàm những việc tuần phòng nã bắt kẻ gian, tra hỏi kiện tụng. ngăn cấm hoả tai, việc cầu cống đường sá đều do đề lãnh chịu trách nhiệm.

Tháng 2 [10/3-7/4/1510], cử 2 sứ bộ tâu trình sự việc và cầu phong sang nhà Minh:

"Vua sai sang nhà Minh. Hình bộ thượng thư Đàm Thận Huy, Đông các hiệu thư Nguyễn Văn Thái, Binh khoa đô cấp sự trung Lê Thừa Hưu, Thông sự Nguyễn Phong, hành nhân 3 người, tòng nhân 8 người sang tâu việc. Lễ bộ tả thị lang Nguyễn Quýnh, Thị thư Vũ Cán, Đề hình Nguyễn Doãn Văn, Thông sự Nguyễn Hảo, hành nhân 3 người, tòng nhân 9 người sang cầu phong.

Bấy giờ, Thừa Hưu đi đến đầu địa giới thì bị ốm, liền sai Binh khoa đô cấp sự trung Nguyễn Văn Tuấn đi thay." **Toàn Thư**, Bản Kỷ, quyển 15, trang 2

Tháng 4 [8/5-5/6/1510], bọn hoạn quan Nguyễn Khắc Hài nổi loạn, bị giết chết:

"Nhà vua mới lên ngôi, lòng người chưa ổn định. Nguyễn Khắc Hài, thái giám trong cung, ngầm có chí bạn nghịch. Một đêm, vào trống canh hai, nhà vua ra chơi cung Trùng Hoa, rồi lại đi chơi các điện Vạn Thọ, Kính Thiên và Cần Đức

cùng bầy tôi theo hầu làm thơ xướng hoạ. Sau, Nguyễn Lĩnh, bầy tôi trong điện, lại rước nhà vua đến chơi ao sen. Lúc ấy bọn Khắc Hài ở trong cung lẻn ra, rước Hoa Khê vương tên là Tùng lập làm vua giả. Nhà vua được tin có biến động, bèn hạ lệnh cho bọn Thọ quận công Trịnh Hựu đem quân đánh dẹp, đuổi đến phường Đông Hà [huyện Thọ Xương, Hà Nội] *giết được Khắc Hài và quá nửa đồ đảng của hắn. những đồ đảng còn sót lại sang qua sông chạy lên núi Tam Đảo* (1). *Trịnh Hựu sai tì tướng đuổi đánh, giết hết bọn này."* **Cương Mục**, quyển 26, trang 3.

Tù trưởng Cục Mông nước Ai Lao sai sứ đến Nghệ An dâng bản tâu xin nộp cống quy phụ. Vua xuống chiếu khước từ, vì mới lấy được nước, sợ họ nhòm ngó nước ta.

Tháng 10 [2/11-30/11/1510]; trước kia, Đắc Bằng giữ chức Lại bộ tả thị lang, vì có tang xin cáo quan về. Đến nay cho khởi phục. Đắc Bằng lấy cớ chưa hết tang, cố ý từ chối; nhân dâng 14 kế sách trị binh, tâu lên như sau:

1- Phải cảnh giác, răn ngừa để chấm dứt tai biến,

2- Dốc lòng hiếu thảo để khuyến khích lòng trung hậu,

3- Xa thanh sắc để làm chân chính gốc của tâm,

4- Đuổi tà nịnh để làm trong sạch ngọn nguồn muôn việc,

5- Dè dặt trao quan tước để thận trọng việc khuyến khích răn đe,

6- Tuyển bổ công bằng để đường làm quan trong sạch,

7- Tiết kiệm tiêu dùng để khuyến khích phong tục kiệm phác,

8- Nêu khen người tiết nghĩa để coi trọng đạo cương thường,

9- Cấm hối lộ để trừ bỏ thói tham ô,

10- Sửa sang võ bị để vững thế thành đồng hào nóng,

11- Lựa chọn quan can gián để gây khí thế dám nói,

12- Nới nhẹ việc lực dịch để thoả lòng mong đợi của dân,

13- Hiệu lệnh phải tín thực để thống nhất ý chí của bốn phương,

14- Luật pháp, chế độ phải thận trọng để mở nền thịnh trị thái bình.

Gia phong Thiệu quốc công Lê Quảng Độ làm Bình chương quân quốc trọng sự, Tổng thống quốc chính. Thái tể thái sư. Hồi đầu triều Lê, theo chế độ cũ của nhà Trần, đặt chức Tướng quốc, gia phong Bình chương quân quốc trọng sự. Đời Hồng Đức (1470 - 1497), Lê Thánh Tông đã bãi bỏ chức ấy; đến nay lại khôi phục và gia phong Thái tể thái sư.

Tháng 11 [1/12-30/12/1510], vua sai Ngự sử đài phó đô ngự sử Đỗ Lý Khiêm, Hàn lâm viện thị độc kiêm sử quan Nguyễn Bỉnh Hoà, Đề hình giám sát ngự sử Nguyễn Đức Quang, Thông sự Nguyễn Minh, hành nhân 8 người, tòng nhân 25 người sang nhà Minh tuế cống.

Tình trạng nước Chiêm Thành lúc này lãnh thổ còn lại nhỏ nhoi, chính quyền không ổn định; nhưng người con nối dõi Quốc vương Cổ Lai là Sa Cổ Bốc Lạc mấy lần sai sứ sang nhà Minh xin phong. Vua Minh cũng rán duy trì sự tồn tại của Vương quốc này, nên sai Cấp sự Trung Lý Quán, Cấp sự trung Vu Thông lần lượt đi ban sắc phong. Nhưng vì thấy đến nước này nguy hiểm, nên cả hai người đều nại cớ từ chối; cuối cùng đành phải cho sứ giả lãnh sắc phong mang về:

"Ngày 26 tháng 7 năm Chính Đức thứ 5 [30/8/1510]

Người tạm coi việc nước Thế tử Chiêm Thành Sa Cổ Bốc Lạc sai chú là Sa Hệ Bả Ma đến xin phong tước, cùng cống sản vật địa phương. Bộ Lễ tâu:

'Sa Hệ Bả Ma đến kinh đô đã một tháng, quan bạn tống và mang phương vật vẫn còn đi sau, nên trị tội trì hoãn.'

Chiếu ban thưởng cho Sa Cổ Bốc Lạc cùng Sứ thần như lệ. Về quan bạn tống, lệnh pháp ty xét hỏi." **Minh Thực Lục: Quan hệ Trung Quốc Việt Nam**, tập 3, trang 165.

"Ngày 3 tháng 8 năm Chính Đức thứ 5 [5/9/1510].

Sai Cấp sự trung bộ Lễ Vu Thông sung Chánh sứ, Hành nhân Lưu Mật thuộc ty Hành nhân sung Phó sứ phong Thế tử Sa Cổ Bốc Lạc chức Quốc vương Chiêm Thành.

Trước đó Tả Cấp sự trung Lý Quán đến lượt đáng phải đi, trong nội bộ sửa lệnh bắt Thông đi. Vì người làng của Quán hối lộ cho Lưu Cận, vài ngày sau bị bãi; rồi vì bị Thông khiếu nại; nên lại ra lệnh Quán đi. Quán đến Từ Châu [Giang Tô], *gặp cướp cắt ngắn tóc; tâu xin dưỡng ở nhà chờ tóc dài rồi đi. Được chấp thuận. Sau đó Mật chết trên đường đi; Quán đến Quảng Đông tâu mấy lần nên việc trì hoãn đến 7 năm không đi; triều đình bàn cho người nước này (Chiêm Thành) lãnh sắc phong mang về."* **Minh Thực Lục: Quan hệ Trung Quốc Việt Nam**, tập 3, trang 165.

"Ngày 18 tháng 8 năm Chính Đức thứ 5 [20/9/1510].

Ban cho bọn Sứ thần Chiêm Thành Sa Hệ Bả Ma lụa tốt và y phục làm bằng lụa; bọn này đến thỉnh phong. Chúng *còn được ban nón và dây đai, có sai biệt." (**Minh Thực Lục** v. 64, tr. 1429-1430; Vũ Tông q.65, tr. 8a-8b)* **Minh Thực Lục: Quan hệ Trung Quốc Việt Nam**, tập 3, trang 166.

Tháng 2 năm Hồng Thuận thứ 3 [28/2-28/3/1511], (Minh Chính Đức năm thứ 6), Vua đi bái yết Lam Kinh; thừa cơ, bọn Thân Duy Nhạc và Ngô Văn Tổng dấy quân ở các huyện Yên Phú [huyện Yên Phong], Đông Ngàn [huyện Từ Sơn], Gia Lâm, thuộc Bắc Ninh. Quan phòng thủ Đông Kinh là Thuỵ quận công Ngô Bính và Kim Nguyên bá Trịnh Bá Quát, sai quân đi đánh, phá được; bắt sống bọn Duy Nhạc, Văn Tổng đóng cũi giải về Kinh sư, rồi đưa đến hành cung nơi Vua đóng.

Thân Duy Nhạc người xã Đại Liễn, huyện Vũ Ninh, Bắc Ninh; thời Lê Uy Mục, đỗ Tiến sĩ, làm quan đến Cẩm y vệ đoán sự, trực điện Kim Quang. Đến khi Vua Tương Dực dấy quân, giết Uy Mục, Duy Nhạc liền về nhà không làm quan nữa, rồi khởi binh làm loạn, đến đây bị giết. Duy Nhạc là cựu thần người Bắc Ninh, nổi dậy tại vùng Đông Ngàn quê mẹ Lê Uy Mục; xét thấy cuộc nổi dậy liên quan đến đám tàn dư phe Lê Uy Mục.

Tháng 3 [29/3-26/4/1511], thi Hội các sĩ nhân trong nước, lấy đỗ bọn Nguyễn Thái Hoa 47 người. Đến khi thi Đình, lấy Hoàng Nghĩa Phú, Trần Bảo Tín, Vũ Duy Chu 3 người đỗ Đệ nhất giáp tiến sĩ cập đệ; bọn Bùi Doãn Hiệp 9 người đỗ Đệ nhị giáp tiến sĩ xuất thân; bọn Trần Doãn Minh 35 người đỗ Đệ tam giáp đồng tiến sĩ xuất thân.

Tháng 4 [27/4-26/5/1511] Binh bộ thượng thư, Quốc tử giám tư nghiệp, kiêm sử quan Đô tổng đài Vũ Quỳnh, người xã Mộ Trạch, huyện Đường Yên, nay là huyện Bình Giang, tỉnh Hải Dương, đỗ tiến sĩ khoa Mậu Tuất (1478) năm Hồng Đức thứ 9 [1478]; dâng bộ **Đại Việt Thông Giám Thông Khảo** chép từ thời Hồng Bàng đến Mười Hai Sứ Quân về trước làm Ngoại kỷ; từ Đinh Tiên Hoàng đến năm đầu Thái Tổ Cao Hoàng Đế bản triều đại định thiên hạ làm Bản kỷ, chép tường tận theo lối biên niên các triều đại, gồm 26 quyển.

Tiến phong Thiên vũ vệ đô chỉ huy sứ Mạc Đăng Dung làm Vũ Xuyên bá. Bấy giờ, các nhà thuật sĩ đều nói ở phương đông có khí sắc Thiên tử. Vua sai Nghĩa quốc công Nguyễn Văn Lang cho người ra Đồ Sơn để trấn yểm. Đăng Dung, người Cổ Trai, lân cận với Đồ Sơn, cũng đi trong chuyến đó, nhưng không ai ngờ!

Ngày 27 [23/5/1511], ban sách **Trị Bình Bảo Phạm** tức khuôn phép quý báu về việc trị quốc bình thiên hạ, gồm 50 điều cho cả nước.

Ngày mồng 5 tháng 5 [31/5/1511], vua ngự điện Kính Thiên, quan Hồng lô xướng danh các Tiến sĩ là bọn Hoàng Nghĩa Phú. Các quan mặc triều phục chúc mừng, các Tiến sĩ nhận ân mệnh; bộ Lễ đem bảng vàng treo ngoài cửa nhà Thái Học. Lại ban y phục, đai mũ và ban yến cho các tân khoa Tiến sĩ.

Gia phong Lượng quốc công Lê Phụ làm Tả bình chương quân quốc trọng sự, Nhập nội kiểm hiệu, Thượng tướng thái uý; Nghĩa quốc công Nguyễn Văn Lang làm Khai phủ nghi đồng tam ty, Bình chương quân quốc trọng sự, Phụ quốc thượng tướng, Thượng tể thái phó; Uy quốc công Nguyễn Bá Lâm làm Công bộ thượng thư chưởng bộ sự, tri Hiển Phúc điện; Đàm Thận Huy làm Lại bộ thượng thư, tri Chiêu Văn quán Tú lâm cục; Lê Tán Tương làm Công bộ hữu thị lang.

Ngày 11 tháng 11 [30/11/1511], Trần Tuân ở Sơn Tây nổi loạn; nhà vua sai Trịnh Duy Sản đi đánh, giết được. Vua phong Trịnh Duy Sản tước Nguyên quận công, và biểu dương bọn Đại học sĩ Đỗ Nhạc 11 người, trong lúc loạn gần chốn kinh thành, vẫn ứng trực ở triều đường:

"Tuân, người xã Quang Bị, huyện Bất Bạt, là cháu Trần Cẩn, một viên Thượng thư đã mất. Tuân là người hung hãn chiếm cứ các động ở ven núi vùng Hưng Hoá, tụ tập quân vô lại kể hàng vạn người, tung ra cướp bóc các nơi. Lúc ấy quân của Tuân di chuyển về mặt Sơn Tây, nhân dân ở kinh thành náo động, tranh nhau bồng con bế cái chạy đi nơi khác lánh loạn. Nhà vua sai Mỹ Huệ hầu Trịnh Duy Sản đem quân tiến đánh, bị thua, Duy Sản rút quân về giữ ở xã Đông Ngạc (2) và phường Nhật Chiêu (2). Quân của Tuân nhân khí thế đương mạnh, muốn tiến sát vào kinh thành. Nguyễn Văn Lang sai quân thân tín ở 6 Vệ Điện Tiền chuẩn bị thuyền của vua, muốn rước vua lánh vào Thanh Hoa; một mặt điều động những người làm thợ tại các sở, bày hàng trận ở Đông Hà (3), để tỏ cho bên địch biết có quân phòng bị giữ kinh thành. Đến đêm, toán quân này tự nhiên sợ hãi tan vỡ. Duy Sản thu thập toán quân tan vỡ lại còn được hơn 30 người, họ xé áo làm dấu hiệu, thề đánh nhau với giặc. Hôm ấy, trời đã gần tối, quân của Duy Sản chợt kéo đến trại luỹ Trần Tuân. Tuân, mình mặc áo bào đỏ, ngồi trên giường. Duy Sản xông thẳng vào đâm chết. Quân trong trại bèn tan vỡ. Các toán quân nơi khác không biết là Tuân đã chết, cứ tụ hợp như cũ. Nhà vua được tin báo, bèn sai Nguyễn Văn Lang đốc thúc tướng sĩ các dinh hội hợp với toán quân của Duy Sản, nổi trống

hò reo tiến đánh, phá tan được bọn này, đuổi đến địa phận xã Thuỵ Hương và Quả Động (4), chém giết không biết bao nhiêu mà kể.

Phong Trịnh Duy Sản tước Nguyên quận công. Nhà vua xét công những người đánh được Trần Tuân, tiến phong Trịnh Duy Sản tước Nguyên quận công; những binh sĩ nào theo Duy Sản đánh giặc chém giết được nhiều người, đều giao cho chức đô chỉ huy đồng tri. Việc xét quân công, cứ người nào cắt được nhiều tai giặc thì trao cho chức trọng, bắt đầu từ đây. Trước kia, quân của Trần Tuân tiến sát đến kinh thành, dân chúng phần nhiều bồng con bế cái chạy lánh nơi khác, duy có đại học sĩ là bọn Đỗ Nhạc 11 người vẫn ứng trực ở triều đường, nay nhà vua hạ sắc lệnh cho được dự vào việc nghị thưởng để biểu dương họ." **Cương Mục**, quyển 26, trang 13.

Phân định lệ thuế vàng bạc. Lệ thuế vàng trong nước: vàng mười hạng tốt là 449 lạng 5 phân, 6 ly, 4 hào; vàng mười hạng thường là 2.901 lạng, 6 đồng cân, 9 phân, 5 ly. Còn lệ thuế bạc, thì bạc tốt mười thành là 6.125 lạng, 9 đồng cân, 8 phân, 4 ly, 8 hào.

Tháng giêng năm Hồng Thuận thứ 4 [19/1-16/2/1512], (Minh Chính Đức năm thứ 7); sai Đỗ Nhạc làm tán lý quân vụ đi các vùng Sơn Tây và Hưng Hoá, dẹp tan bọn phản nghịch Nguyễn Nghiêm, dư đảng của Trần Tuân.

Tháng 3, ngày mồng 3 [20/3/1512], ban chiếu chỉ rằng: Người nào con cháu công thần khai quốc mà còn phải ở trong quân ngũ. Cho mang sắc mệnh phong tặng của cha ông, đến cửa quan khiếu nại. Quan xét thực, kẻ biết chữ thì được sung làm học sinh ở Sùng Văn quán, người nào không biết chữ thì sung làm tuấn sĩ của vệ Cẩm y.

Gia phong Lê Tung làm Thiếu bảo Lễ bộ thượng thư, Đông các đại học sĩ kiêm Quốc tử giám tế tửu, Tri kinh diên sự, Đôn Thư bá.

Tháng 4 [16/4-14/5/1512], bọn Lê Hy, Trịnh Hưng, Lê Minh Triệt làm loạn ở vùng Nghệ An. Vua sai Khang quận công Trần Nghi và Đông các hiệu thư Trần Dực đi đánh. Vào đến địa phận Nghệ An, bọn Nghi bị địch đánh chặn hai phía trước sau, nên phải rút lui ra biển. Quan quân vượt biển, bị sóng gió đánh vỡ thuyền, toàn quân chết đuối; Nghi và Dực cũng chết chìm ngoài biển. Bọn Hy, Hưng tiến sát đến huyện Lôi Dương, Thanh Hoá.

Ngày 16 tháng 5 [30/5/1912], Vua sai Trịnh Duy Sản chỉ huy quan quân, và Đỗ Nhạc làm Tán lý quân vụ đến Thanh Hoá, Nghệ An đánh dẹp quân giặc; chém Lê Minh Triệt đưa về Kinh sư bêu đầu ở phường Đông Tân; bắt sống được Hy và Hưng đóng cũi giải về Kinh sư rồi giết.

Bấy giờ hạn hán; dân bị nạn đói to. Nhưng Vua vẫn cho khởi công xây dựng các công trình lớn như đại điện và cửu trùng đài:

"*Trước đây, Vũ Như Tô một người thợ ở Cẩm Giàng* [Hải Dương], *xếp cây mía làm thành kiểu mẫu cung điện lớn trăm nóc, dâng lên nhà vua; nhà vua bằng lòng phong cho Như Tô làm đô đốc đứng trông nom việc dựng hơn trăm nóc cung điện lớn có gác, lại khởi công làm cửu trùng đài. Mặt trước điện đào hồ thông với sông Tô Lịch, vòng quanh khuất khúc, mở thông cửa cống. Nhà vua bất thần ngự thuyền Thiên Quang đi chơi xem suốt ngày đêm. Quân sĩ trong Ngũ phủ làm việc xây đắp chưa được thành công, lại bắt quân sĩ các nha môn ở trong và ngoài kinh thành làm việc lấp hồ, san đất, khi nhà vua đi chơi, thấy người nào làm vừa ý thì thưởng cho thẻ bài vàng hoặc bạc. Có khi công việc đã làm xong rồi lại thay đổi làm lại; sửa sang xây dựng hết năm này sang năm khác. Quân và dân phải đi làm việc bị bệnh dịch, chết mất khá nhiều."* **Cương Mục**, quyển 26, trang 17.

Vào tháng 6, Sứ thần Đỗ Phúc Khiêm đến triều Minh dâng lễ cống:

"*Ngày 12 Tháng 6 năm Chính Đức thứ 7* [24/7/ 1512]

Quốc vương An Nam Lê Trừu [vua Tương Dực] *sai bọn Bồi thần Đỗ Phúc Khiêm dâng biểu, cống sản phẩm địa phương. Ban y phục thải, đoạn; có sai biệt."* **Minh Thực Lục: Quan hệ Trung Quốc Việt Nam**, tập 3, trang 166.

Về phía Chiêm Thành, 2 năm trước đây [năm Chính Đức thứ 5 20/9/1510] Sứ thần đến xin phong. Triều đình nhà Minh sai Lễ khoa Cấp sự trung Lý Quán, Hành nhân Lưu Mật chuẩn bị đến phong cho Sa Cổ Bốc Lạc làm Quốc vương. Nhưng tình trạng Chiêm Thành bị nước Đại Việt chiếm gần hết cả nước, phải rút lui đến Xích Khảm bang, Đô Lang quốc [Phan Rang?], lãnh thổ không ổn định. Cấp sự trung Lý Quán nhận thấy đi sứ nguy hiểm, nên chần chừ đến năm nay, Chính Đức thứ 7 [19/1/1513], xin tuyên sắc phong tại quán dịch Hoài Viễn, Quảng Đông; rồi cho Sứ thần Chiêm Thành mang về nước. Nhưng triều đình không bằng lòng giải pháp này. Mãi đến năm Chính Đức thứ 10 [25/8/1515], nhân Sứ thần Chiêm Thành bọn Lực Na Ba đến; triều đình nhà Minh đành chấp thuận giải pháp nêu trên, cho lãnh sắc cùng sách phong mang về nước:

"*Ngày 13 tháng 12 năm Chính Đức thứ 7 [19/1/1513].*

Trước kia Lễ khoa Cấp sự trung Lý Quán, Hành nhân Lưu Mật nhận sắc để phong cho Quốc vương Chiêm Thành Sa Cổ Bốc Lạc. Đến Quảng Đông, Mật bị bệnh mất. Sai Hành nhân Lưu Văn Thuỵ đi thay. Thuỵ chưa đến, Quán tâu rằng Chiêm Thành có những năm vào đầu triều đại đã không đến cống, mới đây các quan bàn không nên đi xa để phong; vậy xin tuyên sắc phong tại quán dịch Hoài Viễn tại Quảng Thành, cùng ban thưởng cho Vương và Phi những đồ vật; lệnh cho Sứ giả là bọn chú Vương, Sa Hệ Bả Ma, lãnh mang về. Sự việc đưa qua bộ lễ bàn rằng Sa Cổ Bốc Lạc nước Chiêm Thành xin phong đã hơn 2 năm rồi, nay vô cớ dừng lại không phong, là sai với chế độ phục hưng nước bị diệt, nối dòng bị đứt. Nếu trong muôn một Sa Hệ Bả Ma không tuân theo, hoặc phong người khác, rồi đi đến tranh chấp, thì xử sự làm sao đây? Xin như cũ, sai bọn Quán đến sắc tại nước này, để khỏi thất tín Di bên ngoài, mà thể chế của Trung Quốc cũng không bị tổn thất. Thiên tử chấp thuận." **Minh Thực Lục: Quan hệ Trung Quốc Việt Nam**, tập 3, trang 166.

"***Ngày 16 tháng 7 năm Chính Đức thứ 10 [25/8/1515].*** *Mệnh Sứ thần Chiêm Thành bọn Lực Na Ba lãnh sắc cùng sách phong trở về nước.*

Trước đây Sa Cổ Bốc Lạc sai sứ đến thỉnh phong, sai Cấp sự trung Lý Quán mang sắc đưa đi. Quán đến Quảng Đông, xin theo lệ năm trước đây sách phong cho Cổ Lai, cho Sứ thần lãnh sách phong trở về. Đình thần bàn rằng:

'Đã sai sứ đi trên hai năm, nay nếu dừng lại nửa chừng, thì không hợp với đạo phục hưng nước bị diệt, nối dòng bị đứt! Nếu Sứ thần không chịu lãnh sắc phong, hoặc lãnh sắc rồi lúc trở về không trao đúng người nhận, thì lại một lần nữa gây mối tranh chấp, lấy cách gì để xử đây ? Vậy nên lệnh

Quán đi gấp.'

Quán lại tâu:

'Đi sứ nơi xa cần có hướng đạo biết đường, Thông dịch viên biết ngôn ngữ và chữ viết; nay tất cả đều không có, xin bàn và phân xử.'

Đình thần bàn lại:

'Lệnh các quan Tuần Phủ địa phương, bằng mọi cách tìm cho được người hướng đạo và thông dịch. Nếu không có được, chấp nhận theo lệ cũ thi hành.'

Rồi Quán lại tâu thêm:

'Phụng mệnh đã hơn 5 năm, mấy lần dâng sớ lên nhưng chưa quyết định được cách đi. Ai mà chẳng biết rằng sóng gió nguy hiểm đáng sợ; nhưng đáng lưu ý là đất Chiêm Thành từ đời Cổ Lai, sau khi bị An Nam thôn tính, thì vị trí không rõ ràng. Y chạy trốn đến Xích Khảm bang, Đô Lang quốc [Phan Rang?]; không còn ở chỗ cũ, xét không thể đi được. Huống Cổ Lai là Đầu Mục của vua Chiêm Thành Tề Á Ma Vật Yêm, đã giết vua đoạt ngôi, vua có 3 con, hiện còn một người. Theo đạo nghĩa hành động của y không đúng; xét theo sử **Xuân Thu** *nếu không mang quân đi hỏi tội thì cũng nên chấm dứt con đường triều cống. Thần cho rằng cho họ lãnh sắc phong mà đi, còn giữ được điều lễ nghĩa; thì cần gì phải tìm kiếm hướng đạo, thông dịch, rồi đình thần họp bàn vô ích!'*

Gặp dịp Tuần Án Quảng Đông Ngự sử Đinh Giai tấu tương tự như lời của Quán; bèn đem xuống họp phủ, bộ, khoa đạo; bàn như sau:

'Trung Quốc đối với các Di Địch, đến thì vỗ về, không đến thì cắt đứt. Nay Thế tử (con Cổ Lại) ở nơi rừng núi bưng

biền không đến được; vậy nên ra lệnh Tuần Án Quảng Đông triệu Chánh sứ Lực Na Ba đến dụ rằng Sứ thần không thể đi xa được, rồi lấy sách phong cùng lễ vật từ Quán trao cho Sứ thần mang về; như vậy không mất lòng nước Di xa xôi, mà toàn vẹn thể chế của triều đình.'

Chiếu chấp nhận, rồi lệnh Quán trở về." **Minh Thực Lục: Quan hệ Trung Quốc Việt Nam**, tập 3, trang 171.

Tháng giêng năm Hồng Thuận thứ 5 [6/2-6/3/1513], (Minh Chính Đức năm thứ 8). Thừa tướng thượng tể Nguyễn Văn Lang mất. Nguyễn Văn Lang là em Trường Lạc Hoàng thái hậu. Ông tinh thông thao lược, sành sỏi phép dụng binh, sức mạnh có thể đánh được hổ. Trước đây, dấy quân ở Tây Kinh, Văn Lang xướng xuất việc nghĩa trước nhất, kéo quân về bình định được Đông Đô; vì có công lớn, được phong tước Nghĩa quốc công. Đến nay Văn Lang mất, được tặng phong tước Nghĩa Huân vương; việc táng, việc lễ đều dùng lễ nghi của vua chúa và được đúc tượng bằng vàng.

Ngày 26 [3/3/1513], nhà Minh sai Chánh sứ Trạm Nhược Thuỷ, Phó sứ Phan Hy Tăng sang phong Vua tước An Nam Quốc vương. Trong dịp này, nhà Vua và hai viên Sứ thần làm thơ xướng hoạ:

"Nhà Minh sai chánh sứ là Hàn lâm viện biên tu Trạm Nhược Thuỷ, phó sứ là Hình khoa hữu cấp sự trung Phan Hy Tăng sang sách phong vua làm An Nam Quốc Vương và ban cho một bộ áo mũ quan võ bằng da, một bộ thường phục. Hy Tăng trông thấy vua, bảo Nhược Thuỷ rằng: "Quốc vương An Nam mặt thì đẹp mà người lại lệch, tính háo dâm, là vua lợn, loạn vong sẽ không lâu đâu". Đến khi về, vua tặng biếu

rất hậu. Nhược Thuỷ và Hy Tăng không nhận. Vua làm thơ tiễn Nhược Thuỷ rằng:

'Phụng chiếu chi thừa xuất cửu trùng,

Hoàng hoa đáo xứ tống xuân phong.

Ân đàm Việt điện sơn xuyên ngoại,

Nhân ngưỡng Nghiêu thiên nhật nguyệt trung.

Văn quỹ xa thư quy hỗn nhất,

Uy nghi lễ nhạc ái chiêu dung.

Sứ tinh cảnh cảnh quang huy biến.

Dự hỷ Tam thai thuỵ sắc đồng.'

Dich thơ:

Chiếu phượng ban cho tự cửu phùng,

Hoàng hoa (5) chốn chốn vẫn xuân phong.

Ân trùm cõi Việt non sông khuất,

Người ngóng trời Nghiêu nhật nguyệt chung.

Lối xe cỡ chữ thâu về một (6),

Lễ nhạc uy nghi rõ chữ đồng.

Vằng vặc sứ trời soi sáng khắp,

Tam thai (7) ánh đẹp dự vui cùng.'

Nhược Thuỷ [20a] hoạ vần đáp lại rằng:

'Sơn thành thuỷ quách độ trùng trùng,

Sơ tụng tân thi kiến quốc phong.

Nam phục mạc ngôn phân thổ viễn,

Bắc thần trường tại phổ thiên trung.

Xuân phong hạo đãng hoa đông vũ,

Hoá nhật chiêu hồi hải cộng dung.

Ký đắc truyền tuyên thiên ngữ ý,

Vĩnh kỳ trung ngoại thái bình đồng.'

Dịch thơ:

'Thành non, quách nước trải bao trung,

Thơ mới vừa ngâm thấy quốc phong.

Chớ bảo Nam bang riêng đất lánh,

Còn kia Bắc đẩu khắp trời chung.

Gió xuân lồng lộng hoa đua múa,

Trời sáng lâng lâng biển cũng đồng.

Nhớ lúc truyền ban lời thánh chỉ,

Thái bình mọi chốn mãi mong cùng.'

Bài thơ của vua tiễn Hy Tăng rằng:

'Nhất tự hồng vân giả án tiền,

Sứ tinh quang thái chiếu Nam thiên.

Lễ quy nghĩ củ chu toàn tế,

Hoà khí xuân phong tiếu ngữ biên.

Ân chiếu phổ thi tân vũ lộ,

Viêm phong vĩnh điện cựu sơn xuyên.

Tình tri viễn đại lư hiền nghiệp,

Miễn phụ hoàng gia ức vạn niên.'

Dịch thơ:

'Từ chốn mấy hồng án đỏ xa,

Trời nam sao sứ rọi quang ba.

Lễ nghi quy củ khi thù ứng,

Cười nói tươi vui buổi khí hoà.

Ân chiếu rộng ban mưa móc mới,

Viêm bang vững mãi cựu sơn hà.

Hiền thần cơ nghiệp còn cao rộng,

Muôn năm gắng sức giúp hoàng gia.'

Hy Tăng hoạ vần đáp lại rằng:

'Hoàng gia thanh giáo cổ vô tiền,

Thử nhật xuân phong động hải thiên.

Long tiết viễn huy Nam đẩu ngoại,

Điểu tinh trường củng [20b] Bắc Thần biên.

Duy viên nghĩa tại tư phân thổ,

Nạp hối tài sơ quý tế xuyên.

Lâm biệt hà tu phân trọng tệ,

Tặng ngôn thâm ý ức tha niên.'

Dịch thơ:

'Hoàng gia thanh giáo dậy phương xa,

Trời biển xuân về gợn ánh ba.

Long tiết (8) sáng coi ngoài Nam đẩu,

Điểu tinh (9) chầu mãi Bắc thần hoà.

Phong đất nghĩa nên làm vách giậu,

Can ngăn tài kém thẹn qua hà,

Chia tay chi phải cho nhiều thứ,

Tặng lời thâm ý nhớ hoàng gia." **Toàn Thư**, Bản kỷ, quyển 15, trang 19b.

Ngày mồng 7 tháng 6 [9/7/1513], lụt lớn tại kinh thành; vỡ đê phường Yên Hoa, tức đê Yên Phụ, thông vào hồ Tây.

Tháng 8 [30/8-28/9/1513], dựng bia ghi tên tiến sĩ khoa Tân Mùi năm Hồng Thuận thứ 3 [1511]. Sai Thượng thư bộ Công Uy quận công Nguyễn Bá Lân trông coi việc dựng bia, Thượng thư bộ Lễ Đôn Thư bá Lê Tung soạn bi ký; Trung thư xá nhân Ngô Ninh viết chữ chân, Tri thượng bảo giám Nguyễn Huệ viết chữ triện.

Ngày 13 tháng 10 [9/11/1513], sai Binh bộ hữu thị lang Nguyễn Trọng Quỳ, Hàn lâm viện thị thư Hứa Tam Tỉnh, Đề hình giám sát ngự sử Nguyễn Quý Nhã sang cống nhà Minh. Hành trình của sứ bộ này gặp nhiều trắc trở; lúc đi, vừa vượt qua khỏi biên giới, đến huyện Long Châu, Quảng Tây thì thuyền bị lật, một viên hành nhân bị kẹt vào đá chết. Ngày 23 tháng 4 nhuần năm Hồng Thuận thứ 7 [5/6/1515] được triều Minh đón tiếp và ban yến tiệc. Đến tháng 4 năm năm Hồng Thuận thứ 8 [20/5-30/5/1516] trở về nước, chính vào lúc Vua Tương Dực mới bị quyền thần Trịnh Duy Sản giết, Trần Cảo làm loạn, chiếm cứ vùng Lạng Nguyên [Bắc Giang, Lạng Sơn]. Sứ bộ bị uy hiếp phải đem tài sản nhà nước giao cho Cảo. Vì lỗi này, nên vào năm Quang Thiệu thứ 6 [1421], bọn Thị lang Nguyễn Trọng Quỳ bị giết:

"***Ngày 19 tháng 4 năm Chính Đức thứ 10*** **[2/5/1515].** *Nước An Nam đến triều cống; Bồi thần Nguyễn Quí Nhã tâu rằng thuyền bị huỷ tại thác Liên Thôn, Long Châu; làm* *ướt 50 tấm quyên, Hành nhân Nguyễn Văn Hoán bi kẹt vào đá chết. Bộ Lễ tâu xin thương xót khoan thứ rộng rãi, cùng ban tuất cho người chết. Được chiếu chỉ bỏ qua số quyên do bất trắc bị ướt, về viên Hành nhân mệnh ty trách nhiệm cho khâm liễm, rồi chuyển theo trạm dịch về quê."* **Minh Thực Lục: Quan hệ Trung Quốc Việt Nam**, tập 3, trang 168.

"***Ngày 23 tháng 4 nhuần năm Chính Đức thứ 10 5/6/1515.*** *Quốc vương An Nam Lê Trừu sai Bồi thần Nguyễn Trọng Quỳ cống sản phẩm địa phương. Ban yến, thưởng lụa có phân biệt. Lại sai mang về ban cho Quốc vương 10 tấm lụa, 4 tấm gấm."* **Minh Thực Lục: Quan hệ Trung Quốc Việt Nam**, tập 3, trang 170.

"Sứ bộ tuế cống trước đây là bọn Binh bộ hữu thị lang Nguyễn Trọng Quỳ, Hứa Tam Tỉnh, Nguyễn Quý Nhã, về đến châu Bằng Tường, nghe tin Trần Cảo làm loạn, chiếm giữ vùng Lạng Nguyên đường sá bị tắc. Thông sự Hà Công Miễn và Đỗ Khánh Dư [30b] bàn đem tiền của nhà nước giao cho Cảo, đến năm Quang Thiệu thứ 6 [1421], *bọn Trọng Quỳ bị giết chết."* **Toàn Thư**, Bản Kỷ, quyển 15, trang 30a.

Tháng 2 năm Hồng Thuận thứ 6 [25/2-25/3/1514], (Minh Chính Đức năm thứ 9); Vua bái yết Tây Kinh, Thanh Hoá.

Tháng 3 [26/3-24/4/1514], thi Hội các sĩ nhân trong nước, số dự thi là 5700 người; lấy đỗ bọn Nguyễn Bỉnh Đức, gồm 43 người. Ngày 27 tháng 4 [2/5/1514], vua thân hành đến ngự điện, ra đầu bài văn sách hỏi về nhân tài. Cho bọn Nguyễn Đức Lượng, Nguyễn Chiêu Huấn, Hoàng Minh Tá 3 người, đỗ Đệ nhất giáp tiến sĩ cập đệ; bọn Nguyễn Vu 20 người, đỗ Đệ nhị giáp tiến sĩ xuất thân; bọn Nguyễn Bỉnh Di 20, người đỗ Đệ tam giáp đồng tiến sĩ xuất thân. Tháng

5 [24/5-21/6/1514], ban chiếu cho các tân khoa Tiến sĩ vào điện Thiên Quang làm bài ứng chế, vua sai làm bài **Thiên Quang điện ký.**

Vua sai đắp thành chặn ngang sông Tô Lịch, làm điện Tường Quang, cho bơi chèo thuyền trên Hồ Tây du hý. Còn giết một loạt 15 Vương, Công tôn thất; thông dâm với các cung nhân triều trước:

"Nhà vua thích mở mang việc thổ mộc; đắp thành rộng hàng mấy ngàn trượng bao bọc cả điện Tường Quang, quán Chân Vũ và chùa Kim Cổ Thiên Hoa; thành đắp từ phía đông nam đến phía tây bắc, chặn ngang sông Tô Lịch, bên trên đắp hoàng thành, bên dưới mở cửa cống, xây bằng gạcg đá, dùng sắt chắn suốt bề ngang. Lại làm thuyền chiến để đi chơi hồ Tây, bắt phụ nữ cởi trần bơi chèo để vui chơi thoả thích.

Vì nghe lời tâu bịa đặt của hiệu uý là Hữu Vĩnh (không rõ họ), *nhà vua giết 15 người vào hàng tước vương, tước công trong họ tôn thất. Lại triệu cung nhân của Mẫn Lệ công* [Vua Uy Mục] *và cung nhân triều trước để tư thông."* **Cương Mục**, quyển 26, trang 23.

Tháng 9 [18/9-17/10/1514], sai Thượng thư bộ Lễ bộ kiêm Đông các đại học sĩ Lê Tung soạn **Đại Việt thông giám tổng luận**, 1 quyển. Tung trước tên là Bang Bản, người làng An Lạc, huyện Thanh Liêm, Hà Nam. Theo Phan Huy Chú, khi Vũ Quỳnh làm xong sách **Đại Việt thông giám thông khảo** dâng lên, Vua Tương Dực muốn tóm tắt những điều quan trọng trong bộ sử ấy và có phê phán, làm thành **Tông luận** để đọc cho tiện, bèn sai Lê Tung soạn sách đó.

Tháng giêng năm Hồng Thuận thứ 7 [15/1-13/2/1515], (Minh Chính Đức năm thứ 10); sai Thuỵ quận công Ngô

Bính và Nguyên quận công Trịnh Duy Sản làm Đô tướng, Ngự sử đài thiêm đô ngự sử Nguyễn Khiêm Bính làm Tán lý quân vụ, đi đánh Phùng Chương ở vùng núi Tam Đảo thuộc huyện Tam Dương, Vĩnh Phúc. Chương thua chạy.

Tháng 2 [14/2-14/3/1515], vua thân hành xem tập trận ở xã Định Công, huyện Thanh Trì [Hà Nội]; lúc trở về, chơi nhà hoàng phi Lê thị, cung phi của Vua cũ Uy Mục.

Bấy giờ có người tự xưng là con Vua Uy Mục, lưu lạc sang châu Tư Lăng, xin quan trấn Lưỡng Quảng giúp quân hộ tống về nước, để giành ngôi. Nhưng triều Minh bấy giờ chủ trương không can thiệp vào nội bộ An Nam, nên từ chối:

"Ngày 5 tháng 4 năm Chính Đức thứ 10 [18/5/ 1515]. *Quan Trấn Tuần Lưỡng Quảng tâu:*

"Con Đoan Khánh Vương Vua Uy Mục nước An Nam tên là Dương Lãng từ châu Tư Lăng [Quảng Tây] *trở về nước để lên ngôi. Xin phát quan binh vùng Tư Minh* [Quảng Tây] *phụ cận, cùng quan binh Trung Giang hộ tống về nước. Nhưng lòng dân Di khó biết thực hư, nên sai người tra hỏi, cùng nghiêm sức đề phòng."*

Bộ Binh nhân tâu thêm:

"An Nam cách trở sông núi, thời Vĩnh Lạc (1403-1424) tuy đã từng nội thuộc nước Trung quốc ta, sau đó phản lại, nên đã bỏ đất này. Vì không muốn lo việc xa xôi mà phiền đến Trung Quốc, bây giờ há lại phát binh để hộ tống ư! Nên sức những vùng gần An Nam nghiêm nhặt phòng bị, không để cho người Di vào lãnh thổ. Vẫn cấm mọi người không được ngầm giao thông với chúng."

Thiên tử chấp thuận." **Minh Thực Lục: Quan hệ Trung Quốc Việt Nam**, tập 3, trang 169.

Tháng 10, bọn Đặng Hân và Lê Hất làm loạn ở vùng huyện Ngọc Sơn, Thanh Hoá. Ngày 27 [2/12/1515], vua sai tướng thống lãnh binh sĩ, lấy Đỗ Nhạc làm Tán lý quân vụ đi đánh, dẹp yên được.

Tháng giêng năm Hồng Thuận thứ 8 [3/2-2/3/1516] (Từ tháng 4 trở đi là Chiêu Tông Quang Thiệu năm thứ 1; Minh Chính Đức năm thứ 11); Trần Công Ninh nổi loạn tại xứ Đò Hối, huyện Yên Lãng [Phú Thọ]. Ngày 23 [25/2/1516], vua sai Đông các đại học sĩ Đỗ Nhạc trấn giữ Kinh thành, bèn đích thân đem các đại thần văn võ và đô đốc năm phủ đi đánh. Quân ra đến cửa Bắc Thần, vua ngự ở hành tại ven sông Nhị Hà, ra lệnh cho các tướng qua sông tiến đánh; phá tan quân giặc, giết được rất nhiều. Rồi luận công các tướng sĩ, trao quan chức cho từng người.

Vua vẫn tiếp tục sai quân năm phủ đắp thành, xây đài Cửu Trùng; đến đây lại có lệnh bắt các nha môn ở trong ngoài kinh thành phải làm gấp, tập hợp nhau lấy hồ, khiêng đất. Vua hàng ngày bất thần ngự chơi các nơi, chỗ nào vừa ý thì thưởng cho bài vàng, bài bạc. Có chỗ đã làm xong lại phải làm lại, sửa đổi xây đắp lại, hết năm này qua năm khác, liên miên không dứt. Quân lính đắp thành bị bệnh dịch đến một phần mười.

Ngày mồng 6 tháng 3 [7/4/1516], Thuần Mỹ điện giám Trần Cảo ở trang Dưỡng Chân, huyện Thuỷ Đường [Thuỷ Nguyên, Hải Phòng] nổi loạn:

"*Cảo thấy lời sấm nói rằng, phương đông có vượng khí thiên tử, liền ngầm mưu việc đại nghịch, trá xưng là cháu chắt của Trần Thái Tông, là họ ngoại của Quang Thục hoàng hậu* (10), *cùng với con là Cung và bè đảng là bọn Phan Ất* (tức người Chiêm, tên là Đồng Lợi, nguyên là gia nô của Trịnh Duy Đại), *Đình Ngạn, Đình Nghệ, Công Uẩn, Đình Bảo, Đoàn Bố dấy quân ở chùa Quỳnh Lâm huyện Đông Triều* [Quảng Ninh], *chiếm cứ các nơi ở hai huyện Thuỷ Đường và Đông Triều, trấn Hải Dương. Cảo mình mặc [27b] áo đen, quân sĩ đều cạo trọc đầu, tự xưng là Đế Thích giáng sinh, tiếm xưng niên hiệu là Thiên Ứng.*" **Toàn Thư**, Bản Kỷ, quyển 15, trang 27a.

Ngày mồng 1 tháng 4 [2/5/1516], Trần Cảo đem quân qua các huyện Tiên Du, Quế Dương, Gia Lâm [Bắc Ninh], tiến sát đến bến Bồ Đề, vì cách sông không sang được. Vua đích thân đi đánh, ngự ở điện Trường Thọ, ra lệnh điều động các tướng. Bọn Đông Nham bá Lại Thúc Mậu, Quảng Phúc bá Nguyễn Khắc Nhượng, Minh Vũ bá Trịnh Hồng chỉ huy quan quân qua sông, đánh mạnh đến các vùng Bồ Đề, Lâm Hạ [huyện Gia Lâm, Bắc Ninh]. Vua sai bắn ba tiếng súng, các quân xông lên đánh, cả phá quân giặc. Cảo thua chạy về Trâu Sơn [huyện Quế Dương, Bắc Ninh].

Ngày mồng 3 [4/5/1516], vua sai Định quận công Phùng Tiến, Diên Hưng bá Trịnh Khổng Chiêu, Phú Lộc bá Trịnh Ngạc đem quan quân đi đánh mấy lần không được. Tiến và Khổng Chiêu đều bị tử trận. Trịnh Ngạc bị bắt, Cảo muốn cho làm quan, nhưng Ngạc không theo nên bị giết. Nguyễn Hoằng Dụ đem quân đóng ở dinh Bồ Đề, Gia Lâm.

Kế đó, Quận công Trịnh Duy Sản giết nhà Vua ở hồ Chu Tước nay thuộc quận Đống Đa, Hà Nội; Hoàng hậu Khâm Đức tự tử, bề tôi thân là Thừa chỉ Nguyễn Vũ cũng bị Duy Sản giết. Duy Sản truất nhà Vua làm Linh Ẩn vương; Vua ở ngôi 8 năm, hưởng thọ 24 tuổi:

"*Trước đây, Duy Sản vì nhiều lần can ngăn trái ý vua, bị đánh bằng trượng. Duy Sản mới cùng với bọn Lê Quảng Độ, Trình Chí Sâm mưu việc phế lập, bèn sửa soạn thuyền bè, khí giới ở bến Thái Cực* [phố Hàng Đào, Hà Nội], *nói phao lên là đi đánh giặc.*

Đêm mồng 6 [7/5/1516], *hồi canh hai, đem hơn 3000 người ở các vệ Kim ngô và Hộ vệ vào cửa Bắc Thần. Vua nghe tin ấy, ngờ là có giặc đến, bèn ngự ra ngoài cửa Bảo Khánh. Ngày mồng 7* [8/5/1516], *mờ mờ sáng, có Thừa chỉ Nguyễn Vũ theo vua đi tắt qua cửa nhà Thái Học. Đến hồ Chu Tước, phường Bích Câu* [quận Đống Đa, Hà Nội], *vua gặp Duy Sản và hỏi: "Giặc ở phương nào?". Duy Sản không trả lời, quay nhìn chỗ khác cười ầm lên. Vua quất ngựa chạy về phía tây. Duy Sản sai vũ sĩ là tên Hạnh [28b] cầm giáo đâm vua ngã ngựa chết rồi giết chết. Nguyễn Vũ cũng chết theo vua. Đem xác vua về quán Bắc Sứ, khâm liệm rồi đem thiêu* (có thuyết nói: Để xác ngang trên mình ngựa, đem về cửa Nam Thiệu ở viện Đãi Lậu, chỗ phủ Tể tướng). *Khâm Đức hoàng hậu* (tên thuỵ là Đôn Tiết), *cũng tự nhảy vào lửa chết. Quân sĩ đem hai quan tài về chôn ở làng Ngự Thiên, giáng phong vua làm Linh Ẩn Vương* (nay có điện Quang Hiếu ở xã Mỹ Xá, huyện Ngự Thiên).

Hậu họ Nguyễn, tên huý là Đạo, con gái viên quản lĩnh ở hương Văn Giang. Nguyễn Vũ người làng Thiên Mỗ [Đại Mỗ, Từ Liêm, Hà Nội], *huyện Từ Liêm, do đỗ tứ trường kỳ thi Hương, viết chữ thảo đẹp, lại đem thơ quân ứng nghĩa* [quân Giản Tu công đánh Lê Uy Mục], *từ đầu, làm quan đến Binh bộ tả thị lang, được vua rất yêu quý. Khoa thi Hội năm Giáp Tuất [1514]. Vũ đã 58 tuổi, văn viết lủng củng, đã không được trúng tuyển. Vua cho thi lại, lấy đỗ đệ nhị giáp tiến sĩ xuất thân. Không bao lâu, làm tới Hình bộ thượng thư kiêm Bảo Thiên điện Đông [29a] các đại học sĩ, Hàn lâm viện thừa chỉ nhập thị kinh diên, ngày đêm uống rượu đánh bạc ở nội điện, bị người bấy giờ coi khinh. Đến nay đi theo vua, bảo con rằng: "Ăn lộc của vua, phải chết vì nạn của vua", cũng bị Duy Sản giết."* **Toàn Thư**, Bản Kỷ, quyển 15, trang 28a.

Chú thích:

1. Tam Đảo: Thuộc huyện Tam Dương, tỉnh Vĩnh Phúc.

2. Đông Ngạc: tức làng Vẽ, Nhật Chiêu: nay là xã Nhật Tân; đều thuộc huyện Từ Liêm, ngoại thành Hà Nội.

3. Đông Hà: Ô Quan Chưởng, Hà Nội.

4. Thuỵ Hương, Quả Động: Các xã này đều thuộc huyện Từ Liêm, ngoại thành Hà Nội, ở khoảng từ Chèm đến Hồ Tây. Quả Động là Tảo Xã, nay là xã Xuân Tảo.

5. Hoàng hoa: phần Tiểu nhã của **Kinh thi** có bài **Hoàng hoàng giả hoa** nói việc cử sứ thần. Sau này chữ "Hoàng Hoa" dùng để chỉ việc đi sứ, hoặc ca ngợi sứ thần.

6. Xe, chữ: tức xa, thư. Do điển "Thư đồng văn, xa đồng quỹ" ý chỉ thống nhất trục xe, chữ viết.

7. Tam thai: tên sao, tức ba vì sao Thượng Thai, Trung Thai, Hạ Thai, dùng làm biểu tượng cho chức tam công, ý câu này mong Nhược Thuỷ sẽ làm đến tam công.

8. Long tiết: tức sứ tiết. Câu này ý nói sứ Bắc tới cõi Nam.

9. Điểu tinh: Tinh là một vì sao trong thập nhị bát tú, ở phương Nam. Câu này ý nói: cõi Nam quây chầu về sao Bắc đẩu.

10. Quang Thục hoàng hậu: Tức Ngô Thị Ngọc Dao, bà phi của Lê Thái Tông, sinh ra Lê Thánh Tông.

111.
Vua Lê Chiêu Tông [1516-1522]

Trịnh Duy Sản sau khi giết Vua Lê Tương Dực, liền bàn mưu với các tông thất và đại thần, định lập Quang Trị, con của Mục Ý Vương; Mục Ý Vương là em của Cẩm Giang Vương Sùng. Nhưng Vũ Tá hầu Phùng Mại không nghe, bàn lập con trưởng của Cẩm Giang vương Sùng, là Y. Tường quận công Phùng Dĩnh sai lực sĩ giết Mại ở Nghị sự đường trong cung cấm, rồi lập [29b] Quang Trị khi ấy mới 8 tuổi. Mới được 3 ngày, chưa kịp đổi niên hiệu, thì Trịnh Duy Đại, anh Duy Sản, đem Quang Trị về Tây Đô, Thanh Hoá.

Bấy giờ An Hoà hầu Nguyễn Hoằng Dụ đóng quân ở Bồ Đề [Gia Lâm, Bắc Ninh], nghe tin Duy Sản làm việc thí nghịch, liền nổi giận đem quân vượt sông, đốt phá phố xá ở kinh thành, tính việc báo phục; chém Vũ Như Tô ở ngoài cửa kinh thành. Trước đây, Tô xuất thân là thợ, đem kỹ xảo mê hoặc vua làm điện trăm nóc, được bổ làm Đô đốc kiêm coi các sở ở bộ Công. Lúc này đương làm điện lớn chưa xong, dân gian ai cũng nghiến răng tức giận. Đến khi vua bị hại, Như Tô cũng bị quăng xác ra ngoài chợ, quan dân ai cũng chỉ trỏ xác hắn mà chê cười, có người còn nhổ nước bọt. Ngày hôm ấy, Trịnh Duy Sản và Lê Nghĩa Chiêu cùng các tông thất đại thần lại đón con trưởng của Cẩm Giang

Vương là Y, lập lên lên làm Vua, khi ấy 14 tuổi; tức Chiêu Tông Thần Hoàng Đế; kể từ tháng 4 [2/5-30/5/1516] dùng niên hiệu Quang Thiệu thứ nhất. Vua là cháu đích tôn của Kiến Vương Tân, cháu bốn đời của Thánh Tông, ở ngôi 7 năm, bị Mạc Đăng Dung giết, thọ 26 tuổi, chôn ở lăng Vĩnh Hưng. Bọn Duy Sản, Nghĩa Chiêu thấy Hoẳng Dụ đốt phá kinh thành, bèn sai lực sĩ Đàm Cử đón vua ngự ra ngoài, về thành Tây Đô Thanh Hoa, hội thề dấy quân khởi nghĩa; chỉ có Lê Quảng Độ ra đầu hàng Trần Cảo.

Lúc ấy, kinh thành vô chủ, dân chúng vào thành tranh nhau lấy vàng bạc, của báu, bạch đàn, xạ hương, lụa là, tơ gai. Người mạnh khoẻ tranh cướp vàng bạc, có người lấy được đến ba, bốn trăm lạng, người yếu cũng được đến hơn hai trăm lạng. Cung khuyết, kho tàng do vậy mà hết sạch.

Ngày 11 tháng 5 [10/6/1516], Trần Cảo lấy được Kinh thành, tiếm đặt niên hiệu là Thiên Ứng, ra triều đường làm việc, dùng Lê Quảng Độ coi việc nước. Bấy giờ, Đô lực sĩ Thiết sơn bá Trần Chân người xã La Ninh huyện Từ Liêm, tập hợp dũng sĩ và hương binh được 5,6 nghìn người, dấy binh ở chợ Hoàng Hoa [Ngọc Hà, Hà Nội]. Cảo nghe tin, bèn chia đường sai Phan Ất từ xã Bảo Đà, huyện Thanh Oai tiến đánh. Chân cũng từ xã Dư Dụ, huyện Thanh Đàm kéo đến. Chân đem quân đón đánh trước, tiến đến Cồn bắn [Giảng Võ, Hà Nội] đánh nhau dữ dội với Ất, khí giới hết cả, liền lấy mảnh vò vại ném vào quân của Ất. Chân bị thương ở răng miệng rất đau, lại vì quân bị cô lập không có cứu viện, khó lòng giữ lâu, bèn đang đêm rút về đóng quân ở chợ Hoàng Hoa.

Vua Chiêu Tông từ Tây Đô, tập hợp quân ba phủ (1); dùng Trịnh Duy Sản theo đường Thiên Quan [Ninh Bình], Ứng

Thiên [Sơn Tây] tiến phát; Nguyễn Hoằng Dụ theo đường phủ Trường Yên [Ninh Bình], Lý Nhân [Hà Nam] tiến phát; Bình Phú hầu Nguyễn Văn Lự và Vĩnh Hưng hầu Trịnh Tuy đem quân thuỷ bộ cùng tiến thẳng đến Đông Kinh.

Ngày 19 [18/6/1516], vua đến Tiêu Viên [Ứng Hoà, Hà Tây]. Trần Chân đi trước quân sĩ, một mình đến hành tại bái yết vua.

Ngày 23 [22/6/1516], quân phò Vua, bọn An Tín bá Trịnh Hy, Đề sát Lê Sạn, Tán lý Lê Dực, Ký lục Trương Huyền Linh, kế tiếp tiến vây ngoài cửa Đại Hưng. Cảo dẫn bọn phản nghịch lên lầu cửa Đại Hưng, phất cờ, bắn súng để chống lại quan quân. Trịnh Hy lùi dần, rút về Hồng Mai thì gặp quân của Nguyễn Hoằng Dụ, nên lại tiến vào. Khi ấy, Trịnh Duy Sản chỉ huy các quân thuỷ bộ cùng tiến, vây bốn mặt thành. Duy Sản đánh giặc từ bến Thái cực đến bến Đông Hà [ô Quan Chưởng, Hà Nội]. Quân giặc thua to. Trịnh Hy vây từ ngoài cửa Đại Hưng; Cảo đóng cửa thành cố thủ. Duy Sản vây phía tây bắc thành, lại gặp bọn giặc phản nghịch ở Sơn Tây là Hà Công Chân đem quân tiến sát thành định giết Cảo và tranh lập với vua. Duy Sản cố sức đánh, Công Chân bị thua và tử trận. Cảo phải mở cửa thành chạy qua sông Thiên Đức [sông Đuống], trốn lên Lạng Nguyên.

Ngày 24 [23/6/1516], vua đóng ở Thanh Đàm [Thanh Trì, Hà Nội], hôm sau Lương Văn hầu Nguyễn Thì Ung cùng với Đỗ Nhạc rước vua về kinh đô.

Tháng 8 [28/8-25/9/1516], bắt được đồ đảng của Trần Cảo là Phan Ất ở huyện Đông Triều [Quảng Ninh], đóng cũi giải về Kinh sư, đem chém ở phường Đông Hà.

Nhà vua hạ lệnh cho Trịnh Duy Sản chỉ huy quân thuỷ, bộ các dinh, và Phạm Khiêm Bính giữ chức tán lý việc quân, đi tuần hành bình định xứ Hải Dương; Trịnh Tuy, Lại Thúc Mậu và lực sĩ Đàm Cử đi tuần hành bình định xứ Kinh Bắc.

Tháng 11 [24/11-22/12/1516], vua lại hạ lệnh cho bọn Trịnh Duy Sản, Nguyễn Hoằng Dụ, Trịnh Hồng và Nguyễn Khắc Nhượng đem quân đi đánh Trần Cảo. Vì bại trận, Trịnh Duy Sản bị Trần Cảo giết:

"*Bọn Duy Sản và Hoằng Dụ tiến quân đóng ở Chí Linh* [Hải Dương]. *Duy Sản cùng Trần Cao* [Cảo] *chống cự với nhau ở chỗ giáp giới xã Nam Giãn. Thấy tên Hạnh, một tì tướng, bị chết ở mặt trận, Duy Sản nổi giận, tiến sát đến nơi, các tướng can ngăn, Duy Sản không nghe, bèn chia đường cùng tiến, tự mình dẫn đầu sĩ tốt. Bên giặc tung quân kỳ binh ra đánh cướp. Duy Sản bị Trần Cao bắt được, đem giết đi, Trần Cao tiến quân thẳng đến Bồ Đề. Nhà vua sai Thiết Sơn bá Trần Chân ra đón đánh, phá tan được. Cảo lại lẩn lút ở Lạng Nguyên không dám ra, truyền ngôi cho con là Cung tiếm niên hiệu là Tuyên Hoà. Sau Trần Cao cạo đầu làm sư, trốn tránh được thoát.*" **Cương Mục**, quyển 26, trang 34.

Tháng giêng năm Quang Thiệu thứ 2 [22/1-20/2/1517], (Minh Chính Đức năm thứ 12). Nhà vua truy tôn cho ông là Kiến vương Tân làm Đức Tông Kiến Hoàng đế, cha là Trang định đại vương Sùng làm Minh Tông Triết Hoàng đế; rồi hạ lệnh cho Đàm Thận Huy, thượng thư bộ Lễ, định những chữ huý. Lại truy tôn Mẫn Lệ công làm Uy Mục đế, Linh Ẩn vương làm Tương Dực đế.

Tháng 7 [19/7-16/8/1517], Nguyễn Hoằng Dụ và Trịnh Tuy hai người sửa soạn binh lính đánh lẫn nhau; sau đó Hoằng

Dụ rút quân về Thanh Hoá. Trịnh Duy Đại, anh Duy Sản; bị tố cáo có âm mưu lập Vua khác, nên bị giết:

"Trước đây, Hoằng Dụ và Trịnh Tuy đều phụng mệnh vua đánh giặc, kịp lúc về kinh sư, vì nghe lời con em gièm pha, hai người thành ra hiềm khích, Hoằng Dụ thác là có bệnh không vào chầu, đóng quân ở phường Đông Hà, Trịnh Tuy đóng quân ở ngoài thành Đại La, hai người cùng nhau chống cự. Nguyễn Quán Chi, một viên quan trong Lục Khoa, đem việc ấy tâu bày. Nhà vua dùng sự tích Giả, Khấu, Liêm, Lạn (2) để dụ bảo, nhưng không giải hoà được. Nguyễn Văn Lự cùng Trịnh Duy Đại hẹn nhau cùng vào chầu để tâu vua xin đứng hoà giải. Khi đến trước điện. Văn Lự lấy tờ sớ bí mật trong tay áo đưa ra, nói Trịnh Tuy cùng Trịnh Duy Đại bàn mưu với nhau lập Nguyễn Tùng là con Nguyễn Trinh, làm nguỵ chúa, định làm việc bạo nghịch lớn. Bấy giờ nhà vua sai bắt Duy Đại cùng đồ đảng của hắn là bọn Trịnh Bá Quát đều đem chém. Ngày hôm ấy, Hoằng Dụ cất quân đánh Trịnh Tuy ở quãng phường Khúc Phố, Phục Cổ [huyện Thọ Xương] *ba lần đánh đều không thắng được. Nguyễn Thế Phó, đồ đảng của Tuy, trúng mũi tên phải rút lui. Tuy bèn bỏ chạy. Trần Chân là người có nghĩa cũ với Trịnh Tuy, cất quân đánh Hoằng Dụ, lại mật hạ trát cho con em các doanh ở Sơn Tây cùng đánh, Hoằng Dụ lánh chạy vào Thanh Hoa."* **Cương Mục**, quyển 26, trang 35.

Trần Chân đã đuổi được Nguyễn Hoằng Dụ, bèn mang quân về bảo vệ kinh sư. Nhà vua sai viên tướng mới đầu hàng là bọn Nguyễn Công Độ đem quân bộ và Mạc Đăng Dung đem quân thuỷ đuổi Hoằng Dụ. Hoằng Dụ chạy vào Thuần Hựu [huyện Hậu Lộc, Thanh Hoá]. Quan quân bèn đào mả bố Hoằng Dụ là Nguyễn Văn Lang đem chém đầu. Hoằng

Dụ đem quân chống lại và viết thư trần tình với Đăng Dung. Đăng Dung nhận được thư, đóng quân lại không đánh nữa, nhân đấy, Hoằng Dụ rút quân được toàn vẹn.

Tháng 12 nhuận [12/1/1518-9/2/1518], Lê Quảng Độ bị bắt rồi nhận tội, nhà vua sai đem giết đi. Trước đây, Trần Cảo đem quân xâm phạm vào cung khuyết, Quảng Độ lấy danh phận là thái sư Thiệu quốc công, đón Trần Cảo, xin đầu hàng, được Cảo uỷ thác cho giữ công việc trong nước. Đến nay, bọn tướng trấn thủ là Hà Phi Chuẩn và Nguyễn Lỗ bắt được Quảng Độ đưa về kinh sư; bầy tôi trong triều trong đó có Mạc Đăng Dung dâng sớ hặc tâu; nên nhà Vua đem giết đi.

Năm này trong nước bị đói to, nhân dân chết đói, thây nằm chồng chất lên nhau. Các huyện Đông Triều, Giáp Sơn thuộc Hải Dương và huyện Yên Phong, Tiên Du, Đông Ngàn thuộc Kinh Bắc, nạn đói càng dữ.

Tháng giêng năm Quang Thiệu thứ 3 [10/2-10/3/1518], (Minh Chính Đức năm thứ 13); thi Hội các cử nhân trong nước, lấy đỗ bọn Đặng Ất 17 người. Đến khi thi Đình, đầu đề văn sách hỏi về việc biết người yên dân. Cho bọn Ngô Miễn Thiệu, Nguyễn Mân Đốc, Lưu Khải Chuyên 3 người đỗ Đệ nhất giáp tiến sĩ cập đệ; bọn Lại Kim Bảng 6 người đỗ Đệ nhị giáp tiến sĩ xuất thân; bọn Nguyễn Đệ 8 người đỗ Đệ tam giáp đồng tiến sĩ xuất thân. Gia phong Mạc Đăng Dung tước Vũ Xuyên hầu.

Ngày 11 tháng 7 [16/8/1518]; nhà Vua nghe lời dèm pha bởi một câu hát đồng dao vu vơ, giết Thiết Sơn bá Trần Chân; người có công phò Vua dẹp loạn Trần Cảo. Bọn Hoàng Duy Nhạc, đồ đảng của Trần Chân, nổi loạn, nhà vua phải chạy qua Gia Lâm; khiến cơ đồ đi đến chỗ sụp đổ:

"Trước đây, sau khi đã đuổi được Hoằng Dụ, Trần Chân nắm hết quyền binh trong tay, đến Mạc Đăng Dung cũng phải sợ, hỏi lấy con gái Trần Chân cho con trai mình là Đăng Doanh. Lúc ấy có người hiếu sự làm câu sấm rằng: "Trần hữu nhất nhân, vì thiên hạ quân, thỏ đầu hổ vĩ, tế thế an dân "[họ Trần có một người, làm vua thiên hạ, đầu thỏ đuôi hùm, giúp đời yên dân]. *Vì cớ ấy, Quốc cữu Chử Khải, cùng bọn Thọ quốc công Trịnh Hựu, Thuỵ quận công Ngô Bính mưu tính với nhau rằng: "Trần hữu nhất nhân "tức là Trần Chân, "thỏ* [Mão] *đầu, hổ* [Dần] *vĩ "tức là cuối năm Dần, đầu năm Mão. Bọn này sợ năm Mão sẽ có biến loạn, nên khuyên nhà vua toan tính sớm đi.*

Đến nay nhà vua cho triệu Trần Chân vào trong cung cấm, hạ lệnh đóng các cửa thành rồi sai lực sĩ bắt, Trần Chân chạy đến trên thành, người giữ cửa bắt được đem chém. Lúc ấy, bộ tướng của Chân là bọn Hoàng Duy Nhạc, Nguyễn Kính và Nguyễn Áng được tin Chân bị giết, liền đem quân xông vào cửa Đại Hưng, bị người giữ cửa chống cự, không vào được. Nhà vua thống suất quân sĩ tuần hành trong thành, sai đem đầu Trần Chân giơ lên cho mọi người biết, bọn Kính và Áng rút lui tụ hợp ở Yên Lãng [chùa Láng ở quận Đống Đa, Hà Nội], *rồi lại xâm phạm sát vào kinh thành. Đương đêm nhà vua phải chạy đi Gia Lâm* [Bắc Ninh] *lánh nạn, sáng hôm sau đến Dương Quang* [huyện Siêu Loại, Bắc Ninh], *vào nhà đô lực sĩ Đàm Cử, quá trưa chưa có cơm ăn, dân chúng tranh nhau đem dâng bánh khoai. Lúc ấy, Trịnh Tuy đóng ở Sơn Nam, có hơn vạn quân, được tin nhà vua chạy ra ngoài thành, quân sĩ đều giải tán bỏ đi. Do đó, bọn Duy Nhạc đem đồ đảng cướp bóc thả cửa, trong kinh sư thành ra trống rỗng. Nhà vua cho triệu Hoằng Dụ đem quân đánh giặc, nhưng Hoằng Dụ chần chừ, không đem quân đến."* **Cương Mục** quyển 26, trang 38.

Tháng 8 [5/9-4/10/1518], Thừa chính sứ Kinh Bắc Phạm Khiêm Bính nghe tin Vua chạy sang Gia Lâm, bèn đến hành tại bái yết, rồi vâng mệnh điều động lương thực cấp cho quân lính.

Vua sai Cung Kiệm hầu Hà Văn Chính, Cối Khê bá Lê Đại Đỗ đi gọi Mạc Đăng Dung ở Hải Dương về. Đăng Dung lại sai người đi dụ đệ tử của Trần Chân, như bọn Nguyễn Áng; chúng đều nói: "*Thiết Sơn bị giết, do ở bọn Chử Khải, Trịnh Hựu, Ngô Bính dèm pha, nếu giết ba người ấy thì vua tôi lại như cũ, không có mưu đồ gì khác.*" Vua chấp nhận giết ba người; nhưng bọn Áng lại càng hoành hành, không chịu rút quân.

Tháng 9 [5/10-2/11/1518], Đăng Dung lấy cớ rằng nhà vua ở Gia Lâm gần địa phận của giặc, xin dời đến Bảo Châu [Từ Liêm, Hà Nội]. Đô ngự sử Đỗ Nhạc và Thiêm đô ngự sử Nguyễn Dự, là những cận thần đều can. Ngày 21 tháng 9 [25/10/1518] Đăng Dung sai đồ đảng của mình là Đinh Mông bắt Nhạc và Dự đem giết ở ngoài cửa bắc chỗ hành doanh xã Xuân Đỗ [Gia Lâm], khiến bầy tôi ai cũng run sợ. Đăng Dung bèn rước vua đi Bảo Châu. Từ đấy quyền binh trong triều đình, ngoài biên trấn, về hết trong tay Đăng Dung.

Sau khi nhà vua đã dời đến Bảo Châu, Trịnh Tuy và Nguyễn Si giao thông với giặc là bọn Nguyễn Kính đệ tử của Trần Chân, cùng nhau lập tên Bảng là con của Tĩnh Tu công Lộc, xưng niên hiệu là Thiên Đức, dựng hành điện ở xã Miêu Nha, huyện Từ Liêm. Lúc ấy, nhà Vua ở Bảo Châu, sai người bảo Nguyễn Hoằng Dụ đem quân cứu viện. Nhà vua hạ lệnh cho Hoằng Dụ cùng với Đăng Dung thống lĩnh quân các đạo Thanh Hoá và Sơn Nam tiến đánh bọn Kính và Áng ở Sơn Tây. Hoằng Dụ đem quân đánh trước, nhưng không thắng lợi, Hoằng Dụ suy tính rằng mình không thể đánh phá được bọn này, bèn dẫn quân về Thanh Hoá, ít lâu sau thì chết, chỉ còn một mình Đăng Dung cầm cự nhau với bọn Kính và Áng.

Tháng 10 [3/11-2/12/1518], sai Mạc Đăng Dung thống lĩnh các dinh quân thuỷ, bộ; Vua lại trở về hành dinh thuộc xã Xuân Đỗ, huyện Gia Lâm.

Tháng giêng năm Quang Thiệu thứ 4 [31/1-28/2/1519], (Minh Chính Đức năm thứ 14), Vua đóng tại hành dinh Bồ Đề, Gia Lâm. Trịnh Tuy làm cầu phao tiến quân, qua giữa sông để khiêu chiến. Vua sai đại tướng đánh phá, chặt đứt cầu phao, chém được tướng giặc Mai Dương Bá. Bọn Tuy cùng với Lê Do rút về vùng Yên Lãng, Yên Lạc [tỉnh Vĩnh Phú]. Vua lại sai tướng đến đánh, bọn Tuy đang đêm kinh sợ trốn chạy.

Tháng 7 [26/7-24/8/1519], mưa to. Sai Mạc Đăng Dung thống lĩnh các quân thuỷ bộ vây Lê Do ở Từ Liêm [Hà Nội], rồi phá đê cho nước vỡ vào quân Lê Do. Bọn Do và Nguyễn Sư chạy đến Ninh Sơn [Quốc Oai, Hà Tây], quan quân bắt được, giải về đem đi rao cho dân chúng biết.

Ngày 20 tháng 9 [13/10/1519], vua về kinh đô, đại xá, ban ân khắp, cho các quan được thăng 1 cấp, phong Mạc Đăng Dung làm Minh quận công.

Tháng giêng năm Quang Thiệu thứ 5 [20/1-18/2/1520], (Minh Chính Đức năm thứ 15); cử Mạc Đăng Dung làm tiết chế các quân dinh thuỷ bộ; lấy Phạm Gia Mô, thông gia với Đăng Dung làm tán lý quân vụ; thế là thế lực quân đội đều vào trong tay Mạc Đăng Dung.

Lúc này Vũ Nghiêm Uy nổi dậy ở Đại Đồng (thuộc Tuyên Quang), vua sai Quỳnh Khê hầu Vũ Hộ đem quân đi đánh, lấy Phạm Khiêm Bính làm tán lý quân vụ. Quan quân tiến đến xã Đại Đồng thì Nghiêm Uy chạy trốn vào động núi.

Tháng 4 [17/4-16/5/1520], thi Hội các sĩ nhân trong nước, lấy đỗ bọn Nguyễn Bật 14 người. Đến khi thi Đình, vua thân hành ra đầu bài văn sách hỏi về nhân tài, cho Nguyễn Thái Bạt đỗ Đệ nhị giáp tiến sĩ xuất thân, bọn Nguyễn Bật 13 người đỗ Đệ tam giáp đồng tiến sĩ xuất thân.

Ngày 29 tháng 8 nhuần [10/10/1520], truy tặng Đỗ Nhạc hàm Thiếu bảo, Thượng thư, Ngự sử đài đô ngự sử Văn Trinh bá, tên Thuỵ là Văn Tiết. Lấy Ngự sử đài thiêm đô ngự sử Nguyễn Mậu làm Phó đô ngự sử, Nguyễn Quý Nhã làm Lại bộ thượng thư bồi thị kinh diên.

Về phía Chiêm Thành, cũng vào tháng 8 nhuần, Quốc vương Sa Cổ Bốc Lạc sai chú đến nhà Minh triều cống; được tiếp kiến và ban thưởng hai lần:

"***Ngày 5 tháng 8 nhuần năm Chính Đức thứ 15 [16/9/1520]***

Nước Chiêm Thành sai Sứ thần, Đầu mục, Thông sự Phiên Sảo và chú của vua là Sa Một Để Đại đến triều cống. Ban yến, thưởng các vật như lụa thải, đoạn có sai biệt."
Minh Thực Lục: Quan hệ Trung Quốc Việt Nam, tập 3, trang 171.

"Ngày 17 tháng 12 năm Chính Đức thứ 15 [25/1/1521]

Quốc vương Chiêm Thành Sa Cổ Bốc Lạc sai chú là Sa Một Để Đại cùng bọn Chánh Phó sứ Sa Bát Thoát Na Biện tiến cống, tạ ơn được sách phong. Mỗi người được ban cho mũ, dây đai có sai biệt." **Minh Thực Lục: Quan hệ Trung Quốc Việt Nam**, tập 3, trang 172.

Tháng giêng năm Quang Thiệu thứ 6 [7/2-8/3/1521], (Minh Chính Đức năm thứ 16); phong Mạc Đăng Dung làm Nhân quốc công, tiết chế các doanh quân thuỷ bộ 13 đạo. Lấy Phạm Khiêm Bính làm Thượng thư bộ Lại.

Ngày 14 tháng 3 [20/4/1521], Vua Vũ Tông nhà Minh băng, không có con nối dõi. Từ Thọ Hoàng thái hậu bàn định theo ý chỉ của tổ tiên, anh chết truyền ngôi cho em; làm di chiếu, sai đại thần rước con thứ là Hậu Thông nối nghiệp, ngày 22 tháng 4 [27/5/1521], lên ngôi Hoàng đế; lấy năm sau làm năm Gia Tĩnh thứ 1.

Tháng 7 [2/8-31/8/1521], vua ngự đến phủ đệ của Mạc Đăng Dung, gia phong Đăng Dung chức Thái phó.

Tháng 8 [1/9-29/9/1521], nhà vua sai Đăng Dung đi đánh Trần Cung con Trần Cảo, ở Lạng Nguyên [Bắc Giang, Lạng Sơn], Trần Cung phải chạy. Trước kia, Trần Cảo trốn lên Lạng Nguyên, triều đình vì bận nhiều việc, nên chưa kịp kinh lý đến nơi xa. Cảo lén lút chiếm cứ các huyện thuộc Lạng Nguyên và Kinh Bắc, qua 5 năm, truyền cho con là Cung. Cung tiếm hiệu là Tuyên Hoà; còn Cảo thì cắt tóc làm sư, lẩn trốn đâu, không ai biết. Tháng 9 [30/8-29/10/1521], quan quân tiến đến vùng Lạng Nguyên, bọn Cung đều bỏ chạy, bắt được vợ và con gái của Cung đem giết đi. Cung chạy vào châu Thất Nguyên [Thất Khê, Lạng Sơn]; lại có thuyết nói Cung chạy trốn sang nước Minh, sau bị đóng cũi giải về kinh sư.

Tháng giêng năm Quang Thiệu thứ 7 [28/1-25/2/1522], (Từ tháng 8 trở về sau, chép Vua Cung Hoàng, Thống Nguyên năm thứ 1; Minh Thế Tông, Gia Tĩnh năm thứ 1). Nhà Minh sai Hàn lâm viện biên tu Tôn Thừa Ân và Cấp sự trung Du Đôn sang báo tin Vua Gia Tĩnh lên ngôi. Gặp khi nước ta có loạn, bọn Thừa Ân không đến nơi được. Đến năm sau [1523], Thừa Ân trở về phủ Thái Bình, còn Đôn bị chết ở dọc đường.

Sử Trung Quốc **Minh Thực Lục** xác nhận sự kiện nêu trên; duy chép nhầm rằng Lê Huệ [Vua Chiêu Tông] là con Lê Trù [Vua Tương Dực], thực ra Huệ là cháu ruột của Trù:

"***Ngày 24 tháng 3 năm GiaTĩnh thứ 2** [9/4/1523]. Trước đây Hàn lâm viện Biên tu Tôn Thừa Ân, Hữu Cấp sự trung bộ Lễ Du Đôn mang chiếu dụ, cùng lụa là đến ban cho Quốc vương An Nam Lê Trù. Đến Long Châu nghe tin bề tôi nước này là Trần Cảo nổi loạn, Trù bị giết, người trong nước lập con thứ của Trù là Huệ (3) lên làm vua. Bầy tôi là Mạc Đăng Dung lại làm phản, đuổi Huệ. Đường sá không thông, Sứ giả không vào được, về đến Ngô Châu* [Quảng Tây], *Đôn bị bệnh sắp mất, Thừa Ân dâng sớ trình bày sự việc. Tổng đốc Lưỡng Quảng, Đô Ngự sử Trương Đỉnh cũng dâng sớ; bộ Lễ bàn thêm. Thiên tử mệnh Thừa Ân trở về kinh; lệnh quan Trấn, Tuần điều tra thêm sự tình đất Di rồi trình lên."* **Minh Thực Lục: Quan hệ Trung Quốc Việt Nam**, tập 3, trang 175.

Ngày 20 tháng 4 [15/5/1522], giặc cướp nổi lên ở kinh thành, đốt phá phố xá trong nội thành. Vua sai Đông quân công Mạc Quyết, Quảng quận công Kiều Văn Côn sai thuộc hạ dàn trận ở ngoài thành, kinh kỳ mới được yên.

Cùng trong tháng, Bảo Xuyên hầu Lê Khắc Cương và Lương Phú hầu Lê Bá Hiếu làm loạn, nổi dậy ở vùng Đông Ngàn, Gia Lâm [Hà Nội]. Mạc Đăng Dung thân hành đem các tướng đi đánh không được, Phó đề hình Tứ thành quân vụ Trâu Sơn bá Lê Thị chết tại trận. Sau sai tướng khác đi đánh; Bá Hiếu thua, chạy trốn lên Lạng Nguyên [Bắc Giang, Lạng Sơn], bị bắt giải về Kinh sư, xử tử.

Ngày 27 tháng 7 [18/8/1522], nhà Vua mưu thoát ra khỏi sự khống chế của Mạc Đăng Dung, chạy ra huyện Minh Nghĩa tức huyện Tùng Thiện, tỉnh Sơn Tây.

Bấy giờ Mạc Đăng Dung uy quyền ngày một lớn, lòng người hướng theo. Đăng Dung đem con gái nuôi vào hầu vua, tiếng là chầu hầu, thực ra là để dò xét, coi giữ. Lại cho con trưởng là Đăng Doanh làm Dục Mỹ hầu, trông coi điện Kim Quang. Đăng Dung đi bộ thì lọng phượng giát vàng, đi thuỷ thì thuyền rồng giây kéo, nghi vệ như Thiên tử; ra vào cung cấm, không kiêng sợ gì. Lại giết bọn thị vệ của Vua là bọn Nguyễn Cấu, Đô lực sĩ Minh Sơn bá Nguyễn Thọ và Đàm Cử.

Tình thế cấp bách, Vua mưu ngầm với bọn Phạm Hiến, Phạm Thứ, sai người đem mật chiếu vào Tây Kinh sai Trịnh Tuy nghênh tiếp tăng viện. Vào canh hai đêm 27, bọn Hiến, Thứ vào hầu yến, rồi đón vua ra ngoài, Hoàng thái hậu và em vua là Xuân không được biết. Vua ra đến xã Mộng Sơn, huyện Minh Nghĩa, Sơn Tây; hôm sau Đăng Dung biết chuyện, đem quân đi đón chặn những nơi quan yếu.

Ngày 28 [19/8/1522], Đăng Dung kéo cờ ở Kinh thành,

truyền lệnh cho các nhà ở phố phường không được kinh động. Lại sai bọn Hoàng Duy Nhạc binh mã đuổi theo kịp vua ở huyện Thạch Thất, Sơn Tây. Vua đem quân huyện Thạch Thất chống lại, bắt được Duy Nhạc. Đăng Dung vào Kinh tha cho Trình Chí Sâm và Nguyễn Thì Ung ra khỏi tù. Trước đây, Vua cho là hai người này hùa theo Đăng Dung, đem giam ở điện Quỳnh Văn, chưa kịp giết thì chạy ra ngoài, cho nên Đăng Dung tha ra.

Bấy giờ, vua đã chạy ra ngoài, Đăng Dung bèn cùng với Thái sư Lượng quốc công Lê Phụ, Mỹ quận công Lê Chu, Cẩm Sơn hầu Lê Thúc Hựu, Hoằng Lê hầu Phạm Gia Mô, Đoan Lễ hầu Dương Kim Ao, Quỳnh Khê hầu Vũ Hộ, Dương Xuyên hầu Nguyễn Như Quế, cùng bàn lập em vua là Xuân.

Mạc Đăng Dung nhận thấy đóng đô tại kinh thành không an toàn, bèn sai Lê Chu và Nguyễn Như Quế đón Xuân sang Hồng Thị, huyện Gia Phúc, Hải Dương, rồi sai quân dân đắp luỹ lập hành điện tại Cẩm Giàng, Hải Dương để phòng giữ. Bọn Phó đô tướng Bắc Giang Phúc Sơn bá Hà Phi Chuẩn, Bình Hồ bá Nghiêm Bá Ký, Phúc Nguyên bá Nguyễn Xí, Phù Hưng bá Phạm Tại đã nhận được mật chiếu và văn phủ dụ của Vua Chiêu Tông từ trước, bèn đem con em xứ Bắc Giang đến đóng quân ở sông Tây Kiều, huyện Đông Ngàn [huyện Từ Sơn, Bắc Ninh]; Lâm Xuyên bá Đàm Thận Huy, Chưởng Hàn lâm viện Nguyễn Hữu Nghiêm và Dương Khảo đều ở cả đấy.

Đăng Dung đốc thúc các tướng cầm cự với bọn Phi Chuẩn; lại dụ được Phạm Tại làm hướng đạo; khiến bọn Phi Chuẩn, Bá Ký đều thua chạy cả.

Ngày mồng 1 tháng 8 [21/8/1522], Đăng Dung cùng với

bọn Lê Phụ đem các quan, cùng tôn hoàng đệ Xuân lên ngôi Hoàng đế. Xuống chiếu rằng:

"Trời lập vua là vì dân, vua vâng mệnh trời [57a] là để thương dân. Anh ta là Quang Thiệu hoàng thượng, kính nhậm phúc trời, kế thừa nghiệp tổ, dẹp yên loạn lạc, trở lại chính thống, ban bố ân đức, giữ yên sinh dân, đến nay đã được 7 năm. Đêm ngày 27 tháng 7 nay, bị kẻ gian bắt hiếp dời ra bên ngoài. Triều thần là bọn Lê Phụ thấy trẫm là con thứ hai của Minh Tông Triết Hoàng Đế, là em ruột Quang Thiệu hoàng thượng, đồng lòng suy tôn, hai ba lần khuyên mời lên ngôi. Trẫm thấy tông xã sinh dân là điều hệ trọng, cố ý từ chối không được, bèn kính cáo tông miếu, lấy ngày mồng 1 tháng 8 năm nay lên ngôi, đổi niên hiệu là Thống Nguyên năm thứ 1, đại xá thiên hạ gồm 32 điều." **Toàn Thư,** Bản Kỷ, quyển 15, trang 56b.

Chú thích:

1. Ba phủ: tức là các phủ Thiệu Thiên sau gọi là Thiệu Hoá, Hà Trung và Tĩnh Gia thuộc tỉnh Thanh Hoá.

2. Giả Phục - Khấu Tuân - Liêm Pha - Lạn Tương Như: Giả Phục và Khấu Tuân đều là đại tướng của Quang Vũ nhà Đông Hán, vì Tuân giết một bộ tướng của Phục mà hai người sinh hiềm khích toan đánh chém lẫn nhau. Quang Vũ cho triệu hai người đến trước mặt dụ bảo rằng: "Nay thiên hạ chưa bình định, sao hai con hổ lại đấu chọi với nhau ". Từ đấy Phục và Tuân lại vui vẻ cùng nhau đi chung xe ra về, và kết bạn bè với nhau.

Liêm Pha và Lạn Tương Như người thời Chiến Quốc, đều làm quan nước Triệu; Liêm Pha làm tướng võ, Tương

Như làm tướng Văn, chỉ vì ngôi thứ cao thấp mà Liêm Pha toan làm nhục Tương Như, người nhà Tương Như lấy làm hổ thẹn. Tương Như bảo người nhà rằng: "Sở dĩ nước Tần không dám đánh nước Triệu, là vì nước Triệu có hai chúng tôi. Nay nếu hai con hổ đánh nhau, tất nhiên không sống cả được, cho nên tôi cần phải trọng việc nước mà bỏ thù riêng đi ". Khi Liêm Pha nghe được lời nói ấy, thân hành đến nhà Tương Như tạ lỗi và xin kết bạn chí thân.

3. Lê Huệ tức vua Lê Chiêu Tông, con trưởng của Cẩm giang vương Sùng. Tại đây **Minh Thực Lục** chép lầm; Huệ gọi Vua Tương Dực Lê Trừu là chú ruột, chứ không phải là con.

112.
Lê Cung Hoàng
[1522 -1527]

Cung Hoàng đế tên huý là Xuân, cháu bốn đời của Vua Thánh Tông, cháu nội Kiến Vương Tân, con thứ Cẩm Giang Vương Sùng, là em cùng mẹ với Vua Chiêu Tông. Vua sinh ngày 26 tháng 7 năm Đoan Khánh thứ 3 [2/9/1507]; ở ngôi 5 năm. Vào ngày 15 tháng 6 năm Thống Nguyên thứ 6 [12/7/1527] Mạc Đăng Dung bắt phải nhường ngôi, sau đó mấy tháng bị Đăng Dung giết, chôn ở lăng Hoa Dương.

Khởi đầu sự nghiệp, trong chiếu lên ngôi lấy cớ anh ruột là Vua Chiêu Tông bị kẻ gian bắt hiếp đưa ra ngoài, bèn lên ngôi Vua, niên hiệu Thống Nguyên.

Ngày mồng 10 tháng 8 năm Thống Nguyên thứ nhất [30/8/1522] (Minh Thế Tông, Gia Tĩnh năm thứ 1); Mạc Đăng Dung thấy tình hình tại kinh thành không an toàn, bèn đem Vua đến Hồng Thị rồi làm hành điện ở Cẩm Giàng Hải Dương; chuyển vận vàng bạc, tiền của, ở các kho tàng trong thành đem cả về đấy.

Ngày 16 [5/9/1522], vua cũ Chiêu Tông trở về kinh thành, ngự tại hành điện Thuỵ Quang, coi chầu các quan, các nơi đều hưởng ứng. Bọn Lâm Xuyên bá Đàm Thận Huy, Phó đô tướng Phúc Sơn hầu Hà Phi Chuẩn nhận mật chiếu trở về Bắc Giang để dấy binh. Lại có bọn Vương Đàm hầu Nguyễn Vĩnh, Hà Lý hầu Lê Quảng đến yết kiến. Ninh Xuyên hầu

Lê Đình Tú ở miền dưới trấn Sơn Nam cũng hưởng ứng. Vua lại sai Đình Tú tập hợp người bản huyện và các dinh sở thuộc, chia quân trấn giữ những nơi trọng yếu ở các xã Bộc Độ, Ninh Giang, Nghĩa Lễ. Sau bị Đăng Dung đánh bại, Đình Tú bị bắt đưa đến dinh của Đăng Dung, rồi bị giải về hành điện ở Cẩm Giàng. Vua Cung Hoàng cho là Đình Tú có công lao cũ, chỉ sai thắt cổ cho chết thôi.

Vua cũ Chiêu Tông sai bọn Nguyễn Kính, Lê Vĩnh, Nghiêm Bá Ký, Kiều Bá Khiêm. Nguyễn Xí chia đường tiến đánh các huyện Gia Lâm, Văn Giang, Đường Hào, Cẩm Giàng, Lương Tài, Gia Định, cầm cự nhau đến một tháng chưa phân được, thua.

Bấy giờ Vua Chiêu Tông ở hành điện Thuỵ Quang, sai Trung sứ đi gọi Trịnh Tuy ở Thanh Hoa; đi về đến ba, bốn lần. Trịnh Tuy thấy Vua ở Thuỵ Quang, không nghe lời các tướng, tin dùng bọn tiểu nhân, dùng dằng mãi không đến. Mạc Đăng Dung chia các dinh thuỷ, bộ đánh vào các xứ ở bến Đông Hà [ô Quan Chưởng, Hà Nội], Vua Chiêu Tông sai bọn Lại Thúc Mậu, Nguyễn Dư Hoan, Nguyễn Định, Đàm Khắc Nhượng dàn trận chống giữ và cầm cự, bị Đăng Dung đánh bại, bọn Thúc Mậu, Dư Hoan phải lùi dần.

Khi ấy, bọn Hưng Hiền bốn người mang mộc, cầm giáo từ phường Phục Cổ đánh thẳng vào Điện Thuỵ Quang. Vua phải tránh ra, đóng ở đình cũ xã Nhân Mục [huyện Từ Liêm, Hà Nội], dân chúng đua nhau dâng cháo gạo, các quan trong lúc vội vàng tan vỡ, bắt đầu tập hợp lại.

Ngày 20 tháng 9 [9/10/1522] Vua Chiêu Tông lại đem quân trở về kinh sư, đóng ở phía tây kinh thành thuộc xã Yên Quyết Thượng (1), huyện Từ Liêm; làm hành điện để coi chầu, dựng nhà Thái Miếu ở phía đông thành.

Tháng 10 [19/10-17/11/1522] Trịnh Tuy đem quân ba phủ của Thanh Hoa và tướng sĩ các xứ gồm hơn 1 vạn người đến hộ giá rồi lại trở về dinh của mình; sai thuộc tướng là Nguyễn Bá Kỷ vào hầu. Phạm Điền sợ Kỷ tranh quyền, tâu vua chém Kỷ rồi đem đầu đưa đến cửa đình của Tuy; do vậy Tuy nổi giận, bắt đầu có chí khác.

Ngày 18 tháng 10 [5/11/1522], bọn Trịnh Tuy và Trịnh Duy Thuân nói phao là đi xem mặt bằng để dựng doanh trại trấn thủ ở xã Dịch Vọng [phường Dịch Vọng, quận Cầu Giấy, Hà Nội]. Đến tối, đóng dinh ở đó, tảng sáng hôm sau, Tuy cùng với bọn Duy Thuân phục quân ở Dịch Vọng, bắn ba tiếng súng, đem quân reo hò ầm ĩ. Trịnh Tuy uy hiếp, bắt vua về Thanh Hoá. Quốc tử giám tư nghiệp Lê Hữu Trung chết trong trận đó.

Ngày 12 tháng 11 [29/11/1522], Định Sơn hầu Giang Văn Dụ khởi binh chống Mạc Đăng Dung ở các huyện Thanh Oai, Sơn Minh (2), Hoài An [huyện Hoài Đức, Hà Tây] (3), Chương Đức. Nhân dân các huyện Thanh Đàm (4), Thượng Phúc, Phú Nguyên (5) đều hưởng ứng. Liên Hồ bá Lê Văn Phúc cáo cấp; Mạc Đăng Dung còn đang đánh dẹp vùng Kinh Bắc, nên sai các tướng đi đánh: Kiều Văn Côn từ Phú Nguyên tiến vào Thanh Oai, Mai Xuyên hầu Lê Bá Ký từ Thành Đàm tiến vào Chương Đức, Đông Sơn hầu Mạc Quyết từ Thanh Oai tiến vào Chương Mỹ, bốn mặt đánh kẹp vào, đánh phá tan quân Dụ, đuổi dài suốt đêm đến tận chân núi mới về.

Ngày 18 tháng 12 [4/1/1523], Vua Cung Hoàng từ hành điện tại Cẩm Giàng, Hải Dương, trên đường trở về kinh sư.

Ngày 29 tháng 2 năm Thống Nguyên thứ 2 [15/3/1523], (Minh Gia Tĩnh năm thứ 2); Vua ở hành dinh Bồ Đề, Bắc Ninh; cho các quan vào chầu. Vì năm trước là năm Nhâm Ngọ, theo lệ có khoa thi Hương, nhưng trong nước loạn lạc chưa mở khoa thi, nay xuống chiếu cho học trò bốn xứ Sơn Nam, Sơn Tây, Hải Dương, Kinh Bắc cùng tới bãi Xuân Đỗ, huyện Gia Lâm để thi. Thi Hội các cử nhân, lấy đỗ bọn Đào Nghiễm 36 người. Khi thi Đình, vua thân hành ra đầu đề, hỏi về đạo làm vua, làm thầy. Cho Hoàng Văn Tán, Nguyễn Thuyên, Nguyễn Đạo Quán 3 người đỗ đệ nhất giáp tiến sĩ cập đệ; bọn Đoàn Đình Chương 8 người đỗ đệ nhị giáp tiến sĩ xuất thân; bọn Nguyễn Súc 23 người đỗ đệ tam giáp đồng tiến sĩ xuất thân.

Mạc Đăng Dung sai bè đảng là bọn Sơn Đông hầu Mạc Quyết, Quỳnh Khê hầu Vũ Hộ, Dương Xuyên hầu Vũ Như Quế đi đánh Trịnh Tuy ở Thanh Hoá, phá tan quân Tuy. Trịnh Tuy liền dời Vua Chiêu Tông lên đầu nguồn tại châu Lang Chánh.

Phong Nguyễn Thì Ung người xã Đa Ngưu, huyện Văn Giang làm Lương Văn hầu. Thì Ung có hai con gái, một người gả cho Vua Cung Hoàng, một người gả cho Mạc Đăng Dung; sau được phong làm Thống quận công.

Tháng 8 [9/9-8/10/1523], Mạc Đăng Dung dùng danh nghĩa Vua Cung Hoàng phế Vua cũ Chiêu Tông là Đà Dương Vương. Lấy Đông các đại học sĩ Nguyễn Quý Nhã làm Lại bộ tả thị lang.

Mùa xuân năm Thống Nguyên thứ 3 [1524], (Minh Gia Tĩnh năm thứ 3); Vua ở hành dinh Bồ Đề, tiến phong Mạc Đăng Dung làm Bình chương quân quốc trọng sự thái phó

Nhân quốc công. Mạc Đăng Dung sai bè đảng là Mạc Quyết đem quân đi đánh Trịnh Tuy ở đầu nguồn Thanh Hoa. Lấy Nguyễn Quý Nhã làm Ngự sử đài phó đô ngự sử.

Ngày 24 tháng 11 [18/12/1524], truy tặng cố Thiết Sơn bá Trần Chân làm quận công, phong cho con là Trần Thực làm Hoằng Hưu bá. Trước kia, Chân bị bọn gian thần gièm pha, cùng với thuộc hạ 6 người đều bị hại; đến đây Vua biết ông là người trung, nên truy tặng.

Về phía nhà Minh đã sai người theo dõi kỹ tình hình nước Đại Việt, biết rõ việc Vua Chiêu Tông chạy vào Thanh Hoá, Vua Cung Hoàng do Mạc Đăng Dung đưa lên thay. Tuy nhiên nhà Minh đã thu thập một số tin sai như Vua Lê Tương Dực bị Trịnh Duy Sản giết, chứ không phải do Trần Cảo giết; và sự kiện Mạc Đăng Dung lấy mẹ Vua Chiêu Tông làm vợ, không đúng:

"***Ngày 28 tháng 12 năm Gia Tĩnh thứ 3 [21/1/1525].***

Trước đây cho rằng sự tình tại An Nam tấu báo không rõ ràng, mệnh quan Trấn, Tuần tra khám. Nay Tuần Án Quảng Tây Ngự sử Uông Uyên tâu đầy đủ rằng:

"Quốc vương An Nam Lê Trừu không có con, lập Huệ, con người anh tên Hiến, làm Thế tử. Vào năm Chính Đức thứ 11 [1516-1517] *viên quan là Trần Cảo* [đúng ra là Trịnh Duy Sản] *giết Trừu; người trong nước là bọn Lê Hồi lập Huệ làm Vương* [Vua Chiêu Tông]. *Viên quan Mạc Đăng Dung đánh được bọn Cảo chạy, rồi Cảo bị chết. Con y là Thăng còn đóng tại Lạng Sơn, như cái gai. Đăng Dung đánh giặc cậy công, bèn lấy vợ goá của Hiến, tức mẹ của Huệ; rồi mưu đoạt lấy nước; nên Đỗ Ôn Nhuận, Trịnh Tuy đưa Huệ vào phủ Thanh Đô* [Thanh Hoá]. *Đăng Dung bèn cưỡng bách em Huệ là*

Quảng [Xuân, tức Vua Cung Hoàng] *lập căn cứ tại các phủ Hải Đông, Trường Khánh. Lúc này các phe thù nghịch lẫn nhau, không có chủ soái nhất định. Tương đối lớn trong bọn, phủ Trường Khánh ra điệp văn xưng là "Mạc Đăng Dung đánh giặc ở ngoài; gian thần gồm Đỗ Ôn Nhuận, Trịnh Tuy hiếp đưa Huệ vào Thanh Đô, vì vậy Đăng Dung tạm lập Quảng coi sóc việc nước. Nay đã giết được Ôn Nhuận, đuổi được Trần Thăng, trong nước thái bình; (ý chỉ chỗ Mạc Đăng Dung chiếm đóng.) "*

Thần ước tính sự tình việc lập Lê Huệ danh vị rất chính đáng, đã nắm việc nước 7 năm, rồi đột ngột bỏ trốn đi. Đăng Dung nếu trung nghĩa, sao không lo đánh giặc, lại tính lập người khác, khó tránh được tội soán hiếp. Vả lại Lê Hiến chết sớm, làm sao lại có được con nhỏ; hoặc giả Đăng Dung lấy người vợ đẻ con, rồi mạo xưng là Lê Quảng, cũng chưa biết chừng! Huống Thanh Đô tại bờ cõi phía nam, tin tức cách tuyệt, cái gọi là giết Đỗ Ôn Nhuận cũng không biết là đúng hay sai; viêc Lê Huệ chết hay sống cũng chưa biết và người này cũng chưa được sắc phong, nên không dám bàn một cách thiếu thận trọng."

Bản sớ đưa xuống hai bộ Lễ và Binh bàn thêm:

"Mối loạn tại An Nam bắt đầu từ Trần Cảo phản nghịch, rồi Lê Trừu bị hại, kế đến Đăng Dung gian hùng nên Lê Huệ phải lưu vong. Mà Đăng Dung phản bội chủ cũ, lập Lê Quảng. Huệ là anh, Quảng là em; em không thể đoạt ngôi của anh, Đăng Dung là bầy tôi không thể phế bỏ chủ. Nay nước này không có chủ, thế không qui về một mối. Nếu tương lai Huệ có thể quang phục được, phong cho y là phải. Nếu Huệ không trở về, phong cho Quảng là hùa theo mưu gian, không phong thì không có người thuộc phái đích, không có cách nào vẹn

toàn. Vậy phải đợi nước này ổn định, khám báo không có điều gì khác, xem lời xin của chúng, rồi có quyết định thích hợp."

Thiên tử phán:

"Các quan Trấn, Tuần khám thực, tâu lên để định đoạt." **Minh Thực Lục: Quan hệ Trung Quốc Việt Nam**, tập 3, trang 175.

Ngày mồng 9 tháng 10 năm Thống Nguyên thứ 4 [24/10/1525], (Minh Gia Tĩnh năm thứ 4); Mạc Đăng Dung đi kinh lý các xứ, tự làm Đô tướng, thống lĩnh các doanh quân thuỷ bộ cả nước đi đánh Trịnh Tuy ở đầu nguồn Thanh Hoá. Giờ Mùi [13:00-15:00] ngày 28 [12/11/1525], đón bắt được Vua cũ Chiêu Tông ở động An Nhân, xã Cao Sơn, sách Thuý Cử, châu Lang Chánh, Thanh Hoá.

Ngày 19 tháng 11 [3/12/1525], Vua Cung Hoàng ban tờ chiếu đề cao Mạc Đăng Dung đánh tan bọn Trịnh Tuy và đón bắt Đà Dương Vương tức Vua Chiêu Tông trở về:

"Đế vương trừ bạo yên dân, đại nghĩa Xuân Thu sáng tỏ, vua chúa ban ơn phát lộc, lòng nhân mưa móc rộng ban, [63b] đạo trị đăng bày, đức hoá thấm khắp. Nước nhà ta, nhân thời mở vận, ứng mệnh trời, thuận lòng người. Thái Tổ Cao Hoàng Đế sáng nghiệp mở nền, cứu sinh linh ra khỏi nước sôi lửa bỏng; Thái Tông Văn Hoàng Đế, dựng cương bày kỷ, đặt thế nước vững như hào nóng thành đồng, gốc thẳng, nguồn xa, nhân sâu, ân hậu; Thánh Tông Thuần Hoàng Đế, trong yên ngoài ấm, chinh phạt bằng vũ lực, giữ nước bằng văn chương; Hiến Tông Duệ Hoàng Đế lên ngôi giữ lễ, mưu hay rõ rệt, công lớn kế thừa. Thánh thần truyền nối, khuôn mẫu theo nhau. Phúc chung tưởng sánh mãi với

nhà Chu, vận bĩ bỗng gặp ngay như đời Hán. Khoảng năm Hồng Thuận, Quang Thiệu, vận nước gian truân. Bọn Trần Cảo, Trịnh Tuy, đã gây mầm hoạ lớn. Chúng như lang sói nhâu nhâu quấy hại, dân tựa bầy nhạn ríu rít kêu thương. Ta là cháu của Đức Tông [Kiến Vương Lê Tân], *là con của Minh Tông* [Cẩm Giang Vương Lê Sùng], *chỉ vì nghĩa lớn, gượng theo [64a] lòng vui dựng của trăm quan, thương dân như con, rất xót nỗi khổ đau của muôn họ. Muốn nên công xếp giáo mác, phải xét câu giúp đẩy bánh xe* (6). *Đặc sai Đô tướng thái phó Nhân quốc công Mạc Đăng Dung thống lĩnh các dinh* quân *thuỷ bộ cả nước kể tội chúng mà đi trừng phạt. Quân tiết chế của ta, như chim ưng lượn, như hổ vồ mồi; quân trốn chạy chúng nó, tựa hoẵng tan bầy, tựa kiến vỡ tổ. Cảo, Tuy cụp mỏ mà hứng bại vong; Kính, Áng ôm đầu mà bị chém giết. Bọn Khắc Thân, Dư Hoan, phút chốc bị băm vằm ở Thiên Quan; lũ Công Khản, Đình Tán, giây lát phải cùng đường ở Lang Chánh. Vào cuối tháng thuần âm* [tháng 10] *này, lại đón được Đà Dương Vương trở về. Đông tây nam bắc đại đồng, nơi nào cũng phục; biển rộng suối sâu nhuần thấm, trị nước phải khoan. Các việc nên làm, liệt kê ở dưới. Ôi! Vua thể theo nguyên khí mà nuôi [64b] dưỡng dân, giống như trời đất sinh thành; dân mẫn cảm nhân đức cho hợp đạo trung, trở lại Đường Ngu trịnh trị. Bá cáo khắp nước, cho mọi người hay."* **Toàn Thư**, Bản Kỷ, quyển 15, trang 63a

Tháng 12 [14/12/1525-12/1/1526], sau khi bắt được Vua Chiêu Tông, Mạc Đăng Dung ra tay khủng bố các quan trung thành với Vua cũ, khiến hàng chục người tử tiết. Trong đó có Phúc Lương hầu Hà Phi Chuẩn đóng quân tại Bắc Giang. Bấy giờ Phi Chuẩn nghe tin Mạc Đăng Dung đã bắt Vua Chiêu Tông, bèn giải tán quân trốn về Bắc; bị đồng bọn là Tử Nhạc bá bắt giải về Kinh sư và bị thắt cổ chết. Lại bộ thượng thư Đàm Thận Huy, Tham chính sứ Kinh Bắc Nguyễn Duy Tường, Hiến sát sứ Nguyễn Tự Cường và Bình hồ bá Nghiêm Bá Ký đều thống suất dân quân chống đánh với Đăng Dung; không thắng được, đều tự tử chết. Nguyễn Mậu từng theo Vua Chiêu Tông về Thanh Hoá, đến khi Chiêu Tông bị Đăng Dung bức hiếp đưa về, Mậu tự mình về Kinh sư chịu tội. Lúc đầu định giết; Phạm Gia Mô vì tiếc tài của Mậu có thể dùng được, cố can nên được tha, rồi biếm làm Thừa chính sứ Tuyên Quang, ít lâu sau lại được cử làm Ngự sử đài đô ngự sử.

Ngày 12 tháng 2 năm Thống Nguyên thứ 5 [24/3/1526] (Minh Gia Tĩnh năm thứ 5), Vua về Tây Kinh, Thanh Hoá; Vua cũ Chiêu Tông cùng đi.

Tháng 4 [11/5-9/6/1526], thi Hội các sĩ nhân trong nước. Lấy đỗ bọn Phạm Đình Quang 20 người. Thi Đình, bài văn sách hỏi về các bậc thánh triết trị thiên hạ. Cho bọn Trần Tất Văn, Nguyễn Văn Du, Lưu Trung Doãn 3 người đỗ Đệ nhất giáp Tiến sĩ cập đệ; bọn Lê Quang Bí 4 người đỗ Đệ nhị giáp Tiến sĩ xuất thân; bọn Phạm Đình Quang 13 người đỗ Đệ tam giáp đồng Tiến sĩ xuất thân.

Tháng 8 [7/9-5/10/1526], ra lệnh cho các phủ Thượng Hồng, Hạ Hồng, Kinh Môn, Nam Sách, Thái Bình đắp đê Chân Kim ở Hải Dương. Mạc Đăng Dung giết Tiến quận công Nguyễn Lĩnh. Nguyễn Lĩnh lấy em gái Mạc Đăng Dung tên là Huệ; Huệ sau đó được Đăng Dung phong là Khánh Diễm công chúa. Lĩnh lại lấy mười người vợ lẽ nữa. Huệ bèn tố cáo Lĩnh viết thư lập đảng, nên bị giết. Rồi Đăng Dung gả Huệ cho Lương Khê hầu Bùi Đỗ, sau Đỗ được phong làm Lâm quốc công.

Ngày mồng 6 [12/9/1526], lấy Ngự sử đài phó đô ngự sử Nguyễn Quý Nhã làm Lại bộ thượng thư bồi thị kinh diên.

Ngày 18 tháng 12 [19/1/1527], Thái phó Nhân quốc công Mạc Đăng Dung sai Bái Khê bá Phạm Kim Bảng bí mật giết Vua Lê Chiêu Tông ở phường Đông Hà [ô Quan Chưởng, Hà Nội], rồi đem quan tài về chôn ở lăng Vĩnh Hưng ở Thanh Đàm [huyện Thanh Trì, Hà Nội].

Tháng 4 năm Thống Nguyên thứ 6 [30/4-29/5/1527], (Từ tháng 6 trở về sau, nhà Mạc niên hiệu là Minh Đức năm thứ 1; Minh Gia Tĩnh năm thứ 6); Vua sai bọn Tùng Dương hầu Vũ Hữu, Lan Xuyên bá Phan Đình Tá, Trung sứ Đỗ Hiếu Đễ cầm cờ tiết, mang kim sách, mũ áo, ô lọng, đai ngọc, kiệu tía, quạt hoa, tán tía đến làng Cổ Trai, huyện Nghi Dương [huyện Kiến Thuỵ, Hải Phòng], tiến phong Mạc Đăng Dung làm An Hưng Vương, gia thêm Cửu Tích (7), Đăng Dung đón tiếp ở bến đò An Tháp, huyện Tân Minh [huyện Tiên Lãng, Hải Phòng].

Ngày mồng 5 tháng 5 [3/6/1527], ban quạt, vua làm bài thơ Chu Công giúp Thành Vương, để ca tụng Mạc Đăng Dung như sau:

"*Hựu mệnh Chu gia thực tự thiên,*

Cần lao tá trị nhiệm nhân hiền.

Trấm tà khẳng vị sàm nhân thiết,

Trung hiếu chung tồn thực đức kiên.

Lễ bị nhạc hoà bình định nhật,

Chính thanh hình thố hạo hy niên.

Hưu phong lệnh vận quang thiên cổ,

Cảnh hạnh cao sơn thượng miễn chiên.

Dịch thơ:

Giúp vận nhà Chu thực tự trời,

Chăm lo công việc dụng hiền tài.

Gièm pha mặc kẻ bày nhiều cách,

Trung hiếu bền lòng chẳng chút sai.

Lễ đủ, nhạc hoà, đời thịnh trị,

Chính hay, hình ít, buổi vui tươi.

Tiếng hay đức tốt nghìn thu rạng,

Núi cao, đường rộng 4 hãy noi người." **Toàn Thư**, quyển 15, trang 67a.

Tháng 6 [28/6-27/7/1527], Mạc Đăng Dung từ Cổ Trai vào Kinh, bắt vua nhường ngôi. Bấy giờ, thần dân trong Kinh đều theo Mạc Đăng Dung, đón Đăng Dung vào Kinh. Ngày 15 [12/7/1527], các quan đã đứng vào vị trí chầu vẫn chưa có chiếu nhường ngôi. Các quan bảo Lại bộ thượng thư Trương Phu Duyệt khởi thảo. Phu Duyệt trừng mắt mắng rằng: "*Thế là nghĩa gì?*". Lại bảo Đông các đại học sĩ Đạo Nguyện bá Nguyễn Văn Thái. Thái cầm bút thảo tờ chiếu như sau:

"Nghĩ Thái Tổ ta, thừa thời cách mệnh, có được thiên hạ, các vua truyền nhau, nối giữ cơ đồ, là do mệnh trời lòng người cùng hợp, cùng ứng nên mới được thế. Cuối đời Hồng Thuận, gặp nhiều tai hoạ, Trần Cảo đầu têu gây mầm loạn ly, Trịnh Tuy giả trá lập kế phản nghịch. Lòng người đã lìa, mệnh trời không giúp. Khi ấy thiên hạ đã không phải là [68a] của nhà ta. Ta không có đức, lạm giữ ngôi trời, việc gánh vác

không kham nổi. Mệnh trời lòng người đều theo về người có đức. Xét Thái sư An Hưng Vương Mạc Đăng Dung nhà ngươi, bẩm tính thông minh, sáng suốt, có tài lược văn võ. Bên ngoài đánh dẹp bốn phương, các nơi đều phục tùng; bên trong coi sóc trăm quan, mọi việc đều tốt đẹp. Công to đức lớn, trời cho người theo. Nay ta cân nhắc lẽ phải, nên nhường ngôi cho. Hãy gắng sửa đức lớn, giữ mãi mệnh trời để ức triệu dân lành được yên vui. Mong kính theo đó". **Toàn Thư**, quyển 15, trang 67b.

Hôm ấy, Đăng Dung xưng Hoàng đế; đại xá, đổi niên hiệu là Minh Đức. Rồi giáng phong Vua làm Cung Vương, giam cùng với Hoàng thái hậu ở cung Tây Nội. Vài tháng sau, bắt phải tự tử. Thái hậu khấn trời rằng: "*Đăng Dung là kẻ bề tôi, manh tâm cướp ngôi, lại giết mẹ con ta, ngày sau con cháu nó cũng lại bị như thế*". Rồi cùng với Vua Cung Hoàng đều bị chết. Đăng Dung sai đem xác hai người để ngoài quán Bắc Sứ, rồi đưa về chôn ở lăng Hoa Dương, huyện Ngự Thiên [huyện Hưng Hà, Thái Bình] theo nghi lễ của Thiên tử và Hoàng hậu; nay ở xã Mỹ Xá, huyện Ngự Thiên có điện Thừa Hưu tức là chỗ đó.

Chú thích:

1. Xã Yên Quyết Thượng: Tức làng Cót, gần Cầu Giấy, Hà Nội.

2. Sơn Minh: tên huyện, gồm huyện Ứng Hoà và một phần huyện Mỹ Đức thuộc tỉnh Hưng Yên cũ, nay thuộc tỉnh Hải Hưng.

3. Hoài An: nay là huyện Hoài Đức, tỉnh Hà Tây.

4. Thanh Đàm: nay là huyện Thanh Trì, ngoại thành Hà Nội. Thượng Phúc: nay là huyện Thường Tín, tỉnh Hà Tây.

5. Phú Nguyên: nay là huyện Phú Xuyên, tỉnh Hà Tây.

6. Giúp đẩy bánh xe: Điển từ **Sử Ký** "Thôi cốc Cao Đế tựu thiên hạ", nghĩa là đẩy bánh xe cho Cao Đế được thiên hạ, ý nói là giúp sức cho Cao Đế được ngôi vua.

7. Cửu tích: chỉ chín thứ vua ban: 1- Xe ngựa, 2- Y phục, 3- Đồ nhạc, 4- Cửa sơn son, 5- Nạp bệ, 6- Hổ bôn, 7- Cung tên, 8- Phủ việt, 9- Rượu cự xưởng (loại rượu quý).

113.

Nhà Mạc: Mạc Đăng Dung

[1527-1530]

Mạc Đăng Dung quê tại làng Cổ Trai, huyện Nghi Dương [Hải Phòng]. Cụ tổ 7 đời tên là Mạc Đĩnh Chi, ở làng Đông Cao, huyện Bình Hà, tức làng Long Động, huyện Chí Linh, Hải Dương bây giờ; đậu Trạng nguyên khoa Giáp Thìn (1304) thời Vua Trần Anh Tông, làm quan đến chức Nhập nội hành khiển Thượng thư môn hạ Tả bộc xạ, kiêm Trung thư lệnh, tri quân dân trọng sự. Rất thanh liêm thận trọng, tiếng tăm lừng lẫy cả nước ta và Trung Quốc. Đĩnh Chi sinh Ông Dao quan Ty hình viên đại phu. Ông Dao sinh 4 con trai là: Địch, Thuấn, Thuý và Viễn, người nào cũng có tài năng sức lực; cuối thời nhà Hồ, vì bất đắc chí, bọn này đều đem con em đón hàng nhà Minh. Lúc ấy quân họ Hồ đóng giữ phía Bắc sông Phú Lương [Hồng Hà], tướng nhà Minh là Trương Phụ không biết hư thực thế nào, nên không dám qua sông. Thuý bèn cùng với Tri Châu châu Tam Đới Đặng Nguyên vẽ bản địa hình, xin làm hướng đạo dẫn quân Trương Phụ qua sông đánh úp phá thành Đông Kinh; Thuý lại sai thủ hạ bọn đầu mục Nguyễn Như Khanh bắt Hán Thương ở núi Cao Vọng [Hà Tĩnh]. Người Minh thưởng công, phong cho Thuý chức Giao Chỉ bố chánh ty tham chánh, Địch chức Chỉ huy sứ, Viễn chức Diêm thiết sứ. Sau Thuý dẫn quân vào tỉnh Lạng Sơn đánh Nùng Phản Lịch, bị trúng tên độc chết. Thuý sinh ra Tung, di cư đến làng Lang Khê, huyện Thanh Hà [Hải Dương]. Khi ấy vua Lê Thái Tổ đã bình định thiên hạ, nghiêm trị bọn nguỵ quan, cho nên Tung không dám ra làm quan, chỉ ẩn náu nơi thôn xóm. Tung sinh ra Bình, lại di cư đến làng Cổ Trai, huyện Nghi Dương. Bình sinh ra Hịch, 3 đời này không hiển đạt. Hịch lấy con gái Đặng Xuân, người cùng làng, tên là Đặng Thị Hiếu, sinh 3 con trai; con trưởng tức là Đăng Dung, con thứ là Đốc và Quyết. Mạc Đặng Dung sinh giờ Ngọ, ngày 23 tháng 11, năm Quý Mão Hồng Đức thứ 14 [22/12/1483].

Đăng Dung lúc nhỏ làm nghề đánh cá, lớn lên có sức khoẻ, thi đỗ Đô lực sĩ. Đời Hồng Thuận, được thăng làm Đô chỉ huy sứ Vũ Xuyên bá, làm quan trải hai triều. Đời Thống Nguyên, làm đến Thái sư Nhân quốc công, sau được phong làm An Hưng Vương. Ngầm kết bè đảng, trong ngoài hiệp mưu, chiêu tập lòng người quy phụ; rồi ép Vua Cung Hoàng nhường ngôi, sau đó giết Vua và Thái hậu. Mạc Đăng Dung lên ngôi 3 năm, sau nhường ngôi cho con là Mạc Đăng Doanh.

Tháng 6, Mạc Thái Tổ năm Minh Đức thứ nhất [28/6-27/7/1527] (Minh Gia Tĩnh năm thứ 6); Đăng Dung vào đóng tại thành Thăng Long, đặt Hải Dương làm Dương Kinh, lập miếu và cung điện ở xã Cổ Trai. Từ tổ là Mạc Đĩnh Chi đến cha là Hịch gồm 7 đời đều truy tôn làm Đế và Hậu. Lập con là Đăng Doanh làm Thái tử, phong em trai là Quyết làm Tín vương, em trai là Đốc làm Từ vương, em gái là Ngọc Huệ làm công chúa. Lại phong em rể là Vũ Hộ làm Tĩnh quốc công, cho lấy theo họ Mạc; phong hoạn quan Nguyễn Thế

Ân làm Lỵ quốc công. Bấy giờ trong kinh đô và ngoài các lộ thảy đều hoang mang. Đăng Dung sợ lòng người tưởng nhớ nhà Lê cũ, sinh ra biến cố, nên phàm việc đều noi theo chế độ triều Lê, vỗ về một cách giả tạo để trấn áp lòng người; nào sửa chữa đền miếu nhà Lê cũ, cúng tế theo tuần tiết bốn mùa, nào truy phong thêm cho các bầy tôi tiết nghĩa nhà Lê như bọn Vũ Duệ và Đàm Thận Huy. Đăng Dung lại cầu tìm con cháu các công thần, bề ngoài tỏ ý lục dụng để vỗ về họ. Nhưng con cháu các nhà công thần phần lớn trốn tránh vào rừng núi, hoặc giấu tên ẩn họ, không ra làm quan, hoặc tụ họp làm giặc cướp, hoặc trốn đi ngoại quốc để lánh nạn.

Tháng giêng năm Minh Đức thứ 2 [22/1-19/2/1528], (Minh Gia Tĩnh năm thứ 7); MạcĐăng Dung sai đúc tiền Thông Bảo theo kiểu cách đồng tiền cũ, nhưng phần nhiều không thành. Sau lại đúc các loại tiền pha kẽm và sắt, ban hành cho các xứ trong nước.

Tháng 2 [20/2-19/3/1528], Đăng Dung lấy Nguyễn Quốc Hiến làm Phò mã đô uý thái bảo lâm quốc công, ban cho họ Mạc; Mạc Quốc Trinh làm Thái sư Lâm quốc công, Mạc Đình Khoa làm Tả đô đốc Khiêm quốc công. Bọn Thiếu bảo Thông quốc công Nguyễn Thì Ung, Lai quốc công Trần Phỉ, Thuần Khê hầu Khuất Quỳnh Cửu, Khánh Khê hầu Nguyễn Bỉnh Đức, Hoàng Lễ hầu Phạm Gia Mô, Lan Xuyên bá Phan Đình Tá, Đạo Xuyên hầu Nguyễn Văn Thái, Văn Đạt bá Nguyễn Mậu, Sùng Lễ bá Hà Cảnh Đạo, Nghi Xuyên bá Mạc Ích Trưng, Hưng Ân bá Nguyễn Tuệ. Lộc Hiến hầu Nguyễn Địch, Văn Trường bá Phạm Chính Nghị, Văn Đẩu hầu Nguyễn Chuyên Mỹ, Hà Phần bá Nguyễn Độ, Tô Xuyên hầu Lê Quang Bí, Văn Ninh hầu Nguyễn Điển Kính và Trung quan chưởng giám Nguyễn Hậu Liêm gồm 56 người đều được thăng trật, ban tước có thứ bậc khác nhau.

Tháng 10 [13/10-11/11/1528], Đăng Dung cho là sau khi bình yên, chế độ dần dần lỏng lẻo, ý muốn đổi thay chấn chỉnh lại, liền sai bề tôi là bọn Quốc Hiến bàn định binh chế, điền chế, lộc chế và đặt bốn vệ Hưng quốc, Chiêu vũ, Cẩm y, Kim ngô, năm phủ, các vệ sở trong ngoài. Các ty sở thuộc, hiệu ty, tên quan và số lại viên, số người, số lính của các nha môn, phỏng theo quan chế triều Hồng Đức, y lệ mà biên chế bổ sung. Lấy quân trấn giữ xứ Hải Dương cho lệ thuộc vào vệ Hưng quốc, quân trấn giữ Sơn Nam lệ thuộc vào vệ Chiêu vũ, quân trấn giữ xứ Sơn Tây lệ thuộc vào vệ Cẩm y, quân trấn giữ xứ Kinh Bắc lệ thuộc vào vệ Kim ngô.

Năm Minh Đức thứ 3[1529], (Minh Gia Tĩnh năm thứ 8); bề tôi cũ của triều Lê là hai anh em Trịnh Ngung, Trịnh Ngang chạy sang nhà Minh tố cáo Mạc Đăng Dung cướp ngôi. Họ Mạc đem nhiều lễ đút lót cho quan nhà Minh tại biên giới để ngăn cản; nên việc không thành, hai anh em đều chết ở Trung Quốc.

Bấy giờ, Thanh Hoa hữu vệ điện tiền tướng quân An Thanh hầu Nguyễn Kim người Bái Trang, huyện Tống Sơn [huyện Hà Trung, Thanh Hoá] (1), có thuyết nói là con của Nguyễn Hoằng Dụ; dẫn bộ thuộc chạy sang Ai Lao. Chúa nước ấy là Sạ Đẩu cho rằng nước ta có quan hệ môi răng với họ, mới đem dân và đất đai Sầm Châu (2) cấp cho Kim. Từ đó, Nguyễn Kim nuôi dưỡng sĩ tốt, chiêu nạp những kẻ chạy trốn, làm phản; ngầm tìm con cháu họ Lê lập nên để mưu khôi phục.

Cũng vào thời điểm này, Tuyên uý nước Lão Qua dùng văn thư báo cho quan nhà Minh tại Vân Nam biết rằng con trưởng của Quang Thiệu chạy sang nước này; Lão Qua muốn dùng voi ngựa đưa trở về nước. Lão Qua tức Ai Lao; Quang Thiệu là niên hiệu của Vua Lê Chiêu Tông.

Toàn Thư vào tháng 12 năm Đại Chính thứ 3 [26/12/1532-24/1/1533] cũng chép rằng "*Cựu thần nhà Lê là An Thanh hầu Nguyễn Kim tôn lập con Chiêu Tông là Ninh ở Ai Lao.*" Như vậy lúc bấy giờ ông Nguyễn Kim muốn dùng danh nghĩa con Vua Chiêu Tông, để nhờ Ai Lao giúp việc phục quốc. **Minh Thực Lục** chép sử liệu về việc Lão Qua gửi văn thư cho nhà Minh như sau:

"Ngày 28 tháng 3 năm Gia Tĩnh thứ 9 [25/4/1530]

Quân dân phủ Nguyên Giang (3) nhận được thư bằng chữ Miến của Tuyên uỷ sứ Lão Qua Chiêu Lãm Chương rằng:

"Người con trưởng Quang Thiệu nước Giao Chỉ, đáng được thế tập chức, bị chú đuổi lưu vong. Lão Qua muốn dùng voi ngựa đưa trở về nước."

Thủ thần tâu:

"Cứ theo lời của Chiêu Lãm Chương, chắc rằng y sợ bị tội dung nạp lưu vong, nên xin sự giúp đỡ của triều đình để bao che việc làm của mình. Nhưng nếu [con] *Quang Thiệu lưu tại đó, thì bọn họ* [Việt Nam] *sẽ nghi ngờ, nếu đưa về lại có thể gây hấn, vậy cho* [con] *Quang Thiệu tự trở về là đắc sách."*

Bộ Binh tâu:

"Quan tại biên giới theo lệ không được giao thiệp riêng, nếu không ngăn cản sớm, giao lưu xảy ra thì mối lo không lường được. Xin ban sắc cho Thủ thần trách vấn Chiêu Lãm Chương tại sao lại dung nạp [con] *Quang Thiệu, đáng ra*

lệnh cho y trở về nước. Từ nay trở về sau lo giữ biên cương, bảo tồn sự nghiệp, phải cự tuyệt không được dung nạp bọn vong mệnh."

Thiên tử ban chiếu chấp nhận lời bàn." **Minh Thực Lục: Quan hệ Trung Quốc Việt Nam**, tập 3, trang 178.

Nhà Mạc mở khoa thi Hội; từ phép thi đến cách thức đều nhất nhất noi theo điển lệ của triều Lê. Cho bọn Đỗ Tống, Nguyễn Hãng, Nguyễn Văn Huy 3 người đỗ tiến sĩ cập đệ; bọn Nguyễn Văn Quang 8 người đỗ tiến sĩ xuất thân; bọn Nguyễn Hữu Hoán 16 người đỗ đồng tiến sĩ xuất thân.

Tháng 12 [31/12/1529-28/1/1530], Mạc Đăng Dung lên ngôi đã được 3 năm, thấy mình tuổi già, bèn truyền ngôi cho con trưởng là Đăng Doanh, tự xưng là Thái thượng hoàng, lui về ở tại Cổ Trai để trấn giữ củng cố chỗ căn bản, nhưng vẫn nắm giữ tất cả quyền bính và định đoạt mọi việc quốc gia. Mạc Đăng Doanh, con trưởng Đăng Dung, ở ngôi 11 năm, sau truy xưng tôn hiệu là Mạc Thái Tông.

Chú thích:

1. Tống Sơn: Huyện Hà Trung, Thanh Hoá ngày nay.

2. Sầm Châu: Đời Minh Mệnh là huyện Sầm Nưa, nay thuộc Ai Lao.

3. Nguyên Giang: Tên một châu thuộc tỉnh Vân Nam.

114.
Mạc Đăng Doanh
[1530-1540] (1)

Tháng chạp năm Kỷ Sửu [31/12/1529-28/1/1530], Mạc Đăng Dung truyền ngôi cho con trưởng là Mạc Đăng Doanh, lên làm Thái thượng hoàng. Đăng Doanh lấy năm sau [1530] là niên hiệu Đại Chính thứ nhất.

Tháng giêng năm Đại Chính thứ nhất [29/1-27/2/1530] (Minh Gia Tĩnh năm thứ 9); Lê Ý, người Thanh Hoa, là cháu ngoại họ Lê, con trai Công chúa An Thái; căm giận họ Mạc cướp ngôi, nổi dậy ở Da Châu [châu Quan Hoá, tỉnh Thanh Hoá], lại xưng niên hiệu Quang Thiệu giống như niên hiệu Vua Chiêu Tông trước kia. Nhiều người theo, trong khoảng mươi hôm, các quận huyện hưởng ứng, số quân có đến vài vạn người. Bèn cùng với bọn bộ tướng Lê Như Bích, Lê Bá Tạo, Hà Công Liêu, Lê Tông Xá, Nguyễn Cảo dàn bày doanh trận, đặt cơ đội, bộ ngũ, nổi súng lệnh, kéo cờ hiệu, đóng quân ở sông Mã.

Tháng 4 [27/4-26/5/1530], Đăng Dung tự mình chỉ huy vài vạn quân thuỷ bộ đi đánh Lê Ý ở sông Mã. Quân của Đăng Dung thường thua luôn, bèn lui về Kinh sư, để lại bọn Thái sư lân quốc công Mạc Quốc Trinh trấn giữ dinh Hoa Lâm. Sau Quốc Trinh lui về giữ Tống Giang (1).

Tháng 7 [24/7-22/8/1530], Lê Ý tiến quân đóng ở thành Tây Đô [huyện Vĩnh Lộc, Thanh Hoá], lập hành dinh ở sông Nghĩa Lộ. Khi ấy có người dâng bộ hoàng bào và hai chiếc lọng vàng, tướng sĩ long trọng chúc mừng.

Ngày 23 tháng 8 [14/9/1530], Đăng Dung đã về Kinh, Đăng Doanh lại đem quân vào Thanh Hoa, hội quân lớn ở sông Hoằng Hoá [sông Lạch Trường, huyện Hoằng Hoá, Thanh Hoá], chia quân làm hai đạo cùng tiến. Mạc Quốc Trinh dẫn 200 chiếc chiến thuyền tiến trước, hẹn hôm sau sẽ đến sông Đa Lộc ở huyện Yên Định, Thanh Hoá. Khi ấy, Lê Ý đã dự phòng trước, dàn nghi binh ở sông Đa Lộc rồi tự mình đem quân tinh nhuệ ngầm tiến ban đêm, đi tắt đường trong huyện, đến sáng thì quân đến bên sông Yên Sơn [khúc sông Mã tại huyện Yên Định], phát ba tiếng súng hiệu, đánh chặn hậu quân của Quốc Trinh. Quân Mạc sợ hãi tan vỡ, bỏ cả thuyền nhảy lên bờ chạy tán loạn. Ý cưỡi ngựa đốc suất các tướng xông vào trận đánh, tự tay đâm chết hơn 70 tên. Quân Mạc tan vỡ, quân Ý thừa thắng đuổi đánh, chém đầu nhiều vô kể.

Giờ Ngọ hôm ấy, Đăng Doanh chưa biết Quốc Trinh đã bị thua, tự mình đốc suất người Tôn thất tiến quân đến xã Động Bàng để đuổi theo sau quân của Lê Ý, Ý nghe tin, liền hăng hái ra lệnh cho các tướng rằng: "*Hôm nay gặp bọn giặc lớn ở đây, nếu không đánh, thì ngày nào mới hưng phục được triều Lê*". Các tướng nghe lệnh, đều dốc sức tung quân tiến đánh, cản phá quân Mạc, chém hơn một vạn tên, xác chết gối lên nhau. Đăng Doanh lui quân cố thủ. Quân Ý một ngày hai lần thắng trận, uy thanh vang dội, quân Mạc chạy dài.

Tháng 12 [20/12/1530-17/1/1531], Lê Ý bị quân Mạc bắt

sống. Bấy giờ, Ý thu quân, triệt phá doanh trại, lui về đóng ở Da Châu; vì quân vừa thắng trận, sinh lòng kiêu ngạo, không phòng bị trước, hơi có ý coi thường quân địch. Đến đây, quân ít, lương hết, sai tướng sĩ vào xa trong núi vận chuyển lương thực, vì thế, doanh trại bỏ trống, hàng ngũ rời rạc. Có người đến báo tin cho Mạc Quốc Trinh. Trinh liền chọn quân tinh nhuệ, và 50 chiếc thuyền chiến ngày đêm đi gấp, tiến đến trại Da Châu. Ý xông ra đánh không được, bị quân Mạc bắt, toàn quân tan vỡ tháo chạy. Người thì chạy sang Ai Lao theo An Thanh hầu Nguyễn Kim, kẻ thì phân tán trở về đồng ruộng. Quốc Trinh đóng cũi giải Ý về kinh sư, dùng xe xé xác ở ngoài cửa Nam thành.

Mùa xuân năm Đại Chính thứ 2 [1531], (Minh Gia Tĩnh năm thứ 10); Mạc Đăng Doanh sai tướng Quốc công Nguyễn Kính vào đánh Nguyễn Kim ở Thanh Hoa, Nguyễn Kim đón đánh phá tan quân Nguyễn Kính, rồi chia tướng sĩ đóng các huyện. Nguyễn Kính lại đánh vào huyện Đông Sơn, Nguyễn Kim lại đánh phá được, vừa chém giết vừa bắt sống được mấy trăm tên, rồi dẫn quân ra Gia Viễn, chiêu dụ và chiếm đất. Tháng 7 [12/8-10/9/1531], trời đổ mưa nhiều, nước sông đầy dẫy; họ Mạc dùng chiến thuyền tiến đánh, quân dân tán loạn, thế không thể cố thủ, Nguyễn Kim lại phải trở về Ai Lao, để dưỡng sức đợi thời, Đăng Doanh cũng không dám tiến sâu vào nữa. Lúc này xứ Thanh Hoa bị nạn đói kém, một đấu gạo phải mua với giá một tiền (một tiền bằng 60 đồng tiền kẽm).

Cựu thần nhà Lê là bọn Bích Khê hầu Lê Công Uyên, Nguyễn Ngãi, Nguyễn Thọ Trường, Nguyễn Nhân Liên dấy quân ở Thanh Hoá; rốt cuộc kẻ thì chết trận, kẻ thì bị bắt giải về Kinh.

Sau đó lại có người xứ Sơn Đông tên là Hùng Sơn có tội với họ Mạc đem con em vài trăm người trốn vào Thanh Hoá, dựng doanh trại chiếm giữ được vài tháng. Đăng Doanh sai tướng đi đánh. Sơn lui quân, đóng ở thôn Ngọc Huân rồi ốm chết, quân bị tan.

Mùa xuân năm Đại Chính thứ 3 [1532], (Minh Gia Tĩnh năm thứ 11); nhà Mạc mở khoa thi Hội. Cho bọn Nguyễn Thiến, Bùi Vĩnh, Ngô Sơn Khoái 3 người đỗ Tiến sĩ cập đệ, bọn Nguyễn Địch Khang 6 người đỗ Tiến sĩ xuất thân; bọn Nguyễn Lương Bật 18 người đỗ Đồng tiến sĩ xuất thân.

Nhà Mạc ra lệnh cấm người các xứ không được cầm giáo mác và dao nhọn, cùng những binh khí khác hoành hành trên đường đi; ai vi phạm thì cho phép bắt giữ. Từ đấy, người buôn bán và kẻ đi đường đều đi tay không, ban đêm không còn trộm cướp; trâu bò thả chăn không phải đem về, chỉ cần mỗi tháng xem lại một lần, có khi sinh đẻ cũng không biết được là gia súc nhà mình. Trong khoảng vài năm, người đi đường không nhặt của rơi, cổng ngoài không phải đóng, được mùa liên tiếp, trong cõi tạm yên.

Tháng 10 [28/10-26/11/1532], Đăng Dung ra sắc lệnh cho hoạn quan Trung Hậu hầu [không rõ tên] người Hoằng Hoá, Thanh Hoá làm Đại tướng quân, sai đem quân coi chung ba phủ Thanh Hoá, tổng trấn quân dân cả một phương. Tây An bá Lê Phi Thừa người xã Hương Thị, huyện Yên Định, Thanh Hoá, gièm rằng:

"Đất Ái Châu, núi sông hiểm trở, ruộng đất phì nhiêu, binh lương giàu đủ, vả lại binh quyền nên chia ra chứ không nên giao cho một người, nếu chuyên quyền tất dẫn tới tai hoạ, lỡ xảy ra sự biến cố thì sợ rằng sau sẽ khó chế ngự."

Đăng Doanh bèn chia Thanh Hoá ra làm đôi: Riêng 7 huyện Thuỵ Nguyên [Thiệu Hoá], Yên Định, Vĩnh Phúc [Vĩnh Lộc], Đông Sơn, Cẩm Thuỷ, Thạch Thành, Quảng Bình [bắc Thạch Thành] thì giao cho Lê Phi Thừa quản lĩnh, cùng với Trung Hậu hầu, tạo thành thế khống chế lẫn nhau. Đến khi Phi Thừa được quyền, càng thêm kiêu căng phóng túng và cuối cùng đổi lòng; theo Nguyễn Kim, bỏ Mạc.

Tháng 12 [26/12/1532-24/1/1533], cựu thần nhà Lê là An Thanh hầu Nguyễn Kim tôn lập con Vua Lê Chiêu Tông là Ninh ở Ai Lao. Trước đây, Nguyễn Kim ở Ai Lao nuôi quân chứa sức, sai người về trong nước tìm kiếm khắp con cháu nhà Lê, tìm được con Vua Chiêu Tông là Ninh lập lên làm vua, đổi niên hiệu là Nguyên Hoà tức là Vua Trang Tông.

Tháng giêng năm Đại Chính thứ 4 [25/1-23/2/1533], (Lê Trang Tông Nguyên Hoà năm thứ nhất, Minh Gia Tĩnh năm thứ 12). Vua Lê Trang Tông lên ngôi, niên hiệu là Nguyên Hoà năm thứ nhất; các bộ sử cũ đều cho là chính thống, dùng niên hiệu này. Nhưng xét ra lúc này Trang Tông mới dấy lên tại vùng thượng du tỉnh Thanh Hoá; còn thế lực toàn quốc vẫn nằm trong tay nhà Mạc, nên chúng tôi vẫn tiếp tục dùng niên hiệu nhà Mạc.

Bấy giờ Vua Trang Tông tôn Đại tướng quân Nguyễn Kim là Thượng phụ thái sư Hưng quốc công, coi mọi việc; lấy viên Hoạn quan người Thanh Hoá Đinh Công làm Thiếu Uý Hùng Quốc Công, những người còn lại đều được phong thưởng để họ đồng lòng khuông phù. Lại liên kết với vua Ai Lao Xạ Đẩu, nhờ giúp binh khí, lương thực để mưu việc đánh lấy lại nước. Vua sai Trịnh Duy Liêu sang nhà Minh tâu rằng do bởi Mạc Đăng Dung tiếm loạn, chiếm giữ kinh thành, ngăn trở đường đi nên phải bỏ lâu việc tiến cống. Sứ bộ Trịnh Duy Liêu đi theo đường qua Chiêm Thành, phải lưu tại nước này 2 năm, đến năm Gia Tĩnh thứ 15 [1537] mới tới Bắc Kinh, được cấp phương tiện như Cống sứ Triều Tiên:

"Ngày 3 tháng 2 năm Gia Tĩnh thứ 16 [13/3/ 1537]. *Cháu dòng đích của vua An Nam tên là Lê Ninh sai người trong nước là bọn Trịnh Duy Liêu gồm 10 người đến kinh đô tâu rằng:*

"Vào năm Chính Đức thứ 11 [1516-1517] *nghịch thần Trần Cảo làm loạn, giết vua là Lê Trù, người trong nước lập con trưởng của người anh đã mất là Huệ, lên trông coi việc nước. Vào năm thứ 16* [1521-1522] *Huệ đánh Trần Cảo giết được. Kẻ bầy tôi là Mạc Đăng Dung mưu loạn, đuổi vua* [Huệ] *ra ngoài, lập người em thứ còn thơ ấu là Quảng làm bù nhìn coi nước; rồi giết Quảng, nguỵ lập người con và tự xưng là Thiên vương. Vì lý do này nên đường lối ngăn trở, Cống sứ không thông; Huệ vì vậy buồn giận phát bệnh chết, người trong nước lập Ninh là cháu dòng đích quyền coi việc nước. Ninh là con của Huệ, mấy lần cho người đưa thư đến Tổng trấn cáo nạn, đều bị Đăng Dung ngăn giết trên đường đi, nên không đến được. Mới đây nhân nhờ thuyền buôn Quảng Đông, bèn ngầm theo đến kinh đô, xin hưng binh hỏi tội để cứu ngay nạn nước."*

Lời tâu đưa xuống bộ Lễ, nhận phúc tấu như sau:

"Sứ chính thức tin cậy từ An Nam không thông đã hơn 20 năm, nay triều đình mới định hưng binh hỏi tội, thì lời cáo biến từ nước này đến. Sự việc thuộc khả nghi, vả lại bọn Liêu theo thuyền đi, lại trú thêm tại Chiêm Thành 2 năm, đến Quảng Đông lại không trình "Thân phó cáo" (2); *tuy có quan*

ty sở tại cấp văn thư đưa đi cũng khó mà tin được. Nay nên tạm thời cho bọn Liêu lưu tại sứ quán; Lệnh Cẩm y vệ đã sai đi, phúc trình sự việc tại nước này, cấp tốc tâu lên để đợi khu xử."

Thiên tử theo lời bàn của bộ, ra chiếu lệnh Cẩm y vệ câu lưu bọn Trịnh Duy Liêu, không được tiếp xúc với bên ngoài. Theo lệ đối xử giống với trường hợp Cống sứ Triều Tiên, do Quang lộc tự cung cấp." **Minh Thực Lục: Quan hệ Trung Quốc Việt Nam**, tập 3, trang 187.

Năm Đại Chính thứ 6 [1535], (Lê Trang Tông Nguyên Hoà năm thứ 3; Minh Gia Tĩnh năm thứ 14). Nhà Mạc mở khoa thi Hội, lấy bọn Nguyễn Bỉnh Khiêm, Bùi Khắc Đốc, Nguyễn Thừa Hưu đỗ Tiến sĩ cập đệ; bọn Nguyễn Di Lượng 7 người đỗ Tiến sĩ xuất thân; bọn Nguyễn Trùng Quang 22 người đỗ Đồng tiến sĩ xuất thân.

Trước đây vào tháng giêng năm Quang Thiệu thứ 5 [20/1-18/2/1520], (Minh Chính Đức năm thứ 15), Vũ Nghiêm Uy nổi dậy ở Đại Đồng thuộc Tuyên Quang, triều đình dẹp không được. Mười lăm năm sau [1535] thế lực y bành trướng, gây hấn tại biên giới Trung Quốc, bắt viên Phó trưởng quan Lung Triệt. Triều đình nhà Minh cho rằng đánh rất khó, nên tìm cách chiếu dụ Vũ Nghiêm Uy để đem Lung Triệt trở về:

*"**Ngày 7 tháng 10 năm Gia Tĩnh thứ 14 [2/11/1535].** Bọn phản tặc tại An Nam Vũ Nghiêm Uy, Vũ Tử Lăng liều mình trú tại châu Thuỷ Vĩ (3) biên giới Vân Nam cùng với bọn Trưởng quan ty Bát Trại (4) Phó trưởng quan Lung Triệt và Tam Bộ Trưởng quan Thổ xã Giáo Hoá Trương Trạch giao thiệp. Rồi người An Nam truy tầm bọn Vũ Nghiêm Uy, gấp gửi văn thư cho Bát Trại; Nghiêm Uy ngờ Lung Triệt hai lòng,*

nên dụ bắt. Kiềm quốc công Mộc Thiệu Huân cùng Phủ, Ân thu thập rộng về tình trạng tâu lên và nói thêm Lung Triệt nhận chức quan của Trung Quốc bị khốn trong tay giặc, không nên để vậy mà không hỏi. Vũ Nghiêm Uy là giặc đáng bị giết, nhưng trốn vào đất Giao [Việt Nam] *đánh rất khó. Bọn Trương Trạch tuy có bằng chứng tư thông, nếu làm gấp sợ sinh biến, nên phòng thủ và phủ dụ. Việc đưa lên, bộ Binh phúc thỉnh nội dung y theo lời Thiệu Huân:*

'Nay các phủ châu huyện vệ, sở, nghiêm binh giữ ải, ngăn chặn bôn đào, không cho nhập cảnh. Dụ vợ con Long Triệt giữ kỹ ấn tín, ước thúc nội bộ đừng kinh nghi. Lại sai người tuyên bố ân uy của triều đình, minh bạch sự lợi hại, lấy Long Triệt về, làm chính quốc điển. Mọi việc nên châm chước thi hành, đừng khinh hốt gây hấn.'

Thiên tử chấp thuận." **Minh Thực Lục: Quan hệ Trung Quốc Việt Nam**, tập 3, trang 180.

Năm Đại Chính thứ 7 [1536], (Lê Trang Tông Nguyên Hoà năm thứ 4; Minh Gia Tĩnh năm thứ 15). Sau chuyến đi của sứ bộ Trịnh Duy Liêu, Vua Trang Tông thấy lâu không có tin tức tăm hơi gì, bèn sai Trịnh Viên sang nhà Minh trình bày việc họ Mạc cướp ngôi giết vua, khiến phải xiêu dạt vào Thanh Hoá.

Họ Mạc sai Đông quân đô đốc phủ tả đô đốc Khiêm quận công Mạc Đình Khoa trùng tu Quốc tử giám tại Đông Đô.

Về phía nhà Minh, nhân Hoàng thái tử mới sinh; Vua Thế Tông ra lệnh báo tin cho các nước ngoại quốc như Triều Tiên, An Nam biết:

"Ngày 30 tháng 10 năm Gia Tĩnh thứ 15 [13/11/1536]. *Thiên tử trực tiếp dụ quan Thượng thư bộ Lễ Hạ Ngôn rằng:*

'Hoàng Thái tử mới sinh đã ban chiếu cáo cho thiên hạ biết; cớ sao riêng các nước ngoại quốc phải đợi đến lúc sách phong mới sai sứ ban chiếu dụ cho hay. Trong cõi trời đất có trăm bề tôi, Hoa và Di đều coi như nhau; sau này sách lập lại ban chiếu cho biết lần nữa, khanh nên bàn cách thi hành.'

Ngôn tâu xin sai một viên quan Hàn Lâm làm Chánh sứ, một viên Cấp sự trung làm Phó sứ; mang chiếu thư đến dụ hai nước Triều Tiên, An Nam; đợi đến ngày sách phong lại sai đi một lần nữa. Thiên tử mệnh cho thi hành." **Minh Thực Lục: Quan hệ Trung Quốc Việt Nam**, tập 3, trang 181.

Mấy ngày hôm sau, nhà Minh kể tội An Nam mấy điều; như 20 năm không triều cống, Vua lên ngôi, sai sứ sang báo tin, nhưng đường sá không thông không đến được; Trần Cảo, Mạc Đăng Dung làm việc thoán nghịch; ý Vua Thế Tông muốn mang quân thảo phạt:

"Ngày 3 tháng 11 năm Gia Tĩnh thứ 15 [16/11/1536]. *Trước đây Thiên tử lên ngôi, ban chiếu dụ cho An Nam, vì đường ngăn trở không đến được, nên phải trở về. Đến nay Hoàng thái tử sinh, lại sai sứ đem chiếu dụ đến. Bộ Lễ tâu rằng An Nam không làm tròn chức cống đã 20 năm nay; trước đây Thủ thần Lưỡng Quảng tâu Lê Huệ* [Chiêu Tông], *Lê Quảng* [Cung Hoàng] *không phải dòng đích do Lê Điều* [Tương Dực] *lập; Mạc Đăng Dung, Trần Cảo đều là giặc soán nghịch; nay đúng lúc phải sai sứ đi hỏi tội, lấy danh Thiên tử để thay trời thảo phạt. Lại gần đây quan Thủ thần Vân Nam tâu rằng bọn vong mệnh An Nam là Vũ Nghiêm Uy xâm phạm lãnh thổ bắt Thổ quan, nên cùng khám xét chung. Phái đoàn trước đi bị ngăn trở vì đường sá không thông, nay tạm đình sai đi để giữ toàn quốc thể. Thiên tử phán:*

"An Nam chiếu sứ bất thông, lại từ lâu không đến cống, phản nghịch đã rõ ràng hãy sai sứ đến ngay hỏi tội. Việc chinh thảo sai bộ Binh bàn định gấp rồi tâu lên." **Minh Thực Lục: Quan hệ Trung Quốc Việt Nam**, tập 3, trang 180.

Tiếp đến hai bộ Lễ và Binh tâu tóm tắt lịch sử An Nam; rồi đề nghị sai quan Cẩm y vệ đến nước này khám hỏi lý do phản bội rồi tâu lên; trong khi đó dự bị tuyển tướng điều binh đợi lệnh xuất phát đánh An Nam:

"**Ngày 13 tháng 11 năm Gia Tĩnh thứ 15 [26/11/1536].** *Hai bộ Lễ và Binh tâu rằng:*

'An Nam thời Tần, Hán bị chia thành quận huyện, đến đời Tống phong Quốc vương giống như Cao Ly, Chân Lạp. Tại nước này họ Lý truyền 8 đời, họ Trần truyền 12 đời. Khi Cao Hoàng Đế [Minh Thái Tổ] *lên ngôi, họ Trần đầu tiên đến nạp cống. Vào năm Vĩnh Lạc* [1403-1424] *vua nước này là Trần Nhật Côn bị tặc thần Lê Quí Ly soán đoạt, vua Thái Tông mang binh đánh dẹp; tìm con cháu nhà Trần không được, bèn chia nước này thành quận huyện; lập 3 ty Đô, Bố, Án, cùng các phủ, châu, huyện, vệ, sở, giống như nội địa. Sau đó Lê Lợi trá xưng đã tìm được con cháu nhà Trần, xin đổi thành nước. Vua Tuyên Tông thể theo lời di huấn của Hoàng tổ* [Minh Thái Tổ] *chấp thuận, họ Lê mới có nước.*

Nay trong nước này nghịch thần làm loạn cướp ngôi chiếm nước, không lo việc triều cống; nên hưng binh hỏi tội, để thay trời thảo phạt. Xin trước hết sai một, hai quan Cẩm Y Vệ đảm lược, có tài năng, hiểu lý sự; lệnh Trấn thủ Quảng Tây tuyển năm, ba quan sở tại hiểu sâu tình hình nước Di, biết rõ đường sá, cùng đến nước này khám hỏi lý do phản bội rồi tâu. Dự bị tuyển tướng chỉnh binh, đợi báo xuất phát.

Lại sắc Trấn thủ Lưỡng Quảng An Viễn hầu Liễu Tuân, Trấn thủ Vân Nam Kiềm Quốc công Mộc Thiệu Huân hội đồng với các Phủ, Án chuẩn bị quan quân, lo tính tiền lương, chuẩn bị chinh thảo.'

Thiên tử phán:

'An Nam bội phản, không chịu đến triều cống, đáng thảo phạt; chấp nhận lời bàn sai quan khám hỏi. Bộ Binh nên họp bàn về vấn đề chinh phạt rồi tâu lên." **Minh Thực Lục: Quan hệ Trung Quốc Việt Nam**, tập 3, trang 182.

Kế hoạch do bộ Lễ, bộ Binh tâu lên, được chấp nhận thi hành. Sai hai nhóm Cẩm y vệ đến Quảng Tây và Vân Nam, với nhiệm vụ cật vấn An Nam về các tội; riêng nhóm qua Vân Nam có nhiệm vụ điều tra thêm việc Vũ Nghiêm Uy xâm phạm biên giới:

"Ngày 22 tháng 11 năm Gia Tĩnh thứ 15 [5/12/1536]. *Sai Cẩm y vệ Thiên hộ Đào Phượng Nghi, Bách hộ Vương Đồng đến Quảng Tây; Thiên hộ Trịnh Tỷ, Bách hộ Nạp Triều Ân đến Vân Nam. Nhiệm vụ cật vấn và khám về tội An Nam soán đoạt, cùng sự tình bọn Vũ Nghiêm Uy phạm biên giới."* **Minh Thực Lục: Quan hệ Trung Quốc Việt Nam**, tập 3, trang 183.

Về việc tuyển tướng điều binh, bộ Binh xin cử Đại thần sung chức Tổng binh thống đốc quân vụ; cùng một quan văn Đại thần có nhiều kiến thức về kinh bang tế thế cùng bàn bạc tham mưu, về quân binh chinh thảo thì chiếu theo tiền lệ thời Vĩnh Lạc đánh An Nam mà thi hành [1403-1424]. Xét tổng quát, nhà Vua chấp nhận:

"Ngày 24 tháng 11 năm Gia Tĩnh thứ 15 [7/12/1536]. *Bộ Binh hội nghị về việc chinh thảo An Nam, rồi tâu:*

'Xin long trọng làm lễ suy cử một quan võ Đại thần sung chức Tổng binh Tổng đốc quân vụ; đang chức vụ; giao cho trọng trách. Đặt hai viên Đại thần tổng đốc quân hướng (5) tại Lưỡng Quảng và Vân Quí; mỗi viên tiếp đến tuyển 2 viên Phó Tổng binh, 4 viên Tham tướng, 4 viên Du kích tất cả đều dưới quyền tiết chế của đại tướng Tổng binh. Lại suy cử một quan văn Đại thần có nhiều kiến thức về kinh bang tế thế để cùng bàn bạc việc đáng làm với quan Tổng binh Tổng đốc quân vụ Trong hai ty Lưỡng Quảng và Vân Quý, hãy huy động những quan chức lớn nhỏ có tài, có sức, giỏi đảm chọn 3, 4 người bộ thuộc có tài lo vay, liệu biện tiền và thực phẩm, để cung cấp cho quân dụng. Quân binh chinh thảo chiếu theo tiền lệ thời Vĩnh Lạc [1403-1424], *gần thì lấy tại Lưỡng Quảng, Vân Quí; xa lấy tại Tứ Xuyên, Phúc Kiến, Hồ Quảng, Giang Tây; Hán và Thổ quan quân. Vì đường sá xa xôi cách trở, nên truyền hịch mấy tháng trước sắc cho các xứ Phủ, Án cùng tướng lãnh, để chỉnh đốn quân binh, chuẩn bị khí giới tuân theo sự chinh điều. Về lương hướng cũng sắc cho quan Phủ, Án các xứ tìm mọi cách để xử trí; phàm binh mã ra quân phải có đủ 2 năm lương ăn, để khỏi lo cảnh lâm trận mà thiếu lương."*

Sớ dâng, [Thiên tử] *ban chiếu rằng có thể thi hành; vẫn ra lệnh quan đi tra khám sự thực, rồi báo theo phương tiện nhanh.* **Minh Thực Lục: Quan hệ Trung Quốc Việt Nam**, tập 3, trang 183.

Sau khi hai bộ Lễ, Binh tâu xin chuẩn bị đánh An Nam, được nhà Vua bằng lòng, phán rằng có thể thi hành; đối lập, có viên Tả Thị lang bộ Hộ Đường Trụ dâng lên 6 điều can gián không nên đánh An Nam. Lập luận của Đường Trụ kê cứu kỹ về lịch sử chống ngoại xâm của An Nam; còn nội bộ Trung Quốc thì thực lực thua xa thời Vĩnh Lạc, nên sự thất bại là hiển nhiên. Sớ dâng lên, bộ binh phải thành thực khen rằng bàn mưu trung thành:

"***Ngày 1 tháng 12 nhuần năm Gia Tĩnh thứ 15 [12/1/1537].*** *Tả Thị lang bộ Hộ Đường Trụ dâng sớ can gián về việc đánh An Nam như sau:*

'Nhân vì An Nam không đến sân đình triều cống, sai quan Cẩm y vệ khám hỏi tội trạng, chiếu cho trong ngoài nghiêm túc chuẩn bị, đợi phát binh. Thần thiết nghĩ nếu như việc hôm nay chỉ muốn An Nam đến triều cống mà thôi thì không những việc binh không cần dùng đến, mà quan đi khám cũng không cần. Nếu muốn đánh thì việc này quan trọng khá lớn, có 7 điều xét không thể làm, cần nêu ra:

- Đất đai giới hạn giữa Hoa và Di, trời đất đã định phận ra rồi; Đế Vương không thể dùng cách cai trị Trung Quốc để cai trị họ. Bởi vậy vua Cao Hoàng Minh Thái Tổ thần vũ hơn đời, nhưng đã ghi vào lời tổ huấn rằng không nên đánh An Nam, Bệ hạ đáng tuân thủ, đó là điều thứ nhất.

- Vua Thái Tông [1403-1424] đánh Lê Quí Ly tội giết chúa, đã cho tìm con cháu nhà Trần nhưng không gặp, bèn chia nước này thành quận huyện. Cái được không bù lại với phí tổn, Vua Nhân Tông [1425] ân hận về việc này. Thời đầu Tuyên Đức thực hiện ý muốn của vua cha Nhân Tông và tổ Thái Tông, dẹp bỏ quận huyện rút lui khỏi An Nam. Nay chính sách đó đáng nên theo, đó là điều thứ 2.

- Trước đây thời An Nam thịnh vượng, các châu Khâm, Liêm và ngay cả Ung, thường bị đe doạ. Từ đời Đường sau khi Cao Biền chinh phạt, đến Ngũ Đại, Tống; rồi đến việc lần lượt 8 họ Khúc, Lưu, Thiệu, Ngô, Đinh, Lê, Lý, Trần (6) tranh

quyền; trong thời gian đó các quận Lĩnh Nam giáp biển của ta, ít bị đe doạ báo động. Vậy Di Địch tao loạn là phúc cho Trung Quốc; không đáng mang quân đi hỏi tội, đó là điều thứ 3.

- Nếu bảo rằng An Nam là đất cũ của Trung Quốc, nên nhân lúc loạn chiếm đi. Thần khảo Mã Viện nam chinh, đến được Lãng Bạc quan quân chết gần nửa. Nhà Hán dựng Đồng Trụ làm giới hạn, gần với phủ Tư Minh [huyện Ninh Minh, Quảng Tây] *ngày nay.*

Vào năm Vĩnh Lạc thứ 5 [1407-1408] *bình Giao Chỉ; năm sau Giản Định tiếm hiệu nổi lên, đến năm thứ 8* [1410-1411] *Trần Quí Khoách làm phản; rồi các thổ dân hưởng ứng theo, chỉ còn một thành Giao Châu an toàn! Năm thứ 11* [1413-1414] *Trần Quí Khoách bị bắt, Trần Nguyệt Hồ lại làm phản; rồi năm Tuyên Đức thứ 2 Lê Lợi làm phản. Các quan văn võ của ta bị chết rất nhiều, như bọn Lưu Tử Phụ, Hà Trung, Dịch Tiên, Lý Nhiệm, Cố Phúc vv.. Quân sĩ, của cải vật chất tổn thất có đến mấy chục vạn; làm kiệt sức lực Trung Quốc hơn 10 năm, chỉ được cái tiếng thu phục được một số quận huyện trong mấy năm.*

Còn các triều đại khác, đánh mà không thắng như Tống Thái Tổ, Tống Thần Tông, Nguyên Thế Tổ, Hiến Tông thì quân đội chôn vùi, uy danh thương tổn. Các sự kiện kê ra như tấm gương sáng có thể soi, đó là điều thứ 4.

- Phàm Di Địch vào triều cống là có lợi cho họ; thứ nhất có uy với lân bang vì đã được [công nhận] *ban lịch Chính Sóc, có thể thông thương mậu dịch làm giàu cho đất nước. Bởi vậy An Nam tuy tranh loạn, vẫn mấy lần dâng biểu, mang phương vật gõ cửa quan xin triều cống. Các Trấn, Phủ*

tại biên giới cho rằng tên tuổi không đúng (7), bèn đuổi đi. Vậy họ muốn cống mà không được, chứ không phải cậy hiểm không chịu tới. Bây giờ hài tội, về danh nghĩa không thuận, đó là điều thứ 5.

- Vả lại muốn mang binh đi đánh cần có tài lực dồi dào. Thời Vĩnh Lạc dùng binh 80 vạn, từ Vân Nam, Lưỡng Quảng chia đường đến; quân lương chất như núi, vận chuyển không ngớt. Nay nghị bàn lấy trong 4 tỉnh, nhưng Tứ Xuyên đang lo việc thu hoạch rừng, Quí Châu thì có quân ốm đói, lương trữ tại Lưỡng Quảng từ lâu bị hao hụt vì việc đánh Sầm Mãnh tại Điền Châu [huyện Điền Dương, tỉnh Quảng Tây]. *Với những công trình dựng lên tại một số tỉnh, kho tàng thiếu hụt; lụt lội, hạn hán đói kém. Nhìn tài lực thì thời Vĩnh Lạc giàu có hơn nhiều; đó là điều thứ 6.*

- Tất cả những điều nêu trên đều có căn cứ có thể dẫn ra được, nếu suy nghĩ xa như người nước Kỷ lo việc trời (8) thấy được nhà Đường suy từ thời Huyền Tông sau chiến dịch đánh Nam Chiếu; nước Tống suy vi từ khi Thần tông đánh Liêu. Nay kho tàng tích trữ chỉ 400 vạn [lạng bạc?] *chính trị suy hoại, ruộng bỏ hoang ngày càng nhiều, quản lý muối ngăn trở, nên việc buôn bán càng giảm; giặc phương Bắc ngày một mạnh chiếm cứ vùng eo lớn sông Hoàng Hà, lính biên phòng mấy lần làm loạn, biên cương rào dậu triệt hồi; mối hoạ phương bắc ngày một lớn; lại bắt đầu bàn bạc đến việc đánh phương nam! Nếu có điều lo ngoài ý muốn, ai là người chịu trách nhiệm; đó là điều thứ bảy.*

Huống quan võ Cẩm y không hiểu đại thể, vạn nhất theo ý riêng, gây hấn. Hoặc tìm ra sự thực, đánh cũng không được, không đánh cũng không được; tiến thoái lưỡng nan. Nay ng-

hiêm binh đợi xuất phát, lệnh mới ban ra mà sự tao nhiễu đã xảy ra 4 phương; mối lo không tại tứ Di (9) mà tại trong nội bộ!

Thần tấu xin bỏ việc chinh phạt, đình chỉ việc sai Cẩm y vệ đi khám, bãi bỏ lênh dự phòng binh lương.'

Sớ dâng lên, bộ binh khen bàn mưu trung thành; riêng chiếu chỉ truyền đợi Cẩm y vệ khám tâu, rồi. bàn sau." **Minh Thực Lục: Quan hệ Trung Quốc Việt Nam**, tập 3, trang 180.

Chú thích:

1. Tống Giang: con sông bắt nguồn từ Nho Quan, Ninh Bình, chạy qua huyện Thạch Thành, Thanh Hoá, xuống Tống Sơn, rồi chia thành hai nhánh, một nhánh ra cửa Bạch Câu, một nhánh ra sông Chính Đại.

2. Thân phó cáo: tờ khai tại cửa khẩu lý do tại sao đến.

3. Thuỷ Vĩ: tên châu có từ đời nhà Nguyễn trở về trước, vị trí tại huyện Bảo Thắng tỉnh Lào Cai ngày nay.

4. Bát Trại: thuộc huyện Mã Quang, châu tự trị Văn Sơn, tỉnh Vân Nam.

5. Quân hướng: lương tiền cho quân lính.

6. Khúc, Lưu, Thiệu, Ngô, Đinh, Lê, Lý, Trần, chỉ các đời họ nước ta lần lượt cầm quyền như: Khúc Thừa Dụ, Ngô Quyền, Đinh Tiên Hoàng, Lê Đại Hành, Lý Thái Tổ, Trần Thái Tông; riêng Lưu, Thiệu, thì có lẽ nhầm với Dương Diên Nghệ, Kiều Công Tiễn chăng?

7. Tên tuổi không đúng: vì lúc này tao loạn thay ngôi đổi chủ liên miên, nên tên vua mới không đúng tên với vua cũ đã trình tâu; nên bị nhà Minh bắt bẻ.

8. Kỷ: Xưa có người nước Kỷ lo chuyện trời sụp, nên có thành ngữ "*Kỷ nhân ưu thiên*" để chỉ người quá lo xa.

9. Tứ Di: bốn Di; chỉ các nước lân bang đông, tây, nam, bắc, xung quanh Trung Quốc.

115.
Mạc Đăng Doanh (2)

Tháng giêng năm Đại Chính thứ 8 [10/2-10/3/1537]; (Lê Trang Tông Nguyên Hoà năm thứ 5; Minh Gia Tĩnh năm thứ 16). Mạc Đăng Doanh đến trường Thái học làm lễ tế tiên thánh tiên sư.

Tháng 4 [9/5-7/6/1537], gió to, gãy cây, tốc nhà, nước biển dâng tràn; làm chết nhiều người và súc vật.

Trước đây vào tháng 10 năm Đại Chính thứ 3 [1532], Tây An hầu Lê Phi Thừa được nhà Mạc giao cho quản lĩnh 7 huyện tại Thanh Hoá; nay khởi binh cướp lấy của cải của ba ty, rồi chạy vào nước Ai Lao đầu hàng vua Lê Trang Tông.

Mạc Đăng Doanh phong cho con là bọn Kinh Điển làm vương, ngoài ra đám quần thần đều theo thứ tự bậc mà nhận phong.

Lúc này **Minh Thực Lục** đề cập đến một phái đoàn cầu viện nhà Minh do vua Lê Trang Tông và Đại tướng quân Nguyễn Kim gửi sang Trung Quốc. Cầm đầu phái đoàn này là Trịnh Duy Liêu, vất vả đi theo đường Chiêm Thành, phải dừng lại tại nơi này đến 2 năm. Dựa theo những lời tố cáo của Trịnh Duy Liêu, đình thần nhà Minh hội họp, dưới sự chủ trì của bộ Lễ và bộ Binh, tuyên bố kết tội Mạc Đăng Dung gồm 10 điều:

"Ngày 12 tháng 4 năm Gia Tĩnh thứ 16 [20/5/1537]. Hai bộ Lễ và Binh hội họp đình thần bàn về việc chinh thảo An Nam tuyên bố rằng Mạc Đăng Dung có 10 tội, không thể khoan dung mà không đánh:

Tội thứ nhất: đuổi Lê Huệ [Lê Chiêu Tông], *chiếm đô thành của nước.*

Tội thứ hai: cưỡng bách lấy mẹ của vua.

Tội thứ ba: đầu độc Lê Quảng [Lê Cung Hoàng], *đem con y lên làm vua nguy.*

Tội thứ tư: bức Lê Ninh [Lê Trang Tông] *phải bỏ trốn.*

Tội thứ năm: tiếm xưng Thái thượng Hoàng đế.

Tội thứ sáu: cải nguyên Minh Đức, Đại Chính.

Tội thứ bảy: đặt binh tại quan ải, ngăn trở chống cự Sứ thần.

Tội thứ tám: bạo ngược vô đạo, độc hại sinh linh.

Tội thứ chín: Ngăn dứt đường đi cống.

Tội thứ mười: đặt quan lại nguy.

Xin ban bố quyết định, truyền bá trong ngoài, khiển tướng luyện binh, định ngày tiến đánh. Bọn Trịnh Duy Liêu được đưa theo quân môn, để quan Tổng binh tham khảo sử dụng.'

Thiên tử phán:

"An Nam từ lâu không đến cống tại sân đình, theo phép đáng hỏi tội. Nay nước này tâu rằng nghịch thần Mạc Đăng Dung soán đoạt, ngăn trở đường đi cống, lại tiếm xưng danh hiệu, đặt quan lại nguy, tội ác đã rõ ràng, mệnh tướng xuất sư chinh thảo. Các quan Tổng đốc suy cử tuyển chọn những

người có tài năng để sử dụng, điều động binh lương thích hợp. Hai bộ Hộ và Binh bàn định cách xử trí rồi tâu lên. Tiếp theo, điều nguyên Hữu Thị lang bộ Hình, Hồ Liên tại Nam Kinh, làm Hữu Thị lang bộ Hộ; thăng nguyên Tuần phủ Giang Tây Hữu Phó Đô Ngự sử Cao Công Thiều làm Hữu Thị lang bộ Hộ. Cả hai đều kiêm chức Đô sát viện Đô Ngự sử Tổng đốc lương hướng, Hồ Liên đặc trách Vân Quý, Công Thiều đặc trách Lưỡng Quảng. Đô đốc Thiêm sự Giang Hoàn được cử làm Tả Phó Tổng binh, Ngưu Hoàn sung Hữu Phó Tổng binh. Dương Đỉnh, Điền Mậu sung chức Tham tướng. Tôn Duy Vũ, Cao Nghị sung Hữu Tham tướng. Phan Thái, Tiêu Đỉnh, Thang Đình, Trần Vĩ sung Du kích Tướng quân. Tất cả lãnh binh chinh thảo, riêng Đại tướng quân đợi chiếu chỉ tuyển dụng." **Minh Thực Lục: Quan hệ Trung Quốc Việt Nam**, tập 3, trang 188.

Tuy ra lệnh đánh nước ta, nhưng nhà Vua nhà Minh đã bị ảnh hưởng bởi lời khuyến cáo trong bản điều trần của Đường Trụ, nên muốn hoạch định một cuộc chiến hạn chế để khỏi bị sa lầy như cuối thời Nhân Tông, Tuyên Tông:

"Ngày 13 tháng 4 năm Gia Tĩnh thứ 16 [21/5/1537]. *Thiên tử lại dụ bộ Binh rằng:*

'Ngày nay có việc tại An Nam, giúp nước này trừ loạn, so với thời Thái Tông sự thế không giống nhau; nên dụng binh như thế nào, hãy suy nghĩ rồi tâu trình.'

Bộ binh trình 11 điều:

'1. Xin Thiên tử ban ấn cho Đai tướng quân; cấp cho văn võ Đại thần chế sắc, phù nghiệm, kỳ bài.

2. Bắc quân không tiện nam chinh. Nên điều Hán binh tại Lưỡng Quảng, Tứ Xuyên, Quí Châu, Hồ Quảng, Phúc Kiến;

cùng Thổ binh như Mèo, chuyên sử dụng câu liêm. Tổng binh, Tham tướng tuỳ nghi điều động; nghiêm quân lệnh, cấm chỉ tham hàng hoá (1), giết hàng binh.

3. Việc binh tiến hay dừng đều tuân lệnh Tổng đốc, Tham tán, mà thi hành. Các Phó Tham, Tam Ty trở xuống đều được uỷ nhiệm sử dụng.

4. Sai Khoa đạo quan mỗi nơi 2 viên để ghi chép công, thứ hạng.

5. Thống lĩnh quan binh Hán, Thổ cần khéo chỉ huy, khuyến khích thành công. Bán đổi thả giặc hoặc tiềm thông gian tế, tội không tha.

6. Các xứ Khâm Châu [Quảng Tây], *Tư Minh* [huyện Ninh Minh, Quảng Tây], *Bằng Tường* [Quảng Tây] *thuộc Lưỡng Quảng, Lâm An* [huyện Kiến Thuỷ, Vân Nam], *Mông Tự thuộc Vân Nam; có thể dùng đường để tiến binh; hãy chọn những người hiểu dân địa phương làm hướng đạo.*

7. Ngày tiến binh, giữ kỹ các quan ải để đề phòng kẻ chạy trốn.

8. Khi lâm trận, kẻ lập thành tích giết bắt cừ khôi được thưởng hoặc thăng cấp; kẻ trái lệnh chần chừ dòm ngó, xử theo quân pháp.

9. Phàm những nơi quan quân sắp đi qua, tư dụng khí vật lệnh quan địa phương chuẩn bị.

10. Các hàng Tuần, Phủ kiểm tra việc chinh tiến; khao thưởng tướng sĩ được lệnh hậu đãi.

11. Các đồ ban thưởng như ngân bài, huy chương, lụa trao cho Tổng binh, Tham tướng trước; để sẵn sàng lúc dùng.'

Chiếu chấp nhận như đề nghị. Lại mệnh Binh Khoa Cấp sự trung Lý Hạc Minh, Phúc Kiến Ngự sử Truyền Phượng Cao đến Quảng Đông; Hình Khoa Cấp sự trung Mã Nhữ Chương, Quảng Đông đạo Ngự sử Hồ Thời Tế đến Vân Quí; mỗi người theo quân để ghi công." **Minh Thực Lục: Quan hệ Trung Quốc Việt Nam**, tập 3, trang 189.

Trong khi bộ máy chiến tranh đang rục rịch làm việc, thì chính viên Thị lang bộ Binh Phan Trân [chức vụ tương đương với Thứ trưởng quốc phòng hiện nay], không tin ở sự thành công. Y cũng đem những kinh nghiệm lịch sử ra cảnh cáo, và đề nghị số quân điều đến biên giới chỉ nên thay phiên luyện tập, án binh bất động để chờ thời. Chắc không phải hoàn toàn phản đối lập luận của viên này, nhưng có lẽ tại viên Thị lang bộ Binh là người trong cuộc, lại viết những lời chống lại chính sách, nên bị nhà vua phạt cho thôi việc:

*"**Ngày 13 tháng 4 năm Gia Tĩnh thứ 16 [21/5/1537].** Tả Thị lang bộ Binh Phan Trân dâng sớ rằng:*

"Đất An Nam xưa thuộc Giao Chỉ, nhiều đời không chịu xưng thần; lúc vua Thái Tổ ta mới mở nước, nhân chúa họ Trần nước này đầu tiên đến qui phụ, được chấp nhận để chiêu phủ. Vào năm Vĩnh Lạc Lê Quí Ly phản họ Trần, vua Thái Tông mang nghĩa binh đánh dẹp, cầu con cháu nhà Trần nhưng không được, bèn chia đất này thành quận huyện. Rồi tiếp tục có đảng nghịch của Trần Giản Định nổi loạn, đánh mấy năm mới bình định được. Sau đó Lê Lợi dấy lên chống mệnh. Sau khi Lợi xin lập con cháu nhà Trần, vua Tuyên Tông Chương anh đế bèn bỏ đất này, Lê Lợi nhân được thay thế làm Vương. Đời sau Lê Trừu [vua Tương Dực] *làm sai đường, bị Trần Cảo giết* (2), *không có con nên con người anh là Lê Huệ* [vua Chiêu Tông] *không đợi mệnh triều đình mà tự*

lập; bị Mạc Đăng Dung bức phải trốn xa. Dung bèn uy hiếp lập người em là Lê Quảng [vua Cung Hoàng], *rồi giết đi mà chiếm lấy nước. Vậy cha con họ Mạc và Trần Cảo là bọn giặc thí nghịch; còn Lê Ninh và cha là Lê Huệ không cầu phong và triều cống đã 20 năm nay; chiếu theo phép Xuân Thu (3) không khỏi phải mang 6 quân đi hỏi tội. Nhưng hà tất phải mang binh đánh cả hai bên.*

Vả lại đất này không đủ tiêu chuẩn để đặt quận huyện, lúc loạn lúc theo không giống như Trung Quốc; dân Di ngày càng sinh sôi, lều trướng từ đông sang tây có đến vạn lý; lửa báo động từ mùa đông đến mùa xuân không ngày nào ngớt. Phía ta quân sĩ không sung túc, lương thực không đủ, các biên giới đều có mối lo ngầm; nay bỏ những mối lo trước mắt, để gánh sự tổn hại làm kiệt sinh lực ở nơi xa xăm. Kẻ bầy tôi ngu muội này cho rằng không phải là kế sách đúng.

Nay không nên điều Phó Tổng binh, Tham tướng trở xuống, cùng Tổng đốc lương thực, văn thần; cũng không nên điều động ngay lính Mèo chuyên sử dụng câu liêm, và các đơn vị vận tải. Nên cẩn thận cử 2 viên Đại thần văn, võ có tài và uy tín, đeo ấn mệnh chinh thảo; đến biên giới Giao Chỉ và Lưỡng Quảng, để điều động các quân Hán, Thổ gần đó thay phiên luyện tập. Riêng các đơn vị nhỏ cùng với Thổ binh thì cho huấn luyện tại địa phương chuẩn bị đợi đi đánh.

Sau đó truyền hịch đến Giao Chỉ phía nam, hài tội họ Mạc soán nghịch, tru diệt không tha; kỳ dư những người bị cưỡng bách theo nếu qui thuận, gắng sức đánh giặc lập công sẽ được tưởng thưởng. Lại truyền hịch cho Lê Ninh [vua Lê Trang Tông] *ban cho y quyền đánh giặc họ Mạc, lệnh đốc thúc binh mã đợi khi đại quân nhập cảnh, hợp lực tiến đánh. Bọn Vũ Nghiêm Uy* [xem sử liệu năm 1535] *cũng được dụ giúp cho Ninh. Khiến mọi người trong nước đó hợp mưu đánh giặc, mượn tiếng Thiên triều làm mạnh khí thế, công việc bình định có thể hoàn thành được."*

Thiên tử giáng chỉ trách là không rành sự thể, có những lời mê hoặc nhân tâm. Bi lột chức và thôi việc." **Minh Thực Lục: Quan hệ Trung Quốc Việt Nam**, tập 3, trang 191.

Tuy nhà Minh muốn can thiệp, nhưng tình trạng nước ta lúc bấy giờ có hai phe: Lê Ninh [tức vua Lê Trang Tông] và Mạc Đăng Dung. Phe bảo thủ chủ trương bảo hoàng lẽ dĩ nhiên phải ủng hộ Lê Ninh. Nhưng ngược lại Đề đốc Lưỡng Quảng Tả Thị Lang Phan Đán, đóng quân sát tại biên giới, hiểu rõ thực lực của mỗi bên; hơn nữa y là con người thực dụng thấy Mạc Đăng Dung mới cho người xin sang cống, nên nghiêng về sự ủng hộ họ Mạc, để khỏi phải đánh nhau:

"Ngày 19 tháng 4 năm Gia- Tĩnh thứ 16 [27/5/1537]. *Đề đốc Lưỡng Quảng quân vụ Tả Thị lang bộ Binh Phan Đán tâu:*

'Loạn An Nam bắt đầu từ Trần Cảo giết chúa Lê Trừu, Cảo bị giết nhưng con là Thăng chiếm cứ đất Lạng Sơn. Mạc Đăng Dung lúc đầu cưỡng lập Lê Huệ, tiếp lại đuổi ra biển, rồi Huệ đóng tại Thanh đô; cuối cùng [Đăng Dung] *giả danh được nhường chức, để đoạt lấy nước. Nay Trần Thăng đã bị Mạc Đăng Dung đánh dẹp; phần lớn đất đai cương thổ, họ Lê chỉ chiếm được hai phần mười; họ Mạc chiếm đến tám phần mười. Mới đây triều đình sai sứ hỏi tội, Đăng Dung sai Sứ mang văn thư xin cống.*

Phàm Di Địch như cầm thú, vốn không có luật của nhân luân; dùng pháp độ của Trung Quốc không thích hợp. Nếu xử theo đạo lý của Di Địch thì Nguyên Ngô được ban tước, bất nghĩa được phong Hầu, Lê Lợi có thể làm vua vậy. Bọn chúng phân tranh, binh cách không ngớt, đều muốn mượn danh hiệu Thiên triều để lên làm chúa.

Kính mong Bệ hạ sắc xuống cho hai bộ Lễ và Binh phúc trình giải pháp hay nhất; riêng bọn thần giới nghiêm quân sĩ xem sự biến, để đợi nước đó tự ổn định, đó là phép của Đế Vương xưa dùng bất trị để trị.'

Lúc này Thượng thư bộ Lễ Nghiêm Tung, Thượng thư bộ Binh Trương Tán phúc tấu rằng:

'An Nam là nước hoang dã nơi biên giới, xưng thần chăm chỉ phụng cống; so với bắc Địch, tây Nhung cũng tương tự. Mạc Đăng Dung đuổi vua giết chúa, chuyên chế chiếm nước, tình tội rõ ràng, vả lại An Nam là nước nhận sắc phong của tổ tiên. Sao Quảng có thể tự tiện trao cho nghịch Dung; sao nghịch Dung có thể tự tiện nhận từ Quảng. Nếu bảo nước Di Địch vốn không có nhân luân, Nguyên Ngô có thể làm Vương, bất nghĩa có thể làm Hầu, lại như nghịch Dung giết vua đoạt nước, nay dâng biểu xin thỉnh phong, quốc gia lấy gì để xử đây?

Nếu bảo rằng cho hai bên đánh nhau, binh cách không tắt, để vậy không hỏi đến, thì không khỏi giúp loạn lớn lên, buông thả cho bọn gian tà, lại không đáp ứng lời cầu cứu của Lê Ninh. Nay nêu hai việc Tử Mật, Nguyên Ngô làm chứng, lập luận không hợp lý không có thể khuất phục bọn Di gian trá, và giữ gìn quốc thể. Vả lại Lê Ninh còn tại Thanh Đô, sai người đến cáo biến, chí mưu đồ khôi phục. Nay Đăng Dung lại xưng bản quốc đã ổn định, dâng biểu xin cống, thật che dấu quá lắm! Vào năm Hồng Vũ có lần An Nam sai Sứ đến cống Thái Tổ Cao Hoàng đế phán: 'An Nam soán giết vua, không chấp thuận cho đến cống.' Nay nghịch Dung đến xin cống, khó mà có thể bằng lòng ngay được; nên giao Đề đốc, Tuần vũ, Tổng binh xét kỹ nghịch thuận, theo thời cơ mà phủ ngự, tuân theo chiếu chỉ trước mà thi hành để chính sách phục hưng nước bị diệt, nối dòng bị đứt, tru lục kẻ tàn bạo; hai đường vẹn toàn.'

Sớ dâng lên, Thiên tử chấp nhận mệnh Đề Đốc các quan thi hành theo chiếu chỉ trước." **Minh Thực Lục: Quan hệ Trung Quốc Việt Nam**, tập 3, trang 192.

Một người có thái độ uyển chuyển, dung hoà được mọi khuynh hướng là Hữu Đô Ngự sử Mao Bá Ôn, lúc này đang chịu tang, được nhà vua vời ra để lo giải quyết việc An Nam. Viên này chủ trương cô lập Mạc Đăng Dung, tập trung binh lực mạnh tại biên giới, để buộc Đăng Dung phải đầu hàng:

"***Ngày 9 tháng 5 năm Gia Tĩnh thứ 16 [16/6/1537].*** *Hữu Đô Ngự sử Mao Bá Ôn trở lại làm việc, đến trình diện tại kinh sư; Thiên tử mệnh trong ngày đến nhận việc, để đợi mệnh chinh thảo An Nam. Bá Ôn điều trần việc An Nam gồm 6 điều:*

Thứ nhất: Chính danh An Nam không đến triều cống là do Mạc Đăng Dung thoán nghịch; nay mệnh tướng xuất sư đánh giặc. Trước tiên truyền hịch dụ rõ những người bị ức hiếp theo, cho được đầu hàng; kẻ chém đầu giặc được thăng thưởng. Nếu đầu sỏ giặc đến hàng, bọn thần cẩn thận tâu lên xin khu xử, để không bị tội chết. Nếu như hôn mê không tỉnh ngộ, thì bị diệt trừ không tha; xin ghi rõ như vậy.

Thứ hai: Sử dụng lính gồm Điền Châu [huyện Điền Dương, tỉnh Quảng Tây], *các thành Tư, Ân, Tứ; các xứ Tả, Hữu giang thuộc Quảng Tây; Vĩnh Thuận, Bảo Thỉnh thuộc*

Hồ Quảng; Tây Dương thuộc Tứ Xuyên, Thổ binh kiêu dõng có thể dùng được. Sợ có sự xâm nhiễu tại các địa phương đi qua, sức cho các Trấn thủ, Tuần quan nghiêm lệnh cấm chỉ. Tổng đốc, Đô Ngự sử Lưỡng Quảng trách nhiệm rất lớn, nên dùng những bầy tôi giỏi để lo giúp. Thổ binh Vân Nam tại các phủ, cần có ấn bài của Kiềm quốc công mới có thể điều dụng. Sau khi di chuyển trách nhiệm chỉ huy điều động do Phó Tổng binh, Bố chánh, Tuần phủ, Đô Ngự sử phụ tá. Các đơn vị tại Quảng Đông, Giang Tây, Chiết Giang, Phúc Kiến không nên điều động tất cả; Thần cần trích những đơn vị cần thiết đưa đi. Tổng binh Quí Châu Lý Chương; Phó Tổng binh Quảng Tây Trương Kinh, Tham tướng Trầm Hy Nghi đều mưu dõng hơn người, nên dùng. Từ Quảng Tây do châu Bằng Tường vào biên giới, qua quan ải đầu Kinh Bốc, Lân trạm, Bộc Thượng trạm, tới sông Phú Lương, tức thành Đông Quan. Quảng Đông từ châu Khâm, qua một ngày tới Vĩnh An. Từ Vân Nam do đường huyện Mông Tự, qua 2 ngày có thể đến thác Liên Hoa (4). Tất cả bằng 3 đường đến ngày cùng tiến, hẹn đúng ngày đến nơi. Đánh giặc chớ giết càn; ngày tướng sĩ vào An Nam trước, đánh chém đầu sỏ giặc lập kỳ công; nếu cố tình buông thả giặc hoặc giết bừa bãi người vô tội, lấy quân pháp trừng trị. Việc luận công thưởng phạt nên sắc cho bộ Binh dự định.

Thứ ba: Dùng người. Xin sắc bộ Binh cử những bộ thuộc tài cán theo quân: gồm 2 người chuyên vẽ; một số quan phụ trách kỳ bài, tuỳ viên, thiên văn, âm dương, thông dịch, y sĩ, bói toán. Các tỉnh, 3 ty, cùng phủ, châu, huyện; các chánh quan và phụ tá đều dưới quyền Thần lâm thời sử dụng.

Thứ tư: Về phương diện tài vật; xin sắc bộ Hộ lệnh Bố chánh các tỉnh phàm các vật tư phải nạp về kinh mà chưa kịp đưa đi, thì từ Phúc Kiến, Chiết Giang, Giang Tây, Lưỡng Quảng chở về phủ Nam Ninh tỉnh Quảng Tây; Quí Châu, Hồ Quảng, Tứ Xuyên chở về phủ Lâm An, Vân Nam. Quan coi về lương thực tại các tỉnh chờ lúa mùa thu chín, mua trữ vào kho. Số lượng quân lương mà Giang Tây, Hồ Quảng dự định mang đi trong năm Gia Tĩnh thứ 16 thì sửa đổi nơi đến, cho vận chuyển đến phủ Nam Ninh [thủ phủ tỉnh Quảng Tây]. *Cần kiểm tra việc nạp lúa, mở kho muối tại Lưỡng Hoài, phát bạc nén tại kho Thái Thương 400 vạn để có thể đủ cho sự chu cấp trước mắt.*

Thứ năm: Về minh bạch phép thưởng phạt, thành ngữ có câu 'Thưởng đến kịp thời, phạt đến đúng lúc.' Phép thưởng trong quân, nhỏ thì thưởng bằng tiền lụa, lớn thì quan tước. Nên sắc hai bộ Lại, Binh đưa sẵn số lượng các chức quan văn võ đến nơi giao cho Thần, để thưởng trong quân hoặc cử làm quan hoặc, thăng thưởng. Còn như có tội thì xét nặng nhẹ, không tha.

Thứ sáu: Đồng nhất. Nay 3 đường cùng tiến công; quan lại tướng sĩ số lượng nhiều, nếu hiệu lệnh bất nhất làm sao có thể thành công được. Các văn thư phải truyền đạt đến từng nơi, mọi người cần đồng tâm hiệp lực, dù công nhỏ cũng ghi chép; không được chia rẽ kẻ này kẻ kia, mỗi người cố chấp với ý kiến mình, làm lộ quân cơ; kẻ làm trái lệnh Thần xin tâu lên trên.

Thiên tử nói:

'Xem tấu của khanh thấy rõ được sự từng trải; y theo điều nghĩ mà thi hành. Sẽ đưa Đề đốc Lưỡng Quảng Thị lang Phan Đán về Nam Kinh để phụ tá cho bộ; điều ngay một người có tài hiểu biết, thích hợp với nhiệm vụ thay thế.'

Bộ Binh phúc tấu về lời thỉnh cầu của Bá Ôn:

'Xin một đạo sắc phong Bá Ôn và tuyên bố triều đình ân uy, cùng ban hành dụ cho nước này. Ban thưởng cho bất cứ ai lập kỳ công, dẫn đầu phá quốc thành An Nam, thưởng bạc 3000 lượng, thăng 5 cấp; bắt hoặc giết đầu sỏ giặc, cha con Mạc Đăng Dung cũng được thưởng như vậy. Ai bắt hoặc giết bọn giặc có tiếng, được thưởng 500 lạng và thăng 3 cấp. Lâm trận phấn dõng lập thành tích đáng khen, sẽ theo lời của Tổng đốc, Tham tán thưởng một cách đích đáng. Người An Nam nội phụ có công, cũng được thưởng như vậy. Xin bộ Lại chọn 2 quan chức có tài năng theo quân để điền bổ các chức vụ. Về vận chuyển lương thực, bộ Hộ cử nhân viên theo quân để tuỳ nhu cầu hoạch định vận chuyển. Bộ Lại chuẩn bị giấy bổ nhiệm văn chức và võ chức mỗi thứ 100 bản, dùng để thăng thưởng trong quân. Tổng đốc, Tham tán các chức, dùng binh ngoài quan ải, tiến hoặc dừng theo tiện nghi. Trừ Lưỡng Quảng, Vân Nam Tổng binh, Tổng đốc, khi có việc cùng bàn bạc mà thi hành; kỳ dư Phó, Tham trở xuống, cùng Phủ Trấn, ba ty đều theo sự tiết chế. Các quan tam ty trở xuống phải nghe theo lệnh, khi uỷ nhiêm không được từ chối."

Thiên tử phán:

'An Nam từ lâu không đến triều cống, vì nghĩa đáng hưng binh hỏi tội. Gần đây nghe Lê Ninh tâu rằng Mạc Đăng Dung ngăn chặn đường tiến cống, chưa thẩm tra được chân nguỵ; hãy lệnh cho quan địa phương xem nên chiêu phủ, hay đánh. Đề đốc Lưỡng Quảng, Thị lang Tuần phủ Vân Nam, Đô Ngự sử, cùng các quan Tổng binh đều có sắc riêng. Lệnh Mao Bá Ôn tại viện lo quản lý công việc. Các quan đôn đốc lương hướng, ghi công đều tạm đình chỉ." **Minh Thực Lục: Quan hệ Trung Quốc Việt Nam**, tập 3, trang 193.

Lời tâu của Mao Bá Ôn có sức thuyết phục, nhà Vua bấy giờ đã có chủ đích nên thẳng tay trách phạt người khác ý kiến, như Giám sát ngự sử Từ Cửu Cao:

"Ngày 27 tháng 5 năm Gia Tĩnh thứ 16 [4/7/1537]. *Giám sát Ngự sử đạo Hồ Quảng Từ Cửu Cao theo lời chiếu trình bày 3 việc:*

....

3. Bàn về việc mang quân đi đánh: Gần đây Quốc vương An Nam bị tặc thần đuổi; Bệ hạ hưng binh hỏi tội đến biên giới, nhưng kẻ dưới không cho là đúng. Hiện nay Vân, Quý, Lưỡng Quảng lương thực thiếu thốn, các vùng đông nam mất mùa vì đại hạn, lụt lội. Thần xin tạm hoãn việc sai quân đi trước; Tổng đốc Lưỡng Quảng, Đô Ngự sử, Tổng binh nên chia nhau sắp xếp thi hành, lệnh sở tại tích trữ lương thực, quan sát sự biến động. Nếu chúng sửa đổi thuận tòng, có thể không phiền đến binh. Trường hợp chúng ương ngạnh, đợi binh lực đầy đủ, từ từ làm việc thảo phạt. Nên sắc 2 bộ Binh và Hộ chú ý đề phòng các trấn phía tây bắc; hãy lo liệu việc quân lính thiếu, đồn ải phế huỷ, lương thực thiếu hụt; để khôi phục việc làm tốt của tổ tông, thực hành kế trường cửu của đất nước....

Thiên tử cho rằng nội dung có sự dối trá, tội trọng bất kính, dùng lời nhục mạ, cắt bổng Từ Cửu Cao 2 tháng." **Minh Thực Lục: Quan hệ Trung Quốc Việt Nam**, tập 3, trang 196.

Để chuẩn bị tiến hành, Vua nhà Minh ra lệnh cho sứ giả Trịnh Duy Liêu về nước phúc trình cho Vua Lê Trang Tông; riêng các quan tại các tỉnh Quảng Đông, Quảng Tây, Vân Nam được miễn dự lễ tại triều, sẵn sàng gánh vác công việc:

"Ngày 21 tháng 6 năm Gia Tĩnh thứ 16 [27/7/1537]. Sai Sứ giả An Nam Trịnh Duy Liêu về nước." **Minh Thực Lục: Quan hệ Trung Quốc Việt Nam**, tập 3, trang 197.

"Ngày 30 tháng 6 năm Gia Tĩnh thứ 16 [5/8/1537]. Cho 3 Bố chánh Sứ ty Quảng Đông, Quảng Tây, Vân Nam; các chánh quan tại hai phủ Nam Ninh, Thái Bình (5) thuộc Quảng Tây; cùng các phủ Khuê Tĩnh, Sơ Hùng, Lâm An, Đại Lý, Vĩnh Xương thuộc Vân Nam được miễn dự lễ tại triều, vì công việc về An Nam. Thể theo lời tâu xin của các quan Đốc, Phủ." **Minh Thực Lục: Quan hệ Trung Quốc Việt Nam**, tập 3, trang 198.

Lo việc chinh thảo tại An Nam, cho đình chỉ nạp về kinh đô số bạc thu thuế, tồn kho tại các tỉnh biên giới:

"Ngày 21 tháng 8 năm Gia Tĩnh thứ 16 [24/9/1537]. Vương Tuấn, Đề đốc Đô Ngự sử Nam Cống, Định Chương, tâu rằng:

"Trước đây quyết định đem về bộ số bạc nén đánh thuế muối. Nay vì có việc chinh thảo tại An Nam, xin giữ lại tất cả số bạc đó tại phủ Cống Châu để lo việc quân."

Bộ Hộ phúc trình, được chấp thuận." **Minh Thực Lục: Quan hệ Trung Quốc Việt Nam**, tập 3, trang 199.

Thực hiện chính sách cô lập Mạc Đăng Dung, nên những thành phần chống đối nhà Mạc được vua Thế Tông ra lệnh khen thưởng, khuyến khích:

"Ngày 6 tháng 9 năm Gia Tĩnh thứ 16 [9/10/1537]. Trước đó người Giao Chỉ Vũ Văn Uyên mang đồng đảng đến hàng; Đô Ngự sử Uông Văn Thịnh sai Chỉ huy Triệu Quang Tổ đến phủ dụ. Văn Uyên bèn sai người Di bọn Nguyễn

Hoằng Qui đến hiến bản đồ tiến binh, nhân nói về tình trạng loạn lạc tại An Nam rằng Văn Uyên vốn là bầy tôi của nhà Lê, do loạn Đăng Dung nên ra đóng quân tại Tuyên Quang, cựu thần nhà Lê như Nguyễn Nhân Liên, Lê Kinh My, mỗi người chiếm đóng mỗi phương, đánh nhau với Đăng Dung. Văn Uyên có 10.000 quân, đợi Thiên binh xuống phía Nam, sai cháu là Vũ Tử Lăng đóng tại cửa ải Thạch Lang để nhập theo, rồi hiệu triệu người trong nước, thế có thể dẹp Đăng Dung được. Văn Thịnh xin ban cho Văn Uyên quan và cấp sắc dụ để tiện liệu việc. Bộ Binh nói:

"Thực tình hay nguỵ trá chưa lường được; tuy muốn gia ân nhiều, nhưng cũng nên xét thực tế sự việc để liệu cấp thưởng."

Thiên tử phán:

"Văn Uyên khuynh tâm quy phụ, mộ điều phải thực đáng khen, ban cho y khăn, dây đai, chương phục quan võ tứ phẩm, và bạch kim, tiền. Bọn Tử Lăng được ban mũ, dây đai; còn bọn Triệu Quang Tổ được ban tiền." **Minh Thực Lục: Quan hệ Trung Quốc Việt Nam**, tập 3, trang 199.

Lúc này viên Tuần Án Quảng Đông thấy được tình hình An Nam, bèn dâng sớ xin tự ý làm lấy việc ép Mạc Đăng Dung triều cống; nhưng vua Thế Tông và quần thần cho rằng lập luận có vẻ khinh suất, nên phạt viên này bằng cách đoạt lương một năm:

"Ngày 6 tháng 10 năm Gia Tĩnh thứ 16 [8/11/1537]. *Tuần Án Quảng Đông Ngự sử Dư Quang dâng lời tâu:*

"Việc An Nam không cướp được thời cơ nên mưu không hay, không thừa đúng thế nên không đạt được thành công. Xưa kia Câu Tiễn mưu diệt Ngô âm thầm trong hai chục

năm mới phát lộ công khai, đó là dùng trì hoãn để mưu đồ, Đổng Tấn đánh Biện chỉ một buổi sáng thì bình định, là dùng nhanh để chế thắng. Thần mới đây tại kinh đô nghe việc An Nam được mô tả có 3 phe; như chuyện ngụ ngôn cò trai lo tranh giành để cuối cùng ngư ông hưởng lợi! Nay đến biên giới hội bàn với tam ty, thấy được sự thực không phải như vậy. Vì hiện nay Mạc Đăng Dung có toàn thể đất đai, các Tù trưởng đều bị thu phục. Lê Ninh thì chạy trốn không biết hiện ở đâu. Họ Lê giết vua, đối với họ Trần là giặc; lúc hàng lúc chống, đối triều đình ta là kẻ đứng đầu tội; nay con cháu chạy trốn, hoặc giả trời sai Mạc Đăng Dung báo ứng vậy! Phàm Di Địch soán đoạt là sự thường; từ nhà Tống đến nay tại nước này từ họ Đinh chuyển sang Lý, rồi họ Lý bị soán đoạt bởi Trần, Trần lại bị soán bởi Lê, nay Mạc lại soán Lê; đó là đạo tuần hoàn vậy. Nếu ta khôi phục Lê thì chỉ là giúp một họ bạo ngược, thế khó mà trường cửu. Vận số của Di Địch nếu một lần bại vong khó phụ hưng; thời thịnh vượng của Liêu, và Kim không phục hưng lại được; triều ta đặt Trung Tuấn lên làm Vương mà không chế ngự được dân Thổ Phồn. Dù rằng Trung Quốc phân cắt như Ngũ Quí, Lục Triều, cũng không trung hưng lại được; rồi đứng anh hùng trung hưng cứu vớt dân, phạt kẻ ác, nhận mệnh trời thảo phạt, thừa vận hội, mới hưởng được sự thống nhất. Nếu như nay đặt Lê Ninh lên, thì sau này ngôi cũng về tay người khác. Tại sao vậy, cây đã nghiêng ngả không trồng lại được, tro tàn không nhen lên được, đó là đạo trời vậy. Nay đối với An Nam nên hỏi tại sao không đến triều cống, nếu chúng phục tòng chịu xưng thần triều cống, thì trao chức cho; như vậy do thế mà định, không phải mệt binh lính. Nếu mang quân chinh tiễu, thì khó mà truy đuổi đến cùng, khó đồn trú lâu, quân đóng lâu dễ sinh biến, không thấy được sự tiện lợi.

Thần dựa vào Hoàng thượng thánh minh, chính trị theo cổ nhân, cho thần ra biên cương an xã tắc, chịu hoàn toàn trách nhiệm. Mặt khác sai quan đến biên giới tuyên dương uy Thiên tử, hỏi tại sao không đến triều cống, bắt phải xưng thần nhập cống và tâu ngay không chậm trễ. Phàm không xin mệnh, thì tội rõ ràng không tránh được; đợi trình báo lên thì chậm trễ, cơ hội dễ bị mất. Vả lại từ Quảng Đông đến kinh sư hơn 8000 dặm, đến An Nam lại thêm 4000 ngàn dặm; nếu đợi đi về trần tình rồi mới thi hành thì mất thời gian, không hợp với thời cơ. Phàm việc tại biên cương nhắm lợi triều đình thì làm, không nên sợ tội hoặc hiềm nghi; vì kẻ sợ tội thì không trung, hiềm nghi là không trực, thần không dám như vậy. Mong thánh Thiên tử từ nơi xa xôi soi cho, cho thần được tiện nghi hành sự."

Sớ dâng lên, Thiên tử phán:

-"Sự tình trong tờ tâu, cùng những lời dẫn dụng Ngũ Quí, Lục Triều, bộ Binh hãy tham duyệt rồi trình."

Bộ Binh phúc tấu rằng:

-"Trình bày không đích đáng, so sánh không hợp lý, hành động khinh hốt, nên trách phạt."

Mệnh đoạt lương 1 năm." **Minh Thực Lục: Quan hệ Trung Quốc Việt Nam**, tập 3, trang 200.

Nhằm tìm thêm đồng minh, Tuần phủ Vân Nam chiêu dụ các nước Lão Qua, Bát Bách Tức phụ cùng các Tù trưởng nơi biên giới hợp đồng đánh chiếm An Nam, với lời hứa chiếm đến nơi nào được cai trị địa phương đó:

"Ngày 23 tháng 10 năm Gia Tĩnh thứ 16 [25/11/1537]. *Tuần phủ Vân Nam bọn Uông Văn Thịnh tâu Thổ quan châu*

Quảng Lăng An Nam Đèo Lôi Chiêu hiểu dụ bọn Tù trưởng Đèo Trinh ra hàng; xin được ban mũ, dây đai. Thổ xã Tuyên uỷ ty Lão Qua Phạ Nhã nghe tin chinh thảo An Nam, hăng hái đầu tiên tình nguyện; vả lại nước này đất rộng người nhiều, An Nam sợ chúng, có thể cho đối địch riêng một phía. Mặt khác Thổ xã Bát Bách Tuyên uỷ ty Đèo Lãm Na, Thổ xã Xa Lý Tuyên uỷ ty Đèo Khảm gần với Lão qua; Thổ xã Mãnh Lương Đèo Giao tại thượng lưu Lão Qua đều nhiều lính, voi; sẵn sàng việc chinh thảo. Xin miễn việc tra khám, ra lệnh cho họ tề tựu tại địa phương; nên ra lệnh Lão Qua trú binh tại Mộc Châu để đợi tiến binh; bọn họ chiếm được địa phương nào, cho cai quản. Chiếu thư ban:

'Có thể chấp nhận lời tâu." **Minh Thực Lục: Quan hệ Trung Quốc Việt Nam**, tập 3, trang 202.

Chú thích:

1. Hàng hoá: chỉ chiến lợi phẩm.

2. Trần Cảo giết Lê Trừu: sự kiện này sai; thực ra Trịnh Duy Sản giết Lê Trừu, tức Vua Tương Dực.

3. Kinh Xuân Thu là sử ký nước Lỗ, do Khổng Tử soạn ra.

4. Thác Liên Hoa: nay tại Hà Khẩu Giao tộc tự trị khu, thuộc tỉnh Vân Nam.

5. Phủ Thái bình đời Minh vị trí tại sông Tả Giang, gần biên giới Việt Nam; Bằng Tường, Long Châu nằm trong phủ này.

116.

Mạc Đăng Doanh (3)

Mạc Đại Chính thứ 9 [1538]; (Lê Trang Tông Nguyên Hoà năm thứ 6; Minh Gia Tĩnh năm thứ 17). Mùa xuân, họ Mạc mở khoa thi Hội, cho bọn Giáp Hải, Trần Toại, Hoàng Sầm đỗ tiến sĩ cập đệ; bọn Phan Cảo 8 người đỗ tiến sĩ xuất thân; bọn Hoàng Thuyên 25 người đỗ đồng tiến sĩ xuất thân. Cho tuyển hoàng dinh, tức dân đinh 17 tuổi.

Lúc này cha con Mạc Đăng Dung, Mạc Đăng Doanh cảm thấy không thể ngồi yên với nhà Minh được nữa; bèn sai Sứ giả Phạm Chính Nghị dâng biểu xin được triều cống, riêng địa đồ thì nại cớ có thể tham khảo sách "***Nhất Thống Chế*** " nên chưa chịu nạp. Vua Thế Tông sau khi tham khảo với bộ Binh, cho rằng mọi lực lượng tại ba tỉnh sát biên giới lúc này cần thống nhất chỉ huy, nên ra lệnh Hàm Ninh Hầu Cừu Loan làm Tổng đốc việc quân, Thượng thư bộ Công Mao Bá Ôn giữ chức Tham tán:

"Ngày 24 tháng 3 năm GiaTĩnh thứ 17 [22/4/1538]. *Trước đây qua những lời tâu về Lê Ninh, nên tạm hoãn việc chinh phạt An Nam. Chiếu mệnh các Đốc Phủ Vân Nam, Lưỡng Quảng khám xét đích xác tình hình người Di, để xem nên chiêu dụ hay chinh phạt. Nay Tuần phủ Vân Nam Đô ngự sử Uông Văn Thịnh truyền lệnh cho các Thổ quan, Hào mục An Nam nếu đến qui thuận trước, được ban cho chức tước* *truyền đời. Lệnh bọn Vũ Văn Uyên báo với cựu thần nhà Lê, mọi người hưng binh phấn đấu. Lại dụ Mạc Đăng Dung tự trói mình qui thuận, nạp bản đồ cùng sổ hộ tịch, sẽ không bị tội chết. Lúc đó các Thổ quan, Hào mục An Nam như Trần Tông, Hoàng Công Cán, cùng các Thổ quan tại biên giới như Thủ lãnh Đào Tiên tại châu Thuý Vĩ và những người khác đều tình nguyện nội phụ. Vũ Văn Uyên đánh thắng Mạc Đăng Dung, chiếm được cửa quan ải cùng doanh trại. Lúc này con của Đăng Dung là Phương Doanh* [Sử Việt ghi Đăng Doanh] *đã lên thay thế Đăng Dung coi việc nước, mang binh đánh Văn Uyên nhưng không thắng. Thịnh cho rằng thác Liên Hoa thuộc huyện Mông Tự, đất này xung yếu; đường bộ đường thuỷ nối liền giữa Quảng Tây và An Nam nên đặt trại dựng doanh; đưa binh vào trong nội địa giặc để gây thanh thế cho những người qui chánh.*

Phương Doanh sợ, bèn sai Đầu mục bọn Phạm Chính Nghi dâng biểu xin hàng, và gửi điệp văn cho các quan Phủ, Trấn như Mộc Triều Phụ, kể đầy đủ việc nhà Lê suy loạn, Trần Cảo phản nghịch, riêng cha con y có công nên được người trong nước theo. Lại nói rằng về địa đồ có thể xem trong **Nhất Thống Chế**. *Xin được tha tội, cho theo lệ vào triều cống, lại xin cống bù thêm những năm không đến triều. Nhân kể rằng Lê Ninh là con cháu dòng họ Nguyễn, mang ấn giả, không đủ làm bằng.*

Bọn Triều Phụ dâng biểu văn xin tha cho Phương Doanh, cho làm phiên thần; không được gây hấn với Lê Ninh và Vũ Văn Uyên, trả lại đất ở biên giới đã xâm lấn trước kia. Lại xin rút quân ra khỏi thác Liên Hoa, thăng thưởng cho các quan quân có công tại đấy.

Cùng lúc Triều Phụ lại báo Lê Ninh đã nhận được hịch

văn gửi trước đó, tường trình việc [họ Mạc] *soán đoạt và giết vua; xa giá lánh nạn; cùng cung cấp tin tức về số binh mã thuỷ bộ, trình bày con đường tiến quân.*

Chiếu thư phán đưa nội vụ xuống bộ Binh tập hợp phủ, bộ các quan hội bàn; rồi tâu rằng:

"Cha con Mạc Đăng Dung cướp ngôi vua, bạo ngược với dân, tội không tha được; nay xin hàng nhưng vẫn ở trong nước không chịu dâng bản đồ; giả bộ muốn xin tha, nhưng ý đồ mong hoãn binh. Những điều Triệu Phụ xin không nên vội hứa. Vả lại Đế Vương dẹp loạn, nhân nghĩa kiêm toàn; nêu đích đáng kẻ giặc với tội trạng rõ ràng, hợp với lòng mong muốn của dân chúng, khó khăn nào không vượt qua. Vả lại tuy là nước Di, nhưng há lại không có trung thần, cùng với Thổ quan của ta ở vùng phụ cận, ai mà không hăng hái ủng hộ điều phải. Uy trời đến nơi, cha con kẻ nghịch sẽ bị tiêu diệt!

Nhưng đất này giáp với 3 tỉnh của ta, các quan Đốc, Trấn quyền ngang nhau, thế lực chia rẽ, ý kiến bất đồng không khỏi khiên chế lẫn nhau; cần tổng chỉ huy bởi quan văn võ, ngõ hầu thống nhất điều động, thành công mau chóng. Vậy xin suy cử Hàm ninh hầu Cừu Loan, Thượng thư bộ Công Đề đốc công trình Mao Bá Ôn nhận chức Tổng đốc Tham tán trông coi 6 quân, hứa được tiện nghi hành sự."

Được chiếu chỉ phán:

"Chấp nhận thi hành theo lời bàn." **Minh Thực Lục: Quan hệ Trung Quốc Việt Nam**, tập 3, trang 203.

Tuy nhiên viên Đề đốc Lưỡng Quảng Thị lang bộ Binh Thái Kinh lại dâng lời tấu ước tính số quân cần dùng và lương thực tiền bạc quá nhiều, hơn nữa nội bộ trong triều đình không thống nhất; nên nhà vua quyết định đình hoãn, tạm thời giữ Cừu Loan và Mao Bá Ôn tại kinh đô:

"**Ngày 15 tháng 4 năm Gia Tĩnh thứ 17 [13/5/1538].** *Đề đốc Lưỡng Quảng Thị Lang bộ Binh Thái Kinh tâu:*

'Có 6 đường thuỷ, bộ tiến quân từ Lưỡng Quảng vào An Nam; ước tính cần 30 vạn binh trong 1 năm. Tổng cộng lương thực cần 160 vạn thạch; đóng thuyền, mua ngựa, khao thưởng, khí giới, các phí tổn khoảng 70 vạn lạng bạc. Quân lính tại Lưỡng Quảng, không kể lính canh gác tại địa phương, tính cả Hán binh và Thổ binh cùng lính trưng mộ, không quá 12 vạn, chỉ đủ 1/3 nhu cầu. Lương thực ngoài số phát hàng năm, số còn lại vận tải đến hoặc mua bán tại đây không quá 40 vạn thạch; chỉ đáp ứng ¼ nhu cầu. Tiền bạc lấy sạch từ các ngân khố được hơn 30 vạn lạng, chỉ bằng một nửa. Nếu trong thời gian đó việc binh chưa xong, thì sự phí tổn không dừng tại số đó.

Thần cho rằng dùng mưu với giặc, cần sử dụng gián điệp dò la. Các vùng như Bằng Tường, Long Châu, Qui Thuận, Khâm Châu, cùng Hải Bình, Tây Lộ đều sát với biên giới An Nam; nên đến gần tiếp xúc quan sát, có thể biết rõ hư thực của họ, dễ dàng cho việc chiêu dụ qui phụ. Thần đã ước lượng việc điều khiển quan binh, tích trữ lương thực vào những chỗ khẩn yếu, để chấn dương uy vũ, xem xét thời cơ thuận lợi. Nếu quả Lê Ninh còn sống, dân sẽ nhớ đến chúa cũ, nên xét trao cho y chức tước; để cổ võ khí thế tiêu trừ đảng gian. Ta cho cơ hội, họ sẽ gắng sức; không có giặc nào không bình được. Nếu không như vậy thì nhân tâm nước này đã tan rã không dễ để tụ lại, ta phải điều động đại quân qua biển sóng gió, nếu bị sấm sét đánh vào thì không khỏi tổn thất. Vậy nhọc nhằn hoặc nhàn dật, hai phương sách không thể không xét đến.'

Lâm Hy Nguyên Tri châu châu Liêm lại tâu thêm:

'Nhân tâm An Nam ly tán, cha con Đăng Dung thi hành chính sách hà khắc, số đông dân chúng từng theo muốn quay về con đường chính; rào dậu của chúng không còn vững nữa, binh có thể tiến. Vả lại Đăng Dung mới đây đánh Lê Ninh và Vũ Văn Uyên mà bị thua, vậy binh lực có thể biết được; thời không nên để mất, hãy sai gấp văn vũ Đại thần cầm quân thu phục đất đai phương nam.'

Các bản sớ được gửi xuống, Thượng thư bộ Binh Trương Tán xin được mời các phủ bộ hội nghị cùng bàn bạc việc binh đã đề nghị trước kia. Thiên tử không bằng lòng, nói rằng:

'Việc An nam cần người biết đường lối, hiểu vấn đề; Trẫm nghe rằng các Khanh sĩ Đại phu bàn bạc riêng với nhau là không cần đánh; bọn các ngươi có trách nhiệm cả nước mà không chủ trì, việc gì cũng uỷ cho hội nghị, đều không hiệp lực để lo cho quốc sự. Thôi việc trước bỏ qua!" Cừu Loan và Bá Ôn nay tại kinh để sử dụng riêng." **Minh Thực Lục: Quan hệ Trung Quốc Việt Nam**, tập 3, trang 205.

Mạc Đại Chính năm thứ 10 [1539], (Lê Trang Tông Nguyên Hoà năm thứ 7; Minh Gia Tĩnh năm thứ 18). Vua Lê Trang Tông phong đại tướng quân Trịnh Kiểm làm Dực quận công. Trịnh Kiểm người làng Sóc Sơn, huyện Vĩnh Phúc: nay là huyện Vĩnh Lộc, tỉnh Thanh Hoá; hồi còn nhỏ phải đi ở chăn trâu, đến nương nhờ dưới trướng Nguyễn Kim, được Kim tin cậy, gả con gái lớn là Ngọc Bảo cho. Ngoài ra lại phong Trịnh Công Năng làm Tuyên quận công, Lại Thế Vinh làm Hoà quận công. Bọn Hiệp quận công, Tường quận công, Từ quận công, Trấn quận công, Tây quận công, Dương quận công, Thuỵ quận công, Nghi quận công đều được ban ấn coi quân, sai đem quân bản bộ tiến đánh các nơi để mong lấy lại Tây Kinh, khí thế quân sĩ mạnh thêm. Sau tiến đánh huyện Lôi Dương [huyện Thọ Xuân, Thanh Hoá], quân Mạc phần nhiều bị thua, rồi đem quân về.

Phía nhà Minh nằm trong tình trạng các quan do dự không quả quyết, vua Thế Tông cần một người sang nước ta dò la, để nắm chắc sự việc. Lại nhân dịp vinh danh cho ông nội là Thượng hoàng Thiên thượng đế, vua Thế Tông cử Sứ giả sang báo cho An Nam biết. Cử ba, bốn lần; các bầy tôi sợ đều tìm cách từ chối, cuối cùng gọi được viên Tả Thị lang bộ Lễ Hoàng Oản đang đóng cửa chịu tang tại nhà, đến trình diện:

“**Ngày 28 tháng 1 năm Gia Tĩnh thứ 18 [16/2/1539].** *Trước đây nhân lễ tôn vinh danh hiệu lớn Thượng hoàng Thiên Thượng đế cho ông nội vua, bộ Lễ tâu xin sai Sứ dụ Triều Tiên hay biết. Thiên tử phán:*

‘An Nam cũng được trời che chở, không nên vì nước này mấy năm loạn lạc mà không sai sứ cho biết. Nay hãy chọn trong đám đình thần người có tài hiểu biết văn học, thông hiểu thể chế quốc gia, mang chiếu dụ như xưa.’

Nhân đó ty chịu trách nhiệm, dâng người hợp khả năng; Thiên tử bèn ban mệnh, nhưng ba bốn lần từ chối, nên không sai đi được. Bèn mệnh nguyên Tả Thị lang bộ Lễ Hoàng Oản, thăng chức Thượng thư bộ này, sung Chánh sứ; Hữu Xuân phòng Hữu Dụ đức Trương Trị, thăng Hàn lâm viện Học sĩ sung Phó sứ, phụng chiếu thi hành. Lúc bấy giờ Oản đang cư tang tại nhà, được lệnh đến triều đình trực tiếp nhận mệnh từ Thiên tử để thi hành. **Minh Thực Lục: Quan hệ Trung**

Quốc Việt Nam, tập 3, trang 206.

Trước khi ra đi được thăng chức Thượng thư, nhưng Hoàng Oản cố tình đến kinh đô chậm trễ, lại đòi hỏi nhiều điểm, như:

- Được cấp ấn "Quan Phương", để tiết chế các trọng thần tại các tỉnh gần biên giới như Vân Nam, Quí Châu, Quảng Đông, Quảng Tây.

- Bắt các quan tra cứu trong **Thực Lục**, sao chép những sử liệu liên quan đến An Nam, để nắm được đầu đuôi, đến nơi có tài liệu ứng đối.

- Đòi hỏi một số quan phụ tá vv.

Sự việc được ghi lại qua văn bản dưới đây:

"Ngày 3 tháng 5 năm Gia Tĩnh thứ 18]20/5/1539]. *Nguyên Tả Thị lang bộ Lễ Hoàng Oản bị triệu đến hành tại* (1) *Từ Châu* [tỉnh Giang Tô]. *Tuy nhiên trước đó sai người đến tâu vì bị tật nên không đi được, nên sai kỳ hạn. Thiên tử trách Oản không đến hành tại gấp, còn thuyền đến kinh sư kéo dài trì hoãn, đối với mệnh vua thực bất kính. Bắt tự khai tội trạng, rồi tha cho. Oản tâu rằng:*

"Thần phụng mệnh sứ An Nam, không dám không dốc hết lòng trung thành; nhưng nước này vốn nhiều nguy trá, không trù hoạch đích đáng không thể được. Nếu khinh thường vào lãnh thổ, bị chúng kiềm chế, không những công việc liên quan có chỗ khó xử, mà lễ nghĩa giao dịch cũng khó định. Thần không đáng tiếc, nhưng quốc gia thì sao? Thần nguyện Bệ hạ ban cho trọng mệnh để thi hành. Vả lại các tỉnh Vân, Quí, Lưỡng Quảng đều có trọng thần cai quản; việc tại An Nam mỗi người cố chấp ý kiến riêng không ai nhường ai,

thần được chỉ thị của triều đình, nhưng lời nói không bằng chứng, cần có sắc chỉ ra lệnh các địa phương quan chức lớn nhỏ đều chịu sự tiết chế của thần, lại cấp cho ấn "Quan phương" để tiện nghi hành sự."

Thiên tử khen vì nước nhận trách nhiệm, và chấp nhận lời thỉnh cầu. Oản lại tâu:

"An Nam phản rồi phục tùng Trung Quốc, cùng việc nước này truyền đời hoặc, thay đổi họ nối ngôi, việc chinh thảo Lê Lợi bị thất bại; xin sắc cho Nội Các khảo cứu các triều trong **Thực Lục** (2), *phân tích những điểm giống và khác nhau; cùng sắc các nha môn chép đầu đuôi họ Lê thụ phong, cùng việc tình tội của Lê Lợi và Mạc Đăng Dung trước sau soán đoạt. Cũng chép về các Sứ thần lần lượt sai đi, tên tuổi các Quốc vương được thụ phong, cùng lai lịch duyên do các đời, có hoặc không được thụ phong. Tất cả biên chép thành sách, để thần dùng làm tham khảo ứng đối."*

Đưa việc này xuống bộ Lễ bàn.

Oản lại tâu: "Xưa Nhạc Dương đánh Trung sơn, thư đả kích việc này chất đầy tráp; Mã Viện đánh Giao Chỉ có lời bàn tán về tê giác, minh châu thu được. Hai người hiền này đều không miễn chê trách; nay thần cùng Học sĩ Trương Trị lo việc An Nam, cả hai đều chất phác cô lập; một lần bước ra khỏi cửa nhà vua hành trình vạn dặm, làm sao không khỏi có nhiều miệng dị nghị. Xin Bệ hạ thể tuất sai các quan Khoa đạo có tài, mỗi cơ quan một người giám sát thần làm việc. Lại xin mệnh 3 bộ Lại, Lễ, Binh chọn 2 người trong bộ có tài, biết tình hình xứ đó; giúp dò hỏi, ứng phó lúc khẩn cấp; lúc đến nơi, trường hợp có việc cơ mật, thần cần thảo tờ tấu; biết cách giữ gìn hồ sơ để sự việc không tiết lậu. Lại có lời rằng cháu của Vương An Nam Lê Ninh tâu xin quản lý việc nước; Mạc Đăng Dung có biểu xin hàng; cả hai đều tâu rằng hiện giữ ấn tín của triều đình, chẳng lẽ 1 nước 2 ấn? Nước này thường dâng biểu văn hiện tàng trong nội phủ, xin giao cho thần để phân biệt ấn văn chỗ nào giống chỗ nào khác thì thật giả có thể biết rõ.'

Mệnh đưa xuống hai bộ Lễ, Binh họp bàn, rồi tâu lên." **Minh Thực Lục: Quan hệ Trung Quốc Việt Nam**, tập 3, trang 208.

Khi mọi điều đã được thoả mãn, Oản coi việc đến An Nam như đi vào cõi chết, nên xin tưởng thưởng cho cha mẹ, nếu có mệnh hệ nào thì con được tập ấm chức tước. Hết chịu nổi với sự cố tình đặt các điều kiện, để tránh né công việc; vua Thế Tông giận dữ cách chức y:

"Ngày 26 tháng 7 nhuần năm Gia Tĩnh thứ 18 [8/9/1539]. *Bãi chức Thượng thư bộ Lễ, Hàn lâm viện Học sĩ Hoàng Oản. Trước đó Oản từ Tả Thị lang bộ Lễ được thăng chức Thượng thư, sung Chánh sứ sang dụ An Nam. Chưa đi, xin ban thưởng cho cha mẹ; lại xin con cháu được hưởng ân lệ quan chức thừa kế. Thiên tử giận phán rằng:*

'Oản nhân việc đi sứ An Nam, nhận được mệnh không tiến hành gấp, lúc đến thì kiếm nhiều lý do để từ chối. Y sợ hãi, quanh co; lại bày ra những thỉnh cầu khác. Nay cách chức, không dùng trở lại nữa...'." **Minh Thực Lục: Quan hệ Trung Quốc Việt Nam**, tập 3, trang 210.

Tình hình bang giao lúc này không cho phép phía Mạc nói dây dưa kiểu Sứ giả Phạm Chính Nghị trong năm trước, bằng cách yêu cầu nhà Minh tự tham khảo lấy trong sách ***Nhất Thống Chế*** về bản đồ và dân số. Lần này Sứ giả Nguyễn

Văn Thái phải nghiêm chỉnh kê khai rõ về nhân khẩu và đất đai:

"***Ngày 24 tháng 2 năm Gia Tĩnh thứ 18 [14/3/1539].*** *Đầu mục An Nam Mạc Phương Doanh (3) sai Sứ thần Nguyễn Văn Thái dâng biểu đến trấn Nam Quan xin hàng, nhân hiến sổ hộ khẩu đất đai. Biểu văn như sau:*

'Thần cúi đầu trước lòng nhân từ của Thánh nhân tha sự sai lầm, khoan hồng tội lỗi, sợ trời tuân mệnh là bổn phận của tiểu quốc. Thần trộm nghĩ bản quốc đất đai dân chúng đều là sở hữu của Thiên triều; kể từ họ Trần cho đến lúc tuyệt dòng, họ Lê nối theo đều tuân theo mệnh của Thiên triều. Trước đây Quốc vương trước của Thần là Lê Trừu [vua Lê Tương Dực] *bị hại lại không có con, người trong nước đồng lòng suy cử cháu là Lê Huệ* [vua Chiêu Tông] *quyền coi việc nước, Lê Huệ bệnh chết không có con, người trong nước lại suy tôn em là Lê Quảng* [Lê Cung Hoàng] *coi quốc sự; Lê Quảng tuổi trẻ nhiếp chính trong vòng 6 năm, trong nước có loạn, đường sá ngăn trở, chưa kịp xin mệnh của triều đình. Rồi Lê Quảng bất hạnh vướng tật, không có con cháu nối dõi; cha thần Mạc đăng Dung là cựu thần có chút công, nên được chiếu uỷ quyền coi quốc sự. Cha thần trên nhận lời phó thác của họ Lê, dưới bị người trong nước thỉnh ép; trong lúc bối rối, tuân theo Di tục biết rằng đắc tội với Thiên triều, nhưng nếu tránh đi thì nước thần không có người thống nhiếp; cha thần bất đắc dĩ cẩn thận giữ ấn mà Thiên triều đã ban cho, tập hợp phủ dụ thần dân, rồi giao cho thần. Thần lo rằng chủ cũ Lê Quảng chưa được phép triều đình mà giao cho cha thần; cha thần cũng chưa bẩm với triều đình mà nhận lấy từ Lê Quảng, rồi giao cho thần. Kẻ đưa người nhận đều sai trái. Cha con thần cam chịu tội chuyên quyền, nên*

mấy lần sai đầu mục nước này là Phạm Chính Nghị, Nguyễn Văn Thái, Nguyễn Độ tâu bày và trần tình tội lớn, nhưng Thiên triều quan ải thâm nghiêm, nhiều năm không có một sứ nào đến được. Cha con thần ngày đêm lo lắng, ăn không biết ngon, ngủ không yên chiếu; đành cam nhận tội chậm trễ. Tuy nhiên cửa Thánh cho phép sửa lỗi lầm, biết thú tội thì phép Vương sẽ khoan dung; nhờ Hoàng đế Bệ hạ bao quát vô tư đặc sai Trấn Phủ Lưỡng Quảng, Vân Nam tuyên dụ triều đình uy đức, tra khám sự tình bản quốc để cha con thần có chỗ trần tình biện bạch. Thần kính cẩn tâu thực số đất đai nhân dân, kính mong triều đình phân xử, ban mệnh cho thần dân nước này, cùng khoan thứ cho tội lớn như gò núi của cha con thần; để cả nước thần được hàm ân công đức sinh thành giáo hoá; kính cẩn dâng biểu trần tình thú tội. Ngoài ra giới hạn bản quốc đất đai có 53 phủ, 176 huyện, 49 châu, 30 vạn hộ, 175 vạn nhân khẩu."

Ngay lúc đó Trấn Tuần Lưỡng Quảng đem biểu xin hàng tấu gấp. Chiếu sai hai bộ Lễ, Binh họp bàn rồi tâu lên. **Minh Thực Lục: Quan hệ Trung Quốc Việt Nam**, tập 3, trang 207.

Biểu xin hàng của Mạc Phương Doanh báo cho biết họ Mạc không có sức đề kháng đáng lo ngại. Minh Thế Tông được sự nhất trí của đám quần thần, bèn điều động Cừu Loan và Mao Bá Ôn đến Lưỡng Quảng gây áp lực với nhà Mạc:

"Ngày 26 tháng 7 nhuần năm Gia Tĩnh thứ 18 [8/9/1539]

....

Bộ Binh họp đình thần lại, hội nghị rồi tâu rằng:

'Họ Lê vốn là thần dân, nghĩa không thể bỏ được, còn cha con bầy tôi Mạc Đăng Dung bức chúa chiếm lấy nước, tội đáng phải thảo phạt. Mới đây tuy sợ uy, hối cải sai lầm, dâng biểu xin hàng; nộp sổ ghi đất đai, nhân dân, cung kính xin phân xử; lời van xin cũng đáng thương. Nhưng dân Di phản phúc nguy trá khó tin; xin ban sắc như trước đã định, mệnh Hàm ninh hầu Cừu Loan, Thượng thư bộ Binh Mao Bá Ôn đến Lưỡng Quảng, Vân Nam điều động các xứ quan binh Hán Thổ; chiêu dụ Thổ quan An Nam qui thuận như Đèo Lôi, cùng bọn cựu thần họ Lê bọn Vũ Văn Uyên; thao luyện tụ tập binh lương, để sẵn sàng việc chinh thảo. Nếu cha con Mạc Đăng Dung âm mưu thì tiến quân chinh phạt, chính pháp triều đình; nếu bó thân đợi mệnh, quả không có lòng dạ nào khác, thì ban hịch tức khắc rằng triều đình sẽ tha cho tội chết, cũng như mùa xuân vạn vật sinh, mùa thu chết, nhân nghĩa kiêm toàn, không phản với đạo trời. Thiên tử chấp nhận. Bèn mệnh Loan lãnh ấn Chinh Di Phó tướng quân, Mao Bá Ôn ấn Quan Phòng Tham tán quân vụ, phụng sắc Nam chinh. **Minh Thực Lục: Quan hệ Trung Quốc Việt Nam**, tập 3, trang 210.

Ngày 15 tháng giêng năm Đại Chính thứ 11 [22/2/1540], (Lê Trang Tông Nguyên Hoà năm thứ 8; Minh Gia Tĩnh năm thứ 19); Mạc Đăng Doanh chết. Con trưởng là Phúc Hải lên ngôi, lấy năm sau làm Quảng Hoà năm thứ 1.

Bấy giờ một số quan lại nhà Minh, như Tri châu châu Khâm không hiểu rõ ý định của vua Thế Tông chỉ thị uy lấy tiếng, nên đề nghị mở rộng xâm lăng. Những ý kiến này bị nhà vua chê là hàm hồ, không cho bàn thêm:

"Ngày 6 tháng 4 năm Gia Tĩnh thứ 19 [11/5/1540]. *Tri châu Khâm, Lâm Hy Nguyên dâng biểu rằng:*

'Thần nghe nói rằng Mạc Phương Doanh An Nam, xin hàng; đặc mệnh Đại thần tra khám. Kẻ hàng nạp sổ sách ghi đất đai, dân số để hiến; nay giết quân lính của ta, cướp chiến thuyền của ta, hàng mà như vậy ư? Nay gửi đại thần đến khám hỏi; vậy khám gì đây? Nếu khám xem nước đó, hoặc các phe phái hàng hay dối trá, thì thực tình không hay biết được. Khám về biên giới, thì các trọng thần nơi biên cương đã làm rồi; ai dám trả lời khác được. Thần nghĩ rằng muốn biết tình thật, bắt giao ước những điều sau đây: phải trả cho ta 4 động, lệnh không để Lê Ninh bị mất ngôi vị, lệnh để cựu thần nhà Lê như Trịnh Duy Liêu, Vũ Văn Uyên không mất chức tước và đất, tuân theo lịch chính sóc. Theo những điều của ta là hàng, không theo là nguy trá. Nhân đó hưng binh hỏi tội, lại được sự trợ giúp của lực lượng thuận tòng, thì trận nào mà chẳng thắng.'

Lại bảo:

'Chỗ dựa của Phương Doanh là Đô Trai, vùng này gần biển, bùn lầy hơn 10 dặm, thuyền không ghé được. Kế hoạch của chúng nếu kinh thành không giữ được thì chạy đến Đô Trai, Đô Trai không giữ được thì chạy ra biển. Nếu quân ta tại Đông Hoàn, Quỳnh Hải giúp Chiêm Thành đánh về phía Nam, thì giặc không chạy được. Lấy quân Phúc Kiến vượt biển từ cửa Chi Phong, quân Hồ Quảng xuất phát từ châu Khâm, hợp lại đánh Đô Trai, bọn chúng không còn sào huyệt. Quân Quảng Tây đánh từ Bằng Tường, quân Vân Nam, Quí Châu đánh từ Mông Tự; hai quân hợp lại đánh Long Biên, tức cội gốc bị nhổ, giặc họ Mạc có thể định được.'

Ngoài ra còn dâng 4 thư bàn về phương lược. Tuy nhiên lập luận này bị Ngự sử Tiền Ứng Dương chỉ trích như sau:

'Bí mật phương lược của Hy Nguyên chỉ nhặt lời bàn ngoài đường, không đáng nghe!'

Thiên tử phán:

'Việc An Nam đã sai trọng thần đến bàn định; các quan khác không được nói hàm hồ thêm nữa." **Minh Thực Lục: Quan hệ Trung Quốc Việt Nam**, tập 3, trang 211.

Kế hoạch mà bọn Mao Bá Ôn và Cừu Loan vạch ra, tóm tắt cũng chỉ là "cây gậy" và "củ cà rốt", mà người bấy giờ gọi đánh và chiêu phủ. Vua Thế Tông chấp nhận, nhưng nhấn mạnh ý đồ là phải *"đạt thành công yên ổn cho cả Trung quốc và An Nam"*:

"Ngày 28 tháng 6 năm Gia Tĩnh thứ 19 [31/7/1540]. *Hàm ninh hầu Cừu Loan và Thượng thư Mao Bá Ôn tâu:*

'Mạc Phương Doanh phản nghịch theo pháp luật đáng tru diệt, nghe đồn nó đã chết, có thuyết nói bi sét đánh chết, tung tích nguỵ trá bí mật. Nếu chúng không chịu phục tòng ngay; thì hai kế hoạch về đánh và chiêu phủ phải tiến hành. Cần dùng quan quân Hán, Thát cùng thuỷ quân tại Quảng Đông gồm 36.000 người; Thổ binh tại Quảng Tây gồm 75.000 người, 38 vạn thạch lương, 88 vạn lạng bạc, 60 vạn con ngựa. Cũng xin điều quân Thổ tại Vĩnh Thuận, Bảo Tĩnh Tuyên uỷ ty thuộc tỉnh Hồ Quảng; thuỷ quân tại Chương Châu, Tuyền Châu thuộc tỉnh Phúc Kiến. Xin thỉnh cầu lưu dụng số tiền thuế lương thực, thuế mỏ bạc gồm 23.700 lượng, tiền thuế muối, sắt 107.000 lượng mà ty Bố chánh Quảng Đông chưa nạp về kinh. Các quan Lưỡng Quảng, Vân Nam đáng phải về triều như Hữu Bố chánh sứ Hồ Tông Minh, cùng các chánh quan tại các ty, phủ, châu, huyện, được miễn về chầu tại triều. Trương Nhạc Am nguyên Tri phủ châu Liêm, nay thăng

Tham chính Chiết Giang, am hiểu tình hình bọn Di, nên cải điều về Quảng Đông giữ Hải Bắc để chuẩn bị việc tiến quân.'

Bộ Binh trình cho biết, Thiên tử đều chấp nhận và phán:

'Việc An Nam Trẫm đã giao cho hai quan Đại thần lo liệu, tội cha con Phương Doanh thần và người đều muốn giết, nếu y còn sống thì cũng bị chết. Vì rằng sinh linh phương xa từ lâu bị đày đoạ, Thiên binh thảo phạt thì chưa đến nơi; khanh hãy truyền bảo hai Đại thần dốc tâm trù liệu, để đạt thành công yên ổn cả Trung Quốc và An Nam. Mọi lời tâu về lưu dụng hoặc điều dụng quan viên; cùng lưu giữ tiền thuế đều chấp nhận, theo lời xin mà thi hành. Từ nay trở về sau việc tâu quân tình tại An Nam đến các cơ quan trách nhiệm, tấu phúc không quá 3 ngày.'

Lại ban chiếu cho lưu tại ty Bố chánh Quảng đông tiền thuế lương thực, muối trong các năm Gia Tĩnh thứ 17, 18, để chuẩn bị lương và thực phẩm cho quân." **Minh Thực Lục: Quan hệ Trung Quốc Việt Nam**, tập 3, trang 212.

Nhà Minh chưa ra quân, thì lại xảy ra một cuộc khủng hoảng khác từ trong nội bộ. Hàm ninh hầu Cừu Loan bắt viên Trấn thủ Vân Nam Đề đốc Liễu Tuần mặc quân phục đến lạy trước hàng quân. Liễu Tuần gửi kháng thư đến triều đình, vua Thế Tông bèn gọi Cừu Loan về và cho Tuần thay thế. Một võ quan cấp bực lên đến tước Hầu như Cừu Loan, ắt phải hiểu lời dạy trong binh thư rằng "*quân môn tức hoà môn*"(4); vậy bắt một viên Tư lệnh cánh quân Vân Nam phải quì lạy chỉ có thể hiểu được là hành động phá bĩnh; chắc Cừu Loan cho rằng cuộc chiến với An Nam nếu phải xảy ra thì chỉ là món gân gà của Tào Tháo rất khó nuốt, nên tìm cách thoát ra khỏi vòng:

"Ngày 21 tháng 9 năm Gia Tĩnh thứ 19 [20/10/1540]. *Khi Hàm ninh hầu Cừu Loan đến Quảng Tây, đeo ấn tín của triều đình ban cho, bèn ra lệnh cho Trấn Thủ Vân Nam Đề đốc Liễu Tuần mặc quân phục, đến quì trình diện trước hàng quân. Tuần không tuân, và đưa thư chỉ trích Loan, cùng làm đơn khiếu nại đến triều đình. Thượng thư bộ Binh không giải quyết được, bèn trình lên Thiên tử quyết định. Thiên tử khiển trách Loan không thể tin cậy được, tự cao với chức quyền, ra lệnh Loan trở về kinh đô. Tuần được lệnh giữ ấn Phó Chinh Di Tướng quân và cùng Mao Bá Ôn lo liệu về việc An Nam.* **Minh Thực Lục: Quan hệ Trung Quốc Việt Nam**, tập 3, trang 213.

Dù có Cừu Loan hay không thì mọi việc vẫn được tiến hành dưới sự sắp xếp của Mao Bá Ôn. Trước hết Sứ giả của Mạc Đăng Dung đến gặp, được Bá Ôn chỉ cho biết những nghi thức về lễ xin hàng, cùng những điều kiện được hưởng. Đến ngày đã định, Mạc Đăng Dung cùng đám bầy tôi đến nơi làm đúng như lời chỉ bảo, dâng tờ biểu, rồi được tha tội. Gọi là hàng, nhưng thực chất quan quân nhà Minh không hề đặt chân đến nước ta để kiểm soát, mọi việc nội bộ do nhà Mạc toàn quyền quyết định. Với chủ trương thực dụng, vua Thế Tông và Mao Bá Ôn gạt phe Lê Ninh [vua Trang Tông] ra một bên, vì lực lượng phe này lúc bấy giờ chẳng có là bao; bào chữa việc làm này vua Thế Tông cho rằng họ Lê [Lê Quí Ly, Lê Lợi] không trung thành bằng họ Mạc. Nhìn qua các điều kiện về sự đầu hàng, thấy được quỹ tín dụng về truyền thống chống ngoại xâm của dân tộc ta quá cao, nên nhà Minh tránh không dám mang quân vào gây hấn:

"Ngày 4 tháng 4 năm Gia Tĩnh thứ 20 [29/4/1541]. *Trước tiên Hàm ninh hầu Cừu Loan, Thượng thư bộ Binh*

Mao Bá Ôn phụng mệnh, bàn kế hoạch đánh An Nam như sau:

'Từ Quảng Tây trưng điều quan binh Hán Thổ Lưỡng Quảng, Phúc Kiến, Hồ Quảng. Gửi hịch đến Vân Nam lệnh tập hợp các quan ty bàn định kế hoạch. Phân chính binh làm 3 cánh, phân kỳ binh (5) làm 2 cánh, binh tại các xứ như núi Điểu Lôi làm thành cánh đường biển."

Lại bàn:

'Binh Vân Nam tập hợp riêng, từ thác Liên Hoa chia làm 3 cánh; do Kiềm quốc công Mộc Triều Phụ, An Viễn hầu Liễu Tuần, Đề đốc quân vụ Thị lang Thái Kinh, Tuần phủ Đô ngự sử Uông Văn Thịnh xếp đặt. Lại truyền hịch cho thần dân An Nam biết chủ trương phục hưng nước bị diệt, nối dòng bị đứt của triều đình; chỉ đánh giặc là cha con Mạc Đăng Dung mà thôi, nếu ai mang quận huyện đến hàng sẽ được giao cho cai quản chính quận huyện đó; giết hoặc bắt cha con Mạc Đăng Dung đem đến hàng được thưởng 20000 [lạng] vàng, quan cao, tên tuổi được ghi công hai ba lần. Dụ cha con Đăng Dung quả muốn trói tay chịu tội, nạp đủ số hộ tịch nhân dân, nạp cống, tuân theo mệnh, sẽ được tha tội chết.

Bá Ôn trú quân gần biên giới, Đăng Dung nghe tin, sai Sứ đến cửa quân xin hàng, lời lẽ rất khiêm tốn. Bọn Bá Ôn đã được lệnh trước của triều đình, nên cho hẹn vào ngày 3 tháng 11 năm Gia Tĩnh thứ 19 [30/11/1540] đến hàng. Lúc này con Đăng Dung là Phương Doanh đã chết, cháu là Phúc Hải ở lại trông coi nước; Đăng Dung và cháu là Văn Minh và Từ trưởng là bọn Nguyễn Như Quế hơn 40 người cầm thước, đeo dây lụa quanh cổ (6), đi chân trần khúm núm đến nơi thiết triều nghi dâng biểu xin hàng; lại khúm núm đến cửa quân dâng sổ hộ tịch, đất đai, quân số, và xin được phân xử. Việc châu Khâm tâu rằng bị chiếm đất 4 động, tình nguyện đưa đất đó vào nội thuộc. Lại xin được ban lịch Chính Sóc và xin được giữ lại ấn cũ (7) để đợi sự định đoạt.

Ngay lúc đó Bá Ôn tuyên dụ uy đức của triều đình, rồi cho tạm thời trở về nước để đợi mệnh. Bá Ôn cùng các quan Thủ thần dâng sớ:

"An Nam sợ uy tự trói mình chịu tội; Lê Ninh kia tự xưng là dòng dõi nhà Lê, nhưng phổ hệ (8) không rõ ràng, không có gì để kê cứu. Xin tha cho Đăng Dung, bắt bỏ tước cũ, rồi xét để ban cho chức tước mới. Lại sai người đưa Văn Minh cùng các Tù trưởng đến kinh đô để dâng biểu xin hàng. Biểu như sau:

"Thần trộm tâu rằng chúa cũ họ Lê cuối đời gặp cảnh truân chuyên, lần lượt mất. Đến Lê Quảng [vua Lê Cung Hoàng] *trông coi nước chưa được bao lâu, lại bị bệnh nguy kịch. Lúc lâm chung thảng thốt cẩu thả theo thói tục Di trao chức cho thần, thần lại trao cho con là Phương Doanh; sự việc chưa kịp tâu lên, đành mắc tội chuyên quyền. Tuy rằng kinh khuyết xa vạn dặm khó đến để tâu xin, nhưng tội lớn tầy trời không thể che dấu trong sự tăm tối. Vào năm Gia Tĩnh thứ 16* [1538-1539] *cha con thần cẩn thận sai bọn Nguyễn Văn Thái dâng biểu xin hàng và xin được phân xử; nhưng lòng thành không đạt đến nơi, nên không xúc động được tấm lòng của Thánh Thiên tử; trong lòng ngày đêm buồn lo không chút yên ổn. Ngày 25 tháng giêng năm Gia Tĩnh thứ 19* [3/3/1540]*(9) con thần là Doanh chẳng may mất sớm, người trong nước theo tục xưa muốn đưa con trưởng của Phương Doanh là Phúc Hải lên thay thế, để coi sóc dân chúng; thần nghĩ việc trao chức và nhận chức trước kia đã không ổn, nay*

nếu chiều theo lời xin của dân chúng thì tội càng nặng thêm, không có thể tự gỡ ra được; nên thần và cháu Phúc Hải chỉ biết đợi mệnh triều đình. Chẳng bao lâu Đại tướng mang trọng binh đến sát biên giới, thần như heo trong chuồng lấy gì mà chống cự, chỉ lo cho người trong nước bị nguy trong sớm tối. May mắn thấy hịch truyền ra từ cửa quân, kính cẩn nhận lời ban của Thiên tử từ ái vô biên, thần rơi nước mắt cảm động.

Thiết nghĩ rằng thần Đăng Dung có tội, còn dân đen vô can. Thiên tử không nỡ vì lỗi của riêng thần, mà chém giết dân chúng. Thần may mắn được vì dân chúng, nên không tiếc chút hơi tàn. Bởi vậy từ trong nước ngưỡng vọng núi Tung Sơn nơi phương bắc, hô Tiểu mục Nguyễn Như Quế, Đỗ Thế Khanh, Đặng Văn Thực; kỳ lão Lê Thuyên, nhân sĩ Nguyễn Kinh Tế; vào ngày mồng 3 tháng 11 năm Gia Tĩnh thứ 19 đeo giây vấn cổ, ra khỏi biên giới, rập đầu xin hàng.

Thần Đăng Dung muốn được đến kinh đô chiêm bái và xin chịu tội chết, nhưng thân già không thể lom khom tới nơi, cháu nội thần Phúc Hải đang chịu đại tang không thể đi xa; thần chỉ biết sai cháu là Mạc Văn Minh, cùng với quan cựu thần triều cũ là Hứa Tam Tĩnh, Nguyễn Giản Thanh (10)*; tiểu thần Nguyễn Giá Tộ đến kinh khuyết chịu tội. Cúi mong Thánh triều thương xót tha tội, cho tự đổi mới, đất đai đều là của Thiên triều* (11)*, chỉ xin được theo ý nguyện của dân Di, tuỳ nghi mà khu xử; được nội thuộc, mãi mãi xưng phiên thần; cùng xin theo lệ phiên thuộc được ban lịch Đại Minh Nhất Thống để in ra, truyền bá trong nước cùng phụng sự lịch Chính Sóc thì thật là may mắn to lớn. Tuy tại nước thần các họ Đinh, họ Trần, họ Lê kế tục xưng hiệu và kỷ nguyên, riêng thần đã nghiêm lệnh người trong nước bỏ đi, để đợi* *mệnh; đâu dám dẫm vào sự sai lầm cũ, để hứng lấy sự trừng phạt của Thiên triều.*

Mới đây thần nghe Tri châu châu Khâm tỉnh Quảng Đông Lâm Hy Nguyên xưng rằng các động Ti Lẫm, Kim Lặc, Cổ Sâm, Liễu Cát thuộc hai đô Như Tích, Thiếp Lãng, là đất cũ của châu Khâm; nếu đúng như vậy thần xin vâng lời. Nước thần trước đây khiếm khuyết việc triều cống, từ các năm sau xin chia ra để cống bù vào lệ cống phương vật hàng năm. Thần không dám nói cẩu thả, vì đương chịu tội, cầu miễn tội chết mà còn chưa được! Nhưng thần và người trong nước muốn theo lệ triều trước, hiến người vàng người bạc thay thế, sợ bị tội đường đột nên tâu lên để được chỉ giáo. Còn ấn Thiên triều ban cho Quốc vương trước kia, thần Đăng Dung chỉ dám cẩn thận giữ, không dám tự tiện dùng."

Ngoài ra Di mục Nguyễn Như Quế tâu thêm vào sớ:

"Đăng Dung thực được Quảng phó thác; vì đường sá cách trở nên chưa tâu lên triều đình được. Nay họ Lê đã tuyệt tự không có người nối dõi, xin tha thứ cho Đăng Dung tội, để được cai quản dân chúng, hầu miễn được sự loạn lạc khác."

Chiếu ban xuống cho đình thần bàn, rồi tâu lên rằng:

"Nên theo lời xin của Bá Ôn và xin đặt quan chức, ban lịch chính sóc, định thể thức cống, cấp ấn tín, lấy lại 4 động, nhận sự đầu hàng, khoản đãi sứ Di, khám về việc Lê Ninh, tra xét về binh mã vv.."

Thiên tử phán:

-"An Nam thời xưa thuộc Trung Hoa, đời Tống được ban tước Vương nên bắt đầu chìm đắm vào Di tục; đến cuối đời Trần lại biết mộ điều phải nạp cống, được vua Thái Tổ ta khen

thưởng, dặn con cháu không đánh nước này. Lòng nhân của Đế Vương đối với nước này hậu lắm thay! Chỉ nhân việc viên quan nước này là Lê Quí Ly giết vua Trần Nhật Côn, lại giết cả người cháu là Trần Thiêm Bình, đại nghịch bất đạo vị Văn Tổ [vua Thái Tông] *giận dữ, sai tướng bình định chia làm quận huyện, để đưa người Giao Chỉ ra khỏi nước lửa. Không ngờ Lê Lợi lại quấy mưu gian, lừa dân chúng làm loạn, rồi dùng lời lẽ bất chính xin phong tước. Hoàng đế Tuyên Tông ta muốn quân được nghỉ ngơi, lại nhớ đến lời của vua Thái Tổ xưa, vì họ Trần mà thương xót dân Giao Chỉ, nên bỏ qua không hỏi đến. Qua mấy triều đai, đến khi ta lên ngôi đã lâu mà không thấy họ Lê triều cống, bèn sắp sai người phạt tội, nhưng rồi sự việc được tra khám, tâu lên mới biết rằng có cha con Mạc Đăng Dung chiếm nước. Nhân tội trạng chưa rõ ràng, lại sợ đánh giết sẽ phạm vào người dân vô tội, nên tạm sai văn võ Đại thần tuỳ theo tình trạng mà chiêu phủ hay tiễu trừ.*

Nay Mạc Đăng Dung tự trói đến cửa quân xin chịu tội, khác với hai họ Lê kia [chỉ Lê Quí Ly, Lê Lợi] *hung hãn. Xem biểu xin hàng, cùng người trong nước thay thế trần tình, xin được tha thứ để lo cho dân Giao, xin bỏ tước Vương, không gọi là nước để miễn loạn tặc tiếp tục làm phản. Lại nói rằng họ Lê không có người nối dõi, và từ lâu người Giao đã qui phụ Đăng Dung; xin chuẩn cho nhận chức, ban ấn, được phụng thờ lịch Chính Sóc, triều cống và xin được đặt quan chức tại địa phương để cai trị dân. Triều đình không mưu lợi đối với dân này, đất này; bộ Binh, Hộ, Lễ hãy triệu tập đình thần họp bàn rồi tâu lên."*

Sau khi bàn bạc rồi phúc tấu, Thiên tử mệnh:

"Giáng nước An Nam làm An Nam Đô thống sứ ty, cho

Mạc Đăng Dung làm quan An Nam Đô thống sứ tòng Nhị phẩm, con cháu thế tập, được cấp ấn bạc. Tất cả các hệ thống trộm thiết lập trước kia đều bị huỷ bỏ; đặt ra Tuyên phủ ty cho 13 lộ như Hải Dương, Sơn Nam vv..mỗi nơi đặt môt viên Tuyên uỷ Đồng tri Phó sứ Thiêm sự. Đăng Dung được quyền thăng, giáng, chuyển đổi, hoặc cho thế tập. Ty Phiên Quảng Tây mỗi năm cấp lịch Đại Thống để phụng theo Chính Sóc, vẫn ra lệnh 3 năm cống một lần, hoàn lại 4 động đã xâm chiếm cho châu Khâm, lệnh Phủ thần Lưỡng Quảng gia tăng thưởng tuất. Không cần phải phúc trình về số lượng tiền, ngũ cốc, binh giáp. Lệnh Thủ thần khám hỏi về việc Lê Ninh, nếu là con cháu họ Lê thì cấp cho 4 quận đang chiếm giữ để nối dõi, nếu không thì bị truất. Mạc Văn Minh và các Sứ thần khác của Di và những người bạn tống đều được ban thưởng..." **Minh Thực Lục: Quan hệ Trung Quốc Việt Nam**, tập 3, trang 214.

Sự việc Mạc Đăng Dung đến Trấn Nam Quan xin hàng, sử nước ta chép tương tự nhưng sơ lược hơn. Ngoài ra trong tháng 11 này, còn chép thêm việc phe phò Vua Lê Trang Tông là Đại tướng Nguyễn Kim mang quân đánh Nghệ An:

"*Mùa đông, tháng 11* [28/11-27/12/1540], *Mạc Đăng Dung cùng với cháu là Văn Minh và bề tôi là bọn Nguyễn Như Quế, Đỗ Chế Khanh, Đặng Văn Tri, Lê Thuyên, Nguyễn Tổng, Tô Văn Tốc, Nguyễn Kinh Tế, Dương Duy Nhất, Bùi* [3b] *Trí Vĩnh, qua Trấn Nam Quan, mỗi người đều cầm thước, buộc dây ở cổ, đi chân không đến phủ phục trước mạc phủ của quân Minh quỳ gối, cúi đầu dâng tờ biểu đầu hàng, nộp hết sổ sách về đất đai, quân dân và quan chức cả nước để chờ phân xử, dâng các động Tê Phù, Kim Lặc, Cổ Sâm, Liễu Cát, An Lương* (12), *La Phù của châu Vĩnh An trấn Yên Quảng, xin cho nội thuộc vào Khâm Châu. Lại xin ban chính sóc, cho ấn chương, để kính cẩn coi giữ việc nước và chờ lệnh thay đổi hay quyết định khác. Lại sai bọn Văn Minh và Nguyễn Văn Thái, Hứa Tam Tỉnh mang biểu đầu hàng sang Yên Kinh.*

Thái sư Hưng quốc công Nguyễn Kim đem quân về đánh Nghệ An, hào kiệt phần nhiều theo về, thanh thế rất lừng lẫy, đến đâu là gần xa đều hàng phục." **Toàn Thư**, Bản Kỷ, quyển 26, trang 3a.

Chú thích:

1. Hành tại là nơi vua tạm trú khi đi ra khỏi kinh đô.

2. Thực Lục: chỉ các sách sử như **Minh Thực Lục**.

3. Sử nước ta goi Mạc Phương Doanh là Mạc Đăng Doanh.

4. Quân môn tức hoà môn: ý nói trong quân nội bộ phải hoà thuận.

5. Kỳ binh: loại quân đặc biệt dùng để tập kích.

6. Đeo dây biểu thị tự trói mình, cầm thước tượng roi biểu thị tự nhận hình phạt.

7. Ấn cũ: ấn trước kia ban cho vua Lê.

8. Phổ hệ: gia phả ghi từng đời trong họ nhà vua. Theo **Toàn Thư** Lê Ninh tức vua Trang Tông là con vua Chiêu Tông. Khi Mạc Đăng Dung tiếm hiệu cướp ngôi, vua tránh về Thanh Hoá. Thái sư Hưng quốc công Nguyễn Kim cho người dò tìm, đón vua sang nước Ai Lao tôn lập.

9. Theo Toàn Thư Mạc Đăng Doanh mất ngày 15 tháng

giêng năm Đại Chính thứ 11 [22/2/1540]; Minh Thực Lục căn cứ lời tâu của Mạc Đăng Dung ghi ngày 25 tháng giêng năm Gia Tĩnh thứ 19[3/3/1540]

10. Hứa Tam Tĩnh và Nguyễn Giản Thanh là hai vị khoa bảng triều Lê, cùng dự một khoa thi Hôi. Nguyễn Giản Thanh đậu nhất giáp Tiến sĩ (Trạng nguyên) năm Đoan Khánh thứ 4 [1508], khoa đó trong kỳ thi hội bài của Hứa Tam Tĩnh hay hơn bài của Nguyễn Giản Thanh, nhưng khi vào thi Đình thì bài phú *Phụng Thành Xuân Sắc* của Nguyễn Giản Thanh hay hơn, nên được lấy đỗ Trạng nguyên cao hơn Hứa Tam Tĩnh. Người địa phương có câu *Trạng Me đè Trạng Ngọt* vì làng Me là tên làng quê của Nguyễn Giản Thanh, làng Ngọt là tên Nôm làng của Hứa Tam Tỉnh.(Theo Trần Văn Giáp, **Tìm Hiểu Kho Sách Hán Nôm**, q. 2, mục 292)

11. Câu này lấy từ lời nói sáo xưa *Phổ thiên chi địa mạc vi vương thổ* (đất đai khắp cõi trời này, không chỗ nào mà không thuộc về Thiên- tử); chứ không phải thực sự dâng hết đất đai cho Trung Quốc.

12. An Lương: **Khâm Châu Chí** của nhà Thanh không ghi động An Lương. **Cương Mục** dẫn **Quảng Yên Sách** cho rằng động An Lương sau là phố An Lương, thuộc châu Vạn Ninh nước ta.

117.
Mạc Phúc Hải
[1541-1546]

Phúc Hải là con trưởng Mạc Đăng Doanh, trước tên là Đức Nguyên, lập làm Hoàng Thái tử. Sau khi Mạc Đăng Doanh mất vào ngày 15 tháng giêng năm Đại Chính thứ 11 [22/2/1540] bèn lên ngôi, đổi năm sau Tân Sửu, làm năm Quảng Hoà thứ nhất [1541].

Mùa xuân Mạc Quảng Hoà năm thứ 1 [1541]. (Lê Trang Tông Nguyên Hoà năm thứ 9; Minh Gia Tĩnh năm thứ 20). Họ Mạc mở khoa thi Hội. Cho bọn Nguyễn Kỳ, Phạm Công Sâm, Nguyễn Thế Lộc đỗ tiến sĩ cập đệ; bọn Ngô Quang 4 người đỗ tiến sĩ xuất thân; bọn Phạm Nguyên 23 người đỗ đồng tiến sĩ xuất thân.

Bấy giờ, phía nhà Lê, Tây An hầu Lê Phi Thừa có ý bất bình, thường nói ra những lời phẫn uất, càng ngày càng kiêu căng; ngang ngược. Thái sư Nguyễn Kim sai người bóp cổ chết. Trước kia, Phi Thừa xuất thân là xá nhân, thờ Mạc Đăng Dung, được Đăng Dung khen ngợi, cho cai quản quân dân bảy huyện thuộc Thanh Hoá. Đến năm Đinh Dậu [1537], Thừa quy thuận nhà Lê, vua vẫn cho giữ chức cũ. Đến đây lại oán hận, kiêu căng bạo ngược nên bị giết.

Sau khi Vua nhà Minh cho Mạc Đăng Dung làm quan An Nam Đô thống sứ tòng nhị phẩm; bèn sai đúc ấn ban cho:

"Ngày 22 tháng 4 năm Gia Tĩnh thứ 20 [17/5/1541]. Đúc ấn An Nam Đô thống sứ ty ban cho Mạc Đăng Dung." **Minh Thực Lục: Quan hệ Trung Quốc Việt Nam**, tập 3, trang 219.

Khi sắc ấn đưa đến nơi, thì Mạc Đăng Dung đã mất vào ngày 22 tháng 8 [11/9/1541]; cháu là Phúc Hải sai người đến Lưỡng Quảng báo tin và xin phong. Sau khi xem xét, Mao Bá Ôn tâu xin cho Phúc Hải nhận mệnh, rồi được Vua Thế Tông chấp thuận:

"Bộ Lễ nhà sai chủ sự Ngô Ứng Khuê đi Lưỡng Quảng cấp phát bạc thưởng và áo, còn một đạo sắc phong Mạc Đăng Dung làm An Nam Đô thống sứ, và 1 quả ấn An Nam Đô thống sứ ty, thì quan tỉnh ấy phụng đem chuyển giao cho Đăng Dung thủ Lĩnh. Nhưng lúc ấy Đăng Dung đã chết, phao truyền là bị bầy tôi là Nguyễn Kính giết. Phúc Hải sai người đến cửa quân Lưỡng Quảng báo ai tín, và xin tập phong. Vua Thế Tông nhà Minh thấy Đăng Dung chưa được nhận chức mà đã chết, cũng tỏ ý thương xót, bèn sai Thái Kinh hội đồng với các quan Tổng đốc, tra khám xem Đăng Dung chết bệnh hay có vì cớ gì khác không, và Phúc Hải có đích thực là cháu đích tôn của Đăng Dung không ? Kỳ mục bọn Như Quế xin bảo đảm là không có gì dối trá. Bọn Mao Bá Ôn xin cho Phúc Hải lĩnh chế mệnh. Vua Thế Tông ưng cho." **Đại Việt Thông Sử**, Lê Quí Đôn, **Liệt Truyện - Nghịch Thần Truyện**, tờ 42a.

Vào cuối tháng 8, Mao Bá Ôn sau khi hoàn thành nhiệm vụ, được lệnh trở về kinh sư:

“Ngày 28 tháng 8 năm Gia Tĩnh thứ 20 [17/9/1541]. Mệnh Thái tử Thái bảo Thượng thư bộ Binh, kiêm Đô sát viện Hữu Đô Ngự sử Mao Bá Ôn quản lý việc của viện. Bá Ôn mới tuyên bố mệnh cho Giao Chỉ, việc hoàn thành, nhưng chưa trở về kinh. Lệnh bộ Lại đốc thúc.” **Minh Thực Lục: Quan hệ Trung Quốc Việt Nam**, tập 3, trang 219.

Ngày mồng 8 tháng 2 năm Quảng Hoà thứ 2 [22/2/1542], [Lê Trang Tông Nguyên Hoà năm thứ 10; Minh Gia Tĩnh năm thứ 21), Mạc Phúc Hải phong tước vương cho các em là bọn Mạc Kính Điển và các con.

Ngày 22 tháng 3 [6/4/1542], Mạc Phúc Hải lên Trấn Nam Quan chịu khám nghiệm và nhận 1.000 bản lịch **Đại Thống** của nhà Minh ban cho. Lại lĩnh một đạo sắc mệnh cũ phong Mạc Đăng Dung làm An Nam đô thống sứ ty đô thống sứ và một quả ấn bạc.

Ngày mồng 3 tháng 8 [11/9/1542], họ Mạc sai bọn Nguyễn Điển Kính, Nguyễn Công Nghi, Lương Giản sang tạ ơn nhà Minh; bọn Nguyễn Chiếu Huấn, Vũ Tuân và Tạ Định Quang sang cống theo năm. Lễ vật tiến dâng, cùng với bài Biểu Tạ Ơn do Thượng thư Nghĩa trang bá Nguyễn Bạt Tuỵ soạn, như sau:

“Tạ ơn về sự được sắc phong, tiến dâng lễ phẩm bản xứ:

-4 lô hương và bình cắm hoa bằng vàng (nặng 190 lạng);

- 1 rùa bằng vàng (nặng 19 lạng);

- 2 lô hương và bình cắm hoa bằng bạc (nặng 151 lạng);

- 12 mâm bằng bạc (nặng 641 lạng);

- 60 cân trầm hương; 148 cân tốc hương; 30 cây giáng chân hương; 20 sừng tê giác; 30 cái ngà voi, cùng các thứ

hương thơm tơ lụa khác. Lại sai Nguyễn Chiêu Huấn, Vũ Tuân, và Tạ Đình Quang. dâng các phương vật về lễ cống hiến hàng năm, cũng như các thứ kể trên; sau bèn thành lệ.

Tờ biểu tạ ân rằng:

"Phủ phục kính thưa: Trung Quốc có Thánh nhân, trưng điềm sông trong biển lặng; ngoại di lại triều cận [tờ 45a] thấm nhuần phúc lớn ân sâu. Giờ Ngọ khí dương hồi, bắc thần mọi sao chiếu.

Hạ thần Phúc Hải trộm nghĩ: Lòng trời đất thể theo muôn vật, ý sinh ban bố đồng đều, không vì tươi khô mà phân biệt; đức Đế vương thường chỉ yêu người, kẻ nào cũng đều thương xót, không vì còn mất mà sai biệt. Đó là bởi lẽ công bằng, cho nên ban ra rất rộng. Hạ thần Phúc Hải trộm nghĩ:

Tổ hạ thần Mạc Đăng Dung, sớm do đời loạn, gặp phải thời gian. Nhân dân lưu ly tán loạn, giữ được bình an; quen thói cha truyền con nối, tự chuyên vẫn sợ. Mấy năm thiếu cống Bắc triều, một sớm bỗng nghe nổi giận. Đợi tội Nam Quan, những sợ nương thân không đất; tới hàng Bắc Quyết, [tờ 45b] may sao bộc bạch có trời. Bèn dẹp cơn lôi đình, mà ban ân vũ lộ. Ơn sâu tắm gội, mong được toại nguyện trung thành; di chúc đinh ninh, không dám quên lòng sự thượng.

Hạ thần Phúc Hải. đương tuổi trẻ thơ, lạm nối ngành trưởng. Theo lời kính trung tổ phụ, việc nước chăm lo; nhờ nhân thương rộng triều đình, những mong tới dưới, đội ơn thể tuất, bèn được vinh quang. Cho được vâng lĩnh ấn tín, nêu cao danh khí. Ân sâu thắm khắp, quá đổi trời cao. Tổ hạ thần đợi mệnh lúc hơi tàn, tuy chết mà vinh dự; chính hạ thần đang ở kỳ tang thứ. [tờ 46a] nước mắt theo lại tràn. Tất cả nhân dân toàn cõi, đều biết thánh thượng vô tư. Kính duy Hoàng đế bệ hạ, ngài gồm các đức: cương kiện tuy tinh, thông minh duệ trí. Kính nhường sáng khắp bốn phương. Nghiêu văn rực rỡ; tài đức ban yên mọi nước. Vũ liệt nguy nga. Hoà thuận thái bình, hoàng gia ban bố. Coi ấp hạ thần ngàn dặm xa xăm, muốn đồng thanh giáo; thương Tổ hạ thần một lòng kính thuận, ơn khắp thuỷ chung. Sắc dụ đã ban, khúc thành tỏ đạo. Hạ thần kính cẩn thay tiên tổ bái lĩnh, để biểu dương cùng dân chúng. Chánh lệnh đức trạch dồi dào, [tờ 46b] đều nung đúc do nơi thánh hoá; thổ địa thuế sưu cống hiến, thường thành thực ở mức chính cung". **Đại Việt Thông Sử**, Lê Quí Đôn, **Liệt Truyện - Nghịch Thần Truyện**, tờ 42a.

Sau khi Mạc Phúc Hải đến trấn Nam Quan chịu sự hạch hỏi, và trình bày lời Mạc Đăng Dung lúc hấp hối; rồi bọn Mạc Điển Kính sang cống tạ ơn và trả lại đất 4 động; Vua nhà Minh bèn phong Mạc Phúc Hải chức Đô thống sứ; đến ngày 15 tháng 12 [19/1/1543] nhà Mạc An Nam nhận được sắc phong:

"***Ngày 10 tháng 11 năm Gia Tĩnh thứ 21*** **[16/12/1542].** *Mệnh Di mục nước An Nam Mạc Phúc Hải thế tập chức Đô thống sứ An Nam. Trước tiên Phúc Hải kể lại lời trối của Đăng Dung như sau:*

'Ta xin qui phục, may mắn được Thiên triều tha chết, nhưng bây giờ thì bị chết! Nghe rằng ta được ban chức Đô thống sứ, lúc ta chết đừng chôn, để vậy để đợi mệnh. Nếu chúng mày trước sau cung thuận Thiên triều, tức là không quên đến ông mày vậy.'

Tổng đốc Thái Kinh tâu lên; Thiên tử thương xót sai hỏi thực tình, đến nay Thái Kinh tấu báo đúng như lời của Phúc

Hải. Bèn ban sắc như sau:

'Trẫm địa vị Đế vương, lấy thiên hạ làm nhà; muốn vạn vật được yên chỗ, không phân biệt xa gần. An Nam ngươi ở phương nam xa xôi, đời đời lo chức cống. Trước đây không đến triều cống, do tội của Đăng Dung ông ngươi; bèn sai quan đến khám xét và chinh thảo. Ông ngươi hối tội, sửa đổi sai lầm, dâng biểu trình bày sai trái trong việc trao và nhận chức, nguyện hiến đất đai và dân chúng, tuân theo sự phân xử của triều đình. Sự việc được Thượng thư Mao Bá Ôn tâu lên, rồi bộ Binh họp bàn cũng tâu rằng ông ngươi Mạc Đăng Dung sợ uy đức của triều đình, thực tình chịu tội. Trẫm ngưỡng trông đức hiếu sinh của Thượng đế, ngó xuống thuận theo lòng dân mong muốn được yên ổn, bèn tha cho; bắt bỏ danh xưng là nước, cùng tước Vương; ban chức Tòng Nhị phẩm Đô thống sứ, cấp ấn bạc để phụng thừa lịch Chính Sóc, triều cống, con cháu được thế tập đời đời cai trị địa phương, thực lợi ích vĩnh viễn.

Nay các quan Trấn, Tuần tâu rằng ông ngươi Đăng Dung bệnh mất, ngươi là cháu đích tôn có thể thực hiện lòng thành nạp cống mà ông ngươi đã trăn trối lúc mất; ngươi có thể thành tâm theo chí của ông ngươi. Đặc mệnh ngươi thế tập chức Đô thống sứ, lại giáng sắc dụ ngươi đem hết lòng trung thành, kính cẩn lo chức cống, chiêu phủ dân chúng, yên ổn địa phương, để xứng đáng với tấm lòng muốn mềm dẻo với người phương xa của triều đình và đáp ứng lòng cung thuận của ông ngươi, vĩnh viễn nhiều phúc, lại không hay hơn sao! Mọi việc hãy tuân theo sắc dụ ông ngươi trước đây mà thi hành.'

Mạc Phúc Hải sai quan thuộc Tuyên vệ ty là bọn Nguyễn Điển Kính dâng phương vật, biểu văn, nạp cống, trả lại 4 động cho châu Khâm. Thái Kinh tâu rằng:

'4 động hấp nhiễm phong tục Di đã lâu, sợ chưa thuần nhất hướng theo sự giáo hoá, xin đặt đồn tại Hà Châu, đem ty tuần kiểm trước đây đặt tại châu Khâm dời đến đồn này, để khống chế các Di và dẹp tàn dư bọn ác; khiến dân mới qui phụ có chỗ nương dựa, không còn lo sợ.'

Lời tâu đưa xuống bộ Binh, được bộ này đồng ý và phúc tâu rằng:

'Người đầu tiên bàn xin lấy lại 4 động này là Thiêm sự Lâm Hy Nguyên, nay đã bãi chức, nhưng công không nên quên.'

Chiếu chấp nhận và thưởng cho Hy Nguyên tiền và lụa." **Minh Thực Lục: Quan hệ Trung Quốc Việt Nam**, tập 3, trang 220.

Trong năm này Vua Lê Trang Tông lấy Thuỵ quận công Hà Thọ Tường người xã Cổ Lũng, huyện Cẩm Thuỷ, Thanh Hoá làm Ngự doanh thống ngự xa giá để mưu việc tiến đánh. Sai Thái sư Hưng quốc công Nguyễn Kim thống đốc tướng sĩ các dinh đi trước, đánh các nơi ở Thanh Hoa, Nghệ An. Tướng lĩnh cũ và hào kiệt hai trấn này phần nhiều theo về, thế quân càng thêm mạnh.

Năm Quảng Hoà thứ 3 [1543], (Lê Trang Tông Nguyên Hoà năm thứ 11; Minh Gia Tĩnh năm thứ 22). Mạc Phúc Hải sai sứ sang cống nhà Minh. Vua Minh ra lệnh ban cấp cho sứ giả theo như cũ, nhưng giảm bớt cỗ bàn ban yến để tỏ ra không phải là lễ tiếp bồi thần (1).

Minh Thực Lục xác nhận sự kiện trên, và cho biết thêm sứ bộ lưu tại Bắc Kinh khoảng một tháng, vào tháng

5 [23/6/1543] viên Chánh sứ Nguyễn Điển Kính xin quan hộ tống về nước:

"*Ngày 21 tháng 4 năm Gia Tĩnh thứ 20 [24/5/1543].* *An Nam Đô thống sứ ty Đô thống sứ Mạc Phúc Hải sai bọn Tuyên phủ đồng tri trong hạt là Nguyễn Điển Kính, Nguyễn Chiếu Huấn phân chia làm hai nhóm dâng biểu làm lễ tạ ân và tiến cống. Theo lệ ban cho các vật lụa là, lụa quyên, tiền giấy. Bộ Lễ cho rằng tên nước An Nam đã bị phế, không còn vua, vậy người đến cống không nên đối xử như Bồi thần trước kia; nên hạn chế sự ban thưởng.*

Thiên tử phán:

"*Phúc Hải đã có lòng thành nạp cống, đồ vật ban cho giống như cũ, riêng yến tiệc cho làm giảm bớt để chứng tỏ không phải là Bồi thần.*" **Minh Thực Lục: Quan hệ Trung Quốc Việt Nam**, tập 3, trang 222.

"*Ngày 22 tháng 5 năm Gia Tĩnh thứ 22 [23/6/1543].* *Tuyên phủ đồng tri Nguyễn Điển Kính thuộc An Nam Đô thống sứ ty viện dẫn lệ cũ về việc triều cống, xin sai quan hộ tống xuất cảnh. Được chấp thuận.*" **Minh Thực Lục: Quan hệ Trung Quốc Việt Nam**, tập 3, trang 222.

Tháng 5, Mạc Phúc Hải bổ nhiệm Trần Phi chức Thượng thư Bộ Lễ. Nhà Mạc ban cấp ruộng cho các võ quan, viên Thiếu Sư Mạc Ninh Bang tâu xin sửa đổi phép cấp để được công bằng hơn:

"*Thiếu sư Mạc Ninh Bang xin bàn định phép cấp lộc điền cho Hiệu sĩ*

'*Niên hiệu Quảng Hoà thứ 3, ra lệnh; Xã nào ngoài số ruộng đất tư, mà có ruộng quan và ruộng chùa, [tờ 47a] thì tuỳ theo số ruộng đó, chiếu cấp cho: Nhất hạng trung hiệu mỗi người 2 phần rưỡi; nhất hạng trung sĩ mỗi người 2 phần rưỡi. Xã nào không có ruộng thì mỗi người một phần. Như xã nào tuy số ruộng nhiều đáng được 2 phần, thì 2 phần ấy cũng không được quá số 2 mẫu, rồi tuỳ theo cấp bậc giảm dần, còn bao nhiêu ruộng sẽ theo nhân số trong xã mà chia đồng đều. Như vậy đủ thấy triều đình ưu đãi Trung hiệu, Trung sĩ rất hậu.*

Nhưng hạ thần thiết nghĩ: Trong bọn Trung hiệu, Trung sĩ, tất nhiên có kẻ khỏe mạnh, có kẻ lười biếng, đâu có nhất luật như nhau, thế mà cấp phát ruộng đất một cách đồng đều không phân biệt, thì sao có thể khuyến khích lòng người được. Vậy xin cho các quan Tướng bản doanh, ra lệnh cho các quan bản huyện, lựa chọn bảo cử người nào tinh tráng khỏe mạnh và thiện chiến, làm nhất hạng, [tờ 47b] rồi biên cả vào sổ cấp điền, các quan phủ huyện Xã trưởng chiếu theo sổ cấp điền trước, đem ruộng nhất đẳng cấp cho hạng này trước, để khuyến khích chiến sĩ'.

Phúc Hải nghe theo." **Đại Việt Thông Sử**, Lê Quí Đôn, **Liệt Truyện - Nghịch Thần Truyện**, tờ 46b.

Quốc vương Chiêm Thành là Công Sa Nhật Để Tề sai chú là Sa Bất Đăng Cổ Lỗ dâng biểu, cống sản vật địa phương; triều Minh ban yến, gửi gấm vóc cho Quốc vương, và cho người hộ tống xuất cảnh:

"Ngày 21 tháng 6 năm Gia Tĩnh thứ 22 [22/7/1543]. *Nước Chiêm Thành Công Sa Nhật Để Tề sai chú là Sa Bất Đăng Cổ Lỗ dâng biểu văn khắc trên vàng lá, cống sản vật địa phương. Ban yến, thưởng lụa là, sa, quyên như lệ; lại ban gấm vóc cho Vương nước này."* **Minh Thực Lục: Quan hệ Trung Quốc Việt Nam**, tập 3, trang 223.

"Ngày 11 tháng 7 năm Vĩnh Lạc thứ 22 [11/8/1543]. Sứ thần nước Chiêm Thành bọn Sa Bất Đẳng Cổ Lỗ viện dẫn lệ cũ, tấu xin cấp cho mũ và dây đai. Lại than rằng nước này mấy lần bị An Nam đánh phá, đường sá trở ngại không về được, xin cho người hộ tống xuất cảnh. Chấp nhận." **Minh Thực Lục: Quan hệ Trung Quốc Việt Nam**, tập 3, trang 223.

Thời quân Minh chuẩn bị xâm lăng nước ta, Mạc Đăng Dung sai bọn Đỗ Văn Trang sang Quảng Đông trinh sát, rồi Trang bị bắt tại biển Ô Lôi. Nay nhà Mạc giao hảo với nhà Minh, nên được tha, trở về nước:

"Ngày 22 tháng 10 năm Gia Tĩnh thứ 22 [18/11/1543]. Tha cho Đỗ Văn Trang, trinh sát người An Nam. Vào mùa xuân năm Gia Tĩnh thứ 16 [1537] *An Nam được tin sẽ bị chinh phạt, bèn sai Đầu mục Nguyễn Văn Đô điều động bọn Văn Trang cùng 70 người đổ bộ tại bờ biển Ô Lôi. Bọn Tuần kiểm Tần Lương mang binh bắt được Văn Trang, bèn nhốt vào ngục tại ty Án Sát Quảng Đông. Nay Mạc Đăng Dung đã hàng, các quan tại Quảng Đông cho rằng Đăng Dung đã được miễn tội chết, vậy xin tha cho Trang. Nhận phúc đáp chấp thuận."* **Minh Thực Lục: Quan hệ Trung Quốc Việt Nam**, tập 3, trang 224.

Vua Lê Trang Tông tiến quân ra từ thành Tây Đô, tướng Mạc là Trung Hậu hầu (không rõ tên) dẫn con em đến trước quân lạy chào ở cửa nam thành; ba quân sôi nổi mừng rỡ. Vua thăng Đại tướng Nguyễn Kim làm Thái tể đô tướng, tiết chế tướng sĩ các quân doanh.

Tuyên quận công Trịnh Công Năng nổi quân làm phản, chiếm giữ đầu nguồn Quảng Bình (2), dựng đất đặt doanh trại; Vua sai Dực quận công Trịnh Kiểm đi đánh, giết được

Năng.

Mùa xuân năm Quảng Hoà thứ 4 [1544], (Lê Trang Tông Nguyên Hoà năm thứ 12; Minh Gia Tĩnh năm thứ 23); nhà Mạc mở khoa thi Hội. Cho bọn Vũ Kính 3 người đỗ tiến sĩ xuất thân, bọn Nguyễn Hữu Dục 14 người đỗ đồng tiến sĩ xuất thân.

Năm này Mạc Phúc Hải sai bọn Tuyên phủ đồng tri Đoàn Sư Trực mang sản vật địa phương sang nhà Minh biểu tạ ơn:

"***Ngày 10 tháng 5 năm Gia Tĩnh thứ 23** [30/5/1544]. An Nam Đô thống sứ ty Đô thống sứ Mạc Phúc Hải sai bọn Tuyên phủ đồng tri Đoàn Sư Trực mang biểu, phương vật đến tạ ơn. Chiếu ban cho tiền lụa, có sai biệt.*" **Minh Thực Lục: Quan hệ Trung Quốc Việt Nam**, tập 3, trang 224.

Năm Quảng Hoà thứ 5 [1545], (Lê Trang Tông Nguyên Hoà năm thứ 13; Minh Gia Tĩnh năm thứ 24); Mạc Phúc Hải thưởng công kẻ đi sứ nhà Minh, phong Trần Phỉ tước Vinh dự tử; những người khác trong phái bộ này, cũng đều được phong.

Năm này lại sai bọn Tuyên phủ Nguyễn Thuyên theo lệ hàng năm, sang cống nhà Minh:

"***Ngày 17 tháng 8 năm Gia Tĩnh thứ 24*** [22/9/1545]. *An Nam Đô thống sứ Mạc Phúc Hải sai bọn Tuyên phủ Nguyễn Thuyên dâng biểu, cống sản vật địa phương. Ban yến và thưởng theo lệ.*" **Minh Thực Lục: Quan hệ Trung Quốc Việt Nam**, tập 3, trang 224.

Về phe nhà Lê, vào tháng 4 [11/5-8/6/1545], Vua Trang Tông lấy Thiếu uý Hùng quốc công Đinh Công làm thái uý, sai coi giữ ngự dinh. Vua thân hành đem các tướng đi đánh miền Sơn Nam, đến huyện Yên Mô [tỉnh Ninh Bình] đóng dinh.

Ngày 20 tháng 5 [28/6/1545], hàng tướng Mạc là Trung Hậu hầu Dương Chấp Nhất ngầm chứa hai lòng, mời Thái tể Nguyễn Kim đến dinh của hắn, bỏ ngầm thuốc độc trong quả dưa dâng lên trước mâm cỗ. Kim tin thực ăn dưa, bị trúng độc; đến khi về thấy trong người khó chịu rồi mất. Riêng Chấp Nhất đêm ấy trốn đi, lại quay về với họ Mạc. Trước kia, Dương Chấp Nhất xuất thân là hoạn quan, trải thờ Mạc Đăng Dung, làm quan đến chức chưởng bộ; nghe tin vua nổi quân khôi phục bờ cõi, liền bàn mưu với họ Mạc dùng kế trá hàng, thường muốn hại vua. Việc đó không thành, mới bỏ ngầm thuốc độc để hại Thái tể Kim, Kim không để ý, bị trúng độc. Vua xuống chiếu truy tặng Nguyễn Kim làm Huân Tĩnh công, thuỵ là Trung Hiến, sai người rước về Bái Trang [huyện Hà Trung, tỉnh Thanh Hoá] để hậu táng. Phong con trưởng của Kim là Uông làm Lãng quận công, con thứ là Hoàng làm Hạ Khê hầu, sai đem quân đi đánh giặc.

Tháng 8 [6/9-5/10/1545], Mạc Phúc Hải sai tướng là Thái tể Ninh quốc công, xuất quân 5 phủ, thừa cơ vào đánh cướp doanh trại nhà Vua. Khi chúng đến bến sông Phù Chẩn; Dực quận công Trịnh Kiểm đốc quân tiên phong ra đánh phá tan, Ninh quốc công trốn về, quân Mạc chết vô kể.

Vua bổ nhiệm Dực quận công Trịnh Kiểm làm chức Tiết chế các xứ thuỷ bộ chư doanh, phong tước Lượng quốc công. Mọi binh quyền ngoài địa phương, công việc trong nước, trù tính mưu lược, phong tước bổ quan xa gần đều được tuỳ ý quyết định, rồi sau mới tâu vua. Lượng quốc công càng dốc lòng trung trinh, mọi việc đều quyết đoán rõ ràng.

Ngày mồng 8 tháng 5 năm Quảng Hoà năm thứ 6 [5/6/1546], (Lê Trang Tông Nguyên Hoà năm thứ 14; Minh Gia Tĩnh năm thứ 25); Mạc Phúc Hải chết, lập con trưởng là Phúc Nguyên, lấy năm sau làm năm Vĩnh Định thứ 1.

Phía Vua Lê Trang Tông cho lập hành điện ở sách Vạn Lại (3) tại huyện Thọ Xuân Thanh Hoá. Thái sư Trịnh Kiểm cho rằng lập quốc tất phải căn cứ vào nơi hiểm trở. Sách Vạn Lại, núi đứng sững, nước uốn quanh, thực đáng gọi là nơi hình thế đẹp. Đó là do trời đất xếp đặt để làm chỗ dấy nghiệp đế vương. Trịnh Kiểm bèn sai đào hào, đắp luỹ, xây dựng hành điện, mời nhà vua đến đóng tại đó.

Bấy giờ mỗi khi có đánh dẹp, đều giao cho Thái sư Lượng quốc công Trịnh Kiểm thống lĩnh, đánh đâu được đấy. Do vậy, hào kiệt các châu Hoan, Diễn, Ô, Quảng (4) đua nhau tới cửa đình, ai nấy đều vui lòng gắng sức, cõi đất Ái Châu [Thanh Hoá] yên dần.

Chú thích:

1. Bồi thần: là bề tôi của vua chư hầu. Không theo lễ tiếp bồi thần có nghĩa là không coi họ Mạc là vua chư hầu.

2. Quảng Bình: tên huyện, nay là vùng đất phía tây bắc huyện Thạch Thành, tỉnh Thanh Hoá.

3. Sách Vạn Lai: nay là xã Vạn Lại, huyện Thọ Xuân, tỉnh Thanh Hoá.

4. Hoan Diễn: là vùng đất các tỉnh Nghệ An, Hà Tĩnh ngày nay. Ô: là chỉ miền đất tỉnh Bình Trị Thiên ngày nay, Quảng: là chỉ miền đất tỉnh Quảng Nam, Đà Nẵng ngày nay.

118.
Mạc Phúc Nguyên
[1546-1561]

Ngày mồng 8 tháng 5 năm Quảng Hoà năm thứ 6 [5/6/1546]; Mạc Phúc Hải chết, lập con trưởng là Phúc Nguyên lên làm Vua. Phúc Nguyên giữ ngôi 16 năm, lần lượt dùng 3 niên hiệu: Vĩnh Định, Cảnh Lịch, Quang Bảo; lấy năm sau [1547] là năm Vĩnh Định thứ nhất.

Lúc này Phúc Nguyên còn nhỏ tuổi, chưa biết định đoạt, bao nhiêu công việc lớn nhỏ, đều uỷ cả vào chú ruột là Khiêm Vương Kính Điển phân xử.

Khi Mạc Phúc Hải chết, viên tướng Tứ dương Hầu Phạm Tử Nghi bàn rằng:

"Hiện trong nước đương lúc nhiều nạn, nên lập vua lớn tuổi. Con Vua Đăng Dung là Hằng Vương Chánh Trung đã nhiều phen cầm quân, và thường thắng trận. Vậy xin dựng lên nối ngôi ".

Nhưng các Vương họ Mạc, và đại thần là bọn Kính Điển, Nguyễn Kính đều không theo, bàn định dựng Phúc Nguyên lên ngôi. Bởi thế Tử Nghi không toại nguyện, bèn ngầm theo chí hướng khác, bí mất tụ họp các tướng dưới quyền, rồi cùng nổi loạn. Phúc Nguyên phải rời kinh thành qua sông, chạy về hướng đông vào ban đêm; bọn Kính Điển, Nguyễn Kính và Trần Phỉ xuất quân đón cứu Phúc Nguyên. Tứ Nghi bèn đem Chánh Trung chiếm cứ Ngự Thiên ở Hoa Dương [huyện Hưng Hà, Thái Bình] (1), rồi tiếm xưng tôn hiệu, lập triều đình; các bầy tôi văn võ nhiều người theo. Phúc Nguyên sai Kính Điển và Nguyễn Kính phát binh đánh Tứ Nghi; nhưng Tứ Nghi vốn là một kiện tướng, lại thêm quân sĩ đều gắng sức, bởi thế Kính Điển đánh mấy trận đều bị thua. Tứ Nghi đưa tờ bố cáo cho các trấn, kể tội phản nghịch của Nguyễn Kính, và tuyên bố sẽ đánh thẳng vào Đông Kinh.

Mạc Kính Điển họp binh đánh Tứ Nghi, hẹn với Phụng quốc công Lê Bá Ly giúp sức. Kinh Điển và Bá Ly hợp các đạo quân, cả thuỷ bộ đều tiến, đánh phá quân của Chính Trung ở Ngự thiên. Tứ Nghi đem Văn Minh, Chánh Trung, rút chạy, chiếm cứ Yên Quảng [Quảng Ninh]. Mạc Phúc Nguyên bèn trở về Đông Kinh. Lúc này, xứ Hải Dương bị nạn binh hoả luôn luôn, rất nhiều người phải lưu vong.

Mùa xuân năm Vĩnh Định thứ 1 [1547] (Lê Trang Tông Nguyên Hoà năm thứ 15; Minh Gia Tĩnh năm thứ 26); nhà Mạc mở khoa thi Hội, cho Dương Phúc Tư, Phạm Du, Nguyễn Tế đỗ Tiến sĩ cập đệ, bọn Nguyễn Kính Chỉ 8 người đỗ Tiến sĩ xuất thân; bọn Vũ Hiệu 19 người đỗ Đồng tiến sĩ xuất thân.

Sau khi Mạc Chánh Trung thất thế, bèn cùng Mạc Văn Minh đem gia quyến chừng hơn trăm người chạy sang Khâm châu, vào cửa quân Lưỡng Quảng tố cáo; kể hết tội trạng Nguyễn Kính chuyên quyền, ruồng đuổi các vị cựu thần quốc thích. Đề đốc quân vụ Trương Nhạc, bèn tâu về triều Minh, xin cứu trợ cho bọn Chánh Trung, vua nhà Minh bèn ra lệnh quan phủ Thiều Châu và Thiệu Khánh thu xếp cho bọn Chánh Trung an cư vào xứ Thanh Viễn [Quảng Đông], và hàng năm phát gạo cho, chiếu theo cấp bậc.

Sử Trung Quốc xác nhận bọn Mạc Chánh Trung chạy sang châu Khâm và được nhà Minh cấp dưỡng; tuy nhiên những chi tiết như Nguyễn Kính làm loạn, muốn lập người rể là Mạc Kính Dữ không thấy đề cập trong sử nước ta:

"***Ngày 7 tháng 12 năm Gia Tĩnh thứ 26 [17/1/1548].*** *Trước đó vào tháng 5 năm Gia Tĩnh thứ 25 Mạc Phúc Hải bị bệnh chết, con Hoằng Dực* [Mạc Phúc Nguyên] *mới 5 tuổi; bọn Tuyên phủ đồng tri Đặng Văn Trị, Nguyễn Như Quế nhận lời trối, phụ tá Hoằng Dực trông coi dân, cùng đến triều cáo ai, xin phong. Nhưng Di mục Nguyễn Kính làm loạn, muốn lập người rể là Mạc Kính Dữ; rồi bọn Văn Trị không chế ngự được; con thứ của Mạc Đăng Dung là Chính Trung lại được lập chiếm 2 phủ Hải Dương và Hải Đông. Chính Trung lại bị Nguyễn Kính đánh bại, cùng người trong họ là bọn Mạc Văn Minh chạy sang châu Khâm, theo lệ Đầu mục ở xa đến đầu hàng, xin cấp lương và giúp đỡ. Đề đốc Lưỡng Quảng Quân vụ Thị lang Trương Nhạc đem việc này tâu lên; sai đưa xuống bộ Binh, Thượng thư Vương Dĩ Kỳ tâu:*

'Nên tạm cấp dưỡng cho bọn Chính Trung, an trí trong nội địa; sai quan trấn thủ tra khám sự tình đất này có yên ổn hay không và sắc ấn trước đây ban nay ai giữ hãy tâu đầy đủ.'

Thiên tử chấp thuận, mệnh các quan Đề đốc, Trấn, Tuần khám gấp rồi tâu lên rõ ràng." **Minh Thực Lục: Quan hệ Trung Quốc Việt Nam**, tập 3, trang 225.

Năm Cảnh Lịch thứ 1 [1548], (Lê Trang Tông Nguyên Hoà năm thứ 16; Minh Gia Tĩnh năm thứ 27). Mạc Phúc Nguyên đổi niên hiệu Vĩnh Định thành Cảnh Lịch năm thứ 1.

Vào năm này, **Đại Việt Thông Sử** chép sự kiện quân Phạm Tử Nghi từ Yên Quảng sang Quảng Đông cướp phá như sau:

"Sau khi Tử Nghi đã chạy, giữ xứ Yên Quảng, y lại vào địa phận nước Tàu, khua dụ các dân Man ở ven biển nổi loạn cướp phá, làm tao nhiễu Khâm châu và tỉnh Quảng Đông, nhà Minh không chịu nổi, bèn truyền thư cho Phúc Nguyên rằng:

'Nhà ngươi vô lễ! Dong túng cho đảng nghịch cướp phá nơi biên thuỳ thượng quốc, ngươi phải đem quân dẹp ngay. Nếu không thì đại quân sẽ đến hỏi tội ngươi.'

Phúc Nguyên nhận thư trên, xiết đổi sợ hãi, bèn sai Kính Điển dẫn quân đến An Quảng đánh Tử Nghi. Kính Điển mật sai tên tiểu tốt dụ bắt được Tử Nghi, [tờ 54a] đem chém, rồi đưa thủ cấp tới tỉnh Quảng Đông." **Đại Việt Thông Sử**, Lê Quí Đôn, **Liệt Truyện - Nghịch Thần Truyện**, tờ 53b.

Qua văn bản nêu trên, **Thông Sử** không chép rõ thời gian Phạm Tử Nghi mang quân sang cướp phá tỉnh Quảng Đông, và thời gian y bị bắt. Riêng **Minh Thực Lục** xác nhận Phạm Tử Nghi mang quân vào cướp phá vùng biển hai châu Khâm, Liêm vào ngày 14 tháng 4 năm Gia Tĩnh thứ 28 [10/5/1549]; rồi bị quân Mạc giết sau đó. Nên đến ngày ngày 23 tháng 9 năm Gia Tĩnh thứ 29 [1/11/1550] Vua nhà Minh ra lệnh tưởng thưởng Mạc Phúc Nguyên, vì có công bắt được bọn phản tặc Phạm Tử Nghi:

"Ngày 14 tháng 4 năm Gia Tĩnh thứ 28 [10/5/1549]. *Trước đây An Nam Đô thống sứ Mạc Phúc Hải bị bệnh mất, con là Hoằng Dực còn nhỏ tuổi, Nguyễn Kính mưu lập người rể là Mạc Kính Điển (2), Phạm Tử Nghi mưu lập phe mình là*

Mạc Chính Trung; các phe chém giết lẫn nhau. Chính Trung bị thua, mang đồng đảng hơn một trăm người xin qui phụ, chiếu ban cho dung nạp và mệnh các quan khám hỏi xem ai là đáng lập. Nay Tử Nghi mang tàn binh theo biển Đông vào, nói dối rằng Hoằng Dực đã chết, nay đem Chính Trung về để tôn lập. Rồi mang quân cướp phá hai châu Khâm, Liêm; bắt Chỉ huy Tôn Chính, giết Bách hộ Hứa Trấn; cả miền lãnh hải giao động. Tuần Án Quảng Đông Ngự sử Hoàng Như Quế tâu lên; các quan cho rằng việc Chính Trung mang đồ đảng đến qui phụ đã thu xếp xong; việc Tử Nghi vượt biển đến, làm việc ác, nên xét kỹ tình tội để quyết định nên đánh hay chiêu phủ, còn việc tranh lập xin giao Phủ thần khám rồi sẽ bàn riêng. Thiên tử chấp nhận và trách nặng nề các quan Tổng trấn lệnh tiễu trừ ngay để yên ổn biên giới, nếu như lười nhác làm tổn thất sẽ bị trị tội không tha." **Minh Thực Lục: Quan hệ Trung Quốc Việt Nam**, tập 3, trang 226

"***Ngày 23 tháng 9 năm Gia Tĩnh thứ 29 [1/11/1550].*** *Mệnh Đề Đốc Lưỡng Quảng Thị lang Âu Dương Tất Tiến tưởng thưởng người đáng được thế tập là Đô thống Mạc Hoằng Dực* [Mạc Phúc Nguyên], *công bắt được bọn phản tặc Phạm Tử Nghi."* **Minh Thực Lục: Quan hệ Trung Quốc Việt Nam**, tập 3, trang 227.

Vào tháng 4 [8/5-5/6/1548] Mạc Phúc Nguyên phong Trần Phỉ chức Binh bộ Thượng thư Đô ngự sử, lại gia phong cho Trần Phỉ Tri quán cục, tham dự triều chính, sau thăng tước Lai quận công. Phong Phạm Quỳnh tước Vinh quận công, phong con trai Quỳnh là Dao tước Phú xuyên hầu. Phạm Quỳnh nguyên quán ở làng ở làng Đặng Xá, huyện Thanh Lâm [huyện Nam Sách, Hải Dương], đến ngụ cư tại thôn Bùi Tây xã Thịnh Liệt, nhà nghèo làm nghề bán trà. Khi

Mạc Kính Điển lên 2 tuổi, thường đau ốm quặt quẹo luôn, muốn tìm người vú nuôi, Lê Bá Ly bèn sai vợ Phạm Quỳnh vào cung làm vú sữa nuôi Kính Điển. Đến đây, Kính Điển giữ chính quyền, nghĩ tới nghĩa bảo dưỡng của vợ Quỳnh, cho nên trọng dụng cả hai cha con Phạm Quỳnh: Sai Phạm Quỳnh giữ quyền tiết chế đông đạo; cho Phạm Dao trấn thủ xứ Sơn Nam, rồi thăng đến tước Văn quận công.

Mùa thu, Phúc Nguyên sai bầy tôi, bọn Lê Quang Bí sang nhà Minh, dâng cống thường niên.

Phía nhà Lê vào ngày 29 tháng giêng [9/3/1548], vua Trang Tông mất, Thái tử Huyên lên ngôi, miếu hiệu là Trung Tông, lấy năm sau làm năm Thuận Bình năm thứ 1. Vua Trung Tông là con trưởng của Trang Tông, ở ngôi 8 năm, thọ 22 tuổi.

Năm Cảnh Lịch thứ 2 [1549], (Lê Trung Tông Thuận Bình năm thứ 1; Minh Gia Tĩnh năm thứ 28). Mạc Chính Trung đã chạy vào Trung Quốc, tố cáo tội trạng Nguyễn Kính chuyên quyền, bức hiếp đuổi bọn Chính Trung; nên nhà Minh ngờ Phúc Nguyên không phải là dòng dõi Đăng Dung, bèn truyền văn thư tra khám. Lúc này là thời kỳ Kính Điển vừa dẹp dư đảng của Tứ Nghi xong, các xứ Hải Dương và xứ Sơn Nam được tạm yên. Kính Điển bèn hộ vệ Phúc Nguyên đến Trấn nam quan, xưng tên Phúc Nguyên là Hoằng Dực; làm tờ cam kết không giả dối, xin được tập phong chức Đô thống sứ. Lại sai bọn Lê Bá Ly đi theo cùng, và làm tờ văn biện bạch rõ rệt, xin chiếu theo lệ trước, tâu đạt lên triều đình, cho Phúc Nguyên được tập phong. Quan chức Lưỡng Quảng bằng lòng nhận.

Các quan lại nhà Minh thuộc tỉnh Quảng Tây lúc bấy giờ

cũng được lệnh miễn vào triều, để lo tổ chức việc tra khám:

*"**Ngày 8 tháng 9 năm Gia Tĩnh Thứ 28 [28/9/1549].** Vì đang được uỷ nhiệm khám An Nam, cùng điều binh đánh Ngạn Lê tại Nhai Châu. Chiếu dụ các chánh quan tại các phủ Thái Bình* (3), *Nam Ninh* (2), *Ngô Châu, Tư Châu thuộc tỉnh Quảng Tây được miễn vào triều."* **Minh Thực Lục: Quan hệ Trung Quốc Việt Nam**, tập 3, trang 227.

Vào giờ Tỵ [9-11 giờ sáng] ngày 11 tháng 4 [7/5/1549], tại các phủ Nam Sách [Hải Dương], Lý Nhân [Hà Nam], Khoái Châu [Hưng Yên] và Trường Yên [Ninh Bình], trời bỗng tối sầm,, rồi mưa đá đổ xuống sầm sập! Có hạt mưa to bằng hòn đạn, có hạt to bằng cái hột gà, cũng có hạt to bằng cái đấu hoặc hộc đá, làm hư hại lúa ngoài đồng; cây dâu trong vườn; phá hoại nhà ở; chết chim ngoài đồng; người và súc vật bị thương rất nhiều.

Mùa thu, họ Mạc lấy tướng Đông đạo (không rõ tên) làm Thiệu quốc công, tướng Bắc đạo Mạc Đình Khoa làm Gia quốc công, tướng Tây đạo Nguyễn Kính làm thái uý Tây quốc công, Nguyễn Khải Khang làm thái uý Đoan quốc công, đều cho vào họ Mạc; tướng Nam đạo Lê Bá Ly làm Thái tể Phụng quốc công, cùng các thuộc hạ đều được phong để mưu giữ đất đai bờ cõi.

Bá Ly là một vị lão tướng trọng thần, chuyên giữ binh quyền, tham dự triều chính ai cũng tôn phục. Sau khi đánh phá Phạm Tử Nghi, uy danh càng thêm lừng lẫy! Con trai là Phổ quận công Khắc Thận, lấy trưởng công chúa Cẩm Hương, lại giữ quyền tiết chế lộ Sơn Nam, và giữ việc trong phủ; con rể là Văn phái hầu Nguyễn Quyện giữ vệ Cẩm y; con trai thứ là Thuần lương hầu cũng quản đốc đội cấm binh. Thân gia là Thư quận công Thiến, chức Thượng thư Bộ lại, Đồng giang hầu Bùi Trụ chức Tán lý quân vụ. Thân đảng kết liên, khí thế rực rỡ, bao nhiêu hùng binh các Trấn, đều nắm trong tay, bao nhiêu bầy tôi văn võ, đều ra từ cửa. Phạm Quỳnh, và Phạm Dao, nguyên trước xuất thân trong hàng đầy tớ nhà Bá Ly; bây giờ được hiển đạt, lại đem lòng oán ghen, muốn tính sự hãm hại Bá Ly.

Năm Cảnh Lịch thứ 3 [1550], (Lê Trung Tông Thuận Bình năm thứ 2; Minh Gia Tĩnh năm thứ 29). Họ Mạc mở khoa thi Hội. Cho Trần Văn Bảo, Trần Văn, Nguyễn Minh Dương 3 người đỗ Tiến sĩ cập đệ; bọn Lê Khâm 4 người đỗ Tiến sĩ xuất than; bọn Nguyễn Thừa Hưu 18 người đỗ Đồng tiến sĩ xuất thân.

Sứ thần nhà Mạc đến biên giới Quảng Tây xin phong tước cho Mạc Phúc Nguyên và nạp cống; nhưng triều đình nhà Minh lấy cớ chưa nhận được kết quả hội khám, nên chưa chấp nhận:

"***Ngày 20 tháng 2 năm Gia Tĩnh thứ 29 [8/3/1550].*** *Quan ty sở tại biên giới cho biết con cố An Nam Đô thống sứ Mạc Phúc Hải là Hoằng Dực xin được phong tước và nạp cống như lệ cũ. Bộ Lễ tâu rằng:*

'Hoằng Dực đáng được thế tập hay không, chưa có kết quả hội khám rõ ràng, chờ báo đến mới có thể hứa được.'

Thiên tử chấp thuận." **Minh Thực Lục: Quan hệ Trung Quốc Việt Nam**, tập 3, trang 227.

Năm Cảnh Lịch thứ 4 [1551], (Lê Trung Tông Thuận Bình năm thứ 3; Minh Gia Tĩnh năm thứ 30). Lúc này con trai Thái tể Lê Bá Ly là Khắc Thận trấn thủ xứ Sơn Nam, đóng đồn ở Văn Sàng; Thận đương tuổi thanh niên, chỉ ham chơi bời ca hát, ít khi làm việc, lại cất nhà cửa lộng lẫy, sắm kiệu son, lộng vàng. Phạm Quỳnh và Phạm Dao bèn gièm với Mạc Kính Điển, bảo Khắc Thận có mưu phản nghịch. Kính Điển ngạc nhiên bảo rằng:

"*Quốc gia trông cậy vào Tướng phụ* [Lê Bá Ly] *như quả núi cao, các ông không nên nói những lời như vậy* ".

Phạm Quỳnh, Phạm Dao lại đem ý trên gièm pha với Phúc Nguyên.

Ngày 12 tháng 2 [18/3/1551], Phạm Quỳnh, Phạm Dao tự ý sai quân vây Bá Ly ở trại Giang Mai vào lúc nửa đêm. Đến lúc gà gáy sáng, người đầy tớ nhà Bá Lý ra ngoài, thấy có quân vây, vội trở vào báo, Bá Ly bèn thu thập người nhà và các quân sĩ, đóng cửa cố thủ, để chờ con em đến cứu viện. Một lát, Vạn an hầu, Văn phái hầu, và Tả vệ hầu, mỗi người mang 3.000 cấm binh tới hộ vệ, giao chiến ác liệt với quân Quỳnh, Dao. Quỳnh, Dao thua chạy, Vạn an hầu bèn đem quân đón Bá Ly về đóng tại Thịnh Liệt, rồi Khắc Thận cũng từ đồn Văn Sàng tới hội.

Bá Ly cùng tộc thuộc bèn dẫn quân chiếm giữ cửa quan Châu Tước, kinh thành cực kỳ náo loạn! Phúc Nguyên thấy thế bức bách, hoảng sợ, bỏ thành chạy qua sông, đến Bồ Đề [Gia Lâm, Bắc Ninh], rồi sai sứ thần dụ Bá Ly bãi binh, Bá Ly không nghe, bảo phải bắt cha con Quỳnh, Dao, giải đến đây sẽ bãi binh. Phúc Nguyên bèn sai tướng Vạn đôn hầu, Anh duệ hầu, Phù long hầu, và Văn giáp hầu, hợp binh tiến đánh Bá Ly. Bá Ly chia quân chống cự, cố thủ, rồi sai tướng dưới trướng đem thư cầu cứu Thuỵ quốc công Nguyễn Khải Khang. Thuỵ quốc công nhận lời, liền sai gia thần Đông khang hầu dẫn quân giúp Bá Ly, Bá Ly bèn đánh

Phúc Nguyên, quân Phúc Nguyên thua chạy, Bá Ly bèn tiến quân đến Cấu Hà, rồi lạy vọng sang, đưa lời rằng:

"*Cha con hạ thần thực không dám mưu tính sự gì, chẳng qua chỉ vì kẻ gian thần bức bách, ghép hạ thần là phản nghịch, chúng định hãm hại, cho nên hạ thần phải dùng binh tự vệ. Xin bệ hạ bắt cha con Quỳnh, Dao, giải đến để uý dụ ba quân, hạ thần xin bãi binh ngay* ".

Phúc Nguyên không nghe lời yêu cầu; Bá Ly nổi giận, mắng nhiếc Phúc Nguyên, rồi trở về kinh thành bảo các Tướng rằng:

"*Ta có chút tài mọn, nguyên thờ Quang Thiệu Hoàng đế, nhân bất đắc dĩ bèn làm bầy tôi họ Mạc, chính tay dựng 4 đời vua* [Mạc], *hao phí biết bao tâm lực. Nay gặp hôn quân, không biết minh đoán, chỉ nghe lời kẻ gièm pha, khiến cho bao nhiêu nghĩa biển tình non, đều thành băng tang ngói trút! sự thế đã như vậy, thôi lại còn nói gì. Ta nghe vua Lê, chính vị ở xứ Thanh Hoa, có Thái sư họ Trịnh là một vị anh hùng tài lược, chuyên y tá phò, ra quân có danh, 4 phương quy phụ. Đó thực là vị chúa trung hưng vậy. Nay ta muốn dẫn quân quy thuận, tiễu trừ giặc nghịch tán trợ triều Lê, dựng nên nghiệp lớn, để rửa tội lội trước, mà cũng không mất sự giàu sang. Các ông nghĩ thế nào ?* "

Tất cả các tướng đồng thanh thưa:

"*Kính theo tôn mệnh!* ".

Bá Ly được các Tướng đồng ý, rất là mừng rỡ; rồi sai nội thần Văn ấp hầu cùng với Tán Lý Đông giang hầu Bùi Trụ, đem văn thư đến hành điện Ngạc Khê xin hàng, kèm theo bức hoạ địa hình tiến dâng. Vua Lê nhận rồi ban tờ sắc khen ngợi Bá Ly.

Tháng 2 [7/3-5/4/1551], Bá Ly xuất 14.000 quân các đạo Tây Nam cùng với Nguyễn Thiến, Nguyễn Quyện và con trai là Khắc Đôn, Khắc Thận tới bái kiến nơi hành doanh Vua Lê đóng tại sách Vạn Lại. Hoàng đế xiết đỗi mừng rỡ! Uý lạo và nhận cho hàng, thăng Bá Ly chức Thái tể tước Diễn quốc công. Lúc này, Bá Ly đã 70 tuổi, một vị kỳ lão trọng thần, bày tôi trong triều, ai cũng tôn kính. Khi vào yết kiến Thái sư Lương quốc công Trịnh Kiểm, Bá Ly giữ hết lễ, rất cung kính, Thái sư tiếp đãi cũng rất kính cẩn và tận lễ.

Sau khi Lê Bá Ly quy thuận, thì nhiều mưu thần mãnh tướng ùa theo. Cháu rể Bá Ly là Khổng Lý và Đặng Huấn, người xã Lương Xá huyện Chương Đức, cũng theo vào bái yết Thái sư ở cửa quân, Thái sư đều hậu đãi. Tướng Tây đạo Đoan quốc công Nguyễn Khải Khang, khi trước sai tướng đem quân giúp Bá Ly, nay cũng mang 3.000 quân dưới trướng quy thuận, tới yết Hoàng đế ở hành điện Vạn Lại. Hoàng đế uý lạo ban thưởng, cho giữ chức tước cũ. Khi Khải Khang tới bái yết Thái sư, Thái sư kính nể tước vị cao, nên tiếp đãi rất nồng hậu. Từ đây, thanh thế quân nhà Vua rất là lừng lẫy; Mạc Phúc Nguyên thấy vậy, lấy làm lo sợ, đem binh quyền uỷ cho Kính Điển, để tính kế bảo vệ kinh đô và các xứ miền Đông.

Tháng 4 [6/5-3/6/1551], Vua Lê cho là Phúc Nguyên hiện bị bầy tôi lìa bỏ; bèn bàn nên thừa lúc địch suy, xuất quân tiến đánh; liền ban tờ chiếu điều động các tướng đánh Phúc Nguyên: Sai Phụng quốc công Lê Bá Ly xuất đường Sơn Nam; Đoan quốc công Nguyễn Khải Khang xuất đường Sơn Tây; Gia quốc công Vũ Văn Mật (5) tại Tuyên Quang xuống, hội đồng tại Đông Kinh. Bá Ly làm tờ quốc thư bằng chữ Nôm để chiêu dụ các tướng nhà Mạc.

Tháng 5 [4/6-3/7/1551], Thái sư Trịnh Kiểm xuất quân tự Hưng Hoá qua đò sông Thao đến An Lạc, cùng với Vân Mật tiến đóng tại núi, rồi đánh phá quân Kính Điển, bèn thẳng tới Xuân Canh, thắng luôn mấy trận nữa. Bá Ly, Khải Khang và Văn Mật chia làm ba đường tiến đánh, cũng đều phá được các tướng khác của họ Mạc. Thế quân Lê rất mạnh, Phúc Nguyên sợ hãi, đang đêm bỏ kinh đô chạy tới Kim Thành [Hải Dương]; chỉ lưu Kính Điển ở lại làm tướng Đô đốc, chống giữ bờ Bắc sông Bồ Đề. Quân vua Lê bèn khôi phục Đông kinh, sĩ dân hào kiệt nối tiếp qui phụ. Thái sư cùng các Tướng hội cả ở kinh sư, mở đại yến khao thưởng. Lúc này quân thắng trận luôn luôn, một dãy núi phía Tây Nam, và các phủ: Thường Ứng, Lý Quốc và Quảng Oai [Sơn Tây], đều thuộc bên nhà Lê. Về bên Mạc chỉ có 2 đạo Đông Bắc, bắt dân các làng lệ thuộc vào các doanh trai, tự sông Bồ Đề trở lên phía Bắc, cho đắp luỹ đất, đặt thuyền chiến, quân thuỷ quân bộ đóng xen kẻ nhau, phòng thủ rất nghiêm nhặt!

Bọn Bá Ly và Nguyễn Khải Khang tính rằng: Hiện Phúc Nguyên đã chạy lên Kim Thành, thì khí thế đã xuống lắm, dù có lưu quân phòng thủ, cũng không đáng làm lo ngại cho ta. Nến bây giờ đón Hoàng thượng tiến ngự tại kinh thành, thì nhân tâm rất hưởng ứng, hào kiệt sẽ đều qui phụ, nhân giữ trung châu mà hiệu lệnh bốn phương, để quét hết bọn giặc tàn, thì công khôi phục, sẽ có thể tính từng ngày. Bèn sai người tâu báo thắng trận, và dâng tờ biểu đón Hoàng đế ra ngự Đông Kinh.

Thái sư thì cho rằng: Hiện đảng giặc hãy còn khá nhiều, chúng có thể kêu viện binh các nơi đến đông đảo; quân ta vào sâu nơi trọng địa, nếu chúng đón đánh chặn ngang, thì dù có lấy được Đông Kinh, cũng khó lòng giữ nổi. Vả chăng lúc này nhân tâm cũng chưa hướng hết về mình; chi bằng hãy giữ vững nơi căn bản đã, chưa nên khinh động.

Bởi thế Thái sư không ký tên vào tờ biểu trên. Khi Hoàng thượng xem tờ biểu của các Tướng, không thấy tên ký của Thái sư, ngài biết ngay Thái sư tất có ý kiến khác, bèn hạ tờ chiếu cho các Tướng kéo quân về. Trước khi ta lui binh, Phúc Nguyên đã sai tướng Khánh quốc công, dẫn thuỷ quân tự Đông Nam ngược dòng tiến lên, đóng sẵn tại núi Công, định đánh ngang vào hậu quân ta. Nhưng Thái sư hồi binh tiến đánh, phá tan rồi cùng bọn Bá Ly trở về Thanh Hoá, Văn Mật thì trở về Tuyên Quang. Sau khi quân nhà Lê đã lui binh, Phúc Nguyên lại chiếm Đông Kinh. Kính Điển sai bộ binh đóng đồn tại Yên Mô [Ninh Bình], thuỷ binh đóng đồn ở cửa Thần Phù [Ninh Bính]; các xứ Sơn Nam, Sơn Tây lại thuộc về họ Mạc.

Về phía nhà Minh, sau thủ tục hội khám lâu dài, vào năm nay phong Mạc Hoằng Dực, tức Phúc Nguyên, chức An Nam Đô thống sứ:

"***Ngày 16 tháng 3 năm Gia Tĩnh thứ 30 [21/2/1551].*** *Mệnh con trai cố An Nam Đô thống sứ Mạc Phúc Hải là Hoằng Dực thế tập chức của cha. Trước kia Mạc Phúc Hải chết, con trai là Hoằng Dực đáng được lập. Lúc bấy giờ người trong họ là bọn Mạc Chính Trung nhân Dực còn nhỏ, muốn thừa cơ đoạt chức, mà bọn quan là Phạm Tử Nghi lại hùa giúp. Nhờ viên quan Lê Bá Ly mang binh ủng hộ, Hoằng Dực mới khỏi chết. Chính Trung kế cùng lực kiệt xin lưu vong tại Trung Quốc, được chiếu chỉ cho tạm an sáp. Tử Nghi cũng ngầm đến tá túc tại các xứ như Vĩnh An, lâu rồi lại xâm nhiễu nội địa, đặt lời gây loạn.*

Riêng Hoằng Dực dâng biểu nạp cống, lại bắt được bọn Tử Nghi, đặt đầu lâu vào hộp để dâng công; lại xin đưa Chính Trung trở về nước để vẹn toàn sự hoà mục. Lúc này triều đình mới biết Hoằng Dực an toàn; bèn sai quan Phủ Trấn tại Lưỡng Quảng khám lại rồi tâu lên. Nay Đề đốc Thị lang Dụng Diên tra rõ Hoằng Dực thứ bực, rõ ràng đáng chuẩn cho thừa tập; các phương vật nguyên cống đợi sau khi chấp thuận cho thế tập sẽ tiến dâng. Tên giặc Phạm Tử Nghi đã bị Hoằng Dực bắt rồi đem hiến, chứng tỏ cung kính cần mẫn, xin tưởng thưởng thêm; nhưng việc xin đưa Chính Trung về An Nam, thì e rằng Hoằng Dực mới nối chức, quyền chưa định, có thể sinh mối tranh giành khác, nên vẫn tiếp tục an sáp tại đây; đợi Hoằng Dực thừa tập một vài năm rồi cho trở về.

Bộ Binh đồng ý sự phân xử, phúc tấu như lời bàn. Thiên tử bèn ra sắc mệnh Hoằng Dực thế tập chức Đô thống sứ, giữ gìn sắc ấn, kỳ dư đều chấp nhận như trên. Về việc Tuần phủ Ngự sử Tiêu Thế Diên trình công lao của các quan trong việc Tử Nghi bị bắt, bộ Binh cũng phúc tấu xin ban thưởng. Thiên tử phán:

'Phạm Tử Nghi là tên giặc ở bước đường cùng tại An Nam, phá phách lãnh thổ ta, các quan không kịp thời tiễu trừ, lại phải điều thêm quan quân, lao phí không ít Tuy đã bị bắt, có thể chấp nhận thưởng; nhưng rồi do Hoằng Dực gói đầu đem hiến !Làm sao có thể bàn công cho đúng; không để sự ra ân quá lạm." **Minh Thực Lục: Quan hệ Trung Quốc Việt Nam**, tập 3, trang 229.

Năm Cảnh Lịch thứ 6 [1553], (Lê Trung Tông Thuận Bình năm thứ 5; Minh Gia Tĩnh năm thứ 32); nhà Mạc mở khoa thi Hội, cho Nguyễn Lượng Thái, Hoàng Tuân, Trần Vĩnh

Tuy đỗ Tiến sĩ cập đệ; bọn Nguyễn Nghĩa Lập 5 người đỗ Tiến sĩ xuất thân, bọn Nguyễn Công Tộc 12 người đỗ Đồng tiến sĩ xuất thân.

Phía nhà Lê, Vua dời hành tại đến xã Yên Trường, thuộc huyện Thọ Xuân, tỉnh Thanh Hoá ngày nay.

Năm Quang Bảo thứ 1[1554], (Lê Trung Tông Thuận Bình năm thứ 6; Minh Gia Tĩnh năm thứ 33). Mạc Phúc Nguyên đổi niên hiệu Cảnh Lịch thành Quang Bảo năm thứ 1.

Phía nhà Lê, Thái sư Lượng quốc công Trịnh Kiểm dời hành dinh đến Biện Thượng; tức làng Bồng Thượng, huyện Vĩnh Lộc, tỉnh Thanh Hoá. Lúc này khí thế quân sĩ đang lên, bèn sai các tướng kinh lược Hoá châu; Đàm Bá và Hoàng Bôi, chiếm cứ đầu nguồn, đánh dẹp quân cố thủ. Quan quân bình định các huyện; các thổ hào và các quan lại do nhà Mạc bổ nhiệm đều hàng phục. Hương dương bá Nguyễn Đức Trung qui thuận. Bèn tăng quân đánh gấp, phá tan quân chống cự, giết chết Phạm Bôi, bình định cả hai xứ Thuận [Bình Trị Thiên], Quảng [Quảng Nam]. Tham Tướng Phạm Khắc Khoan lại xuất quân chống cự, cũng bị thua và chết trận. Sau khi bình định hai xứ này, Thái sư dùng các hào mục và sinh viên trong xứ, bổ nhiệm vào các chức vụ, nên địa phương này được yên.

Nhà Vua mở chế khoa (6), chọn kẻ sĩ. Cho bọn Đinh Bạt Tuy 5 người đỗ Đệ nhất giáp chế khoa xuất thân; bọn Chu Quang Trứ 8 người đỗ Đệ nhị giáp đồng chế khoa xuất thân. Ngày mồng một tháng 10 [26/10/1554], cho Kim ngô vệ chưởng vệ sự Quảng quận công Phạm Đốc làm Thái bảo.

Tháng 8 năm Quang Bảo thứ 2 [17/8-15/9/1555] (Lê Trung Tông Thuận Bình năm thứ 7; Minh Gia Tĩnh năm thứ 34);

Mạc Kính Điển mang đại quân thuỷ bộ vào đánh phá Thanh Hoá; bị Thái sư Trịnh Kiểm điều động phục kích tại những địa điểm quan trọng dọc sông từ các huyện Vĩnh Lộc, Yên Định xuôi phía nam đến huyện Đông Sơn, khiến quân Mạc thua to, bị giết mấy vạn; Kính Điển phải thu tàn quân trở về kinh sư:

"Tháng 8, họ Mạc sai Khiêm Vương Mạc Kính Điển đem quân vào cướp Thanh Hoá; lấy Thọ quận công (không rõ tên) tiết chế quân Nam đạo, đem hơn 100 chiếc thuyền làm tiên phong, tiến đến cửa biển Thần Phù [Ninh Bình] *đóng dinh. Hôm sau, Kính Điển đem quân đến hội ở sông Đại Lại* [sông Lèn, huyện Yên Định, Thanh Hoá] (7), *sai Thọ quận công đốc suất quân bản bộ đi trước, đóng dinh ở núi Kim Sơn.*

Thái sư Lượng quốc công Trịnh Kiểm đại hội các tướng bàn rằng:

"Giặc cậy đông khinh ta, ta dùng kế mai phục đợi chúng, thế nào cũng bắt được."

Bèn sai người dặn trước dân chúng hai bờ sông không được kinh động, ai nấy cứ vững yên như cũ. Lại sai trung quan là Thái uý Hùng quốc công Đình Công đốc suất bọn hàng tướng Lê Bá Ly, Nguyễn Khải Khang, Nguyễn Thiến, Lê Khắc Thận cùng binh tướng bản bộ mai phục sẵn ở phía nam sông, trên từ núi Yên Định [huyện Yên Định], *dưới đến núi Quân Yên* [huyện Yên Định]. *Thái sư Trịnh Kiểm đích thân đốc suất đại quân mai phục ở phía bắc sông, trên từ núi Bạch Thạch* [huyện Đông Sơn], *dưới đến núi Kim Sơn, lại chọn 50 con voi phục ở chân núi Kim Sơn. Lại sai Quảng quận công Phạm Đốc đem thuỷ quân và chỉ huy bọn hàng tướng Nguyễn Quyện đem hơn 10 chiếc thuyền chiến chiếm cứ mạn thượng lưu từ sông Hữu Chấp* [huyệnVĩnh Lộc] *đến sông Kim Bôi* [huyện Vĩnh Lộc], *đi đi lại lại làm thế ỷ dốc. Hôm sau, giờ Tỵ* [9-11 giờ sáng], *thuyền giặc qua Kim Sơn, đến chợ Ông Cung* [làng Bồng Thượng, huyện Vĩnh Lộc]. *Trong chiến thuyền, nghe tiếng đàn sáo ca hát, như vào chỗ không người. Gần trưa, nghe một tiếng súng nổ ở núi Quân Sơn, dọc hai bờ sông liên tiếp có bảy tiếng súng đáp lại. Thái sư Trịnh Kiểm tung quân đánh lớn, voi ở hạ lưu đã qua sông. Binh thuyền của bọn Phạm Đốc, Nguyễn Quyện đã thuận dòng mà xuống. Binh tượng hai bên bờ hăng hái tranh nhau tiến lên trước. Quân giặc quay ngược giáo, vứt bỏ áo giáp, chiến thuyền, nhảy xuống sông trốn chạy. Thọ quận công tự liệu không thể thoát được, nhảy xuống sông trốn, bị Triều quận công Vũ Sư Thước bắt sống. Quân Mạc bị bắt rất nhiều. Trói Thọ quận công trên lưng voi đem nộp ở cửa dinh cùng với mấy chục viên tướng giặc lớn nhỏ đã bắt được. Quân giặc chết nhiều, xác nghẹn cả sông, nước sông đỏ lòm. Thu được khí giới nhiều không kể xiết. Mấy vạn quân giặc chết gần hết. Kính Điển sợ vỡ mật, thu nhặt tàn quân quay về Kinh sư. Thái sư dâng biểu báo tin thắng trận, vua sai chém hết vài chục tên tướng giặc như bọn Thọ quận công ở núi Đồng Lộc."* **Toàn Thư**, Bản Kỷ, quyển 16, trang 11 b.

Năm Quang Bảo năm thứ 3 [1556], (Lê Trung Tông Thuận Bình năm thứ 8; Minh Gia Tĩnh năm thứ 35); nhà Mạc mở khoa thi Hội. Cho Phạm Trấn, Đỗ Uông và Nguyễn Nghiêu Tá đỗ Tiến sĩ cập đệ; bọn Phạm Viết Mậu 4 người đỗ Tiến sĩ xuất thân; bọn Nguyễn Nhân An 7 người đỗ Đồng tiến sĩ xuất thân.

Phía nhà Lê, vào ngày 24 tháng giêng [5/3/1556] Vua Trung Tông băng, không có con nối dõi. Thái sư Lượng quốc công Trịnh Kiểm bàn với các đại thần rằng: Nước không thể một ngày không có vua. Liền sai người đi tìm con cháu họ Lê để lập; tìm được cháu bốn đời của Lam quốc công Lê Trừ [anh thứ hai Vua Lê Thái Tổ] là Lê Duy Bang ở hương Bố Vệ, huyện Đông Sơn, Thanh Hoá, đón về lập làm vua; lấy năm sau làm năm Thiên Hựu thứ 1, tôn xưng miếu hiệu là Anh Tông.

Mùa xuân năm Quang Bảo năm thứ 4 [1557], (Lê Anh Tông năm Thiên Hựu thứ 1; Minh Gia Tĩnh năm thứ 36); nhà Mạc lấy Khiêm Vương Kính Điển kiêm chức Tông nhân lệnh.

Tháng 7 [26/7-23/8/1557], Mạc Kính Điển đem quân xâm phạm Thanh Hoá, đến cửa Thần Phù [Ninh Bình] và vùng Tống Sơn [huyện Hà Trung, Thanh Hoá], Nga Sơn [Thanh Hoá], đốt phá cầu phao. Thái sư Trịnh Kiểm sai Thanh quận công giữ Nga Sơn, Thuỵ quận công Hà Thọ Tường giữ Tống Sơn, quân Mạc không tiến lên được. Thái sư đích thân chỉ huy binh tượng, ngầm tiến đến chân núi Yên Mô [Ninh Bình] thẳng tới cửa biển, gặp giặc, tung quân ra đánh, lại đánh úp phía sau, trên dưới đánh kẹp vào. Thái sư sai người huyện Hoằng Hoá là Vũ Lăng hầu lao thuyền xông vào đánh, gặp thuyền Mạc Kinh Điển, Vũ Lăng hầu tung người nhảy qua, vung gươm chém người cầm dù đứt làm hai đoạn rớt xuống sông. Kinh Điển trở tay không kịp, nhảy xuống sông trốn thoát. Quân Mạc đại bại, bỏ thuyền chạy trốn vào núi rừng.

Kính Điển chỉ thoát được thân, vào hang núi ẩn náu 3 ngày, đói quá, ban đêm thấy cây chuối trôi qua cửa hang, liền ôm chuối trôi theo dòng để tìm đường về. Vài ngày sau, đến sông Yên Mô [huyện Yên Mô, Ninh Bình], gặp người đánh cá ở xã Trà Tu [huyện Yên Mô, Ninh Bình] cứu thoát. Đến khi về, Kính Điển xin cho người ấy làm Phù Nghĩa hầu.

Khi Kính Điển vào đánh Thanh Hoá thì Mạc Phúc Nguyên sai bọn Phạm Quỳnh, Phạm Dao vào đánh Nghệ An. Tháng 8 [24/8-22/9/1557], Trịnh Kiểm phá tan quân của Mạc Kính Điển, tước lấy chiến thuyền, giả làm quân Mạc kéo vào đánh quân Phạm Quỳnh, Phạm Dao ở Nghệ An. Bọn Quỳnh, Dao không đề phòng, bị đại bại, bèn trốn về kinh.

Năm này, hàng tướng Mạc là Lê Bá Ly, Nguyễn Thiến chết. Con của Thiến là bọn Nguyễn Quyện, Nguyễn Phủ lại trốn về với họ Mạc. Họ Mạc phong Quyện làm Văn Phái hầu, Phủ làm Phù Hưng hầu, đem con gái tôn thất gả cho.

Tháng 9 [23/9-21/10/1457], Thái sư Trịnh Kiểm đem 5 vạn quân thuỷ bộ đánh ra miền giữa Sơn Nam. Đến sông Phụng Xí [Nam Định] bắc cầu phao qua sông, phá tan quân Mạc, bắt sống tướng Mạc là Khánh quốc công trên thuyền, quân Mạc tan vỡ. Thái sư Trịnh Kiểm để Khánh quốc công trên voi, sai đi theo quân để hiến kế. Sau Khánh quốc công mưu phản, việc tiết lộ, bị giết. Quan quân đánh dẹp huyện Giao Thuỷ ở mạn dưới Sơn Nam. Thái sư tự mình chỉ huy bộ binh, sai bọn Phạm Đốc chỉ huy thuỷ quân, lấy Vũ Lăng hầu làm Tiền Thuỷ đội, tung quân đánh lớn.

Họ Mạc sai Nguyễn Quyện chống giữ ở sông Giao Thuỷ [Nam Định]. Quyện và Vũ Lăng hầu đánh nhau to. Vũ Lăng hầu rướn mình nhảy sang mui thuyền của Quyện trước. Quyện cầm gươm chém, Vũ Lăng hầu nhảy xuống sông lặn đi. Quyện vội nhảy sang thuyền của Vũ Lăng hầu, chém được đầu của người cầm dù rồi hô lớn:

"Đầu Vũ Lăng hầu đây, lũ chúng mày địch sao nổi ta".

Các quân nghe nói thế, không kịp ngoảnh lại nhìn, nhảy cả xuống sông. Toàn quân tan vỡ, bỏ thuyền nhảy lên bờ tháo chạy. Quân Mạc thừa thắng đuổi đánh, dân các huyện đều hưởng ứng theo; Thái sư ra lệnh rút quân gấp. Họ Mạc sai tướng đem quân chặn lối về, quân sĩ phần lớn bị hại, chiến tướng bị giết đến vài chục viên, thuyền bè, khí giới phải vứt bỏ hết, sĩ tốt chạy thoát được còn độ một nửa.

Tháng 10 [22/10-20/11/1557], Thái sư đem quân về Thanh Hoá, sai các tướng chăm sóc quân lính, chế tạo chiến khí, tuyển tráng đinh, biên chế vào quân ngũ cho đủ số quân để mưu đánh lần sau. Lúc này mưa to kéo dài hàng tháng không tạnh; Thanh Hoa, Nghệ An đồng lúa phần lớn bị ngập nước, mùa màng bị mất, do vậy vua xuống chiếu đổi năm sau thành năm Chính Trị 1 thứ nhất.

Năm Quang Bảo năm thứ 5 [1558], (Lê Anh Tông Chính Trị năm thứ 1; Minh Gia Tĩnh năm thứ 37). Phía nhà Lê, Thái sư Trịnh Kiểm đích thân đốc suất đại quân ra miền giữa trấn Sơn Nam, lừa đánh bất ngờ, bắt sống tướng Mạc là Anh Nhuệ hầu đưa về hành tại Yên Trường [huyện Thọ Xuân, Thanh Hoá], sai đem chém. Lập trường thi Hương ở xã Đa Lộc, huyện Yên Định, Thanh Hoá.

Tháng 9 [11/10-9/11/1558], sau khi chiếm được Sơn Nam, Thái sư trở về Thanh Hoá, để hàng tướng Nguyễn Khải Khang ở lại trấn thủ, chiêu tập dân chúng. Sau đó nhà Mạc dùng mưu sai người địa phương trá hàng để dụ; Khải Khang phản bội quay về; phía Mạc dùng xe xé xác Khang.

Tháng 10 [10/11-9/12/1558] Thái sư Trịnh Kiểm vào chầu, dâng biểu xin đưa con thứ của Chiêu huân tĩnh công Nguyễn Kim là Đoan quận công Nguyễn Hoàng vào trấn thủ xứ

Thuận Hoá [Bình Trị Thiên] để đề phòng nhà Mạc. Lúc này nhà Lê tuy đã lấy được đất Thuận Hoá, nhưng nhiều người ở đó vẫn vượt biển đi theo họ Mạc, hoặc đưa quân Mạc đến phá phía sau của quân nhà Lê.

Ngoài ra sau khi Nguyễn Kim chết, binh quyền về tay Trịnh Kiểm. Hai người con trai của Nguyễn Kim thì một người là Lãng quận công Nguyễn Uông đã bị Trịnh Kiểm mưu sát; riêng Đoan quận công Nguyễn Hoàng lo cho số phận của mình. Bấy giờ Quận công nghe tiếng Nguyễn Bỉnh Khiêm, người làng Trung Am, xứ Hải Dương, đỗ Trạng nguyên triều Mạc, làm đến chức Thái bảo về trí sĩ, giỏi nghề thuật số, nên ngầm sai người tới hỏi. Bỉnh Khiêm nhìn núi non bộ trước sân ngâm lớn rằng: "*Hoành sơn nhất đái, vạn đại dung thân*" [nghĩa là: Một dải núi ngang có thể dung thân muôn đời được]; Sứ giả đem câu ấy về thuật lại. Quận công Nguyễn Hoàng hiểu ý, bèn nhờ chị ruột Ngọc Bảo là vợ Trịnh Kiểm, xin cho vào trấn thủ Thuận Hoá. Trịnh Kiểm cũng muốn trừ bỏ mối lo bên cạnh mình, nên đồng ý cho đi. Nguyễn Hoàng đem quân thủ hạ của mình vào Thuận Hoá, đóng dinh ở gò Phù Sa, xã Ái Tử [huyện Triệu Phong, Quảng Trị]. Mọi việc của xứ này, không cứ lớn hay nhỏ, và các ngạch thuế đều giao cả cho, hàng năm đến kỳ hạn thì thu nộp.

Mùa xuân năm Quang Bảo năm thứ 6 [1559] (Lê Anh Tông năm Chính Trị thứ 2; Minh Gia Tĩnh năm thứ 38); nhà Mạc mở khoa thi Hội. Cho Đặng Thì Thố đỗ Tiến sĩ cập đệ; bọn Nguyễn Đạt Thiệu 4 người đỗ Tiến sĩ xuất thân; bọn Nguyễn Thầm 14 người đỗ Đồng tiến sĩ xuất thân. Bấy giờ quân Mạc bị thua luôn, Phúc Nguyên hoang mang lo sợ, bỏ thành Thăng Long, dời ra ở ngoài cửa Nam.

Tháng 3 [8/4-6/5/1559], nhà Lê sai quan đạc chi bộ Hộ Văn Toàn tử Lê Trọng Nguyên đi khám đo ruộng đất công và tư ở Thanh Hoá, Nghệ An; để định ngạch thuế. Tháng 8 [2/9-30/9/1559], ở Thanh Hoá, Nghệ An, nước lũ tràn ngập, đê điều, đường sá bị vỡ lỡ, trôi mất vài trăm nhà. Trong thành Tây Đô bị ngập, kho tàng phần nhiều ngập nước, nhân dân đói kém.

Tháng 9 [1/10-29/10/1559], Thái sư bảo cử viên tướng cùng họ là Phong quận công Trịnh Quang trông coi ngự bình, Phù quận công Lê Chủng làm Tổng trấn đạo Thanh Hoá, trấn giữ binh dân; bọn Triều quận công Vũ Sư Thước, An quận công Lại Thế Khanh cùng đem tinh binh trấn giữ cửa biển để phòng chống giặc. Thái sư chỉ huy hơn 6 vạn đại quân, nói phao là 12 vạn, đích thân đi đánh miền bắc để mưu việc khôi phục. Đại quân từ Thiên Quan [huyện Nho Quan, Ninh Bình] ra miền thượng lộ Sơn Tây. Quân đi đến đâu, không mảy may xâm phạm của dân, nên dân chúng đều thuận lòng tuân phục; mọi người tranh nhau đem rượu thịt lúa gạo cấp cho quân. Khi đến Tuyên Quang, Hưng Hoá, tướng Tây đạo là Quận công Đặng Định đem quân đến họp bàn tiến quân, vượt sông Thao đánh chiếm các xứ Thái Nguyên, Lạng Sơn, Kinh Bắc. Viên tướng biên thuỳ Gia quận công cũng quy thuận triều đình, nguyện xin cấp quân đánh giặc. Lại sai Đặng Định trấn giữ An Tây [Hưng Hoá] và Vũ Văn Mật trấn giữ Đại Đồng [Yên Bái] củng cố cõi phiên trấn cùng mở đường từ Thiên Quan nối liền với Hưng Hoá, Tuyên Quang, thông đến Kinh Bắc để vận tải lương thực cung cấp cho quân.

Tháng 10 [30/10-28/11/1559], Thái sư Trịnh Kiểm thống lĩnh binh tướng đi đánh dẹp các xứ Kinh Bắc, đóng dinh ở phủ Thuận An [Bắc Ninh], cầm cự với quân Mạc, sau lại dời đến đóng ở núi Tiên Du [huyện Tiên Du, Bắc Ninh]. Tháng 11 [29/11-28/12/1559], Thái sư chia quân đi đánh các phủ Khoái Châu [Hưng Yên], Hồng Châu [Hải Dương] các huyện Siêu Loại [Bắc Ninh], Văn Giang [Hưng Yên], quân đến các nơi đều chiến thắng. Tháng 12 [29/12/1559-26/1/1560], Thái sư lại chia quân tiến đánh các phủ Khoái Châu, Hồng Châu, Nam Sách [Hải Dương] quân Mạc nghe tin đều bỏ chạy.

Tháng giêng năm Quang Bảo năm thứ 7 [Chính Trị] năm thứ 3 [27/1-25/2/1560], (Lê Anh Tông năm Chính Trị thứ 3; Minh Gia Tĩnh năm thứ 39). Thái sư Trịnh Kiểm sai các tướng đem quân đi đánh phá các phủ Hồng Châu, Khoái Châu, Tiên Hưng [các huyện Hưng Hà, Đông Hưng, tỉnh Thái Bình], đánh đâu được đấy. Năm này được mùa lớn; hạ lệnh cho dân địa phương đã quy thuận ở các huyện thuộc trấn Kinh Bắc nộp lúa để cung cấp cho quân lính.

Tháng 2 [26/2-26/3/1560], Mạc Phúc Nguyên sai tướng đem quân giữ thành Thăng Long, bên ngoài đóng đồn một dải dọc sông về phía tây, trên từ ngã ba Bạch Hạc, dưới đến Nam Xang [Phủ Lý, Hà Nam], dinh trại liền nhau, thuyền ghe san sát, ban ngày thì phất cờ dóng trống báo nhau, ban đêm thì đốt lửa làm hiệu cho nhau để chống giữ. Thái sư Trịnh Kiểm chia quân cho các tướng đi đánh các huyện Đông Triều [Quảng Ninh], Giáp Sơn [Kinh Môn, Hải Dương], Chí Linh, An Dương [Hải Phòng] ở miền đông; đều lấy được cả. Nhà Mạc cho tạm dời đô ra ở huyện Thanh Đàm [Thanh Trì, Hà Nội].

Tháng 3 [27/3-24/4/1560], Thái sư Trịnh Kiểm sai bọn Vinh quận công Hoàng Đình Ái đem quân trấn giữ Lạng Sơn. Vị quận công Lê Khắc Thận trấn giữ Thái Nguyên, Gia quận công Vũ Văn Mật trấn giữ Tuyên Quang. Quân đóng liền nhau để cứu viện cho nhau, ngày đêm tiến công các phủ huyện Phú Bình [Thái Nguyên], Văn Lan [Lạng Sơn]. Lại sai Định quận công trấn giữ Hưng Hoá, chiêu tập vỗ yên cư dân các châu cùng tư cấp binh lương. Từ Thiên Quan đến Kinh Bắc đường liền không dứt.

Tháng 4 [25/4-24/5/1560], Thái sư Trịnh Kiểm đóng quân ở phía nam núi Lãm Sơn [Quế Võ, Bắc Ninh]. Bấy giờ, quan quân cầm cự nhau với tướng Mạc liền năm không dứt; Thái sư Trịnh Kiểm lại chia quân đi đánh phá các vùng Thanh Miện, Gia Phúc [huyện Gia Lộc, Hải Dương], Hồng Châu, Khoái Châu; do vậy uy danh chấn động.

Tháng 3 năm Quang Bảo năm thứ 8 [16/3-13/4/1561], (Lê Anh Tông năm Chính Trị thứ 4; Minh Gia Tĩnh năm thứ 40); nhà Mạc sai tướng điều quân đến Kinh Bắc chống nhau với Thái sư Trịnh Kiểm; trong khi đó ngầm sai Mạc Kính Điển đem quân vào đánh Thanh Hoá, đến tận cửa biển. Bấy giờ, các tướng trấn giữ là Triều quận công Vũ Sư Thước và An quận công Lại Thế Khanh đều bỏ dinh trại rút về; Phù quận công Lê Chủng thì quân vỡ, tháo chạy, đem quân chạy vào sách Vạn Lại, cửa Yên Trường [huyện Thọ Xuân, Thanh Hoá]. Gia thuộc của Thái sư và vợ con của các tướng chạy vào sách Thuỷ Đả để lánh nạn. Thế giặc hung hăng, dân chúng phần nhiều phải lưu tán. Tháng 9 [9/10-6/11], quân Mạc đánh vào cửa Yên Trường, đến sách Vạn Lại, sắp lấy được kho công. Bọn Vũ Sư Thước, Lại Thế Khanh hợp sức cố đánh, tung quân mai phục đánh thắng liền mấy trận, chém được hơn trăm thủ cấp giặc. Quân Mạc tan vỡ tháo chạy. Quan quân thừa thắng đuổi theo; Mạc Kính Điển phải rút quân về Kinh.

Thái sư Trịnh Kiểm liền đem quân về Thanh Hoa, lạy chào vua ở hành tại Yên Trường, cáo thắng trận xong, đóng quân ở Cao Mật, phía nam thành Tây Đô, thưởng công đánh giặc.

Tháng 12 [5/1-3/2/1562], nhà Mạc sai Thái bảo Nguyễn Phú Xuân và Lại bộ Tả thị lang Giáp Trưng, dẫn quân đánh Lạng Sơn. Lúc này, tướng nhà Lê giữ thành Lạng Sơn là Hoàng Đình Ái, đã theo đường núi trở về Thanh Hoá trước rồi, viên tướng do Đình Ái lưu lại giữ thành bị thua trận, tan vỡ. Nguyễn Phú Xuân bèn chiếm cứ thành, rồi đưa thư sang nhà Minh, lĩnh người đi sứ trở về nước. Quan nhà Minh hỏi:

"*Quân chiếm thành Lạng Sơn vừa rồi, là quân họ Mạc hay quân họ Lê ?*"

Giáp Trưng phúc đáp:

"*Quân chiếm thành Lạng Sơn vừa rồi là quân giặc.*"

Cũng trong tháng chạp này, Mạc Phúc Nguyên chết, con là Mậu Hợp lên ngôi, đổi niên hiệu là Thuần Phúc.

Chú thích:

1. Hoa Dương: tên xã, sau là xã Trác Dương, huyện Hưng Hà, Thái Bình.

2. Chi tiết này khác với sử Việt, theo **Cương Mục**, Mạc Kính Điển là danh tướng, em ruột Phúc Hải, phò Mạc Phúc Nguyên lập nhiều chiến công.(**Cương Mục** tập 2, trang 128)

3. Phủ Thái bình đời Minh vị trí tại sông Tả Giang, gần biên giới Việt Nam; Bằng Tường, Long Châu nằm trong phủ

này.

4. Nam Ninh: hiện nay Nam Ninh là thủ phủ tỉnh Quảng Tây, vị trí cách ngả ba các sông Tả Giang, Hữu Giang khoảng trên 10 km.

5. Vũ Văn Mật: là em Vũ Văn Uyên, người xã Ba Động, huyện Gia Phúc; nay là huyện Gia Lộc tỉnh Hải Hưng. Khi họ Mạc cướp ngôi nhà Lê thì Vũ Văn Uyên cát cứ vùng Tuyên Quang chống lại nhà Mạc. Văn Uyên chết, Vũ Văn Mật nối nghiệp anh, được vua Lê phong tước Gia quốc công.

6. Chế Khoa: theo **Kiến Văn Tiểu Lục** của Lê Quý Đôn thì lệ thi cử thời Lê như sau: Những năm Tý, Mão, Ngọ, Dậu là khoa thi Hương; những năm Sửu, Thìn, Mùi, Tuất là khoa thi Hội. Nhưng có khi nhà vua có bài chế ban xuống cho mở khoa thi đặc biệt không theo lệ trên thì gọi là chế khoa. Phép thi chế khoa cũng giống khoa thi Hội.

7. Sông Đại Lại: tức sông Lèn, một nhánh của sông Mã ở Thanh Hoá.

119.

Mạc Mậu Hợp

[1562-1593]

Mạc Phúc Nguyên mất, con là Mạc Mậu Hợp nối ngôi, trị vì 32 năm; lần lượt dùng 6 niên hiệu: Thuần Phúc [1562-1565], Sùng Khang [1566-1577], Diên Thành[1578-1585], Đoan Thái [1586-1587], Hưng Trị [1588-1590] Hồng Ninh [1591-1593].

Tháng giêng năm Thuần Phúc năm thứ 1 [4/2-4/3/1562], (Lê Anh Tông năm Chính Trị thứ 5; Minh Gia Tĩnh năm thứ 41); Mạc Mậu Hợp tuổi còn nhỏ lên nối ngôi, Nhập nội phụ chính Ứng Vương Mạc Đôn Nhượng ẵm Mậu Hợp ra coi chầu. Tôn ông chú là Khiêm Vương Mạc Kính Điển là Khiêm Đại Vương, Hoa quận công làm chưởng Triều Đông vệ, Phò mã đô uý Ngạn quận công Mạc Ngọc Liễn chưởng Phù Tây vệ, Thạch quận công Nguyễn Quyện chưởng Phù Nam vệ, Phò mã tông chính thái bảo Ninh quận công chưởng An Bắc vệ.

Mở khoa thi Hội. Cho Phạm Duy Quyết, Trương Lỗ, Ngô Khiêm đỗ Tiến sĩ cập đệ; bọn Vũ Văn Thiện 5 người đỗ Tiến sĩ xuất thân; bọn Nguyễn Vĩnh Miện 10 người đỗ Đồng tiến sĩ xuất thân.

Tháng 10 [28/10-25/11/1562], Mạc Mậu Hợp ngờ Thái bảo Văn quốc công Phạm Dao thay lòng, bèn sai giết.

Phía nhà Lê, vào tháng 2 [5/3-3/4/1562], Vua sai Lộc quận công đem quân đánh dẹp mười châu (1) thuộc phủ An Tây, dùng Nhân Khê hầu cùng đi để chiêu tập, phủ dụ dân chúng.

Tháng 8 [30/8-27/9/1562], Vua lập trường thi Hương ở cửa nam thành Tây Đô.

Tháng 9 [28/9-27/10/1562], Thái sư Trịnh Kiểm thân hành đốc suất đại quân đi đánh dẹp lộ Sơn Nam (2), sai Thế tử Trịnh Cối cùng đi. Quân đến vùng Thanh Trì, Thượng Phúc [huyện Thường Tín, Hà Tây], sai lập đại dinh ở huyện Sơn Minh [huyện Ứng Hoà, Hà Tây], hạ lệnh thu thóc lúa chứa trữ để làm kế lâu dài.

Tháng 11 [26/11-25/12/1562], Thái sư rút quân về Thanh Hoá, sai Nghĩa quận công Đặng Huấn giữ dinh; Huấn làm phản theo nhà Mạc.

Năm Thuần Phúc năm thứ 2 [1563], (Lê Anh Tông năm Chính Trị thứ 6; Minh Gia Tĩnh năm thứ 42). Về việc giao thiệp với nhà Minh, vào năm Gia Tĩnh thứ 27 [1548] Mạc Phúc Nguyên lên ngôi, sai Sứ thần Lê Quang Bí sang xin phong. Bấy giờ con Mạc Đăng Dung là Mạc Chính Trung chạy sang Quảng Đông khiếu nại, khiến nhà Minh không tin Hoằng Dực, tức Mạc Phúc Nguyên được truyền ngôi hợp pháp. Nhưng sau khi sai các quan hội khám, vào năm Gia Tĩnh thứ 30 [1551]quyết định cho Hoằng Dực làm Đô thống sứ, và bắt phải đích thân đến trấn Nam Quan để lãnh điệp văn. Nhưng vì trong nước loạn lạc nên Hoằng Dực, tức Mạc Phúc Nguyên không đến được; bởi vậy mãi cho đến đời con là Mạc Mậu Hợp cũng chưa được nhà Minh chính thức công nhận. Riêng Sứ thần Lê Quang Bí bị lưu giữ tại Nam Ninh đến 15 năm, nay được xét cho đến kinh đô triều cống:

*"**Ngày 13 tháng 5 năm Gia Tĩnh thứ 42 [3/6/1563].** Trước đây vào năm Gia Tĩnh thứ 27, đúng kỳ An Nam đến triều cống; gặp lúc Đô thống sứ Mạc Phúc Hải chết; người con là Hoằng Dực coi việc nước, bèn sai sứ bọn Lê Quang Bí mang sản vật địa phương sang cống. Đến phủ Nam Ninh (3), tỉnh Quảng Tây; quan trấn thủ trình lên bộ Lễ, vì danh phận chưa định nên lệnh dừng tại Nam Ninh; lại sai quan trấn thủ gửi điệp văn cho An Nam hạch hỏi người đáng được thế tập. Đến năm Gia Tĩnh thứ 30 khám rõ, ban cho Hoằng Dực chức Đô thống sứ, nhưng cần phải thân đến trấn Nam Quan lãnh điệp văn. Rồi trong nước này bị loạn, đường Lạng Sơn trở ngại, Hoằng Dực từ lâu không đến được quan ải; Quang Bí trú tại Nam Ninh 15 năm, tuỳ tùng chết quá nửa, Hoằng Dực lại yêu cầu quan trấn thủ xin lên triều đình. Chiếu hứa cho bọn Quang Bí vào kinh đô nạp cống. Riêng điệp văn về nhận chức của Hoằng Dực, đợi đích thân đến quan ải sẽ trao cho."* **Minh Thực Lục: Quan hệ Trung Quốc Việt Nam**, tập 3, trang 231.

Rồi đến cuối năm sau, bọn Quang Bí đến kinh đô triều cống, được ban yến theo lệ Bồi thần các nước chư hầu:

*"**Ngày 29 tháng 11 năm Gia Tĩnh thứ 43 [1/1/1565].** Vào năm Gia Tĩnh thứ 27, theo lệ Đô thống sứ An Nam Mạc Hoằng Dực sai Tuyên phủ phó sứ Lê Quang Bí mang biểu văn phương vật đến cống. Quang Bí đã đến Trung Quốc hơn 15 năm, trên đường Sứ giả chết hơn một nửa, nay mới đến nơi. Thiên tử khen sự cung thuận, đặc biệt ban yến theo lệ Bồi thần hai nước Triều Tiên và Lưu Cầu."* **Minh Thực Lục: Quan hệ Trung Quốc Việt Nam**, tập 3, trang 232.

Năm Thuần Phúc thứ 3 [1564], (Lê Anh Tông năm Chính Trị thứ 7; Minh Gia Tĩnh năm thứ 43). Bấy giờ, con trưởng của Mạc Kính Điển là Đoan hùng Vương Kính Chỉ ngầm tư thông với vợ lẽ của Kính Điển. Việc bị phát giác, Kính Chỉ phải giáng làm thứ nhân. Lấy con thứ là Kính Phu làm Đường An Vương và trao cho binh quyền.

Phía nhà Lê, Sạ Đẩu nước Ai Lao sai bề tôi dâng cống phẩm vật địa phương và 4 con voi đực. Vua sai Thái sư Trịnh Kiểm đem con gái nuôi gả cho Sạ Đẩu, nhằm giao hảo với nước láng giềng.

Tháng 9 [5/10-3/11/1564], Thái sư đốc suất đại quân đi đến miền giữa lộ Sơn Nam, đánh phá các huyện ở phủ Trường Yên [Ninh Bình]. Khi đến cửa Chu Tước đóng quân thì Nghĩa quận công Đặng Huấn lại đem quân bản bộ đến dinh quân xin chịu tội. Thái sư Trịnh Kiểm bèn tha tội, cho giữ tước cũ, lại sai Huấn ra miền Hoài An [huyện Mỹ Đức, Hà Tây], Sơn Minh để mưu việc tiến đánh.

Tháng 10 [4/11-3/12/1564], Thái sư sai Xá nhân ty Hoa Dương hầu đốc thúc dân chúng đã đầu hàng ở các phủ Trường Yên, Thiên Quan [huyện Nho Quan, Ninh Bình] sửa đắp đê điều, mở rộng đường xá, từ Phố Cát [huyện Thạch Thành, Thanh Hoá] thẳng đến Bình Lương [huyện Lạc Thuỷ, Hoà Bình], thông đến Hoài An, Sơn Minh, để vận chuyển lương thực, đi lại thông suốt. Từ đấy, lộ Sơn Nam, từ sông Cái [Hồng Hà] về phía tây, đất đai và nhân dân các huyện đều thuộc về nhà Lê. Tháng 12 [2/1-31/1/1565], Thái sư đem quân trở về Thanh Hoá.

Năm Thuần Phúc thứ 4 [1565], (Lê Anh Tông năm Chính Trị thứ 8, Minh Gia Tĩnh năm thứ 44). Nhà Mạc mở khoa thi Hội. Cho Phạm Quang Tiến đỗ tiến sĩ cập đệ, bọn Phạm Hoành Tài 3 người đỗ Tiến sĩ xuất thân; bọn Lại Mẫn 12 người đỗ Đồng tiến sĩ xuất thân.

Phía nhà Lê cũng mở chế khoa; cho bọn Lê Khiêm 4 người đỗ Đệ nhất giáp chế khoa xuất thân; bọn Lê Nghĩa Trạch 6 người đỗ Đệ nhị giáp đồng chế khoa xuất thân.

Tháng 4 [30/4-28/5/1565], Thái sư đốc quân đánh miền giữa lộ Sơn Nam; các con Thế tử Trịnh Cối và Trịnh Tùng cùng đi theo. Quân đến phủ Trường Yên [Ninh Bình], đánh phá các huyện Gia Viễn, Yên Mô, Yên Khang.

Tháng 9 [24/9-23/10/1565], Thái sư mưu chia các cánh quân; sai bọn Vũ Sư Thước, Lại Thế Khanh trấn giữ các cửa biển để phòng sự bất ngờ. Lại sai cháu gọi bằng cậu là Văn Uyên hầu giữ vững doanh trại, cùng trấn phòng với bọn Sư Thước; rồi tự mình đốc suất đại quân đánh dẹp các huyện ở Sơn Nam, quân đi tới đâu, đều chiến thắng.

Mạc Mậu Hợp thấy quân nhà Lê đánh gấp quá, hỏi mưu kế bầy tôi. Mạc Kính Điển trả lời:

"*Quân họ tinh nhuệ, tranh với họ, sợ địch không nổi. Trịnh Kiểm đích thân đốc đại quân đến đây đánh dẹp lộ Sơn Nam, chưa dễ đã qua được sông. Thanh Hoa là đất căn bản của họ, nay đã suy yếu, dẫu có để quân ở lại chia giữ đất ấy, chẳng qua cũng chỉ là một hai tướng mà thôi. Thần xin sai vài viên đại tướng đem quân đi giao chiến để kìm giữ thế quân của họ. Rồi chia mấy vạn quân cho thần ngày đêm thẳng tiến vào Thanh. Tới nơi, sẽ tung kỳ binh ra để bắt tướng họ. Đó là phép tất thắng, là kế bỏ chỗ chắc, đánh chỗ hở, bất ngờ đánh vào chỗ giặc không phòng bị; chính là ước nguyện của thần.*"

Mậu Hợp nghe theo. Tháng 11 [23/11-22/12/1565], Kính

Điển tiến quân đánh Thanh Hoá, vượt biển, vào cửa Linh Trường [cửa Lạch Trường, thuộc huyện Hoằng Hoá, tỉnh Thanh Hoá], đánh phá các huyện Thuần Hựu [huyện Hậu Lộc, tỉnh Thanh Hoá], Hoằng Hoá, lấn cướp cư dân. Bọn Sư Thước sai người cáo cấp với Thái sư. Thái sư bèn sai Lộc quận công đem quân về cứu Thanh Hoá. Về tới hành dinh, cũng bàn mưu với bọn Sư Thước, Thế Khanh hợp quân tiến đánh, giao chiến với quân Mạc ở Du Trường [tên xã, thuộc huyện Hậu Lộc, Thanh Hoá]. Quân Mạc phục sẵn ở chỗ hiểm yếu, cho kỳ binh ra khiêu chiến, rồi giả cách thua chạy. Bọn Sư Thước đem binh tượng đuổi theo, dấn sâu vào đất hiểm. Kính Điển liền tung phục binh ra, bốn mặt cùng nổi dậy, đánh kẹp lại vây thành mấy lớp. Bọn Sư Thước, Thế Khanh tự liệu quân ít không địch nổi nhiều, liền đột phá lớp vòng vây, cố sức đánh thoát chạy vào rừng núi. Lộc quận công đánh một mình bị quân Mạc đâm chết trên lưng voi. Quan quân chết đến hàng nghìn. Tướng Mạc định mưu tiến đánh, nhưng nghe tin Thái sư đã rút quân về đến huyện Thạch Thành [Thanh Hoá], Kính Điển bèn đem quân về.

Tháng giêng năm Sùng Khanh thứ nhất [21/1-19/2/1566], (Lê Anh Tông năm Chính Trị thứ 9; Minh Gia Tĩnh năm thứ 45). Mùa xuân, tháng giêng, vua Minh băng, Thái tử Cứ lên ngôi, năm sau đổi niên hiệu là Long Khánh, miếu hiệu Mục Tông. Nhà Mạc đổi niên hiệu là năm Sùng Khang thứ 1, dời ra ở dinh Bồ Đề, Bắc Ninh.

Ngày 25 [14/2/1566], sai bọn Lại bộ thượng thư kiêm Đông các đại học sĩ Kế Khê bá Giáp Hải và Đông các hiệu thư Phạm Duy Quyết lên biên giới Lạng Sơn đón tiếp sứ thần Lê Quang Bí về nước. Quang Bí phụng mệnh đi sứ năm Gia Tĩnh thứ 27 [1548], bị nhà Minh giữ lại 18 năm, đến nay trở về. Quang Bí lúc ra đi tóc mây xanh mướt, khi trở về râu tóc bạc phơ! Người Tàu ví ông như ông Tô Vũ (4) đi sứ đến lúc bạc đầu mới được trở về. Khi Quang Bí trở về tới kinh, Mạc Phúc Nguyên thấy tình trạng của ông giống hệt Tô Vũ, để tỏ lời an ủi, bèn phong cho tước Tô quận công.

Năm Sùng Khang năm thứ 2 [1567]. (Lê Anh Tông năm Chính Trị thứ 10; Minh Long Khánh năm thứ 1). Phía nhà Lê, Thái sư Trịnh Kiểm đang ốm, ngồi kiệu đi đánh dẹp vùng tây nam, nhiều lần thắng trận, quân sĩ càng thêm tinh nhuệ. Quân Mạc thường đánh không được, bèn thu quân phòng thủ.

Mùa xuân năm Sùng Khang thứ 3 [1568], (Lê Anh Tông năm Chính Trị thứ 11, Minh Long Khánh năm thứ 2); nhà Mạc mở khoa thi Hội. Cho Vũ Hữu Chính đỗ Tiến sĩ cập đệ; bọn Đỗ An 4 người đỗ Tiến sĩ xuất thân; bọn Giáp Phong 12 người đỗ Đồng tiến sĩ xuất thân.

Phía nhà Lê, vào tháng 3 [29/3-26/4/1568], viên thổ quan Quảng Nam là Trấn quận công Bùi Tá Hán chết. Thái sư Trịnh Kiểm lấy người Nghệ An là Nguyên quận công Nguyễn Bá Quýnh làm tổng dinh, giữ đất ấy.

Tháng 4 [27/4-26/5/1568], Thái sư đương ốm, cố gượng ra trận, đánh phá các huyện Yên Mô, Yên Khang, Phụng Hoá, Gia Viễn [các huyện này thuộc Ninh Bình], hạ lệnh thu thóc lúa rồi về.

Tháng 2 năm Sùng Khang thứ 4 [16/2-17/3/1569], (Lê Anh Tông năm Chính Trị thứ 12; Minh Long Khánh năm thứ 3). Vua Lê gia phong Thái sư Lương quốc công Trịnh Kiểm làm Thượng tướng Thái quốc công, tôn làm Thượng phụ (5).

Tháng 4 [16/4-15/5/1569], em vua là Lê Duy Hàn ngầm có

chí khác, lẻn vào trong cung lấy trộm ấn báu, bị bắt, lại được tha. Rồi Duy Hàn lại tự tiện giết người. Nhà vua nói:

"Nhiều lần khuyên bảo, Duy Hàn vẫn không nghe theo. Thế là "kẻ hạ ngu, mình tự làm mình, không sao thay đổi được! "Nhà nước đã có pháp luật thường hành trẫm còn tây vị bao che cho thế nào được ? "

Nhà vua bèn giao xuống cho đình thần bàn xét. Duy Hàn bị thích sáu chữ vào mặt, phế làm thứ nhân.

Tháng 9 [10/10-8/11/1569], trấn thủ Thuận Hoá là Đoan quận công Nguyễn Hoàng vào chầu, lạy chào Vua ở hành tại; lại đến phủ Thượng tướng lạy mừng, giãi bày tình cảm anh em. Trước kia, Chiêu Huân Tĩnh công Nguyễn Kim biết Thượng tướng tài lược hơn người, yêu quý như con, đem con gái thứ là Ngọc Bảo gả cho. Ngọc Bảo là chị ruột của Hoàng. Đến khi Kim chết, vua trao cho Thượng tướng trông coi việc nước, nên sai Hoàng làm trấn thủ Thuận Hoá, thu nộp tô thuế để chi dùng vào việc nước. Đến đây vào chầu. Ngọc Bảo sinh con là Trịnh Tùng, tài đức hơn người, anh hùng nhất đời, có thể nối được chí cha.

Tháng 10 [9/11-7/12/1569], Thượng tướng tự biết mình bệnh nặng, liền dâng biểu xin thôi giữ binh quyền, lời lẽ rất khẩn thiết. Vua nói:

"Trẫm hãy tạm theo lời xin. Đặc cách sai con trưởng của Thượng tướng là Tuấn Đức hầu Trịnh Cối đốc lĩnh các dinh quân thuỷ bộ, con thứ là Phú Lương hầu Trịnh Tùng cùng bọn tướng tá đều phải theo mà đánh giặc để yên thiên hạ, cho thoả lòng mong đợi của trẫm".

Tháng giêng năm Sùng Khang thứ 5 [5/2-6/3/1570], (Lê Anh Tông năm Chính Trị thứ 13; Minh Long Khánh năm thứ 4). Phía nhà Lê, Thượng tướng Trịnh Kiểm dâng biểu tâu Vua cho Đoan quận công Nguyễn Hoàng trấn thủ hai xứ Thuận Hoá và Quảng Nam, để cõi phiên trấn được vững mạnh. Thượng tướng khuyên răn Hoàng rằng:

"Nhà nước trao cho khanh trách nhiệm nặng nề này, khanh nên trước sau một tiết, dốc hết tâm sức như xưa để phò tá nhà vua".

Nguyễn Hoàng vâng mệnh đến trấn giữ; cho cựu Tổng binh Quảng Nam là Nguyên quận công Nguyễn Bá Quýnh về giữ Nghệ An.

Ngày 18 tháng 2 [24/3/1570], Thượng tướng Thái quốc công Trịnh Kiểm ốm nặng, ngày hôm ấy mất; truy tôn là Minh Khang Thái Vương, thuỵ là Trung Huân. Ban chiếu cho con trưởng là Tuấn Đức hầu Trịnh Cối thay lĩnh binh quyền, cầm quân đánh giặc. Bấy giờ Cối đắm mình trong tửu sắc, kiêu ngạo, không thương gì đến quân lính. Do đó, các tướng hiệu đều có ý lìa bỏ, kẻ giúp đỡ ngày một ít đi; lòng người thay đổi, ai cũng nghĩ đến chuyện sinh biến.

Ngày mồng 2 tháng 4 [6/5/1570], Đoan Vũ hầu Lê Cập Đệ, Văn Phong hầu Trịnh Vĩnh Thiệu, Vệ Dương hầu Trịnh Bách cùng bọn Lương quận công, Phổ quận công và Lai quận công Phan Công Tích đang đêm đem đàn em và binh lính tới chỗ Phúc Lương hầu Trịnh Tùng bàn định kế sách, ép Tùng phải hành động. Tùng bất đắc dĩ phải cùng với bọn Cập Đệ, Vĩnh Thiệu thu thập binh tướng, đang đêm chạy về hành tại Yên Trường. Hôm sau, đến dinh Kim Thành, thuyết phục Nghĩa quận công Đặng Huấn cùng đi đến cửa khuyết, vào bái yết vua. Bọn Tùng khóc nói rằng:

"Anh thần là Cối say đắm tửu sắc, mất lòng mọi người,

sớm muộn thế nào cũng sinh loạn; lại mưu đoạt binh tượng và ấn báu của thần, nên bọn thần phải nửa đêm trốn vào cửa khuyết, đau xót báo tin, xin thánh thượng thương tình thu nạp!"

Vua nói:

"Khi Thượng phụ còn sống không đến nỗi thế; nay làm thế nào bây giờ?"

Phúc Lương hầu cùng bọn Cập Đệ, Vĩnh Thiệu, Bách, mật tâu vua dời hành tại vào trong cửa ải Vạn Lai, chia quân chiếm giữ cửa luỹ để phòng bị quân bên ngoài.

Hôm sau, Trịnh Cối đốc suất bọn Phúc quận công Lại Thế Mỹ, An quận công Lại Thế Khanh, Lâm quận công Nguyễn Sư Doãn, Thạch quận công Vương Trân, Vị quận công Lê Khắc Thận, Dương quận công Nguyễn Hữu Liêu, Hùng Trà hầu Phạm Văn Khoái, và hơn 1 vạn quân, đuổi đến ngoài cửa quan, đóng dinh ở đấy. Cối đóng quân vài ngày, các tướng ở trong cửa ải cũng đóng cửa giữ không ra. Hai bên sai người đưa thư qua lại, bên này nói xấu bên kia, lời lẽ rất ngạo mạn.

Ngày mồng 7 [11/5/1570], vua sai sứ ra chiêu dụ các tướng ở ngoài cửa quan, bảo họ giảng hoà. Lại Thế Mỹ dùng giáo trỏ vào cửa quan:

"Bao giờ bắt được người ở trong cửa quan thì việc mới hoà được".

Vua biết ý không hoà giải được, bèn sai các tướng đốc quân chống lại, suốt ngày đêm không nghỉ. Cối thấy đánh mãi không được, trong lòng ngần ngại, tự lui quân về Biện Dinh, hội các tướng tá dưới quyền và nói:

"Trong cửa quan có quân [quân Trịnh Tùng], *ngoài cõi có*

giặc [quân Mạc], *ta ở quãng giữa, nếu có tai biến khẩn cấp thì khó mà chống đỡ được".*

Bèn hạ lệnh chia quân chiếm giữ những nơi xung yếu, Vũ Sư Thước thì giữ cửa biển Linh Trường [Lạch Trường, huyện Hoằng Hoá] và Hội Triều [cửa sông Mã], Lại Thế Khanh giữ cửa biển Chi Long [cửa Bạch Câu, huyện Nga Sơn] và Thần Phù, Nguyễn Sư Doãn giữ cửa biển Du Xuyên [huyện Tĩnh Gia] và Ngọc Giáp [cửa Ghép, huyện Tĩnh Gia] đề phòng quân Mạc vào đánh. Bọn Lại Thế Mỹ, Lê Khắc Thân, Nguyễn Hữu Liêu, Phạm Văn Khoái chỉnh đốn binh tượng, thuyền bè, khí giới, ngày đêm đóng đồn dọc bờ sông đề phòng các tướng trong cửa quan xông ra đánh.

Tháng 8 [31/8-29/9/1570], người châu Bố Chính là Quận công Lập Bạo thấy Thái vương Trịnh Kiểm mất và anh em Trịnh Cối bất hoà, Thanh Hoá rối loạn, mới dẫn bộ hạ đầu hàng nhà Mạc; được ban tước Tiên quận công, sai đem quân đi trước dẫn đường. Ngày 16 [15/9/1570], nhà Mạc sai Kính Điển đốc suất các thân vương và tướng tá, đem hơn 10 vạn quân, 700 chiếc thuyền chiến, vào đánh Thanh Hoá. Khi đến nơi, liền chia quân; sai Mạc Đôn Nhượng cùng với tướng Bắc đạo là Gia quận công Mạc Đình Khoa và phó tướng là Mậu quận công (không rõ tên) đem quân giữ cửa biển Thần Phù [Ninh Bình]. Sau khi đã tiến vào, chia các tướng là Hoằng quận công (không rõ tên) làm đội thứ nhất đi tiên phong, tướng Nam đạo là Thạch quận công Nguyễn Quyện làm đội thứ 2, tướng Tây đạo là Ngạn quận công Mạc Ngọc Liễn làm đội thứ 3, tướng Đông đạo là Hoa quận công và Kỳ quận công (đều không rõ tên) làm đội thứ 4, Kính Điển tự đốc đại quân làm đội thứ 5, các thân vương tông thất họ Mạc thống đốc quân của vệ Triều Đông và các nội vệ làm đội thứ 6, ngay hôm ấy, cùng tiến vào các cửa biển Linh Trường, Chi Long, Hội Triều, hội quân ở Bút Cương [huyện Vĩnh Lộc, Thanh Hoá]. Đến huyện Hà Trung, đóng dinh ven sông; hai bên bờ khói lửa mù mịt che khuất đến 10 dặm.

Trịnh Cối tự liệu không chống nổi, thế quân ngày càng cô lập, liền đem bọn Lại Thế Mỹ, Vũ Sư Doãn, Trương Quốc Hoa và vợ con đón hàng họ Mạc. Kinh Điển tiếp nhận, phong cho Cối tước Trung Lương hầu, lấy Lại Thế Mỹ làm Khánh quận công, Nguyễn Sư Doãn làm Lý quận công, Vương Trân làm Sơn quận công, sai các tướng này dẫn quân bản bộ tiến trước. Duy có Vũ Sư Thước định bỏ doanh trại vào cửa quan Yên Trường theo nhà Lê, nhưng quân lính muốn hàng họ Mạc, không chịu theo; nên Thước bất đắc dĩ phải chiều theo mọi người, họ Mạc ban tước là Thuỷ quận công. Lại Thế Mỹ sau đó bỏ dinh đem quân trốn vào Vĩnh Ninh huyện Cẩm Thuỷ, rồi vào cửa quan Yên Trường. Bấy giờ Hoàng Đình Ái đóng quân ở sông Kim Bôi, đem quân bản bộ dời đến giữ sách Đa Nẫm, rồi dẫn Lê Khắc Thận, Nguyễn Hữu Liên và Hùng Trà hầu cùng đem quân vào cửa quan Yên Trường hội quân. Hoành quận công tự đem quân bản bộ về Nghệ An cùng với Nguyễn Bá Quýnh chia giữ đất ấy.

Ngày 20 [19/9/1570], vua sắc phong Trịnh Tùng làm Trưởng quận công, tiết chế các dinh thuỷ bộ, cầm quân đánh giặc. Hôm ấy, Tiết chế Trịnh Tùng hội các tướng, mở tiệc uý lạo quân sĩ. Võ tướng Vinh quận công Hoàng Đình Ái, Tấn quận công Trịnh Mô, Lương quận công (chưa rõ tên), Đoan Vũ hầu Lê Cập Đệ, Vệ Dương hầu Trịnh Bách, Văn Phong hầu Trịnh Vĩnh Thiệu, Nghĩa quận công Đặng Huấn, Lai quận công Phan Công Tích, Vị quận công Lê Khắc Thận, Dương quận công Nguyễn Hữu Liêu, Hùng Trà hầu

Phạm Văn Khoái, Tây Hưng hầu Hà Thọ Lộc, văn thần là bọn Lại bộ thượng thư Từ quận công Nguyễn Đĩnh 12 viên, đều chỉ trời mà thề, đồng lòng chung sức, ngày đêm bàn kế đánh giặc.

Ngày 25 [24/9/1570], họ Mạc ra quân lớn, các đạo cùng tiến, dọc sông Mã từ Ưng Quan [tổng Cổ Lũng, huyện Cẩm Thuỷ] trở xuống, dọc sông Chu từ Bổng Luật [huyện Thiệu Hoá] trở xuống khói lửa mù trời, cờ xí rợp đất. Nhân dân Thanh Hoa dắt già cõng trẻ, chạy nhớn nhác ngoài đường, không biết nương tựa vào đâu, tiếng kêu khóc vang trời, bao nhiêu tiền của, đàn bà con gái đều bị quân Mạc lấy cả. Nhà Mạc cậy có tướng nhiều quân mạnh, đánh vào ngoài luỹ Yên Trường ngày đêm không ngớt. Quan quân thế yếu, chỉ đắp luỹ cao, đào hào sâu, giữ chỗ hiểm để chờ thời.

Bấy giờ bọn Đoan Vũ hầu Lê Cập Đệ dùng mẹo sai quân lính ban đêm dựng luỹ tầng ngoài kéo dài đến hơn 10 dặm, lấy nhiều phên nứa để che chắn, dùng bùn trát bên ngoài, trên thả chông tre, chỉ một đêm mà thành giả làm xong. Hôm sau, Mạc Kính Điển trông thấy, cho là thành thật, sợ lắm, không dám đến gần, bàn với các tướng rằng:

"*Không ngờ ngày nay quân Lê vẫn còn kỷ luật, pháp lệnh nghiêm minh như vậy. Chỉ một đêm mà đắp thành luỹ đâu ra đấy! Hẳn là số quân lính liều chết còn nhiều, nên mới dốc sức đắp xong chóng thế, khiến lòng ta không yên. Không dồn hết công sức, thì chưa dễ dẹp được. Nếu ta không đánh gấp diệt trừ đi, thì tất sẽ trở thành mối lo sau này*".

Bèn tự mình đốc suất tướng sĩ, ngày đêm đánh gấp, hẹn phải lấy được mới thôi. Do vậy, bên tả sông từ Da Châu, Tàm Châu, bên hữu sông, từ đầu nguồn hai huyện Lôi Dương,

Nông Cống đều là chiến trường, hầu như mất hết vào tay giặc. Bấy giờ nhân dân các huyện ở Thanh Hoa tan tác tháo chạy, ruộng đồng bỏ không cày cấy, nhiều người bị chết đói.

Tháng 9 [30/9-28/10/1570], sai Hà Khê hầu đem quân ra giữ luỹ Ai ở huyện Cẩm Thuỷ, nhân dịp này, y làm phản đầu hàng họ Mạc; Vua Lê lấy Tây Hưng hầu Hà Thọ Lộc thay giữ đất ấy.

Tháng 10 [29/10-27/11/1570], tướng Mạc đem quân giao chiến, chống nhau ở sông Bảo Lạc, Long Sùng (6) [huyện Thiệu Hoá, Thanh Hoá]. Các tướng nhà Lê hay dùng kỳ binh, ban ngày thì cố thủ, ban đêm thì đánh cướp doanh trại, quấy rối quân địch. Từ đấy, quân Mạc phập phồng kinh sợ, lính phòng thủ bị đâm chém nhiều. Mỗi khi chém cắt được tai giặc thì được thưởng bạc, nên quân lính nhiều kẻ tự nguyện xông ra, liều sức đánh quân Mạc về ban đêm. Quân Mạc tuy nhiều, nhưng có nhiều người bỏ trốn. Mạc Kính Điển thấy đánh mãi không được, liền lui giữ dinh Hà Trung [huyện Hà Trung, Thanh Hoá]; hạ lệnh cấm không được mang muối lên bán ở đầu nguồn, sau có người gánh trộm muối vào luỹ nhà Lê, bị bắt chém để răn đe.

Tháng ấy, Vũ Sư Thước mật sai người ngầm vào trong luỹ đưa thư đầu hàng. Vua Lê nhận được thư của Sư Thước, liền hội các tướng bàn đem đại quân tiến đánh để giành lại đất nước; bèn chia quân thành ba đạo cùng tiến. Sai bọn An quận công Lại Thế Khanh, Đoan Vũ hầu Lê Cập Đệ, Văn Phong hầu Trịnh Vĩnh Thiệu, Tấn quận công Trịnh Mô đem quân ra phía tả, từ huyện Yên Định qua huyện Vĩnh Phúc, đánh lấy huyện Tống Sơn. Gia phong Trường quận công Trịnh Tùng làm tả tướng, tiết chế tướng sĩ các dinh quân thuỷ bộ các xứ. Vua tự làm Đô tướng, thống đốc đại quân ra đường giữa, từ huyện Thuỵ Nguyên, qua huyện Yên Định thẳng tiến đóng quân ở huyện Đông Sơn. Bọn Vinh quận công Hoàng Đình Ái, Nghĩa quận công Đặng Huấn, Lại quận công Phan Công Tích, Vệ dương hầu Trịnh Bách đem quân ra đường phía hữu, qua các huyện Lôi Dương và Nông Cống, đánh lấy miền Quảng Xương. Vua đến đóng dinh ở huyện Đông Sơn, Vũ Sư Thước đem 500 quân bản bộ, nửa đêm xuất phát, sáng hôm sau đến ngự dinh Đông Sơn lạy xin chịu tội. Vua dùng lời an ủi, cho giữ chức cũ, vỗ về các tướng sĩ, ba quân đều cả mừng. Sư Thước lại đến dinh tả tướng, khóc kể lại tình nghĩa xưa, các quân đều rất vui vẻ. Từ đấy, quân Thanh lừng lẫy, quân Mạc hễ đánh là thua, không dám tiến đánh nữa, lui về giữ dinh tại Bút Cương [huyện Vĩnh Lộc, Thanh Hoá].

Ngày 20 [17/11/1570], vua sai người làm cầu phao ở phía hạ lưu sông An Liệt [huyện Vĩnh Lộc], qua Kim Bôi. Vua cùng tả tướng đem đại binh qua sông, đến xã Kim Tử [huyện Vĩnh Lộc], đi tắt qua huyện Thuần Hựu [huyện Hậu Lộc, Thanh Hoá] để tiến đánh các dinh quân Mạc. Sai Vũ Sư Thước chiêu tập quân cũ của huyện ấy, được hơn 1000 người, cho làm tiên phong khiêu chiến quân Mạc ở bến sông Lôi Tân [huyện Vĩnh Lộc, Thanh Hoá]. Bọn Lại Thế Khanh và Lê Cập Đệ đánh Tống Sơn và Nga Sơn, lấy được; đi đến đâu quân Mạc tan tác, nhân dân được trở về yên nghiệp.

Tháng 12 [27/12/1570-25/1/1571], bọn Mạc Kính Điển thấy đánh mãi không được, bèn nói rằng:

"Tiến quân đánh giặc mạnh đã trải 9 tháng trời mà chưa thành công. Hơn nữa, bây giờ mùa đông rét mướt, sông nước vơi cạn, lại thêm mưa xuân sắp đến, chướng khí sẽ sinh, quân không đủ ăn, người nào cũng nhớ quê, còn ai

đồng lòng gắng sức với ta nữa. Huống chi, quân ta lại dần dần trễ biếng, chi bằng hãy tạm rút quân về, lần sau sẽ đánh tới toàn thắng. Nếu cứ giữ mãi chỗ này, sợ không có ích gì, chỉ khiến quân địch cười cho thôi".

Bèn hạ lệnh nhổ trại mà về. Trịnh Cối và mẹ là Thái Vương phu nhân cùng vợ con và bọn Lại Thế Mỹ, Trương Quốc Hoa, đã trót đầu hàng họ Mạc, không dám trở về với nhà Lê, bèn đem con em trai gái hơn 1000 người ra biển theo Kính Điển về Đông Đô, đến lạy chào Vua Mạc.

Tháng 2 năm Sùng Khang thứ 6 [21/2-21/3/1571], (Lê Anh Tông năm Chính Trị thứ 14; Minh Long Khánh năm thứ 5); Vua nhà Lê xét công đánh giặc, gia phong Trịnh Tùng làm Thái uý, Trường Quốc công; Lê Cập Đệ làm Thái phó; Trịnh Bách, Trịnh Vĩnh Thiệu, Trịnh Mô, Lại Thế Khanh và Đặng Huấn đều làm Thiếu phó. Lại phong cho các em của Tùng: Trịnh Đỗ làm Thiếu bảo, Trịnh Đồng làm Vĩnh Thọ hầu, Trịnh Ninh làm Quảng Diên hầu.

Tháng 7 [22/7-19/8/1571], Mạc Kính Điển đốc suất quân lính vào đánh các huyện ở Nghệ An. Bấy giờ, dân Nghệ An sợ uy nhà Mạc đã lâu, địa thế lại xa cách, quân nhà Lê không thể cứu giúp được, phần nhiều đầu hàng họ Mạc. Vì thế, từ sông Cả [sông Lam] vào Nam đều bị quân Mạc chiếm cứ. Viên tướng địa phương Nguyên quận công Nguyễn Bá Quýnh nghe tin quân Mạc đến giật mình kinh hãi, chưa thấy bóng đã bỏ chạy. Hoàng quận công chống nhau với Nguyễn Quyện, sức không địch nổi, bỏ cả thuyền chạy, bị bắt sống. Từ sông Cả về Bắc, lại thành đất của nhà Mạc.

Tháng 9 [19/9-18/10/1571], vua bàn với Tả tướng Trịnh Tùng giao quân cho Tấn quận công Trịnh Mô là Lai quận công Phan Công Tích đi cứu Nghệ An. Quân Mạc rút về, Nghệ An lại yên.

Năm ấy, người huyện Khang Lộc, Thuận Hoá là Quận công Mỹ Lương đem quân bản bộ mưu đánh Đoan quận công Nguyễn Hoàng, nhằm thôn tính quân lính của Hoàng, rồi về hàng họ Mạc. Hoàng biết được, đem quân đánh giết chết; đất Thuận Hoá tạm yên. Sau các thổ tướng ở Quảng Nam đánh giết, thôn tính lẫn nhau, Hoàng đều đánh dẹp được cả, giao cho thuộc tướng là Mai Đình Dũng ở lại giữ đất và thu nhặt quân lính còn sót lại.

Tháng 10 [19/10-16/11/1571], vua sai Thái phó Đoan Vũ hầu Lê Cập Đệ đem quân vào đánh dẹp miền Thiên Quan [huyện Nho Quan, Ninh Bình], đều dẹp yên. Bấy giờ, chúa nước Ai Lao là Sạ Đẩu dâng 4 con voi đực và vật báu để cầu hôn. Vua muốn hoà hảo với nước láng giềng, bèn đem con gái riêng của vợ mình, phong làm Ngọc Hoa công chúa gả cho.

Tháng giêng năm Sùng Khang thứ 7 [15/1-13/2/1572], (Lê Anh Tông năm Hồng Phúc thứ 1; Minh Long Khánh năm thứ 6); Vua Lê tế trời đất ở đàn Nam Giao. Khi làm lễ, vua bưng lư hương khấn trời, bỗng lư hương rơi xuống đất; Vua biết là điềm không lành, bèn xuống chiếu đổi niên hiệu là Hồng Phúc năm thứ 1.

Tháng 3 [12/4-11/5/1572], Lê Cập Đệ ngầm có chí khác, mưu giết Tả tướng Trịnh Tùng để đoạt binh quyền, từng rủ Tả tướng đi thuyền ra giữa sông để giết. Tả tướng biết được, nên mưu ấy không thành. Từ đấy, hai nhà thù oán nhau, bên ngoài thì giả vờ hiệp sức để lo đánh giặc, nhưng bên trong thì ngờ vực, đề phòng ám hại nhau.

Tháng 7 [8/8-6/9/1572], Mạc Kính Điển đốc suất quân

lính xâm lấn các xứ Thanh Hoá, Nghệ An. Vua bàn với các tướng, ra lệnh cho quân dân các huyện ven sông di chuyển của cải, súc vật, tránh vào rừng núi để phòng quân giặc. Tháng 8 [7/9-6/10/1572], quân Mạc quả nhiên kéo đến bắt người cướp của, nhưng dân chúng các huyện ven sông đã di tản đi cả, chỉ còn lại một vùng đất bỏ không, nên ít bị thiệt hại.

Bấy giờ, viên tướng ở Bố Chính [Quảng Bình] là Tiên quận công ngầm theo nhà Mạc, dẫn đường cho tướng Hải Dương là Quận công Lập Bạo đem hơn 60 binh thuyền đi đường biển vào cướp các xứ Thuận Hoá và Quảng Nam. Dân địa phương nhiều người đầu hàng. Từ đấy, thế giặc lại mạnh. Trấn thủ Nguyễn Hoàng dùng mỹ nhân kế, sai Ngô Thị đem nhiều vàng lụa dụ Lập Bạo đến hội thề, rồi chém chết giữa sông. Quân giặc tan vỡ, vượt biển trở về, bỗng gặp gió bão, chết hết ở ngoài khơi. Tiên quận công bèn trốn về với nhà Mạc; đất Thuận Quảng lại được yên. Nguyễn Hoàng vỗ trị mấy chục năm, chính lệnh khoan hoà, thưởng ban ân huệ, dùng phép công bằng, chấn chỉnh, khuyên răn tướng sĩ dưới quyền. Trừ bỏ bọn hung ác, dân hai trấn đều cảm mến nhân đức, thay đổi phong tục, chợ búa không nói thách, dân chúng không làm giặc, cổng ngoài không phải đóng, thuyền buôn nước ngoài đều tới buôn bán trao đổi phải giá, quân lệnh nghiêm cẩn, người người gắng sức. Do vậy, họ Mạc không dám dòm ngó, trong cõi được an cư lạc nghiệp.

Thái phó Vi quận công Lê Khắc Thận trước kia làm quan cho nhà Mạc hàng nhà Lê; nay làm phản, vượt luỹ về hàng họ Mạc. Tả tướng Trịnh Tùng bắt các con của Tuân, Khoái, Thầm đều giết cả.

Tháng 9 [7/10-5/11/1572], Vua sai bọn An quận công Lại

Thế Khanh, Tấn quận công Trịnh Mô, Lai quận công Phan Công Tích đem quân đi Nghệ An. Đến nơi thì quân Mạc rút lui, Nghệ An lại yên. Năm ấy, các huyện ở Nghệ An, đồng ruộng bỏ hoang, dân đói to, lại bị bệnh dịch, chết đến quá nửa; nhiều người xiêu dạt, kẻ thì vào Nam, người thì ra Bắc, trong hạt rất tiêu điều.

Mùa đông, tháng 11 [5/12/1572-3/1/1573], vua sai Lai quận công Phan Công Tích đi kinh lược xứ Thuận Hoá, uý lạo các tướng sĩ. Khi đến xứ đó, rất lưu ý đến Nguyễn Hoàng. Hoàng cũng đem quân đến hội, đặt tiệc thết đãi, giãi bày tình xưa nghĩa cũ rất là vui vẻ. Khi Công Tích về, Hoàng thân hành đi tiễn.

Ngày 21 [25/12/1572], Lê Cập Đệ từng có chí khác, định mưu hại Tả tướng Trịnh Tùng. Tả tướng giả vờ không biết, gửi biếu nhiều vàng. Khi Cập Đệ tới tạ ơn, Tùng sai đao phủ phục ở dưới trướng bắt giết đi rồi sai người nói phao lên rằng Cập Đệ mưu làm phản, Vua sai giết chết.

Bấy giờ, Cảnh Hấp và Đình Ngạn nói với Vua rằng:

"Tả tướng cầm quân, quyền thế rất lớn, bệ hạ khó lòng cùng tồn tại với ông ta được".

Vua nghe nói vậy, hoang mang nghi hoặc, đương đêm, bỏ chạy ra ngoài, đem theo bốn hoàng tử cùng chạy đến thành Nghệ An và ở lại đó. Tả tướng Trịnh Tùng bàn với các tướng rằng:

"Nay vua nghe lời gièm của kẻ tiểu nhân, phút chốc khinh suất đem ngôi báu xuôi dạt ra ngoài. Thiên hạ không thể một ngày không có vua, bọn ta và quân lính sẽ lập công danh với ai được? Chi bằng trước hết hãy tìm hoàng tử lập lên để yên lòng người, rồi sau sẽ đem quân đi đón vua cũng chưa

muộn."

Bấy giờ Hoàng tử thứ năm là Đàm ở xã Quảng Thi, huyện Thuỵ Nguyên [huyện Thọ Xuân, Thanh Hoá], bèn sai người đi đón về tôn lập làm Vua, tức Thế Tông.

Chú thích:

1. Mười châu: tức là 10 châu của phủ An Tây, miền thượng du sông Đà. Gồm: Chiêu Tân, Quỳnh Nhai, Lai Châu, Tung Lăng, Hoàng Nham, Hợp Phi, Lê Tuyền, Khiêm Châu, Tuy Phụ, Luân Châu.

2. Lộ Sơn Nam: một vùng rộng gồm các tỉnh Nam Định, Hà Nam, Ninh Bình và tỉnh Thái Bình ngày nay.

3. Nam Ninh: hiện nay Nam Ninh là thủ phủ tỉnh Quảng Tây, vị trí cách ngả ba các sông Tả Giang, Hữu Giang khoảng trên 10 km.

4. Tô Vũ giữ chức Trung Lang tướng thời vua Hán Vũ Đế, phụng mệnh đi sứ sang nước Hung Nô, bị lưu lại, phải đi chăn dê, 19 năm mới được về nước.

5. Thượng phụ: có nghĩa là tôn lên làm bậc thầy.

6. Bảo Lạc, Long Sùng: là tên 2 xã thuộc huyện Thiệu Hoá. Sông Bảo Lạc, Long Sùng tức là đoạn sông Chu chảy qua hai xã đó.

120.

Mạc Mậu Hợp (2)

Ngày mồng một tháng giêng năm Sùng Khang thứ 8 [2/2/1573], (Lê Thế Tông năm Gia Thái thứ 1; Minh Long Khánh năm thứ 7); Tả tướng Trịnh Tùng và các quan tôn Hoàng tử thứ năm của Vua Anh Tông là Lê Duy Đàm, lên ngôi hoàng đế, đổi niên hiệu Gia Thái, đại xá, ban dụ đại cáo, đại lược nói:

"Ta nghe thượng đế mở rộng công nuôi dưỡng muôn loài, tất ngay dịp xuân mà ban ân đức, vương giả giữ gìn buổi đầu tức vị, phải ra mệnh lệnh dụ bảo thần dân. Trên dưới hợp nhau, đồng lòng một chí. Nước nhà ta, nhân thời cơ mà mở vận, gây dựng nước bằng lòng nhân. Một tổ khai sáng đầu tiên, các thánh kế nối sau mãi, truyền nhau chính thống đã hơn một trăm năm. Vừa rồi, gặp cơn vận ách, giềng mối rối tung. May nhờ lòng người còn theo, mệnh trời còn đó. Thánh phụ hoàng thương ta là dòng dõi nhà Vua, nối cơ đồ của tông tổ, khôi phục nghiệp lớn, trải hơn mười tám năm. Ngày 26 tháng 2 [10/3/1572], bị kẻ gian là bọn Cảnh Hấp, Đình Ngạn gièm pha, ly gián, đến nỗi xa giá phiêu dạt ra ngoài, thần dân trong nước không chỗ nương tựa. Ta là con thứ năm của hoàng phụ, đương tuổi thơ non nớt, nối nghiệp lớn khó khăn, chỉ sợ không cáng đáng nổi. Nhưng trên vâng mệnh trời yêu mến, dưới theo lòng người suy tôn, từ chối

không được, nên vào ngày mồng một tháng giêng năm nay, ta đã lên ngôi, đặt niên hiệu là Gia Thái năm thứ 1, thực là nhờ được đại thần Tả tướng thái uý Trường quận công Trịnh Tùng và các quan văn võ đồng lòng giúp sức để dẹp yên xã tắc. Vậy ban chiếu mệnh 6 điều để các nơi gần xa được biết:

1. Người dân nào bị nạn binh lửa không còn tài sản gì đều được tha tạp dịch.

2. Dân nghèo xiêu dạt cho về quê cũ, và được tha thuế khoá, sai dịch.

3. Những người theo trộm cướp và những kẻ trốn tù, trốn tội nếu đến thú tội ở cửa quan thì được ân xá, tha tội.

4. Các nha môn trong ngoài nếu có người tù bị giam nào tội nhẹ thì thả cho ra.

5. Các quan văn võ người nào có công thì cho thăng tước một bậc.

6. Con cháu các quan viên, người nào bị oan khuất, kìm hãm, thì cho làm bản tâu lên, sẽ tuỳ theo tài năng mà bổ dụng. Các nha môn trong ngoài hãy kính theo đó mà thi hành."

Bấy giờ, Trịnh Tùng sai bọn Nguyễn Hữu Liêu đem quân đến Nghệ An đón Vua Anh Tông, nhà Vua lánh ra ruộng mía. Bọn Hữu Liêu đến lạy mời:

"Xin bệ hạ mau mau vào cung! để cho tôi con trong nước được thoả ý mong muốn. Chúng tôi chẳng ai dám có ý gì khác ".

Họ bèn đón nhà vua quay về. Tùng sai Bảng quận công Tống Đức Vị ngày đêm hầu ở bên nhà vua. Ngày 22 tháng giêng [23/2/1573], đi đến Lôi Dương [huyện Thọ Xuân, Thanh Hoá]; Đức Vị ngầm bức bách giết chết nhà Vua, rồi giả vờ nói phao lên rằng nhà Vua tự thắt cổ chết.

Vua Thế Tông mới lên ngôi, phong Tả tướng thái uý Trường quốc công Trịnh Tùng làm Đô tướng, tiết chế các xứ thuỷ bộ chư dinh, kiêm tổng nội ngoại bình chương quân quốc trọng sự; mọi công việc nhà nước đều được tự quyết trước rồi sau mới tâu. Lấy Thái phó Nhân quốc công Vũ Công Kỷ con Vũ Văn Mật làm Hữu tướng, bọn Vinh quận công Hoàng Đình Ái, Triều quận công Vũ Sư Thước, Dương quận công Nguyễn Hữu Liêu đều làm Thái phó. Trịnh Đỗ làm thái bảo Ngạn quận công, Hùng Trà hầu Hà Thọ Lộc là Lâm quận công. Lại sai sứ mang sắc thư vào Thuận Hoá phong Đoan quận công Nguyễn Hoàng làm Thái phó, sai chứa thóc để sẵn dùng nơi biên ải; còn tiền sai hàng năm phải nộp gồm 400 cân bạc, 500 tấm lụa.

Phía nhà Mạc, vào tháng giêng, Vua Thần Tông nhà Minh ban cho Mạc Mậu Hợp chức An Nam Đô thống sứ:

"*Ngày 27 tháng giêng năm Vạn Lich thứ nhất* **[28/2/1573].** *Ban cho Di An Nam Mạc Mậu Hợp được thế tập chức An Nam Đô thống sứ.*" **Minh Thực Lục: Quan hệ Trung Quốc Việt Nam, tập 3, trang 231.**

Tháng 7 [29/7-26/8/1573], quân Mạc đánh dinh Yên Trường [huyện Thọ Xuân, Thanh Hoá]. Quan quân rút vào trong luỹ để tỏ là yếu. Hôm sau, giặc lại đắp thêm luỹ, định qua đò Đoạn Trạch. Tiết chế Trịnh Tùng tung binh thuyền ra đánh, phá tan; liền tháo chạy về bắc. Tháng 10 [26/10-23/11/1573], sai Hữu tướng thái phó Nhân quốc công Vũ Công Kỷ đem quân bản bộ về trấn giữ Đại Đồng [Yên Bái] để vỗ yên dân địa phương. Bấy giờ Mạc Kính Điển đem Mạc Mậu Hợp trở về thành Thăng Long, sai quân làm doanh trại ở ngoài cửa nam thành.

Mùa xuân năm Sùng Khang năm thứ 9 [23/1/1574-10/2/1575], (Lê Thế Tông năm Gia Thái thứ 2, Minh Vạn Lịch năm thứ 2); nhà Mạc mở khoa thi Hội. Cho Vũ Văn Khuê đỗ Tiến sĩ cập đệ; bọn Mạc Đình Dự 10 người đỗ Tiến sĩ xuất thân; bọn Vũ Duy Hàn 13 người đỗ Đồng tiến sĩ xuất thân.

Tháng 6 [19/6-17/7/1574], nhà Mạc sai tướng Nam đạo là Nguyễn Quyện đem quân xâm lấn Nghệ An; từ sông Cả [sông Lam] trở về Bắc đều chiếm được. Hoàng quận công đánh nhau nhiều lần không được, thấy quân lính nhiều kẻ bỏ trốn, bèn làm vòng sắt khoá chân quân lính vào thuyền. Quân Mạc đuổi đến, họ cũng không chịu đánh. Hoành quận công bèn bỏ thuyền lên chạy bộ; đến châu Bố Chính [Quảng Bình], bị tướng Mạc là Nguyễn Quyện bắt sống đem về kinh đô, rồi bị giết.

Mùa thu, tháng 7 [18/7-15/8/1574], Tiết chế Trịnh Tùng sai Thái phó Lai quốc công Phan Công Tích và Tấn quận công Trịnh Mô đem quân cứu Nghệ An, chống nhau với tướng Mạc Nguyễn Quyện đến vài tháng. Sau bọn Quyện đem quân về kinh, Công Tích cũng thu quân về Thanh Hoá.

Ngày 20 tháng 7 [6/8/1574], Mạc Mậu Hợp phong cho Mạc Kỳ, con trưởng của Ly vương Mạc Lý Tốn làm Hưng lễ vương.

Tháng 10, Mạc Mậu Hợp xin tiến cống nhà Minh, được chấp thuận:

*"**Ngày 9 tháng 10 năm Vạn Lịch thứ 2** [23/10/1574]. Đô thống sứ An Nam Mạc Mậu Hợp xin được tiến cống. Hứa cho."* **Minh Thực Lục: Quan hệ Trung Quốc Việt Nam,**

tập 3, trang 236.

Bấy giờ phía nhà Lê, Tiết chế Trịnh Tùng nắm hết mọi quyền. Bọn Trịnh Vĩnh Thiệu, Trịnh Bách và Lương quận công ngầm mưu sát hại; việc tiết lộ, đều bị bắt hạ ngục để xử tội. Bà phi họ Nguyễn, tức mẹ Trịnh Tùng, ra sức cứu gỡ mới được khỏi tội, nhưng bị tước quyền.

Ngày mồng 6 tháng giêng năm Sùng Khang thứ 10 [16/2/1575], (Lê Thế Tông năm Gia Thái thứ 3; Minh Vạn Lịch năm thứ 3); Mạc Kính Điển đem quân đánh Thanh Hoá, bọn Nguyễn Quyện đánh Nghệ An. Bấy giờ, quân Mạc mạnh, tiến đến đâu mọi người đều không dám chống lại, trốn vào núi rừng để tránh mũi nhọn của chúng. Kính Điển đem đại binh tiến đánh các sông ở Yên Định và Thuỵ Nguyên [phía hữu ngạn hạ lưu sông Mã và tả ngạn hạ lưu sông Chu]. Lại chia quân cho bọn tướng Tây đạo Mạc Ngọc Liễn tiến đánh các huyện Lôi Dương [huyện Thọ Xuân] và Đông Sơn.

Tháng 8 [4/9-3/10/1575], Tiết chế Trịnh Tùng sai thái phó Vinh quận công Hoành Đình Ái thống suất bọn Nghĩa quận công Đỗ Diễn, Thạch quận công Vương Trân, Hùng quận công Phan Văn Khoái đóng quân ở núi Tiên Mộc [huyện Nông Cống]. Tiết chế tự dẫn đại quân; sai bọn Thái phó Triều quận công Vũ Sư Thước và Dương quận công Nguyễn Hữu Liêu làm tiền đội đi tiên phong; Thái phó Vệ Dương hầu Trịnh Bách, Vĩnh Thọ hầu Trịnh Đồng, Quảng Diên hầu Trịnh Ninh, làm Tả đội; Thái phó Văn Phong hầu Trịnh Vĩnh Thiệu, Thái phó Ngạn quận công Trịnh Đỗ, Lương quận công, Bảng quận công Tống Đức Vị làm Hữu đội; bọn Lân quốc công Hà Thọ Lộc làm Hậu đội, đều tiến đến Chiêu Sơn đóng quân. Mạc Kính Điển đem đại binh đánh ở xã Đông Lý, huyện Yên Định. Bọn Sư Thước và Hữu Liêu tung kỳ binh ra đuổi. Mùa đông, Kính Điển phải kéo quân trở về.

Cũng trong tháng 8, Tiết chế Trịnh Tùng sai bọn thái phó An quận công Lại Thế Khanh, Tấn quận công Trịnh Mô, Lai quận công Phan Công Tích đem quân đến cứu Nghệ An, đánh nhau mãi với tướng Nam đạo của nhà Mạc là Nguyễn Quyện không được. Quyện đem kỳ binh phục sẵn để đợi, đánh thắng luôn, bắt được Công Tích đem về kinh đô.

Ngày 16 tháng 8, sứ nhà Mạc đến kinh đô Bắc Kinh tiến cống. Đây là lễ cống bù cho 4 kỳ, nên Đô thống sứ Mạc Mậu Hợp tiến hành một cách cẩn trọng. Sứ bộ hùng hậu gồm 73 người, cầm đầu là nhân vật nổi tiếng, Tuyên uỷ Đồng tri Lê Như Hổ. Sứ bộ được triều Minh tặng gấm lụa, ban yến, và cho hộ tống trở về đến châu biên giới Bằng Tường:

"***Ngày 16 tháng 8 năm Vạn Lịch thứ 3 [19/9/ 1575].*** *Đô thống sứ An Nam Mạc Mậu Hợp, sai sứ đến cống."* **Minh Thực Lục: Quan hệ Trung Quốc Việt Nam**, tập 3, trang 236.

"***Ngày 25 tháng 12 năm Vạn Lịch thứ 3 [25/1/1576].*** *Đô thống sứ An Nam Mạc Mậu Hợp sai bọn Tuyên uỷ Đồng tri cống bù 4 kỳ. Thiên tử khen sự cung thuận, ngoài việc thưởng như thường lệ còn ban thêm 4 tấm lụa đoạn, 2 tấm gấm để biểu thị sự ưu đãi."* **Minh Thực Lục: Quan hệ Trung Quốc Việt Nam**, tập 3, trang 237.

"***Ngày 10 tháng giêng năm Vạn Lịch thứ 4 [9/2/1576].*** *Đô thống sứ An Nam Mạc Mậu Hợp sai bọn Tuyên uỷ Đồng tri Lê Như Hổ cùng 73 người đến triều cống. Thiên tử sai quan đãi yến, ban thưởng như thường lệ."* **Minh Thực Lục: Quan hệ Trung Quốc Việt Nam**, tập 3, trang 237.

"***Ngày 3 tháng 2 năm Vạn Lịch thứ 4 [3/3/1576].*** *Sứ*

thần An Nam bọn Lê Như Hổ triều cống trở về. Thiên tử ra lệnh Thông sự Hồng lô tự hộ tống đến thôn Bố, châu Bằng Tường, tỉnh Quảng Tây; để theo ải Nam Quan ra về." **Minh Thực Lục: Quan hệ Trung Quốc Việt Nam**, tập 3, trang 237.

Năm Sùng Khang năm thứ 11[31/1/1576-18/1/1577], (Lê Thế Tông năm Gia Thái thứ 4; Minh Vạn Lịch năm thứ 4). Mạc Kính Điển lại đem quân xâm lược Thanh Hoa, tiến đánh sông Chu ở huyện Thuỵ Nguyên [huyện Thiệu Hoá]. Sai tướng Tây đạo Mạc Ngọc Liễn đem quân tiến đánh sông Mã ở huyện Yên Định. Lại chia quân sai tướng Nam đạo Nguyễn Quyện xâm lược Nghệ An, đánh nhau với Tấn quận công Trịnh Mô đến hơn vài tháng. Sau Trịnh Mô nhiều lần đánh không được, bèn rút về Thanh Hoa. Nguyễn Quyện nói:

"*Trịnh Mô đánh thua chạy về, rút quân không có hiệu lệnh, ta thế nào cũng bắt được nó*".

Bèn tự đốc quân đuổi tới Ngọc Sơn [huyện Tĩnh Gia, Thanh Hoá], bắt được; đưa Mô về kinh đô. Từ đấy, oai thanh của Nguyễn Quyện ngày một lừng lẫy, trở thành danh tướng của nhà Mạc.

Năm Sùng Khang năm thứ 12 [19/1/1577-6/2/1578], (Lê Thế Tông năm Gia Thái thứ 5; Minh Vạn Lịch năm thứ 5). Nhà Mạc mở khoa thi Hội. Cho bọn Vũ Giới, Nguyễn Nhân Triêm, Phạm Gia Môn đỗ Tiến sĩ cập đệ; bọn Lê Viết Thảng 5 người đỗ Tiến sĩ xuất thân; bọn Trần Như Lâm 10 người đỗ Đồng tiến sĩ xuất thân.

Phía nhà Lê đặt Chế khoa chọn nhân tài. Cho bọn Lê Trạc Tú 3 người đỗ Đệ nhất giáp Chế khoa xuất thân; bọn Hồ

Bỉnh Quốc 2 người đỗ Đệ nhị giáp đồng Chế khoa xuất thân.

Tháng 5 [18/5-15/6/1577], Tiết chế Trịnh Tùng hạ lệnh cho quan lại Thanh Hoá và Nghệ An đôn đốc dân các xã các huyện, hạn trước tháng 6 phải kịp thời cày cấy, không được để chậm, phòng khi quân đi qua, ảnh hưởng tới nghề nông.

Tháng 7 [15/7-13/8/1577], hạ lệnh cho dân cư các huyện dọc sông xứ Thanh Hoá như Hậu Lộc, Nga Sơn, Vĩnh Lộc, Yên Định, thu xếp của cải, gia súc, đưa vợ con vào lánh ở nơi hiểm yếu dưới chân núi để phòng quân giặc đến. Lệnh cho các cửa biển và điểm tuần phòng các nơi dọc đường đều đặt pháo hiệu. Nếu thấy quân giặc tới thì lập tức bắn một tiếng pháo hiệu làm tin, để cho cư dân nghe lệnh, lánh đi chỗ khác, không để quân giặc giết hại. Lại hạ lệnh cho vùng chân núi các huyện nếu thấy dân xã ven sông đưa trâu bò gia súc chạy đến xã mình thì phải nghiêm ngặt tuần phòng, nếu có trộm cướp phải đem người đến cứu. Nếu không đến cứu, để mất tiền của súc vật của dân tản cư, thì địa phương ấy phải chia nhau đền.

Phía nhà Mạc, lệnh lấy quân hạng nhất, nhì, ba ở các huyện, mỗi người mang đủ 3 tháng lương ăn để chuẩn bị đánh Thanh Hoá. Tháng 8 [14/8-11/9/1577], Mạc Kính Điển xâm phạm sông Đồng Cổ [sông Mã, huyện Yên Định] (1). Tiết chế Trịnh Tùng đích thân đem đại binh ra cửa luỹ Khoái Lạc [huyện Yên Định] (2) chống lại. Quân Mạc đánh phá dinh Hội Thượng; Hoàng Đình Ái đem kỳ binh khiêu chiến; Nguyễn Hữu Liêu đem quân chặn phá giặc. Lại đánh nhau với quân Mạc ở Hà Đô. Tống Đức Vị ngã trên voi xuống suýt bị quân Mạc bắt sống; Trịnh Bách dồn nhiều binh tượng đến cứu thoát. Sau quân Mạc lại tiến đến Hà Đô. Bọn tướng Nam đạo Nguyễn Quyện đem quân phục ở phía ngoài đê chờ đợi, rồi sai bọn Lại Thế Mỹ đem quân khiêu chiến, tiến đến ngoài cửa luỹ Khoái Lạc. Thế Mỹ nhảy lên ngựa trước đến đánh; quân nhà Lê dùng súng bắn chết dưới chân ngựa. Quân Mạc tan vỡ. Các quân tranh nhau dâng tai Thế Mỹ ở cửa quân.

Tháng 9 [11/10-9/11/1577], Mạc Kính Điển đem quân về Thăng Long. Bấy giờ, ở Thanh Hoa mưa dầm nhiều, nước lụt đến 7 lần, lúa má bị hư hại, dân đói to.

Tháng 11 [9/12/1577-7/1/1578] sao chổi xuất hiện, đến ngày mồng một tháng chạp [8/1/1578] chấm dứt; do sự kiện này Vua Thế Tông xuống chiếu đổi niên hiệu năm sau là Quang Hưng thứ nhất.

Ngày 21 tháng 12 năm Diên Thành thứ nhất [28/3/1578], (Lê Thế Tông năm Quang Hưng thứ nhất; Minh Vạn Lịch năm thứ 6); Mạc Mậu Hợp bị sét đánh ở trong cung, bại liệt nửa mình, sau chữa thuốc lại khỏi, bèn đổi niên hiệu Diên Thành thứ 1.

Tháng 7 [3/8-1/9/1578], Mạc Kính Điển đem quân vào đánh các huyện ven sông Thanh Hoá. Tiến đến xã Giang Biểu [huyện Vĩnh Lộc], Tiết chế Trịnh Tùng sai bọn Trịnh Bách đem quân vượt sông phục sẵn ở núi Phụng Công [thuộc xã Phụng Công, huyện Vĩnh Lộc], đánh nhau to ở cầu Phụng Công. Quan quân tập trung súng bắn vào, quân Mạc chết không xiết kể. Kính Điển liền rút quân về kinh đô. Vua lập hành tại ở sách Vạn Lại [huyện Thọ Xuân]; xây đàn Nam giao ở ngoài cửa luỹ Vạn Lại.

Tháng 10 [30/10-28/11/1578], tướng Tây đạo của Mạc là Mạc Ngọc Liễn đem quân xâm lấn các châu huyện thuộc Tuyên Quang và Hưng Hoá, đến châu Thu và châu Vật (3).

Thái phó Nhân quận công Vũ Công Kỷ [con Vũ Văn Mật] tung quân đánh lớn, quân Mạc thất bại rút về.

Tháng 7 năm Diên Thành thứ 2 [24/7-21/81579], (Lê Thế Tông năm Quang Hưng thứ 2; Minh Vạn Lịch năm thứ 7); Mạc Kính Điển lại đem quân vào xâm lấn Thanh Hoá, đánh phá vùng ven sông, đến sông Tống Sơn, phủ Hà Trung (4), đánh vào xã Chương Các. Tiết chế Trịnh Tùng sai Thái phó Nghĩa quận công Đặng Huấn đôn đốc chống quân Mạc ở xã Thái Đường [huyện Vĩnh Lộc], cùng sai Diễn quận công Trịnh Văn Hải làm tiên phong khiêu chiến, đánh mạnh vào núi Kim Âu [huyện Vĩnh Lộc]. Đặng Huấn thúc quân tiến ngầm đến địa phương Tống Sơn [huyện Hà Trung], ra Mục Sơn ở sông Bình Hoà [xã Bình Hoà, huyện Hà Trung], chặn phía sau; quân Mạc thua to phải rút về.

Năm Diên Thành thứ 3 [16/1/1580-3/2/1581], (Lê Thế Tông năm Quang Hưng thứ 3, Minh Vạn Lịch năm thứ 8). Nhà Mạc mở khoa thi Hội, lấy Đỗ Cung đỗ Tiến sĩ cập đệ; bọn Đỗ Trực 3 người đỗ Tiến sĩ xuất thân, bọn Nguyễn Thọ Xuân 20 người đỗ Đồng tiến sĩ xuất thân.

Vào tháng 8 [9/9-8/10/1580] nhà Lê cũng lập khoa thi Hội. Cho bọn Nguyễn Văn Giai [người huyện Can Lộc, Hà Tĩnh] 4 người đỗ Tiến sĩ xuất thân, bọn Lê Quang Hoa 2 người đỗ Đồng tiến sĩ xuất thân; Phùng Khắc Khoan cũng đậu khoa này.

Tháng 7 [10/8-8/9/1580], nhà Mạc sai bọn tướng Nam đạo Nguyễn Quyện, tướng Tây đạo Mạc Ngọc Liễn cùng viên tướng Hoẳng quận công đem quân vào đánh Thanh Hoa, cướp bóc tiền của, súc vật của dân cư các huyện dọc sông, rồi rút về.

Tháng 10 [7/11-6/12/1580], Mạc Kính Điển chết. Kính Điển là người nhân hậu, dũng lược, thông minh, tài trí, nhạy bén, hiểu đời, từng trải nhiều gian nan nguy hiểm, cần lao, trung thành; sinh được 9 người con trai, và 9 con gái. Con trai được phong tước Vương, hoặc Công; con gái được phong Thượng chúa.

Ngày mồng 3 tháng chạp [7/1/1581], nhà Mạc sai bọn Lương Phùng Thìn, Nguyễn Nhân An, Nguyễn Uyên, Nguyễn Khắc Tuy, Trần Đạo Vinh, Nguyễn Kính, Đông Uông, Vũ Cẩn, Nhữ Tông, Lê Đình Tú, Vũ Tĩnh, sang triều Minh cống hàng năm. Sử Trung Quốc xác nhận sứ bộ nhà Mạc đến triều Minh vào ngày 19 tháng 6 năm Vạn Lịch thứ 9 [19/7/1581]; dâng gộp 4 kỳ cống, nên được khen là trung thuận:

"***Ngày 19 tháng 6 năm Vạn Lịch thứ 9 [19/7/1581].*** *Đô thống sứ An Nam Mạc Mậu Hợp sai Tuyên phủ ty Đồng tri Lương Phùng Thìn dâng biểu văn và sản vật địa phương cống bù các năm Gia Tĩnh thứ 36, Gia Tĩnh thứ 39, và các chính cống vào năm Vạn Lich thứ 3, thứ 6. Bộ phúc tấu Mậu Hợp dâng 4 kỳ cống, trung thuận đáng khen. Thiên tử xuống chiếu mệnh ban yến, cùng ban sắc khen lao.*" **Minh Thực Lục: Quan hệ Trung Quốc Việt Nam**, tập 3, trang 238.

Năm Diên Thành thứ 4 [4/2/1581-23/1/1582], (Lê Thế Tông năm Quang Hưng thứ 4; Minh Vạn Lịch năm thứ 9); Vua nhà Mạc trao cho viên phụ chính là Ứng Vương Mạc Đôn Nhượng [con út Mạc Đăng Dung] thống lĩnh binh quyền, đưa các đạo quân xâm lược những huyện ven sông Thanh Hoá. Đôn Nhượng liền đem quân vượt biển vào đến huyện Quảng Xương, đóng quân ở núi Đường Nang. Tiết chế Trịnh Tùng sai Hoàng Đình Ái thống lĩnh các tướng tiến quân chống giữ. Đình Ái hội họp các tướng, sai Nguyễn Hữu Liêu làm tiên phong, Đình Ái tự đốc suất đại quân làm chính đội, tiến quân đối trận với quân Mạc; bọn Trịnh Bính, Hà Thọ Lộc làm tả đội chống quân Nguyễn Quyện; bọn Trịnh Văn Hải làm hữu đội, chống quân Mạc Ngọc Liễn. Bọn Trịnh Đồng, Trịnh Ninh làm hậu đội. Hôm ấy các quân đều tiến, đánh nhau to với quân Mạc. Quân Lê nhuệ khí, người nào cũng một mình địch nổi trăm người, chém hơn 600 thủ cấp giặc, bắt sống tướng giặc là bọn Chấn quận công Nguyễn Công và Phù Bang hầu, ngay tại trận. Quân Mạc đại bại, tan vỡ tháo chạy; Đôn Nhượng và tướng sĩ các đạo thu nhặt tàn quân trốn về kinh đô; quân nhà Lê toàn thắng khải hoàn, đến hành dinh dâng tù.

Mạc Mậu Hợp bị bệnh thông manh mờ mắt, tìm thầy thuốc giỏi trong khắp nước chữa liền mấy năm, nay bệnh khỏi, mắt lại sáng ra.

Ngày 26 tháng giêng năm Diên Thành thứ 5 [18/2/1582], (Lê Thế Tông năm Quang Hưng thứ 5; Minh Vạn Lịch năm thứ 10). Nhà Mạc sai Thượng thư bộ Hộ kiêm Quốc tử giám tế tửu Vịnh Kiều bá Hoàng Sĩ Khải và bọn Nguyễn Năng Nhuận, Nguyễn Lễ, Vũ Văn Khuê, lên địa đầu Lạng Sơn đón tiếp sứ bộ Lương Phùng Thìn trở về nước. Sứ bộ này được triều Minh tiếp đón vào ngày 19 tháng 6 năm Vạn Lịch thứ 9 [19/7/1581]; lúc trở về đến châu biên giới Bằng Tường, bị viên Thổ quan châu này là Lý Đức Thắng gây cản trở, khiến viên Thông sự hộ tống bị giết chết:

*"**Ngày 27 tháng 6 năm Vạn Lịch thứ 10 [16/7/1582].** Trước đó lúc Cống sứ An Nam trở về, sai quan Thông sự là Phạm Khả Cửu hộ tống. Đến châu Bằng Tường, viên Thổ quan Lý Đức Thắng đòi hỏi* [quà biếu], *nhưng không được*

vừa lòng, bèn gây khó khăn. Khả Cửu không chịu, Đức Thắng không nghe, sai Thổ ty Lục Châu bắt cướp Thông sự, cùng người gánh đồ cống. Rồi người Di vào quan ải, nơi này trở nên đại loạn, khả Cửu chết. Thượng thư Tổng đốc Trần Thuỵ tâu lên." **Minh Thực Lục: Quan hệ Trung Quốc Việt Nam**, tập 3, trang 239.

Sau việc rắc rối nêu trên, viên Tổng đốc Lưỡng Quảng tâu xin cải tiến tình trạng bằng những biện pháp như tăng cường phòng bị các con đường người An Nam vào cống; không đặt lưu quan tại Bằng Tường, cho lệ thuộc vào phủ Tư Minh (5), và cấm sứ bộ An Nam tặng quà cho dân địa phương:

"***Ngày 19 tháng 2 năm Vạn Lịch thứ 11*** *[12/3/1583]. Tổng đốc Lưỡng Quảng Thượng thư Trần Thuỵ, Tuần phủ Quảng Tây Thị lang Quách Ứng Sính dâng biểu gồm 3 điều bàn về việc làm tốt trong tương lai tại các quan ải như Bằng Tường.*

Trước đó Thông sự Phạm Khả Cửu hộ tống Sứ thần Di An Nam về nước. Đến Bằng Tường Thổ quan Lý Đức Thắng đòi lễ vật, việc này dẫn đến người Di cãi cọ; tranh đoạt hỗn độn, Phạm Khả Cửu bị mất văn thư, rồi viên này tự tử. Tuần Án Quảng Tây điều tra; Đức Thắng chết trong tù, nhân viên tại địa phương bị trừng trị có sai biệt. Nay xin trình bày những việc cần làm tốt trong tương lai:

- Có hai đường thuận lợi cho người Di vào cống là Hải Bắc thuộc tỉnh Quảng Đông, và Tả Giang (6) thuộc tỉnh Quảng Tây; nên sức địa phương nghiêm phòng.

- Bằng Tường quá gần dân Giao, không tiện đặt trụ sở cho lưu quan; tộc Lý Nhân tại đây coi việc châu đã lâu, vẫn cho châu này lệ thuộc vào phủ Tư Minh.

- Việc tống tặng quà của người Di gây rắc rối; phải nghiêm khắc cấm chỉ.

Thiên tử chấp thuận." **Minh Thực Lục: Quan hệ Trung Quốc Việt Nam**, tập 3, trang 240.

Tháng 6 [20/6-18/7/1582], tướng Mạc là Phù Nghĩa hầu Nguyễn Đình Luân về hàng nhà Lê, được ban tước Trà quận công. Bấy giờ, ở xã Đông Hồi, huyện Quỳnh Lưu, Nghệ An, có tảng đá trắng to, không biết ở đâu tới cửa biển, rồi từ dưới nước văng lên đất bằng, cách mép nước 15 trượng; người dân địa phương cho là linh dị, bèn lập đền thờ.

Năm Diên Thành thứ 6 [24/1/1583-11/4/1584], (Lê Thế Tông năm Quang Hưng thứ 6; Minh Vạn Lịch năm thứ 11); nhà Mạc mở khoa thi Hội, lấy Nguyễn Tuấn Ngạn đỗ Tiến sĩ cập đệ, bọn Đào Tông 3 người đỗ Tiến sĩ xuất thân; bọn Nguyễn Đức Mậu 14 người đỗ Đồng tiến sĩ xuất thân.

Phía nhà Lê cũng mở khoa thi Hội các sĩ nhân trong nước; cho bọn Nguyễn Nhân Chiêm 3 người đỗ Tiến sĩ xuất thân; Lê Văn Thông đỗ Đồng tiến sĩ xuất thân.

Tháng 7 [17/8-15/9/1583], quân Mạc xâm phạm Thanh Hoá, đánh phá các huyện ven sông. Tiết chế Trịnh Tùng sai quân đánh lớn ở ngoài cửa biển, đuổi quân Mạc đi. Từ đó, quân Mạc không dám xâm phạm nữa, nhân dân các xứ Thanh Hoa và Nghệ An được nghỉ ngơi. Bấy giờ Trấn Yên nước Ai Lao cống hiến triều Lê sản vật địa phương.

Tháng 10 [14/11-13/12/1583], Tiết chế Trịnh Tùng đốc suất đại quân ra vùng Sơn Nam Hạ, đánh dẹp các huyện Yên Mô [Ninh Bình], Yên Khang [Ninh Bình], thu lấy thóc lúa rồi rút về. Tướng Đông đạo của nhà Mạc là Kỳ quận công Nguyễn Viết Kính quay theo triều Lê, được ban tước Đông quận công.

Tháng giêng năm Diên Thành thứ 7 [12/2-11/3/1584], (Lê Thế Tông năm Quang Hưng thứ 7; Minh Vạn Lịch năm thứ 12); phía nhà Lê, Tiết chế Trịnh Tùng xuất quân đánh dẹp các huyện Gia Viễn, Yên Mô, Yên Khang [Ninh Bình], lại tiến quân tuần hành các huyện Phụng Hoá, phủ Thiên Quan [huyện Nho Quan, Ninh Bình].

Ngày mồng 4 tháng 9 [7/10/1584], Trịnh Cối chết ở bên Mạc. Trước đây, Cối đầu hàng họ Mạc, được ban tước Trung Lương hầu, sau được thăng lên Trung quận công. Đến đây chết. Họ Mạc sai người đến điếu tế; lại muốn giao hảo với nhà Lê; nên sai quân đưa linh cữu, cho mẹ và vợ con đem về chôn. Tiết chế Trịnh Tùng cũng sai người đón tiếp linh cữu về quàn ở bên hữu núi Quân Yên, huyện Yên Định; đặt lễ cúng tế, dâng biểu tâu vua tha tội cho Cối, tặng thái phó Trung quốc công, cho con cái là bọn Trịnh Sâm để tang.

Thời nhà Mạc xảy ra tranh chấp biên giới với nhà Minh tại các châu Qui Thuận và Hạ Lôi, gần biên giới phía bắc tỉnh Cao Bằng. Mạc Mậu Hợp đã đòi được 6 giáp 12 thôn bị mất, nhưng cho là trả chưa đủ, vẫn đòi họp các quan hai bên để hội khám. Lúc đầu nhà Minh không chịu trả thêm; nhưng đến ngày 1 tháng 9 năm Vạn Lịch thứ 14 [12/10/1586], lại trả thêm 4 thôn:

*"**Ngày 11 tháng giêng năm Vạn Lịch thứ 12 [22/2/1584].** Tổng đốc Lưỡng Quảng Hữu Đô Ngự sử Quách Ứng Sính xin hội các quan để khám xử An Nam và các động thuộc các xứ như Hạ Lôi Qui Thuận tại biên giới. Hoặc trả lại cho An Nam, hoặc xây mốc đá định biên giới, để chấm dứt mối tranh giữa hai bên và phân biệt giữa Hoa và Di. Thiên tử theo lời."*

Minh Thực Lục: Quan hệ Trung Quốc Việt Nam, tập 3, trang 240.

"***Ngày 26 tháng 6 năm Vạn Lịch thứ 13 [22/7/1585].*** *Trước đó vào năm Vạn Lịch thứ 8 có cuộc tranh chấp biên giới giữa An Nam và các hạt động Lôi, Qui Thuận thuộc tỉnh Quảng Tây. Triều đình sai quan cắt trả lại 6 giáp, 12 thôn. Đến nay sứ đến lại đem việc mất đất ra nói. Bộ Lễ tâu:*

'Điều xin của Mậu Hợp quá quắt lắm! Việc mất đất xảy ra cách mấy chục năm về trước, tranh chấp lại xảy ra mấy chục năm sau đó; người xưa nói; "Người khéo xảo trá mở đất đai theo ý họ", Mậu Hợp đúng là người như vậy. Nay ban văn thư cho biết về việc sửa đổi trong bản đồ.'

Thiên tử chấp nhận." **Minh Thực Lục: Quan hệ Trung Quốc Việt Nam**, tập 3, trang 241.

"***Ngày 1 tháng 9 năm Vạn Lịch thứ 14 [12/10/1586].*** *Bộ Binh phúc tấu về việc các quan Đốc Phủ tại Lưỡng Quảng xưng rằng:*

'Các châu, động Hạ Lôi, Qui Thuận tiếp giáp với An Nam; thời Trần Lê kế tiếp có xảy ra sự xâm vượt, đến nay qua các đời nhân tâm đã định, yên ổn không phải chỉ có một ngày. Nay Đô thống sứ Mạc Mậu Hợp nảy ý tham đòi hỏi, tâu nhàm lên Thiên tử, đã sai quan khám và trả lại hơn 120 thôn. Nhưng y còn buông thả mưu đồ phóng túng đòi hỏi không ngớt, hành động của y giống như cái gọi là 'được Lũng lại muốn thêm Thục'; thực là qua lắm! Sự việc không thể nghe một bên, để tiếp tục gây mối lo dồn dập về sau. Căn cứ vào cương thổ trước kia, hoặc lấy núi non làm giới hạn, hoặc lấy sông ngòi làm giới hạn để phán xét, không thể điều đình theo lối quanh co. Có hai thôn Ngâm Bang, Long Phố dân giống

như người Di; Ba Mễ, Cô Cổ 2 thôn đất gần Thạch Lâm, xin đề nghị ban cấp. Để mỗi bên tuân thủ những điều đã định.'

Thiên tử theo lời bàn để tỏ sự ưu đãi đối với người phương xa, nay công bố, từ nay trở về sau không được phép vượt ra khỏi bổn phận trình bày xin thêm nữa!" **Minh Thực Lục: Quan hệ Trung Quốc Việt Nam**, tập 3, trang 242.

Mạc Mậu Hợp rất chăm việc triều cống nhà Minh, vào đầu năm Vạn Lịch thứ 12 [4/3/1584] nhờ Tổng đốc Lưỡng Quảng tâu xin đến cống đúng hạn và cống bồi thêm cho 2 kỳ:

"***Ngày 22 tháng 1 năm Vạn Lịch thứ 12 [4/3/1584]****. Đô thống sứ An Nam Mạc Mậu Hợp từ khi được thế tập chức tước đến nay, triều cống không thiếu. Nay đúng kỳ cho 3 năm cống, lại cống bồi 2 kỳ; nên xin Tổng đốc Lưỡng Quảng Quách Ứng Sính tâu lên và bộ Binh phúc trình. Chiếu xuống cho phép mở cửa quan để xét và tiến dâng đồ cống."* **Minh Thực Lục: Quan hệ Trung Quốc Việt Nam**, tập 3, trang 241.

Sau khi được chấp thuận, vào tháng 10 [2/11-1/12/1584] sứ bộ do Nguyễn Doãn Khâm cầm đầu lên đường sang nhà Minh:

"Tháng 10 họ Mạc sai bọn Nguyễn Doãn Khâm, Nguyễn Vĩnh Kỳ, Đặng Hiển, Nguyễn Năng Nhuận, Vũ Sư Tích, Nguyễn Lễ sang tuế cống nhà Minh." **Toàn Thư, Bản Kỷ Tục Biên**, quyển 17, trang 14a.

Sứ bộ gồm 40 người đến Yên Kinh; ngoài ban thưởng như thường lệ, được thưởng thêm gấm và lụa đoạn:

"***Ngày mồng 3 tháng 6 năm Vạn Lịch thứ 13 [29/6/1585].***

An Nam Đô thống sứ ty Đô thống sứ Mạc Mậu Hợp sai bọn Tuyên uỷ sứ Nguyễn Doãn Khâm gồm 40 người dâng cống vật như đồ bằng bạc, ngà voi, sản vật địa phương; được chia làm 2 lễ cống cho năm Vạn Lịch thứ 9 và năm thứ 12. Gia thưởng 1 tấm gấm, 4 tấm lụa đoạn; quan đi cống được thưởng như lệ." **Minh Thực Lục: Quan hệ Trung Quốc Việt Nam**, tập 3, trang 241.

Tháng giêng năm Diên Thành thứ 8 [21/1-28/2/1585], (Lê Thế Tông năm Quang Hưng thứ 8; Minh Vạn Lịch năm thứ 13); Tiết chế Trịnh Tùng tự đốc suất đại quân đi dẹp vùng biên giới phía tây, từ Thiên Quan [Ninh Bình], đánh phá các huyện Mỹ Lương [huyệnMỹ Đức, Hà Tây], Thạch Thất [Hà Tây], Yên Sơn [huyện Quốc Oai, Hà Tây]. Quân tiến tới núi Sài Sơn [huyện Quốc Oai, Hà Tây] thì rút về, để lại viên tỳ tướng là Chiêu quận công ở chợ Hoàng Xá. Quân Mạc đuổi theo kịp, Chiêu quận công chết tại trận, quân Mạc lấy được 1 con voi.

Tháng 12 [20/1-17/2/1586], Phủ tiết chế đem quân ra vùng Sơn Nam, đánh dẹp miền Gia Viễn [Ninh Bình], Phụng Hoá [huyện Nho Quan, Ninh Bình] rồi rút về.

Tại vùng Thuận Hoá, tướng giặc nước Tây Dương hiệu là Hiển Quý (Hiển Quý là tên hiệu của bọn tù trưởng, không phải là tên người) đi 5 chiếc thuyền lớn, đến đậu ở Cửa Việt [Quảng Trị] để cướp bóc ven biển. Trấn thủ Nguyễn Hoàng sai người con thứ sáu là Nguyễn Phúc Nguyên lĩnh hơn 10 chiếc thuyền, tiến thẳng đến cửa biển, đánh tan 2 chiếc thuyền giặc. Bọn Hiển Quý sợ chạy.

Năm Đoan Thái năm thứ 1 [1586], (Lê Thế Tông năm Quang Hưng thứ 9; Minh Vạn Lịch năm thứ 14);; Minh Vạn

Lịch năm thứ 14); nhà Mạc đổi niên hiệu, lấy năm nay là Đoan Thái thứ nhất. Mùa xuân, họ Mạc mở khoa thi Hội; cho Nguyễn Giáo Phương đỗ Tiến sĩ cập đệ, bọn Phạm Minh Nghĩa 3 người đỗ Tiến sĩ xuất thân; bọn Nguyễn Văn Tảo 17 người đỗ Đồng tiến sĩ xuất thân.

Tháng 3 [19/4-17/5/1586] Vua Lê sai Hiến sát sứ là Nguyễn Tạo đến Thuận Hoá khám những ruộng đất hiện cày cấy để thu thuế. Khi Tạo đến, Trấn thủ Nguyễn Hoàng lấy lòng thành tiếp đãi; Tạo rất cảm phục, không đi khám đạc nữa, cho các phủ huyện tự làm sổ, sổ làm xong rồi đem về.

Vào ngày 17 tháng 8 [29/9/1586], tại Thanh Hoá dinh Yên Trường [huyện Thiệu Hoá] cháy lớn. Khi ấy, gió to, lửa mạnh, cháy lan cả phủ dinh, trại quân, phố xá đến vài nghìn nhà. Mây sắc đỏ che kín mặt trời, khói đen đầy trời, từ giờ Ngọ [11-13 giờ] đến giờ Thân [15-16 giờ] lửa mới tắt. Bà phi của Thái Vương là Nguyễn Thị Ngọc Bảo [con Nguyễn Kim, mẹ Trịnh Tùng] bị chết cháy, Tiết chế Trịnh Tùng lánh chỗ khác để tang; truy tôn mẹ là Minh Khang Thái Vương Thái Phi. Ngày 28 [10/10/1586], trong dinh Yên Trường nổi cơn lốc lớn đến hai dặm, người ngã, nhà tốc, đá bay cát cuộn bay, gãy cây sụt ngói. Ngày mồng 3 tháng 9 [14/10/1586], nước to, mưa dầm hàng tuần; năm ấy Thanh Hoá mất mùa.

Tháng giêng năm Đoan Thái năm thứ 2 [7/2-8/3/1587], (Lê Thế Tông năm Quang Hưng thứ 10; Minh Vạn Lịch năm thứ 15) Tháng giêng, họ Mạc sai sửa chữa tầng ngoài thành Thăng Long và sửa sang các đường phố. Tháng 2 [9/3-7/4/1587], họ Mạc hạ lệnh cho các xứ trong nước phải đắp luỹ đất và trồng tre, trên từ sông Hát [sông Đáy], xuống tới sông Hoa Đình huyện Sơn Minh [huyện Ứng Hoà, Hà Tây], kéo dài đến vài trăm dặm để đề phòng quân đến.

Tháng 5 [6/6-5/7/1587], phía nhà Lê, Thái phó Vệ Dương hầu Trịnh Bách có tội bị xử thắt cổ. Bách cùng họ với Trịnh Tùng, trước đây cùng với Lê Cập Đệ bày mưu định hại Trịnh Tùng. Mưu tiết lộ, Cập Đệ bị giết, Bách bị giam vào trong ngục. Nhờ có Thái phi Nguyễn Thị Ngọc Bảo hết sức can thiệp, nên được tha tội. Sau khi Ngọc Bảo mất, Bách bị kết tội ngầm nuôi những người yêu thuật, phù thuỷ; lại mưu chôn mộ cha vào đất cấm.

Tháng 10 [31/10-29/11/1587], Tiết chế Trịnh Tùng đem quân đánh phá các huyện Trường Yên [Ninh Bình], Thiên Quan [tây Ninh Bình], rồi tiến quân ra phía tây, đến huyện Mỹ Lương [huyện Chương Mỹ, Hà Tây]. Nhà Mạc sai tướng Tây đạo là Mạc Ngọc Liễn xuất quân ra huyện An Sơn [huyện Quốc Oai, Hà Tây] để đánh vào phía tả quân Tùng, lại sai tướng Nam đạo là Nguyễn Quyện xuất quân đến huyện Chương Đức [huyện Chương Mỹ, Hà Tây], vượt qua sông Do Lễ [huyện Chương Mỹ], lại chia quân đặt mai phục ở miền sơn cước phía hữu, chực cắt đứt đường vận tải lương thực của quân Tùng. Do thám biết được, Tiết chế Trịnh Tùng trước hết sai đại tướng Hoàng Đình Ái cấp tốc đang đêm lén về để giữ Thanh Hoá, lưu bọn Hà Thọ Lộc và Ngô Cảnh Hựu ở lại canh giữ binh lương ở phía sau. Tùng lại sai bọn Nguyễn Hữu Liêu và Trịnh Đỗ, từ đường phía tả, xuất quân đi cầm cự với Mạc Ngọc Liễn để phân tán thế lực của địch. Còn Tùng thì đốc quân do đường phía hữu kéo ra, tiến đánh Nguyễn Quyện. Quyện thua liểng xiểng, phục binh cũng tan vỡ chạy nốt: chúng tranh nhau qua sông, chết đuối vô kể. Quan quân chém và bắt sống vài trăm địch, truy kích đến nửa ngày mới thôi. Ngọc Liễn cũng thu quân chạy trốn. Từ đó. Quyện sợ oai, hễ gặp quân Trịnh thì xa lánh, không dám tranh giành trước mũi nhọn sắc bén nữa. Qua ngày hôm sau Trịnh Tùng đem đại quân tấn công các huyện An Sơn, Thạch Thất, đều phá được cả. Sau đó, vào cuối năm, nên Tiết chế Trịnh Tùng rút quân về Thanh Hoá.

Chú thích:

1. Sông Đồng Cổ: khúc sông mã chảy qua địa phận xã Đan Nê, huyện Yên Định. Vì xã này có núi Đồng Cổ, trên núi có đền Đồng Cổ, nên gọi như vậy.

2. Luỹ Khoái Lạc: ở xã Khoái Lạc, huyện Yên Định, Thanh Hoá.

3. Châu Thu, Châu Vật: **Cương Mục** chép là châu Thu Vật, vùng đất tương đương với huyện Yên Bình, tỉnh Yên Bái.

4. Phủ Hà Trung: gồm 3 huyện Hà Trung, Nga Sơn, Hoằng Hoá.

5. Tư Minh: phủ trị Tư Minh xưa tại huyện Ninh Minh hiện nay, vị trí cách ải Nam Quan khoảng 30km.

6. Tả Giang:do sông Bằng tại tỉnh Cao Bằng chảy sang Trung Quốc hợp với sông khác tại Long Châu tạo thành sông Tả Giang.

121.

Mạc Mậu Hợp (3)

Tháng 2 năm Hưng Trị thứ 1 [26/2-25/3/1588], (Lê Thế Tông năm Quang Hưng thứ 11; Minh Vạn Lịch năm thứ 16); nhà Mạc thấy quân nhà Lê mỗi ngày một mạnh, bèn định kế phòng thủ. Hạ lệnh cho quân dân các huyện trong bốn trấn đắp thêm ba lớp luỹ ngoài thành Đông Đô, bắt đầu từ phường Nhật Chiêu [Nhật Tân, Hà Nội] vượt qua Hồ Tây, qua cầu Dừa [phường Thịnh Quang, Hà Nội] đến cầu Dền [ô Cầu Dền, Hà Nội] suốt đến Thanh Trì, giáp phía tây bắc sông Nhị Hà, cao hơn thành Thăng Long cũ đến vài trượng, rộng 25 trượng, đào 3 lớp hào, đều trồng tre, dài tới mấy mươi dặm để bọc lấy phía ngoài thành.

Trước đây, Đông quận công của nhà Mạc là Phạm Viết Kính theo về triều đình nhà Lê, được cấp binh dân tổng Châu Xuyết, huyện Hoằng Hoá [Thanh Hoá] và cho mang quân đi đánh Mạc. Viết Kính cai trị rất nghiêm khắc, dân đều sợ hãi, nhiều người ca than; dân địa phương dâng biểu tố cáo.

Tháng 4 [25/4-24/5/1588], Phủ tiết chế đem quân ra đánh các huyện Yên Mô, Yên Khang [Ninh Bình], dẹp yên dân miền ấy rồi về.

Tháng 11 [18/12/1588-16/1/1589], Tiết chế Trịnh Tùng lại

đem đại binh ra đánh các huyện thuộc phủ Trường Yên và Thiên Quan [Ninh Bình, Hoà Bình]. Quân tới Yên Mô, Yên Khang, thu được rất nhiều trâu bò, gia súc và của cải rồi vượt sông Chính Đại, đến trại Dương Vũ [huyện Yên Khánh, Ninh Bình] đóng quân. Sau một tuần, Phủ tiết chế giả cách rút quân về, để lại kỳ binh và voi ngựa mai phục ở sau dinh, rồi đốt doanh trại để dụ địch. Quân Mạc quả nhiên bỏ không trại sách, tranh nhau lên trước đuổi đánh. Phục binh bỗng nổi dậy đánh úp, chém được mấy trăm thủ cấp. Tướng Mạc là bọn Tân quận công, Quỳnh quận công chỉ thoát được thân mình. Tiết chế Trịnh Tùng thu quân rút về; đến núi Tam Điệp [Ninh Bình] hạ lệnh cho các quân đi lấy cây gỗ lim lớn, dài 30 thước, cắm ở cửa biển Linh Trường [Lạch Trường, huyện Hậu Lộc, Thanh Hoá]; những cọc gỗ đều dùng dây sắt khoá lại.

Năm Hưng Trị thứ 2 [1589] (Lê Thế Tông năm Quang Hưng thứ 12; Minh Vạn Lịch năm thứ 17); nhà Mạc mở khoa thi Hội, lấy bọn Phạm Y Toàn 17 người đỗ Đồng tiến sĩ xuất thân.

Nhà Lê cũng cho thi Hội các Cử nhân trong nước; cho bọn Lê Nhữ Bật, Lương Trí đỗ Tiến sĩ xuất thân; bọn Lương Khiêm Hanh, Lê Túc đỗ Đồng tiến sĩ xuất thân.

Tháng 10 [8/11-7/12/1589], Tiết chế Trịnh Tùng đánh bại quân Mạc ở núi Tam Điệp [Ninh Bình]; Mạc Đôn Nhượng bỏ chạy.

Trước đó Trịnh Tùng đích thân đốc suất đại quân đi đánh các huyện tại Trường Yên [Ninh Bình]. Nhà Mạc sai Đôn Nhượng đem vệ sĩ và quân 4 trấn, ấn định nhật kỳ đồng thời cùng tiến. Đôn Nhượng kéo đến Yên Mô [Ninh Bình], hẹn ngày hội chiến.

Tiết chế Trịnh Tùng bàn mưu với các tướng rằng:

"Giặc Mạc dốc hết quân đến đây, định quyết một trận sống mái với ta đó. Nay ta đã giữ một chỗ địa thế hiểm yếu rồi, quân giặc dẫu nhiều cũng không thể làm gì được. Binh pháp có nói: 'Một người giữ được chỗ hiểm yếu thì hàng nghìn kẻ khác không địch nổi'. Chính là thế đó. Bây giờ ta nên giả vờ rút lui, nhử giặc vào sâu hiểm địa; giặc coi khinh ta, chắc sẽ lùa hết quân sĩ đuổi theo. Bấy giờ ta sẽ tung quân chủ lực ra đánh úp chúng thì tất thế nào cũng phá tan được".

Đêm hôm ấy, hồi canh ba, Tùng sai Nguyễn Hữu Liêu quản lãnh 15.000 quân tinh nhuệ, 200 quân khinh kỵ kéo đi trước, lén mai phục ở chân núi. Tùng cắt bọn Trịnh Đỗ và Trịnh Đồng quản lãnh quân lính ở lại đoạn hậu, nhử giặc vào chỗ mai phục; Ngô Cảnh Hựu thì thu lượm lương thực và quân lính rút lui trước để tỏ ý kéo quân về. Đại Doanh của trung quân cũng theo đó rút lui. Trịnh Tùng điều quân cũng rút vào núi Tam Điệp, đóng dinh trại. Quân Mạc thấy thế, cho rằng quân nhà Lê khiếp sợ, tháo lui, trốn tránh, nên chúng đua nhau lên trước để đuổi theo đánh giết. Bọn Đỗ và Đồng vừa đánh vừa lùi, nhử giặc đến sơn cước. Phục binh nghe tiếng pháo nổ, hàng loạt nổi dậy. Trịnh Tùng tung đại quân ra, bốn mặt cùng hăng hái đánh; chém hơn nghìn thủ cấp địch, bắt sống hơn 600 người. Giặc tan vỡ xiểng liểng thua chạy. Đôn Nhượng thu lượm tàn quân trốn về. Quân nhà Lê đại thắng, bèn rút. Các tướng ai nấy đều đem đến dâng nộp những tù binh mà mình đã bắt được; Tiết chế Trịnh Tùng đều sai cởi trói và vỗ về yên ủi, rồi cấp cho cơm áo, thả về.

Bấy giờ tại Thuận Quảng mấy năm được mùa luôn, dân chúng no đủ; nhà Lê thì liền năm đánh dẹp, quân dụng không đủ. Trấn thủ Nguyễn Hoàng ra lệnh thu thuế gửi đi giúp quân phí, chưa từng để thiếu thốn; Tây Đô được nhờ vào đấy.

Vào ngày mồng 2 tháng 10, Mạc Mậu Hợp sai sứ đến cửa quân Lưỡng Quảng xin làm lễ cống:

"***Ngày 2 tháng 10 năm Vạn Lịch thứ 17 [9/11/1589].*** *Đô thống sứ ty An Nam Đô thống sứ Mạc Mậu Hợp đến cửa quân Lưỡng Quảng trình xin làm 2 lễ cống bù và cống chính thức.*" **Minh Thực Lục: Quan hệ Trung Quốc Việt Nam**, tập 3, trang 243.

Sau khi được chấp nhận, vào năm sau sứ bộ Lại Mẫn đến Bắc Kinh tiến cống, được ban yến tiệc:

"***Ngày 11 tháng 8 năm Vạn Lịch thứ [18 9/9/1590].*** *Đô thống sứ An Nam Mạc Mậu Hợp sai bọn Tuyên phủ Phó sứ Lại Mẫn tiến cống, ban yến như lệ.*" **Minh Thực Lục: Quan hệ Trung Quốc Việt Nam**, tập 3, trang 243.

Năm Hưng Trị thứ 3 [5/2/1590-21/1/1591], (Lê Thế Tông năm Quang Hưng thứ 13; Minh Vạn Lịch năm thứ 18). Bấy giờ Hoằng quận công của nhà Mạc chứa giấu phu nhân của Đường An Vương Mạc Kính Chỉ. Việc bị phát giác, Hoằng quận công và phu nhân đều bị giết.

Năm Hồng Ninh thứ 1[25/11591-12/2/1592], (Lê Thế Tông năm Quang Hưng thứ 14; Minh Vạn Lịch năm thứ 19). Mạc Mậu Hợp đổi niên hiệu Hưng Trị thành Hồng Ninh năm thứ 1.

Tháng 12 [15/1-12/2/1592], Tiết chế Trịnh Tùng lại định

mang quân ra Bắc. Để lại lực lượng phòng thủ, sai bọn Diễn quận công Trịnh Văn Hải, Thái quận công Nguyễn Thất Lý đem quân thuỷ, bộ đi trấn giữ những nơi hiểm yếu ở các cửa biển Thanh Hoá; Thọ quận công Lê Hoà kiêm coi võ sĩ trong ngoài bốn vệ theo hầu canh giữ dinh Vua.

Đến kỳ tiến quân, điều động các quân, chia thành 5 đội, cùng một lúc tiến phát:

- Đội thứ nhất là dinh tả khu, bọn Thái phó Dương quận công Nguyễn Hữu Liêu và Kỳ quận công Trịnh Ninh đem quân tinh nhuệ cùng tướng sĩ các dinh cơ Trung nghĩa, gồm 1 vạn người làm tiên phong đi trước.

- Đội thứ hai là dinh hữu khu gồm bọn Thái uý Vinh quận công Hoàng Đình Ái, Vĩnh quận công Trịnh Đồng và voi ngựa cùng 1 vạn quân.

- Đội thứ ba là dinh tiền khu gồm Thái bảo Ngạn quận công Trịnh Đỗ và 1 vạn giáp binh, voi ngựa.

- Đội thứ tư là đại dinh trung khu, Tiết chế Trịnh Tùng đích thân đốc suất 2 vạn binh mã của Trung quân.

- Đội thứ năm gồm bọn Lân quận công Hà Thọ Lộc và Thế quận công Ngô Cảnh Hựu cùng đốc suất quân chở lương làm hậu quân.

Quân xuất phát từ Tây Đô đi ra theo đường huyện Quảng Bình [huyện Thạch Thành, Thanh Hoá], qua phủ Thiên quan [Ninh Bình], đào núi, mở đường, luồn cây xuyên rừng, vượt sông chui hang, đi gấp hơn 10 ngày, đến núi Mã Yên [huyện Quốc Oai, Hà Tây] ở đầu địa giới Sơn Tây thì đóng quân lại. Ngày hôm sau, qua núi Mường Động đất Thanh Xuyên [huyện Thanh Thuỷ, Thanh Sơn, thuộc Phú Thọ]. Quân đi đến đâu, đều như cỏ bị gió lướt, không đến mười ngày đã dẹp yên các huyện Yên Sơn, Thạch Thất, Phúc Lộc, Tân Phong [các huyện thuộc tỉnh Sơn Tây cũ], rồi đóng dinh ở Tốt Lâm.

Bấy giờ nhà Mạc cử hết đại binh, thuộc 4 trấn, 4 vệ, 5 phủ, được độ hơn 10 vạn, hẹn đến ngày 16 [30/1/1592] đến hội quân ở Hiệp Thượng, Hiệp Hạ [huyện Quốc Oai, Hà Tây] để quyết chiến. Sai Mạc Ngọc Liễn đốc suất các tướng sĩ binh mã Tây đạo; Nguyễn Quyện đốc suất tướng sĩ binh mã Nam đạo, bọn Ngạn quận công, Thuỷ quận công chỉ huy binh mã Đông đạo; bọn Đương quận công, Xuyên quận công chỉ huy binh mã Bắc đạo; bọn Khuông Định công, Tân quận công chỉ huy binh mã 4 vệ. Mạc Mậu Hợp đích thân đốc suất binh mã của chính dinh; hậu đội thì trong có các Tôn thất họ Mạc và các tướng túc vệ ở Đông đạo đi sau tiếp chiến.

Ngày 27 [10/2/1592], chia đường cùng tiến. Đến địa phận xã Phấn Thượng [huyện Ba Vì, Hà Tây], hai bên đối trận với nhau, dàn bày binh mã. Họ Mạc sai bọn Khuông Định công và Tân quận công đốc thúc binh mã bốn vệ làm tiền đội đi tiên phong, dinh tướng Tây đạo làm binh mã cánh hữu, dinh tướng Nam đạo làm binh mã cánh tả; dinh tướng hai đạo Đông và Bắc làm binh mã hậu đội. Bốn đội quân khua chuông đánh trống nhất tề tiến lên. Mạc Mậu Hợp đích thân đốc chiến. Tiết chế Trịnh Tùng nghe tin, ngay ngày hôm ấy chia quân, sai tướng sĩ dinh hữu khu tiến lên khiêu chiến. Lại chọn 400 quân thiết kỵ xông lên trợ chiến. Hạ lệnh cho các dinh cơ phải theo đúng sự chỉ huy. Quân hai bên đón đánh nhau giáp lá cà suốt từ giờ Mão đến giờ Tỵ [6-12 giờ sáng], nhuệ khí tăng bội phần. Tiết chế Trịnh Tùng cầm cờ chỉ huy, ba quân theo lệnh, cố sức đánh, chém được Khuông Định công và Tân quận công tại trận. Họ Mạc thấy thế quân không địch nổi, liền hạ lệnh án binh thế thủ. Giờ Thân [16-18 giờ] Tiết chế Trịnh Tùng đích thân đốc chiến, chỉ huy ba quân, quân bên tả đánh vào cánh tả của giặc, quân bên hữu đánh vào cánh hữu, rất có kỷ luật. Tướng sĩ hăng hái, gươm giáo rợp trời, đồng thanh gắng sức, thề phá tan giặc. Thế rồi bắn ba phát súng lệnh, quan quân thế như chẻ tre, truy đuổi giặc chạy dài. Quân Mạc kinh hoàng, cánh quân tả không kịp trông cánh hữu, quân sau không kịp nhìn quân trước, binh lính tuy đông nhưng cờ xí lộn xộn, hàng ngũ đã rối loạn, quan quân nhân thế đánh tan. Các quân thừa thắng đuổi dài đến Giang Cao, chém được hơn 1 vạn thủ cấp, máu chảy khắp đồng, thây chết thành núi, cướp được khí giới và ngựa nhiều không kể xiết. Mạc Mậu Hợp sợ đến vỡ mật, xuống thuyền vượt sông mà chạy. Tàn quân tranh nhau xuống thuyền, người trong thuyền sợ thuyền đắm, lấy gươm chặt đứt tay rơi xuống sông chết đến quá nửa, còn lại thì đều chạy trốn. Duy có tướng Nam đạo là Nguyễn Quyện lánh xa nên được an toàn. Mạc Mậu Hợp trốn về kinh đô. Gặp lúc gần tối, Tiết chế Trịnh Tùng đóng quân lại ở Hiểm Sơn.

Tiết chế Trịnh Tùng đốc suất tiến quân đến chợ Hoàng Xá, đóng đại doanh tại đây. Hạ lệnh cho các dinh vượt sông Cù [sông Đáy, huyện Phúc Thọ, Hà Tây] phá huỷ hào luỹ của giặc, san thành đất bằng. Chiều hôm ấy, Tiết chế Trịnh Tùng bàn rằng:

"Nên nhân cái uy thế sấm sét không kịp bịt tai này mà đánh lấy thì dễ như nhặt hạt cải."

Bèn tiến quân, sai Nguyễn Hữu Liêu đem 5000 quân tinh nhuệ và voi khoẻ cùng ngựa bọc sắt, đến giờ Dần [3giờ-5 giờ sáng], thẳng tiến đến đóng ở cầu Cao tại góc tây bắc thành

Thăng Long, phóng lửa hiệu, bắn liền bảy phát, thiêu đốt nhà cửa, khói lửa khắp trời. Trong thành sợ hãi rối loạn. Mạc Mậu Hợp sợ hãi cuống quít, bỏ thành chạy trốn. Đêm hôm ấy, già trẻ gái trai thành trong thành ngoài, tranh nhau xuống thuyền qua sông, thuyền đắm, chết đuối đến hơn 100 người. Đến sáng, Hữu Liêu lại thu quân về hành dinh. Gặp ngày tết Nguyên đán [13/2/1592], uý lạo tướng sĩ, hẹn phải thu phục kinh thành. Bấy giờ, bè đảng Mạc tuy còn chưa dẹp hết, nhưng thanh thế quân nhà Lê càng ngày càng lừng lẫy.

Ngày mồng 3 tháng giêng năm Hồng Ninh năm thứ 2 [15/2/1592], (Lê Thế Tông năm Quang Hưng thứ 15; Minh Vạn Lịch năm thứ 20); Tiết chế Trịnh Tùng sai quan lập đàn sắm lễ tế trời đất, Thái Tổ Cao Hoàng Đế và các vị hoàng đế của bản triều, cùng các vị linh thần núi sông, các danh tướng xưa nay trong nước. Khấn rằng:

"Thần là Trịnh Tùng gượng gánh trọng trách của nước nhà, lạm cầm quyền lớn đánh dẹp, vâng mệnh đánh kẻ phản nghịch để cứu dân, nghĩ rằng sinh linh xã tắc triều Lê bị kẻ gian thần phản nghịch là họ Mạc giết vua, cướp nước, tội ác rất sâu, ngược dân, dối thần, hoạ đầy oán chứa. Để sinh linh phải lầm than đã gần 70 năm, mà nguyên do gây hoạ loạn, há chịu cùng đội trời chung. Xin các thánh hoàng đế tiên triều, soi xét lòng thần, diệt bọn giặc phản nghịch cho dân được yên, để khôi phục cõi đất của triều Lê".

Khấn xong, Tiết chế Trịnh Tùng hội các tướng bàn việc tiến quân và cáo dụ rằng:

"Cái thế chẻ tre không thể bỏ lỡ. Huống chi, ta vâng mệnh đi đánh kẻ trái phép, vốn để yên dân. Các tướng nên răn cấm

tướng sĩ, nghiêm ngặt nhắc lại ước thúc, chấn chỉnh đội ngũ, hiệu lệnh rõ ràng, tin thực. Quân đi đến đâu, không được mảy may xâm phạm của dân, không được cướp bóc dân lành, của cải không phải của giặc thì không được lấy bậy. Quân đi có kỷ luật thì giặc dễ phá".

Bèn hạ lệnh cho các dinh nhổ trại tiến đến bờ phía tây sông Ninh Giang [sông Đáy, địa phận huyện Chương Mỹ, Hà Tây]. Quân đi đến đâu, không mảy may xâm phạm của dân, chợ không thay đổi quầy hàng, mọi người đều yên ổn như cũ; nên già trẻ, trai gái tranh nhau đem trâu dê, cơm rượu, hương hoa đầy đường, đón tiếp vương sư.

Ngày mồng 5 [17/2/1592], Tiết chế Trịnh Tùng đốc quân vượt sông, tiến đến chùa Thiên Xuân [huyện Thanh Oai, Hà Tây]. Khi quân gần đến cầu Nhân Mục [tây Hà Nội], Mạc Mậu Hợp sợ quá, bỏ thành Thăng Long vượt sông Nhị Hà đến bến Bồ Đề, đóng tại Thổ Khối [huyện Gia Lâm, Hà Nội], để lại các đại tướng chia giữ các cửa trong thành.

Ngày mồng 6 [18/2/1592], Tiết chế Trịnh Tùng đốc quân qua sông Tô Lịch đến cầu Nhân Mục, đóng quân ở núi Xạ Đôi [Giảng võ, Hà Nội]. Bèn chia quân bày trận, các đạo cùng tiến, hẹn ngay ngày hôm ấy đánh phá thành Thăng Long.

Bèn sai tướng dinh tả khu là bọn Nguyễn Hữu Liêu và Trịnh Ninh đem 1 vạn binh tượng đánh phá đường Cầu Dừa tiến thẳng đến cửa Tây; tướng dinh hữu khu là bọn Hoàng Đình Ái và Trịnh Đồng đem 1 vạn 500 binh tượng đánh phá đường Cầu Dền, tiến thẳng đến cửa Nam Giao. Tướng dinh tiền khu là Trịnh Đỗ đem các cơ trung quân và bọn Thuỵ Tráng hầu hợp binh tượng hơn 1 vạn 2000 người đánh phá Cầu Muống tiến thẳng đến cửa Cầu Gỗ [phố Cầu Gỗ, quận

Hoàn Kiếm]. Tiết chế Trịnh Tùng đốc suất binh tượng đại dinh gồm 2 vạn 5000 người làm hậu đội, tiến đến Hồng Mai [phố Hoàng Mai] đóng quân. Bèn hạ lệnh rằng: "*Bài binh bố trận đã xong, tất cả cờ xí không được giăng bậy, chiêng trống không được đánh càn.*" Ba quân nghe lệnh đều cuốn cờ im trống, ngồi yên để chờ đợi.

Mạc Mậu Hợp tuy đã sang sông, nhưng còn trông cậy có sông Cái [sông Hồng] làm chỗ dựa. Bèn sai tướng Tây đạo Mạc Ngọc Liễn đem quân bản đạo cố thủ từ cửa Bảo Khánh về phía tây đến phường Nhật Chiêu; bọn Bùi Văn Khuê, Trần Bách Niên đem quân bốn vệ giữ cửa Cầu Dừa, qua cửa Cầu Muống đến thẳng cửa Cầu Dền, chia dinh thứ, ngày đêm đóng cửa cố thủ trong thành Đại La. Quân hai đạo Đông và Bắc đều thuộc quyền Quyện. Mạc Mậu Hợp đích thân đốc suất thuỷ quân, dàn hơn 100 chiếc thuyền giữ sông Nhị Hà để làm thanh viện. Nguyễn Quyện đặt quân phục ở ngoài cửa Cầu Dền để đợi, dàn súng lớn Bách Tử (1) và các thứ hoả khí để phòng bị.

Bấy giờ Tiết chế Trịnh Tùng phát ba tiếng súng lệnh, các tướng kéo cờ đánh chiêng gióng trống, đến khi nghe bảy hồi tù và thì đội ngũ chỉnh tề, giáo mác sáng quắc, tiến lên đánh phá. Từ giờ Tỵ [9-11 giờ sáng] đến giờ Mùi [13-15 giờ] chưa phân thắng bại. Tiết chế Trịnh Tùng đốc quân thúc đánh, cầm cờ chỉ huy, chỉ tiến không cho lùi, cứ theo trận đồ mà tiến. Quan quân nhà Lê sức gấp bội, tả xung hữu đột, tranh nhau xông pha tên đạn, phá luỹ leo thành.

Bọn Văn Khuê, Bách Niên tự liệu sức không chống nổi, quân tự tan vỡ tháo chạy. Mạc Ngọc Liễn cũng sợ mất mật bỏ trốn. Quan quân thừa thắng đuổi tràn đến tận sông. Phóng lửa đốt cung điện và nhà cửa trong thành, khói lửa kín trời.

Tiết chế Trịnh Tùng thúc voi ngựa và quân lính đánh phá cửa Cầu Dền, thế quân như tự trời xuống. Quân Mạc tan vỡ, quân mai phục của Nguyễn Quyện chưa kịp nổi dậy, bị chết hết ở ngoài cửa Cầu Dền. Quyện cùng kế, định liều mạng chạy trốn, nhưng tiến, lui đều không còn đường nào, trong ngoài đều là quan quân mà cửa luỹ lại bị lấp. Con của Quyện là Bảo Trung, Nghĩa Trạch và thủ hạ, tinh binh cố sức đánh, đều chết tại trận. Quyện trí cùng lực kiệt, chạy về bản dinh, bị quan quân bắt sống đem dâng trước cửa quân. Tiết chế Trịnh Tùng cởi trói cho Quyện, đãi theo lễ tân khách, tuyên dụ uý lạo. Quyện thẹn đỏ mặt, phục xuống và tự than rằng:

"*Tướng thua trận không thể nói mạnh được. Trời đã bỏ họ Mạc thì người anh hùng cũng khó ra sức*".

Tiết chế Trịnh Tùng khen câu nói ấy. Ngày hôm ấy, quân Mạc xác chết gối lên nhau, lấp đầy hào rãnh, máu chảy trôi chày. Chém đến hơn mấy nghìn thủ cấp giặc, tướng Mạc bị chết đến mấy chục viên. Khí giới chất như núi. Cung điện, nhà cửa ở kinh thành tiêu điều sạch không. Mạc Mậu Hợp kinh hoàng sợ hãi, thu nhặt tàn quân giữ sông Cái để cố thủ. Tiết chế Trịnh Tùng đem quân đến bờ sông, gặp khi trời đã về chiều, liền nói rằng: "*Binh pháp có nói: Giặc cùng chớ đuổi.*" Bèn thu quân dừng lại đóng doanh trại theo như trận đồ.

Ngày 15 [27/2/1572], hạ lệnh cho các quân san phẳng luỹ đất đắp thành Đại La dài đến mấy ngàn trượng, phát hết bụi rậm gai góc, cày lấp hào rãnh, phá đến thành đất bằng, không mấy ngày là xong. Đây là mưu của Nguyễn Quyện để làm kế hoãn binh cho họ Mạc. Bấy giờ quan quân lừng lẫy, dân chúng miền tây nam đều thu về. Hễ đánh dẹp đến đâu, đều hàng phục được cả. Từ sông Nhị về tây, đều lấy được hết. Từ sông Nhị về đông dân cũng theo gió mà hướng về. Mạc Mậu Hợp từ đấy rất sợ hãi, ăn không nuốt trôi, nằm không yên gối, không dám ngó đến phía tây sông Nhị nữa.

Tháng 3 [12/4-10/5/1592], Tiết chế Trịnh Tùng tiến quân đến huyện Chương Đức [huyện Chương Mỹ, Hà Tây], đóng dinh ở sông Do Lễ [sông Đáy tại làng Do Lễ, Chương Mỹ], sai làm cầu phao cho quân qua sông. Lại chia quân đi đánh dẹp các huyện Thanh Trì, Thượng Phúc, Phú Xuyên. Tiết chế Trịnh Tùng đốc quân đánh dẹp các huyện Từ Liêm, Đan Phượng, sau đến Phúc Lộc, Tiên Phong, Ma Nghĩa, Yên Sơn, Thạch Thất, rồi rút quân về. Tiết chế Trịnh Tùng đem quân về theo đường Ứng Thiên, Thiên Quan [huyện Nho Quan, Ninh Bình], đến cửa khuyết tâu công toàn thắng. Vua mừng lắm, bàn thăng thưởng huân tước.

Trong tháng, mở thi Hội các cử nhân trong nước. Cho Trịnh Cảnh Thuỵ và Ngô Trí Hoà đỗ Tiến sĩ xuất thân; Ngô Trí Tri đỗ đồng tiến sĩ xuất thân.

Họ Mạc cũng mở khoa thi Hội. Cho bọn Phạm Hữu Năng 4 người đỗ Tiến sĩ xuất thân; bọn Nguyễn Hữu Đức 13 người đỗ Đồng tiến sĩ xuất thân.

Mạc Mậu Hợp ngày càng buông tuồng, tửu sắc bừa bãi. Bấy giờ người vợ của Sơn quận công Bùi Văn Khuê là Nguyễn Thị Niên con gái Nguyễn Quyện, cũng là chị ruột của vợ Mậu Hợp, nên thường ra vào trong cung. Mậu Hợp thấy có sắc đẹp, trong bụng thích lắm, liền ngầm mưu dụ giết Văn Khuê để cướp lấy vợ. Văn Khuê biết chuyện, liền đem quân bản bộ tự động bỏ về huyện Gia Viễn, phủ Trường Yên [Ninh Bình], đóng quân ở đấy không ra nữa. Mậu Hợp cho gọi hai, ba lần không được, bèn sai tướng đem quân đến hỏi tội Khuê.

Tháng 10 [4/11-3/12/1592], Bùi Văn Khuê một mặt chống quân Mạc, một mặt sai con chạy đến hành dinh Thanh Hoá, vào lạy xin theo mệnh đầu hàng, quỳ khóc nói:

"Cha thần là Bùi Văn Khuê bị họ Mạc ngầm sai quân đến bức hại, sai thần thay mặt cha thần đến mạo tội xin theo về triều đình, cúi mình hàng phục xin cầu đường sống, ghi xương khắc cốt không quên, trọn đời cảm phục ân đức. Nay đội đức lớn, xét rõ lòng thành thì xin cho một lữ tới cứu thân hèn mọn. Nếu ơn trời rủ đến phương xa thì cha thần xin làm kẻ dẫn đường, chết cũng không dám chối, để báo đáp tấc công."

Tiết chế Trịnh Tùng nghe nói cười rằng:

"Văn Khuê về hàng, đó là trời cho ta được chóng thành công. Đất đai của bản triều có thể định ngày mà thu phục."

Thế rồi, cùng với các tướng, bàn việc dấy binh. Sai Hoàng Đình Ái thống lĩnh tướng sĩ các dinh cơ đi trước cứu Văn Khuê. Khi quân đến 2 xã Bái, Đính, huyện Gia Viễn [Ninh Bình], Văn Khuê thấy có quân đến cứu, liền đem quân tử đệ bản bộ 3 nghìn người ra đón tiếp, lạy rạp ở trước quân. Đình Ái lại sai Văn Khuê đem quân bản bộ giữ bến đò Đàm Giang [huyện Gia Viễn]. Họ Mạc biết Văn Khuê đã đầu hàng, lại có đại quân đến cứu, liền lui về giữ sông Thiên Phái [khúc sông Đáy, tại huyện Ý Yên, Nam Định]. Ngày 28 [1/12/1592], Tiết chế Trịnh Tùng đốc suất đại quân ra phủ Trường Yên. Văn Khuê đem quân đến chào, khóc và lạy dưới cờ. Tiết chế Trịnh Tùng khen thưởng và uý lạo, ban tước Mỹ quận công, sai đem binh mã thuyền ghe đi tiên phong chống nhau với quân Mạc.

Họ Mạc sai viên tướng là Nghĩa quốc công tiết chế quân Nam đạo tiến đánh. Khi quân đến bến đò sông Đàm Xá thì Tiết chế Trịnh Tùng sai cơ Tả hữu súng phục quân ở ven sông để bắn. Lại sai các quân làm cầu phao qua bến đò Đàm Giang, nhưng bị sóng gió phá gãy, hai ngày chưa xong, vì thế mới hạ lệnh cho ba quân tranh thủ qua sông Hoàng Xá đến núi Kiềm Cổ ở Yên Quyết [huyện Thanh Liêm], Hà Nam mà đóng dinh. Tướng Nam đạo của Mạc là Nghĩa quốc công đóng quân ở sông Thiên Phái, giữ bến đò Đoan Vĩ [huyện Thanh Liêm], lệnh thúc binh dân các huyện Đại Yên [huyện Nghĩa Hưng, Nam Định], Ý Yên đắp luỹ đất ở bờ sông chống cự, thả chông tre hai bên bờ sông để phòng giữ quan quân qua sông. Tiết chế Trịnh Tùng sai Văn Khuê ngầm kéo theo thuyền ra cửa sông để đánh ở thượng lưu, sai cơ Tả hữu súng đến bắn ở ven sông để đánh ở hạ lưu, sai voi ngựa, quân lính qua sông đánh mạnh vào trung lưu để thu lấy thuyền giặc trên sông. Nghĩa quốc công của họ Mạc trở tay không kịp, bỏ thuyền chạy trốn, quân lính tan vỡ tháo chạy. Quan quân thu được 70 chiếc thuyền và khí giới nhiều không kể xiết. Nghĩa quốc công thu nhặt tàn quân trở về kinh đô, giữ bãi Tự Nhiên. Quan quân làm cầu phao qua sông, đóng dinh ở huyện Ý Yên, sau tiến quân đến huyện Bình Lục [Hà Nam], đóng quân ở cầu Lấp. Tướng Mạc là Trần Bách Niên đem quân tới hàng; được ban tước Định quốc công; lúc này các tướng Nam đạo của Mạc đầu hàng đến hơn 10 người. Nhân đó, hạ lệnh trong quân không được mảy may xâm phạm của dân, các xóm ngõ ở dân gian nếu không có việc không được tự tiện vào; do đó cả xứ Sơn Nam, dân chúng đều yên ổn như cũ, mọi người đem giỏ cơm bầu nước ra đón vương sư, trai gái già trẻ không ai không ngưỡng mộ ơn đức.

Ngày mồng 4 tháng 11 [7/12/1592], Tiết chế Trịnh Tùng tiến quân đến bãi Tinh Thần huyện Thanh Oai [Hà Tây] đóng dinh. Hiểu dụ rằng:

"Nhân dân các xứ tây nam đều là dân của triều ta, từ lâu mắc phải chính lệnh tàn ngược của họ Mạc. Từ nay về sau, ta cho các ngươi đều được đổi mới, sửa bỏ tệ cũ. Bọn các ngươi cứ yên ở làm ăn, không được sợ hãi. Quân đi có kỷ luật, một lòng thương dân."

Ngày 14 [17/12/1592], quân ra cửa sông Hát [sông Đáy] tiến theo cả hai đường thuỷ, bộ. Tướng Mạc là Mạc Ngọc Liễn dàn thuyền để chống cự, cắm cọc gỗ ở cửa sông Hát, đắp luỹ đất trên bờ sông làm thế hiểm vững. Quan quân tiến đánh phá được. Ngọc Liễn bỏ thuyền lên bộ chạy đến chân núi Tam Đảo, tướng tốt đều tự bỏ thuyền chạy lên bờ. Quan quân qua sông, lấy được thuyền bè khí giới nhiều không kể xiết. Thừa thắng đuổi dài đến tận cửa Nam thành Thăng Long, đóng quân ở bến Sa Thảo (3), lấy được thuyền lớn, thuyền nhỏ hàng nghìn chiếc. Đêm ấy, Mậu Hợp trốn chạy về huyện Kim Thành, trấn Hải Dương. Các tướng Mạc lũ lượt kéo đến cửa quân đầu hàng.

Ngày 25 [28/12/1592], Tiết chế Trịnh Tùng tiến quân đến xứ Hải Dương đánh dẹp họ Mạc. Khi đến huyện Phù Dung [huyện Phù Cừ, Hưng Yên], đóng quân ở Liễu Kinh, sai Tả thuỷ dinh là Thái quận công Nguyễn Thất Lý đốc suất bọn Tiền thuỷ quân Bùi Văn Khuê đánh phá huyện Kim Thành. Họ Mạc bỏ thành chạy trốn, quân trước, quân sau không tiếp ứng được nhau, bỏ hết cả thuyền bè. Quan quân nhà Lê thu được vàng bạc, của cải và đàn bà con gái nhiều không kể xiết; bắt được Thái hậu của họ Mạc đem về. Đến bến Bồ Đề [Bắc Ninh], Thái hậu vì lo buồn mà chết.

Mạc Mậu Hợp lập con là Toàn làm vương, sai coi việc nước, đổi niên hiệu là Vũ Anh năm thứ 1, rồi tự làm tướng đốc quân chống lại triều đình. Ngày mồng 3 tháng 12 [5/1/1593], Phủ tiết chế chia quân cả phá Mạc Kính Chỉ ở xã Tân Mỹ, huyện Thanh Hà [Hải Dương]; chém được đầu giặc và thu được 50 chiếc thuyền, cùng ngựa và khí giới nhiều không kể xiết. Bấy giờ dư đảng của Mạc là Phố quận công, Thuỷ quận công, Miện quận công, Lũng quận công, Hào quận công, Thuỵ quận công, Lương quận công, Nghĩa quận công và bọn Lại bộ thượng thư Phúc quận công Đỗ Uông, Lễ bộ thượng thư Hồng Khê hầu Nhữ Tông, Công bộ thượng thư Đồng Hàng, Lại bộ tả thị lang Vĩnh Sơn hầu Ngô Vĩ, Hộ bộ tả thị lang Ngô Thảo, Đông Các học sĩ Ngô Cung, Tự khanh Nguyễn Cận, Sơn Nam thừa chính sứ Đàm Văn Tiết, Hải Dương thừa chính sứ Phạm Như Dao đều đến cửa quân hàng phục.

Tiết chế Trịnh Tùng hạ lệnh tiến quân đến xã Tranh Giang, huyện Vĩnh Lại [huyện Ninh Giang, Hải Dương] đóng dinh vài ngày rồi về Kinh. Bấy giờ Mạc Mậu Hợp bỏ thuyền đi bộ, đến một ngôi chùa ở huyện Phượng Nhỡn [huyện Yên Dũng, Bắc Giang] ẩn nấp ở đấy 11 ngày. Quan quân đến huyện Phượng Nhỡn, có người trong thôn dẫn đường đưa quan quân vào chùa bắt được Mạc Mậu Hợp đem đến dinh quân. Vũ quận công sai người lấy voi chở cùng với hai kỹ nữ về Kinh sư dâng tù, bêu sống 3 ngày rồi chém ở bến Bồ Đề [Bắc Ninh], gửi đầu về hành tại Vạn Lại ở Thanh Hoá, đóng đinh vào hai mắt tại chợ.

Trước đây, tông thất họ Mạc là Hùng Lễ công Mạc Kính

Chỉ trốn ở Đông Triều [Quảng Ninh]. Đến đây, lại thu nhặt tàn quân chiếm cứ huyện Thanh Lâm [huyện Nam Sách, Hải Dương], đặt niên hiệu là Bảo Định. Từ đấy, tông thất họ Mạc là bọn Mạc Kính Phu, Mạc Kính Thành, Mạc Kính Thân và trai gái lớn nhỏ vài trăm người đều hưởng ứng; các văn thần võ sĩ cũ của họ Mạc rủ nhau theo về. Làm tạm hành tại, yết bảng chiêu mộ dân đinh; chỉ trong chốc lát các huyện đều hưởng ứng, quân có đến 7 vạn người. Trước đó, Mạc Mậu Hợp sai con trưởng là Toàn quyền coi việc nước, tiếm đặt niên hiệu là Vũ An. Đến khi Mậu Hợp bị bắt, lòng người không phục, lại về theo Mạc Kính Chỉ. Mạc Toàn bỏ trốn, lại bị quan quân bắt được. Riêng Mạc Kính Chỉ chiếm cứ huyện Thanh Lâm, chia đặt nội ngoại tả hữu, cát cứ các huyện để chống lại quan quân. Tiết chế Trịnh Tùng sai bọn Nguyễn Thất Lý, Bùi Văn Khuê, Trần Bách Niên, Nguyễn Nga đem quân ập tới. Kính Chỉ đem quân đánh úp trên sông. Thất Lý không kịp trở tay, chết tại trận. Nguyễn Nga bị thương ngã xuống thuyền, quân lính cứu gấp thoát được. Bọn Văn Khuê, Bách Niên đều tan vỡ tháo chạy. Quân lương khí giới đều mất về tay giặc. Từ đây, Hải Dương, Kinh Bắc lại quy phụ Kính Chỉ.

Ngày 17 [19/1/1593], Tiết chế Trịnh Tùng sai bọn Thái uý Hoàng Đình Ái, Thái bảo Trịnh Đỗ, Trịnh Đồng, Trịnh Ninh đốc suất bộ binh và voi ngựa các dinh tiến đánh Mạc Kính Chỉ, đóng quân ở huyện Cẩm Giàng [Hải Dương], đặt đồn ở dọc sông để chống cự. Lại sai Thái uý Nguyễn Hữu Liêu tổng đốc thuỷ quân, tiến đến huyện Thanh Lâm [huyện Nam Sách, Hải Dương], cùng với Đình Ái trong ngoài dựa nhau từ quân binh ở Cẩm Giàng. Mạc Kính Chỉ đem hết quân chiếm giữ Thanh Lâm, lấy một dảy sông dài chia cách nam bắc, dàn quân liền suốt để chống đánh. Ngày thì giăng cờ, đêm thì bắn súng, trong khoảng hàng tháng, quân hai bên cầm cự nhau, không được lúc nào cởi giáp. Kính Chỉ thúc quân đắp thêm hào luỹ ở ven sông Thanh Lâm để giữ.

Ngày 25 [27/1/1593], Tiết chế Trịnh Tùng hạ lệnh cho các dinh cơ dời đến phường Phúc Lâm phía nam thành Thăng Long trong dịp tết.

Chú thích:

1. Súng lớn Bách Tử: có lẽ là loại máy bắn đạn ria.

2. Sông Do Lễ: khúc sông Đáy chảy qua xứ Do Lễ, huyện Chương Mỹ.

3. Bến Sa Thảo: nguyên văn là “Sa Thảo tân”, có chỗ lại chép là “Thảo tân”, tức Bến Cỏ, có thể là vùng ga Hàng Cỏ, Hà Nội ngày nay.

122.

Vua Lê Thế Tông: giai đoạn ngự trị tại thành Thăng Long [1593-1599] (1)

Mạc Đăng Dung tiếm ngôi từ năm Đinh Hợi [1527], đặt niên hiệu là Minh Đức năm thứ 1; truyền 5 đời, đến năm Nhâm Thìn [1592], Hồng Ninh năm thứ 3, Mạc Mậu Hợp bị bắt. Các sử gia xưa, với lối phân biệt "chính thống, nguỵ triều", chép năm đời họ Mạc phụ vào triều Lê. Quan điểm của chúng tôi thiên về thực tế; thấy phe nào thực sự cai trị với tầm mức rộng lớn hơn đối với quốc gia, thì chép làm chính. Xét thời gian từ năm 1527 Mạc Đăng Dung lên ngôi; đến năm 1592 Mạc Mậu Hợp bị giết; khoảng thời gian này họ Mạc cai trị gần cả nước, thế lực nhà Lê chỉ nằm trong mấy tỉnh miền Trung, nên chúng tôi lấy triều Mạc làm chính. Bởi vậy vua Lê Thế Tông tuy lên ngôi từ năm Gia Thái thứ 1 [1573] đến năm Quang Hưng thứ 15 [1592], trong vòng 20 năm đầu, thế lực chủ yếu của phe nhà Vua chỉ nằm trong mấy tỉnh miền Trung, nên vẫn chép phụ vào nhà Mạc. Đến lúc Mạc Mậu Hợp chết, nhà Vua chính thức ngự trị tại thành Thăng Long, tuy rằng tàn dư họ Mạc vẫn còn, nhưng đã trở thành thiểu số, bấy giờ bắt đầu bước vào kỷ nhà Lê trung hưng.

Ngày mồng 9 tháng giêng năm Quang Hưng thứ 16 [9/2/1593] (Minh Vạn Lịch năm thứ 21). Tiết chế Trịnh Tùng đốc suất đại quân qua sông Nhị Hà sang phía đông dẹp tàn quân họ Mạc, ngày đêm đi gấp, thẳng lối Thanh Lâm [huyện Nam Sách, Hải Dương] mà tiến. Ngày 12 [12/2/1593], đóng dinh ở huyện Cẩm Giàng [Hải Dương], đại hội các tướng bàn chia quân tiến theo cả hai đường thuỷ bộ, vượt sông, đánh gấp. Sai Thái uý Vinh quận công Hoàng Đình Ái và Thái uý Dương quận công Nguyễn Hữu Liêu thống lĩnh tướng sĩ các dinh cơ thuỷ bộ tiến đến huyện Thanh Lâm. Bấy giờ, quân của Mạc Kính Chỉ không dưới 6, 7 vạn người, đem hết ra giữ huyện Thanh Lâm, cách bờ nhờ sông làm thế hiểm, đóng dinh, đặt trại, dàn trống giăng cờ; nhưng quân ô hợp, chưa qua huấn luyện. Tiết chế Trịnh Tùng truyền phát súng lệnh, thúc quân qua sông để đánh phía thượng lưu. Hoàng Đình Ái qua sông chỗ hạ lưu để đánh phía sau. Nguyễn Hữu Liêu đem thuỷ quân vây kín bốn mặt, đón chặt lối chạy. Bốn phương đều phát súng lệnh, ba quân đua sức dồn đánh, như cuốn chiếu đuổi dài.

Kính Chỉ và họ hàng trai gái đều trốn vào rừng núi. Quan quân đuổi đến các huyện Đông Triều [Quảng Ninh], Chí Linh [Hải Dương], dò bắt được bọn An Sơn Vương Mạc Kính Thành, Hoàng Lương công Mạc Lý Hữu, Quận công Trần Việt, Bùi Chỉ, Tán lý Nguyễn Nhân Triêm, đều đem chém hết. Còn thì chém thủ cấp giặc, thu được thuyền ghe khí giới nhiều không kể xiết. Ngày 13 [13/2/1593], tiến đến Chí Linh. Phủ tiết chế lại chia quân đánh đuổi. Ngày 14 [14/3/1593], bắt được Kính Chỉ ở thôn Tân Manh, huyện Hoành Bồ, xứ Yên Quảng [Quảng Ninh]. Ngày 27 [27/2/1593], các tướng đưa bọn con cháu họ Mạc bắt được nộp ở cửa dinh; Tiết chế Trịnh Tùng sai đem ra chém cả ở Thảo Tân [ga Hàng Cỏ, Hà Nội], lại sai người đem đầu Mạc Kính Chỉ đến hành tại Vạn Lại ở Thanh Hoá dâng dưới cửa khuyết.

Tháng 2 [3/3-1/4/1593], Tiết chế Trịnh Tùng sai tướng hiệu tả hữu là bọn Trà quận công Nguyễn Đình Luân, Liêm quận công Lưu Trản đem tinh binh đánh dẹp các huyện Lục Ngạn [tỉnh Bắc Giang], An Bác [huyện Sơn Động, tỉnh Bắc Giang]. Bấy giờ, bọn đầu sỏ đảng giặc là anh em Tú Cục, Tú Tiết đem hơn 1.000 đồ đảng tới hàng, sau lại manh tâm làm phản nên Đình Luân, Lưu Trản bắt được, giết chết cả; dư đảng chúng sợ hãi tan vỡ trốn vào rừng núi. Trước đây, Ứng Vương của họ Mạc là Mạc Đôn Nhượng chạy trốn đến huyện An Bác, sợ hãi quá thành bệnh mà chết, người nơi ấy chôn tại cạnh chùa.

Tháng 3 [2/4-30/4/1593], Mạc Ngọc Liễn trốn lên phương bắc, tìm được người con của Mạc Kính Điển là Đôn Hậu Vương Mạc Kính Cung ở châu Văn Lan [Lạng Sơn], bèn lập làm người nối nghiệp họ Mạc, đặt niên hiệu là Càn Thống năm thứ 1. Bấy giờ, nhiều người còn giữ hai lòng, chưa quy phục hết, nghe tin lập Kính Cung, liền rủ nhau theo. Có mấy chục dư đảng của họ Mạc mê hoặc lòng người, tụ tập thành bọn, cướp bóc các châu huyện, chia nhau chiếm cứ các nơi. Từ sông Nhị Hà trở lên phía bắc, binh đao hết nơi này đến nơi khác, khói lửa không lúc nào ngớt. Bọn lớn kết thành ba chục đảng, bọn nhỏ cũng không dưới mấy chục nhóm. Đô Ninh ở Chân Định [huyện Vũ Thư, Thái Bình], tự xưng là Kiến quốc công, chiếm giữ phủ Kiến Xương [Thái Bình]; Ất Kỹ tự xưng là Cương quốc công, chiếm giữ huyện Cẩm Giàng; Thái quốc công chiếm giữ huyện Gia Phúc; Hoa quốc công chiếm giữ phủ Khoái Châu [Hưng Yên]; Nghiêm quốc công chiếm giữ huyện Tứ Kỳ [Hải Dương]; Khánh quốc công chiếm giữ huyện Sơn Dương [Tuyên Quang]; Đức quốc công chiếm giữ huyện Hạ Hoa [huyện Hạ Hoà, Phú Thọ]; Mỹ Thọ hầu chiếm giữ huyện Thanh Ba [Phú Thọ]; Uy Vương Mạc Kính Dụng chiếm giữ Thái Nguyên, Tráng Vương Mạc Kính Chương chiếm giữ huyện Thiên Thi [Hưng Yên]; Nghĩa quốc công chiếm giữ phủ Tân Hưng (1); Văn quốc công chiếm giữ huyện Tam Dương [Vĩnh Phúc]; Cẩm quốc công chiếm giữ huyện Thanh Trì [Hà Nội]; Trung quốc công chiếm giữ huyện Phổ Yên [Thái Nguyên]; Phúc quốc công chiếm giữ huyện Hữu Lũng [Lạng Sơn]. Bọn lớn thì hơn vài nghìn người, bọn nhỏ thì 7, 8 trăm người; đến đâu dân cũng hưởng ứng. Ngày 21 [22/4/1593], đảng nguỵ ở các nơi đều dấy binh tiến ra sông Nhị, đến bến Bồ Đề [Bắc Ninh], đốt phá cầu phao ở Bát Tràng; nhân dân các huyện ở hai xứ Hải Dương, Kinh Bắc đều dựng cờ hưởng ứng theo giặc. Ngày 23 [24/4/1593], Tiết chế Trịnh Tùng sai các tướng chia quân qua sông đánh phá, chém được hơn vài nghìn thủ cấp, bọn đảng nguỵ tan chạy, các châu huyện đều dẹp yên.

Ngày 25 [26/4/1593], viên thổ quan ở Đại Đồng [Tuyên Quang] là Hoà Thắng hầu Vũ Đức Cung, cháu Vũ Văn Mật, đem hơn 3.000 quân bản bộ về Kinh quy phục triều đình, dâng 10 mâm vàng bạc châu báu, một pho tượng bằng bạc thay mình, 2 bình hoa bạc, 1 lư hương bạc, 1 đôi hạc bằng bạc, 30 con ngựa tốt, đến cửa dinh lạy chào. Tiết chế Trịnh Tùng dâng biểu tâu, thăng cho Cung làm Bắc quân đô đốc phủ hữu đô đốc, Thái bảo Hoà quận công. Bấy giờ, Tiết chế Trịnh Tùng sai thợ xây dựng cung điện, làm hành tại ở phía tây nam thành Thăng Long, phía bắc Cầu Dừa, 1 tháng làm xong. Rồi sai các đại thần và các quan văn võ sắm bày cờ xí, chỉnh đốn binh tượng, để chuẩn bị đón Vua. Lúc ấy, Vua từ hành tại Vạn Lại [Thanh Hoá], tháng 3 khởi hành, qua thành Tây Đô, tiến thẳng ra Thiên Quan [huyện Nho Quan, Ninh Bình], đi 1 tháng đến huyện Thanh Oai [Hà Tây] thì đóng quân. Tiết chế Trịnh Tùng đem các quan văn võ đến huyện Thanh Oai đón rước thánh giá, cử nhã nhạc cùng đi về Kinh.

Ngày 16 tháng 4 [16/5/1593], Vua lên chính điện, nhận lễ chúc mừng của trăm quan; đại xá thiên hạ, ban chiếu phủ dụ thần dân.

Khi xét công ban thưởng, gia phong Hoàng Đình Ái làm hữu tướng thái uý Vinh quốc công; Nguyễn Hữu Liêu là thái uý Dương quốc công; Trịnh Đỗ làm thái phó; Trịnh Đồng, Trịnh Ninh đều làm thái bảo; Lê Bách làm thiếu uý Bản quận công; Hà Thọ Lộc làm thiếu uý; Ngô Cảnh Hựu, Trịnh Văn Hải đều làm thiếu bảo; Lại bộ thượng thư Nguyễn Mậu Tuyên làm thiếu phó Quỳnh quận công. Những người khác đều được gia thăng chức tước theo thứ bậc khác nhau.

Tháng 5 [30/5-28/6/1593], Thái phó Đoan quận công Nguyễn Hoàng từ Thuận Hoá đích thân đem tướng sĩ, thuyền ghe về kinh đô lạy chào, dâng sổ sách về bình lương, tiền, lụa, vàng bạc, châu báu, kho tàng của hai trấn Thuận Hoá và Quảng Nam. Tiết chế Trịnh Tùng tâu cho Hoàng làm Trung quân đô đốc phủ tả đô đốc chương phủ sử thái uý Đoan quốc công, sai tổng đốc tướng sĩ bản dinh và thống lĩnh 300 chiếc thuyền lớn nhỏ của thuỷ quân các xứ Nam đạo đi đánh giặc biển ở các xứ Sơn Nam và Hải Dương.

Trước đây, nguỵ Kiến quốc công dấy quân chiếm giữ phủ

Kiến Xương [tỉnh Thái Bình] đắp luỹ đất trên bờ sông phía đông, từ các huyện Dương Hà, Vũ Tiên xuống đến Chân Định. Nghĩa quốc công dấy quân chiếm giữ huyện Thanh Lan [huyện Thái Thuỵ, Thái Bình], đều tụ họp đến vài vạn quân, cắm cọc gỗ ở các xứ cửa sông Hoàng Giang (2) để chống lại quan quân. Tiết chế Trịnh Tùng sai bọn tướng Nam đạo là Bùi Văn Khuê và Trần Bách Niên đem quân đi đánh, hơn một tháng không phá nổi. Đến đây sai Nguyễn Hoàng thống lĩnh các dinh thuỷ binh đi đánh. Khi đến nơi, Hoàng sai lấy hoả khí và súng lớn bắn đồng loạt, phá tan luỹ giặc. Bọn giặc sợ chạy; quan quân thừa thắng đuổi theo, chém đến hàng vạn tên, bắt sống tướng giặc đem chém. Các phủ Tiên Hưng, Kiến Xương bình được cả. Sau bọn nguỵ Tráng Vương Mạc Kính Chương, Thái quốc công, Hoa quốc công, Nghiên quốc công, Cẩm quốc công, Cường quốc công, Đông quốc công đều chiếm giữ vùng Hải Dương. Tiết chế Trịnh Tùng lại sai Nguyễn Hoàng đem quân đi tiễu trừ thu bắt. Hoàng đánh phá dẹp yên được hết, bắt sống rất nhiều tướng nguỵ, chém được quân giặc nhiều không kể xiết. Chỉ còn nguỵ Càn Thống Mạc Kính Cung và Mạc Ngọc Liễn cùng bọn giặc nguỵ Thứ vương, Khánh Vương Mạc Kính Khoan, Yên Dũng Vương, Đường quốc công, Đức quốc công, Đông quốc công, Văn quốc công, Trung quốc công, Phúc quốc công mà thôi.

Tháng 10 [24/10-22/11/1593], Thái bảo Hoà quận công Vũ Đức Cung tự xin về trấn giữ đất Đại Đồng [Tuyên Quang] để phòng giặc cướp, Tiết chế Trịnh Tùng cho đi. Ngày mồng 4 tháng 11 nhuận [26/12/1593], Nguyễn Quyện chết trong ngục. Trước đây, con Quyện là Nhuệ quận công Nguyễn Tín, Thọ Nham hầu Nguyễn Trù và con của Phù Hưng hầu Nguyễn

Phủ là bọn Đô Mỹ, Văn Bảng, Nam Dương, An Nghĩa, Nhân Trí thấy vua Mạc bị bắt, bèn chịu quy thuận. Đến đây mưu phản, việc bị phát giác; bọn Nguyễn Tín, Đô Mỹ, Văn Bảng, Nhân Trí đều bị giết; Nam Dương, An Nghĩa, Thọ Nham lại trốn theo tàn dư họ Mạc.

Tháng giêng năm Quang Hưng thứ 17 [20/2-21/3/1594], (Minh Vạn Lịch năm thứ 22). Mạc Ngọc Liễn phò Mạc Kính Cung đến chiếm cứ huyện An Bác [huyện Sơn Động, tỉnh Bắc Giang]. Tiết chế Trịnh Tùng sai Hữu tướng Hoàng Đình Ái đem quân đi đánh.

Tháng 2 [22/3-19/4/1594], Đình Ái đốc quân đánh phá huyện An Bác, bắt sống tướng Mạc, Vạn Ninh Vương, Nghiêm quốc công và dư đảng, đều chém hết. Ngọc Liễn phải chạy sang phủ Tư Minh [Quảng Tây] xưng thần với nhà Minh. Sau Đình Ái đem quân về đến huyện Yên Dũng [Bắc Giang] bắt được tướng Mạc Phúc quốc công, rồi về.

Lúc này, các xứ Kinh Bắc, Thái Nguyên, Lạng Sơn, Sơn Nam can qua rối động. Nhà Minh hay sai người sang dò la sự tình, hầu như không ngày nào là không có.

Ngày 11 tháng 4 [30/5/1594], Mạc Kính Cung dùng Mạc Ngọc Liễn làm Thái phó đem quân chiếm giữ núi Yên Tử [huyện Đông Triều, Quảng Ninh], đánh cướp huyện Vĩnh Lại [Vĩnh Bảo, Hải Phòng], đi đến đâu nhiều người theo về. Tiết chế Trịnh Tùng sai Thái uý Nguyễn Hoàng đem thuỷ quân tiến thẳng đến Hải Dương đánh tan. Ngọc Liễn chạy về huyện An Bác, sau chiếm giữ châu Vạn Ninh [Quảng Ninh]. Sau Mạc Kính Cung và bè đảng trốn sang ở Long Châu [Quảng Tây] của nhà Minh, hay đem người Long Châu về cướp các châu ở Lạng Sơn. Tiết chế Trịnh Tùng điều quân họp với quân Lạng Sơn đánh đuổi.

Ngày mồng 2 tháng 7 [17/8/1594], Thái phó Đà quốc công Mạc Ngọc Liễn đem quân chiếm giữ châu Vạn Ninh, bị ốm chết. Con là bọn phò mã Sơn Đông chạy sang Long Châu phụ theo Mạc Kính Cung. Khi Ngọc Liễn sắp lâm chung, có di chúc để lại khuyên Mạc Kính Cung rằng:

"Nay khí vận nhà Mạc đã hết, họ Lê lại phục hưng, đó là số trời. Dân ta là dân vô tội mà để phải mắc nạn binh đao, sao lại nỡ thế! Bọn ta nên tránh ra ở nước khác, chứa nuôi uy sức, chịu khuất đợi thời, xem khi nào mệnh trời trở lại mới có thể làm được. Rất không nên lấy sức chọi sức, hai con hổ tranh nhau tất có một con bị thương, không được việc gì. Nếu thấy quân họ đến thì ta nên tránh, chớ có đánh nhau, nên cẩn thận mà giữ là hơn. Lại chớ nên mời người Minh vào trong nước ta mà để dân ta phải lầm than đau khổ, đó cũng là tội lớn không gì nặng bằng".

Tráng Vương Mạc Kính Chương của họ Mạc đem quân đến cướp bóc các huyện Thanh Hà, Tứ Kỳ [đều thuộc Hải Dương]. Lại quốc công người huyện Vĩnh Lại mưu phản cũng đem quân bản huyện đi theo. Bấy giờ nhân dân các huyện ở Hải Dương mất mùa to, đói kém đến ăn thịt lẫn nhau, chết đói đến một phần ba.

Cũng vào tháng 2 [22/3-19/4/1594] tại Đại Đồng [Tuyên Quang], Hoà quận công Vũ Đức Cung, sau khi từ kinh đô trở về; ngầm chứa hai lòng, thông tin đi lại với Mỹ Thọ hầu của giặc, bí mật sai người xâm lược các huyện ở đầu nguồn, đánh phá các huyện Thanh Ba [Phú Thọ], Hạ Hoa [Phú Thọ]. Lại dời dân cư các huyện Đông Lan và Tây Lan [đều thuộc huyện Đoan Hùng, Phú Thọ] vào ở Đại Đồng. Tiết chế Trịnh Tùng sai Thái uý Nguyễn Hữu Liêu đem quân đến đánh đuổi, bắt được Mỹ Thọ rồi về.

Tháng 10 [12/11-11/12/1594], Tiết chế Trịnh Tùng sai Thái uý Nguyễn Hoàng thống lĩnh thuỷ quân, Thái uý Nguyễn Hữu Liêu đốc suất bộ binh, hai đường tiến thẳng đến Đại Đồng, đánh phá dinh của Hoà quận công Vũ Đức Cung, chia quân đằng trước, đằng sau đánh ập lại. Đức Cung đem bọn con em chạy về Nghĩa Đô

Tháng 12 [10/1-8/2/1595], Vũ Đức Cung ở Đại Đồng sai người dâng nộp vàng bạc, của báu và ngựa, lại về Kinh vào chầu, thú tội xin tha; Vua y cho.

Ngày 22 tháng 3 [11/5/1594], Vua sai Thái uý Nguyễn Hoàng mang kim sách gia phong Minh Khang Thái Vương Trịnh Kiểm làm Minh Khang Nhân Trí Vũ Trinh Hùng Lược Thái Vương. Sai bọn Nguyễn Mậu Tuyên đem sắc chỉ truy tặng Thái tể thái sư Hưng quốc công Nguyễn Kim là Chiêu Huân Phụ Tiết Tĩnh Công.

Tháng 6 [18/7-15/8/1594], người xã Vũ Lăng, huyện Tiên Minh [Tiên Lãng, Hải Phòng] là Vũ Đăng dấy binh chiếm giữ huyện Siêu Loại [huyện Thuận Thành, Bắc Ninh], tụ tập bè đảng, tự xưng là La Bình năm thứ 1. Tiết chế Trịnh Tùng bắt được đem chém. Nguỵ Tín Vương dấy binh chiếm giữ huyện Vũ Nhai [Thái Nguyên], sai Ninh quốc công đem quân chống đánh ở Thái Nguyên. Việt quốc công mặc áo hoàng bào dấy binh chiếm giữ huyện Tam Dương [Vĩnh Phú] cướp bóc dân địa phương. Tiết chế Trịnh Tùng sai phó tướng Bạt quận công Phạm Doãn Sinh đem quân bản bộ trấn giữ huyện Tam Nông [Phú Thọ] để giữ yên vùng Hưng Hoá.

Tháng 8 [14/9-13/10/1594], Hữu tướng Hoàng Đình Ái đem quân đánh phá Lạng Sơn. Nghiêm quốc công ra hàng, vẫn bị giết.

Tháng 9 [14/10-15/11/1594], Uy Vương Mạc Kính Dụng sai bè lũ là bọn Xuân Sơn hầu và Văn quốc công đem quân đánh úp Thái Nguyên. Tướng quy thuận là Liêm quốc công bị chết trận. Tiết chế Trịnh Tùng sai Thái uý Nguyễn Hoàng đem quân đánh phá ở Vũ Nhai, dẹp yên rồi đem quân về.

Bấy giờ, các huyện ở Thái Nguyên vẫn bị bọn Uy Vương Mạc Kính Dụng chiếm giữ, Lạng Sơn vẫn bị bọn Mạc Kính Cung, Mạc Kính Khoan chiếm giữ, những nơi chiếm đóng bị cướp bóc, nhân dân địa phương quá nửa không được về làm ruộng, đồng ruộng bị bỏ hoang.

Tháng giêng năm Quang Hưng thứ 18 [9/2-10/3/1595], (Minh Vạn Lịch năm thứ 23); Vua bị bệnh phong không coi chầu được; bèn xuống chiếu miễn chầu cùng các lễ yết, lễ giao.

Tháng 3 [10/4-8/5/1595], thi Hội các Cử nhân trong nước ở bến Thảo Tân [ga Hàng Cỏ, Hà Nội]. Cho Nguyễn Thực và Nguyễn Viết Tráng đỗ Tiến sĩ xuất thân; bọn Nguyễn Đức Mậu 4 người đỗ Đồng tiến sĩ xuất thân.

Tiết chế Trịnh Tùng cho đóng xe hai bánh, trang sức bằng ngọc ngà, trên xe làm mui sơn, hai bên xe khắc lan can bằng ngà, bốn vách sơn thếp vàng. Lại làm thang nhỏ để lên xe. Trước xe đặt một đòn ngang, sai bốn lực sĩ đẩy. Kiểu xe này do Thái uý Nguyễn Hoàng sáng chế.

Xuân Sơn hầu nhà Mạc sai người bắt trộm một con voi công đem về châu Cảm Hoá [các huyện Ngân Sơn, Na Rì thuộc Bắc Cạn]. Tháng 4 [9/5-7/6/1595], Tiết chế Trịnh

Tùng sai chỉ huy sứ, Trung Tín hầu cùng với Tổng binh Thái Nguyên là Đức Trạch hầu Lại Thế Quý đem quân đến châu Cảm Hoá gặp bọn Mạc Kính Dụng và Xuân Sơn hầu. Thế Quý tung quân ra đánh, chém được 600 thủ cấp, lại lấy được 1 con voi đực, 10 con ngựa và quân nhu khí giới.

Ngày 12 tháng 6 [18/7/1595], Xuân Sơn hầu cùng với những người huyện Phổ Yên [Thái Nguyên] là bọn Tấn quận công, Thắng quận công, Quế quận công tập hợp được 500 quân cướp bóc huyện Tam Dương [Vĩnh Phúc]. Khi ấy, quan huyện đem nhiều binh dân, chặn đón đường hiểm yếu, chém được 46 thủ cấp; Tấn, Thắng, Quế, Xuân Sơn hầu chỉ thoát được thân.

Tháng 7 [6/8-3/9/1595], Xuân Sơn hầu tự xưng là Bảo quốc công, đem đồ đảng đánh cướp huyện Phổ Yên [Thái Nguyên]. Tiết chế Trịnh Tùng sai quân đi đánh phá, bắt được 4 con ngựa, 1 quả ấn đồng, đồ đảng chạy tan. Lại sai Lại Thế Quý đem quân đánh phá các xứ Thái Nguyên, Cao Bằng, bắt được tướng giặc là bọn Kỳ Sơn Vương, Phúc Vương, đều giết cả. Ngày 25 [30/8/1595], Xuân Sơn hầu về hàng, đến Kinh sư xin chịu tội, bèn giao về cho tướng tại địa phương, sau bắt giết.

Bấy giờ vào tháng 4 [9/5-7/6/1595], người ở đầu nguồn xứ Thanh Hoa xưng là Thái phó Cương quốc công nổi dậy, chiếm giữ miền trên huyện Quỳnh Lưu, Nghệ An, cướp bóc cư dân. Quan trấn thủ Thanh Hoa là bọn Hà Thọ Lộc, Trịnh Văn Hải điều quân đi đánh phá được, bắt được đồ đảng của giặc, đều giết hết.

Tháng 5 [8/6-6/7/1595], hạ lệnh cho các dinh cơ kê khai các công thần dốc lòng ra sức, định thành ba bậc, tâu công để xét ban thưởng. Lệnh ra hai ba lần, nhưng không thi hành. Bấy giờ nhân dân mất mùa, đói to, lại thêm ôn dịch, người chết xác gối lên nhau.

Tháng 8 [4/9-2/10/1595], hạ lệnh đại điểm duyệt quân lính ở Thảo Tân, số quân được hơn 12 vạn. Đại hạn, từ tháng 8 đến hết năm không mưa, đến tháng 2 năm sau mới mưa, lúa má chết khô, mùa màng mất hết, nhân dân đói to.

Tháng 12, trộm cướp nổi lên khắp nơi, đốt nhà giết người, cướp bóc của cải gia súc.

Ngày mồng 2 tháng giêng năm Quang Hưng thứ 19 [9/2/1596], (Minh Vạn Lịch năm thứ 24); Tráng Vương Mạc Kính Chương dời ra đóng ở Yên Quảng, chiếm giữ xã Hương Lan, châu Vạn Ninh [Quảng Ninh], sai tướng là Lỵ quốc công người Vĩnh Lại, Thái quốc công người Gia Phúc, các con em dòng họ Mạc là bọn Mạc Vĩ, Mạc Lý đem 80 chiếc thuyền chiến lớn nhỏ đánh vào các huyện Tứ Kỳ [Hải Dương], Vĩnh Lại [huyện Vĩnh Bảo, Hải phòng].

Ngày mồng 3 [10/2/1596], đến sông ở các huyện Thanh Lâm [huyện Nam Sách, Hải Dương], Thanh Hà [Hải Dương], đánh nhau với quân của Phan Ngạn từ giờ tý [23 giờ-1 giờ sáng] đến giờ ngọ [11 giờ-13 giờ], kịch chiến trên sông. Bấy giờ Phan Ngạn ngựa chưa kịp đóng yên, quân chưa kịp mặc giáp mà thuyền giặc đã đến cửa dinh, quân lính đều luống cuống. Viên tướng người Giao Thuỷ [Nam Định] là Lễ quận công thấy thế giặc mạnh, tự liệu quân ít, sức không chống nổi, tự đem quân của thuyền mình lui trước. Phan Ngạn cho là nhát sợ, chém chết rao cho mọi người biết. Thế là ai nấy đều liều chết cố đánh. Lại được một đội thuyền nhẹ ở Tây Chân [tỉnh Hà Nam] xông đến. Tướng giặc ngờ có quân cứu viện đến, liền tự tan vỡ, bỏ thuyền nhảy xuống sông trốn chạy. Phan Ngạn bèn vẫy các thuyền lớn nhỏ của quân mình, nhất tề xông lên kịch chiến ở giữa dòng, chém tướng giặc là bọn Lỵ quốc công, Thái quốc công, An quận công, Thuỵ quận công và hơn 20 viên tỳ tướng, chém được 2298 thủ cấp giặc, thu được thuyền bè khí giới nhiều không kể xiết, bắt sống được mấy viên tướng giặc là bọn Hào quận công. Ngay hôm ấy, giải tướng giặc là Hào quận công đến cửa quân. Phan Ngạn tự mình cởi trói và dỗ rằng:

-"*Ngươi muốn sống hay muốn chết. Nếu muốn sống thì ta dùng ngươi làm hướng đạo, bắt được Tráng Vương thì ta tha tội chết cho ngươi.*"

Hào quận công bèn xin đưa đường, dẫn quân đi gấp theo đường biển ra Quảng Yên [Quảng Ninh] bắt Tráng Vương để lo báo đáp. Phan Ngạn nghe xong, sai chọn thuyền nhẹ và mấy trăm quân tinh nhuệ, cùng 5 chiếc thuyền chiến, tự mặc áo giáp khắp mình, giấu Hào quận công ở trong thuyền.

Ngày mồng 4 [11/2/1596], Ngạn bàn với các tướng rằng:

-"*Việc binh quý ở thần tốc. Ta lấy quân chiến thắng, thừa thế chẻ tre, nếu một trận đánh hai lần thắng, thì đó là trời giúp cho ta thành công lớn, có thể so cùng các danh tướng đời xưa. Ta mong các tướng sĩ nghe lệnh hãy đồng tâm hiệp lực để lập công danh, tiễu trừ giặc nguỵ thì công của bọn ta không gì to bằng.*"

Các tướng đều nói:

-"*Xin tuân lệnh.*"

Hôm ấy, Ngạn chọn các tráng sĩ, giả làm sắc áo và cờ của quân Kính Chương. Ngạn tự làm tiền đội, các thuỷ quân lục tục tiến theo. Đêm hôm ấy, Ngạn tự đi thuyền nhẹ, xông trước vào hai lần cửa. Người giữ cửa hỏi, trả lời rằng:

-*"Ta là binh thuyền của Hào quận công, nhân thắng trận, bắt được tướng giặc là bọn Kế quận công giải về trước dâng nộp Vương ta."*

Do đấy, vào được các cửa mà thẳng tiến, 3 ngày đêm thì đến xã Hương Lan, châu Vạn Ninh [Quảng Ninh]. Khi sắp đến gần thuyền Kính Chương, Kính Chương ngỡ là Hào quận công thắng trận trở về liền ra đón. Ngạn thét:

-*"Ta là Kế quận công đây, bọn ngươi nên mau mau chịu trói để khỏi bị gươm đao."*

Kính Chương nghe nói, trở tay không kịp, liền bỏ thuyền chạy lên bờ, chạy đến giữa bãi cát thì bị quan quân bắt được, cùng với vợ cả vợ lẽ 20 người, chém 40 tên đồ đảng. Quân Ngạn đã thu được toàn thắng, một lần đánh thắng hai trận liền, quân lính vui mừng, khải hoàn về Kinh giải nộp. Mạc Kính Chương ở dưới cửa khuyết. Hôm ấy, Tiết chế Trịnh Tùng ban thưởng chiến công, ban cho Phan Ngạn 1 bài vàng, 10 cân vàng ròng. Lại thưởng cho các tướng sĩ đã chấp hành mệnh lệnh 300 cân bạc, đặt yến tiệc lớn để khao thưởng.

Bấy giờ bề tôi họ Mạc tố cáo với nhà Minh rằng: Quân nhà Lê chính là họ Trịnh tranh cường, dấy binh đánh giết bề tôi thần phục thượng quốc cùng con cháu họ Mạc, thực không phải là quân trung hưng của con cháu nhà Lê. Vì thế, nhà Minh nhiều lần sai sứ qua Trấn Nam Quan, mang điệp văn sang nước ta hẹn đến cửa quan hội khám xem có thực là con cháu nhà Lê hay không.

Ngày 29 [26/2/1596], Vua Lê sai bọn Hộ bộ Thượng thư

kiếm Đông các học sĩ Thông quận công Đỗ Uông và Ngự sử đài đô ngự sử Nguyễn Văn Giai làm quan hầu mệnh đến Trấn Nam Quan, trao đổi điệp văn thư từ với viên Tả giang binh tuần đạo Trần Đôn Lâm, lời lẽ phần nhiều khiêm tốn. Sau lại sai Hữu tướng Hoàng Đình Ái đem quân tiếp đến Lạng Sơn làm hậu ứng. Sai anh Vua Lê Ngạnh, Lê Lựu và bọn Công bộ thị lang Phùng Khắc Khoan cùng mang con ấn của An Nam đô thống sứ ty và hai tờ kiểu ấn mực của quốc vương An Nam trước, và 100 cân vàng, 1000 lạng bạc cùng mấy chục kỳ lão lên Trấn Nam Giao để chờ hội khám.

Ngày mồng 1 tháng 2 [28/2/1596], Tả giang binh tuần đạo Trần Đôn Lâm gửi điệp văn đòi vua phải đích thân đến Trấn Nam Quan để hẹn hội khám. Ngày mồng 5 [3/3/1596], vua đích thân đốc suất bọn Hữu tướng Hoàng Đình Ái, Thái uý Nguyễn Hoàng, Nguyễn Hữu Liêu, Thái phó Trịnh Đỗ và các tướng sĩ, binh tướng gồm hơn 1 vạn đến Trấn Nam Giao hẹn ngày hội khám. Bấy giờ nhà Minh dây dưa thoái thác, đòi lấy người vàng, ấn vàng theo lệ cũ, không chịu đến khám, thành ra quá kỳ hạn. Tháng 3 [29/3-26/4/1596] vua trở về Kinh.

Khoảng 3 tháng sau đó, viên Tổng đốc Lưỡng Quảng tâu về triều việc Vua Lê Thế Tông từ Trấn Nam Quan trở về nước, không báo cho quan nhà Minh biết. Viên Tổng đốc cho rằng Vua An Nam bị Trịnh Tùng làm áp lực, không muốn Vua nhận sắc phong, để Trịnh Tùng có thể tự ý làm càn, không còn ai ngăn trở:

"***Ngày 13 tháng 6 năm Vạn Lịch thứ 24*** [8/7/1596]. *Trước đó Lê Duy Đàm* (3) *nước An Nam tự tiện dấy binh đánh và giết sứ Di, cướp đoạt ấn tín. Nhưng rồi tự bó tay chịu mệnh, trả đất, nhất nhất nghe lời phân xử. Duy khai* *rằng ấn vàng nay không còn; cửa quan ải mở, y thường đến nhận chỉ thị; rồi một chiều bỏ đi luôn. Tổng đốc Lưỡng Quảng Thị lang Trần Đại Khoa tâu:*

'Việc tại An Nam tuy văn thư gửi đến đều xưng Lê Duy Đàm nhưng kỳ thực do quyền thần Trịnh Tùng làm chủ; họ Mạc yếu, họ Lê mạnh; nên một số thành phần của Mạc không khỏi nhập vào Lê; nhưng Lê thì tầm thường, mà Trịnh thì giảo quyệt; rồi một ngày nào đó họ Lê sẽ mất vào tay họ Trịnh. Căn cứ lời báo của điệp viên, việc Duy Đàm trở về là do Trịnh Tùng sai kỵ binh đến tìm 4 lần trong đêm; Duy Đàm bèn vượt mưa sấm sét mà đi. Vì Trịnh Tùng sợ khi Đàm được Thiên triều ban cho danh hiệu; thì y không thể phóng túng làm càn thi hành mưu soán đoạt; còn Duy Đàm ngu ngốc kia rơi vào mưu thuật mà không biết vậy!'

Viên quan Từ Thành Sở cho rằng:

'Miền Giao nam hai họ Lê Mạc tranh loạn đã đến 5 năm, các quan Đốc Phủ Án khám hỏi đến nay cũng đã 3 năm. Hỏi ấn vàng còn hay huỷ rồi? Lúc đầu thì bảo thất lạc tại Thanh Hoá; rồi lại bảo theo sự mô tả ấn dùng không đúng. Bàn về việc an sáp họ Mạc; lúc đầu xin theo sự phân xử; sau lại nói không dám nghe mệnh về việc này. Người vàng đã xét nghiệm xong đến tối lại mang về; tờ biểu về việc cống đã hoàn thành, lại tâu khí cụ chưa đầy đủ! Lý do gì mà Lê Duy Đàm đến; lại lý do gì y bỏ đi? Thần nghe nói rằng không biết lợi dụng sự sáng chói của ban ngày là thất thời, rút đao ra mà chần chứ không cắt là thất lợi; sáng và lợi đều do thời mà ra. Trước đây chúng đem việc cống để làm chậm ta, và chính ta cũng đem việc cống tự làm chậm mình. May mắn bọn họ bất quá được như Lê Lợi, Đăng Dung là cùng; nhưng không xem xét việc ta đối xử với Lê Lợi, Đăng Dung quá dễ dàng. Đại đô đốc biết

Lợi ưa cậy hiểm, không sợ sệt; thì dùng chính sách hoà hoãn ky my để ràng buộc; họ Lê chí tại dưỡng oai, nhưng rồi cũng phải ầm ờ cung thuận. Vạn nhất lúc bấy giờ triều đình dùng mưu sai, sẽ đi đến tổn uy, nhục nước, làm cho giặc lớn, mối hoạ kéo dài không phải bắt đầu từ ngày hôm nay.'

Bộ Binh phúc nghị rằng:

'Gửi văn thư cho Tổng đốc, Phủ, Án Quảng Tây bàn về sự việc, hỏi tại sao Lê Duy Đàm lại bỏ đi trong buổi tối; nếu việc này do Trịnh Tùng chủ trì thì nên xử trí cách nào? Nhận được trình báo lên có ghi rõ thời gian để làm bằng để phúc trình lên xin định đoạt.'

Thiên tử y theo lời bàn." **Minh Thực Lục: Quan hệ Trung Quốc Việt Nam**, tập 3, trang 243.

Viên Tuần phủ kiêm Án sát tỉnh Quảng Tây tâu xin tiếp tục hội khám và thi hành chính sách ràng buộc:

"Ngày 15 tháng 8 nhuần năm Vạn Lịch thứ 28 [6/10/1596]. *Tuần Án Quảng Tây Hoàng Kỷ Hiến tâu:*

'An Nam tuy phản phúc bất thường, nhưng chung qui thì sự ràng buộc An Nam khác hơn bọn giặc Nuy. Xin cho kéo dài thêm ngày tháng để tiếp tục hỏi khám; nếu không phương hại xin dùng chính sách ky my, cẩn thận để chờ cơ hội. Nếu cần ra uy thì hãy mệnh tướng ra quân, châm chước hoãn gấp để thi thố phương lược.'

Tấu văn được đưa xuống bộ Binh." **Minh Thực Lục: Quan hệ Trung Quốc Việt Nam**, tập 3, trang 245.

Tháng 4 [27/4-26/5/1596], hạ lệnh cho phủ, huyện, tổng, xã các xứ trong nước, nơi nào phải trải binh lửa, nhân dân xiêu tán, thì cho về làm ăn, tha phu dịch 3 năm. Nhưng quan địa phương phần nhiều nhũng nhiễu, hà khắc bạo ngược, nên dân nhiều người vẫn phải xiêu tán, chưa được an cư lạc nghiệp. Bấy giờ đại hạn, thóc lúa vụ chiêm đều không thu được, đầm ao khô cạn, cây cỏ úa vàng, hoa không kết trái. Trộm cướp quần tụ trong dân gian, đốt phá nhà cửa, cướp đoạt của cải gia súc; thuỷ bộ không thông, đường sá bế tắc, dân đói nhiều, chết đến quá nửa.

Tháng 7 [25/7-23/8/1596], sai làm lại điện Thái miếu ở trong thành Thăng Long. Ngày 17 [10/8/1596], rước thần vị của Thái Tổ Cao Hoàng Đế và liệt thánh hoàng đế vào điện Thái Miếu để cúng tế.

Ngày mồng 1 tháng 8 nhuận [22/9/1596] có nhật thực. Bấy giờ sai thợ đúc 2 tượng người vàng và bạc, đều cao 1 thước 2 tấc, nặng 10 cân, lại đúc 2 đôi bình hoa bạc, 5 chiếc bình hương nhỏ bằng bạc, sắm sẵn lụa thổ quyến và các vật cống để phòng sang cống nhà Minh.

Ngày 25 tháng 11 [12/1/1597], Phạm Hàng, người xã Thi Vụ, huyện Đại Yên [huyện Nghĩa Hưng, Nam Định], tự xưng là Thiên Nam chiêu thảo đô nguyên suý, ngày 27 [14/1/1597] vào chiếm giữ núi Đam Khê, huyện Yên Mô [Ninh Bình], đánh phá các xã gần đấy, đến đâu mọi người đều theo phục, hơn 1 tháng đã được hơn 1 vạn quân. Từ đó các phủ Trường Yên [Ninh Bình], Lý Nhân [Hà Nam], giặc cướp đều nổi dậy, trở ngại nhiều cho việc giao thông. Tiết chế Trịnh Tùng sai Mỹ quận công Bùi Văn Khuê đem quân cùng với viên thổ quan Yên Mô là Lương quận công Nguyễn Thế đi đánh bắt được Phạm Hàng giải về Kinh chém.

Tháng 12 [18/1-15/2/1597], sai bọn Hộ bộ thượng thư kiêm Đông các học sĩ Thông quận công Đỗ Uông làm quan hầu mệnh, cùng với Quảng quận công Trịnh Vĩnh Lộc mang hai người vàng người bạc và các vật cống tới thành Lạng Sơn để đợi nhà Minh hội khám. Bấy giờ viên thổ quan Long Châu của nhà Minh nhận nhiều của đút lót của họ Mạc, vì thế vào bè với họ Mạc mà thoái thác, nên việc không xong; lại vừa gặp tết Nguyên đán, bọn Đỗ Uông, Vĩnh Lộc lại trở về Kinh.

Chú thích:

1. Phủ Tân Hưng: thuộc các huyện Hưng Hà, Đông Hưng tỉnh Thái Bình.

2. Sông Hoàng Giang: khúc sông Hồng ở phía trên Nam Định, khoảng ngã ba Tuần Vường.

3. Lê Duy Đàm tức vua Lê Thế Tông

123.
Vua Lê Thế Tông: giai đoạn ngự trị tại thành Thăng Long [1593-1599] (2)

Ngày 19 tháng 2 năm Quang Hưng thứ 20 [5/41597], (Minh Vạn Lịch năm thứ 25); sai bọn quan hầu mệnh Đỗ Uông và Nguyễn Văn Giai lại lên Trấn Nam Quan thăm dò tin tức nhà Minh. Sai tướng Bắc đạo Thuần quận công Trần Đức Huệ cùng với bọn Hội quận công, Hoành quận công đem quân hộ tống. Khi đến thành Lạng Sơn đóng dinh, thì bọn Phúc Vương và Cao quốc công nhà Mạc đem quân đến đánh, giết Hội quận công tại trận. Bọn Thuần quận công và Hoành quận công đem quân chạy thoát; khi trở về Kinh đều bị tước binh quyền. Riêng Đỗ Uông, Nguyễn Văn Giai vào chiếm giữ vách núi, thoát được.

Tháng 3 [16/4-15/5/1597], nhà Minh lại sai viên quan uỷ nhiệm là Vương Kiến Lập tới nước ta đòi lễ cống và giục hội khám. Điệp văn tới Kinh sư, triều đình bàn định khởi hành. Ngày 28 [13/5/1597], vua đích thân đốc suất bọn Hữu tướng Hoàng Đình Ái, Thái uý Nguyễn Hoàng, Nguyễn Hữu Liêu, Thái phó Trịnh Đỗ cùng 7, 8 viên Tả hữu đô đốc và 5 vạn binh, đem theo cả viên quan uỷ nhiệm của nhà Minh Vương

Kiến Lập cùng đi đến Trấn Nam Quan.

Ngày mồng 10 tháng 4 [25/5/1597], binh tượng hộ tống Vua đến Trấn Nam Quan; cùng với quan nhà Minh là bọn Tả giang tuần đạo sát phó sứ Trần Đôn Lâm và quan các phủ Tư Minh, Thái Bình, các châu Long Châu, Bằng Tường tỉnh Quảng Tây cử hành hội khám. Trong lễ giao tiếp, hai bên đều vui vẻ chúc mừng; từ đấy hai nước lại thông sứ với nhau.

Sau đó Vua sai Công bộ tả thị lang Phùng Khắc Khoan làm Chánh sứ, Thái thường tự khanh Nguyễn Nhâm Thiêm làm Phó sứ sang cống nhà Minh và cầu phong. Lúc Khắc Khoan đến Yên Kinh, vừa gặp tiết Vạn Thọ của vua Minh, bèn dâng 30 bài thơ lạy mừng. Anh vũ điện đại học sĩ thiếu bảo kiêm thái tử thái bảo Lại bộ thượng thư nhà Minh là Trương Vị đem tập thơ **Vạn Thọ** ấy dâng lên. Vua Minh cầm bút phê rằng: Người hiền tài ở đâu mà không có. Trẫm xem thơ, thấy hết lòng trung thành của Phùng Khắc Khoan, rất đáng khen ngợi. Liền sai đưa xuống khắc in để ban hành trong nước. Khi ấy, sứ Triều Tiên là Hình tào tham phán Lý Toái Quang viết tựa cho tập thơ.

Ngày 20 [4/6/1597], vua về Kinh sư. Xa giá đến xã Yên Thường [huyện Đông Ngàn, Bắc Ninh]. Tiết chế Trịnh Tùng thân hành rước lạy, rồi đi theo ngự giá về cung.

Sử Trung Quốc xác nhận về cuộc hội khám; sau đó nhà Minh phong cho Vua Thế Tông chức An Nam Đô thống sứ, giống như đã phong cho Mạc Đăng Đung trước kia; riêng họ Mạc được an trí tại tỉnh Cao Bằng:

“***Ngày 17 tháng 10 năm Vạn Lịch thứ 17*** [25/11/1597]. *Trước đây nước An Nam vốn thuộc họ Trần, bị Lê Quí Ly* *soán đoạt; sau này Mạc Đăng Dung lại lợi dụng họ Lê suy vi bèn chiếm đoạt, an trí con cháu nhà Lê vào vùng sông Tất Mã (1); họ Mạc được phong làm Đô thống chế. Đến nay vận họ Mạc gặp lúc suy, Lê Duy Đàm* [Vua Lê Thế Tông] *lấy danh nghĩa là chủ cũ, được dân chúng suy tôn, đuổi con cháu nhà Mạc, lấy lại được đất cũ. Rồi Lê Duy Đàm đội nón đen, khoác áo trắng, đeo dây thao đến phủ phục tiến dâng tượng thay người, cùng với kỳ lão thần bộc chịu tội, xin được thừa tập trông coi cõi Nam hoang dã, phụng thờ lịch Chính Sóc, lo tròn chức cống.*

Bộ phúc trình như sau:

'Việc quốc gia chế ngự An Nam đã có phép tắc sẵn: Khi Lê Lợi dối trá tự lập, đứng anh minh như vua Tuyên Tông há lại không biết đó là nguỵ, sao lại chịu bỏ quận huyện đã đặt sẵn để trao quyền? Mạc Đăng Dung dối rằng họ Lê không còn hậu duệ; một người nhạy bén về phán đoán như vua Thế Tông há không biết đó là hành động soán đoạt, lại chịu rút quân đồn trú sẵn tại biên giới, để ban cho y chức Đô thống sứ? Chỉ vì coi nơi này là ruộng đá, dầu chiếm được cũng chẳng ích gì, lại không muốn cực nhọc quân lính chốn xa xôi. Phàm bọn nguỵ trá soán đoạt còn hứa phong tước, huống hồ đây là kẻ thực đã khôi phục! Vậy nên ban cho Duy Đàm danh hiệu, mệnh y thống hạt đất đai, coi sóc nhân dân; an trí họ Mạc tại Cao Bằng để con cháu được tiếp tục thờ phượng. Cách xử trí cầu sự thích hợp.'

Được chiếu chỉ ban như sau:

'Lê Duy Đàm được ban chức An Nam Đô thống sứ, nay soạn sắc dụ, đúc ấn ban cho để cai trị một phương vĩnh viễn tuân theo Vương hoá." **Minh Thực Lục: Quan hệ Trung**

Quốc Việt Nam, tập 3, trang 245.

Sử Trung Quốc cũng xác nhận sứ bộ Phùng Khắc Khoan đến Bắc Kinh vào tháng 11 và được ban thưởng:

*"**Ngày 10 tháng 11 năm Vạn lịch thứ 25 [18/12/1597].** Người nước An Nam sai đến là bọn Kỳ mục Phùng Khắc Khoan được ban mũ, dây đai; thưởng cấp như lệ."* **Minh Thực Lục: Quan hệ Trung Quốc Việt Nam**, tập 3, trang 246.

Tháng 4 [16/5-14/6/1597], cha con Dũng quận công Nguyễn Khắc Khoan là thổ quan ở huyện Minh Nghĩa [huyện Ba Vì, Hà Tây] liên kết với đảng giặc, tụ tập bọn gian ác, định làm loạn ở Kinh thành. Ban đêm, chúng thường nổi lửa đốt phá phố phường. Việc phát giác, quan quân bắt được 3 cha con Khắc Khoan và 24 tên đồ đảng ở ngoài cửa Nam thành Thăng Long, tìm được ấn gỗ, cờ chiêng, khí giới và sắc mệnh đem về nộp. Tiết chế Trịnh Tùng sai đem đốt hết, chém chết cha con Khắc Khoan và đồ đảng, lấy đầu đem bêu. Lại có người xã Ngải Cầu, huyện Từ Liêm [Hà Nội] tên là Nguyễn Minh Trí, trước cùng bạn với Nguyễn Khắc Khoan, cha con dấy binh chiếm giữ vùng Minh Nghĩa, nguỵ xưng là Đại Đức năm thứ 3. Thái uý Nguyễn Hữu Liêu bắt được cha con Minh Trí, đều đem chém cả.

Tháng 7 [13/8-10/9/1597], ra lệnh trong cả nước, mọi vật dụng đều phải tuỳ theo chức phẩm cao hay thấp mà dùng, không được tiếm vượt. Hạ lệnh duyệt các hạng quân dân, đinh tráng người tứ chiếng (2) để xác định quán tịch cũ.

Tháng 8 [11/9-10/10/1597], viên tướng địa phương huyện Đông Ngàn [Bắc Ninh] là Thuần quận công Trần Đức Huệ và con là Trần Đức Trạch tự xưng là Sầm quận công, mưu làm phản, cùng với viên tướng địa phương ở Yên Thế [Thái

Nguyên] là cha con Thế quận công Dương Văn Cán đều đem thuộc hạ đang đêm trốn đi theo họ Mạc. Tiết chế Trịnh Tùng sai con là Chưởng Cẩm y vệ Hùng Lương hầu Trịnh Đào đem quân đi đánh, chém được đồ đảng. Bấy giờ dân tứ chiếng khổ vì phải cắt cỏ voi, lại bị quan địa phương quấy nhiễu, không chịu nổi, nhiều người theo đảng giặc cướp bóc trong dân gian. Các tướng địa phương ở Hải Dương là Thuỷ quận công người huyện Thuỷ Đường [huyện Thuỷ Nguyên, Hải Phòng], Lễ quận công người huyện Nghi Dương [huyện Kiến Thuỵ, Hải Phòng] đều đem quân làm phản, bắt người cướp của ở các huyện thuộc Hải Dương, đánh úp giết chết tướng tuần thú là Hoa Kiều hầu và quan huyện. Lại có anh em Quỳnh quận công và Thuỵ quận công ở huyện Tân Minh [huyện Tiên Lãng, Hải Phòng], tụ tập đồ đảng, có đến vài nghìn quân đi đến đâu cũng ức hiếp cướp bóc dân chúng, cùng liên kết với bọn Thuỷ quận công, Lễ quận công. Nhân dân các huyện ở Hải Dương sợ chúng tàn ngược, đều phải tuân theo cả.

Ngày 20 tháng 11 [28/12/1597], Tiết chế Trịnh Tùng sai bọn Đô đốc đồng tri Hào quận công Nguyễn Miện, Mỹ quận công Bùi Văn Khuê, Kế quận công Phan Ngạn đem thuỷ quân gồm 50 chiếc thuyền ra Hải Dương đánh phá đảng giặc. Nguyễn Miện một mình tự kiêu khinh địch, không bàn bạc với các tướng, tự mình đem 4 chiếc binh thuyền bản bộ, khinh suất xông thẳng vào trong trận, đến chỗ giặc mai phục. Khi gặp thuyền giặc, Miện sai bắn súng lớn vào tướng giặc, Lễ quận công bị trúng đạn chết ở trong thuyền. Giặc ở trong thuyền bèn mặc áo của Lễ quận công rồi thúc quân đánh bừa, lại đâm chết Hào quận công Nguyễn Miện tại trận. Quân hai bên đánh giết lẫn nhau, quan quân bị chết cũng đến hơn 80 người. Gặp quân của Bùi Văn Khuê tiếp đến, quân giặc bỏ thuyền lên bờ chạy tan. Văn Khuê lấy được thủ cấp của Nguyễn Miện rồi về. Sau Văn Khuê lại đem quân lùng tìm, lấy được đầu của Lễ quận công đem về Kinh dâng nộp, sai bêu đầu 3 ngày. Tiết chế Trịnh Tùng xét thưởng cho Văn Khuê 10 cân vàng, thăng chức thiếu bảo.

Tháng này, hạ lệnh cho các xứ trong nước mở trường thi hương để chọn kẻ sĩ.

Ngày 16 tháng giêng năm Quang Hưng thứ 21 [21/2/1598], (Minh Vạn Lịch năm thứ 26); ban bố đại xá thiên hạ. Hết thảy bọn trộm cướp, tù trốn đều được ân xá, thuế khoá thiếu lâu năm đều được tha miễn.

Tháng 2 [7/3-5/4/1598], xuống chiếu thăng Công tử Trịnh Tráng làm Bình quận công, sai đốc suất binh mã để phòng giặc cướp.

Tháng 3 [6/4-4/5/1598], đại hạn, gió tây bắc thổi nhiều, lúa má cây cỏ chết khô. Tiết chế Trịnh Tùng sai Hữu tướng Hoàng Đình Ái đem quân đánh dẹp huyện Lục Ngạn [Bắc Giang], bắt được con của Hùng Lễ công Mạc Kính Chỉ là Mạc Kính Luân và 35 con ngựa cùng khí giới. Trịnh Tùng lại sai Thái uý Nguyễn Hoàng đem thuỷ quân đi đánh dẹp xứ Hải Dương đánh phá bè lũ Thuỷ quận công. Thuỷ quận công chạy vào huyện Thuỷ Đường [huyện Thuỷ Nguyên, Hải Phòng] chiếm giữ lũng núi. Thuỷ quận công sai bọn bè đảng là quận Thuy, quận Quỳnh xâm lược các huyện Thanh Lâm [huyện Nam Sách, Hải Dương], Thanh Hà [Hải Dương], lấy đinh tráng nơi đó, biên chế vào đội ngũ làm lính; dân nhiều người trốn chạy.

Tháng 4 [5/5-3/6/1598], Tiết chế Trịnh Tùng sai Hữu

tướng Hoàng Đình Ái thống lĩnh các quân bộ, và bọn Thái bảo Trịnh Ninh ra đánh dẹp huyện Đông Triều [Quảng Ninh] rồi tiến quân đánh miền bắc huyện Thuỷ Đường. Lại sai Thái uý Nguyễn Hoàng thống lĩnh thuỷ quân, cùng bọn Thiếu bảo Bùi Văn Khuê ra đánh dẹp xứ Hải Dương rồi tiến quân đánh vào phía nam huyện Thuỷ Đường. Cùng sai bọn Chấn quận công, Hải quận công, Kế quận công, Tráng quận công đem các cơ Nội thuỷ đi kinh lược các huyện Thanh Lâm, Thanh Hà, ra huyện Kim Thành [Hải Dương] để chặn phía trên huyện Thuỷ Đường. Hôm ấy, cả ba đạo lên đường một lúc. Nguyễn Hoàng sai tướng sĩ xông trước vào phá lũng núi huyện Thuỷ Đường, quân lính tranh nhau lên trước, bắt được Thuỷ quận công, đảng giặc tan vỡ. Quân các đạo tiến lên, thu bắt thuyền ghe của giặc. Bọn quận Quỳnh, quận Thuỵ đem con em trốn ra, định chạy về huyện Tiên Minh [huyện Tiên Lãng, Hải Phòng]. Đến nửa đường, gặp quân của Bùi Văn Khuê đánh tới; quân hai bên hỗn chiến trên sông, từ giờ Thìn [7-9 giờ] đến giờ Thân [15-17 giờ], quân giặc sức kém tan vỡ tháo chạy. Văn Khuê thúc quân thừa thắng đuổi đánh, bắt được quận Thuỵ ở trong thuyền, chém hơn trăm thủ cấp, quận Quỳnh bèn đem dư đảng chạy về Yên Quảng [Quảng Ninh].

Ngày 24 [28/5/1598], quan quân về Kinh, đem tù dâng nộp; thưởng công xong, đem bọn Thuỷ quận công và Thuỵ quận công chém ở Cầu Dền [Hà Nội], bêu thủ cấp.

Tháng 4 [5/5-3/6/1598], thi Hội kẻ sĩ trong nước. Cho bọn Nguyễn Thứ, Nguyễn Duy Thì, Lê Bật Tứ đỗ Tiến sĩ xuất thân; bọn Nguyễn Khắc Khoan, Nguyễn Kiệm đỗ Đồng tiến sĩ xuất thân.

Tháng 8 [1/9-29/9/1598], một người con của Hùng Lễ

công là Mạc Kính Dụng họp đảng ở huyện An Bác [huyện Sơn Động, Bắc Giang], xưng là Uy Vương. Sau thiếu ăn, bèn mưu dụ giết viên thổ quân là Phú Lương hầu để cướp lấy đất đai. Mạc Kính Dụng tự đem bộ hạ đến bức bách. Phú Lương hầu dùng mẹo đánh lừa, sai vợ con ra đón hàng, xưng rằng:

"Đại vương quyền cao, binh thế lớn, những người theo hầu phục dịch lại gan dạ oai hùng. Chồng thiếp chỉ là một người nhà quê, chưa từng thấy việc binh bao giờ, nghe tin quân của đại vương tới, kinh hoàng sợ hãi, sai thiếp đi thay, xin đại vương đóng quân ở ngoài cõi, quân của triều đình có đến thì chống lại. Rồi sau đại vương tự chọn lấy tay chân thân cận, độ mươi người, theo thiếp vào nhà; thiếp sẽ lập tức dẫn chồng lạy chào rồi dâng nộp đất đai và dân chúng".

Uy Vương nghe nói mừng lắm, lập tức chọn lấy 40 người chân tay và con em thân cận tự vào trong thôn nhà Phú Lương hầu. Phú Lương hầu sai quân canh giữ, đóng kín các cửa ải, rồi từ trong nhà ra đón tiếp, lạy quỳ trước mặt mà nói:

"Thần ở cõi xa xôi hẻo lánh, binh ít, lương đủ. Đại vương đến đây có thể tạm yên thân, nuôi quân, chứa sức, thừa thời đợi lúc, chiêu mộ châu huyện, thu thập quân lính thì có thể phục hưng sự nghiệp trước kia. Nay thần có một chỗ lũng núi, đã xa lại sâu hiểm, Đại vương chỉ nên đem vài người thân cận vào chiếm giữ chỗ núi sâu ấy, thần sai người nhà cung cấp hầu hạ, còn các tướng hiệu tả hữu khác đều hãy tạm ở nhà thôn của thần để thần cấp dưỡng rồi sẽ tính việc sau này."

Uy Vương nghe xong, tự đem 4, 5 người tay chân vào

chiếm giữ chỗ lũng núi. Phú Lương hầu lập tức giết hết 40 bộ hạ của Uy Vương, không cho tiết lộ cho Uy Vương biết. Phú Lương hầu mật sai người chạy báo ngay về Kinh sư, xin quân cứu viện. Bấy giờ, Tiết chế Trịnh Tùng sai bọn Đô đốc Lâm quận công, Quảng quận công, Hoa Dương hầu đem quân đến thôn nhà Phú Lương hầu, quả nhiên bắt được Uy Vương đem về Kinh sư. Sau xét công, thăng thưởng Phú Lương hầu chức Tổng binh và hạ lệnh thắt cổ Mạc Kính Dụng ở chợ Cửa Đông [Hà Nội].

Tháng 9 [30/9-29/10/1598], hạ lệnh cho huyện Quảng Đức [ngoại ô Hà Nội] mở cục làm giấy, làm loại giấy khổ to, kiểu mới nộp quan, không được bán riêng. Bấy giờ, người ta hay làm giả văn thư, nên có việc cấm này để phòng kẻ gian. Lại ra lệnh cho thừa ty các xứ nếu thấy người của quan trên sai xuống có mang văn thư thì phải xét thực là giấy kiểu mới mới được y lệ thừa hành, nếu không phải, thì bắt nộp trị tội.

Ngày 13 tháng 10 [11/11/1598], Tiết chế Trịnh Tùng xin Vua sai Hữu tướng Hoàng Đình Ái thống lĩnh binh tượng cùng bọn Thái bảo Trịnh Đồng, Thiếu bảo Trịnh Bách, Đô đốc Lê Văn Hoan, Chỉ huy sứ Trần Tộ đem hơn 1 vạn quân đi đánh dẹp họ Mạc ở Lạng Sơn. Sai Thái phó Trịnh Đỗ thống lĩnh binh tượng cùng bọn Thạch quận công Vương Trân, Thao quận công Trần Chấn, Tổng binh Thái Nguyên Đức Trạch hầu Lại Thế Quý đem quân đánh dẹp ở Thái Nguyên. Sai bọn Thanh quận công Đặng Kính, Giao quận công Nguyễn Hữu Giai đi đánh dẹp bọn giặc ở các huyện Sơn Dương [phía bắc huyện Đương Đạo], Đương Đạo [Tuyên Quang]. Lại sai Bạt quận công Phạm Doãn Sinh trấn giữ các con đường hiểm yếu ở Lâm Thao [Phú Thọ].

Ngày mồng 4 tháng 11 [1/12/1598], thổ quan huyện Đương Đạo là Vệ Nghĩa hầu Tống Thì Chiếu đem quân đánh phá bè đảng Mạc chém được Phù Thắng hầu và 15 thủ cấp đồ đảng, bắt được 1 con ngựa và rất nhiều khí giới. Ngày mồng 6 [3/12/1598], Hữu tướng Hoàng Đình Ái đến thành Lạng Sơn, sai đô đốc Lâm quận công Trần Phúc đem hơn 1.000 quân đánh phá giặc ở châu Thoát Lãng [Lạng Sơn]. Bấy giờ, quân của Mạc Kính Cung từ Long Châu [tỉnh Quảng Tây, Trung Quốc] về đến Thất Tuyền [huyện Thất Khê, Lạng Sơn], sai Vạn quốc công chống giữ. Trần Phúc tung quân đánh lớn, chém chết con của Vạn quốc công, bắt được vợ con và đồ đảng, đốt dinh trại, quân giặc tan vỡ. Bọn Phúc thừa thắng đuổi dài, thẳng đến dinh của Kính Cung. Kính Cung sai Phúc Vương đem vợ con lương thực rút trước vào Long Châu. Đến nửa đường, gặp quân mai phục của con trưởng Trần Phúc là Nghĩa Tráng hầu Trần Thiết đón đánh. Phúc Vương và quân lính tranh nhau cướp đường chạy vào Long Châu. Phúc Vương ngoảnh lại bảo Trần Thiết:

"Có Càn Thống Vương Mạc Kính Cung còn ở đằng sau; nếu ngươi định đuổi bọn ta, Càn Thống Vương đến đây thì e rằng bọn người đều trở thành quỷ dưới suối vàng cả."

Trần Thiết nghe thế, không dám đuổi nữa, sai thuộc hạ thu nhặt tiền của rồi về. Kính Cung thấy quân Trần Phúc tiến đánh, liền sai tướng là bọn Bàn quận công, Thắng quận công đem quân chặn hậu, chống nhau với quân Trần Phúc. Kính Cung tự đem quân ngầm lui về phía sau. Trần Phúc tung quân ra đánh, chém được Thắng, Bàn tại trận, bọn còn lại tan vỡ tháo chạy. Kính Cung bèn đem mấy nghìn tướng sĩ chạy vào Long Châu, lại gặp quân mai phục của Trần Thiết đón đánh ở đường hiểm. Kính Cung tự đốc suất đại quân xông vào đánh. Bấy giờ, Trần Thiết quân ít, không địch nổi, bèn vứt bỏ những của cải đã lấy được, rút lui chạy thẳng về Cao Bằng. Quân Kính Cung vội vã vượt sông rút đi. Sau quân Trần Phúc tiến đến, bắt được con trai thứ hai của Kính Cung mới 12 tuổi. Khi ấy, quân của Kính Cung đã đi xa, Trần Phúc sai thu quân về Lạng Sơn, rồi trở về Kinh, đem con trai của Kính Cung dâng nộp. Ngày mồng 3 tháng 12 [30/12/1598], hạ lệnh thắt cổ giết con thứ hai của Mạc Kính Cung ở bên hữu Cửa Đông [Hà Nội].

Ngày mồng 6 [2/1/1599], Tiết chế Trịnh Tùng sai quan hầu mệnh là bọn Đỗ Uông chuẩn bị nghi chú, lễ vật đến cửa Trấn Nam Giao đón tiếp sứ nhà Minh. Trước đây, sứ thần là bọn Phùng Khắc Khoan mang vật cống cùng người vàng thay thân mình, trầm hương, ngà voi đến Yên Kinh, dâng biểu xin theo lệ cống. Vua Minh xem biểu rất mừng, lại xuống chiếu phong Vua làm An Nam Đô thống sứ ty đô thống sứ, quản hạt đất đai nhân dân nước Nam, và ban cho một quả ấn An Nam đô thống sứ ty bằng bạc, sai bọn Phùng Khắc Khoan mang sắc thư về nước. Khắc Khoan bèn dâng biểu rằng:

"Chủ của thần, họ Lê là dòng dõi của An Nam quốc vương, giận nghịch thần họ Mạc tiếm ngôi, cướp nước, không chịu được mối thù ngàn năm, mới nằm gai nếm mật, lo thu phục lại cơ nghiệp của tổ tông để nối theo dấu cũ của tông tổ. Họ Mạc kia vốn là bề tôi của họ Lê nước An Nam, giết vua, cướp nước, thực là tội nhân của thượng quốc, mà lại ngầm xin chức Đô thống. Nay chủ của thần không có tội như họ Mạc, mà lại phải nhận chức như họ Mạc là nghĩa thế nào, xin bệ hạ xét cho"

Vua Minh cười nói:

"Chủ của ngươi tuy không ví như họ Mạc, nhưng vì mới lấy lại được nước, sợ lòng người chưa yên, hãy cứ nhận đi, sau sẽ gia phong tước vương cũng chưa muộn gì. Ngươi hãy kính theo, chớ có từ chối".

Khoan liền bái nhận ra về. Trước đây, Khắc Khoan qua cửa Nam Quan đi cống vào tháng 4 năm Vạn Lịch thứ 25 [16/4-14/6/1597], đến tháng 10 [9/11-8/12/1597] tới Yên Kinh bái yết Vua Minh, ngày mồng 6 tháng 12 [12/1/1598] từ biệt về nước. Ngày 15 tháng 12 năm nay [11/1/1599], Khắc Khoan về đến Trấn Nam Quan; cùng lúc quan Tả Giang nhà Minh sai viên quan uỷ nhiệm Vương Kiến Lập đem công văn đến Kinh sư. Tiết chế Trịnh Tùng sai Hữu tướng Hoàng Đình Ái và Thái bảo Trịnh Ninh sửa soạn nghi vệ đón tiếp sứ Minh Vương Kiến Lập và bọn Khắc Khoan. Ngày 25 [21/1/1599], Vua qua sông sang bến Bồ Đề [Bắc Ninh] bái lạy chiếu thư, đón sứ Minh về nội điện. Tiết chế Trịnh Tùng cùng với các đại thần văn võ vào nội điện triều yết. Khi tuyên đọc sắc thư xong, thấy quả ấn ban cho nói là bằng bạc mà lại là đồng, bèn cùng với văn võ đại thần bàn gửi thư phúc đáp trách cứ nhà Minh, do viên quan uỷ nhiệm của nhà Minh là Vương Kiến Lập mang về nước đệ tâu vua Minh. Bấy giờ Thổ quan nhà Minh nhận hối lộ của Mạc Kính Cung, lại đệ tâu vua Minh cho Kính Cung được giữ đất Thái Nguyên và Cao Bằng.

Tháng 2 năm Quang Hưng thứ 22 [25/2-25/3/1599], (Minh Vạn Lịch năm thứ 27); viên giám sinh người Chi Nê, huyện Chương Đức [huyện Chương Mỹ, Hà Tây] là Nguyễn Thì Thầm, nguỵ xưng là Thượng thư Lễ quốc công; người làng Man Nhuế, huyện Thanh Lâm [huyện Nam Sách, Hải Dương] xưng là Thiếu bảo An quốc công; người Phúc Lộc xưng là Trung quận công; họp quân ở vùng Yên Lãng [Phú

Thọ]. Bình quận công Trịnh Tráng sai người đi bắt giải về Kinh sư, sai đem chém.

Tháng 3 [26/3-24/4/1599], quan Tả Giang (3) nhà Minh Trần Đôn Hựu lại sai Vương Kiến Lập mang ngựa tốt, đai ngọc, mũ xung thiên sang cho Tiết chế Trịnh Tùng, xin kết tình láng giềng và gửi hai tấm thiếp, trong viết 8 chữ "*Quang hưng tiền liệt, định quốc nguyên huân*" [Quang phục công nghiệp xưa, công đầu định nước]. Tiết chế Trịnh Tùng đãi rất hậu, sai người hộ tống về nước.

Ngày mồng 7 tháng 4 [1/5/1599], tấn phong Tả tướng Thái uý Trường quốc công Trịnh Tùng làm Đô nguyên suý tổng quốc chính thượng phụ Bình An Vương. Sai bọn Tư thiên giám Lê Văn Huệ chọn ngày làm lễ sách phong. Kể từ đó Bình An Vương Trịnh Tùng mở phủ chúa, đặt quan, chính sự đều do Trịnh Tùng quyết đoán; của cải, thuế khoá, quân lính và nhân dân đều thuộc về phủ chúa. Về phía Vua Lê chỉ để 1000 xã làm bổng lộc, quân lính túc vệ và hộ vệ trong nội điện có 5000 lính, 7 thớt voi, và 20 chiếc thuyền rồng.

Tháng 7 [21/8/18/9/1599] Vũ Đức Cung, cháu Gia quốc công Vũ Văn Mật, ở Đại Đồng [Tuyên Quang] làm phản, xưng là Long Bình Vương; sai thủ hạ là bọn Nhuệ quận công đem quân của châu Đại Man [huyện Chiêm Hoá, Tuyên Quang] đánh các động núi ở châu Bạch Thông, đất Thái Nguyên, thu thuế mỏ bạc. Bình An Vương Trịnh Tùng bèn sai bọn Hải quận công, Quảng quận công, Phụng quận công, do Vệ Nghĩa hầu Tống Thì Chiếu dẫn đường, đem quân tiến đánh; dẹp được.

Ngày 24 tháng 8 [12/10/1599], Vua mất. Bấy giờ, Bình An

Vương cùng với triều thần bàn rằng Thái tử không thông minh mẫn tiệp, bèn lập con thứ là Duy Tân. Nhưng có lẽ còn một lý do khác; Lê Duy Tân lấy con gái Bình an vương Trịnh Tùng, nên được tín nhiệm hơn.

Chú thích:

1. Sông Tất Mã: chỉ sông Mã tại Thanh Hoá.

2. Tứ chính hay tứ chiếng tức dân 4 trấn: Sơn Nam, Kinh Bắc, Hải Dương, Sơn Tây; bấy giờ trú ngụ ở kinh thành Thăng Long.

3. Tả Giang: vùng đất thuộc phía nam Quảng Tây, giáp Việt Nam.

124.

Vua Lê Kính Tông

[1600-1619]

Vua tên huý là Duy Tân, con thứ của Vua Thế Tông, lên ngôi vào ngày 27 tháng 8 năm Quang Hưng thứ 22 [15/10/1599], đổi niên hiệu là Thận Đức; ở ngôi 20 năm, thọ 32 tuổi.

Tháng 5 năm Thận Đức thứ 1 [11/6-9/7/1600], (Từ tháng 11 trở về sau là năm Hoằng Định thứ 1; Minh Vạn Lịch năm thứ 28); Kế quận công Phan Ngạn, Tráng quận công Ngô Đình Nga, Mỹ quận công Bùi Văn Khuê mưu phản. **Toàn Thư** (1) chép rằng "*Thái uý Đoan quốc công Nguyễn Hoàng ngầm sai bọn Kế quận công Phan Ngạn, Tráng quận công Ngô Đình Nga, Mỹ quận công Bùi Văn Khuê mưu phản*"; nhưng trong thư Bình an vương Trịnh Tùng gửi cho Thái uý Nguyễn Hoàng [cũng chép trong **Toàn Thư**] không đề cập đến việc này; riêng các bộ sử **Cương Mục, Đại Nam Thực Lục** đều không đề cập đến; sự kiện này đáng nghi ngờ.

Khi ấy, bọn Phan Ngạn, Ngô Đình Nga, Bùi Văn Khuê đem quân phụ trợ theo họ Mạc. Rồi Ngạn ngờ Văn Khuê có mưu khác, liền sai người bắn chết Văn Khuê ở giữa sông. Ngạn tự xưng là Tiết chế Sinh quốc công, Đình Nga tự xưng là Thái bảo Hoa quận công, em Ngạn tự xưng là Tiền bộ dinh Quỳnh quận công, dùng niên hiệu Càn Thống (2) của họ Mạc trong các bản yết thị. Vợ Văn Khuê là Nguyễn Thị Niên báo thù cho chồng, đã giết được Phan Ngạn tại sông Hoàng Giang, tức hạ lưu sông Hồng. Việc giết Phan Ngạn, **Toàn Thư** ghi là giao tranh, nhưng **Cương Mục** chép thêm việc Thị Niên dùng mỹ nhân kế, vậy xin ghi cả hai nguồn để tham khảo:

"*Vợ Văn Khuê là Nguyễn Thị Niên muốn báo thù cho chồng, khóc bảo quân lính của chồng rằng:*

'Người nào dốc sức đền ơn, giết được Ngạn sẽ có trọng thưởng'.

Ngạn nghe thế giận lắm. Tháng 6, ngày mồng 1 [10/7/1600], *Ngạn đem quân đến Hoàng Giang* [sông Hồng tại Nam Định] *đánh nhau. Quân của vợ Văn Khuê bắn chết Ngạn ở giữa sông.*" **Đại Việt Sử Ký Toàn Thư, Bản Kỷ**, quyển 18, trang 1b.

"*Nguyễn Thị: Tên tự là Niên, con gái thứ của Nguyễn Quyện, tướng nhà Mạc. Có một thuyết nói: Ngạn nghe biết Thị Niên sắc đẹp, sai người mối đi lại cùng thông tin tức ước hẹn kết duyên. Nguyễn Thị giả vờ nhận lời, bèn kén hơn mười người trẻ tuổi đẹp trai, ăn mặc giả làm con gái sung làm thị tỳ. Nguyễn Thị giao ước với bọn thị tỳ giả: Nếu ai giết được Phan Ngạn thì sẽ được trọng thưởng. Muốn để Ngạn khỏi nghi ngờ, Nguyễn Thị hẹn: Đêm hôm nào đó thị sẽ đi một chiếc thuyền lớn đến hội kiến. Ngạn hí hởn mừng. Đến kỳ hạn, Nguyễn Thị ăn mặc lộng lẫy, đi thuyền ngược dòng sông Hoàng Giang ra sông Nha Giang, Ngạn cho người thăm dò, thấy trong thuyền la liệt những gái đẹp, Ngạn yên tâm không nghi ngờ gì cả, bèn ra ám hiệu cho thuyền tuần tiễu*

nơi đi nhanh, khi thuyền tuần tiễu sắp đến gần chỗ thuyền Nguyễn Thị thì dừng chèo ở giữa dòng sông. Điều khiển đâu vào đấy rồi. Ngạn mừng rỡ cuống quýt, cũng dùng một chiếc thuyền lớn đến để cùng Nguyễn Thị hội hợp. Sau khi Ngạn đã sang thuyền Nguyễn Thị, liền vẫy cho thuyền mình rút lui. Lúc ấy thị tỳ đứng hai hàng rót rượu. Khi cuộc rượu đang nồng nàn, thị tỳ rút dao ở trong tay áo ra chặt lấy đầu Phan Ngạn, rồi nhân đêm nước thuỷ trào xuống, gió thổi mạnh quay chèo trở về như bay, quân lính của Ngạn vẫn chưa biết có chuyện ấy. Khi về, Nguyễn Thị đem đầu của Ngạn làm lễ tế ở bàn thờ chồng, rồi dặn hai con đến hành tại An Trường quy thuận với vua Lê. Còn thị thì tự gieo mình xuống sông."
Khâm Định Việt Sử Thông Giám Cương Mục, Chính Biên, quyển 31, trang 4.

Khi loạn xảy ra, Bình An Vương cùng các quan đương bàn việc đánh dẹp, Thái uý Nguyễn Hoàng giả vờ xin đem quân đuổi đánh, rồi đốt hết doanh trại, trốn về Thuận Hoá, nhưng vẫn còn để lại tại miền bắc 3 người con. Bấy giờ trong nước loạn lạc, lòng người dao động, Bình an vương bèn hộ vệ Hoàng thượng trở về Tây Đô, để lo giữ đất căn bản.

Sau khi loạn dẹp xong, Bình an vương sai Thiêm đô ngự sử Gia Lộc tử Lê Nghĩa Trạch đem thư cho Thái uý Đoan quốc công Nguyễn Hoàng ở Thuận Hoá. Thư viết:

"Bậc đại thần, nghĩa phải cùng vui, cùng buồn với nước. Cậu đối với nước mà nói, thì là bề tôi huân cựu đời đời, đối với nhà mà nói, thì là tình nghĩa chí thân. Mới rồi, họ Mạc tiếm nghịch, vận nước gian truân, tiên tổ là Thái tể Hưng Quốc Chiêu Huân Tĩnh công (Hưng Quốc công Nguyễn Kim là ông ngoại của Bình An Vương, cho nên cũng gọi là tiên tổ) đầu tiên khởi xướng đại nghĩa, giúp Trang Tông Hoàng

Đế trong lúc gian nan, sửa lại danh phận. Tiên tổ mất đi, tiên khảo là Minh Khang Thái Vương [Trịnh Kiểm] *giữ trọng trách của nước, thấy cậu là người ruột thịt, trao cho hai xứ Thuận, Quảng. Cậu từ khi nhận được mệnh lệnh, vỗ yên dân địa phương, thực là có công. Tiên khảo chầu trời, cháu giữ binh quyền, vẫn để cậu giữ chức cũ. Nhiều lần gửi thư giục cậu đốc thu tiền thuế, vận tải lương thực để giúp việc chi dùng của nhà nước, cậu thường lấy cớ đường biển gian nan hiểm trở để từ chối. Đến khi Kinh thành đã lấy lại, thiên hạ đã yên cậu mới ung dung theo về. Triều đình ưu đãi, cho coi một phủ Hà Trung và bảy huyện miền trên trấn Sơn Nam, trao cho chức Hữu tướng, có ý mong cậu và tả tướng Vinh quốc công Hoàng Đình Ái giúp rập hai bên tả hữu để hoàn thành sự nghiệp trung hưng, để vỗ yên dân chúng nước Nam. Mới rồi, bọn nghịch thần Phan Ngạn, Bùi Văn Khuê, Ngô Đình Nga manh tâm phản bội, nổi quân làm loạn, cháu đương cùng với cậu trù tính việc binh, truy quét đảng nghịch, chẳng ngờ cậu không đợi mệnh, tự tiện bỏ về, làm dao động lòng dân địa phương. Không biết đó là bản ý của cậu, hay là nghe lầm gian kế của bọn phản nghịch. Nay Bùi Văn Khuê, Phan Ngạn đánh lộn lẫn nhau, và đều đã bị giết cả. Thế mới biết đạo trời sáng rõ; tai hoạ không kịp trở gót, chắc cậu cũng biết cả rồi. Việc đã như thế, nếu cậu quả biết tỉnh ngộ ra, hối lại lỗi trước, nghĩ đến công nghiệp của tiên tổ, nên sai người mang thư đến hành tại lạy trình, rồi đốc nộp tiền thuế để cung việc chi dùng của nhà nước thì lấy công trừ lỗi, triều đình đã có pháp điển, mà công lao ngày trước của cậu lại được toàn vẹn, huân danh sự nghiệp bao đời, bền lâu mãi mãi. Nếu không thế, thì lấy thuận đánh nghịch, triều đình hưng binh đã có cớ rồi, danh tiết của cậu sẽ ra làm sao? Cậu trong việc quân thường vẫn lưu ý đến kinh sử, xin hãy nghĩ kỹ, đường để hối hận về sau".* **Toàn Thư, Bản Kỷ Tục Biên**, quyển 28, trang 2a.

Nghĩa Trạch vào Thuận Hoá, do biết Nguyễn Hoàng vốn là người đa mưu, liền bỏ chiếu thư vào ống, giấu ở bụi rậm ngoài đồng rồi sai xá nhân chuyển báo. Hoàng nghe tin Nghĩa Trạch tới, lập mưu cướp chiếu thư. Đêm sai dũng sĩ đến chỗ trọ cướp hết hòm xiểng đem về, thấy không có chiếu thư, lại sai tới đốt hết cả quán trọ. Hoàng cho là giấy tờ đều bị cháy hết trong đám lửa rồi. Hôm sau, Hoàng thân dẫn tướng tá chỉnh đốn voi ngựa, nghi vệ ra đón, trông thấy Nghĩa Trạch hai tay bưng thư đi đến, lấy làm kinh ngạc, bảo với tướng tá rằng:

- *"Trời sinh chủ tướng, triều đình, có người giỏi".*

Từ đấy không có ý dòm ngó gì nữa. Sau đó vào tháng 10 [6/11-5/12/1600], Thái uý Nguyễn Hoàng gả con gái Ngọc Tú cho Trịnh Tráng, con cả Bình an vương Trịnh Tùng.

Bấy giờ người địa phương miền đông là nguỵ Uy Vũ hầu thống xuất 300 binh thuyền, tự xưng là Hải Dương đại tướng. Người họ Mạc là nguỵ Kỳ Huệ Vương chiêu mộ quân ở Sơn Nam, tự xưng là Nam thổ tiết chế; đưa mẹ Mạc Mậu Hợp vào chiếm cứ Đông Kinh. Mẹ Mạc Mậu Hợp xưng là Quốc mẫu, lên thay ngôi báu. Người tông thất họ Mạc và dư đảng khi trước tránh vào rừng núi, đến đây cùng với con trưởng của Mậu Hợp (không rõ tên) đều đến lạy chào. Mẹ Mậu Hợp sai người đi đón Kính Cung, tự ban ân thưởng, trên từ quan viên, dưới đến thứ dân, không kể công lao mới hay cũ, đều phong làm các chức Đô chỉ huy sứ, Đồng trị, Thiêm sự, Tả hữu hiệu điểm.

Tháng 7 [9/8-6/9/1600], Kính Cung khởi hành từ Trấn

Nam Quan, đến Thị Cầu, bọn Ngô Đình Nga đều đem quân huyện mình ra đón; Kính Cung đều cho giữ chức cũ. Thế rồi, quan viên tướng sĩ cùng rước Kính Cung tới Kinh sư. Bấy giờ, vua ở Thanh Hoá, lưu Trấn quận công Trịnh Lân ở lại hộ giá, riêng Bình an vương lại đem quân ra ra bắc đánh dẹp.

Tháng 8 [7/9-6/10/1600], Bình an vương tiến quân ra phủ Trường Yên [Ninh Bình]. Thuyền ra cửa sông Hát [sông Đáy, Hà Tây], tiến thẳng đến Kinh, bắt được mẹ Mậu Hợp; quân Mạc thua to, chết đuối nhiều không kể xiết. Vài ngày sau, em Phan Ngạn là quận Quỳnh ra thú, cũng tha tội cho. Bấy giờ, tướng Tây đạo nguỵ là quận Nhai, quận Cao đóng quân ở mạn Nhật Chiêu [phường Nhật Tân, Hà Nội]. Ban đêm, đại quân bí mật tiến đến dinh Nhật Chiêu. Quận Nhai sợ chạy; thu được 40 chiếc thuyền và 7 con voi, đem dâng ở cửa dinh. Vương mừng lắm.

Tháng 9 [7/10-5/11/1600], bắt được Ngô Đình Nga ở sông Thiên Đức [sông Đuống, Bắc Ninh] dâng nộp, sai đem chém. Uy Vũ hầu và Nam Dương hầu bè đảng Mạc đem 200 chiếc thuyền đến xứ Ông Mạc, huyện Thanh Trì giao chiến với quan quân, thua to; Uy Vũ hầu chạy ra chiếm giữ cửa biển.

Tháng 10 [6/11-5/12/1600], Bình an vương sai Hải quận công Nguyễn Đình Luân đem quân đi đánh phương Nam. Thuyền đến cửa sông Hoàng Giang [sông Hồng miền Nam Định], giao chiến với Nam Dương hầu, bị thua chạy, bỏ lại hơn 40 chiếc thuyền, thu quân trở về Kinh sư. Bình an vương nổi giận, liền bãi chức của Luân.

Tháng 11 [6/12/1600-3/1/1601]; đại xá, Vua Lê Kính Tông đổi niên hiệu là năm Hoằng Định thứ 1. Bắc cầu phao qua sông Hồng ở bến Ông Mạc, huyện Thanh Trì.

Tháng 12 [4/1-2/2/1601], Mạc Kính Cung chạy đến huyện Kim Thành [Hải Dương], sai quận Nam giữ huyện Nam Xang [huyện Lý Nhân, Hà Nam], lập doanh trại thuỷ bộ, ngày đêm tuần hành phòng giữ.

Tháng giêng năm Hoằng Định thứ 2 [3/2-4/3/1601], (Minh Vạn Lịch năm thứ 29). đại quân của Bình an vương tiến phát, giao chiến với đảng giặc là Nam Dương Nguyễn Nhiệm. Tiền phong của quan quân là Chấn quận công chết tại trận; nhưng giết được quận Nam và quận Nga của giặc. Quan quân đại thắng, thu được thuyền bè, trâu bò súc vật và tiền của kể hàng nghìn. Bêu hai thủ cấp của quận Nam và quận Nga ở Trường Yên [Ninh Bình] để thị uy. Sau lại bắt được em của quận Nam là quận Tào và quận Vị, đều chém cả.

Tháng 3 [3/4-1/5/1601], Bình an vương sai quân đi dẹp miền Hải Dương. Mạc Kính Cung nghe tin, bỏ cả binh mã mà chạy. Đại quân đến nơi, đốt hết doanh trại rồi về.

Tháng 5 [1/6-29/6/1601], sửa đắp đê và đường từ huyện Chương Đức [Hà Tây] đến huyện Mỹ Lương [huyện Mỹ Đức, Hà Tây] để chuẩn bị đón rước xa giá.

Tháng 6 [30/6-28/7/1601], Thái uý Nguyễn Hoàng bắt đầu cho dựng chùa Thiên Mụ. Bấy giờ Thái uý dạo xem hình thế núi sông, thấy trên cánh đồng bằng ở xã Hà Khê [huyện Hương Trà, ThừaThiên] giữa đồng bằng nổi lên một gò cao, như hình đầu rồng quay lại, phía trước thì nhìn ra sông Hương, phía sau thì có hồ rộng, cảnh trí rất đẹp. Nhân thế hỏi chuyện người địa phương, họ đều nói rằng gò này rất thiêng, tục truyền rằng xưa có người đêm thấy bà già áo đỏ quần xanh ngồi trên đỉnh gò nói rằng:

-*"Sẽ có vị chân chúa đến xây chùa ở đây, để tụ khí thiêng, cho bền long mạch"*.

Nói xong bà già biến mất. Bấy giờ nhân đấy mới gọi là núi Thiên Mụ. Thái uý cho là núi ấy có linh khí, mới dựng chùa gọi là chùa Thiên Mụ.

Tháng 8 [28/8-25/9/1601], vua từ Thanh Hoa về Kinh sư, ngự chính điện.

Tháng 11 [25/11-23/12/1601], bắt đầu mở lại khoa thi Hương trong nước để chọn kẻ sĩ.

Tháng 2 năm Hoằng Định thứ 3 [22/2-23/3/1602], (Minh Vạn Lịch năm thứ 30); thi Hội các sĩ nhân trong nước. Lấy đỗ bọn Nguyễn Đăng 10 người. Đến khi thi Đình, vua ngự tại điện Kính Thiên, thân hành ra đầu đề văn sách. Cho bọn Nguyễn Đăng 2 người đỗ Tiến sĩ xuất thân, bọn Nguyễn Cung 8 người đỗ Đồng tiến sĩ xuất thân.

Tháng 2 nhuận [24/3-21/4/1602], viên thổ tướng Đại Đồng [Tuyên Quang] là Thuần quận công về hàng.

Tháng 7 [17/8-15/9/1602], Thái uý Nguyễn Hoàng sai con thứ sáu làm trấn thủ dinh Quảng Nam. Quảng Nam đất tốt dân đông, sản vật giàu có, số thuế nộp vào nhiều hơn Thuận Hoá mà số quân chỉ bằng quá nửa. Thái uý thường để ý kinh dinh đất này. Đến đây, đi chơi núi Hải Vân, thấy một dải núi cao dăng dài mấy trăm dặm nằm ngang đến bờ biển. Thái uý khen rằng:

-*"Chỗ này là đất yết hầu của miền Thuận Quảng"*.

Liền vượt qua núi xem xét hình thế, dựng trấn dinh ở xã Cần Húc, thuộc huyện Duy Xuyên [Quảng Nam], xây kho tàng, chứa lương thực. Lại dựng chùa Long Hưng ở phía đông trấn.

Bây giờ khám lý phủ Hoài Nhân [Bình Định] Trần Đức Hoà là con Dương Đàm hầu Trần Ngọc Phân, phó tướng dinh Quảng Nam, đến yết kiến; Thái uý đãi rất hậu.

Năm này nước Chiêm Thành đến Thuận Hoá thông hiếu.

Ngày mồng 1 tháng 4 năm Hoằng Định thứ 4 [11/5/1603], (Minh Vạn Lịch năm thứ 31), có nhật thực. Bấy giờ, Bình An Vương Trịnh Tùng ngờ Đăng quận công Nguyễn Khai mưu phản, sai nội giám Nhạc quận công Bùi Sĩ Lâm cùm trói lại, tra xét không có tang chứng; sau một năm thì tha.

Mùa xuân năm Hoằng Định thứ 5 [1604], (Minh Vạn Lịch năm thứ 32), thi Hội các sĩ nhân trong nước. Lấy đỗ bọn Đặng Duy Minh 7 người. Đến kỳ thi Đình, cho bọn Nguyễn Thế Tiêu 2 người đỗ Tiến sĩ xuất thân, bọn Đặng Duy Minh 5 người đỗ Đồng tiến sĩ xuất thân.

Tại phía nam, lấy huyện Điện Bàn thuộc phủ Triệu Phong đặt làm phủ Điện Bàn, cai quản 5 huyện: Tân Phước, An Nông, Hoà Vang, Diên Khánh, Phú Châu, lệ thuộc vào xứ Quảng Nam. Đổi phủ Tiên Bình làm phủ Quảng Bình, phủ Tư Ngãi làm phủ Quảng Ngãi, huyện Lê Giang thuộc phủ Thăng Hoa làm huyện Lễ Dương, huyện Hy Giang làm huyện Duy Xuyên.

Năm Hoằng Định thứ 6 [1605], (Minh Vạn Lịch năm thứ 33). Viên thổ quan Lộc Châu [Lạng Sơn] Vi Đạt Lễ cấu kết với đầu mục Lục Hữu xâm phạm châu Tư Lăng [Quảng Tây]. Khi nhà Minh đòi hỏi An Nam can thiệp, Vi Đạt Lễ sợ hãi bèn hợp tác với nhà Minh, ngăn chặn bọn Lục Hữu:

"Ngày 22 tháng 5 năm Vạn lịch thứ 33 [7/7/1605]. Di

mục Lộc Châu nước An Nam Vi Đạt Lễ chuộc tội xin tự đổi mới, vẫn ra lệnh Đầu mục Trịnh Tùng ràng buộc thêm, không được tái xâm phạm. Trước đó Đạt Lễ nghe lời dụ dỗ của tên Đầu mục phản loạn Lục Hữu xâm phạm đất Tư Lăng, bắt Thổ quan Vi Thiệu Tăng đoạt lấy ấn. Đốc Phủ Đái Diệu, Dương Phương tuân theo mệnh Thiên tử đòi Đầu mục Trịnh Tùng bắt hiến Lục Hữu. Đạt Lễ sợ hãi lập tức trả lại ấn; khi quan binh đến đánh Lục Hữu, Đạt Lễ phụng mệnh giữ đường và quan ải, cùng bắt bọn gian tế Nùng Bổ 16 tên. Đốc Phủ thấy được sự hối lỗi và tuân mệnh, nên xin tha tội chết. Thiên tử chấp thuận." **Minh Thực Lục: Quan hệ Trung Quốc Việt Nam**, tập 3, trang 248.

Nhờ sự phối hợp với An Nam, quan quân nhà Minh bắt được Lục Hữu, rồi đem xử chém:

"Ngày 21 tháng 2 năm Vạn Lịch thứ 34 [29/3/1606]. *Chém bọn phản nghịch An Nam Lục Hữu gồm 4 người tại chợ. Những bọn a tòng khác bị đánh trượng, có sai biệt."* **Minh Thực Lục: Quan hệ Trung Quốc Việt Nam**, tập 3, trang 249.

Vào tháng 10 năm Hoằng Định thứ 6 [11/11/1605], Vi quốc công Hoàng Đình Ái cho người giết Vi Đạt Lễ, sau đó nhà Lê cho mang thủ cấp đem hiến nhà Minh:

"Ngày 24 tháng 7 năm Vạn Lịch thứ 34 [27/8/1606]. *Quốc vương An Nam Lê Duy Tân giết Vi Đạt Lễ; đựng thủ cấp vào hộp đem hiến."* (**Minh Thực Lục** v. 115, tr. 8001; Thần Tông q. 423, tr. 6a)

Trong năm Hoằng Định thứ 6 [1605], triều đình sai chánh sứ Lê Bật Tứ, phó sứ Nguyễn Dụng và Nguyễn Khắc Khoan sang nhà Minh dâng lễ tạ ơn. Lại sai hai sứ bộ gồm bọn chánh sứ Ngô Trí Hoà và Nguyễn Thực, các phó sứ Phạm Hồng Nho, Nguyễn Danh Thế, Nguyễn Úc, Nguyễn Duy Thì dâng lễ cống hàng năm. Đến tháng 2 năm sau sứ bộ đến Bắc Kinh, trình bày trong nước loạn lạc, do đó Vương Lê Kính Tông [Lê Duy Tân] tuy lên ngôi đã 7 năm, đến nay mới sang cống:

"***Ngày 5 tháng 2 năm Vạn Lịch thứ 34** [13/3/1606]. Lê Duy Tân, con Đô thống sứ An Nam Lê Duy Đàm, cống sản vật địa phương, xin phong tước. Họ Lê từ Lê Lợi truyền 7 đời đến Huệ, bị quyền thần là Mạc Đăng Dung soán đoạt. Họ Mạc truyền được 50 năm. Con Huệ là Ninh kế tục nghiệp nhà Lê tại vùng sông Tất Mã* [sông Mã, Thanh Hoá], *truyền được 4 đời. Đến Duy Đàm cùng bề tôi là Trịnh Tùng hợp mưu khởi binh diệt họ Mạc, lấy hết đất đai cũ. Nhân tiến người vàng thay thân, xin triều đình chiếu mệnh, được phong Đô thống sứ và đúc ấn ban cấp; lúc này vào năm Vạn Lịch thứ 25* [1597-1598]. *Hai năm sau Duy Đàm mất, con là Duy Tân không cáo ai, cũng không nạp cống. Gặp lúc viên quan nước này là Vi Đạt Lễ cấu kết với Đầu mục Lục Hữu xâm chiếm Tư Lăng, cướp ấn của quan chức. Triều đình bàn gửi văn thư trách nước này, đòi phải bắt Lục Hữu hiến nạp. Đạt Lễ hối hận, trả lại ấn, lại bắt 18 tên gian tế nạp để chuộc tội. Chiếu mệnh cho được tự sửa đổi, nên Duy Tân sai sứ giả là bọn Đỗ Văn Trinh gõ cửa quan xin cống; đây là năm thứ 7 sau khi giữ chức. Trần tình rằng y vốn thuộc dòng đích, lúc mới lên nắm chức thì trong nước chưa yên có tên nghịch tặc Phan Ngạn làm loạn, nên chưa kịp cáo ai và xin cống; rồi Vi Đạt Lễ làm loạn, nên lo sợ bị trách phạt. Riêng ấn đồng được cấp trước kia, Duy Tân sai Đầu mục Trịnh Tùng mang nạp để xin ban ấn bạc; không ngờ Phan Ngạn chặn đánh nên bị rơi xuống sông Thọ Xương,* *xin nguyện nạp 100 lạng vàng để bồi thường. Viên Phủ thần Quảng Tây Dương Phương trình việc này, chiếu ban xuống để bộ Binh bàn bạc rồi tâu lên."* **Minh Thực Lục: Quan hệ Trung Quốc Việt Nam**, tập 3, trang 248.

Tiếp theo viên Tổng đốc Lưỡng Quảng tâu xin cho Vương An Nam được thế tập và nhận ấn bạc:

*"**Ngày 17 tháng 3 năm Vạn Lịch thứ 35** [13/4/1607]. Tổng đốc Lưỡng Quảng đề nghị về việc thế tập tại Giao nam, bộ Lễ phúc tấu, được Thiên tử chấp thuận. Giao nam loạn do hai họ Lê, Mạc giao tranh; bỏ triều cống đến 20 năm. Vào sau năm Tân Tỵ thời Vạn Lịch [1581-1582], Mạc Mậu Hợp chết, người Giao lập Duy Bang (3) lên làm vua, Duy Bang chưa đến triều cống. Duy Bang chết, Duy Đàm kế lập, đuổi được họ Mạc, đến gõ cửa quan xin cống. Bèn phong cho Duy Đàm chức Đô thống sứ, cấp cho ấn bạc; sự việc xảy ra năm Bính Thân đời Vạn Lịch [1596-1597]. Nay Duy Đàm chết, Duy Tân đáng được nối dõi, bèn dâng biểu xin cấp ấn bạc. Trấn thần khám mấy lần, không có điều gì uẩn khúc, nên hứa đúc ấn mới ban cho. Bèn dâng biểu tạ ân, phụng triều cống như xưa. Nhưng từ họ Mạc đến nay, tuy xưng Đô thống sứ nhưng chế độ trong nước vẫn theo đế chế; triều đình tuy cấp ấn bạc nhưng không [sai sứ] đưa sách mệnh, lệnh đến gõ cửa quan ải lãnh. Từ đời Duy Đàm trở về sau khá cung kính, vậy nên ban cho Duy Tân. Kể từ khi họ Lê tái lập đến Duy Tân được 3 đời."* **Minh Thực Lục: Quan hệ Trung Quốc Việt Nam**, tập 3, trang 249.

Sứ bộ nước ta sau khi hoàn thành nhiệm vụ, được hộ tống ra khỏi biên giới:

*"**Ngày 22 tháng 5 năm Vạn Lịch thứ 35** [16/6/1607]. Sai*

Quang lộc tự thự thừa Phạm Quang Dụ hộ tống cống sứ An Nam về nước." **Minh Thực Lục: Quan hệ Trung Quốc Việt Nam**, tập 3, trang 250.

Tại trong nước, vào mùa xuân năm Hoằng Định thứ 8 [1607], (Minh Vạn Lịch năm thứ 35); thi Hội các sĩ nhân. Lấy đỗ bọn Ngô Nhân Triệt 5 người. Đến khi thi Đình cho Lưu Đình Chất đỗ Tiến sĩ xuất thân, bọn Ngô Nhân Triệt đỗ Đồng tiến sĩ xuất thân.

Năm Hoằng Định thứ 9 [1608], (Minh Vạn Lịch năm thứ 36); trong nước bị đói; mùa thu, mùa đông từ Nghệ An ra Bắc bị đại hạn thóc gạo quá đắt, nhiều người chết đói. Trong khi đó tại miền Thuận Quảng được mùa to, mỗi đấu gạo giá 3 đồng tiền; nên nhiều dân xiêu dạt chạy vào nam.

Bấy giờ Tổng đốc Lưỡng Quảng Đái Diệu tâu về triều rằng quân cướp từ An Nam đột nhập cửa biển Long Môn, ngược dòng sông vây đánh châu Khâm:

"***Ngày 27 tháng 3 năm Vạn Lịch thứ 36 [11/5/1608].*** *Tổng đốc Lưỡng Quảng quân vụ Phó Đô Ngự sử Đái Diệu đề tấu:*

'Trong tháng 12 năm Vạn Lịch thứ 35 [1607], giặc Giao Chỉ hơn 700 tên từ cảng Long Môn (4) đột nhập vây châu Khâm (5), cướp bóc rồi rút lui. Căn cứ vào tội lỗi của viên chức có trách nhiệm, pháp quan cần điều tra và mỗi viên chức phải viết bản tự trình bày về tội để thất thủ.'

Tờ tâu được đưa xuống bộ Binh." **Minh Thực Lục: Quan hệ Trung Quốc Việt Nam**, tập 3, trang 252.

Tháng 3 năm sau, viên Tổng đốc này lại tâu tiếp phía An Nam hiến đầu 3 tên giặc:

*"**Ngày 28 tháng 3 năm Vạn Lịch thứ 37 [1/5/1609].** Tổng đốc Lưỡng Quảng Đái Diệu tâu về việc Di tặc xâm phạm. Đô thống sứ An Nam Lê Duy Tân* [vua Kính Tông] *hiến đầu bọn giặc Phù An, Xí Dương gồm 3 tên. Lời tâu được đưa xuống bộ Binh."* **Minh Thực Lục: Quan hệ Trung Quốc Việt Nam**, tập 3, trang 253.

Sau đó lại tâu thêm về việc hành quân phối hợp giữa hai nước để bắt giặc, phía An Nam không đáp ứng một cách tích cực, e thực chất còn muốn che chở cho đồng đảng:

*"**Ngày 18 tháng 4 năm Vạn Lịch thứ 37 [21/5/1609].** Nguyên Tổng đốc Lưỡng Quảng khám rồi tâu rằng:*

"Về việc bọn ác tặc bị bắt trong chiến dịch tại châu Khâm. Đô thống sứ Lê Duy Tân cùng Đầu mục Trịnh Tùng giải đến hiến bọn đầu sỏ giặc Phù An gồm 3 người, thấy được sự cung thuận. Kế đó trưng dụng binh nước này, nhưng chưa thấy đến; khi quân ta đến nơi, mới thấy thuỷ binh họ gồm mấy chục chiếc thuyền đến trên biển, nhưng không thấy bắt hiến được ai. Sợ rằng giả làm bộ đáp ứng, nhưng thực chất là che chở cho đồng đảng; nên gửi văn thư cật vấn. Về tên chưa bắt được là Vũ Vĩnh Trinh, trước đây đã báo nhưng chưa đưa đến; nay tuy hiến bọn đồ đảng giặc 3 người cũng không đủ chuộc được lỗi. Vậy nên bắt nước này tiếp tục tập nã; còn về việc cư xử trước đây hoặc điều gì đã thành đạt được, xin để Tuần Án Ngự sử khám rõ rồi trình lên."

Lời tâu được đưa xuống bộ Binh." **Minh Thực Lục: Quan hệ Trung Quốc Việt Nam**, tập 3, trang 254.

Tháng 3 năm Hoằng Định thứ 10 [4/4-3/5/1609]. (Minh, năm Vạn Lịch thứ 37); Bình an vương sai em là Trịnh Đỗ đi kinh lý vùng Thái Nguyên, Mạc Kính Cung chạy trốn. Trước kia, Kính Cung chiếm cứ vùng Lạng Sơn, dần dần tụ họp lại được quân lính, bèn xâm lấn quấy rối vùng Thái Nguyên, Tùng hạ lênh cho thái tể Trịnh Đỗ làm thống lãnh, Nguyễn Danh Thế làm đốc thị, đem quân đi đánh. Giặc chạy trốn tan vỡ; kinh lý được một tháng. Trịnh Đỗ dẫn quân về.

Mùa xuân năm Hoằng Định thứ 11 [1610], (Minh Vạn Lịch năm thứ 38); thi Hội các nhân sĩ trong nước. Lấy đỗ bọn Nguyễn Tiến Dụng 7 người. Đến khi thi Đình, cho Nguyễn Văn Khuê đỗ Tiến sĩ xuất thân, bọn Nguyễn Tiến Dụng 6 người đỗ Đồng tiến sĩ xuất thân.

Tháng 10 [15/11-14/12/1610], Tả thị lang bộ hộ Diễn Gia hầu Lê Bật Tứ đề xuất với Bình an vương về việc lập Thế tử, dự bị trao binh quyền để cố kết lòng người, và cách xử trí với phiên trấn mạnh, để thống nhất chế độ.

Ngày 16 tháng 10 năm Hoằng Định thứ 12 [20/11/1611], (Minh Vạn Lịch năm thứ 39); núi Tản Viên bị lở đến hơn 12 trượng.

Phủ Chiết Giang tâu lên triều Minh rằng có một số thuyền thuộc phủ Thăng Hoa, Quảng Nam bị gió bão trôi dạt vào xứ này; xin theo lệ cũ, đưa đến Quảng Đông, để cho trở về nước:

"***Ngày 13 Tháng 11 năm Vạn Lịch thứ 39 [16/12/1611].*** *Phủ Án Chiết Giang Cao Cử, Trịnh Kế Phương báo về việc bắt những người Di phạm vào lãnh thổ xứ Ôn. Lần thứ nhất bọn Bùi Phúc Ninh gồm 73 người, dân tại huyện Hà Đông, phủ Thăng Hoa; bị sai đi tế thần linh Hoàng Cát rồi bị gió bão phiêu dạt đến. Lần thứ hai gồm bọn Trần Danh Khoa 25 người, cũng người huyện Hà Đông. Lần thứ ba, bọn Hà Ngọc Bảng 42 người, dân tại huyện Duy Xuyên phủ Thăng Hoa.*

Tất cả đều do gió bão phiêu bạt đến; không phải tội phạm cướp bóc, nếu giết đi không phải là vũ dõng, nuôi dưỡng họ cũng bất tiện. Xét theo lệ cũ xin gửi đến cửa quân Tổng đốc Lưỡng Quảng, trả lại cho nước họ để an sáp xử trí, biểu thị chính sách nhu viễn của thiên triều.

Mệnh gửi tấu chương xuống ty liên hệ." **Minh Thực Lục: Quan hệ Trung Quốc Việt Nam**, tập 3, trang 257.

Tại miền nam bắt đầu đặt phủ Phú Yên. Bấy giờ quân Chiêm Thành xâm lấn biên giới; Thái uý Nguyễn Hoàng sai chủ sự là Văn Phong đem quân đi đánh lấy được đất này, bèn đặt thành một phủ, cho hai huyện Đồng Xuân và Tuy Hoà lệ thuộc vào. Cho Văn Phong làm lưu thủ.

Tháng 10 năm Hoằng Định thứ 13 [24/10-22/11/1612], (Minh Vạn Lịch năm thứ 40); người xã Bất Đoạt, huyện Kim Bảng [Hà Nam] nổi dậy xưng là Tiêu quốc công. Thái phó Thanh quận công Trịnh Tráng đánh bắt được tại núi Thiên Kiện [huyện Thanh Liêm, Hà Nam].

Mùa xuân năm Hoằng Định thứ 14 [1613], (Minh Vạn Lịch năm thứ 41); thi Hội các sĩ nhân trong nước, lấy đỗ bọn Bùi Tất Thắng 7 người. Đến kỳ thi Đình, cho bọn Nguyễn Tuấn 7 người đều đỗ Đồng tiến sĩ xuất thân.

Tháng 4 [20/4-17/6/1613], sai hai sứ bộ gồm chánh sứ Lưu Đình Chất và Nguyễn Đăng, cùng phó sứ Nguyễn Đức Trạch, Hoàng Kỳ, Nguyễn Chính, Nguyễn Sư Khanh sang cống nhà Minh.

Năm sau sứ bộ đến Bắc Kinh; được ban yến và thưởng các loại lụa:

"***Ngày 6 tháng 5 năm Vạn Lịch thứ 42** [12/6/1614]. Đô*

thống sứ An Nam Lê Duy Tân sai bọn quan Lưu Đình Chất gồm 38 người tiến cống biểu văn, sản vật địa phương, và cống bù cho năm Vạn Lịch thứ 33. Cấp hai lần thưởng lụa quyên, lụa sa; và mang đưa về tặng Đô thống sứ 10 tấm lụa." **Minh Thực Lục: Quan hệ Trung Quốc Việt Nam**, tập 3, trang 258.

"Ngày 5 tháng 9 năm Vạn Lịch thứ 42 [7/10/1614]. Ban yến Bồi thần nước An Nam." **Minh Thực Lục: Quan hệ Trung Quốc Việt Nam**, tập 3, trang 258.

Tháng 9 [14/10-11/11/1613], Thượng thư bộ Hộ Mai quận công Phùng Khắc Khoan mất. Khắc Khoan tính cương nghị, tinh anh, có tài tổng hợp chọn lựa, văn chương thanh cao, có thi tập lưu hành; thọ 86 tuổi, tặng Thái phó.

Ngày Mậu ngọ tháng 5 [18/6/1613], Thái uý Nguyễn Hoàng tại Thuận Hoá không được khỏe, triệu người con thứ sáu là Nguyễn Phúc Nguyên từ Quảng Nam vào hầu.

Ngày Canh dần tháng 6 [20/7/1613], Thái uý yếu mệt, cầm tay Phúc Nguyên dặn bảo rằng: *"Làm con phải hiếu, làm tôi phải trung; anh em trước hết phải thân yêu nhau. Mày mà giữ được lời dặn đó thì ta không ân hận gì"*. Lại nói: *"Đất Thuận Quảng phía bắc có núi Ngang* [Hoành Sơn] *và sông Gianh* [Linh Giang] *hiểm trở, phía nam ở núi Hải Vân và núi Đá Bia* [Thạch Bi sơn, Phú Yên] *vững bền. Núi sẵn vàng sắt, biển có cá muối, thật là đất dụng võ của người anh hùng. Nếu biết dạy dân luyện binh để chống chọi với họ Trịnh thì đủ xây dựng cơ nghiệp muôn đời. Ví bằng thế lực không địch được, thì cố giữ vững đất đai để chờ cơ hội, chứ đừng bỏ qua lời dặn của ta"*.

Vua Lê nhận được tin Thái uý Nguyễn Hoàng mất, bèn

phong Nguyễn Phúc Nguyên chức Thái bảo; vẫn thay cha trấn giữ vùng Thuận Hoá.

Tháng 6 năm Hoằng Định thứ 15 [7/7-4/8/1514], (Minh Vạn Lịch năm thứ 42); sắc phong các con cháu họ Trịnh là Trịnh Trượng làm Liêm quận công, Trịnh Tạc làm Vinh quận công, Trịnh Đồ làm Hương quận công, Trịnh Bảng làm Hội quận công, Trịnh Trân là Phổ quận công, Trịnh Liêm làm Lãng quận công, Trịnh Thức làm Luân quận công, Trịnh Lệ làm Hoà quận công.

Trong khi đó tại miền nam Thái bảo Nguyễn Phúc Nguyên ngầm cho đặt tam ty. Ở trong Chính dinh thì ba ty là ty Xá sai, coi việc văn thư kiện tụng, do Đô tri và Ký lục coi sóc; ty Tướng thần lại, coi việc trưng thu tiền thóc, phát lương cho quân các đạo, do Cai bạ coi; ty Lệnh sử, coi việc tế tự, lễ tiết và chi cấp lương hướng cho quân đội Chính dinh, do Nha uý coi. Những thuộc viên thì mỗi ty có 3 câu kê, 7 cai hợp, 10 thủ hợp, 40 ty lại. Các dinh ở ngoài, có nơi chỉ đặt một ty Lệnh sử, có nơi đặt 2 ty Xá sai và Tướng thần lại, có nơi kiêm đặt ty Xá sai và Lệnh sử để coi việc từ tụng của quân dân, sổ sách đinh điền và trưng thu thuế ruộng sở tại; số nhân viên thì tuỳ theo công việc ít nhiều mà thêm bớt.

Tháng 8 nhuận năm Hoằng Định thứ 16 [23/9-21/10/1615], sai bọn Thái uý Thư quận công Nguyễn Cảnh Kiên cùng với Hình bộ thượng thư kiêm Đông các học sĩ Mỹ Khê hầu Nguyễn Lễ đón tiếp sứ bộ Lưu Đình Chất trở về nước.

Ngày 26 tháng giêng năm Hoằng Định thứ 17 [13/3/1616], (Minh Vạn Lịch năm thứ 44), có nguyệt thực.

Trong tháng giêng mở thi Hội các sĩ nhân trong nước. Lấy đỗ bọn Vũ Miễn 4 người. Đến khi thi Đình, cho bọn Lê

Trí Dụng đỗ Đồng tiến sĩ xuất thân.

Tháng 3, Phủ thần Quảng Tây, tâu trình việc người An Nam đánh phá châu Tư Minh tại biên giới, xin triều đình điều viên Tổng trấn đến tăng cường:

"***Ngày 18 tháng 3 năm Vạn Lịch thứ 44 [3/5/1616].*** *Người dân Giao Nam xâm phạm châu Tư Minh. Tham tướng Tư Ân là Triệu Đình đến cứu viện, bọn Di giải vây trốn. Phủ thần Quảng Tây dâng lời bàn:*

'Nơi trọng yếu nên đề phòng, việc quân nên châm chước bàn bạc, cần thuyên chuyển Tổng trấn đến. Đó là việc làm cần thiết cấp thời.'

Lời tâu chưa được đáp ứng." **Minh Thực Lục: Quan hệ Trung Quốc Việt Nam**, tập 3, trang 259.

Ngày rằm tháng giêng năm Hoằng Định thứ 18 [20/2/1617], (Minh Vạn Lịch năm thứ 45); có nguyệt thực. Tại thời điểm này, **Minh Thực Lục** ghi "Ban đêm nhìn lên trời có nguyệt thực" (夜望月食, dạ vọng nguyệt thực); **Google** cũng thông báo "Nguyệt thực toàn phần vào ngày 20/2/1617" (*Total lunar eclipse of 1617 feb.20*).

Cũng vào tháng giêng, tại Thuận Hoá Thái bảo Nguyễn Phúc Nguyên đặt Nhà đồ tức nhà chứa cất đồ vật; nhằm thu trữ các hàng hoá, giao cho Nội lệnh sử ty giữ. Bấy giờ nguồn Phù ẩu và núi đất ở xã Nam Phố Hạ huyện Phú Vang [Thừa Thiên], là đất có vàng, hằng năm sai dân lấy để nộp. Những núi ở Quảng Nam càng sản nhiều vàng. Các hộ đãi vàng gọi là liêm hộ, người trong hộ mỗi năm nộp 3 hay 2 đồng cân vàng sống. Lại nguồn Lỗ Đông mỗi năm nộp 70 lạng, nguồn Thu Bồn [Quảng Nam] mỗi năm nộp 38 lạng 3 đồng 1 phân. Đầm An Xuân huyện Quảng Điền [Thừa Thiên] mỗi năm nộp 80 lạng bạc. Những nguồn ở phủ Quảng Ngãi mỗi năm nộp 180 lạng. Xã Phú Bài huyện Phú Vang, trang Phước Điền châu Bố Chính [Quảng Bình], núi sản nhiều sắt, mỗi năm nộp 2.000 khối hoặc 500 khối, mỗi khối nặng 25 cân. Còn ngoài ra như dầu hương, sáp ong, ngà voi, chiếu mây, sơn, mật ong, trầm hương, sơn dầu, nhựa trám, nơi nào sản xuất thì nộp. Xứ Thuận Quảng duy không có mỏ đồng, mỗi khi những thuyền buôn Phúc Kiến, Quảng Đông hay Nhật Bản, chở đồng đỏ đến bán thì nhà nước thu mua, cứ 100 cân thì trả giá 40 hay 50 quan tiền. Lại xã Mậu Tài, huyện Phú Vang làm được dây thau, dây thép. Cứ 100 cân đồng đỏ pha vào 40 cân kẽm thì làm được 90 cân dây thau, cứ 25 cân sắt thì làm được 1 cân dây thép. Ty thợ mạ vàng thì cứ 10 lạng vàng dát mỏng được 9 vạn lá vàng quỳ. Tất cả đều do các kho của nhà đồ thu trữ

Ngày rằm tháng giêng năm Hoằng Định thứ 19 [9/2/1618], (Minh Vạn Lịch năm thứ 46) có nguyệt thực. Tại thời điểm này **Minh Thực Lục** ghi "đêm nay vào lúc 22 giờ có nguyệt thực 2 phần" (是夜亥初二刻月食二分, *thị dạ Hợi sơ nhị khắc nguyệt thực nhị phân*); **Google** cung cấp "Bản thống kê về nguyệt thực từ năm 1601-1700: Ngày 9/12/1618, lúc tối đa 14 giờ 33' 24" ***"Catalog of Lunar Eclipses: 1601 to 1700:*** *1618 Feb 09 14:33:24*"

Tháng 2 [25/2-25/3/1618], Bình an vương Trịnh Tùng sai Thái phó Thanh quận công Trịnh Tráng đem thuộc tướng là bọn Thư quận công Nguyễn Cảnh Kiên, Lễ quận công Nguyễn Văn Giao, Bạt quận công, Hữu quận công Tạ Thế Phúc, Đặng quận công Nguyễn Khải, Phụ quận công Nguyễn Hắc cùng với Đốc thị Lễ bộ tả thị lang Phương lan hầu Nguyễn Thực. Lại sai Thái bảo Vạn quận công Trịnh

Xuân đem thuộc tướng là bọn Cống quận công Hoàng Đình Phùng, Luân quận công Trịnh Thúc, Phổ quận công Trịnh Trân, Lãng quận công Trịnh Liêm cùng với Đốc thị là Phó đô ngự sử Phương tuyền bá Nguyễn Duy Thì, chia thành hai đạo tiến quân hợp đánh Khánh Vương Mạc Kinh Khoan. Đảng Mạc nghe tin, đều trốn xa.

Tháng 3 [26/3-24/4/1618], sai Thái bảo Trấn quận công Trịnh Lâm đem bọn thuộc tướng là bọn Lộc quận công, Hội quận công Trịnh Bảng đi đánh ở Vũ Nhai [Thái Nguyên]. Đảng giặc đều tan vỡ.

Mùa hạ, tháng 4 [25/4-23/5/1618], bấy giờ lúa rất tốt, bèn sai bồi đắp đê điều các xứ, để phòng nạn lụt.

Tháng 4 nhuận [24/5-21/6//6/1618], Bình an vương sai 2 con là Thái phó Thanh quận công Trịnh Tráng và Thái bảo Vạn quận công Trịnh Xuân đốc lĩnh voi ngựa, quân lính đi đánh bè đảng Hào quận công ở vùng Yên Dũng [Bắc Giang]. Các quân bị lam chướng phải trở về, người ngựa tổn hại nhiều.

Giờ Mùi [13-15 giờ] ngày 16 tháng giêng năm Hoằng Định thứ 20 [1/3/1619], (Từ tháng 6 trở đi là Thần Tông Vĩnh Tộ năm thứ 1; Minh Vạn Lịch năm thứ 47). cháy lớn tại kinh đô, bắt đầu từ cửa Vương phủ, sau lan ra phố phường hai bên, cháy vào đến lầu cửa Đoan Môn; các nhà trực hai bên tả hữu, đều cháy hết sạch.

Tháng 2 [16/3-13/4/1619], thi Hội các sĩ nhân trong nước. Lấy đỗ bọn Trần Hữu Lễ 7 người. Đến kỳ thi Đình, cho Nguyễn Lại đỗ Tiến sĩ xuất thân; bọn Bùi Cầu 6 người đỗ Đồng tiến sĩ xuất thân.

Tháng 3 [14/4-13/5/1619], Bình an vương Trịnh Tùng đến

lầu ở bến Đông kinh thành xem đua thuyền. Khi về đến chỗ ngã ba, chợt có người ẩn nấp bắn súng vào voi của Vương. Bắt được người bắn, tống giam; tra khảo mới biết Vua và con Vương, Trịnh Xuân, ngầm mưu giết Vương.

Ngày 12 tháng 5 [23/6/1619], bức Vua thắt cổ chết; sau truy tôn là Huệ Hoàng Đế, miếu hiệu là Kính Tông. Còn Xuân thì đem giam ở nội phủ, sau lại tha ra.

Tháng 6, hoàng tử Lê Duy Kỳ, con trưởng của Kính Tông lên ngôi ở điện Cần Chính, đổi niên hiệu là Vĩnh Tộ năm thứ 1. Tuyên bố đại xá.

Chú thích:

1. Sự việc chép tại **Toàn Thư, Bản Kỷ Tục Biên**, quyển 28, trang 1a.

2. Càn Thống (1593 - 1625) là niên hiệu của Mạc Kính Cung.

3. Đoạn này không đúng với sử nước ta; Lê Duy Bang tức vua Anh Tông lên làm vua năm 1556, riêng Mạc Mậu Hợp bị giết vào năm 1592, hai thời điểm không trùng hợp.

4. Long Môn: cửa biển Trung Quốc, cách Mông Cái, tỉnh Quảng Ninh nước ta khoảng 70 km.

5. Châu Khâm, Trung Quốc: vị trí giáp với tỉnh Quảng Ninh, Việt Nam.

125.

Lê Thần Tông [1619-1635]

Vua Lê Thần Tông, tên huý là Duy Kỳ, con trưởng của Vua Kính Tông; mẹ là Đoan Từ Hoàng thái hậu Trịnh Thị Ngọc Trinh, con gái thứ của An bình vương Trịnh Tùng. Vua sinh vào ngày 19 tháng 11 năm Đinh Mùi năm Hoằng Định thứ 9 [25/12/1608], ở ngôi 25 năm, nhường ngôi 6 năm, lại lên ngôi 13 năm, thọ 56 tuổi thì mất, chôn ở lăng Quần Ngọc.

Mùa xuân năm Vĩnh Tộ thứ 2 [1620], (Minh Vạn Lịch năm thứ 48); tại Thuận Hoá, các Chưởng cơ là Hiệp và Trạch, con thứ 7 thứ 8 của Thái uý Nguyễn Hoàng mưu cướp quyền; gửi mật thư xin họ Trịnh phát binh, tự mình làm nội ứng. Trịnh Tráng khiến Đô đốc Nguyễn Khải đem 5.000 quân đóng ở Nhật Lệ [Quảng Bình] để đợi. Tuy nhiên Hiệp và Trạch sợ chưởng cơ Tôn Thất Tuyên, nên chưa dám hành động. Khi cùng Thái bảo Nguyễn Phúc Nguyên bàn việc chống Trịnh; Hiệp và Trạch giả tiến mưu rằng: "*Tuyên trí dũng hơn người, nếu sai cầm binh, hẳn phá được giặc*!" Tuyên biết mưu, nên nói riêng với Thái bảo rằng: "*Nếu thần dời bỏ dinh thì sợ có nội biến*". Thái bảo bèn sai Chưởng dinh Tôn Thất Vệ đem quân chống Khải. Hiệp và Trạch thấy mưu không xong, bèn đem quân chiếm giữ kho Ái Tử [huyện Triệu Phong, Quảng Trị], đắp luỹ Cồn Cát để làm phản. Thái bảo sai người đến dỗ, nhưng không chịu nghe; bèn dùng Tuyên làm tiên phong, tự đem đại binh đi đánh. Hiệp và Trạch thua chạy, Tuyên đuổi bắt được đem dâng. Thái bảo trông thấy, chảy nước mắt nói: "*Hai em sao nỡ trái bỏ luân thường*?". Hiệp và Trạch cúi đầu chịu tội. Thái bảo muốn tha, nhưng các tướng đều cho là pháp luật không tha được; bèn sai giam vào ngục. Hiệp và Trạch xấu hổ sinh bệnh chết. Nguyễn Khải nghe tin dẫn quân trở về. Thái bảo Nguyễn Phúc Nguyên thấy phía Trịnh vô cớ nổi binh, từ đấy không nộp thuế cống nữa.

Năm này Vua Thần tông nhà Minh băng, thái tử Quang Tông lên ngôi, được 6 tháng thì băng. Hy tông lên nối ngôi, đổi niên hiệu là Thiên Khải. Vua Lê sai hai sứ bộ gồm chánh sứ Nguyễn Thế Tiêu và Nguyễn Cung, phó sứ là bọn Bùi Văn Bưu, Ngô Nhân Triệt, Nguyễn Khuê, Nguyễn Tuấn sang tuế cống nhà Minh.

Đến tháng 11 năm sau, sứ bộ đến Yên Kinh, được ban thưởng và yến tiệc; tháng chạp trở về nước, nhà Minh cho Thông sự đưa tiễn đến trấn Nam Quan:

"***Ngày 10 tháng 11 năm Thiên Khải thứ nhất* [22/12/1621].** *Mệnh Tả Thị lang bộ Lễ Chu Đạo Đăng đãi Bồi thần An Nam yến tiệc.*" **Minh Thực Lục: Quan hệ Trung Quốc Việt Nam**, tập 3, trang 261.

"***Ngày 16 tháng 12 năm Thiên Khải thứ nhất* [27/1/1622].** *Đô thống sứ An Nam Lê Duy Tân mất, con dòng đích Lê Duy Kỳ (Lê Thần Tông) sai bọn Bồi thần Nguyễn Thế Tiêu 42 người đến tiến cống bù cho 2 kỳ: năm Vạn Lịch thứ 39* [1611-1612] *và năm Vạn lịch thứ 42* [1614-1615] *Được ban thưởng theo lệ. Lệnh Thông sự bạn tống đến trấn Nam*

Quan, Quảng Tây để xuất cảnh." **Minh Thực Lục: Quan hệ Trung Quốc Việt Nam**, tập 3, trang 261.

Tháng 4 năm Vĩnh Tộ thứ 3 [21/5-19/6/1621], (Minh Hy Tông Thiên Khải năm thứ 1); tại Thuận Hoá bọn thổ mục Lục Hoàn (tức Lạc Hòn) thuộc Ai Lao đem quân qua sông Hiếu, sang cướp bóc dân biên thuỳ. Thái bảo Nguyễn Phúc Nguyên sai Quận công Tôn Thất Hoà đi đánh. Hoà chia quân phục ở các đường trọng yếu, cho những lái buôn mua bán để nhử. Quả nhiên bọn người Lào đến cướp, kéo vào cửa động, phục binh nổi dậy, bắt được hết đem về. Thái bảo muốn lấy ân tín vỗ về người đất xa, sai cởi hết trói ra và cấp cho quần áo lương thực, răn dạy rồi thả về; quân Lào cảm phục, từ đấy không quấy phá nữa.

Tháng 8 năm Vĩnh Tộ thứ 4 [5/9-4/10/1622], (Minh Thiên Khải năm thứ 2); tại kinh thành Thăng Long trời mưa to, thành nội lở đổ đến 6, 7 chỗ, cộng hơn 30 trượng.

Tại phía nam, Thái bảo Nguyễn Phúc Nguyên cho rằng sông Hiếu xã Cam Lộ [huyện Hướng Hoá, Quảng Trị] giáp giới với đất Ai Lao, các bộ lạc Lục Hoàn, Vạn Tượng, Trấn Ninh, Quy Hợp, đều có đường thông đến đấy. Bèn cho đặt dinh, mộ dân chia làm 6 toán quân để coi giữ, gọi là dinh Ai Lao.

Mùa xuân năm Vĩnh Tộ thứ 5 [1623], (Minh Thiên Khải năm thứ 3), thi Hội các sĩ nhân trong nước; lấy đỗ bọn Phạm Phi Kiến 7 người. Tháng 4 [29/4-26/5/1623] thi Đình; bấy giờ Nguyễn Trật người làng Nguyệt Viên, huyện Hoằng Hoá ngầm mượn người làm bài, việc phát giác. Vua không bằng lòng, cho nên khoa ấy không cho treo bảng vàng

Tháng 6 [28/6/26/7/1623], Bình an vương Trịnh Tùng

mắc bệnh, họp các quan bàn chọn người lập làm thế tử, cho con trưởng là Thanh quận công Trịnh Tráng giữ binh quyền, Xuân giữ chức phó. Xuân ấm ức không hài lòng, mưu nổi loạn, bèn phóng lửa đốt phố xá trong kinh thành. Tùng hay tin có biến động, gượng bệnh lên xe ra khỏi kinh thành, đến làng Hoàng Mai huyện Thanh Trì [Hà Nội], vào nhà riêng Trịnh Đỗ, rồi sai người giả vờ bảo Xuân vào hầu sẽ trao cho giữ binh quyền. Bấy giờ Xuân, miệng cắn cỏ, phủ phục ở sân. Tùng kể tội lỗi của Xuân. Trịnh Đỗ sai chưởng cung giám Bùi Sĩ Lâm giết chết Xuân. Trịnh Tráng rước nhà vua đi Thanh Hoá. Vì cớ con là Xuân nổi loạn, Tùng phải chạy vạy ở bên ngoài, bệnh nặng, mất ở chùa Thanh Xuân, huyện Thanh Trì.

Bấy giờ Mạc Kính Khoan tiếm hiệu là Long Thái, chiếm cứ Cao Bằng đã lâu, nghe tin có biến, mới tập hợp đồ đảng, nhân lúc sơ hở tiến thẳng tới Gia Lâm [Bắc Ninh], đóng quân ở vùng Đông Dư, Thổ Khối. Bọn hùa theo hưởng ứng có đến hàng vạn, lòng người rối động, dân trong vùng không được yên ổn.

Tháng 8 [26/8-23/9/1623], Thanh quận công Trịnh Tráng đích thân đem các quân tiến phát. Ngày 26 [20/9/1623], đại binh tiến đến sông Nhị, quân thuỷ, quân bộ ứng tiếp nhau, phá tan quân Mạc Kính Khoan ở vùng Gia Lâm, chém giết rất nhiều. Kính Khoan chỉ chạy thoát được một mình trốn vào rừng núi. Từ đấy, nhân dân trong nước lại được yên ổn như cũ. Thanh quận công Trịnh Tráng thấy trong nước đã yên, mới sai Bồi tụng Hộ bộ tả thị lang Diễn Gia hầu Lê Bật Tứ cùng với bọn Chưởng giám Thái bảo Nhạc quận công Bùi Sĩ Lâm về Thanh Hoá đón rước Vua ra kinh thành. Các quan đều chầu mừng. Ngày 11 tháng 11 [1/1/1624], Vua sách phong Tiết chế Trịnh Tráng làm Nguyên soái thống quốc chính Thanh đô Vương.

Năm Vĩnh Tộ thứ 6 [1624] (Minh Thiên Khải năm thứ 4). Sau khi Thanh đô vương Trịnh Tráng mang quân đánh đuổi bọn Mạc Kinh Khoan ra khỏi Gia Lâm; bèn tổ chức cuộc hành quân lớn nhằm tiêu diệt tàn dư đảng Mạc. Với danh nghĩa Lê Duy Kỳ [Lê Thần Tông], Trịnh Tráng điều 3 đạo quân, lực lượng tiền phong tiến đến lãnh thổ Trung Quốc, như Qui Thuận (1), Quảng Nam (2):

"***Ngày 29 tháng 2 năm Thiên Khải thứ 4*** [16/4/1624]. *Đô thống sứ An Nam Lê Duy Kỳ xâm lăng lãnh thổ của Mạc Kinh Khoan, chia quân làm 3 đạo: một đạo đánh Cao Bằng, một đạo đánh Quy Thuận, một đạo đánh Quảng Nam. Đạo Quy Thuận giết 2 tù trưởng, con cả của Kinh Khoan tự tử; thê thiếp cùng con nhỏ 3 tuổi bị bắt. Kinh Khoan và con thứ trốn vào rừng rồi trở lại Cao Bằng.*" **Minh Thực Lục: Quan hệ Trung Quốc Việt Nam**, tập 3, trang 262.

Viên Tuần phủ Quảng Tây thấy quân An Nam lăm le xâm phạm, bèn xin triều đình gia hạn quân tăng phái, để có đủ lực lượng bảo vệ:

"***Ngày 17 tháng 5 năm Thiên Khải thứ 4*** [2/7/1624]. *Tuần phủ Quảng tây Hà Sĩ Tấn tâu:*

"Tuy Lê Duy Kỳ làm Đô thống sứ An Nam, nhưng quyền lực nằm trong tay Đầu mục. Trịnh Tùng chết, các con là Đỗ [Tráng] (3), Xuân tranh quyền; gây sự giết chóc, người An Nam sinh loạn. Mạc Kinh Khoan tại Cao Bằng thừa cơ mang quân vào; Duy Kỳ phải chạy ra biển. Tráng đánh bại bọn Khoan, Duy Kỳ trở về nhưng quyền lực nằm trong tay Tráng. Tráng hận Cao Bằng, bèn phong Hà Đôn làm Phó Tổng binh

Lạng Sơn đánh họ Mạc, muốn xâm phạm Tuyên Hoá [huyện Tuyên Hoá, phủ Nam Ninh]. *Quảng Tây binh lương yếu, năm trước tăng 5000 tên, xin được lưu lại tỉnh nhà. Lương hướng hơn 6 0.000 (lạng bạc?) dùng để cung cấp cho tân binh đến năm Thiên Khải thứ 2 thì dừng, nay xin gia hạn thêm đến năm thứ 4."*

Tấu chương này được đưa xuống bộ Hộ." **Minh Thực Lục: Quan hệ Trung Quốc Việt Nam**, tập 3, trang 262.

Hà Đôn là thổ quan trước kia từng hợp tác đánh Mạc, nhưng y nhiều lần đánh phá các châu biên giới. Tuần phủ Quảng Tây cực lực phản đối; nên nhà Lê Trịnh đành cho Tù trưởng Lộc Châu giết Đôn đem nạp và trả lại đất:

"*Ngày 29 tháng 5 năm Thiên Khải thứ 4* [14/7/1624]. *Tù trưởng Lộc Châu An Nam Vi Đức Thành giết Hà Đôn đem dâng. Trước đây Hà Đôn vào đánh phá Thượng Tư* [Quảng Tây], *Bằng Tường* (4)*; cướp đốt rất thảm, gây mối hoạ hơn 20 năm. Nay viên Tuần phủ truyền hịch cho An Nam, nên nước này giết được; những thôn động bị xâm lấn được trả lại."* **Minh Thực Lục: Quan hệ Trung Quốc Việt Nam**, tập 3, trang 262.

Thanh Đô Vương Trịnh Tráng sai Công bộ thượng thư Nguyễn Duy Thì và nội giám Phạm Văn Tri đến Thuận Hoá đòi thuế đất. Thái bảo Nguyễn Phúc Nguyên bảo rằng: "*Hai xứ Thuận Quảng liền mấy năm không được mùa, dân gian túng đói, vì thế không nỡ thu thuế. Khi khác được mùa sẽ chở nộp cũng chưa muộn*". Sứ Trịnh bèn từ biệt về.

Tháng 5 năm Vĩnh Tộ thứ 7 [5/6-3/7/1625], (Minh Thiên Khải năm thứ 5). Mạc Kính Cung xưng niên hiệu Kiền Thống, cùng với cháu là Kính Khoan chia nhau chiếm cứ

Cao Bằng. Chúng quấy phá các tỉnh Thái Nguyên, Yên Quảng và Lạng Sơn hơn 30 năm, hễ quan quân tiến đánh thì chạy trốn, khi quân rút về, lại hô hào nhau tụ hợp như cũ. Đến nay, triều đình hạ lệnh cho Quận công Trịnh Kiều Thống lãnh các quân chia đường càn quét, bắt được Kính Cung và đồ đảng là bọn Sùng, Lễ, đóng cũi đưa về kinh sư giết đi, Kính Khoan thua chạy, sai người dâng tờ biểu đến kinh sư xin đầu hàng. Triều đình y cho, phong cho Kính Khoan chức thái uý Thông quốc công, bắt bỏ hết nguỵ hiệu, lại cho hết đời này đến đời khác trấn giữ đất Cao Bằng.

Tháng 8 [2/9-30/9/1625], bắt đầu sai quan khảo xét các cống sĩ có đức vọng trong nước, lấy bọn Nguyễn Nghi 27 người bổ nhiệm các chức.

Mùa đông, Đào Duy Từ vào nam phò nhà Nguyễn. Duy Từ người xã Hoa Trai, huyện Ngọc Sơn, Thanh Hoá, thông suốt kinh sử, rất giỏi thiên văn thuật số. Trước đó có khoa thi hương ở Thanh Hoá, Hiến ty cho Duy Từ là con phường chèo, tước bỏ không cho vào thi. Duy Từ buồn bực một mình vào Nam. Sau được Khám lý Hoài Nhân Trần Đức Hoà cho là người có mưu trí, bèn gả con gái cho và tiến cử lên Nguyễn Phúc Nguyên.

Năm Vĩnh Tộ thứ 8 [1626], (Minh Thiên Khải năm thứ 6). Nhà Lê sai chánh sứ là Nguyễn Tiến Dụng, Trần Vĩ, phó sứ là bọn Đỗ Khắc Kính, Nguyễn Tự Cường, Bùi Tất Thắng, Nguyễn Lại, chia thành hai sứ bộ sang cống nhà Minh. Các sứ bộ đến Bắc Kinh vào tháng 7:

*"**Ngày 23 tháng 7 năm Thiên Khải thứ 6 [13/9/1626].** Lê Duy Kỳ, con dòng đích của Đô thống sứ An Nam Lê Duy Tân, sai bọn Sứ thần Nguyễn Tiến Dụng đến cống bù các sản*

vật địa phương." **Minh Thực Lục: Quan hệ Trung Quốc Việt Nam**, tập 3, trang 263.

Bấy giờ tình hình tại miền bắc đối phó với họ Mạc tương đối tạm ổn; họ Trịnh bắt đầu lăm le đe doạ đến họ Nguyễn tại phương nam. Vào tháng 8 [20/9-19/10/1626], Thanh đô Vương Trịnh Tráng sai Thái bảo Nguyễn Khải và Thiếu bảo Nguyễn Danh Thế đem 5.000 quân đóng đồn ở xã Hà Trung [thuộc huyện Kỳ Anh, Hà Tĩnh] lập kế xâm lấn miền Nam.

Tháng 10 [19/11-18/12/1626], Trịnh Tráng sai Binh khoa cấp sự trung Nguyễn Hữu Bản vâng sắc dụ vua Lê đến đòi số thuế từ năm Giáp Tý [1624] về sau và mời Thái bảo Nguyễn Phúc Nguyên đến Đông Đô. Thái bảo đem lời từ chối.

Tháng giêng năm Vĩnh Tộ thứ 9 [16/2-16/3/1627], (Minh Thiên Khải năm thứ 7). Thanh đô vương Trịnh Tráng muốn mang quân xâm lấn miền Nam, nhưng sợ không có cớ, bèn sai Lê Đại Nhậm phụng sắc vua Lê sang dụ phía Nguyễn cho con vào chầu và đòi nộp 30 thớt voi đực, 30 chiếc thuyền đi biển, để dùng vào lệ cống triều Minh. Thái bảo Nguyễn Phúc Nguyên phản đối bảo rằng lệ nước ta sang cống triều Minh chỉ có vàng và kỳ nam thôi. Họ Trịnh tức giận bèn phát quân. Kể từ đây trong nước ta có hai tập đoàn Trịnh, Nguyễn ra mặt tranh giành nhau; để tiện xưng hô, gọi kẻ đứng đầu là Chúa Trịnh, hoặc Chúa Nguyễn; riêng Vua Lê trở thành bù nhìn, bị Chúa Trịnh sai khiến.

Tháng 3 [16/4-14/5/1427], Chúa Trịnh Tráng dẫn vua Lê đi kèm, mượn tiếng xem xét địa phương, cho quân thuỷ bộ đều tiến. Tướng Trịnh là Nguyễn Khải bày dinh ở bắc sông Nhật Lệ [Đồng Hới, Quảng Bình].

Chúa Nguyễn Phúc Nguyên sai Tôn Thất Vệ làm tiết chế,

Nguyễn Hữu Dật làm giám chiến, lĩnh quân bộ ra chống cự; lại sai con thứ tư là Trung chỉ huy quân thuỷ để tiếp ứng. Quân hai bên đối luỹ nhau. Tiên phong của Trịnh là Lê Khuê đem kỵ quân ra cướp trận. Quân Nguyễn bắn đại bác, quân Trịnh sợ lui. Đêm ấy quân thuỷ lại thừa cơ nước triều lên, bắn vào dinh Nguyễn Khải, khiến quân Trịnh rối loạn. Trịnh Tráng tiến đến, thế binh rất mạnh, quân Nguyễn thua, quân Trịnh thừa thắng tranh cướp của cải. Quân Nguyễn đem tượng binh đánh chặn ngang, làm cho quân Trịnh chết nhiều. Hữu Dật lại bàn mưu với Trương Phước Da sai gián điệp phao đồn rằng anh em Trịnh Gia, Trịnh Nhạc mưu nổi loạn. Chúa Trịnh nghe tin lấy làm ngờ, bèn rút quân về.

Khám lý Trần Đức Hoà nghe tin thắng trận, từ Hoài Nhân đến mừng và tiến cử Đào Duy Từ. Duy Từ nhân dịp trình bày chiến lược, quân cơ. Chúa Nguyễn rất vui long, tức thì trao cho chức Nha uý nội tán, tước Lộc khê hầu, trông coi việc quân trong ngoài và tham lý quốc chính.

Tháng 8 [9/9-8/10/1627], nhà Lê cho thi Hương sĩ nhân các xứ. Vua Hy Tông nhà Minh mất, người em là Chu Do Kiệm lên ngôi, tức Vua Tư Tông, đổi niên hiệu là Sùng Trinh.

Tháng 2 năm Vĩnh Tộ thứ 10 [6/3-3/4/1628], (Minh Sùng Trinh năm thứ 1); Vua cho thi Hội, Lấy đỗ bọn Giang Văn Minh 18 người. Tháng 4 [4/5-1/6/1628] thi Đình. Vua thân ra đầu đề văn sách, hỏi việc thiên hạ và chính sách của triều đình. Cho Giang Văn Minh đỗ Tiến sĩ cập đệ đệ tam danh, bọn Dương Cảo 3 người đỗ Tiến sĩ xuất thân, bọn Đặng Phi Hiển 14 người đỗ Đồng tiến sĩ xuất thân.

Tháng 4 năm Vĩnh Tộ thứ 11 [23/4-22/5/1629], (Từ tháng 4 trở đi đổi là Đức Long năm thứ nhất; Minh Sùng Trinh năm thứ 2); trời hạn hán, dân đói to. Vua đổi niên hiệu là Đức Long năm thứ 1.

Vào tháng 4 nhuần, bè đảng Mạc Kính Khoan đánh phá Lôi Châu, rồi rút. Đến tháng 6, Mạc Kính Mão lại mang quân cướp phá châu Khâm:

***"Ngày 21 tháng 4 nhuần năm Sùng Trinh thứ 2* [12/6/1629].** *Mạc Kinh Khoan nước An Nam đánh Lôi Châu* [Quảng Đông] *rồi rút lui trốn."* **Minh Thực Lục: Quan hệ Trung Quốc Việt Nam**, tập 3, trang 265.

"Ngày 20 tháng 6 năm Sùng Trinh thứ 2 [8/8/1629]. Mạc Kinh Mão nước An Nam cướp phá châu Khâm (5). **Minh Thực Lục: Quan hệ Trung Quốc Việt Nam**, tập 3, trang 265.

Tháng 10 [15/11-14/12/1629], Vua Lê tiến phong Thanh đô vương Trịnh Tráng là Đại nguyên soái thống quốc chính sư phụ Thanh vương. Lại theo lời Tráng, sai Lại bộ thượng thư Nguyễn Khắc Minh đem sắc tiến phong chúa Nguyễn làm Tiết chế Thuận Hoá Quảng Nam nhị xứ thuỷ bộ chư dinh kiêm tổng nội ngoại bình chương quân quốc trọng sự Thái phó quốc công. Chúa triệu các quan họp bàn. Có người nói: Sắc mệnh của vua Lê không thể không nhận. Có người nói: Nhà nước ta có riêng bờ cõi, đời đời truyền nối, há còn đợi ai phong nữa. Đào Duy Từ thưa rằng:

"Đây là họ Trịnh mượn sắc mệnh vua Lê để nhử ta, nếu ta nhận sắc mệnh mà không đến thì họ có cớ nói được, nếu ta không nhận sắc mệnh thì họ tất động binh. Việc hiềm khích ngoài biên đã gây thì không phải là phước cho sinh dân. Huống chi thành quách ta chưa bền vững, quân sĩ chưa luyện tập, địch đến thì lấy gì mà chống? Chi bằng hãy tạm

nhận cho họ không ngờ để ta chuyên việc phòng thủ, rồi sau dùng kế trả lại sắc, bấy giờ họ không làm gì được ta nữa".

Chúa khen phải, rồi hậu đãi sứ Trịnh và nhận sắc.

Bấy giờ Văn Phong trấn thủ đất Phú Yên dùng quân Chiêm Thành để làm phản. Phó tướng Nguyễn Phước Vinh đi đánh dẹp yên và lập dinh Trấn Biên. (Khi mới mở mang, những nơi đầu địa giới đều gọi là Trấn Biên).

Tháng 5 năm Đức Long thứ 2 [11/6-9/7/1630], (Minh Sùng Trinh năm thứ 3); Vua lấy con gái của Thanh vương Trịnh Tráng là Trịnh Thị Ngọc Trúc, rồi lập làm Hoàng hậu. Trước đây, Ngọc Trúc đã lấy bác họ Vua là Cường quận công Lê Trụ sinh được 4 con. Khi ấy, Lê Trụ bị giam trong ngục; Vương đem Ngọc Trúc gả cho Vua. Triều thần là bọn Nguyễn Thục, Nguyễn Danh Thế nhiều lần dâng sớ can, nhưng Vua không nghe.

Tháng 8 [7/9-5/10/1630], mở khoa thi Hương cho sĩ nhân các xứ.

Tháng 10 [4/11-3/12/1630], nhà Minh sai hai sứ bộ sang đòi lễ cống. Ban yến cho sứ thần ở bến Đông Hà. Vương thân đến lầu Giảng Võ, trưng bầy các đồ cống hiến cho sứ thần nhà Minh xem, nhân thể dàn bày nhiều thuyền ghe, voi ngựa ở bờ sông để khoe binh uy, tỏ ra là cường thịnh.

Tháng 11 [4/12/1630-1/1/1631], sai chánh sứ là Trần Hữu Lễ và Dương Trí Trạch, phó sứ là bọn Nguyễn Kinh Tế, Bùi Bỉnh Quân, Nguyễn Nghi, Hoàng Công Phụ chia làm hai sứ bộ, sang tuế cống nhà Minh.

Hơn một năm sau sứ bộ đến Yên Kinh, được ban yến tiệc:

"*Ngày 1 tháng 2 năm Sùng Trinh thứ 5* [21/3/1632]. *Ban cho Sứ thần nước An Nam yến. Mệnh Thượng thư bộ Lễ Hoàng Nhữ Lương làm chủ tiệc.*" **Minh Thực Lục: Quan hệ Trung Quốc Việt Nam**, tập 3, trang 266.

Tại phía nam, Đào Duy Từ dâng kế đắp luỹ Trường Dục tại huyện Phong Lộc, Quảng Bình [Đồng Hới]; luỹ dài, trên từ chân núi Trường Dục, xuống dưới đến bãi cát Hạc Hải, nhân thế đất đặt chỗ hiểm để vững biên phòng. Chúa Nguyễn Phúc Nguyên theo kế ấy, vào tháng 3 [13/4-11/5/1630] huy động đông quân dân đắp luỹ Trường Dục, hơn một tháng thì xong.

Chúa lại hỏi Duy Từ về kế trả lại sắc. Duy Từ thưa rằng: "*Nên đúc một cái mâm đồng hai đáy, giấu sắc vào trong, ngoài sắm đủ vàng bạc lễ vật, lấy tướng thần lại là Văn Khuông làm sứ đi tạ ơn.*"

Khi đến thành Đông Đô, Văn Khuông bưng mâm đồng đầy vàng bạc dâng; Chúa Trịnh Tráng nhận. Văn Khuông ngay hôm ấy lẻn ra cửa đô thành, vượt biển trở về. Người phía Trịnh thấy cái mâm đồng hai đáy lấy làm lạ, tách ra xem thì ở trong thấy một đạo sắc và một tờ thiếp viết: "*Mâu nhi vô dịch, mịch phi kiến tích. ái lạc tâm trường, lực lai tương địch*" đem trình lên. Tráng hỏi bầy tôi, đều không ai hiểu được. Thiếu uý Phùng Khắc Khoan nói rằng: "*Đó là ẩn ngữ "Dư bất thụ sắc" tức "Ta chẳng nhận sắc"*(6). Tráng giận lắm, sai người đuổi bắt Văn Khuông, nhưng không kịp.

Tháng 9 [6/10-3/11/1630], bắt đầu lấy châu Nam Bố Chính [vùng sông Gianh, Quảng Bình], lập làm dinh Bố Chính, biên dân làm binh, đặt 24 đội thuyền, sai Trương Phước Phấn trấn giữ.

Tháng 11, ngày Giáp Thân [12/12/1630], vợ cả Chúa Nguyễn là Nguyễn Thị Băng mất; thọ 53 tuổi, tặng hiệu là Doanh Cơ; an táng ở xã Chiêm Sơn, thuộc huyện Duy Xuyên, Quảng Nam. Thị Băng là con gái cả Mạc Kính Điển, trước kia Kính Điển bại vong, theo chú là Cảnh Huống ẩn ở chùa Lam Sơn, rồi được tiến làm vợ.

Tháng giêng năm Đức Long thứ 3 [1631] (Minh Sùng Trinh năm thứ 4); Hiến sát phó sứ Thuận Hoá là Vũ Chân trở về triều đình. Chân người xã Bình Lãng Thượng, huyện Thiên Lộc [Hà Tĩnh]. Trước đây bị Nguyễn Hoàng ngăn trở, trải 18 năm, đến nay mưu với Mậu Lương hầu Bùi Văn Tuấn đi đường tắt về triều. Chúa Trịnh hỏi việc phiên trấn xa, ban thưởng rất hậu, rồi cho Chân làm Phủ doãn phủ Phụng Thiên, ban cho mũ, đai, triều phục; cho Văn Tuấn tước Mậu quận công.

Tháng 3 [2/4-30/4/1631], thi Hội các sĩ nhân trong nước. Lấy đỗ bọn Nguyễn Minh Triết 6 người. Vào thi Đình, vua đích thân ra đầu đề văn sách; cho Nguyễn Minh Triết đỗ Tiến sĩ cập đệ tam danh, bọn Lê Biện 2 người đỗ Tiến sĩ xuất thân, bọn Nguyễn Danh Thọ 3 người đỗ Đồng tiến sĩ xuất thân. Chính phi của Chúa Trịnh là Nguyễn Thị Ngọc Tú chết, Phi là con gái Nguyễn Hoàng.

Tháng 11 [23/11-22/12/1631], sai Bắc quân đô đốc phủ tả đô đốc phó tướng Tây quận công Trịnh Tạc thống lĩnh tướng sĩ bản bộ trấn giữ xứ Nghệ An.

Tại miền Nam vào tháng 8 [27/8-25/9/1631], luỹ Nhật Lệ đắp xong. Luỹ cao 1 trượng 5 thước [1 trượng=4 mét, 1 thước =0.4 mét], ngoài đóng gỗ lim, trong đắp đất, làm năm bực, voi ngựa đi được, dựa núi men khe, dài hơn 3.000

trượng, mỗi trượng đặt một khẩu súng quá sơn, cách 3 hoặc 5 trượng lập một pháo đài, đặt một khẩu súng nòng lớn. Thuốc đạn chứa như núi. Mấy tháng đắp xong luỹ, thành một nơi ngăn chặn chia hẳn hai miền Nam Bắc. Lại đặt xích sắt chắn ngang các cửa biển Nhật Lệ và Minh Linh [Nhật Lệ là cửa Đồng Hới, Minh Linh là cửa Tùng, Quảng Trị].

Đặt ty Nội pháo tượng (7) và hai đội Tả Hữu pháo tượng. Lấy dân hai xã Phan Xá, Hoàng Giang thuộc huyện Phong Lộc [huyện Quảng Ninh, Quảng Bình] lành nghề đúc súng sung bổ vào. Việc đúc đại bác, mỗi khẩu dùng 12 khối sắt, 10 cân gang, tiền than 3 quan 5 tiền. Đúc súng tay thì cứ 10 cây dùng 30 khối sắt, 30 cân gang, 10 quan tiền than.

Tháng giêng năm Đức Long thứ 4 [20/2-20/3/16321632], (Minh Sùng Trinh năm thứ 5); truy tôn Vua cha Giản Huy Đế làm Kính Tông Huệ Hoàng Đế, rước thần chủ vào Thái miếu để thờ. Trước kia, Giản Huy đế mưu giết Trịnh Tùng, bị Tùng giết chết và truất đi không được phụ thờ ở thái miếu; đến nay truy tôn là Hiển nhân dụ khánh tuy phúc Huệ hoàng đế, miếu hiệu Kính Tông, phụ thờ ở thái miếu.

Ngày 16 tháng 3 vào giờ Dậu [17-19 giờ ngày 4/5/1632], có nguyệt thực. **Google** xác nhận sự kiện, chép "Nguyệt thực từng phần xảy ra vào ngày thứ Ba 4/5/1632, tối đa lúc 12:13" (*A partial eclipse of the Moon occurred on Tuesday 4 May, 1632 UT* [Universal *Time*], *with maximum eclipse at 12:13 UT*).

Tháng 3 năm Đức Long thứ 5 [8/4-7/5/1633], (Minh Sùng Trinh năm thứ 6); sai bọn Trần Vỹ, Nguyễn Tiến Dụng, Nguyễn Thọ Xuân, Thân Khuê lên trấn Nam Quan đón tiếp sứ thần về nước, và sai Thái bảo Quảng quận công Trịnh Hàng thống lĩnh voi ngựa quân lính, đi hộ vệ. Sứ bộ 2 năm trước sang cống triều Minh; ngày 20 [27/4/1633], bọn Bồi thần Trần Hữu Lê, Dương Trí Trạch, Nguyễn Kinh Tế, Nguyễn Nghi, Hoàng Công Phụ về đến Kinh sư vào lạy chào; riêng Phó sứ Bùi Bỉnh Quân chết tại Trung Quốc.

Bấy giờ con thứ ba của Chúa Nguyễn Phúc Nguyên là Anh trấn giữ Quảng Nam, ngầm mang lòng bội phản; viết mật thư hẹn Chúa Trịnh Tráng đem quân vào xâm lấn, hễ nghe tiếng súng nổ, Anh tức khắc ứng viện ở bên trong.

Tháng 12 [31/12/1633-28/1/1634], Chúa Trịnh dẫn vua Lê đi, tự thống lĩnh đại quân thuỷ bộ thẳng tới cửa biển Nhật Lệ. Chúa Nguyễn sai đại tướng Nguyễn Mỹ Thắng và đốc chiến Nguyễn Hữu Dật đem quân chống cự. Trấn thủ Nguyễn Phước Kiều xin đóng cọc gỗ để chặn của biển. Nguyễn Hữu Dật xin đắp luỹ Trường Sa để bảo vệ luỹ chính; Chúa đều theo cả. Quân Trịnh bắn súng làm hiệu. Không thấy Anh đến tiếp ứng. Tráng ngờ, lui quân xa luỹ để chờ. Hơn một tuần, quân Trịnh chán nản, quân Nguyễn xông ra đánh mạnh. Quân Trịnh vỡ chạy, chết quá nửa. Chúa Trịnh bèn sai Nguyễn Khắc Liệt giữ châu Bắc Bố chính, rồi rút quân về.

Ngày rằm tháng 2 năm Đức Long thứ 6 [14/3/1634], (Minh Sùng Trinh năm thứ 7); có nguyệt thực. **Google** xác nhận sự kiện, chép như sau "Nguyệt thực từng phần xảy ra vào ngày 14/3/1634; tối đa lúc 20:51" (*A partial eclipse of the Moon occurred on Tuesday 14 March, 1634 UT, with maximum eclipse at 20:51 UT*).

Tháng 3 [29/3-26/4/1634], thi Hội các sĩ nhân trong nước; lấy đỗ bọn Nguyễn Nhân Trứ 5 người. Đến kỳ thi Đình, Vua thân ra đầu đề văn sách, cho Vũ Bạt Tuỵ đỗ Tiến sĩ xuất thân, bọn Nguyễn Nhân Trứ 4 người đỗ Đồng tiến sĩ xuất thân.

Chú thích:

1. Qui Thuận: tức Tĩnh Tây, phía bắc biên giới tỉnh Cao Bằng.

2. Quảng Nam: hiện nay còn huyện Quảng Nam, thuộc Văn Sơn Tráng tộc, Miêu tộc Tự Trị Khu, thuộc tỉnh Vân Nam, gần biên giới Việt Nam.

3. Theo **Toàn Thư**, Trịnh Tráng và Trịnh Xuân tranh quyền, cuối cùng Trịnh Tráng được nối nghiệp cha là Trịnh Tùng. Vậy tên Đỗ chép trong văn bản này tức Trịnh Tráng.

4. Bằng Tường: nay thuộc huyện Bằng Tường, tỉnh Quảng Tây, sát ải Nam Quan.

5. Châu Khâm vị trí giáp với tỉnh Quảng Ninh, Việt Nam.

6. "*Mâu nhi vô dịch, mịch phi kiến tích. ái lạc tâm trường, lực lai tương địch*"; giải thích như sau:

Mâu nhi vô dịch, do chữ mâu 矛 không có nách, là chữ dư 予; là (ta)

Mịch phi kiến tích, chữ mịch 覓 không có chữ kiến, là chữ bất 不; là (chẳng)

Ai lạc tâm trường, chữ ái 愛 rơi mất chữ tâm thành chữ thụ 受; là (nhận)

Lực lai tương địch: Chữ lực 力 và chữ lai ghép lại, thành chữ sắc勑.

Góp lại thành câu "ta chẳng nhận sắc"

7. Nội pháo tượng: thợ đúc súng ở trong nội phủ.

126.

Lê Thần Tông, Lê Chân Tông [1635-1649]

Tháng 10 năm Đức Long thứ 7 [10/11-8/12/1635], (Minh Sùng Trinh năm thứ 8; từ tháng 10, Vua Lê Thần Tông đổi niên hiệu là Dương Hoà năm thứ 1, cho đại xá.

Tại miền Nam, vào ngày Đinh Hợi tháng 10 [19/11/1635], Chúa Nguyễn Phúc Nguyên mất; con thứ hai là Nguyễn Phúc Lan lên cầm quyền, gọi là Chúa Thượng, bấy giờ 35 tuổi.

Trấn thủ Quảng Nam là Anh con thứ 3 của Chúa Phúc Nguyên tức thì phát binh làm phản, cùng Ký lục là Phạm mưu đắp luỹ Cu Đê làm kế cố thủ và bày thuỷ quân ở cửa biển Đà Nẵng để chống lại. Phạm lẻn về đem tình trạng làm phản ấy trình chúa Thượng. Chúa triệu Tôn Thất Khê vào, khóc mà bảo rằng:

"Anh bất hiếu bất cung, tội không tha được. Nhưng tôi là con, đương ở vào cảnh tang tóc đau thương, nay cầm dao mà đâm kẻ ruột thịt với mình, lòng tôi thực không nỡ. Vả vì một người mà làm luỵ đến trăm họ, điều đó người nhân giả cũng lấy làm thương tâm. Vậy tôi muốn nhường ngôi để tắt sự tranh giành, chú nghĩ thế nào?"

Khê thưa rằng:

"Tội Anh tất phải giết, thần và người đều giận, lẽ nào nín náu để hại đến nghĩa lớn ư? Xin lấy nghĩa mà cắt đứt ơn riêng, để tỏ rõ phép nước".

Chúa gạt nước mắt nghe theo. Rồi sai Bùi Hùng Lương, Tống Triều Phương lãnh thuỷ sư tiến đến vụng Trà Sơn [vịnh Đà Nẵng]; Tôn Thất Yên, Tống Văn Hùng lãnh bộ binh tiến đến luỹ Cu Đê, hai đạo giáp đánh. Bấy giờ cai đội bộ binh là Dương Sơn cùng Tôn Thất Tuyên đem quân theo đường tắt, đánh thẳng vào Quảng Nam. Dương Sơn đến trước, xông vào dinh bắt được quyển sổ đồng tâm ghi những người đồng mưu. Anh sợ chạy trốn về phía cửa biển Đại Chiêm [Cửa Đại, Quảng Nam]. Tuyên đuổi theo bắt được, đóng gông giải về. Anh nằm rạp xuống sân kêu van. Chúa còn không nỡ giết. Khê và các tướng đều xin rằng:

"Anh phản nghịch, tội rất lớn. Phải xử theo phép nước để răn bọn loạn tặc".

Chúa bèn theo lời, sai Khê theo sổ đồng tâm mà bắt giết hết.

Tháng 12 [8/1-6/2/1636], dời công phủ sang xã Kim Long thuộc huyện Hương Trà [phường Kim Long, Huế]; Chúa cho rằng Kim Long là nơi núi sông đẹp tốt, bèn sai dựng cung thất, xây thành quách.

Tháng giêng năm Dương Hoà thứ 2 [7/2-6/3/1636] (Minh Sùng Trinh năm 9), Chúa Thượng sai sứ ra cáo phó với nhà Lê Chúa Nguyễn Phúc Nguyên mất. Tháng 2 [7/3-5/4/1636], vua Lê sai Lại khoa cấp sự trung là Nguyễn Quang Minh và Binh khoan cấp sự trung là Nguyễn Thật đem vàng bạc đến phúng; bọn Quang Minh đến, sửa soạn nghi lễ tế điếu đầy đủ, khi về Chúa tặng rất hậu.

Mùa xuân, nhà Lê gửi thư cho quan Tam ty Lưỡng Quảng, nhờ chuyển tờ tâu xin phong tước Vương một lần nữa, nhưng triều Minh không chấp thuận.

Tháng 10 năm Dương Hoà thứ 3 [16/11-15/12/1637], (Minh Sùng Trinh năm thứ 10); thi Hội các sĩ nhân trong nước, lấy đỗ bọn Nguyễn Xuân Chính 20 người. Đến kỳ thi Đình, vua thân ra đầu đề văn sách, cho bọn Nguyễn Xuân Chính, Nguyễn Nghi, Nguyễn Thế Khanh đỗ Tiến sĩ cập đệ; bọn Nguyễn Hữu Thường 2 người đỗ Tiến sĩ xuất thân; bọn Nguyễn Cổn 15 người đỗ Đồng tiến sĩ xuất thân. Từ thời Trung Hưng, đến nay mới lấy tam khôi: Trạng nguyên, Bảng Nhãn, Thám hoa.

Ngày 30 tháng 12 [13/2/1638] sai chánh sứ Nguyễn Duy Hiểu và Giang Văn Minh, phó sứ là bọn Nguyễn Quang Minh, Trần Nghi, Nguyễn Bình, Thân Khuê gồm 2 sứ bộ sang tuế cống nhà Minh.

Tháng 3 năm Dương Hoà thứ 4 [14/4-13/5/1638], (Minh Sùng Trinh năm thứ 11). Mạc Kính Khoan ở Cao Bằng mất, con là Kính Hoàng làm phản, Chúa Trịnh Tráng thống lãnh binh sĩ đi đánh. Trước kia, Kính Khoan đầu hàng xin làm phiên trấn, nhà vua y cho; đến nay Kính Khoan mất, con là Kính Hoàn không dâng lễ cống nạp theo như chức phận, lại dấy quân làm phản, tiếm xưng niên hiệu là Thuận Đức. Chúa Trịnh Tráng thống lãnh binh sĩ đi đánh; tiên phong là Hạ quận công bị giặc bắt; riêng Lâm quận công ngoài mặt trận tỏ vẽ sợ hãi rụt rè, Chúa Trịnh chém quận Lâm, rồi ra hiệu lệnh nghiêm ngặt, đốc suất các quân sĩ bốn mặt bao vây. Gặp lúc nóng bức, nhiều lam chướng, nên dẫn quân về.

Ngày 2 tháng 12 [5/1/1639]; Chúa Trịnh đem quân đánh Cao Bằng, Nguyễn Danh Thế làm Tham tán quân mưu, đánh bại đảng giặc ở Hạ Lan thuộc Cảm Hoá [các huyện Ngân Sơn, Na Ri, thuộc Bắc Cạn], phá 19 động. Ngày 13 [16/1/1639], tiến vào Cao Bằng, chia quân đánh giặc các châu Quy Thuận [huyện Tĩnh Tây, Quảng Tây], Thượng Lang [huyện Trùng Khánh, Trấn Biên thuộc Cao Bằng], Hạ Lang [Cao Bằng]. Giặc đều tan chạy vào rừng núi, không để lại dấu vết; quan quân lưu lại 10 ngày rồi rút về.

Tháng 4 năm Dương Hoà thứ 5 [3/5-31/5/1639], (Minh Sùng Trinh năm thứ 12) định rõ lại về việc kiện tụng và bồi thường nhân mạng, theo như quy chế năm Cảnh Thống thứ 6 [1503] Phạm nhân chỉ bị tịch thu ruộng đất, tài sản của bản thân và của vợ con thôi. Nếu không đủ, thì cho khai lấy ruộng đất, tài sản của cha mẹ, anh em làm tiền đền mạng, không được bắt cả họ hàng, làng xóm; coi đó là điều luật lâu dài.

Sai Thượng thư bộ Công Thiếu phó Tuyền quận công Nguyễn Duy Thì cùng bọn Nguyễn Thọ Xuân, Nguyễn Xuân Chinh, Nguyễn Quang Nhạc, Phạm Phúc Khánh lên trấn Nam Quan đợi mệnh đón sứ thần Nguyễn Duy Hiếu về nước. Duy Hiếu dâng sớ tâu:

"Đến Yên Kinh dâng biểu cầu phong Quốc vương, Vua Minh giao cho bộ bàn, cho rằng không có văn bản cũ để lại có thể tra xét được, nên không cho. Chỉ ban sắc thư tưởng lệ thôi." **Toàn Thư**, quyển 21, trang 23a.

Chúa Trịnh vẫn tiếp tục liên lạc ngoại giao với Tuần phủ Quảng Tây để xin phong tước Vương cho Vua Lê. Nhưng phía nhà Minh ôm hận việc quân Lê Trịnh mấy lần lấy cớ dẹp tàn dư họ Mạc đem quân sang đánh đuổi tại lãnh thổ Trung Quốc, nên cương quyết từ chối:

"***Ngày 6 tháng 10 năm Sùng Trinh thứ 13*** [18/11/1640]. *Binh khoa Cấp sự trung Trương Tấn Ngạn dâng lời tâu:*

'Tuần phủ Quảng Tây Lâm Chí được Đầu mục An Nam Trịnh Tráng xin thay mặt để thỉnh cầu tước Vương. Khảo về An Nam, từ đời Mạc Đăng Dung hàng được phong Đô Thống sứ; sau đó Lê Ninh đóng tại sông Tất Mã lo thờ phụng họ Lê. Đến đời Lê Duy Đàm đuổi nhà Mạc, hàng năm cống sản vật địa phương; Thần tổ [Minh Thần Tông] *khen trung thuận, chuẩn cho tiếp tục chức Đô Thống sứ. Nay lấy công gì mà lại xin phong? Tuy triều đình che chở nước nhỏ, không hẹp hòi; nhưng man di đầy tham vọng, Trịnh Tráng đắc chí tranh hoành gây mối lo cho đất đai nội địa, như cỏ tranh làm tắc nghẽn khe suối; làm sao co thể cho phép được!'*

Thiên tử cho là phải." (**Minh Thực Lục** v. 1, t. 389; Hoài Tông q. 13, t. 10a)

Tháng giêng nhuận năm Dương Hoà thứ 6 [22/2-21/3/1640], (Minh Sùng Trinh năm thứ 13); thi Hội các nhân sĩ trong nước. Lấy đỗ bọn Phí Văn Thuật 22 người. Đến kỳ thi Đình, vua thân ra đầu đề văn sách, cho bọn Phí Văn Thuật 2 người đỗ Tiến sĩ xuất thân, bọn Hoàng Vinh 20 người đỗ Đồng tiến sĩ xuất thân.

Tháng 8 [16/9-14/10/1640], phía Nguyễn lấy được châu Bắc Bố Chính [phía nam Hà Tĩnh], rồi trả lại; Chúa Trịnh Tráng bèn giết tướng trấn thủ là Nguyễn Khắc Liệt. Thời Chúa Nguyễn Phước Nguyên, Khắc Liệt ngầm đi lại; đến khi Chúa Thượng lên ngôi, Khắc Liệt đem lòng nghi hoặc, quấy rối châu Nam Bố Chính [vùng sông Gianh]. Quan lại ở biên thuỳ đem việc ấy báo về, Chúa giận lắm, họp các tướng bàn, Nguyễn Hữu Dật nói:

"Khắc Liệt là kẻ tiểu nhân phản bội, Trịnh Tráng bề ngoài dù có tin dùng, nhưng bề trong vẫn ngờ ghét. Thần xin làm kế phản gián, phao thư cho họ Trịnh nói Khắc Liệt đã cùng ta giao ước là giả làm không hoà, khi quân ta đánh úp thì giả vờ thua chạy, về dụ Tráng đến để giết. Làm như thế để khích thêm lòng giận của Tráng. Ta nhân cho quân ngầm vượt sông Gianh, đón Khắc Liệt đến họp, để nhắc lời ước cũ, thừa lúc không phòng bị mà đánh úp luôn, Khắc Liệt chẳng bị ta bắt cũng bị họ Trịnh giết".(1)

Chúa Thượng theo kế ấy. Riêng Chúa Trịnh được thư, quả nhiên giận lắm. Tức thì sai Thái uý Trịnh Kiều đem 5.000 quân vào Bắc Bố Chính bắt Khắc Liệt. Đến nơi thì Khắc Liệt đã bị tướng Nguyễn là Nguyễn Phước Kiều và Trương Phước Phấn đánh chạy rồi. Trịnh Kiều cho rằng Khắc Liệt giả đò thua, bắt giải về cho Trịnh Tráng giết. Quân Nguyễn bèn lấy được đất châu Bắc Bố Chính. Chúa Trịnh phúc thư nói về tình nghĩa lâu đời, và xin trả lại đất Bắc Bố Chính; Chúa Nguyễn bèn trả lại.

Tháng 5 năm Dương Hoà thứ 7 [8/6-7/7/1641], (Minh Sùng Trinh năm thứ 14); tại miền Thuận Quảng trời hạn, lúa khô héo, mỗi đấu gạo trị giá 60 đồng tiền, dân chết đói nhiều. Nhưng sau đó có mưa, mùa lại được; dân chúng yên nghiệp làm ăn.

Tháng 9 năm Dương Hoà thứ 8 [24/9-23/10/1642], (Minh Sùng Trinh năm thứ 15); Chúa Trịnh bàn với các quan giúp việc, cho là hiện nay kỷ cương của thiên hạ cốt ở việc xét xử công bằng kiện tụng và dẹp bắt trộm cướp, bèn sai quan đi cai trị các xứ. Lấy Phó đô tướng Thái bảo Tây quận công Trịnh Tạc trấn giữ xứ Sơn Nam, Thái thường tự khanh Phạm Công Trứ làm tán lý; Thái bảo Phù quận công Trịnh Lịch trấn giữ xứ Sơn Tây, Binh bộ hữu thị lang Nguyễn Trừng làm tán lý; Quỳnh Nham công Trịnh Lê trấn giữ xứ Kinh Bắc, Công bộ hữu thị lang Nguyễn Bình làm tán lý; Thiếu uý Hoa quận công Trịnh Sầm trấn giữ xứ Hải Dương, Hộ khoa đô cấp sử trung Nguyễn Nhân Trứ làm tán lý.

Tháng 2 năm Dương Hoà thứ 9 [20/3-17/41643], (Từ tháng 10 trở đi là Chân Tông Phúc Thái năm thứ 1; Minh Sùng Trinh năm thứ 16); Chúa Trịnh Tráng sai thái bảo Tây quận công Trịnh Tạc và Quỳnh Nham công Trịnh Lệ cùng với bọn Tán lý hữu thị lang Nguyễn Quang Minh, Tự khanh Phạm Công Trứ, Nguyễn Danh Thọ thống lĩnh đại quân đi đánh họ Nguyễn tại phương Nam. Đánh úp tỳ tướng Thắng Lương hầu ở xã Trung Hoà [Quảng Bình], bắt được đem chém; rồi tiến quân thẳng tới cửa biển Nhật Lệ [Đồng Hới].

Tháng 3 [18/4-17/5/1643], Chúa Trịnh hộ vệ xa giá, tiến vào châu Bố Chính, đóng tại xã An Bài [huyện Chính Bình, tỉnh Quảng Bình], liệu định quân cơ, trao phương lược cho các tướng.

Tháng 4 [18/5-15/6/1643], Trịnh Tráng sai Trịnh Đào đánh luỹ Trung Hoà, quân Nguyễn phòng thủ rất vững, Đào đánh không được. Bấy giờ trời nắng lắm, quân Trịnh nhiều người ốm chết, khó ở lâu; bèn rút đại quân trở về.

Tháng 10 [11/11-10/12/1643], Vua Thần Tông xuống chiếu truyền ngôi cho Hoàng thái tử Duy Hựu miếu hiệu là Chân Tông; riêng Vua được tôn làm Thái thượng hoàng.

Tại miền Nam, Chúa Thượng có chí đánh miền Bắc,

từng kén chọn bộ binh, thao diễn trận pháp. Một hôm chúa ngự thuyền rồng đi chơi cửa Eo [Thuận An], thấy thuỷ quân không được chỉnh tề, bèn ra lệnh cho ba huyện Hương Trà, Quảng Điền, Phú Vang làm trường thao diễn thuỷ quân ở xã Hoằng Phước thuộc huyện Phú Vang. Cho đắp núi đất cao hơn 30 thước, rộng hơn 150 thước, cứ đến kỳ tháng 7 [14/8-12/9/1643] thao diễn phép bơi chèo và bắn súng, ai trúng thì thưởng vàng lụa.

Vua Lê Chân Tông

Vua Lê Chân Tông là con trưởng của Vua Thần Tông, 13 tuổi được truyền ngôi, ở ngôi 7 năm, niên hiệu Phúc Thái, thọ 20 tuổi, táng ở lăng Hoa Phố.

Tháng 10 năm Phúc Thái thứ nhất [11/11-10/12/1643] thi Hội các sĩ nhân trong nước, lấy đỗ bọn Lê Trí Trạch 9 người. Tháng 12 thi Đình [10/1-7/2/1644], cho bọn Nguyễn Khắc Thiệu 2 người đỗ Tiến sĩ xuất thân, bọn Lê Đình Dự 7 người đỗ Đồng tiến sĩ xuất thân.

Tháng 4 năm Phúc Thái thứ 2 [6/5-4/6/1644] (2) (Minh Sùng Trinh năm thứ 17) sai quan khảo hạch các Cống sĩ trong nước, người nào có đức được trọng vọng, bổ vào các chức phủ, huyện.

Tháng 12 [29/12/1644-27/1/1645], sai Thái bảo Tây quận công Trịnh Tạc, cùng Đốc thị Dương Trí Trạch, Tán lý Phạm Công Trứ đi dẹp đảng Mạc đất Cao Bằng, tiến quân đặt phục binh, chém 1 viên tỳ tướng của giặc.

Tại miền Nam vào tháng tư [6/5-4/6/1644] Thế tử Nguyễn Phước Tần đánh phá giặc Ô Lan [tức Hà Lan] ở Cửa Eo [Thuận An]. Bấy giờ Ô Lan đậu thuyền ngoài biển, cướp bóc lái buôn; quân tuần biển báo tin. Thế tử tức thì mật báo với Chưởng cơ Tôn Thất Trung, hẹn đưa thuỷ quân đánh. Trung lấy cớ chưa trình lên trên, nên ngần ngại chưa quyết. Thế tử đốc suất chiến thuyền kéo thẳng ra, Trung bất đắc dĩ cũng đốc suất binh thuyền dưới quyền theo đi, đến cửa biển thì thuyền Thế tử đã ra ngoài khơi. Trung dùng cờ vẫy lại, nhưng Thế tử không quay thuyền, Trung bèn dục binh thuyền tiến theo; thuyền trước sau lướt nhanh như bay. Giặc trông thấy cả sợ, nhắm phía đông mà chạy, bỏ rơi lại một chiếc thuyền lớn. Thế tử đốc quân vây bắn; tướng giặc thế cùng phóng lửa tự đốt chết; Thế tử bèn thu quân về.

Chúa mới nghe tin Thế tử đi một mình thì cả sợ, bèn tự đốc suất đại binh tiếp ứng, vừa tới cửa biển, xa trông thấy khói bốc mù trời, kíp ra lệnh cho các quân tiến lên. Khi được tin thắng trận, Chúa mừng cười nói rằng:

"*Trước kia tiên quân ta đã từng đánh phá giặc biển* (3), *nay con ta cũng lại như thế; ta không lo gì nữa.*"

Ngày 19 tháng 5 năm Phúc Thái thứ 3 [14/5/1645] (Minh Long Vũ năm thứ 1, Thanh Thuận Trị năm thứ 1), phong Thái bảo tây quận công Trịnh Tạc làm Khâm sai tiết chế các quân thuỷ bộ Thái uý tây quốc công, mở phủ Khiêm Định; các việc nhà nước đều giao cho xử quyết. Vương Trịnh Tráng bị bệnh; các con là Phù quận công Trịnh Lịch, Hoa quận công Trịnh Sầm bất đắc chí, nổi quân làm loạn. Ngày mồng 2 [26/5/1546] Thái uý tây quốc công Trịnh Tạc ra quân, đánh bắt được Lịch, còn Sầm thì trốn tại vùng Ninh Giang [sông Đáy]. Sai Thái bảo Khê quận công Trịnh Trượng điều quân đuổi theo, đuổi kịp tại Chúc Sơn [huyện Chương Mỹ, Hà Tây]; bắt được dâng nộp, đều đem chém cả. Tán lý Phạm Công Trứ, võ tướng Đào Quang Nhiêu cũng dự phần bàn mưu đánh dẹp.

Năm Phúc Thái thứ 4 [1646] (Minh Long Vũ năm thứ 2, Thanh Thuận Trị năm thứ 2); sai Chánh sứ Nguyễn Nhân Chính, Phó sứ là bọn Phạm Vĩnh Niên, Trần Khái, Nguyễn Cổn cùng với sứ nhà Minh là Đô đốc Lâm Sâm vượt biển đến Phúc Kiến cầu phong. Khi ấy Vua Minh lên ngôi, bị người Thanh đánh phá; bề tôi nhà Minh lại tôn lập Vĩnh Lịch hoàng đế. Nhà Minh bèn sai bọn Hàn lâm Phan Kỳ mang sắc thư, cáo mệnh, và ấn bạc mạ vàng sang nước ta; phong cho Thái thượng hoàng Thần Tông làm An Nam quốc vương. Sứ Minh cùng bọn Nhân Chính đi đường bộ, theo cửa trấn Nam Quan đến nước ta.

Bấy giờ Trung Quốc loạn to. Thủ lĩnh Long Châu tại Quảng Tây là Triệu Hữu Kính bị người anh họ Triệu Hữu Đào giết. Con Kính là Hữu Khải cầu cứu, nhà Lê bèn sai Quỳnh nham công Trịnh Lệ tiến quân lên đánh Cao Bằng, bắt được Triệu Hữu Đào và cả gia thuộc đem về kinh sư, dụ bảo phải hoà mục với nhau, rồi cho về nước.

Tháng 10 [7/11-6/12/1646] thi Hội sĩ nhân trong nước, lấy đỗ bọn Nguyễn Đăng Cảo 17 người. Tháng chạp [6/1-4/2/1647] vào thi Đình, Vua đích thân sát hạch, cho Nguyễn Đăng Cảo đỗ Tiến sĩ cập đệ đệ tam danh, Nguyễn Viết Cử đỗ Tiến sĩ xuất thân; bọn Phạm Văn Đạt 15 người đỗ Đồng tiến sĩ xuất thân.

Tại miền Nam nhà Nguyễn mở khoa thi Chính Đồ lấy người thi đậu ra làm quan, và khoa Hoa Văn lấy người viết chữ tốt làm thư lại.

Tháng 5 năm Phúc Thái thứ 4 [3/6-1/7/1647] (Minh Vĩnh Lịch năm thứ nhất, Thanh Thuận Trị năm thứ 4), bọn Nguyễn Nhân Chính theo sứ Minh mang sắc phong và ấn đến cửa ải Nam Quan. Bèn sai Lễ bộ thượng thư Thiếu bảo Dương quận công Nguyễn Nghi cùng với bọn Hộ bộ tả thị lang Nguyễn Thọ Xuân, Thiêm đô ngự sử Đồng Nhân Thái, Hộ khoa đô cấp sự trung Nguyễn Sách Hiển, Đề hình Trương Luận Đạo, Lại khoa cấp sự trung Nguyễn Văn Quảng đón tiếp về Kinh. Sứ Minh làm lễ ban phong, tuyên đọc chiếu thư như sau:

"*Trẫm nghĩ, đế vương dấy lên, trước hết vỗ yên ngoài cõi; Xuân Thu nghĩa lớn, riêng lo tưởng lệ tôn vương. Xưa Hoàng tổ ta mở mang bờ cõi, chân trời, góc biển, đều thuộc bản đồ. Nước An Nam người riêng hưởng thanh giáo, lễ nhạc y quan dần dần quen nếp, chịu ơn nhà nước trăm đời, để phúc cháu con mấy kiếp. Đô thống ty Lê Hựu sớm tỏ tài lành, một niềm cung thuận, nêu đức hay chinh phục cõi hoang, mà tiếng tốt thấu vào cửa khuyết. Đương khi Long Vũ Hoàng Đế ta ngự ở đất Mân* [Phúc Kiến], *một mình nước ngươi vượt biển sang triều cống. Tuy nhà nước không quý vật xa, nhưng làm tôi dâng cống, lòng thành thờ nước lớn thực đáng khen. Nghĩ cõi xa cũng là con đỏ, ta ban đất chia phong, chính là vỗ yên người xa bằng đức. Trẫm là cháu đích tôn của Thần Tông Hoàng Đế, được thần dân trong nước suy tôn, nối giữ nghiệp lớn, cai trị muôn phương, xa thì hâm mộ truyền thống hoà hiệp của Đường đế Nghiêu, gần lại nhớ tới oai thanh gồm trị của Hán Tuyên Đế. Nay loài hôi tanh làm phản, bị cả bốn biển cùng thù. Tráng sĩ Sở, Thục nổi như mây, cờ nghĩa Ngô, Việt đều hưởng ứng. Tiêu diệt giặc Hồ, dẹp yên bốn cõi. Khen ngươi trung thành, trẫm rất yêu mến. Vì thế, sai quan Hàn lâm Phan Kỳ, quan Khoa đài Lý Dụng Tiếp đem phù tiết phong ngươi làm An Nam quốc vương. Ôi! Đồ phẩm phục vâng tự mệnh trời, ngọc khuê bích truyền tới con cháu. Làm vua nước ngươi, chăn nuôi dân ngươi, việc nông tang cũng thuộc đức đế; cõi xa về chầu, trấn phiên tới cống, ngọc cung cầu chớ biếng chức xưa. Trẫm nghĩ, cột đồng nhà Hán dựng lên, cõi Nam yên mãi, vua Hạ hội ở Đồ Sơn, lại thấy Trung Nguyên. Hãy kính theo!"*

Vào tháng 6, quân Thanh chiếm được hành doanh nhà Minh tại Phúc Kiến; nhân gặp các Sứ thần các nước Lưu Cầu, Lữ Tống, An Nam còn lưu lại; bèn khuyên mang sắc phong, ấn của nhà Minh cấp trước đây đến kinh đô; Vua Thanh sẽ theo lệ cũ phong tước:

"Ngày 8 Đinh Sửu tháng 6 năm Thuận Trị thứ 4 [9/7/1647]. *Khởi đầu vào cuối triều Minh, 3 nước Lưu Cầu (4), An Nam, Lữ Tống (5), sai sứ đến lưu ngụ tại Phúc Kiến, chưa kịp trở về. Đại binh bình định Phúc Kiến, bắt đưa về kinh sư. Mệnh ban cho Cống sứ 3 nước là bọn Lý Quang Diệu y phục, lụa đoạn, vải; lại còn ban sắc dụ để mang về nước chiêu dụ các Quốc vương. Sắc dụ Quốc vương Lưu Cầu như sau:*

'Trẫm cai trị Trung Quốc, coi thiên hạ cùng một nhà. Nghĩ đến nước Lưu Cầu, từ xưa đến nay, đời đời xưng thần thờ Trung Quốc, sai sứ triều cống, đã thành lệ. Nay sai người mang sắc dụ nước các ngươi rằng, nếu muốn thuận trời, tuân theo lý; hãy đưa sắc phong, ấn của nhà Minh xưa cấp; rồi sai sứ mang đến kinh đô, Trẫm sẽ theo lệ cũ phong cho.'

Văn hiểu dụ 2 nước An Nam, Lữ Tống, cũng giống như

vậy." (**Thanh Thực Lục. Thế Tổ Thực Lục**, quyển 32, trang 18)

Tháng 8 [30/8-27/9/1647], tại phía Nam nhà Nguyễn bắt đầu mở khoa thi, lấy 7 người trúng cách về Chính đồ, 24 người trúng cách về Hoa văn, đều bổ dụng cả.

Tháng 2 năm Phúc Thái thứ 6 [23/2-23/3/1648], (Minh Vĩnh Lịch năm thứ 2, Thanh Thuận Trị năm thứ 5); Chúa Trịnh Tráng sai Quận công Lê Văn Hiểu đem các quân thuỷ bộ chia đường vào Nam xâm lấn, đóng đồn ở châu Nam Bố Chính. Trước hết cho quân thuỷ xâm phạm cửa biển Nhật Lệ [Đồng Hới, Quảng Bình], rồi tiến quân xâm phạm dinh Quảng Bình. Viên trấn thủ dinh Quảng Bình là Trương Phúc Phấn cùng với con là Hùng cố giữ luỹ Trường Dục, quân Trịnh cố sức đánh, không sao phá được. Bấy giờ Thế tử Nguyễn Phúc Tần được lệnh Chúa Nguyễn Phúc Lan giao cho đốc suất các tướng đem quân đi đánh. Tiền quân tiến đến xã An Đại, gặp quân Trịnh, liền cấp tốc đánh luôn, phá tan được, thế quân rất phấn chấn. Phúc Tần đến Quảng Bình, hội hợp các tướng bảo rằng:

"*Quân họ Trịnh tuy nhiều nhưng người đánh giỏi có ít. Nếu ta nhân lúc ban đêm dùng voi xông vào, tất nhiên bên kia mất hết khí phách mà bỏ chạy tan vỡ, bấy giờ ta đem đại binh tiến đánh, thì đánh một trận cũng có thể bắt được*".

Bèn sai Triều Phương thống lãnh quân thuỷ, phục sẵn ở sông Cẩm La; Chưởng cơ Nguyễn Hữu Tiến đem hơn trăm thớt voi khỏe, nhân trống canh năm, xông thẳng vào doanh trại quân Trịnh, rồi các quân tiếp tục tiến theo đánh úp, phá được doanh trại. Quân Trịnh thua to, tan vỡ bỏ chạy, gặp quân thuỷ chặn ngang, chết đuối không kể xiết. Quân

Nguyễn bắt được tướng bên Trịnh là Gia, Lý và Mỹ, cùng 3.000 quân làm tù binh, rồi đuổi đến bờ sông Gianh [bắc Quảng Bình] thì trở về. Bọn tỳ tướng bị bắt cho trở về Bắc, riêng quân lính cho vào Quảng Nam khai khẩn lập nghiệp. Trịnh Tráng bèn sai Lê Văn Hiểu làm tướng Tả quân, Hồng lô tự khanh Trần Ngọc Hậu làm Đốc đồng, thống lãnh hơn một vạn quân đóng ở Hà Thanh [Kỳ Anh, Hà Tĩnh]; Đông quận công Lê Hữu Đức làm tướng Hữu quân, Lễ khoa cấp sự trung Vũ Lương làm Đốc đồng thống lãnh một ngàn quân đóng ở Hoành Sơn [biên giới Hà Tĩnh Quảng Bình]; thuộc tướng của Tả quân là Phạm Tất Toàn đóng ở Ba Đồn phía bắc sông Gianh.

Ngày Tân mão [19/3/1648], Chúa Nguyễn Phúc Lan, về tới phá Tam Giang [huyện Quảng Điền, Thừa Thiên] thì mất trên thuyền; ở ngôi Chúa 13 năm, thọ 48 tuổi. Thế tử Nguyễn Phúc Tần bấy giờ 29 tuổi, bầy tôi tôn lên làm Tiết chế thuỷ bộ các dinh Thái bảo Dũng quận công; còn gọi là Chúa Hiền.

Tháng 8 năm Phúc Thái thứ 7 [7/9-5/10/1649], (Từ tháng 10 trở đi, Thần Tông lại lên ngôi, Khánh Đức năm thứ 1; Minh Vĩnh Lịch năm thứ 3; Thanh Thuận Trị năm thứ 6); Vua Lê Chân Tông băng, không có con nối dõi. Tháng 10 [4/11-3/12/1649], Chúa Trịnh Tráng uỷ Thế tử Tây quốc công Trịnh Tạc và các quan văn võ cùng bàn; tâu xin Thái thượng hoàng Thần Tông lên ngôi lần thứ hai, đổi niên hiệu là Khánh Đức năm thứ 1.

Tháng 11 [4/12/1649-1/1/1650], Chúa Nguyễn sai sứ ra Đông Đô. Tham tụng Nguyễn Duy Thì nói với Trịnh Tráng rằng:

"Chúa miền Nam cùng ta đã hai đời kết thông gia, nay nhân có sứ lại ta nên yên ủi dung nạp".

Tráng bèn hậu đãi sứ, rồi cho về.

Chú thích:

1. **Đại Nam Thực Lục Tiền Biên**, Hà Nội: N X B Giáo Dục, 2006, trang 54.

2. Lịch: Kể từ năm 1644 trở về trước cho đến năm 1306 lịch nước ta giống lịch Trung Quốc. Sau năm 1644 nước ta vẫn giữ nguyên lịch cũ **Hiệp Kỷ**; riêng tại Trung Quốc triều Thanh theo lời đề nghị của các giáo sĩ Tây Phương đổi sang lịch mới gọi là **Thời Hiến**. Bởi vậy lịch ta không còn giống lịch Trung Quốc nữa; nên chúng tôi căn cứ vào nghiên cứu của Giáo sư Hoàng Xuân Hãn trong bài **Lịch và lịch Việt Nam** trong **La Sơn Yên Hồ Hoàng Xuân Hãn** tập 1, để đổi từ Âm lịch sang Dương lịch.

3. Tiên quân: Chỉ Nguyễn Phúc Nguyên, từng đánh tan 2 thuyền Tây Dương vào năm 1585.

4. Lưu Cầu: tên nước xưa, nay thuộc Nhật Bản.

5. Lữ Tống: tên nước xưa, nay thuộc Phi Luật Tân.

127.

Vua Lê Thần Tông lên ngôi lần thứ hai [1649-1662]

Tháng 10 năm Khánh Đức thứ 2 [25/10-23/11/1650], (Minh Vĩnh Lịch năm thứ 4; Thanh Thuận Trị năm thứ 7), thi Hội các sĩ nhân trong nước. Lấy đỗ bọn Khương Thế Hiền 8 người. Tháng 12 [21/1-19/21651], thi Đình, cho Khương Thế Hiền đỗ Tiến sĩ cập đệ tam danh, Nguyễn Văn Lễ đỗ Tiến sĩ xuất thân, bọn Trịnh Cao Đệ 6 người đỗ Đồng tiến sĩ xuất thân.

Tháng 2 năm Khánh Đức thứ 3 [21/3-19/4/1651], (Minh Vĩnh Lịch năm thứ 5; Thanh Thuận Trị năm thứ 8). vua Chiêu Tông nhà Minh chạy xuống đóng quân ở Nam Ninh [Quảng Tây], sắc dụ cho Chúa Trịnh Tráng cấp binh tượng, lương súng để giúp việc đánh dẹp. Trịnh Tráng đáp ứng, nên vào tháng háng 10 [13/11-12/12/1651], nhà Minh sai quan mang sắc và ấn sang phong Trịnh Tráng làm Phó quốc vương. Lời sắc viết:

"Trẫm nghĩ, tổ tông dựng nên bờ cõi, thanh giáo rộng ban; lấy lễ, tín đối đãi ngoại phiên để mở rộng dậu phên cho nhà nước. An Nam vương họ Lê nước người, xa ở cõi Nam, đời đời thần phục, đội đức giữ trung, luôn kính theo lệnh.

Xét nguyên do được như thế, là do công của ông cha Trịnh Tráng ngươi phụ quốc chính, trước sau cùng đức khuông phù, công lao giúp dập được ghi chép lưu truyền, sớm tỏ lòng trung với nước. Truyền đến Tráng ngươi, công danh rực rỡ, dân chúng xiêu lòng, giúp vua đỡ dân, làm tròn chức phận, trẫm đã biết rõ. Mới rồi, trẫm đóng tại Việt Tây [Quảng Tây], *mưu việc khôi phục, sớm khuya lo nghĩ đã 5 năm nay. Nay các bề tôi huân cựu ở Xuyên Sở* [Tứ Xuyên, Hồ Nam] *lũ lượt vào giúp, đại quân đến đâu, muôn bếp khói tụ, thế quân lừng vang. Những người đem quân hộ vệ từ trước, đã lần lượt đi cả, mà Trịnh Tráng ngươi dâng biểu nộp cống, từ mùa xuân đến mùa thu, vất vả theo gót, không dám bỏ thiếu, trẫm rất khen ngợi. Tuy có nhiều kẻ chê gièm, trẫm cũng không có lòng ngờ vực. Vậy đặc ban ân điển riêng, tấn phong người làm An Nam phó quốc vương, ban cho sắc, ấn, ngươi kính nhận lấy. Ôi, triều đình đặt phiên trấn bên ngoài, cốt để vỗ yên cõi xa, mở rộng phên dậu. Lúc yên bình thì thấm nhuần đức giáo, khi đánh dẹp thì giúp đỡ minh uy. Đã là cánh, là thành, thì trong, ngoài không có khác. Ngươi nhận được mệnh ban tôn quý, phải gắng trung trinh, giúp đỡ họ Lê, giữ bền chức cống, làm phên dậu cõi Nam cho trẫm, giữ mãi đời đời. Hãy kính theo".*

Tháng 3 năm Khánh Đức thứ 4 [8/4-7/5/1652], (Minh Vĩnh Lịch năm thứ 6; Thanh Thuận Trị năm thứ 9); thi Hội các sĩ nhân trong nước. Lấy đỗ bọn Nguyễn Đình Chính 9 người. Tháng 4 [8/5-5/6/1652], thi Đình, Vua thân ra đầu đề văn sách, hỏi về chính sự hay dở; cho bọn Phùng Viết Tu hai người đỗ Tiến sĩ xuất thân, bọn Hồ Sĩ Dương 7 người đỗ Đồng tiến sĩ xuất thân.

Tháng 8 [3/9-1/10/1652], tiến phong Thái uý Tân quốc

công Trịnh Tạc làm Nguyên soái chưởng quốc chính Tây Định Vương.

Tháng 2 năm Khánh Đức thứ 5 [28/2-28/3/1653], (Từ tháng 2 trở đi đổi là Thịnh Đức năm thứ 1; Minh Vĩnh Lịch năm thứ 7; Thanh Thuận Trị năm thứ 10), sao Chổi mọc ở phương đông. Vua Thần Tông ban đại xá, đổi niên hiệu là Thịnh Đức năm thứ 1.

Tháng 3 [29/3-26/4/1653], tại miền Nam, Chúa Nguyễn mở cuộc duyệt binh lớn ở xã An Cựu [phường An Cựu, thành phố Huế]

Bấy giờ có Vua nước Chiêm Thành là Bà Tấm xâm lấn Phú Yên, Chúa Nguyễn sai Cai cơ Hùng Lộc làm Thống binh, lãnh 3.000 quân đi đánh. Quân đến Phú Yên, các tướng đều muốn dừng lại để dụ địch. Hùng Lộc nói:

-"*Ra quân lúc không ngờ, đánh giặc lúc không phòng bị, là mưu hay của nhà binh. Nay quân ta từ nơi xa đến, lợi ở sự đánh chóng, cần gì phải dụ*".

Bèn tiến quân vượt đèo Hổ Dương núi Thạch Bi [Phú Yên], đánh thẳng vào thành, nhân đêm phóng lửa đánh gấp, cả phá được. Bà Tấm trốn chạy; lấy được đất đến sông Phan Rang. Bà Tấm sai con là Xác Bà Ân mang thư xin hàng. Lấy sông Phan Rang làm giới hạn, từ phía đông sông đến địa đầu Phú Yên chia làm hai phủ là Thái Khang [nay là Ninh Hoà, bắc Khánh Hoà] và Diên Ninh (nay là Diên Khánh, nam Khánh Hoà đến Ninh Thuận]. Phủ Thái Khang có 2 huyện: Quảng Phước và Tân An; phủ Diên Ninh có 3 huyện: Phước Điền, Vĩnh Xương và Hoa Châu. Đặt dinh Thái Khang (nay là Khánh Hoà) cho Hùng Lộc trấn giữ. Phía tây sông Phan Rang thuộc Chiêm Thành, bắt theo lệ cống.

Năm Thịnh Đức thứ 2 [1654], (Minh Vĩnh Lịch năm thứ 8; Thanh Thuận Trị năm thứ 11); triều Lê Trịnh sai bộ Lại phụ trách tuyển bổ các chức trong triều và các địa phương, giao xuống cho triều thần nghị bàn. Những người dự khoa sĩ vọng đỗ ba trường và con cháu công thần đều được tuyển dụng.

Tháng giêng [17/2-18/3/1654], tại miền Nam Chúa Nguyễn triệu Trấn thủ dinh Bố Chính [Quảng Bình] là Xuân Sơn, cho sang trấn giữ dinh Thái Khang [Khánh Hoà], lấy Phù Dương thay Xuân Sơn. Phù Dương đến Bố Chính, sửa sang thành trì, vỗ về quân sĩ, mọi người đều mến phục.

Tháng 4 năm Thịnh Đức thứ 3 [6/5-3/6/1655], (Minh Vĩnh Lịch năm thứ 9; Thanh Thuận Trị năm thứ 12), Chúa Nguyễn Phúc Tần ở Thuận Hoá sai thuộc hạ là Thuận Nghĩa hầu Nguyễn Hữu Tiến, Chiêu Vũ hầu Nguyễn Hữu Dật đánh úp, phá được viên Mậu quốc công Phạm Tất Toàn tại dinh Tam Hiệu [Ba Đồn] ở châu nam Bố Chính [bắc sông Gianh, Quảng Bình]; Tất Toàn đem châu ấy đầu hàng. Quân Nguyễn thừa thắng tiến đánh bọn Tả trấn Tiến quận công Lê Văn Hiểu, Hữu trấn Đông quận công Lê Hữu Đức ở miền Hà Tây, huyện Kỳ Hoa [Kỳ Anh]. Văn Hiểu đem quân bản bộ liều sức đánh, chân trúng đạn, thế không địch nổi, cùng với Hữu Đức rút chạy. Ngày hôm ấy, Văn Hiểu, Hữu Đức và thuộc tướng hai dinh chạy ra An Trường [thành phố Vinh]. Quân Nguyễn lấn vào đất Thạch Hà. Hôm sau, Văn Hiểu và Hữu Đức lại đem thuộc tướng tiến vào đóng quân ở xã Đại Nại, huyện Thạch Hà, để làm kế chống giữ.

Tháng 5 [4/6-3/7/1655], phía Trịnh cho gọi Lê Văn Hiểu, Lê Hữu Đức và các thuộc tướng về Kinh; đi được nửa đường, Văn Hiểu bị đau vì vết thương mà chết.

Tháng 6 [4/7-1/8/1655], xét tội thua trận, truy thu lại sắc ấn của Lê Văn Hiểu, giáng Lê Hữu Đức làm Đô đốc thiêm sự, phần đông bọn thuộc tướng đều bị giáng hoặc bãi chức. Người châu Bố Chính là Nguyễn Tất Thú không theo Phạm Tất Toàn đầu hàng, cho thăng chức tước. Tháng ấy, sai Thái bảo Khê quận công Trịnh Trượng làm thống lĩnh, đem 18 viên thuộc tướng đến xứ Nghệ An tiến đánh quân Nguyễn.

Tháng 8 [31/8/29/9/1655], Trịnh Trượng đem đại binh tiến đến huyện Kỳ Hoa, rồi lui về xã Lạc Xuyên [Cẩm Xuyên, Hà Tĩnh]. Quân Nguyễn bám sát, quân Trịnh thua chạy, vứt bỏ hết quân nhu, khí giới. Thuyền quân Nguyễn vào cửa biển Kỳ La [cửa Nhượng, huyện Cẩm Xuyên]; phía Trịnh, Lũng quận công Vũ Văn Thiêm dời thuyền ra đóng ở cửa biển Đan Nhai [cửa Hội, cửa sông Lam]. Rồi thuyền Nguyễn vào cửa biển Nam Giới [cửa Sót, huyện Thạch Hà], Nguyễn Hữu Sắc nghe tin bỏ chạy, Lê Nhân Hậu vừa đánh vừa lùi. Trịnh Trượng cùng các tướng chạy đến đất An Trường. Lại chia quân đóng đồn ở Bắc Hà [bắc sông Lam] từ Nghĩa Liệt [núi Thành, Nghệ An] đến cửa biển Đan Nhai để ngăn giặc. Khi ấy quân Nguyễn thừa thế tiến đến đất Bân Xa huyện Thiên Lộc [huyện Can Lộc, Hà Tĩnh]; miền nam sông Lam vì thế rối loạn. Tháng ấy, Chúa Trịnh Tráng sai con, Tây Định Vương Trịnh Tạc, đích thân đem tướng sĩ các dinh tiến đánh.

Tháng 10 [29/10-27/11/1655], sai Tả đô đốc Ninh quận công Trịnh Toàn [con út Trịnh Tráng] làm thống lĩnh, cùng Lũng quận công Vũ Văn Thiêm đốc suất thuỷ quân, chia đường đánh giặc. Khi tiến đến đất Kỳ Hoa thì quân Nguyễn tự rút lui.

Tháng 11[28/11-27/12/1655], bọn Trịnh Toàn, Đào Quang

Nhiêu, Lê Hữu Đức rút quân về An Trường. Tây Định Vương Trịnh Tạc hạ lệnh cho các tướng đem quân về Kinh. Lại sai thuộc tướng là Đề đốc Nam quận công Thân Văn Quanh, Tham đốc Lại quận công Mẫn Văn Liên, Cai đội là bọn Nguyễn Văn Khuê, Lê Văn Tiến, Lê Văn Hy đóng đồn ở xã Tiếp Vũ [thuộc huyện Can Lộc, Hà Tĩnh], Lăng quận công Lại Thế thì đóng đồn ở xã Minh Lương [huyện Can Lộc] để chống giữ quân Nguyễn.

Tháng giêng năm Thịnh Đức thứ 4 [26/1-24/2/1656], (Minh Vĩnh Lịch năm thứ 10, Thanh Thuận Trị năm thứ 13); quân Nguyễn đánh úp đồn Tiếp Vũ [huyện Can Lộc], tướng Trịnh là bọn Thân Văn Quanh thua chạy. Quân Nguyễn thừa thắng đuổi đánh thuỷ binh Trịnh ở sông Tam Chế [sông Lam gần Vinh]. Bấy giờ phía Trịnh, Vũ Công Quang và Lê Sĩ Hậu hợp sức cùng đánh, quân Nguyễn hơi lùi.

Tháng 2 [25/2-25/3/1656], Nguyễn Hữu Dật tiến quân đến núi Hồng Lĩnh [Hà Tĩnh], gặp du binh của Trịnh, đánh phá được. Bấy giờ tướng Trịnh là Võ Văn Thiêm đem thuỷ binh lên bờ, tiên phong của Hữu Dật đánh ngay; Văn Thiêm lui giữ xã Đằng Đế, Hữu Dật đốc quân xung kích, bắn giết được tướng là Tường Trung. Văn Thiêm sợ lắm, chạy về An Trường [Vinh]. Hữu Tiến suất quân đến Minh Lương; Đào Quang Nhiêu chia quân chống đánh, bị tướng Nguyễn là Đăng Doanh đánh thua, các tướng Trịnh đều trốn. Quang Nhiêu cũng bỏ luỹ về An Trường. Hữu Tiến và Hữu Dật bèn thu quân đóng ở Vân Cát. Chúa Trịnh Tráng sai Thiếu bảo Trịnh Toàn thống lĩnh các tướng trấn giữ Nghệ An, bọn Vũ Văn Thiêm, Đào Quang Nhiêu đều thuộc dưới quyền.

Tháng 5 [24/5-21/6/1656], sau khi Trịnh Toàn đến quân thứ, đốc suất các quân tiến đến Thạch Hà, sai bọn Đào

Quang Nhiêu và Dương Hồ quản Lĩnh quân bộ đóng ở Hương Bộc và Đại Nại [đều thuộc huyện Thạch Hà, Hà Tĩnh], bọn Xuân quận công Lê Sĩ Hậu và Bùi Sĩ Lương quản lĩnh quân thuỷ đóng ở cửa biển Nam Giới [cửa Sót, huyện Thạch Hà], Vũ Văn Thiêm đóng ở Đan Nhai [cửa Hội sông Lam]. Phía Nguyễn, Hữu Tiến họp các tướng ở Na Khố [huyện Cẩm Xuyên, Hà Tĩnh], sai Dương Trí và Nguyễn Văn Kiều quản lĩnh quân thuỷ, bọn Tống Phúc Khang và Phù Dương quản lĩnh quân bộ, chia đường tiến đánh. Dương Trí tiến đánh ở cửa biển Nam Giới [cửa Sót, huyện Thạch Hà], Hữu Dật đốc suất quân bộ đánh tiếp, bắt được Xuân quận công và 30 chiếc thuyền chiến. Bọn Sĩ Hậu và Sĩ Lương đều thua chạy. Dương Trí bèn tiến quân đến sông Lam, phó tướng Văn Kiều đem quân thuỷ thẳng đến Đan Nhai, lại đánh phá tan được quân thuỷ của họ Trịnh; Văn Thiêm bỏ thuyền chạy. Trịnh Toàn hay tin, cả sợ, lui quân đóng ở Hoạt Độ. Gặp lúc ấy bọn Phúc Khang và Phù Dương dẫn quân bộ bất thình lình kéo đến Hương Bộc [huyện Thạch Hà] bao vây toán quân của Đào Quang Nhiêu, Trịnh Toàn đốc thúc các quân đến cứu viện, Dương Hồ chỉ huy quân tiến lên lên phía trước. Quang Nhiêu có được quân cứu viện, bèn mở cửa thành ra đón đánh, hai cánh quân đánh khép quân của Phúc Khang ở Đại Nại [Thạch Hà]. Quân của bọn Phúc Khang bị thua, lui về Hà Trung, bọn Trịnh Toàn và Quang Nhiêu đốc suất các quân đuổi đến Tam Lộng [huyện Cẩm Xuyên]. Hữu Tiến hay tin, bèn phân phối sai quân thuỷ dàn trận ở các bến đò thuộc phố Phù Thạch và xã Triều Khẩu [huyện Hưng Nguyên, Nghệ An], xã Việt Yên [huyện Đức Thọ, Hà Tĩnh], lại sai Hoằng Tín quản lĩnh chiến thuyền phục sẵn Nam Ngạn [phía nam sông Lam] để ngăn đường về của quân Trịnh. Trịnh Toàn dẫn quân về, sai tướng là Tào

Nham và Diễn Thọ tiến quân đến Nam Ngạn đánh nhau với bọn Hữu Dật, bị thua to, chết ở mặt trận. Khi quân của Toàn đi đến Bình Hồ [Yên Hồ, huyện Đức Thọ], Hoằng Tín đuổi đánh, quân họ Trịnh bị chết rất nhiều; Toàn bèn rút về An Trường [Vinh]

Tháng 6 [22/7-19/8/1656], Chúa Trịnh sai Phú quận công Trịnh Căn thống lĩnh các tướng đến xứ Nghệ An hiệp đồng với Ninh quốc công Trịnh Toàn đánh quân Nguyễn.

Tháng 10 [16/11-15/12/1656], triều Lê thi Hội các sĩ nhân trong nước; lấy đỗ bọn Nguyễn Đình Trụ 6 người. Tháng 12 [14/1-12/2/1657], vào thi Đình, cho bọn Nguyễn Đình Trụ đỗ Đồng tiến sĩ xuất thân.

Tháng 11 [16/12/1656-14/1/1657], các quân đồn trấn đều tiến qua Nam Hà [nam sông Lam]. Ninh quốc công Trịnh Toàn đóng quân ở Quảng Khuyến, Phú quốc công Trịnh Căn đóng quân ở Bạt Trạc [Quảng Khuyến và Bạt Trạc là tên hai xã thuộc huyện Can Lộc], sai các quân đào hào đắp luỹ, chia giữ các nơi hiểm yếu, bí mật sai người đi dò thám tình hình giặc để biết rõ hư thực. Khi ấy, Tiết chế Trịnh Toàn cậy công tự phụ, ngầm có ý khác, ngày đêm vỗ nuôi tướng sĩ, phân phát bạc vàng không có hạn độ, rồi tự tiện đem quân về Trường An [Vinh]. Thống lĩnh quan phó đô tướng Phú quận công Trịnh Căn dò biết ý Toàn, cũng đem các quân về xã Phù Long [huyện Hưng Nguyên, Nghệ An] sửa sang dinh luỹ để xem động tĩnh.

Tháng 4 năm Thịnh Đức thứ 5 [13/5-11/6/1657], (Minh Vĩnh Lịch năm thứ 11; Thanh Thuận Trị năm thứ 14), Đại nguyên soái Trịnh Tráng mất, truy phong làm Nghị Vương; con là Trịnh Tạc lên thay. Bấy giờ Trịnh Toàn âm mưu phản nghịch đã lộ; thủ hạ là Trịnh Bàn, Trương Đắc Danh sợ vạ đến mình, trốn trước đầu hàng phía Nguyễn, do đó quân lính tan rã. Toàn không biết làm thế nào, mới sai người mang voi ngựa khí giới bản bộ dâng tại cửa quân, có ý xin đoái thương. Thái bảo Phú quận công Trịnh Căn nhân lấy lẽ thuận nghịch dụ và nói:

"*Việc đã như thế, phải tự mình về cửa khuyết đợi mệnh*".

Toàn nghe nói, trong lòng sợ hãi, tự liệu không thể khỏi tội, mới miễn cưỡng về Kinh. Bèn giao xuống cho đình thần xét hỏi tội trạng. Vương Trịnh Tạc cho Toàn là người chí thân, không nỡ giết, tâu xin an trí trong ngục.

Tháng 6 [11/7-9/6/1657], người xã Phước Châu [huyện Nghi Xuân, Hà Tĩnh] tên là Phan Lân đến đầu hàng phía Nguyễn; nói với Nguyễn Hữu Dật rằng:

"*Tướng Trịnh là Lê Thời Hiến, Hoàng Nghĩa Giao và Đặng Thế Công hẹn đến ngày 24* [3/8/1657], *chia quân làm ba đạo, sang sông Thanh Chương* [sông Lam] *vượt xã Nam Hoa* [nay là xã Nam Kim, Nam Đàn, Nghệ An] *để đánh úp quân của Tống Hữu Đại; Trịnh Căn thì đốc suất đại binh tiếp ứng.*"

Hữu Dật lập tức mật báo cho Hữu Đại bày trận để chờ. Khi quân Trịnh lên bờ, đi chưa được vài dặm thì gặp quân Hữu Đại, cùng nhau giao chiến. Hữu Đại giả đò chạy, bọn Thời Hiến đuổi theo đến chỗ phục binh của Phù Dương. Quân Trịnh rối loạn, tự vỡ chạy; quân Nguyễn đuổi đến sông rồi trở về.

Tháng 2 [4/3-2/4/1658] năm Thịnh Đức thứ 6 [1658], (Từ tháng 2 trở đi đổi là Vĩnh Thọ năm thứ 1; Minh Vĩnh Lịch năm thứ 12, Thanh Thuận Trị năm thứ 15); Vua Lê đổi niên hiệu là năm Vĩnh Thọ thứ 1, đại xá.

Tháng 5 [1/6-30/6/1658], bấy giờ dùng quân đánh dẹp lâu ngày, tiêu pha hao phí; bèn hạ lệnh trong nước ai nộp thóc, thì tuỳ theo số thóc nộp nhiều ít mà bổ quan chức theo thứ bậc khác nhau.

Tháng 6 [1/7-29/7/1658], viên quan lang ở sách Trọng Hợp, huyện Quỳnh Lưu là Công Cẩn ngầm làm phản, lẻn đưa quân Nguyễn đi tắt theo chân núi đến xã Dương Hiệp, huyện Đông Thành [Nghệ An]. Dân địa phương rối động; Phú quận công Trịnh Căn sai bọn Lê Văn Hy và Lưu Thế Canh đánh tan. Bọn Công Cẩn sau dồn tụ lại; bèn sai bọn Phạm Thạnh, Đàm Cảnh Khải đem quân đánh bắt được, đóng cũi giải về Kinh sư.

Tháng 7 [30/7-28/8/1658], quân Nguyễn vượt sông, xâm lấn xã Mỹ Dụ, huyện Hưng Nguyên [Nghệ An], Nguyễn Hữu Tá không địch nổi, thua chạy. Lê Thì Hiến đem tướng hiệu sở thuộc hợp sức đánh, quân Nguyễn rút lui, bị chết trôi nhiều.

Tháng 9 [27/9-25/10/1658], vua nước Chân Lạp [Cao Miên] là Nặc Ông Chân xâm lấn biên thuỳ; dinh Trấn Biên (2) báo lên. Chúa Nguyễn sai Phó tướng Trấn Biên là Tôn Thất Yến, Cai đội là Xuân Thắng, Tham mưu là Minh Lộc đem 3.000 quân đến thành Hưng Phước bấy giờ gọi là Mỗi Xuy [nay thuộc huyện Phước Chính, tỉnh Biên Hoà] đánh phá, bắt Nặc Ông Chân đưa về. Chúa Nguyễn tha tội cho và sai hộ tống về nước, cho làm phiên thần, hằng năm nộp cống.

Tháng 10 [26/10-24/11/1658], triều Lê sai quan khảo hạch các cống sĩ có đức vọng trong nước. Lấy đỗ hạng ưu bọn

Nguyễn Thạnh, Đặng Duy Tinh, Nguyễn Duy Đoán 3 người, hạng trung bọn Hoàng Trực 19 người, đều ban cho bạc và áo, bổ nhiệm các chức theo thứ bậc khác nhau

Tháng 12 [24/12/1658-22/1/1659], Phú quận công Trịnh Căn sai Đào Quang Nhiêu đem bọn Lễ Thì Hiến, Đặng Thế Công cùng với Phó tham thị Trịnh Đăng Đệ chia đường tiến đánh quân Nguyễn ở xã Tuần Lễ, huyện Hương Sơn [xã Sơn Lễ, Hương Sơn, Hà Tĩnh]. Các đạo quân giao chiến thắng lớn; quân Nguyễn thua chạy.

Tháng 2 năm Vĩnh Thọ thứ 2 [23/3-20/4/1659], (Minh Vĩnh Lịch năm thứ 13; Thanh Thuận Trị năm thứ 16); thi Hội các sĩ nhân trong nước. Lấy đỗ bọn Lê Thức 20 người. Tháng 4 [21/5-19/6/1659], vào thi Đình; cho bọn Nguyễn Quốc Trịnh, Nguyễn Văn Bích, Nguyễn Văn Thực 3 người đỗ Tiến sĩ cập đệ; bọn Mai Trọng Hoà 2 người đỗ Tiến sĩ xuất thân; bọn Phạm Duy Chất 15 người đỗ Đồng tiến sĩ xuất thân.

Tháng 8, viên Kinh lược nhà Thanh tâu rằng Quốc vương An Nam gửi thư ngỏ ý muốn nạp cống:

"Ngày 8 Bính Thân tháng 8 năm Thuận Trị thứ 16 [23/9/1659]. *Kinh lược Đại học sĩ Hồng Thừa Trù tâu báo:*

'Đô tướng An Nam Thái truyền tông quốc công Vũ Công Tứ sai lại mục Ngọc xuyên bá Đặng Phúc Tuy, Triều dương bá Nguyễn Quang Hoa mang thư của Quận vương đến cửa quân, tỏ lòng thành nạp cống.'

Nay trình báo lên." (**Thế Tông Thực Lục** quyển 127, trang 20; tập 3, trang 998)

Vào năm sau, Vua Thanh nhận được biểu văn của Quốc vương An Nam, tỏ lòng hoan hỷ:

"Ngày Quí Sửu tháng 9 năm Thuận Trị thứ 17 [4/10/1660]. Quốc vương An Nam Lê Duy Kì (3) có lòng thành dâng biểu, cùng cống sản vật địa phương. Nhận chiếu chỉ rằng:

'Xem tờ biểu tâu của Vương, có lòng thành hướng theo sự giáo hoá, ta rất vui mừng. Nay theo lệ tâu lên đầy đủ." (**Thế Tổ Thực Lục**, quyển 140, trang 1; tập 3, trang 1079)

Ngày mồng 2 tháng 9 [17/10/1659], Vua Lê phong Tây Định Vương Trịnh Tạc làm Đại nguyên soái chưởng quốc chính Thượng sư Tây Vương.

Tháng 10 [14/11-13/12/1659], vua đích thân cho thi khoa Đông các; lấy đỗ bọn Nguyễn Đăng Cảo, Hồ Sĩ Dương, Nguyễn Thiêm, Phạm Duy Chất, Bùi Đình Viên 5 người, bổ làm các chức Đông các đại học sĩ, Học sĩ, Hiệu thư.

Vào tháng chạp, Tổng đốc Lưỡng Quảng tâu rằng Mạc Kinh Diệu tại Cao Bằng cũng xin triều cống nhà Thanh:

"Ngày 20 Bính Ngọ tháng 12 năm Thuận Trị thứ 16 [31/1/1660]. Tổng đốc Lưỡng Quảng Lý Thê Phượng tâu báo:

'Đô thống sứ ty An Nam Đô thống sứ Mạc Kinh Diệu sai sứ tỏ lòng thành qui thuận.'

Đưa sớ xuống ty liên hệ." (**Thế Tông Thực Lục**, quyển 130, trang 14; tập 3, trang 1008)

Tháng 8 năm Vĩnh Thọ thứ 3 [5/9-3/10/1660], (Minh Vĩnh Lịch năm thứ 14; Thanh Thuận Trị năm thứ 17); Nguyễn Hữu Tiến đem đại binh qua sông Lam đánh tướng họ Trịnh là Lan ở Do Nha, Lan lui quân giữ luỹ Hồng Hôn [huyện Hưng Nguyên, Nghệ An]. Nguyễn Hữu Dật lại tiến quân đánh mạnh; Lan thua chạy, viên tướng phòng giữ là

Miện dẫn quân quanh đằng sau núi đánh tiếp. Hữu Tiến đem đại binh tiếp đến, Miện không dám chống cự, chạy về An Trường [Vinh]. Hữu Tiến lui về bờ phía nam sông Lam, chia quân đóng đồn phòng giữ.

Trịnh Căn lấy làm hổ thẹn muốn báo thù lại, bèn làm cầu phao để qua sông Lam, sai Đô đốc Diệu cầm quân, kéo qua sông Khu Độc và núi Hoành Lĩnh, Tham đốc Hằng quản lĩnh quân thuỷ, theo sông Lãng Khê [huyện Nghi Xuân, Hà Tĩnh] đánh úp toán quân của Hữu Tiến. Hữu Dật biết được mưu ấy, bèn sai tì tướng Trương Văn Vân đem quân mai phục ở Hoành Lĩnh, Tô Triều và Tú Minh đóng ở Hoành Cảng để rình đợi quân địch. Diệu dẫn quân đến Hoành Lĩnh, quân mai phục bỗng nổi dậy, quân bên Trịnh sợ hãi tan vỡ, chết hại rất nhiều. Toán thuỷ quân của Hằng kéo ra Lãng Khê [Nghi Xuân], bọn Tô Triều tung quân ra bắn lại, Hằng bị thua to, bỏ thuyền, chạy về An Trường.

Tháng 9 [4/10-2/11/1660] Nguyễn Hữu Tiến dẫn quân đóng ở Nghi Xuân. Quân bên Trịnh và quân Nguyễn đóng đồn đối diện hai bên bờ sông Lam cầm cự với nhau. Bọn Hữu Tiến tiến quân qua sông, lại đánh vào Mỹ Dụ [huyện Hưng Nguyên, Nghệ An], Trịnh Đường đánh nhau bị chết. Bọn Hoàng Nghĩa Giao dẫn quân đánh tiếp, quân Nguyễn bèn lui giữ mặt nam sông Lam. Trịnh Căn họp các tướng bàn mưu kế, Trần Công Bách xin làm tiên phong, Căn y cho, bèn chia quân làm hai đạo: một đạo sai Hoàng Nghĩa Giao và Phan Kim Toàn do đường Âm Công, qua sông để tiến quân; một đạo sai Lê Thì Hiến qua cửa biển Hội Thống [cửa sông Lam] do đường làng Tả Ao [xã Xuân Giang, Nghi Xuân] để tiến quân, đều hẹn nửa đêm xuất phát. Tờ mờ sáng hôm sau, Trịnh Căn tự đem đại binh lên núi Dũng Quyết [Vinh] xem xét việc chiến đấu. Bọn Nghĩa Giao qua sông, tiến thẳng đến núi An Lạc [xã An Lạc, Nghi Xuân]; Trần Công Bách đi sâu vào để chiếm cứ Lận Sơn [huyện Nghi Xuân], gặp quân mai phục của Hữu Dật đánh bất thình lình. Công Bách cùng Đinh Đức Nhuận cố sức đánh đều bị chết. Bọn Lê Văn Hi và Lưu Thế Canh nghe được phong thanh, rút lui bỏ chạy. Quân Nguyễn bốn mặt bao vây, thanh thế rất lừng lẫy. Trịnh Căn sai bọn Trần Tiến Triều và Ngô Đình Xuân đem quân của mình quản lĩnh đến cứu viện, lại sai quân thuỷ tiến đến bờ sông để bắn. Toán quân của Hữu Tiến hơi lùi một chút. Bọn Lê Thì Hiến và Mẫn Văn Liên dẫn quân đến Tả Ao bị quân Nguyễn đánh gấp, bọn này phải thua, Văn Liên chết tại trận. Lê Thì Hiến lại đốc thúc quân cố đánh, tiến nhanh đến Hoa Viên [xã Xuân Viên, Nghi Xuân]. Quân Nguyễn không thắng, vẫn đóng ở Nghi Xuân.

Ngày 17 tháng 11 [18/12/1660], Phú quận công Trịnh Căn sai bọn thuộc tướng Lê Thì Hiến, Hoàng Nghĩa Giao; Lê Sĩ Triệt, Nguyễn Năng Thiệu chia đường tiến đánh. Thì Hiến, Sĩ Triệt từ bờ biển qua đất Cương Gián [huyện Nghi Xuân] tiến đi; bọn Nghĩa Giao, Năng Thiệu theo đường bộ qua các xã Lũng Trâu, Mạn Trường [tên xã thuộc huyện Can Lộc] tiến đi. Lại hạ lệnh cho thống suất và đốc suất các đạo chỉnh bị quân dưới quyền, ngày đêm cố sức công kích bốn mặt. Tiếng thanh la và tiếng trống vang trời; thế giặc rối loạn lung tung, không kịp trở tay. Ngày 18 [19/12/1660], bọn Thì Hiến, Sĩ Triệt phá được quân Nguyễn ở đất An Điềm [huyện Thiên Lộc]. Ngày 19 [20/12/1660], bọn Thì Hiến, Sĩ Triệt, Nghĩa Giao, Năng Thiệu hội quân tiến đánh, lại phá được ở Phù Lưu Thượng [huyện Thiên Lộc]. Tướng sĩ thừa thắng đánh dấn, lại cả phá quân địch, chém được rất nhiều thủ cấp, thu được voi ngựa, khí giới nhiều không kể xiết, cuối cùng quân Nguyễn thua chạy, phía Trịnh thu phục được hết 7 huyện Nam Hà [nam sông Lam].

Ngày 21 [22/12/1660], Phú quận công Trịnh Căn đích thân chỉ huy các viên thống suất, đốc suất và quân các đạo thẳng tiến ruổi dài, đến tận cửa biển Nhật Lệ [Đồng Hới, Quảng Bình], thì cho quân nghỉ.

Về sự kiện quân Nguyễn rút lui về cửa bể Nhật Lệ trong tháng 11, sử triều Nguyễn **Khâm Định Việt Sử Thông Giám Cương Mục** và **Đại Nam Thực Lục** chép khác sử liệu **Toàn Thư** nêu trên; nêu lý do hai tướng Nguyễn Hữu Tiến và Nguyễn Hữu Dật bất hoà nên Hữu Tiến ngầm rút lui, không báo cho Hữu Dật biết, nội dung như sau: Bấy giờ hai tướng Nguyễn Hữu Tiến và Nguyễn Hữu Dật bất hoà; Hữu Tiến đặt kế hoạch rút quân về, nhưng không cho Hữu Dật biết. Hữu Tiến bề ngoài hạ lệnh cho các tướng đem quân thuỷ, bộ chia đường cùng tiến quân, lại báo cho Hữu Dật đem quân theo sau để tiếp ứng. Mặt khác Tiến dặn riêng các tướng ai nấy đều đem quân thuộc quyền cai quản của mình rút về Nam Bố Chính, chỉ không bảo cho Hữu Dật biết mà thôi. Bởi thế, các tướng nhân đêm lặng lẽ rút lui. Về phần Hữu Dật, chỉnh bị quân lính sẵn sàng ngồi đợi, không thấy có tin tức động tĩnh gì. Đến lúc dò thám biết được binh tình, thì quân bên Trịnh đã qua sông, tiến sát gần doanh trại Khu Độc. Hữu Dật nhân lúc bên địch chưa rõ tin Hữu Tiến rút quân, cũng mật hạ lệnh cho các tướng rút lui. Dật chỉ để lại mấy chục quân nhanh nhẹn sắc bén theo hầu bên cạnh, rồi đem ra nơi rộng khoáng biểu diễn trò vui, tiếng trống nổi lên như sấm. Quân bên Trịnh nghi ngờ, không dám tiến. Bấy giờ Hữu Dật mới thư thả rút quân. Hữu Dật về thẳng Hoành Sơn mới hội hợp toán quân Hữu Tiến. Trịnh Căn đốc suất các quân đuổi kịp, quân hai bên giao chiến, chết hại rất nhiều. Trịnh Căn lui quân 20 mươi dặm, đóng doanh trại ở Kỳ Hoa [huyện Kỳ Anh]. Còn về bên Nguyễn thì Hữu Tiến đem quân về đóng ở cửa biển Nhật Lệ, Hữu Dật đóng ở Đông Cao, chia nhau phòng giữ những nơi hiểm yếu để chống nhau với quân Trịnh. Từ đấy 7 huyện ở mặt nam sông Lam thuộc Nghệ An lại phụ thuộc về chúa Trịnh.

Tháng 2 năm Vĩnh Thọ thứ 4 [1/3-29/3/1661], (Minh Vĩnh Lịch năm thứ 15; Thanh Thuận Trị năm thứ 18); Tiết chế Nghi quốc công Trịnh Căn đem quân về Kinh, lưu Đào Quang Nhiêu làm Trấn thủ, Lê Sĩ Triệt, Hồ Sĩ Dương, Trịnh Thì Tế làm Đốc thị, đóng quân ở đất Hà Trung, huyện Kỳ Hoa [Kỳ Anh, Hà Tĩnh].

Tháng 3 [31/3-28/4/1661] thi Hội các sĩ nhân trong nước; lấy đỗ bọn Trần Xuân Bảng 13 người. Đến khi thi Đình, cho Đặng Công Chất, Đào Công Chính, Ngô Khuê 3 người đỗ Tiến sĩ cập đệ; Trần Xuân Bảng, Lê Trí Bình 2 người đỗ tiến sĩ xuất thân; bọn Lê Nhân Kiệt 8 người đỗ Đồng tiến sĩ xuất thân.

Tháng 10 nhuận [22/11-20/12/1661], ChúaTrịnh đích thân đưa xa giá nhà Vua đi đánh phía Nguyễn. Uỷ cho Tiết chế Nghi quận công Trịnh Căn đốc quân đến thẳng cửa biển Nhật Lệ, sai Phó tướng Đào Quang Nhiêu làm Thống suất, bọn Phó tướng Lê Thì Hiến, Tả đô đốc Hoàng Nghĩa Giao đều làm Đốc suất, bọn Bồi tụng Lê Sĩ Triệt, Trịnh Thì Tế, Thân Toàn làm Đốc thị, chia ba đường tiến đánh. Trấn thủ Nguyễn Hữu Dật đốc suất dân Nam Bố Chính vào cả trong luỹ, cố sức phòng thủ không động binh. Được hơn một tháng, quân của họ Trịnh thiếu lương ăn; nhân đêm,

Trương Văn Vân lẻn ra khe Động Giản, bắn giết hơn trăm người. Trịnh Căn bỏ doanh luỹ chạy; quân Nguyễn đuổi đến bờ sông Gianh. Tháng 2 năm sau [20/3-17/4/1662], phía Trịnh ra lệnh đem quân về.

Về phía nhà Thanh, bấy giờ Vua Khang Hy mới lên ngôi, chủ trương chiêu dụ các nước phương nam, thưởng nhiều quà, dễ dàng trong việc ban sắc ấn; nhưng vẫn theo chủ trương cũ của nhà Minh, nhằm chia rẽ nước An Nam, ban tước cho cả nhà Lê và nhà Mạc:

"***Ngày Giáp Thân tháng 4 năm Thuận Trị thứ 18 [3/5/1661].*** *Bộ Lễ đề xuất:*

'Quốc vương nước An Nam Lê Duy Kì hết sức thành tâm hướng theo sự giáo hoá lại ra công hiệp lực dẹp giặc, đáng theo lệ thưởng 100 lạng bạc, 4 tấm gấm, 12 tấm tơ trữ trong ngoài, xin lệnh bộ binh soạn sắc thư ban cho.'

Chiếu chỉ ban rằng:

'Giao Chỉ thành tâm theo sự giáo hoá, lại hiệp lực dẹp giặc, thực đáng khen lao. Bộ các ngươi bắt chước nhà Minh xưa đánh giá thấp lễ nghĩa của các nước ngoài, thật không hợp lý, hãy bàn thêm.'

Lại nghị bàn rằng:

'Nên thưởng 500 lượng bạc, 2 tấm đoạn thêu mãng xà lớn, hai tấm đoạn có trang trí, 2 tấm gấm, thải đoạn trong ngoài mỗi thứ 10 tấm, vẫn ra lệnh bộ binh soạn sắc thư, rồi sai quan mang về.'

Thiên tử chấp nhận." (**Thánh Tổ Thực Lục**, quyển 2, tờ 12-13)

"***Ngày 23 Nhâm Dần tháng 4 năm Thuận Trị thứ 18***

[21/5/1661]. Tuần phủ Quảng Tây Vu Thời Dược dâng sớ rằng:

'Đô thống sứ An Nam Mạc Kinh Diệu thành tâm theo sự giáo hoá, xin cấp sắc ấn; đáng chấp thuận theo lời xin.'

Chiếu chỉ ban rằng:

'Trao chức Đô thống sứ, ban ấn sắc là theo lệ nhà Minh trước kia, triều ta không nên tập theo. An Nam là nước tại phương xa, Mạc Kinh Diệu có lòng thành xin giáo hoá, nên cho quan chức riêng để cổ vũ. Đáng theo lệ nước nào đã qui phụ? Ban cho phẩm hàm gì? Bộ các ngươi hãy bàn bạc kỹ với bộ Lễ, rồi tâu lên đầy đủ." (**Thánh Tổ Thực Lục**, quyển 3, trang 20)

Vua Thanh gửi sắc dụ cho Vua Lê với lời lẽ mềm mỏng, lại sai quan tháp tùng Sứ thần về tận biên giới:

***"Ngày 24 Quí Mão tháng 4 năm Thuận Trị thứ 18** [25/5/1661]. Sắc dụ Quốc vương An Nam Lê Duy Kì rằng:*

'Trẫm nghĩ trau dồi đạo đức để người xa tới, đó là khuôn phép mới của triều thịnh đại; nạp cống theo điều nhân là lẽ phải của nhân thần. Dưới đem hết lòng thành hướng hoá, trên dùng đế mệnh để tuyên ân; khen trung, khuyến lương, điển lệ rất trọng.

Ngươi Quốc vương An Nam Lê Duy Kì ở đất hoang nóng xa xôi, coi sóc dân chúng; nhưng thấm nhuần thanh giáo, dẫn đầu trong việc sai sứ đến qui phụ. Xem qua biểu văn, thấy được lòng thành khẩn; vốn xưa nước này có nhiều tuấn kiệt, mấy lần được phong Vương, Trẫm nghĩ thực đáng khen, ban sắc thưởng dụ. Lại còn ban cho quan sai đến các vật như thoa, tiền tệ, y phục. Sai một viên Thông sự (4) tại quán An

Nam làm bạn tống đến tỉnh Quảng Tây; cùng sắc viên Tuần phủ Quảng Tây phát binh mã dọc đường đưa xuất cảnh, để làm rõ sự khen lao của Trẫm và chính sách mềm dẻo đối với người xa xôi. Ngươi nhận được ân sủng, cần gắng sức trung cần, vĩnh viễn làm phiên bang, chăm lo chức cống; hãy vâng theo chớ sao lãng. Khâm tai! Khâm tai!" (**Thánh Tổ Thực Lục**, quyển 2, trang 20-21)

Đối với họ Mạc, nhà Thanh cũng dùng chính sách mềm mỏng tương tự, phong cho Mạc Kinh Diệu chức Qui Hoá Tướng quân và con là Nguyên Thanh làm Đô thống sứ; lại vì lãnh thổ nhỏ hẹp, cho miễn cống:

"Ngày 27 Ất Hợi tháng 5 năm Thuận Trị thứ 18 [23/6/1661]

Nha môn thuộc bộ binh bàn và phúc tấu:

'Đô thống sứ nước An Nam Mạc Kính Diệu lãnh coi các xứ Cao Bằng rất cung thuận, đáng được tăng trật phong chức Qui Hoá Tướng Quân, nhằm khích lệ. Ấn tín, sắc thư, đợi lúc đến kinh đô sẽ cấp phát.'

Chấp nhận." (**Thánh Tổ Thực Lục**, quyển 2, trang 32)

"Ngày 10 Bính Thìn tháng 10 năm Thuận Trị thứ 18 [1/12/1661]. *Mạc Nguyên Thanh con trai của Qui Hoá Tướng quân Mạc Kinh Diệu nước An Nam sai sứ đến cống, cùng tâu rằng:*

'Địa phương nhỏ hẹp, từ nay về sau xin miễn cống hiến.'

Chấp thuận. Ban yến và cho như lệ." (**Thánh Tổ Thực Lục**, quyển 5, trang 3-4)

"Ngày 4 Kỷ Mão tháng 11 năm Thuận Trị thứ 18 [24/12/1661]

Trao cho Mạc Nguyên Thanh, con Qui Hoá Tướng quân Mạc Kinh Diệu, chức Đô thống sứ An Nam." (**Thánh Tổ Thực Lục** quyển 5 trang 9)

Bấy giờ nhà Minh đã tàn nhưng chưa bị hoàn toàn tiêu diệt, triều đình nhà Lê vẫn ngầm liên lạc ngoại giao với cả nhà Minh và nhà Thanh. Nên khi nhà Thanh đòi nhà Lê nạp sắc ấn cũ của nhà Minh, nhà Lê đã phản đối:

"***Ngày 23 Canh Tý tháng 7 nhuần năm Thuận Trị thứ 18 [16/9/1661].*** *Trước đó vào tháng 7 năm Thuận Trị thứ 17, Quốc vương An Nam Lê Duy Kì dâng biểu qui thuận; các quan thuộc bộ cho rằng chỉ dâng biểu cống, không xin đổi nạp sắc ấn, bèn ra lệnh Tổng đốc, Tuần phủ tại Quảng Đông ban hịch tra xét. Đến nay Lê Duy Kì phúc đáp rằng:*

'Theo qui chế của triều đại trước, không có việc đổi nạp sắc ấn, chỉ tuân theo lệ cống mà thôi, y theo hạn thì dâng lên.'

Tuần phủ Vu Thời Dược đề xuất:

'Xin cứ ban sắc ấn riêng, cho vĩnh viễn làm phiên thần.'

Đưa xuống bộ bàn để thi hành." (**Thánh Tổ Thực Lục**, quyển 4, trang 5-6)

Tháng 3 năm Vĩnh Thọ thứ 5 [18/4-17/5/1662], (Từ tháng 9 trở đi là Vạn Khánh năm thứ 1; Minh Vĩnh Lịch năm thứ 16; Thanh Khang Hy năm thứ 1); họ Mạc ở Cao Bằng mang quân đóng ở huyện Thất Tuyền [huyện Tràng Định, Lạng Sơn] làm náo động dân địa phương. Bèn sai Phó tướng Vân quận công Trịnh Kiền làm Thống lĩnh, Thiêm đô ngự sử Phùng Viết Tu làm Đốc thị đem quân tiến đánh; quân Mạc chạy trốn.

Tháng 9 [12/10-10/11/1662], vua Thần Tông nhiễm bệnh

ung thư, xuống chiếu đổi niên hiệu là Vạn Khánh năm thứ 1; đại xá. Ngày 22 [8/11/1662] vua băng; Thái tử Lê Duy Vũ lên nối ngôi.

Chú thích:

1. Sông Tam Chế: Khúc sông Lam ở khoảng dưới cửa sông La, giáp giới 2 tỉnh Nghệ An, Hà Tĩnh; có bến đò Chế.

2. Dinh Trấn Biên: Dinh Trấn Biên nhà Nguyễn không cố định, dinh đặt tại biên giới thường gọi là Trấn Biên.

3. Lê Duy Kì tức vua Thần Tông, con vua Kính Tông.

4. Thông sự: Người hướng dẫn, thông dịch.

128.

Vua Lê Huyền Tông [1663-1671]

Vua Lê Huyền Tông tên huý là Duy Vũ, con Vua Thần Tông, em Vua Chân Tông, ở ngôi 9 năm, năm 18 tuổi thì mất.

Tháng 11 [11/12/1662-8/1/1663] năm Vĩnh Thọ thứ 5, Vua lên ngôi Hoàng đế. Đại xá thiên hạ và ban chiếu cho thần dân; lấy năm sau làm Cảnh Trị năm thứ 1.

Theo văn bản **Thanh Thực Lục** ngày 23 Canh Tý tháng 7 nhuần năm Thuận Trị thứ 18 [16/9/1661] nêu trên, nhà Thanh quyết định ban sắc ấn cho Vua Lê; nay triều đình sai sứ bộ Hồ Sĩ Dương, Nguyễn Danh Thực, Nguyễn Đình Chính lên ải Nam Quan đón tiếp sứ thần nhà Thanh để nhận lĩnh; đến tháng 12 [9/1-7/2/1663], đem về đến Kinh đô. Có lẽ trong dịp này sứ bộ nhà Lê gửi văn thư cáo ai, nên tháng 2 năm sau triều đình nhà Thanh nhận được:

"***Ngày 25 Giáp Tý tháng 2 năm Khang Hy thứ 2 (3/4/1663].*** *Tổng đốc Quảng Tây Vu Thời Dược dâng sớ báo:*

'Vương An Nam Lê Duy Kì mất, người con nối dõi là Lê Duy Hỷ (1) *kế nghiệp, dâng văn bản cáo ai.'*

Đưa sự việc xuống bộ bàn." (**Thánh Tổ Thực Lục** quyển

8 trang 15)

Tháng giêng năm Cảnh Trị thứ 1 [8/2-9/3/1663], (Minh Vĩnh Lịch năm thứ 17; Thanh Khang Hy năm thứ 2); bấy giờ, vua còn nhỏ tuổi, Vương Trịnh Tạc sai Trạc quận công Trịnh Kiêm, Phổ quận công Hoàng Sĩ Khoa, Cường quận công Nguyễn Thụ, Giao quận công Trịnh Doanh vào coi bốn vệ quân, để bảo vệ và hầu cận.

Tháng 2 [10/3-7/4/1663], thăng chức cho nhân viên sứ bộ giao thiệp với nhà Thanh tại ải Nam Quan; lấy Hồ Sĩ Dương làm Đông các đại học sĩ, thăng tước Tử; Nguyễn Danh Thực thăng tước Nam, Nguyễn Đình Chính thăng tước Tử.

Tháng 6 [5/7-2/8/1663], sai chánh sứ Lê Hiệu, phó sứ Dương Hạo và Đồng Tôn Trạch sang tuế cống nhà Thanh (2), nhân tiện tạ ơn đã cho bạc và vóc, lụa.

Đến cuối năm, sứ bộ đến Bắc Kinh, dâng biểu văn dùng lời hoa mỹ suy tôn Vua Khang Hy:

"***Ngày 28 Tân Dậu tháng 12 năm Khang Hy thứ 2 [25/1/1664].*** *Lê Duy Hỷ, người nối dõi Quốc vương An Nam, sai Bồi thần dâng biểu tạ, giáng sắc khen thưởng. Phụ cống sản vật địa phương, biểu văn như sau:*

'Thần thông nối dõi, đỉnh quang điềm tốt triều đình; ban thưởng khuyến công, rộng khắp bốn phương phiên quốc. Lòng thành khẩn khoản, bệ ngọc thâm nghiêm. Khâm duy Hoàng đế bệ hạ, minh triết ôn cung; do chín châu (3) thụ mệnh, chính trị buổi Thang (4) sơ; chiếu bát thống (5) bảo dung (6), lễ theo đời Chu cũ; ban ân dị vức, đến tận phương xa. Thần: tắm gội phương nam, hướng sao cõi bắc; sủng hạnh 2 điều, ngưỡng trông hoài viễn thâm ân; hưởng dụng gồm 3, nguyện gắng sức đền ơn đáp nghĩa." (**Thánh Tổ Thực**

Lục, quyển 10, trang 18-19)

Nhân dịp này, bộ Lễ nhà Thanh đàn hặc An Nam cống không hợp Hội Điển, nhưng Vua Khang Hy không những bỏ qua, còn chủ trương ưu đãi, sai bộ Lễ ban yến:

"***Ngày 15 Mậu Dần tháng giêng năm Khang Hy thứ 3 [11/2/1664]****. Bộ Lễ đề xuất:*

'Các sản phẩm địa phương An Nam cống không hợp Hội Điển, từ nay về sau đến cống, lệnh phải tuân theo Hội Điển.'

Được chiếu chỉ ban rằng:

'Ngoại quốc mộ phong hoá đến cống, những đồ tiến cống đều thu nhận, không cần phải tuân theo Hội Điển." (**Thánh Tổ Thực Lục** quyển 11, trang 3)

"***Ngày 19 Nhâm Ngọ tháng giêng năm Khang Hy thứ 3 [15/2/1664]***

Ban cho bọn Bồi thần An Nam Lê Hiệu yến tại bộ Lễ." (**Thánh Tổ Thực Lục** quyển 11, trang 4)

"***Ngày 21 Giáp Dần tháng 2 năm Khang Hy thứ 3 [18/3/1664]***

Mệnh ưu thưởng người nối dõi Quốc vương An Nam là Lê Duy Hỷ; lý do vì lần đầu đến cống." (**Thánh Tổ Thực Lục** quyển 11, trang 13)

Tháng 8 [2/9-30/9/1663], có lệnh chỉ cho thừa ty các xứ, xét dân trong hạt nếu có người khách trú Trung Quốc cư ngụ, thì phải khai trình lên, tuỳ nghi khu xử để phân biệt phong tục.

Tháng 10, cấm người trong nước theo đạo Hoa Lang tức đạo Thiên Chúa (7).

Tháng 2 năm Cảnh Trị thứ 2 [27/2-26/3/1664], (Minh Vĩnh Lịch năm thứ 18; Thanh Khang Hy năm thứ 3); tham chước điều lệ thi Hội, dùng làm quy chế lâu dài.

Theo "**Khoa mục chí**" trong **Lịch triều hiến chương** của Phan Huy Chú, năm ấy định thể lệ thi hội như sau: Trường thi hội đặt ở trước sân điện Giảng Võ, bốn phía chung quanh rào hai lần giậu kín, một lần giậu thưa; hào rãnh ở chung quanh trường đều bố trí một lượt chông gai. Giữa trường thi làm 4 vi, có một ngôi nhà làm công đường của thí viện, còn viện Đồng Khảo, viện Giám khảo mỗi viện đều ở riêng một nơi. Các Hương cống chiếu theo tên mình đã viết vào thẻ cắm ở chỗ nào thì chia nhau ngồi ở chỗ ấy mà làm bài, mỗi chỗ ngồi đều che bằng lều tre.

Các viên quan tham dự công việc trong trường thi có: một viên Đề điệu, dùng bậc đại thần trong hàng quan võ; một viên Tri cống cử, dùng viên quan trong hàng Thượng thư hoặc Đô Ngự sử đài; hai viên Giám thí, dùng các viên quan trong hàng Thị lang hoặc phó Thiêm đô ngự sử; viên đóng ấn vào quyển thi dùng viên quan Thượng bảo tự khanh, viên quan này phụng lệnh ấn ngự bảo đóng vào quyển thi và niêm phong quyển.

Văn thể dùng giọng hồn hậu tao nhã, cấm dùng lời phù phiếm, đơn bạc, hiểm hóc, trúc trắc. Kỳ thi đối sách trình bày công việc hiện thời, cần phải châm chước cho đắc thể, thích ứng với sự thực, không được làm những lời quá khoe khoang.

Việc đằng lục [sao chép lại bài thi], đối đọc [đọc dò lại], thì các kỳ đệ nhất, đệ nhị, đệ tam dùng nho sinh và sinh đồ các phủ, chiếu theo từng kỳ một mà thay đổi nhau; đến kỳ đệ tứ thì điều đem lại điển ở nha môn thay thế cho nho sinh, sinh đồ các phủ.

Còn như những việc kiểm xét sĩ tử khi mới vào trường, đi tuần chung quanh trường để phòng gian trá, niêm phong quyển thi, soạn số hiệu quyển thi, đưa quyển thi từ viện này đến viện khác, viết tên các sĩ tử vào bảng để treo ở cửa trường và các vật dụng cung đốn, cũng đều có định thành điều khoản thứ mục.

Tháng 3 [27/3-25/4/1664], thi Hội các sĩ nhân trong nước. Lấy đỗ bọn Vũ Duy Đoàn 13 người. Tháng 6 [24/6-22/7/1664], thi Đình; cho Nguyễn Viết Thứ đỗ Tiến sĩ xuất thân, bọn Lương Mậu Huân 12 người đỗ Đồng tiến sĩ xuất thân.

Từ năm Canh Tý [1660] đến nay, tuy đã cấm chỉ, nhưng vẫn chưa được chặt chẽ, người thi đỗ phần nhiều dốt nát, nhờ người làm bài, khiến dư luận xôn xao. Đến đây, sai quan phúc khảo sinh đồ ba khoa Đinh Dậu [1657], Canh Tý [1660] và Quý Mão [1663]. Đề thi dùng một bài thơ Đường và một bài ám tả chính văn kiêm đại chú trong Kinh Truyện

Tháng 11 [17/12/1664-15/1/1665], xét công các sứ thần đi sứ nhà Thanh mới về. Lấy Lễ bộ hữu thị lang Phương Quế bá Lê Hiệu làm Thượng thư bộ Công, thăng tước Hầu; Quốc tử giám tư nghiệp Diên Lộc tử Dương Hạo làm Tả thị lang bộ Công, thăng tước Bá; Hình khoa đô cấp sự trung Nghĩa Lĩnh nam Đồng Tồn Trạch làm Hữu thị lang bộ Hộ, thăng tước Tử.

Cho đặt đủ chức Thượng thư trong sáu bộ. Hồi đầu trung hưng sắp xếp quan chức, có tên sáu bộ, nhưng chức quan Thượng thư chưa được đủ số. Đến nay bổ dụng: Tham tụng Phạm Công Trứ làm Thượng thư bộ Lại. Bồi tụng Trần Đăng Tuyển làm Thượng thư bộ Hộ, Nguyễn Năng Thiệu làm Thượng thư bộ Lễ, Vũ Duy Chí làm Thượng thư bộ Binh, Phan Kim Toàn làm Thượng thư bộ Hình, Lê Hiệu làm Thượng thư bộ Công. Lại bổ dụng Lê Sĩ Triệt làm Đô ngự sử trong Ngự sử đài.

Tháng 12 [16/1-14/2/1665], nhà Thanh sai chánh sứ Ngô Quang và bọn phó sứ Chu Chí Viễn sang tế Vua Lê Thần Tông; lời văn tế như sau:

"Phương xa dãi lòng thành mộ nghĩa, làm phên dậu, giúp công lao. Quốc gia rộng ơn vỗ người xa, tặng lời viếng, tỏ thương xót. Quốc vương An Nam ngươi, thành tâm quy thuận, theo hoá dốc lòng. Dâng tai giặc bắt nộp nguỵ vương, giúp quân lính diệt trừ giặc Đặng (8). *Lòng trung đã rõ, công lao rất nhiều. Đương định ban ân sủng khác thường, ngờ đâu đã vội sa sương sớm. Nay nghe cáo phó, hết sức xót thương. Đặc ban nghi lễ phúng thăm để tỏ tình nhớ tiếc. Than ôi! Cõi Nam ngọc cung cầu tiến cống, dốc chí trung thành; hồn âm vẻ hoa cổn điểm tô, rạng nơi chín suối. Nếu tinh linh sáng suốt, mong kính nhận ơn ban".*

Sứ bộ này được phái đi từ Bắc Kinh, từ 8 tháng trước:

"Ngày 14 Bính Ngọ tháng 4 năm Khang Hy thứ 3 [9/5/1664]. *Dụ: Dùng Nội bí thư viện biên tu Ngô Quang làm Chánh sứ, Ty vụ bộ Lễ Chu Chí Viễn làm Phó sứ đến tế Quốc vương An Nam Lê Duy Kì."* (**Thánh Tổ Thực Lục** quyển 11, trang 24)

Tháng 4 năm Cảnh Trị thứ 3 [15/5-12/6/1665], (Minh Vĩnh Lịch năm thứ 19; Thanh Khang Hy năm thứ 4); gia phong vị quan tại Lạng Sơn Nguyễn Đình Kế tước Hoằng quận công vì đã dụ được thổ tù Bế Công Lượng và Bế Quốc Tế quy thuận. Ban lệnh cho các quan xử kiện phải kê rõ từng loại án tâu lên; tội xử tử thì giao xuống triều đình xét lại rồi mới thi hành. Riêng tội chặt chân, phạt đánh trượng, thì được tuỳ tiện thi hành; không được để án đọng lại.

Tháng 8 [9/9-8/10/1665], sách lập chính cung Trịnh Thị Ngọc Áng con Chúa Trịnh Tạc, làm Hoàng hậu. Tôn mẹ đẻ ra vua là Phạm Thị Ngọc Hậu là Hoàng thái hậu; Thái hậu người làng Quả Nhuệ, huyện Lôi Dương [huyện Thọ Xuân, Thanh Hoá].

Năm Cảnh Trị thứ 4 [1666], (Minh Vĩnh Lịch năm thứ 20; Thanh Khang Hy năm thứ 5). Bấy giờ nhà Mạc là Kính Vũ chiếm cứ Cao Bằng, sách hạch dân địa phương. Tướng trấn thủ đất Thái Nguyên là Thông quận công Hà Sĩ Tứ đem quân đi đánh, bị giặc bắt được. Tin báo về, Vương Trịnh Tạc sai Lý quận công Trịnh Đống làm Thống lĩnh, Hào quận công Lê Thì Hiến làm phó, Hồng lô tự khanh Trịnh Thì Tế, Lại khoa cấp sự trung Đỗ Thiện Chính làm Đốc thị, đem các quân tiến đánh. Kính Vũ bèn giết Thông quận công Hà Sĩ Tứ, bỏ sào huyệt trốn vào rừng núi; quan quân phóng lửa đốt cháy chỗ ở của Kính Vũ rồi về.

Tháng 5 [3/6-1/7/1666], nhà Thanh sai Phạm Thành Công và Mã Văn Bích mang sắc dụ đến ải Nam Quan, bảo bắt giải lũ giặc biển Dương Nhị, Dương Tam. Sai Đông các học sĩ Bùi Đình Viên, Hàn lâm thị thư Đào Công Chính lên quan ải tiếp nhận đưa về Kinh. Bản sắc dụ như sau:

"***Ngày 15 Ất Mùi tháng 5 năm Khang Hy thứ 5 [17/6/1666].*** *Sắc dụ Lê Duy Hỷ* [Vua Lê Huyền Tông] *nước*

An Nam:

'Từ khi cha ngươi có lòng thành tiến cống đến nay, trẫm sai sứ ban cho, ơn lễ có phần thêm. Nay bọn giặc biển Dương Nhị, Dương Tam, Hoàng Minh Tiêu từ lâu trốn tránh thiên triều tru diệt, đối với ngươi đáng là kẻ thù chung. Mới đây viên quan coi tỉnh Lưỡng Quảng Lô Hưng Tổ tâu rằng: bọn giặc này cùng vợ con Tẩy Bưu đều trốn tránh tại châu Hải Nha là nơi giáp giới hai nước; thuyền bè khí dụng đều do nơi này tư cấp. Từng sai quan đến bắt, chúng bèn đóng cửa trại nổ súng, giống như là nước địch.

Trẫm xem lời tâu thực rất kinh ngạc, phải chăng điều này do quan tại biên giới làm, hoặc ngươi chưa được biết. Nay đặc ra sắc dụ, để ngươi tuân theo; tức tìm cho ra bọn Dương Nhị, Dương Tam. Hoàng Minh Tiêu cùng gia thuộc, vợ con của Tẩy Bưu giải giao đến Tổng đốc Lưỡng Quảng thu nhận, và bắt tội bọn giúp giặc tại nơi biên giới. Nếu như không giải giao bọn giặc, không xét xử bọn thuộc quan nước ngươi, sợ sinh binh biến; ngươi hãy đợi rồi sẽ thấy. Nay ra đặc dụ." (**Thánh Tổ Thực Lục** quyển 10, trang 4)

Trong văn bản **Thanh Thực Lục** đề ngày 23 tháng 7 nhuần năm Thuận Trị thứ 18 [16/9/1661] nhà Thanh đòi nạp sắc ấn thời nhà Minh ban cho, nhưng An Nam không chấp thuận. Nhà Thanh vẫn tiếp tục đòi, phía An Nam xin đem đến quan ải tiêu huỷ trước mặt quan chức nhà Thanh, cũng bị phản đối. Cuối cùng phải nạp sắc và ấn vàng, phía Thanh bèn sai sứ đến phong Vua Lê Huyền Tông làm An Nam Quốc vương:

"Ngày 28 Kỷ Mão tháng 2 năm Khang Hy thứ 5 [2/4/1666]. Bộ Lễ đề xuất:

'Năm nay Lê Duy Hỷ nước An Nam theo lệ đáng tiến cống. Sắc ấn trước đây nhận của nguỵ Vĩnh Lịch (9), *mấy lần mệnh phải mang nạp, nhưng từ lâu không chịu đưa đến. Nay lại muốn sai quan đến quan ải, tiêu huỷ trước mặt quan chức, thực là vô lễ không tuân phụng thiên triều. Xin ban sắc cho Tổng đốc Quảng Tây đưa văn thư hiểu dụ gấp mang ấn nguỵ đến kinh đô, chuẩn cho nạp cống; nếu không tuân, cấm tuyệt sứ đến."* (**Thánh Tổ Thực Lục** quyển 18, trang 12)

"Ngày 22 Nhâm Dần tháng 5 năm Khang Hy thứ 5 [24/6/1666]. *Tổng đốc Quảng Đông Quảng Tây Lô Hưng Tổ dâng sớ báo rằng Lê Duy Hỷ đất An Nam đã nạp một đạo văn sắc của nguỵ Vĩnh Lịch đời Minh, 1 quả ấn vàng. Thiên tử khen, mệnh phong Lê Duy Hỷ làm Quốc vương An Nam; sai Nội quốc sứ viện thị độc học sĩ Trình Phương Triều làm Chánh sứ, Lang trung bộ lễ Trương Dịch Bí làm Phó sứ."* (**Thánh Tổ Thực Lục** quyển 19, trang 5)

Ngày rằm tháng 5 [17/6/1666] có nguyệt thực. Theo **Bản thống kê nguyệt thực từ năm 1601 đến 1700** đăng trên Google, ghi nguyệt thực vào ngày 16/6/1666, chắc vì khác múi giờ, nên sai 1 ngày ***"Catalog of Lunar Eclipses 1601 to 1700****: 1666 Jun 16"*.

Bấy giờ Mạc Kính Vũ là con Mạc Kính Khoan, chiếm giữ đất Cao Bằng, xưng niên hiệu là Thuận Đức (1638 - 1677).

Tháng 7 [1/8-29/8/1666]; phía nhà Nguyễn, Trấn thủ Cựu dinh là Nguyễn Hữu Tiến chết. Hữu Tiến bệnh nặng, bảo thuộc tướng rằng:

"Ta chịu hậu ân của nước, mà họ Trịnh chưa trừ được, đó là di hận của ta".

Nói xong rồi chết, thọ 65 tuổi. Tin buồn báo lên, Chúa

Nguyễn Phúc Tần rất thương, tặng Hiệp mưu tá lý công thần đặc tiến Tả quân đô đốc phủ chưởng phủ sự tiết chế Thuận quận công, cho tiền bạc gấm lụa táng theo lễ tước Công. Hữu Tiến làm tướng lập được nhiều chiến công, người Bắc Hà gọi là Hổ uy Đại tướng [Đại tướng oai cọp].

Tháng 2 năm Cảnh Trị thứ 5 [23/2-23/3/1667], (Minh Vĩnh Lịch năm thứ 21; Thanh Khang Hy năm thứ 6); thi Hội các sĩ nhân trong nước, lấy đỗ bọn Nguyễn Hữu Đăng 3 người. Tháng 4 [23/4-22/5/1667]; thi Đình, cho bọn Nguyễn Quán Nho 3 người đỗ Đồng tiến sĩ xuất thân.

Tháng 2, tại miền Nam Chúa Nguyễn cũng mở khoa thi, lấy được 5 người trúng cách về môn Chính đồ, 14 người trúng cách về môn Hoa văn (10), đều bổ dùng cả.

Tháng 3 [24/3-22/4/1667], nhà Thanh sai Chánh sứ Trình Phương Triều, Phó sứ Trương Dịch Bí đem sách văn sang phong vua làm An Nam quốc vương. Sai Đông các học sĩ Bùi Đình Viên, Lại khoa cấp sự trung Đỗ Thiện Chính đi đón tiếp từ ải Nam Quan về Kinh, làm lễ kính nhận. Lời sách văn như sau:

"Đến triều cận, dâng tiến cống, cõi xa thờ nước lớn, giãi tỏ lòng thành; ở đất vua, làm tôi vua, triều đình yêu người xa, có đủ đạo nghĩa. Nết giống ông cha, tôn người đức tốt, điển chương đã chép từ xưa; nối chức người trước, thờ phụng tổ tiên, sùng mệnh ban ra buổi mới. Người con nối của An Nam quốc vương họ Lê, cõi Nhật Nam dựng thành, ngôi Thần bắc hướng lòng. Ngọc Khuê bích rạng vẻ mình, lễ nghĩa thấm nhuần từ trước; vượt biển non sửa chức cống, thanh giáo ngưỡng mộ đến xa. Vừa rồi, nộp ấn nguỵ để tỏ lòng thành, trả sắc nguỵ để xin ra sức. Xét ngươi, trung trinh

mấy đời dốc chí, tiếng tốt xưa thường vẫn nối noi; nên khen chưa tỏ ơn minh, sắc mệnh mới ngày nay ban xuống. Đặc sai Nội quốc sử viện thị độc học sĩ chi bổng tòng tam phẩm là Trình Phương Triều, Lễ bộ Nghi chế ty lang trung Trương Dịch Bí sang phong cho người làm An Nam quốc vương. Coi giữ thuộc quân, vỗ yên cõi xưa. Giữ chức giúp mưu, cùng được dài lâu như sông núi; giữ tiết, kính phép, những mong báo đáp lại quân thân. Hãy kính theo, chớ trái mệnh trẫm".

Tháng 7 [19/8-17/9/1667], sai chánh sứ Nguyễn Nhuận và bọn phó sứ Trịnh Thì Tế, Lê Vinh sang tuế cống nhà Thanh. Lại sai chánh sứ Nguyễn Quốc Khê và Nguyễn Công Bích sang tạ ơn ban sắc phong.

Tháng 9 [17/10-15/11/1667], Chúa Trịnh Tạc đem đại quân lên đánh Cao Bằng. Trịnh Tạc thân hành thống suất đại binh đi đường Lạng Sơn, hạ lệnh cho con Tiết chế Trịnh Căn đốc suất các tướng đi đường Thái Nguyên. Bọn Thái phó Trịnh Đống, Thiếu uý Trịnh Kiền, Lê Thì Hiến, Thiếu phó Trịnh Ốc, Đô đốc đồng tri Đinh Văn Tả và Lê Châu làm Thống lãnh, bọn Thị lang Nguyễn Năng Thiệu, Lê Sĩ Triệt, Dương Hạo, Hồ Sĩ Dương, Nguyễn Văn Thực và Trương Luận Đạo làm Đốc thị, chia đường cùng tiến thẳng đến Cao Bằng. Hay tin đại binh tiến đến, Kính Vũ trốn sang châu Trấn An [tây nam tỉnh Quảng Tây] nhà Thanh. Quan quân đuổi theo tróc nã, bắt được họ hàng, đồ đảng, ngựa và khí giới không sao kể xiết. Những người xin hàng phục cùng người trước kia bị Mạc Kính Vũ bắt hiếp phải theo đều được khoan hồng tha bổng. Tạc yên ủi chiêu tập dân trong châu, họ đều trở lại làm ăn như cũ.

Ngày rằm tháng 10 [30/11/1667] có nguyệt thực. Theo **Bản thống kê nguyệt thực từ năm 1601 đến 1700** đăng trên Google cũng ghi nguyệt thực vào ngày 30/11/1667; "***Catalog of Lunar Eclipses 1601 to 1700**:1667 Nov 30*".

Tháng 2 năm Cảnh Trị thứ 6 [13/3-10/4/1668], (Thanh Khang Hy năm thứ 7). Vương Trịnh Tạc đại thắng đem quân về Kinh, lưu Đô đốc đồng tri Đinh Văn Tả ở lại trấn giữ châu Thất Tuyền [huyện Tràng Định, Lạng Sơn], lấy Hồng lô tự khanh Nguyễn Danh Thực làm Đốc đồng.

Đại thắng Cao Bằng của Chúa Trịnh kết quả không ổn; chỉ mấy tháng, sau triều Thanh sai Sứ thần Lý Tiên Căn sang nước ta đòi trả lại đất Cao Bằng cho họ Mạc:

"***Ngày 22 tháng 4 năm Khang Hy thứ 7 [1/6/1668].*** *Khởi đầu Đô thống sứ nước An Nam Mạc Nguyên Thanh bị Quốc vương An Nam Lê Duy Hỷ bức bách, chạy vào Vân Nam dâng sớ trình bày và tố cáo; Thiên tử mệnh an trí Mạc Nguyên Thanh tại Nam Ninh (*thủ phủ Quảng Tây*). Quốc vương An Nam Lê Duy Hỷ cũng dâng sớ nói về đầu đuôi việc hưng binh trả thù. Thiên tử sai bọn Nội bí thư viện thị độc Lý Tiên Căn mang sắc tuyên dụ Lê Duy Hỷ. Sắc như sau:*

"Hoàng đế sắc dụ Quốc vương An Nam Lê Duy Hỷ: Theo lời tâu của ngươi có những lời rằng tổ của Mạc Nguyên Thanh là Mạc Đăng Dung là kẻ cừu thù đã bức giết tiên Quốc mẫu cùng Vương nối dõi, làm việc giết người để đoạt lấy nước, nên nay hưng binh đánh dẹp. Lại nói báo phục mối thù trước, nên tiễu trừ họ Mạc. Nhưng về việc Mạc Kinh Cung, Mạc Kinh Khoan chiếm cứ Cao Bằng, trước kia nước ngươi đến đánh, rồi có thề ước hoà hảo. Cứ như vậy, thì mối thù đã trả xong, đã kết giao hoà hảo, mỗi bên chiếm cứ đất riêng.

Những người họ Mạc làm loạn nay đã chết, sự việc đã giải quyết xong thời Gia Tĩnh triều Minh, thuộc thời xưa năm cũ.

Mạc Nguyên Thanh trước tiên đến nạp cống dốc lòng thành qui phụ, trẫm ban chức Đô thống sứ; sau đó ngươi cũng đến nạp cống qui phụ, đã được phong Vương. Nay ngươi sinh sự hưng binh, bảo là phục cừu; đáng lý ra trước khi hưng binh, phải trình tấu mọi tình tiết, để nghe theo sắc chỉ. Rồi chưa xin chiếu chỉ, đã hưng binh gấp, tàn phá địa phương Cao Bằng, chém giết binh dân, việc làm thực không hợp. Nay đã xưng tuân chỉ bãi binh, hãy đem địa phương nhân dân Cao Bằng trao lại cho Mạc Nguyên Thanh, mỗi bên giữ đất yên ổn sinh sống, để đáp ứng với lòng chuộng lẽ phải yên dân của trẫm, tận xứng đạo nghĩa phiên bang, vĩnh viễn được phúc ân sủng. Hãy cẩn thận suy nghĩ, tuân kính; đừng trái lệnh! Đặc dụ!" (**Thánh Tổ Thực Lục**, quyển 25, trang 25-26)

Vào tháng 7 năm ngoái, sứ bộ Nguyễn Nhuận sang nhà Thanh tiến cống, vào tháng 5 năm nay đến Bắc Kinh, được ban thưởng:

"***Ngày 16 tháng 5 năm Khang Hy thứ 7 [24/6/1668].*** *Quốc vương An Nam Lê Duy Hỷ sai bọn Bồi thần Nguyễn Nhuận dâng biểu tạ ơn được sách phong, cùng tiến lễ vật cống hàng năm. Được ban thưởng theo lệ."* (**Thánh Tổ Thực Lục** quyển 26 trang 4)

Tháng 8 [6/9-5/10/1668], Chúa Trịnh Tạc tước bỏ quan tước của rể là Nguyễn Đức Trung, cho là âm mưu làm phản. Đức Trung người làng Quế Ổ, huyện Quế Dương [Bắc Ninh], từng theo đi đánh dẹp, quả cảm thiện chiến, làm quan đến chức Đô đốc đồng tri, tước Thuỵ quận công; Vương đem con gái thứ là Trịnh Thị Ngọc Lanh gả cho. Nhưng Trung tính người tàn nhẫn, cậy công kiêu ngạo, ngang tàng, phủ đệ lộng lẫy, tiếm lạm. Cha con Trung lại ngầm chứa khí giới, lén phát cho dân, âm mưu làm điều phi pháp. Việc phát giác, giao xuống cho đình thần xét tội, dấu vết làm phản đã rõ. Vương thương có công đánh giặc, chỉ tước bỏ quan tước, tha tội chết, nhưng giết ba người con là bọn Nguyễn Đức Kiêm.

Tháng 10 [4/11-3/12/1668], tại miền Nam Chúa Nguyễn cho khai kênh Hồ Xá tại huyện Minh Linh [huyện Vĩnh Linh, Quảng Trị]. Chúa thấy kênh Hồ Xá bị lấp nghẽn, đường vận tải không tiện, Chúa bèn thân đốc suất quân dân ba huyện để khơi đào cho thông. Nhưng chỉ mấy tháng sau cát lại bồi lấp; bèn hạ lệnh cho dân ở dọc kênh tuỳ thế mà khơi đào, hằng năm tu bổ theo thường lệ.

Tháng giêng năm Cảnh Trị thứ 7 [1/2-1/3/1669], (Thanh Khang Hy năm thứ 8); nhà Thanh sai Nội bí thư viện thị độc Lý Tiên Căn và Binh bộ lang trung Dương Triệu Kiệt đem chỉ dụ sang bảo ta trả lại cho họ Mạc bốn châu ở Cao Bằng. Phái đoàn khởi hành tại Bắc Kinh vào ngày 22 tháng 4 năm ngoái [1/6/1668]; khi đến nơi trải qua nhiều lần tranh biện với đình thần nước ta, phía Thanh vẫn nhất định không nhượng bộ, cuối cùngVương Trịnh Tạc cho là thờ nước lớn phải kính theo mệnh lệnh, nên đành theo. Bọn Lý Tiên Căn nhận tờ sớ của Vua Lê Huyền Tông trả lại 4 vùng đất tại Cao Bằng cho Mạc Nguyên Thanh, trở về nước:

"***Ngày 13 Giáp Tuất tháng 6 năm Khang Hy thứ 8 [10/7/1669]****. Bộ binh bàn rằng:*

'Sứ thần đến An Nam Lý Tiên Căn xong việc, mang tờ sớ của Quốc vương An Nam Lê Duy Hỷ về nước; sớ nội dung: Cẩn trọng tuân dụ chỉ, đem các đất Thạch Lâm (11), *Quảng Nguyên* (12), *Thượng Lang* (13), *Hạ Lang* (14) *thuộc phủ Cao Bằng trả lại cho Mạc Nguyên Thanh; xin ra lệnh cho Mạc*

Nguyên Thanh qui thuộc bản quốc. Đáng chấp thuận theo lời xin.'

Thiên tử phán chấp nhận." (**Thánh Tổ Thực Lục** quyển 30, trang 6)

Tháng 2 [2/3-31/3/1669], bọn sứ thần Nguyễn Quốc Khôi, Nguyễn Công Bích, Lê Vinh về nước. Xét công đi sứ, lấy Nguyễn Quốc Khôi làm Tả thị lang bộ Lễ, tước Ngọc Trì tử; Nguyễn Công Bích làm Hữu thị lang bộ Hình, tước Gia Xương nam. Lại nghĩ đến Nguyễn Nhuận và Trịnh Thì Tế đều chết bên nhà Thanh, truy tặng Nguyễn Nhuận làm Thượng thư bộ Công, tước Bá; Trịnh Thì Tế làm Tả thị lang bộ Công, tước Tử, và cấp cho lộc và ruộng tế để thờ cúng. Lệ xưa, 3 năm một lần sang tiến cống; đời Vạn Lịch nhà Minh đã cho phép 6 năm cống gộp cả hai lần. Đến đây, muốn lại theo như lệ cũ của nhà Minh, liền soạn bản tâu, sai bọn Quốc Khôi sang nhà Thanh tâu xin một thể. Vua Thanh y cho; từ đấy về sau trở thành thường lệ:

"Ngày 27 Giáp Tý tháng 5 năm Khang Hy thứ 7 [5/7/1668]

*Quốc vương An Nam Lê Duy Hỷ dâng sớ xin cống gộp 6 năm một lần, bộ Lễ bàn 'vẫn chiếu theo **Hội Điển** định lệ 3 năm triều cống 1 lần. Được chiếu chỉ ban như sau:*

'Xem tấu văn của Vương, nước ngươi ở cõi ngoài chốn cùng tịch, đường sá xa xôi, núi sông cách trở, phục dịch việc cống lao khổ. Ba năm, hoặc sáu năm thời gian trước sau tuy khác; nhưng đều biểu tượng một lòng cung kính. Nước ngươi tuân phụng giáo hoá, lòng thành đáng khen, việc tiến cống chấp nhận theo lời tâu của Vương mà thi hành." (**Thánh Tổ Thực Lục**, quyển 26, trang 7)

Tháng 9 [25/9-24/10/1669], trước kia, Gia quốc công Vũ Văn Mật ở dinh Yên Bắc xứ Tuyên Quang, trong thời kỳ trung hưng, đem quân phò Vua, có nhiều công lao. Các triều trước vẫn để trấn giữ đất Tuyên Quang và cho đời đời truyền nối. Con Mật là Thái phó Nhân quận công Vũ Công Kỳ, cháu là Thái bảo Hoà quận công Vũ Đức Cung đều biết nối theo chí người trước, kính giữ chức làm tôi. Đến cháu ba đời là Thiếu phó Tòng quận công Vũ Công Đức cậy sông núi hiểm trở xa cách, ngầm nuôi chí làm phản, tiếm xưng tước vương, lập triều nguỵ, lại câu kết với bè đảng họ Mạc. Vương Trịnh Tạc cho là con cháu công thần, vẫn dung thứ chưa nỡ hỏi tội. Đến đây, Công Đức vì có việc bất bình với thủ hạ là Ma Phúc Trường, trong lòng hoài nghi lo sợ, về Kinh để tự bày tỏ. Đi đến bến tuần Đông Lan [huyện Đoan Hùng, tỉnh Vĩnh Phú], nửa đêm bị người giết. Việc đến tai Vương; Vương cho là Công Đức tuy lỗi đạo làm tôi, song nghĩ đến ông cha Công Đức có công lao to, nghĩa không thể dứt, mới lập con Đức là Vũ Công Tuấn nối nghiệp, cho làm đô đốc thiêm sự, ban tước Khoan quận công, cấp dân lộc để giữ việc thờ cúng. Các con trai, con gái của Công Đức đều được vỗ về yên ủi. Lại cho là Ma Phúc Trường là kẻ bất trung, đem giam vào ngục.

Bắt đầu thi hành thể lệ quân bình suất đinh. Từ thời Trung Hưng đến nay, theo chế độ cũ, cứ 6 năm một lần xét duyệt dân đinh, số dân đinh thường có khi tăng, khi giảm, thuế khoá nơi nặng nơi nhẹ, không quân bình. Năm Cảnh Trị thứ 2 [1664], Phạm Công Trứ giữ việc trong chính phủ, bàn định:

"Việc lựa chọn xét duyệt phiền nhiễu luôn luôn, sổ hộ khi tăng khi giảm, vì thế mà bọn Lại điển, bọn Tổng Lý [Chánh

tổng, Lý trưởng] *nhân vin vào đấy để làm sự gian xảo, xin thi hành thể lệ bình quân*".

Nay bèn sai quan chia nhau đi đến các trấn, xét theo hiện tại xem tài sản của dân nhiều hay ít, ruộng đất các nơi tốt hay xấu, rồi quân bình số thuế về đinh suất. Đến nay sổ hộ đã làm xong, gọi tên là "**bình lệ**". Trong sổ ghi rõ số đinh số thuế để làm phép tắc nhất định. Sau này số đinh sinh ra cũng không tính, chết đi cũng không trừ.

Tháng 12 nhuận [21/1-19/2/1670], cho Hồ Sĩ Dương tước Hầu, bọn Bùi Đình Viên, Đỗ Thiện Chính tước Nam, vì đón tiếp sứ thần nhà Thanh, có công.

Tháng 3 năm Cảnh Trị thứ 8 [20/4-18/5/1670], (Thanh Khang Hy năm thứ 9). Chúa Trịnh Tạc sai Lê Đắc Đồng, Trần Xuân Bảng đem thư đến cửa Nhật Lệ [Đồng Hới, Quảng Bình] nói là phụng mạng vua Lê đến đòi cống thuế. Trấn thủ Bố Chính là Triều Tín đem việc báo lên. Chúa Nguyễn Phúc Tần bảo các tướng rằng:

"*Những việc lễ nhạc đánh dẹp đều không tự vua Lê ra lệnh. Đó là họ Trịnh giả mạng vua, quyết cự không nộp*."

Bọn Đắc Đồng trở về; Chúa Trịnh bàn muốn phát binh, bề tôi là Đô đốc Thông (can rằng:

"*Binh pháp có nói rằng:'Biết người biết mình, trăm trận không thua'. Tôi trộm nghe ở Nam Hà, trên dưới hoà thuận, binh giáp tinh mạnh, ta chưa nên khinh động*".

Tạc nghe theo, bèn thôi.

Tháng 6 [17/7-14/8/1670], Chúa Trịnh sai Hào quận công Lê Thì Hiến làm Thống suất, Nhuận Duệ hầu Hồ Sĩ Dương làm Đốc thị, đem quân đi đánh bọn con Ma Phúc Trường tại miền Tuyên Quang. Năm trước Ma Phúc Trường bị bắt; các con là Ma Phúc Lan và em là Ma Phúc Điện tụ họp bè lũ đi cướp phá. Thì Hiến cùng các tướng chia đường đi đánh, bắt được Phúc Lan đem chém, Phúc Điện chạy sang Trung Quốc. Sau đó bọn Thì Hiến chiêu an dân chúng, rồi về.

Tháng 11 [12/12/1670-10/1/1671], thi Hội các cống sĩ trong nước; lấy đỗ bọn Trần Thế Vinh 31 người.

Tháng giêng năm Cảnh Trị thứ 9 [1671], (Thanh Khang Hy năm thứ 10); thi Đình. Cho Lưu Danh Công đỗ Tiến sĩ cập đệ đệ nhất danh, Thiều Sĩ Lâm đỗ Tiến sĩ cập đệ đệ tam danh, Lê Hữu Danh và Vũ Đình Lâm đỗ Tiến sĩ xuất thân, bọn Lê Hùng Xứng 27 người đều đỗ Đồng tiến sĩ xuất thân.

Sau khi Ma Phúc Điện chạy trốn sang Trung Quốc, vào tháng 8 [3/9-2/10/1671], Bình Tây thân vương nhà Thanh vâng lệnh Vua Khang Hy, sai Trấn tiêu du kính phủ Khai Hoá là họ Tào và tri phủ là họ Lưu giải Ma Phúc Điện và vợ con, đến chỗ biên giới. Bèn sai quan nhận đem về, đều đem giết với Ma Phúc Trường.

Sự việc nêu trên được ghi lại trong **Thanh Thực Lục**, nhưng tên Ma Phúc Điện thì chép là Nguyễn Phúc Lộc, chắc Điện tự đổi tên, khi khai với quan quân nhà Thanh:

"Ngày Nhâm Ngọ mồng 1 tháng 4 năm Khang Hy thứ 14 [9/5/1671]

Bộ binh bàn rồi phúc tấu:

'Tổng đốc Vân Nam Quí Châu Cam Văn Hỗn dâng sớ rằng 'Nguyễn Phúc Lộc tại nước An Nam nhân có tội tại nước này, đến xin đầu thuận nội địa' Xét An Nam là thuộc quốc của triều ta, Nguyễn Phúc Lộc đã có tội trốn đến đây, không tiện

lưu giữ, đáng giao hoàn An Nam xử trí.'

Thiên tử phán chấp nhận." (**Thánh Tổ Thực Lục**, quyển 35, trang 17)

Ngày 15 tháng 10[16/11/1671], vua băng; các quan dâng miếu hiệu là Huyền Tông. Ngày 13 tháng 11 [13/12/1671] rước linh cữu Huyền Tông Hoàng Đế về chôn ở lăng Quả Thịnh, huyện Lôi Dương [huyện Thọ Xuân, Thanh Hoá], quê Thái hậu họ Phạm.

Chú thích:

1. Lê Duy Hỷ tức vua Huyền Tông. Nguyên tên huý là Duy Vũ, tên Duy Hỷ chỉ dùng để giao thiệp với Trung Quốc.

2. Trong bản dịch **Đại Việt sử ký toàn thư**, tập 3, trang 264, ghi là "*sang tuế cống nhà Minh*", nay tra nguyên văn, **Bản Kỷ** 19, trang 2 a chép "*như Thanh tuế cống*"; nên sửa lại là "*sang tuế cống nhà Thanh*"

3. Chín châu tức cửu châu, ngày xưa Trung quốc được chia thành 9 châu.

4. Thang: Vua Thành Thang nhà Thương.

5. Bát thống tức 8 cách cai trị khiến Vua và dân hoà hợp, gồm: 1 thân thân, 2 kính cố, 3.tiến hiền, 4.sử năng. 5. bảo dung, 6. tôn quí, 7. đạt lại, 8. lễ tân.

6. Bảo dung: an lòng người có công. Điển lấy từ "Bát thống" trong Chu Lễ.

7. Hoa Lang: Theo "**Truyện ngoại quốc**" trong **Minh sử**, thì Hoa Lang tức là Hoà lan, cũng ở Tây Dương, tập tục đọc sai là Hoa lang. Sách **Kiên biểu bí lục** của Chử học

Giá nhà Thanh chép: cuối năm Gia Tĩnh (1522 - 1566) triều Minh, Mã Đậu họp tập người đồng bạn đi tàu vượt biển du lịch các nước gồm 6 năm, đến nước An Nam rồi vào địa giới Quảng Đông.

8. Diệt trừ giặc Đặng: Theo văn bản **Thanh Thực Lục** ngày 15 tháng 9 năm Thuận Trị thứ 17 [18/10/1660], Đặng Diệu trốn vào nước ta, sào huyệt bị đánh tan.

9. Vĩnh Lịch: niên hiệu của Thuỷ minh vương, hậu duệ nhà Minh.

10. Chính đồ, Hoa văn: nhà Nguyễn mở khoa thi Chính đồ lấy người thi đậu ra làm quan, và khoa Hoa văn lấy người viết chữ tốt ra làm thư lại.

11. Thạch Lâm: đời Lê trở về trước là châu Thạch Lâm, đời Minh Mệnh chia thành huyện Thạch Lâm và Thạch An; nay thuộc các huyện Hoà An, Thông Nông, Hà Quảng, Trà Lĩnh, tỉnh Cao Bằng.

12. Quảng Nguyên: Lê là châu Quảng Nguyên, năm Minh Mệnh 15 [1834] đổi là huyện Quảng Uyên, nay vẫn còn huyện Quảng Uyên, tỉnh Cao Bằng.

13. Thượng Lang: Lê là châu Thượng Lang, năm Minh Mệnh 15 đổi là huyện Thượng Lang, nay thuộc huyện Trùng Khánh, tỉnh Cao Bằng.

14. Hạ Lang: Lê là châu Hạ Lang, đời Minh Mệnh đổi là huyện Hạ Lang, nay vẫn còn huyện Hạ Lang, thuộc tỉnh Cao Bằng.

129.

Vua Lê Gia Tông [1672-1675]

Vua Lê Huyền Tông mất vào ngày 15 tháng 10 năm Cảnh Trị thứ 9 [16/11/1671]; tháng sau vào ngày 19 tháng 11 [19/12/1671], Vương Trịnh Tạc và các quan đại thần văn võ, tôn lập em Vua là Lê Duy Cối lên ngôi Hoàng đế, lấy năm sau làm năm Dương Đức thứ 1, miếu hiệu Gia Tông. Gia Tông là con thứ của Vua Thần Tông, trị vì 4 năm thì mất, thọ 15 tuổi, chôn ở lăng Phúc An.

Tháng giêng năm Cảnh Trị thứ 1 [30/1-27/2/1672], (Thanh Khang Hy năm thứ 11); vẫn cấp ruộng tế cho công thần khai quốc Lê Lai, để lại cho con cháu giữ, đời đời thờ cúng. Trước kia, Lê Thái Tổ khởi nghĩa Lam Sơn, bị quân Minh bức bách, Lê Lai khảng khái xông vào nơi hoạn nạn. Sau khi dẹp được quân Minh, đã nhiều lần Lê Lai được tặng phong tước Vương và ban cho ruộng tế tự. Đến nay, giảm bớt lộc điền của các công thần, triều đình lấy cớ rằng Lê Lai là người có công lớn, nên ruộng tế tự được cấp từ trước vẫn để nguyên như cũ, giao cho cháu chắt được đời đời giữ để tế tự.

Khoan quận công Vũ Công Tuấn, dòng dõi Gia quốc công Vũ Văn Mật; trước đây được phong làm Đô đốc thiêm sự ở

Kinh sư. Vào tháng 6 [25/6-23/7/1672] trốn về Tuyên Quang đánh chiếm châu đó. Lưu thủ kinh thành là Thiếu phó Điện quận công Trịnh Ốc sai quân đuổi theo bắt giết đồng bọn.

Cũng vào tháng 6. Vương Trịnh Tạc đem xa giá nhà Vua, cùng điều động đại binh vào Nam gây hấn. Sai con, Trịnh Căn, giữ chức Nguyên soái quân thuỷ, Lê Thì Hiến giữ chức Thống suất quân bộ, hai tướng thống lãnh vài ba vạn quân chia đường cùng tiến, còn Tạc thì đi kèm với xa giá nhà vua đến châu Bắc Bố Chính [huyện Kỳ Anh, Hà Tĩnh]. Chúa Nguyễn Phúc Tần hạ lệnh cho người con thứ tư tên là Hiệp làm Nguyên soái; đem các tướng hiệu tiến đến Quảng Bình; dùng bọn Chưởng doanh Nguyễn Hữu Dật và trấn thủ Quảng Bình Nguyễn Mỹ Đức đóng hàng lượt đồn luỹ chặn giữ ở nơi hiểm yếu. Quân họ Trịnh liền vượt qua sông Gianh, bố trí một loạt thuyền chiến ở cửa biển Nhật Lệ [Đồng Hới, Quảng Bình]. Chúa Nguyễn thân hành thống suất đại binh tiến đến tiếp ứng cho cánh quân Thống soái Hiệp, thanh thế quân lính vang dội xa gần. Tháng 11 [19/12/1672-17/1/1673], Thì Hiến, tướng của họ Trịnh, dẫn quân tiến sát đến luỹ Trấn Ninh [huyện Quảng Ninh, Quảng Bình], bọn Nguyễn Hữu Dật dựa vào nơi hiểm trở, chiến đấu rất hăng, luôn luôn thu được thắng lợi, quân họ Trịnh không thể chống chọi được, rút về đóng ở châu Bắc Bố Chính.

Tháng 12 [18/1-16/2/1673], nhân mùa đông giá rét, Chúa Trịnh Tạc dẫn quân về, để Lê Thì Hiến ở lại giữ chức Trấn thủ Nghệ An và Lê Sĩ Triệt giữ chức Đốc đồng, đóng ở doanh Hà Trung [huyện Kỳ Anh, Hà Tĩnh], chia nhau đóng đồn ở các đường hiểm yếu, vạch đôi sông Gianh [bắc Quảng Bình] làm giới hạn. Từ đây trở đi, phương Nam phương Bắc ngừng việc binh đao.

Tháng 3 năm Dương Đức thứ 2 [17/4-15/5/1673], (Thanh Khang Hy năm thứ 12); sai Chánh sứ Nguyễn Mậu Tài và Hồ Sĩ Dương, Phó sứ là bọn Đào Công Chính, Vũ Công Đạo, Vũ Duy Hài chia thành hai sứ bộ sang tuế cống nhà Thanh, nhân thể báo tang Vua Huyền Tông.

Vào tháng 4, triều đình nhà Thanh bàn việc Đô thống sứ Mạc Nguyên Thanh xin can thiệp để nhà Lê trả thêm đất, nhưng không được chấp thuận:

"***Ngày 12 Tân Hợi tháng 4 năm Khang Hy thứ 12 [29/5/1673]****. Nghị chính vương cùng các đại thần bàn bạc rồi phúc tấu:*

'Đô thống sứ An Nam Mạc Nguyên Thanh dâng sớ xưng 'Trước đây thần bị Lê Duy Hỷ bức bách, chạy đến triều đình, được ơn sai sứ sắc dụ Lê Duy Hỷ trả lại 4 châu tại Cao Bằng, nên thần được trở về đất cũ. Nhưng vẫn còn 2 châu Bảo Lạc [huyện Bảo Lạc, Cao Bằng], *Thất Nguyên* [huyện Thất Khê, Lạng Sơn]*; và 12 tổng, xã, như Côn Lôn* [huyện Chiêm Hoá, Tuyên Quang], *Kim Mã* [huyện Nguyên Bình, Cao Bằng] *thì chưa trả về. Xin sắc dụ cho Lê Duy Hỷ trả lại toàn bộ đất đai.'*

Tra xét về việc Mạc Nguyên Thanh dâng sớ xin triều đình sắc dụ trả lại đất tại các địa phương như Bảo Lạc; nhân lúc Mạc Nguyên Thanh đến đầu thuận, chỉ nói Lê Duy Hỷ đánh chiếm Cao Bằng, chưa từng nói đến 2 châu Thất Nguyên, Bảo Lạc. Sự việc tại ngoại quốc, xảy ra từ lâu, có nhiều lần tấu cáo sai, thật lắm chuyện; không nên bàn xét."

Thiên tử chấp nhận." (**Thánh Tổ Thực Lục** quyển 42, trang 3)

Tháng 7 [12/8-10/9/1673], phục chức Phạm Công Trứ giữ công việc lục bộ và tham tán việc cơ mật. Công Trứ làm việc trong triều đã lâu, là một bậc lão thành thông suốt công việc chính trị; trước kia Công Trứ viện lẽ nhiều tuổi, cáo quan về nhà; nay triều đình nghĩ ông ta là người kỳ cựu, nên lại triệu ra làm quan, giao phó cho giữ công việc cơ mật. Công Trứ được triều đình ban ơn đãi ngộ hơn hẳn người khác.

Tháng 11 [8/12/1673-6/1/1674], thi Hội các cống sĩ trong nước. Lấy đỗ bọn Nguyễn Công Vọng 5 người. Đến kỳ thi Đình, cho bọn Bùi Quang Vận đều đỗ Đồng tiến sĩ xuất thân.

Tháng 12 [7/1-5/2/1674], thi Sĩ vọng trong nước; lấy bọn Nguyễn Hành 30 người bổ nhiệm các chức trong triều và các địa phương.

Tháng giêng năm Dương Đức thứ 3 [1674], (Từ tháng 10 trở đi đổi là Đức Nguyên năm thứ 1; Thanh Khang Hy năm thứ 13); các sứ bộ Nguyễn Mậu Tài và Hồ Sĩ Dương khởi hành từ năm ngoái, nay đã đến Bắc Kinh. Sứ bộ tiến cống cho hai kỳ, cáo ai Vua Lê Huyền Tông mất; riêng tố cáo Mạc Nguyên Thanh trong văn tế cha, có lời lẽ xúc phạm triều Thanh, nên xin cho chiếm toàn bộ đất đai Cao Bằng. Bản chất nhà Thanh, cũng như nhà Minh trước kia; muốn chia cắt để làm suy yếu An Nam, nên viện lý do chần chừ từ chối:

"Ngày 21 Bính Tuất tháng giêng năm Khang Hy thứ 13 [26/2/1674]

Người nối dõi tước Vương nước An Nam Lê Duy Định [Vua Lê Gia Tông] *dâng sớ 'Anh của thần, Quốc vương An Nam Lê Duy Hỷ* [Vua Lê Huyền Tông] *bệnh mất, căn dặn thần quyền quản nhiếp quốc sự, kính cẩn dâng tấu và sai bọn Bồi thần Hồ Sĩ Dương tiến nạp tuế cống cho năm Khang Hy thứ 8* [1669] *và năm thứ 11* [1672]*.' Đem sự việc báo cho bộ dưới quyền hay biết.*

Lê Duy Định lại có lời sớ rằng:

'Các Quốc vương của thần trước đây đời đời giữ nước An Nam, trong nước đều là lãnh thổ của thần. Sau đó bị tên nghịch thần Mạc Đăng Dung giết rồi cướp ngôi, nhờ tổ của viên Phụ quốc Trịnh Ý tiễu trừ khôi phục. Tàn dư giặc Mạc, chiếm cứ địa phương Cao Bằng, lúc thần phục, lúc phản; truyền đến Mạc Nguyên Thanh, sợ người trong nước thần đánh bắt, nên trốn tránh vào nội địa, lấy danh nghĩa thành tâm qui thuận, nhưng thực chất là tránh tội. Vào năm Khang Hy thứ 8 [1669], *Khâm sai sứ thần Lý Tiên Căn tuyên đọc thánh chỉ mệnh trả lại cho Mạc Nguyên Thanh phủ Cao Bằng, anh thần là Lê Duy Hỷ phiền muộn khôn xiết. nhưng phụng thừa mệnh Thiên tử, không dám không tuân. Nhưng Mạc Nguyên Thanh là kẻ thù không đội trời chung của thần, Cao Bằng là đất thần đời đời giữ, mà chúng làm phản chiếm cứ, đối với kẻ nối dõi thực khó cam tâm. Khẩn khoản đội ơn Thiên tử, lệnh đưa đất Cao Bằng trở lại nước thần. Ngoài ra trước đây Mạc Nguyên Thanh có lời thề, cùng trong bài tế cha y là Mạc Kinh Diệu, có lời chống lại Thiên triều. Nay xin tiến trình, cùng tiến cống sản vật địa phương.'*

Được chiếu chỉ ban:

'Giao bộ bàn kỹ rồi tâu, những sản vật địa phương tiến cống cho trả về." (**Thánh Tổ Thực Lục**, quyển 45, trang 10-11)

"Ngày 13 Đinh Mùi tháng 2 năm Khang Hy thứ 13 [19/3/1674]. *Bộ binh bàn rồi phúc tấu:*

'Người nối tước Vương nước An Nam là Lê Duy Định xin Mạc Nguyên Thanh được thần thuộc. Tra năm Khang Hy thứ 7, dụ Lê Duy Hỷ trả lại Mạc Nguyên Thanh Cao Bằng và hai bên hoà hảo với nhau. Nay Lê Duy Định (1) *bảo rằng thu*

được văn từ lời thề, theo dấu tích thực thì đây là tế văn, văn này viết đã lâu, văn từ lời thề liên quan đến Mạc Kính Diệu. Bản văn này tịch thu được từ thời Mạc Kinh Diệu, hoặc tại thời Mạc Nguyên Thanh ngày nay, trong sớ không đề cập rõ; nên rất khó phán xét. Vậy nên sắc dụ người nối chức Vương tại An Nam Lê Duy Định tra rõ ràng, đề xuất đầy đủ, rồi sẽ bàn lại.'

Thiên tử chấp thuận." (**Thánh Tổ Thực Lục**, quyển 46, trang 6-7)

Tại miền Nam, vào tháng 2 [7/3-5/4/1674], Chúa Nguyễn Phúc Tần sai Cai cơ dinh Thái Khang thuộc đạo Nha Trang là Nguyễn Dương Lâm đem quân cứu nước Chân Lạp.

Trước đó, người hoàng tộc là Nặc Ô Đài nước Chân Lạp mưu làm phản, làm cầu phao và xích sắt, đắp thành Nam Vang, nhưng còn sợ Vua là Nặc Nộn, chưa dám hành động. Bèn ngầm cầu viện nước Xiêm La, nói phao rằng vua Xiêm La đã phát 2 vạn quân bộ, 2 nghìn quân thuỷ, và một nghìn voi ngựa đến hỏi tội Nặc Nộn vì đã cự mệnh. Nặc Nộn cả sợ, chạy sang cầu cứu dinh Thái Khang. Quan tại dinh này đem việc báo lên. Chúa nói rằng:

"Nặc Nộn là phiên thần, có việc nguy cấp, không thể không cứu".

Bèn sai Nguyễn Dương Lâm [con Quận công Nguyễn Văn Nghĩa Thống suất dinh Quảng Bình] làm Thống binh; tướng thần Nguyễn Diên Phái làm Tham mưu, Văn Sùng làm Thị chiến, đem quân đi đánh. Bọn Dương Lâm chia binh làm hai đạo, đương đêm đánh úp phá các luỹ Sài Gòn [thành phố Sài Gòn] và Bích Đôi [Gò Bích], chặt cầu phao và xích sắt, thẳng tiến vây thành Nam Vang. Nặc Ô Đài hoảng sợ thua chạy, rồi chết; Nặc Thu đến cửa quân xin hàng. Tin thắng trận báo về, các quan bàn rằng Nặc Thu là dòng đích thì phong làm Vua chính, đóng ở thành Long Úc [U Đông], Nặc Nộn làm vua thứ nhì, đóng ở thành Sài Gòn, cùng coi việc nước, hằng năm triều cống. Thế là nước Chân Lạp yên. Hai tướng Diên Phái và Văn Sùng chết ở trong quân. Diên Phái sau khi chết có ứng hiện linh thiêng, nhiều người tin, cầu đảo; riêng người Chân Lạp lập đền thờ ở cửa biển Mỹ Tho [Định Tường]. Tháng 6 [4/7-1/8/1674], Thống binh Nguyễn Dương Lâm thắng trận khải hoàn, thăng làm Trấn thủ dinh Thái Khang, kinh lý mọi việc biên phòng.

Tại thành Đông Đô, vào ngày mồng 9 tháng 5 [12/6/1674]; quân lính nổi loạn, giết viên Bồi tụng Nguyễn Quốc Trinh (2), cướp phá nhà viên Tham tụng Phạm Công Trứ. Bấy giờ ưu binh Thanh, Nghệ (3) cậy có công lao, sinh ra kiêu ngạo phóng túng. Quốc Trinh và Công Trứ bàn cách kềm hãm ức chế bớt đi, vì thế binh lính không bằng lòng. Lại gặp lúc ấy Thị lang bộ Hình Phan Kiêm Toàn và Thị lang bộ Binh Lê Hiệu vừa mới can tội phải giáng chức, có ý bất mãn; hai người này nhân đà lại xúc xiểm thêm vào. Quân sĩ bèn reo hò ầm ĩ, đón đường giết Quốc Trinh, rồi đến cướp nhà Công Trứ. Công Trứ phải trốn ra ngoài mới được thoát nạn. Chúa Trịnh Tạc sợ quá, sai quan đi phủ dụ và cho tiền bạc, bấy giờ quân lính mới chịu yên tĩnh.

Trịnh Tạc vời Công Trứ vào trong phủ ban cho vàng bạc để an ủi, sau bắt giết ba người đứng đầu nổi loạn để tế Quốc Trinh, lại truy tặng Quốc Trinh chức Thượng thư bộ Binh, tước Trì quận công, cho tên thuỵ là Cương trung và lục dụng con cháu. Quốc Trinh khi làm quan ở triều, khảng khái dám nói điều phải điều trái, nay chết ở trong tay loạn quân, nên người ta đều thương tiếc. Kiêm Toàn và Lê Hiệu sau cũng phải tội vì dự mưu với loạn quân.

Ngày 18 tháng 7 [19/8/1674], Chúa Trịnh tâu Vua rằng con trưởng Nghi quốc công Trịnh Căn công lao nhiều, uy vọng lớn; tấn phong làm Nguyên soái điển quốc chính Định Nam Vương.

Tháng 10 [29/10-26/11/1674], Vua Gia Tông đổi niên hiệu là Đức Nguyên. Đại xá, xuống chỉ ban ơn các quan văn võ được thăng bậc.

Tháng 3 năm Đức Nguyên thứ 2 [26/3-24/4/1675], (Thanh Khang Hy năm thứ 14); bọn sứ thần Nguyễn Mậu Tài, Hồ Sĩ Dương về nước. Xét công đi sứ, cho Nguyễn Mậu Tài làm Thượng thư bộ Hình, tước Tử; Hồ Sĩ Dương làm Thượng thư bộ Công, tước Quận công; Đào Công Chính làm Hữu thị lang bộ Hình, Vũ Công Đạo làm Hữu thị lang bộ Công; Vũ Duy Hài làm Đông các đại học sĩ.

Ngày mồng 3 tháng 4 [27/4/1675], vua băng; các quan dâng miếu hiệu là Gia Tông. Tháng 6 [23/7-20/8/1675], rước linh cữu Gia Tông về chôn ở lăng Phúc An tại huyện Thuỵ Nguyên, Thanh Hoá, lập điện Thiên Ninh để thờ, tại quê mẹ là Chiêu Nghi. Trong lễ tang, Vương Trịnh Tạc và Chính phi thân đến làm lễ viếng, khóc rất thương xót; Định Nam Vương Trịnh Căn cũng thân đi đưa đến bến sông làm lễ rất thương kính, các quan văn võ đều chảy nước mắt.

Tại miền Nam, vào tháng 4 [25/4-24/5/1675] Chúa Nguyễn Phúc Tần mở khoa thi lấy được 4 người trúng cách về môn chính đồ, 17 người trúng cách về môn hoa văn. Lại thi Thám phỏng, lấy 7 người trúng cách; phép thi qui định một ngày, hỏi tình trạng binh dân và sự việc liên quan đến thời Lê Trịnh; người trúng bổ vào làm việc tại các ty. Thi Thám phỏng bắt đầu từ đấy.

Tháng 6 [23/7-20/8/1675], con thứ tư của Chúa là Nguyên soái Hiệp mất vì bệnh đậu, mới 23 tuổi. Nguyên soái Hiệp có công trong chiến thắng quân Trịnh tại luỹ Trấn Ninh 2 năm về trước, nên Chúa rất thương nói:

"*Hiệp vì nước dẹp nạn, có công lớn với xã tắc, tuổi sao thọ ngắn thế!*".

Chú thích:

1. Lê Duy Định tức Vua Gia Tông, lên làm vua năm Nhâm Tý [1672]; tên huý dùng trong nước là Lê Duy Cối.

2. Sử liệu trên lấy từ **Cương Mục**; riêng **Toàn Thư** quyển 19, trang 38 b; chép tên Nguyễn Quốc Khôi, chứ không phải Quốc Trinh, và không chép việc binh sĩ nổi loạn, chỉ ghi "*Mùa hạ, tháng 5, ngày mồng 9, Bồi tụng Lại bộ hữu thị lang Liên Trì tử Nguyễn Quốc Khôi chết.*"

3. Ưu binh: Binh chế thời Lê trung hung, quân lính lấy ở Thanh Nghệ gọi là ưu binh, hoặc quân Tam Phủ.

BẢNG TRA CỨU

MỤC LỤC TẬP BỐN

Nhân Ảnh

2023

Liên lạc tác giả:
Email: thao.b.ho@gmail.com

Liên lạc Nhà xuất bản
Nhân Ảnh
E. mail: han.le3359@gmail.com
(408) 722-5626

www.ingramcontent.com/pod-product-compliance
Lightning Source LLC
LaVergne TN
LVHW032002041026
849517LV00009B/2819